கடவுளோடு ஒரு கலந்துரையாடல்

எஸ்.டி.ஏ. ஜோதி

போதி வனம்

கடவுளோடு ஒரு கலந்துரையாடல்
ஆசிரியர்: எஸ்.டி.ஏ.ஜோதி ▪ உரிமை: ஆசிரியருக்கு ▪ முதல் பதிப்பு: டிசம்பர் 2018 ▪ வடிவமைப்பு: ராகாஸ் ▪ அட்டை வடிவமைப்பு: ராஜா ▪ வெளியீடு: போதிவனம் பதிப்பகம், அகமது வணிக வளாகம், தரைத் தளம், 12/293, இராயப்பேட்டை நெடுஞ்சாலை, இராயப்பேட்டை, சென்னை 600 014. ▪ தொலைபேசி: 91 - 98414 50437 ▪ மின்னஞ்சல்: bodhivanam@gmail.com ▪ பக்கங்கள்: 424

விலை: ரூ. 350/-

Kadavulodu Oru Kalanduraiyadal, Short Stories, Author : S.T.A. Jothy Language : Tamil, First Edition, December 2018, Design: Raagaas, Wrapper Design: Raja, Published By: Bodhivanam, Ahmed Complex Gr. Floor, 12/293, Royapettah High Road, Royapettah, Chennai - 600 014. India. Phone : 9841450437, Email: bodhivanam@gmail.com, Pages 424

ISBN : 978 – 93 – 80690 – 62 - 9

Rs. 350/-

1.	வெள்ளோட்டம்	7
2.	வெட்டிப்பேச்சு	20
3.	கடவுளோடு ஒரு கலந்துரையாடல்	34
4.	ஜீவ புத்தகம்	46
5.	கொலைமரம்	51
6.	மூன்று நாமம்	68
7.	தீவனம்	78
8.	ராஜ நாகம்	87
9.	சாவை ருசித்தல்	95
10.	தடங்கல்கள்	101
11.	இருட்டுகள்	112
12.	மனச்சோர்வோடு ஒரு மல்லாட்டம்	120
13.	அடைப்புக்குறி	128
14.	பின்கழிவுத்துவமும் CO_2 வாணவேடிக்கைகளும்	151
15.	சர்வம் சாம்பல் மயம்	165
16.	ஆற்றுப்படுத்துகை	172
17.	கதை கதையாம் காரணமாம்	183
18.	தப்பி பிறந்தவன்	194
19.	கோணல்கள்	204
20.	சுயத்தை துரோகித்தல்	213
21.	சபல மனசு	223
22.	புள்ளி விவரம்	234
23.	வந்து போதலின் வக்கிரங்கள்	242
24.	பொன்னுத் தாத்தா	249
25.	2117	257

26.	புதிய பூமி	268
27.	முடையில் உழலும் தாம்பத்தியம்	275
28.	தன்னந் தனியனாய்	284
29.	சொந்தபந்தம்	290
30.	தோன்றின் புகழோடு தோன்றுக	308
31.	ஞானப் பித்து	316
32.	மருமகனல்ல மகனேதான்	322
33.	ஜாதி எனும் வியாதி	332
34.	நொண்டித்துப் போன கட்டில்	340
35.	காதலின் பரிமாணங்கள்	346
36.	நூறைக் கடந்த துயரம்	354
37.	சபலம்	365
38.	பேய்களைப் பற்றியல்ல	372
39.	சாவுதான் ஞாயத் தீர்வா?	384
40.	வலி	391
41.	தலைமை ஆசிரியர்	399
42.	உள்மன ஊனம்	406
43.	தவறு	418

முன்னுரை

தீட்சணமான உலக அனுபவமும் அசாத்திய திறமையும் மேம்பட்ட மொழிப்புலமையும் வியத்தலுக்குரிய சொல் லாட்சியும் சிறப்பான கற்பனை வளமும் நிறைவான இலக்கியப் பரிச்சயமும் கொண்ட கலைக் கர்த்தாக்களான எழுத்தாளர் குழு நடுவே நான் ஒரு வெறும்பயல், செல்லாக் காசு. ஏறத்தாழ அறுபத்து மூன்று வயது வரை மனச்சோர் வோடு மல்லுக்கட்டிக் கொண்டு சோம்பிப்போய் தூங்கிக் கொண்டிருந்துவிட்டு, பின்பு, திரு. த. பழமலை என்கின்ற புகழ்பெற்ற மக்கட் கவிஞரால் இனங்கண்டு கொள்ளப்பட்ட ஆரம்ப முஸ்தீபுகளுடன், இவனும் ஒரு எழுத்தாளன் என்று எழுத்துலகுக்கு எற்றித் தள்ளப்பட்ட பாமரத்தனமான எழுத்துப் புற்றீசல் வகையறா நான். என் தகுதி மேற்கண்ட படிதான் என எனக்கு நன்றாகவே தெரிகிறது. ஆனாலும் என்னை ஊக்குவித்தனர் கணையாழி, யுகமாயினி, தளம் ஆகிய கலை இலக்கிய இதழ்களின் ஆசிரியப் பெருந்தகை யோர்கள். அந்த உற்சாகத் தூண்டுதலில், கழிந்த சுமார் பன்னிரெண்டு ஆண்டுகால அளவில், நூற்றுக்கும் அதிகமான கதைக் கிறுக்கல்களை எழுதித் தள்ளி, அவற்றுள் இதுவரை இருபது கிறுக்கல்கள் கலை இலக்கிய இதழ்களில் பிரசுரமாகக் கொடுத்துவைத்த ஒரு அப்பாவியான அண்ணாவி எழுத்தன் நான். என் சுய அறிமுகம் இத்தோடு போதுமென எண்ணுகிறேன்.

என் எழுத்துப் பாதையில் வலிய வந்து தானாகவே குறுக்கிட்டவர், தளம் ஆசிரியர் திரு. பாரவி அவர்கள். நான் சந்தா கட்டாமலேயே தளம் இதழ்கள் இரண்டு எனக்கு இலவசமாக அனுப்பி வைத்தார் அவர். பின்பு அதனின் இலக்கியத் தரம் உணர்ந்து சந்தாதாரன் ஆகினேன் நான்.

மற்ற ஒரு சில இலக்கியப் பத்திரிகைகளால் நிராகரிக்கப் பட்ட ‘பின் கழிவுத்துவமும் சிஓ2 வாண வேடிக்கைகளும்’ என்ற ஓர் அருவருப்பு ஊட்டும் விஷயத்தைக் கருப்பொருளாகக் கொண்ட, அபத்தமான அகோர ஹாஸ்யத்தனம் கொண்ட, கூடவே சற்று இலக்கியத்தரமும் வாய்த்த என் சிறுகதையை தளத்துக்கு அனுப்பி, இதை உங்கள் இதழில் பிரசுரிக்க முடியுமா என்று திரு. பாரவி அவர்களிடம் சவால்விட்டேன் நான்.

எனக்கு ஆச்சரியம், அதை அவர் ஒரு திருத்தமும் செய்யாமல் அப்படியே தளம் 2014 ஜனவரி - மார்ச் இதழில் வெளியிட்டார். அவ்விதமாய் தளத்தக்கும் எனக்கும் இடையிலான நெருக்கம் அதிகரித்து வலுக்கொண்டது.

என் எல்லா கையெழுத்துக் கதைக் கிறுக்கல்களையும் தேடிப்பிடித்து, சேகரித்து, அவற்றை ஒரு பெருங்கதையாக, திரு. பாரவி அவர்கள் மூலம் போதிவனம் பதிப்பகத்தாருக்கு அனுப்பி வைத்தேன். அவற்றினின்று வடிகட்டி தேர்ந்தெடுக்கப் பட்ட கதைகளின் தொகுதிதான் வாசகர்களான உங்கள் கையிலிருக்கும் இந்தப் புத்தகம். இது என் எழுத்துலகப் பிரவேசத்துக்கு சாட்சி பகரும் என் எளிய சமர்ப்பணமாகும்.

இந்தப் புத்தகம் வெளிவருவதில் பங்கு பற்றியோர் அநேகம் பேர் என அறிகிறேன். என் கையெழுத்தின் அலங்கோல கோணல் மாணல்களை மிகப் பொறுமையுடனும் சகிப்புத்தன்மையுடனும் கம்ப்யூட்டர் முன் அமர்ந்து 900 பக்கங்களை, அதிக பிழைகளின்றி தட்டச்சு செய்து உதவியர்கள், அந்த ப்ரூஃப்களை வகைப்படுத்தி, பக்கங்கள் வாரியாக வரிசைப்படுத்தி, சிறந்த வகையில் பார்சல் செய்து எனக்கனுப்ப ஒத்துழைத்தவர்கள், என்னால் தேர்ந்தெடுக்கப் பட்டு, அச்சுப் பிழை திருத்தம் செய்து திருப்பி அனுப்பப் பட்ட கதைகளின் தட்டச்சு நகல்களைப் பெற்றுக்கொண்டு, அவற்றில் நான் சுட்டிக்காட்டிய அச்சுப் பிழைகளை கம்ப்யூட்டரில் பதிவிறக்கம் செய்து, திருத்தி அதனை சீர்படுத்திய அன்பர்கள், பின்பு அந்தக் கதைகளை ஒரு புத்தகமாக அச்சடித்துப் பதிப்பிக்க உதவிய நபர்கள், புத்தகத்தை வடிவமைத்தவர், முகப்போவியம் தீட்டியவர் என பட்டியல் நீண்டு கொண்டு போகும். மேற்கண்ட அனை வருக்கும் இன்னும் என் அறியாமையால் விடுபட்டுப்போன சகலருக்கும் என் மனங்கனிந்த நன்றிகள்.

வெள்ளோட்டம்

ஒரு வழியாய் பு'தூ'க் கவிதைகள் இருநூற்றை எட்டிப் பிடித்தாயிற்று. அப்பாடா, இத்தோடாவது நல்லபடியாய் எல்லாம் ஆயிற்றே என்ற நிம்மதிப் பெருமூச்சா என்றால் அப்படி இல்லை. இனி அக்கடா என்று விட்டேற்றியாய் உட்கார்ந்துவிடலாம் என்கிற எண்ணத்திலுமல்ல. எழுதுகிற வனுக்கு, அவன் எத்தகைய ஜனரஞ்சக எழுத்துல கொம்ப னானாலும் சரி. - கொம்பன் என்று சொல்லுவது சிலருக்கு எரிச்சலை உண்டாக்குமென்றால், பண்டிதன், மேதை, ஜாம்பவான், சண்டியன், பலவான், வஸ்தாது என்று எப்படி வேண்டுமானாலும் சொல்லிக் கொள்ளலாம். மாறாக, இலக்கியச் சிற்றிதழ்களின் மூலமாய்க் கூட அறியப்படாத, சுய திருப்திக்காக எழுதிக்கொண்டிருக்கிற உயரிய, தனித்துவ எழுத்துலகத்துப் பாவப்பட்ட பாமரனானாலும் சரி, எழுத்து ஒரு லாகிரி. சிந்தனைத் துறுதுறுப்பு உள்ள வரை எழுத்தின் குறுகுறுப்பு தணியாது. எழுத, எழுத, எழுத்தின் போதை ஏறிக்கொண்டேதான் இருக்கும். எழுத்தின் அடிக்ட்டாகி, மேலும் மேலும் எழுதிக் கொண்டேதான் இருக்கவேண்டும். அதுதான் விதித்தது. வேறு மாற்று இல்லை. நானும் அதற்கு விதிவிலக்கு இல்லை. இடையில், இருநூறு என்பது ஒரு மைல் கல். சற்று இளைப்பாறக் கிடைத்த மர நிழல். அதோடு, எனக்கு, இருநூற்றைத் தொட்டதும் புத்தகம் போடலாமென்று வெகு நாளாய் ஒரு மனக்கிறுக்கு. ஏனெனில் இருபது எனது இராசி எண். பின், இருபதின் மடங்கும் தானே? இனி மேற்கொண்டு காரியத்தில் இறங்க வேண்டும், என்னென்ன செய்ய வேண்டுமென்று பட்டியலிட்டுக் கொண்டு.

என் கவிதைகள் பற்றி, அவற்றின் வர்ண லாவண்யங்கள் பற்றி உங்களில் எவருக்கேனும் முன்போ இப்பொழுதோ தெரிந்திருக்க கிஞ்சித்தேனும் வாய்ப்பில்லை என்று அடித்துக் கூறுவேன். ஏனெனில், உண்மையில் அவை

இந்தக் கணம் வரை யாருடைய தொடுதலும் தொடுப்பும் அறியாத கன்னிமை கெடாப் புனிதங்கள். வழக்குப்படி சொல்வதானால், கைப்படாத ரோஜாக்கள். எல்லா கவிஞர்களைப் போலவே எனக்கும், என் கவிதைக் குமரிகளை கௌரவமான யாருக்காவது தாரை வார்த்து கட்டிக் கொடுத்து முறைமைப்படி சுமங்கலிகளாக்க ஆசைதான். ஆனால் என் அம்மட்டு இம்மட்டில்லா விடா தொடர் முயற்சி இதுவரை திருவினையாகவில்லை. இத்தனைக்கும் என் கவிதைக் கன்னிகள் இலவகேசமும் தெகிட்டாத அழகு சிந்தும் வனிதை மலர்கள். ஆளுமை செறிந்த, அறிவார்ந்த சொற்ச் சித்திரங்கள். சரியான அளவை யிலான உலோகக் கலவையில் வார்த்தெடுக்கப்பட்டு, கிண்ணென்ற ஒலியெழுப்பும் மணி நாதங்கள். இதை வெகுளித் தனமாகவோ, விற்பன்னமாகவோ, விடாப்பிடியாய் நான் நம்பித் தொலைப்பது போல் வேறு எவரும் நம்பியதில்லை, என் மனைவி, மக்கள், நண்பர்கள் உட்பட. பின் மற்றவர் களைப் பற்றி என்ன? குறிப்பாய், இலக்கியச் சிற்றிதழ்களின் பெருமைக்குரிய ஆசிரியர்களுக்கும் அவற்றின் அனுபவ முதிர்ச்சி பெற்ற கவிதைத் தேர்வாளர்களுக்குமென்ன? பிரசுரமானால்தானே வாசகர்களாகிய நீங்கள்? அதனால்தான் ஆரம்பத்திலேயே பு‘தூ’க் கவிதைகள் என்றேன்.

என் கவி ஆளுமை ஒருபுறம் இருக்கட்டும், என் கவிதை களின் நீளம், அகலம், ஆழம் அல்லது உயரம் - முப்பரி மாணம்-பற்றிச் சொல்வதானால், அவை நெத்திலி தொட்டு திமிங்கலம் வரை (கடற்கரையூரில் - தூத்துக்குடி - வசிப்ப தால் மீன்கள் உவமையுருவம் பெற்றுவிட்டது.) ‘உதயத்தின் அஸ்தமனம்’ என்ற தலைப்பில், ‘விடியலைப் பாடி கரைந்த காக்கை விறைத்துச் செத்தது மின் கம்பி தாக்கி’ என்கிற இருவரி நெத்திலி; சதுரம் போல், செவ்வகம் போல், முக்கோணம் போல் இடிக்கும் விபத்து முனைகள் இல்லாததும் வடிவத்தின் பூரணப் பொலிவு கொண்டதுமான ‘வட்டம்’ பற்றியது இருநூறு வரி திமிங்கலம். (கவனிக்க: என் எண் சென்ட்டி மெண்ட்) உலகக் கலை இலக்கிய ஆளுமையின் அடிநாதமாக கருதப்படும் இம்ப்ரெஷனிஸம், எக்ஸ்பிரஷனிஸம், ரொமாண்டிஸம், க்யூரிஸம் போன்ற இஸங்களின் பரிணாம வளர்ச்சியின் தாக்கத்தால் இன்றைய கவிதை சார்ந்த

பெருவெளியில் என் நிலைப்பாடு என்ன என்பது பற்றியெல்லாம் எழுதாமல், வெறும் நீள அகல உயரம் என்ற உப்புப் பெறாத பௌதீக அளவைகளைப் பற்றி நான் எழுத காரணம், உருவத்தில் நெத்திலியானாலும் திமிங்கல மானாலும் என்னைப் பொருத்தவரை 'பிரசவ வலி' ஒன்றே தான் என்பதை ஓரளவுக்கேனும் உங்களுக்குப் புரிய வைப்பதற்காகத்தான். இரண்டடியானாலும் சரி, இருநூறடி யானாலும் சரி, பேறுகாலம் நெருங்க, நெருங்க மனசும் உடம்பும் பதைக்கிற பதைப்பு, வதைபடும் வேதனை, அனுபவிக்கும் நோவு, அப்பப்பா, அது வரையறை கடந்த வகைப்படுத்த முடியாத உள்ளார்ந்த உணர்ச்சிக் கொந்தளிப்பு, கட்டுக்கடங்காத வெள்ளப் பிரவாகம். சில வேளை, சில கவிக்குழவிகள் மனக் கருவறையில் இடக்கு மடக்காக மாட்டிக் கொண்டு சண்டி செய்யும்போது, சிசேரியன் செய்தும் வெளிக்கொணர வேண்டிய நிர்பந்தம் நேரும். சில, குறைப் பிரசவம் ஆவதும் உண்டு. எதுவானாலும் கவிக் குழந்தை பிறக்கும் சாட்சாத் கணத்தில் உள்ளத்தில் உணர்கிற ஆசுவாசம் அலாதியானது. விடுபட்ட பறவையின் மகிழ்ச்சிக் கீச்சொலி அது. கிச்சுக் கிச்சு மூட்டுகிற மனப் புல்லரிப்பு, நிம்மதியின் நீண்ட சுவாசிப்பு, அகத்தின் மந்தகாச மலர்ச்சி, வார்த்தை களைத் தேடித்தான் எடுக்க வேண்டியுள்ளது.

கவிதையுலகில் பேரோடும் சீரோடும் பிரபலம் அடைய வேண்டும் என்கிற நடைமுறைச் சாத்தியமற்ற பேராசை யெல்லாம் எனக்கில்லை. ஆனாலும் யாருடா இவன், புதுசாக் கிளம்பியிருக்கான். சுமாரா எழுதுகிறானே என்ற சிறு அங்கீகாரம் கிடைக்க அவாவுவதில் தவறென்ன இருக்கிறது? அது சுயநலம் என்று கொண்டால், பிறகு எல்லாவற்றிலுமே சுவாரஸ்யம் அற்றுப்போய் எழுதுவதே அபத்தம் என்ற விரக்தி ஏற்பட்டுவிடாதா? ஒரு செடியின் ஆணிவேர், பூமி துளைத்து செடியின் நிலைபேறுக்காய் ஆழ ஆழப் புதைதல் ஒன்றே குறிக்கோளாய் நாம் நிர்ணயித்த எல்லைச் சுவர் தாண்டும் எத்தனமற்று உள்ளுக்குள்ளேயே முடங்கிக் கிடக்க, அதனின்று கிளைக்கும் சல்லி வேர்கள் தாம் தம் எல்லைக்கப்பாலும் கரம் பரப்பி துருவிச் சென்று, தந்திரமாய் வலை வீசி, உரம் செறிந்த இரை பிடித்து செடியைப் போஷித்து அதன் இயல்பான வளர்ச்சிக்கு வழி வகுக்கிறது.

வெளியுலகம் என்னை அறிந்து கொள்ளா ஆணி வேராய் மட்டும் நான் மடங்கிக் கிடந்த காலம் இத்தோடு போகட்டும். வெறும் ஆணிவேர் மட்டும் கொண்டவனாய் இருந்து வளர்ச்சி ஸ்தம்பித்துப் போய் கிடப்பதால் யாருக்கென்ன பிரயோஜனம்? சல்லி வேர்களாய், விதிக்கப்பட்ட எல்லை கடந்துவந்து, உங்களை அடைந்து, உங்களோடு அளவளாவி குலாவி, உங்களில் பரவி, நீங்கள் அறியாமலேயே உங்கள் சத்துறிஞ்சி என் நியாயமான வளர்ச்சிக்கு வித்திடும் ‘சுயநலம்’ என்னில் இப்போது தொற்றிக் கொண்டுவிட்டது. அதனால்தான் இந்தப் புத்தகம் போடும் யோசனை. புரிகிறதா உங்களுக்கு இப்போது என் ஆதங்கம்?

மற்றொரு விந்தையான விஷயம் தெரியுமா உங்களுக்கு? சொன்னால் கை கொட்டிச் சிரிப்பீர்கள்; சொல்வதில் ஒன்றும் எனக்கு மானம் போய்விடுகிற வெட்கமுமில்லை. நான் உண்மையில் இன்றுவரை புதுக் கவிதை எழுதுவது எப்படி என்கிற சூட்சுமமும் (கு) யுக்தியும் அறியாத இலக்கியப் பாமரன் அல்லது என் தாழ்வு மனப்பான்மை காரணமாக அப்படி நான் நினைத்துக் கொண்டிருக்கிறேனோ என்னவோ? நண்பர்கள், மனைவி மக்களிடம் கேட்டு அறிந்து கொள்ளலா மென்றால், அவர்கள் என்னை விடப் பாமரர்கள். ஏழெட்டு மாதங்களாகத்தான் கடித நட்பில் கவிஞர். த. பழமலை அறிமுகம். நான் எழுதுகிறவற்றிலெல்லாம் ஒரு பிரதி அவருக்கு அனுப்பி அவருடைய அபிப்பிராயம் அறிவது என் வாடிக்கை. அவரென்னவென்றால், நான் என்ன எழுதி னாலும் இரண்டு உற்சாக வார்த்தைகள் சொல்லி, என்னைத் தட்டிக்கொடுத்து ஊக்கப்படுத்துவதிலேயே குறியாக இருக்கிறார் அல்லது என்னைப் பக்குவப்படுத்திக் கொண்டிருக்கிறாறோ என்னவோ!

பக்குவப்படுத்தப்படுகிற வயசா இப்போது எனக்கு? அந்திமத்தின் அறுபத்து மூன்று ஆகிறது. இளமை துள்ளும் பதினெட்டு இருபத்து மூன்றுகளில் புதுமைப்பித்தன் தாக்கத்தில் படிக்கவும் எழுதவும் கற்றுக்கொண்டேன். சில அசம்பாவிதங்கள் என் வாழ்வில் குறுக்கிடாமல் இருந் திருந்தால் தொடர்ந்து எழுதியிருந்திருக்கலாம். என் எழுத்து அனுபவமும் கூடியிருக்ககூடும். இலக்கிய உலகில் ஓரளவுக்கு

அறியப்பட்டவனாய் ஆகியிருந்திருப்பேன். துர்ப்பாக்கிய வசமாய் என் இருபத்து மூன்று வயதிலே மென்டல் டிப்ரெஷன் என்னும் கொடிய மனநோய் என்னைத் தாக்கி செயலிழக்கச் செய்ய, வாழ்க்கையின் சந்தோஷங்கள் அனைத்தும் கபளீகரிக்கப்பட்டு நிர்க்தியில் தள்ளப்பட்டேன். அதன் அசுரத் தாக்குதல் தொடர்ந்து நீண்ட நெடிய நாற்பது ஆண்டுகளுக்கு முடக்கப்பட்டுப் போனது முக்காலாயுசு. இசை கேடாய் அமைந்துவிட்ட வாழ்வின் கசந்த காலம் அது. உயிரின் வேரில் வெம்மைத் தகிப்பு; நரம்புத் தளர்ச்சி யின் நடுக்க அதிர்வுகள்; மன ஒன்றிப்பு குன்றிய தடுமாற்றம்; டென்ஷனின் உஷ்ண தருணங்கள்; வாழ்தலே வீண் என்று தற்கொலை முயற்சிகளில் தடுமாறிய பித்து மனம். பின் ஏடாவது எழுத்தாவது, எல்லாம் வெறுத்து ஒதுக்கி தூர எறிந்தாயிற்று. இங்கு, எழுதுகிறவனுக்கு எழுத்து ஒரு லாகிரி என்ற இலக்கணம் பிசகுகிறதா? ஆமாம், நான் நானாக இல்லாமல் வேறு யாரோவாக, ஒரு அந்நியப்பட்டுப் போன மன நோயாளியாக இருந்த நிலையில் எழுத்து எம்மட்டு? தனித்த, இல்லற, சமூக அடையாளங்கள் அனைத்தும் அழிக்கப்பட்டுவிட்ட நிர்க்கதியில் கலையாவது, இலக்கிய மாவது, எழுத்தாவது எள்ளுருண்டையாவது, போங்கையா போங்க. தூக்கி கிடப்பில் போடுங்க என்ற மன எரிச்சல். தினம் தினம் செத்துப் பிழைத்து, விடிவுகாலம் வராதா என்ற ஏக்கம். இப்போது இளமை அவிந்துபோய், முதுமை அறுபத்து மூன்றின் தளர்ச்சியில் மருந்து மாத்திரைகளின் கைங்கரி யத்தில், மனச்சோர்வின் குரல்வளை காலத்தின் கைகளில் நெறிபட, அதன் சேட்டைகள் படிப்படியாய் அடங்க மீண்டும் எழுத்தின்பால் என் நாட்டம் கவிகிறது. ஆனாலும் கண்காண பறிகொடுத்த மொத்தை மொத்தையான நாற்பது முழு ஆண்டுகளாய் யாரிடம் போய் வழக்காடுவது? காலத்தைத் தான் நொந்து கொள்ள வேண்டியுள்ளது. காலம், மனித புற்றீசல் வாழ்க்கையில் எப்படி விளையாடுகிறது, பார்த்தீர் களா? சிண்டு பிடித்து எப்படி ஆட்டிப் படைக்கிறது பார்த்தீர்களா?

போகட்டும். இப்பொழுது என்னை மறுபடி எழுத அனுமதித்திருக்கிற காலத்துக்கு நன்றி சொல்லிவிட்டு மேலே தொடர்கிறேன். நான் என்னுடைய இலக்கியத் தகுதி பற்றி

என்ன எண்ணிக் கொண்டிருக்கிறேன் என்று சற்று வெளிப்படையாகவே இந்த சந்தர்ப்பத்தில் சொல்லிவிடுவது மிக அவசியம் என்று கருதுகிறேன். கவிஞர் த. பழமலை அவர்களுக்கு என்னை அறிமுகப்படுத்தி நான் எழுதிய கடிதத்தில் கீழ்கண்டபடி வேடிக்கையாய் குறிப்பிட்டிருந் தேன்: 'கொசு கொன்று, எறும்பு கொன்று, கரப்பான், பல்லி, பூரான், தேள் ஒன்றிரண்டு நச்சரவம் எனத் தேறி, கொலைத் தொழில் கைவரப்பெற்ற மிதப்பில், புதுக் கவிதையின் மென்னி பிடிக்க வந்த என்னை, கொல் கொல் இன்னும் கொல் எனக் கொக்கரித்து, நையாண்டி நகைப்பு வெடிக்க, கவிதைக் காளை கொம்பு சுற்றி சீறிப் பாயும் மைதானத்தில் இறக்கி விட்டுவிட்டு நிங்கள் ஒதுங்கிக் கொள்வீர்கள். கவிதைக் காளையின் சீவிய கொம்பின் குத்துப்பட்டு இரத்தகளரியில் குற்றுயிரும் குலையுயிருமாக நானல்லவா வேதனைப்பட வேண்டி வரும் என்று. இதைப் படித்த பின், என் மீது நீங்கள் கொண்டிருந்த கொஞ்ச நஞ்ச நல்ல அபிப்ராயமும் காணாமல் போய் நீங்கள் என்னை இளக்காரமாகப் பார்க்கக்கூடும். மன நோயாளியாய் ஆகி, இலக்கியத்தைச் சீரழிக்க கங்கணம் கட்டிக்கொண்டு களம் புகுந்திருக்கிறானே, இவனிடமிருந்து இலக்கியத்தை எப்படி காப்பாற்றுவது என்று இலக்கியப் பாதுகாவலர்கள் பதை பதைக்கக்கூடும். அவர்களிடம் என் எளிய வேண்டுகோள் ஒன்றே ஒன்றுதான். எல்லோரும் கொல்லும்போது இவனும் ஒன்றிரண்டு தன் பங்குக்கு கொன்றுவிட்டுப் போகட்டுமே என்று பெருந்தன்மையோடு கௌரவமாக ஒதுங்கிக் கொள்ளுங்களேன். இதனால் உங்களுக்கென்ன நஷ்டம் வந்தது?

ஒரு சிறுகதை எழுதலாம் என்றுதான் ஆரம்பித்தேன். வெகு நாட்களுக்குப் பிறகு எழுதும் முதல் கதை என்பதால் சுய கதையாய் இருந்துவிட்டுப் போகட்டுமே என்று எண்ணினேன். மனம் ஓடும் ஓட்டத்துக்கெல்லாம் அனுசரித்து ஈடுகொடுத்து, தோன்றியதையெல்லாம் எழுதித் தீர்த்து, எழுத்தின் அரிப்பைச் சொறிந்து விட்டுக்கொண்டு, அந்த சுகானுபவத்தில் சொக்கி என்னையே மறக்கடித்துக் கொள்வதுதான் என் நோக்கம். ஆனாலும் கதைக் களம் ஒன்று உண்டல்லவா? அதை விட்டுவிட்டு வெகுதூரம் நான் விலகிப்போய் விட்டேனோ என்று அஞ்சி, லகான்

பிடித்திழுத்து நேர் பாதைக்கு, ராஜ பாட்டைக்கு திரும்பு கிறேன். துவக்கத்தில் சொன்னேனல்லவா, கவிதைப் புத்தகம் போட இனி மேற்கொண்டு யோசித்து காரியத்தில் இறங்க வேண்டுமென்று? சொந்த செலவில் புத்தக வெளியீடென்னும்போது, என் மனைவியிடம் கலந்தா லோசிக்காமல் முடியுமா? மீனுக்கு - எனக்குப் பொரித்த மீன், மீன் குழம்பு ரொம்பப் பிடிக்கும். ஐம்பது சொன்னால் பத்துக்கு பேரம் பேசுவாள். பத்து ரூபாய் செலவிடுவதே அதிகம் என்று நினைக்கிற அவள், ஆயிரக் கணக்கில் பணத்தை புத்தகம் போடுகிறேன் பேர்வழி என்று வாரி இறைக்கச் சம்மதிப்பாளா? யோசித்து நிதானமாக தருணம் பார்த்து பேச்சை ஆரம்பிக்க வேண்டும் என்று நினைத்திருந்தபோது, அதிஷ்டவசமாய் அவளே அடியெடுத்துக் கொடுக்கும் சந்தர்ப்பம் இன்று வாய்த்தது.

"ஒங்கள ஒண்ணு கேக்கணுமே... தூங்காம கொள்ளாம ராத்திரி பூரா கோட்டான் மாதிரி முழுச்சிக்கிட்டு, மாங்கு மாங்குன்னு விடிய விடிய என்ன எழுதுறீங்க? தல போற காரியங் கணக்கா?"

"கவிதம்மா... மணிமணியான கவிதை..."

"தொங்கவிட்டு கயிறு கட்டி அடிங்க, ஊரு உலகத்துக்கு கேக்கட்டும்."

"அடடே... சில வேளை நீ கூட கவிதை மாதிரி பேசுறியே... என்னன்னாலும் ஒரு புலவபெருமான் பொண்டாட்டில்ல?"

"புலவ பெருமானோ, புண்ணாக்கோ, ஒங்கள நீங்கதான் மெச்சிக்கிடணும். கேட்டா, நாப்பது வருஷமா எழுதுறே னுங்கீங்க. ஒண்ணு, பேருக்கு ஒண்ணு வெளி வந்திருக்கா?"

"என்னம்மா இப்படி கேக்கற. என்னப் பத்திதான் நெறைய உங்கிட்ட சொல்லியிருக்கேனே. நாப்பது வருஷமா மனசு சரியில்லாத்துனால எழுத முடியாம போச்சின்னு? இடையில நாலு வருஷத்துக்கு முந்தி 'உப்புப் பெறாதது'ங்கிறத் தலைப்புல கணையாழியில ஒண்ணு வெளிவந்தது. அதுக்குப் பிறகு இப்பத்தானே எழுத ஆரம்பிச்சிருக்கேன். இன்னும் பாரு... நெறய்ய வெளிவரும்."

"நீங்க எழுத ஆரம்பிச்சாலும் ஆரம்பிச்சீங்க, அதுவும் ராத்திரி நடுச்சாமத்துக்குப் பொறகும் ரெண்டு மணி மூணு மணி வர... கரண்டு பில்லுதான் கூடிக்கிட்டே போகுது. அது போதாதுன்னு, இலக்கியப் பத்திரிகை வாங்குறேன்னு மாசா மாசம் நூத்துக் கணக்கா செலவு பண்றீங்க. இதுல்லாம் என்னத்துக்கு? நீங்க எழுதி யாரு ஒங்கள மெச்சப் போறா?"

"மத்தவங்க மெச்சுறாங்களோ இல்லையோ, என்னோட சொந்த மன திருப்திக்கு நான் எழுதிக்கிட்டேதான் இருக்க வேண்டியிருக்கு. எழுதுறத நிறுத்த முடியல. இன்னக்கி இல்லாட்டாலும் நாளக்கி, பத்துல ஒண்ணு, இல்ல நூத்துல ஒண்ணு வெளிவராமலா போகும்?"

"நீங்க என்ன சொன்னாலும் கேக்க மாட்டீங்க... சரி... நீங்கள் எழுதின கவித ஒண்ணு சொல்லுங்களேன் பாப்பம்... எனக்கு கொஞ்சமாவது புரியுதான்னு...

"அப்படிக்கேளு... அது ஞாயம்... இரு... இரு... ஒனக்குப் புரியறாப்புல ஒரு மரபுக் கவித வாசிக்கிறேன் கேளு... "விந்தை உலகமடா - இதன் / விரிந்த வான் குடைக் கீழ் / சந்தை இரைச்சலுடன் - மனிதர் / கூடிப் பகை வளர்ப்பார் / நைந்த உள்ளங்களடா - இதில் / நல்லவர் சொற்பமடா / பந்து உருண்டையடா - அந்தப் / பரமன் விளையாட.../ இப்படிப் போகுது கவித... உனக்கு புரியுதா இல்லையா சொல்லு?...

"உலகத்துல உள்ள ஜனங்கள பத்தி தான... ஒரு தினுசா புரியிற மாதிரிதான் இருக்கு... சரி... ஒரு புதுக்கவித சொல்லுங்களேன் பாப்பம்...

"புதுக் கவிதையா... இரு... நெறைய இருக்கு... அதுல எதச் சொல்ல சரி சரி... இதக் கேளு... 'தேடல்'ங்கிற தலைப்புல... 'விழிக்கோணல் நேர்செய் / சடை சடையாய்த் தொங்கும் / புருவ இமைத் தடை கடந்து / ஆழ்ந்து நோக்கு / அகத்துள்ள /கற்றை இருள் மழித்தகற்றி / பரிதிக் கீற்றொன்று வழி மறித்து / சிதற விடாது உள் வாங்கி / அவ்வெளிச்சத் துலாக் கோலில் / துல்லியம் பிசகாது எடை போடு / நீ தேடும் 'நான்' அல்லவே இவன்?..."

“நிறுத்துங்க... நிறுத்துங்க... வள்ளிசா ஒரு மண்ணும் புரியல... இப்பிடியெல்லாந்தான் எழுதிக்கிட்டிருக்கீங்களா? பைத்தியம் புடிக்கப் போவுது”

“ஒரு வேடிக்க பாத்தியா... ஒரு மண்ணும் புரியலன்னு ஒனக்கு புரியுது. புரிய வேண்டியவங்களுக்கு புரிய மாட்டேங்குதே, ஏங்கவித ஒரு மண்ணும் புரியலேன்னு?”

“என்ன ஒளர்றீங்க... புரியாம எழுதுறதுதான் புதுக் கவிதையா...?”

“அப்படித்தான் எல்லாரும் சொல்றாங்க... சரி... அத விடு... ஒரு விஷயம் ஒங்கிட்ட கேக்கணும்... ரொம்ப நாளா எனக்கொரு ஆச... எறநூறு கவித எழுதி முடிச்சதும் புஸ்தகம் போடலாமின்னு...

“புஸ்தகம்னா, கவித புஸ்தகமா?”

“வேறென்ன புஸ்தகம்... அதுதான்”

“யாரு பணம் தருவா?”

“அட போம்மா... நாமதான் செலவளிக்கணும்”

“எவ்வளவு ஆகும்?”

“ஒரு இருபதாயிரங்கிட்ட ஆகலாம்...

“அம்மாடியோவ், இவ்வளவு பணத்துக்கு எங்க போக... பேசாம கெடங்க... புஸ்தகமும் வேண்டாம் ஒண்ணும் வேண்டாம்.”

“இல்லம்மா... ஒரு ஆயிரம் காப்பி அச்சடிச்சா போதும்... என்னப் பத்தியும் மத்தவங்களுக்கு தெரிய வரணுமில்ல?”

“ஆயிரம் காப்பியா? எப்படி விப்பீங்க?”

“அதொண்ணும் கஷ்டமில்ல, அரசாங்கத்தில நூலகத் துறைன்னு ஒண்ணு இருக்கு. எல்லா நூல் நிலயங்களுக்குமாச் சேத்து அறுநூறு காப்பி வர வாங்கிக்கிடுவாங்க. மீதி நானூறு தானா, படிப்படியா வித்துப் போயிறும்.”

"அதெப்படி விக்கும்? ஒவ்வொரு எடமா கொண்டுகிட்டு அலைவீங்களா?... அரசாங்கத்துலேயும் சும்மா நீங்க சொன்ன ஒடன வாங்கிக்கிடுவாங்களா? பரிசீலன அது இதுன்னு இழுத்தடிக்க மாட்டாங்களா?"

"புஸ்தக பதிப்பாளர்ங்க மூலமாக முயற்சி பண்ணணும். அப்படியும் வாங்கிக்கிடுவாங்கன்னு நிச்சயமா சொல்ல முடியாது. சிபாரிசு அது இதுன்னு தேவப்படுமோ என்னமோ? அதுக்கும் அதிஷ்டம் வேணும்."

"பாத்தீங்களா பாத்தீங்களா... ஒங்களுக்கே சந்தேகமா இருக்கு. ஆயிரம் காப்பி அச்சடிச்சி எல்லாத்தையும் கடைசியில பழய பேப்பர் கடைக்காரனுக்குத்தான் போட வேண்டி வரும். பேசாம அந்த எண்ணத்தை விட்டுடுங்க. டீவியில காட்னான் பாத்தீங்களா? குங்குமம் வாரப்பத்திரிக 1011600 காப்பி விக்குதாம். நீங்க ஆயிரத்த அச்சடிச்சி வச்சிக்கிட்டு பேந்த பேந்த முழிச்சிக்கிட்டு இருக்க வேண்டியதுதான். புஸ்தகமெல்லாம் வேண்டாங்க... பேசாம இருங்க."

"என் நீண்ட நாள் ஆசையில மண்ணவாரி போடுதிய இது ஞாயமா?"

"ஏன் ஒங்க மொகம் சப்புன்னு ஆயிப் போச்சி? ஒங்கள பாத்தாலும் பாவமாத்தான் இருக்கு. அப்பிடின்னா ஒண்ணு செய்யிங்க. ஒரு நாலஞ்சி கவிதய பிட் நோட்டீஸ் மாதிரி அச்சடிச்சி ஆள்கள வச்சி ஊர்ல விநியோகிச்சி பாருங்க. ஒங்க விலாசமும் கொடுத்து படிக்கிறவங்கள ஒங்களுக்கு எழுதச் சொல்லுங்க. ஓரளவு கணிசமா நல்ல பதிலா வந்தா, பெறகு புஸ்தகம் போடுறதப் பத்தி யோசிக்கலாம்."

"அதுலாம் சரிப்பட்டு வராதும்மா. புதுக்கவிதய புரிஞ்சி ரசிக்கிறவன் ஆயிரத்துல ஒருத்தன் கூட இருக்கமாட்டான். எல்லாருக்கும் அந்த ஞானமும் ஆர்வமும் கெடயாது. அதனால, நீ சொல்றபடி செஞ்சா, ஒண்ணு ரெண்டு பேரு கூட பதில் எழுதுவாங்களோ என்னமோ, சொல்ல முடியாது."

"அப்படின்னா புதுக்கவித வேண்டாம். புஸ்தகத்துக்கு முன்னுரை எழுதுவீங்கள்ள? அத எல்லாரையும் கவர்ற மாதிரி புதுமையா எழுதி விநியோகிங்க. பதில் வந்தா

பாப்போம். இல்லன்னா இந்த புஸ்தகம் போடுற எண்ணத்தயே தல முழுகிபுடுங்க.''

''என்னம்மா இது...''

''மேற்கொண்டு எதுவும் பேசாதிங்க. நான் சொன்னபடி செய்து பாருங்க. அவ்வளவுதான்.''

என்னுடைய மனையாளின் நியாயமும் ஞானமும் எப்பொழுதுமே தனித்துவமானவைதான். பேசும்போது, சட்டென்று பதில் சொல்லமுடியாத கட்டத்தில் கொண்டு போய் நிறுத்தி விடுவாள். குடும்பத்தின் மதி மற்றும் நிதி மந்திரி அந்தஸ்துக்கு முற்றிலும் தகுதியானவள். இப்படி ஒரு யோசனை அவளுக்குத்தான் தோன்றும். சுட்டுப் போட்டாலும் எனக்கு வராது. நல்ல ஆலோசனையாகத்தான் தந்திருக்கிறாள் என்று தோன்றியது. ஆனாலும் எங்கேயோ ஒரு பக்கம் இடிப்பது போல இருந்தது எனக்கு. அதெப்படி முன்னுரையை வைத்து கவிதையை இனம் கண்டு கொள்வது? மனைவி சொல் மிக்க மந்திரமில்லை என்று கண்மூடித்தனமாக அவள் சொன்னபடி செய்து வேறு ஏதாவது வகையில் இக்கட்டு நேர்ந்து அதில் மாட்டிக் கொண்டு முழிக்க வேண்டி வருமோ? பிட் நோட்டீஸ் என்றால், அச்சடிக்க, விநியோகிக்க எல்லாம் சேர்த்து நானூறு ஐந்நூருக்குள் முடிந்து விடும். ஆனால் எதிர்பார்த்த பலன் கிடைக்குமா? பல வழிகளில் தீர யோசித்த பிறகு ஒரு விஷயம் பிடிப்பட்டது. ஹனுமான் இராமனின் தூதுவனாக அயோத்தி சென்று சீதையிடம் இராமனின் கணையாழியைத்தானே காட்டினான். தன்னை யார் என்று அடையாளப்படுத்த? கணையாழி, இராமன் தொடர்புடைய தாய் இருந்ததுபோலவே, முன்னுரை, கவிதைத் தொடர் புடையதாகத்தானே இருக்கவேண்டும்? தமிழ் இலக்கியத்தில் 'சிலம்பு' கண்ணகியையும் கோவலனையும் இனங்காட்ட வில்லையா? கணையாழிபோல், சிலம்புபோல், என் கவிதை நூலுக்கான முன்னுரை என் கவிதை ஆளுமையை சுட்டிக் காட்டி கட்டியம் கூறுவதாகத்தான் இருக்கும், இருக்க வேண்டும். இந்த சிறு விஷயம் என் புத்திக்கு எட்டவும், நான் என் மனைவியின் ஆலோசனைப்படி செயல்பட தீர்மானித்தேன். இரண்டு நாட்கள் மூளையைக் கசக்கிக்

கொண்டபின் முன்னுரை எழுத ஆரம்பித்தேன், முன்னுரைக்கும் முன் குறிப்போடு;

> **முன்குறிப்பு:** இலக்கிய அன்பர்கள் கவனத்துக்கு: என் பெயர் எஸ்.டி.ஏ. ஜோதி. நான் 4/223-3, சுந்தர் நகர், முத்தையா புரம், தூத்துக்குடி - 5 என்ற முகவரியில் வசித்து வருகிறேன். நான் ஒரு கவிஞன். எனக்கு என்னுடைய கவிதைத் தொகுதி ஒன்று வெளியிட வேண்டுமென்று வெகு நாட்களாய் விருப்பம். நான் அவ்வளவு வசதி படைத்தவன் இல்லையாதலால், கவிதை நூல் வெளியிட்டு, ஒன்றும் விற்காமல் நஷ்டப்பட்டுப் போக என் மனம் ஒப்பவில்லை. ஆகவே, என் கவிதைகள் எப்படிப்பட்டவை என்பதை நீங்கள் அறிந்துகொள்ள, நான் பிரசுரிக்க உத்தேசித்திருக்கும் கவிதை நூலுக்கு முன்னுரை மட்டும் தற்பொழுது எழுதி, இந்த பிட் நோட்டீஸ் வழியாக உங்கள் பார்வைக்கு கொண்டு வருகிறேன். முன்னுரை என் கவிதையைப் பிரதிபலிக்கும் என்று நம்புகிறேன். நம் மூதாதையர் இலக்கிய வழி நோக்கின், 'கணையாழி' ஹனுமான் வழியாக சீதைக்கு இராமனை உணர்த்தியது போல், 'சிலம்பு' கண்ணகியையும் கோவலனையும் இனங்காட்டுகிறதுபோல், என் முன்னுரை என் கவிதைக் கூறுகளை உணர்த்தும். என் எழுத்தின் வீச்சு உங்கள் மனதைத் தொட்டு அதன் வலையில் நீங்கள் சிக்கிக்கொள்ளும் பட்சத்தில், உங்கள் கருத்தை ஒரு அஞ்சலட்டை மூலம் எனக்குத் தெரிவியுங்கள். நூல் வெளியிட லாம் என்ற உங்கள் அனுமதி கிடைத்துவிட்டால் மிக மிக மகிழ்வேன். இனி முன்னுரையைப் படியுங்கள்.

முன்னுரை: 'இன்று முளைவிட்ட சிறு கவி நான். முளைத்து மூன்று இலை விடவில்லை என்று எனக்கே தெரிகிறது. என்றாலும் துணிந்து தமிழை என் இதய பாத்திரத்தில் கொட்டி, கற்பனை என்ற நீரில் வேகவைத்து, சோறாக்கி, வாசகர் உண்ணும்படி, இந்த ஏட்டின் பக்கங்களில்

கொட்டி வைத்திருக்கிறேன். தமிழைத் சோறாக்குவதாக எண்ணிக் கொண்டு, சிறுபிள்ளைத்தனமாக அதில் அளைந்து அளைந்து நீங்கள் அருவெறுப்புக்கொள்ளும்படி, சேறாக்கி, விட்டேனோ என்னவோ, நான் அறியேன். சோறாகவே ஆக்கியிருப்பினும் அது பதமாக வெந்ததோ, குழைந்து போய் விட்டதோ, என்னால் கூற முடியவில்லை. சுடுசோறோ, ஆறிக் குளிர்ந்த பழசோ, மதிப்புக்குரிய வாசகர்கள்தான் தீர்மானிக்க வேண்டும். சோறு வடிக்கிற கைங்கரியத்தைச் செய்வதற்கு, இன்னின்ன விதிமுறைகள் தெரிந்திருக்க வேண்டும். அது ஒரு குறிப்பிட்ட ஒழுங்குக்கு உட்பட்டிருக்க வேண்டும். அப்படி இல்லையேல், முடிவாகக் கிடைக்கிற பதார்த்தம் சோறு அல்ல என்று குமுறுகிறவர்களுக்கு என்ன பதில் சொல்லுவேன்? எனக்குக் கிடைத்த அரிசியை இறைந்து கொட்டி வீணடித்து விடாமல், அன்றி நான் மட்டுமே சமைத்து உண்டு ஜீரணித்து விடாமல், விருந்தோம்பும் மனப்பான்மை யுடன் மற்றவர்களுக்கும் உண்ணக் கொடுக்க வேண்டும் என்ற நல்லெண்ணத்தின் காரணமாக, சோறாக்கும் வழி முறைகள் தெரியாதிருந்தும் துணிச்சலுடன் செய்துவிட்டேன். நான் சுவைத்துப் பார்த்தபோது அப்படி ஒன்றும் குடலைப் பிடுங்கும்படியாக இல்லை. ஆகையால், வாசகர்களுக்கு படைத்து வைத்திருக்கிறேன்.

உங்கள் சிந்தனை என்ற குழம்பை ஊற்றி, பொறுமை என்ற தொடுகறியுடன் சாப்பிட்டுப் பாருங்கள். குறை இருந்தால் மன்னிக்கத் தெரியாதவர்களா நீங்கள், தமிழர்கள் ஆச்சுதே!'

இப்போது, மனதின் பாரங்கள் குறைந்து இலோசனது போல் உணர்கிறேன். மேற்கண்ட படி பிட் நோட்டீஸ் இருநூறு அச்சடித்து இருபதாம் தேதி விநியோகிக்க வேண்டும். நூலகங்கள், கலை இலக்கியத் தொடர்புடைய அமைப்புகள், பல்கலைக்கழகங்கள், கல்லூரிகள், மேல்நிலைப் பள்ளிகள், அரசாங்க தனியார் அலுவலகங்கள், பத்திரிகைகள், செய்தித் தாள்கள், இலக்கிய நாட்டமுள்ள நண்பர்கள்... இப்படி ஒரு குறுகிய வட்டம் போதும். ஒரு இருபது பதில்கள் எனக்குச் சாதகமாக வராமலா போகும்?

கணையாழி-டிசம்பர் 2004

வெட்டிப்பேச்சு

"ஏல! அந்தா தூரத்துல தெரியிது பாருல, கருப்பா வளர்த்தியா, அது என்னவா இருக்கும்னு நீ நெனக்கிற?"

"அட பரதேசிப் பயல! மனுசனொருவனப் பத்தி பேசுறப்ப அஃறிணையில பேசப்படாதுல. அது ஒரு மனுசன்கெறதக்கூட நிதானிக்க முடியலயா ஒன்னால? ஒங்கண்ணுக்கு என்னல வந்துட்டுது?"

"போல, பிச்சக்காரப் பயல! ஏங்கண்ணுக்கு ஒண்ணும் கோளாறு இல்லை. ஒனக்கு இருக்கிறதப் போல கோழிமுட்ட கணக்கா கண்ணு இருந்தாத்தான் தெளிவா பாக்க முடியுமின்னு நெனக்கிற போலருக்கு. அது சரில, எங்கண்ண விடுல, ஒம்புத்திக்கி என்னல நோக்காடு? நெனச்சா சிரிப்பாணியா வந்த முட்டுதுல. பெரிய தமிழ்ப் பண்டிதரு மாதிரி அஃறிணையில பேசாதன்னு என்னய திருத்திட்டு, அது ஒரு மனுசங்கிறயல, அவன் ஒரு மனுசன்னுலால சொல்லணும்!"

"ஏல ஏல, விஷயத்த சமாளிக்கிறதுல ஒனக்கு மிஞ்சின ஆளு கெடயாதுல. அது ஒரு மாடுன்னு சொல்லாம மனுசன்னு னாவது ஒத்துக்கிட்டிய, அந்த மட்டுக்கும் சந்தோசந் தாமுல. அது போகட்டும்ல, அந்த மனுசன் ஏன்ல அப்டி தலைகீழா நிக்கிறான்?"

"அவன் ஒண்ணும் தலகீழா நிக்கல்ல, தலக்கி கீழாதான் நிக்கிறான்!"

"அப்படின்னா...?"

"அப்படின்னாவும் கொப்படின்னாவும். இதுகூட புரியாத மண்டுப்பயலா இருக்கேயேல! தல மேலயும் ஒடம்பு கீழயுமா நிக்கிறான்ல. அதாவது ஒன்னையும் என்னையும் போல நேராவே நிக்கான்ல!"

“ஏல, ஒனக்கு முட்டக் கண்ணாயிருந்தாலும் சுத்தமா குருட்டுக் கண்ணுதாமுல. நெலவு பாலப் போல பொழியிற இந்த வெளிச்சத்திலகூட ஒங்கண்ணு இப்டி பொட்டயா இருக்கிறத நெனச்சா வருத்தமாத்தான் இருக்குல. நல்லா கூர்ந்து பார்ல. கண்ண இடிக்கிக்கிட்டு பாத்தா தூரத்ல உள்ளதுல்லாம் தெளிவா தெரியும்ல. தலைகீழா நிக்கிறதுக்கும் நேரா நிக்கிறதுக்கும் வித்தியாசம் தெரியலயால? அப்படின்னா ஒடன ஒரு காரிய... செய்யணும்ல நீ. வெரசலா ஓடிப்போயி ஒரு கண் டாக்டர பாத்து ஒங்கண்ண ரிப்பேர் செய்துட்டு வால! பெறகு வந்து பேசுல.”

“போல போக்கத்தவன, எனக்கு முட்டக் கண்ணுன்னா ஒனக்கு பொட்டக் கண்ணு... ஓகோ! விஷயம் இப்போதுல்லா புரியுது! ஒங்கண்ல உள்ள லென்ஸ மாத்தியோ தலகீழாவோ வச்சிட்டாம்போல இருக்கு கடவுள்! இல்லாட்ட இம்புட்டு உறுதியா பிடிவாதம் பிடிச்சிக்கிட்டு இருக்க மாட்டேயேல நீ! ஒண்ணு சொல்றேன் கேட்டுக்கோல, ஒரு மனுசன் தலகீழா நிக்கிறானா, இல்லாட்டி நேரா நிக்கிறானான்னு தெரிஞ்சிக்கிட, அவம்பக்கத்துல போயி ஒடம்ப தடவிப் பார்த்துத்தான் தெரிங்சிக்கிடணுமின்னு இல்லல. நல்ல கண்ணு உள்ளவன் தூரத்ல வச்சிகூட கரெக்டா சொல்லிடுவான்ல.”

“போடா பொறம்போக்குப் பயல! யான முறம் போலயும் ஒலக்க போலயும் இருக்குதின்னு ரெண்டு குருடங்க யானய தடவிப் பார்த்து சொல்லிக்கிட்டாங்களாம். அதுல ஒருத்தன் நீதான்னு இப்பத்தான்ல புரியுது!”

“அது சரில, நாம ரெண்டு பேரும் எப்டி ஃபிரண்டானோம்னு நெனச்சா வேடிக்கையா இருக்குல. ரெண்டு பேருக்கும் கருத் தொத்துமயும் இல்ல, கண்ணொத்துமயும் இல்ல. ஒருத்தர ஒருத்தர் அனுசரிச்சி போற புத்தியுங் கெடயாது. மாறி மாறி திட்டிக்கிட்டாலும் ரெண்டு பேருக்கும் கோவமே வர்றதில்ல. இதுக்குலாம் என்னல காரணம்?”

“காரணத்த கண்டுபிடிச்சி என்னல செய்யப்போறோம்? நதிமூலம், ரிஷிமூலம் கண்டுபிடிக்கிற கதயாத்தான் முடியும். ரெண்டு பேரும் படிச்சிட்டு வேலவெட்டியில்லாம சுத்திக் கிட்டு, ஊர்வம்பு பேசிக்கிட்டு அலயிறோமாம். ஊர்ல

அப்படித்தான் பேசிக்கிறாங்கல. பொருத்தம் பாத்து நல்ல சகுனத்தில நண்பர்களாகியிருக்கிறோமாம். சோம்பல், வெட்டிப் பேச்சி, பொறணி பேசறதுன்னு எல்லாத்திலேயும் ஒருத்தருக்கொருத்தர் மிஞ்சினவங்களாம் நாம. ஊரே தெரண்டு நின்னாலும் நம்மள பிரிக்க முடியாதாம். அப்படியொரு பாசப் பிணைப்புள்ள, வெட்டிப்பயபுள்ள சிநேகிதங்கன்னு நக்கலா பேசிக்கிறாங்கல. அவங்க சொல்றதும் சரியாத்தான் இருக்கும் போல இருக்கு.''

★★★

''ஏல, அது மட்டு... சொல்லாதல. நாம பேசறதெல்லாம் வெட்டிப் பேச்சின்னு எவனாச்சும் நெஞ்சில கைய வச்சி சொல்லட்டும் பாக்கலாம். எந்த விசயத்தப் பத்தியும் ஏன் எதுக்குன்னு கேட்டு துருவித் துருவி ஆராஞ்சாதான் சிந்தனத் தெறம் வளருமின்று சாக்ரடீஸ் சொல்லியிருக்கார்ல. வெறுமன வேல வெட்டி செஞ்சி சம்பாதிக்கிறத விட, நாம செய்யிறதுதான் சரியான, ஒலகத்துக்கு உபயோகான காரியம்ல. விஞ்ஞானம் வளர்றதே நம்மளப் போல சிந்தனச் சிற்பிகளாலத்தான்ல. இதத்தான் சாக்ரடீஸ் அழுத்தி அழுத்தி சொன்னார்ல.''

''என்னல இது, சாக்ரடீஸ் சொன்னாருங்கிறதாலத்தான் அத நீ நம்புறங்கிறதப் போலல்ல பேசுற. சாக்ரடீசுக்கு வெசங் கொடுத்து சாகடிச்சாங்கங்கிறதுனால எனக்கும் வெசந்தான்னு கேப்ப போலிருக்கே. சாக்ரடீஸ் என்னல, அத ஒரு திருடன் சொல்லியிருந்தாக்கூட நான் நம்பத் தயார்ல!''

''ரொம்ப சவுடாலா பேசாதல. ஒண்ணுமட்டுந் தெரிஞ்சிக்கோ. சாக்ரடீஸ் போல ஒரு ஞானியால மட்டுந்தான் இப்படிப்பட்ட பொன்மொழிகள சொல்ல முடியும்ல. வேற யாராலயும் முடியாதுல.''

''போல மடசாம்ராணி! ஞானிக தொண்டக்குள்ள என்ன தங்கச் சொரங்கமா இருக்கு, பொன்பொன்னா மொழிகள் சொல்ல? அப்படி ஒண்ணும் இல்லல. சாதாரண படிப்பறிவில்லாத பட்டிக்காட்டான் பேச்சில கூட செல சமயங்கள்ல நல்ல கருத்துக வந்து விழத்தான் செய்யும். அதயெல்லாம்

வெளம்பரப்படுத்தி வியாபாரஞ்செய்ய ஆரம்பிச்சா, அவங்கூட பெரிய எழுத்தாளனாவோ, ஞானியாவோ ஆயிட முடியும் தெரிஞ்சிக்கோ.''

''ஏன்ல நமக்குப் புரியாத வெசயங்களப் பத்தியெல்லாம் பேசி பொன்னான பொழுத வீணடிச்சிக்கிட்டு இருக்கோம்? அந்தா, அந்த மனுசனப் பாருல, அவன் ஆடாம அசயாமல்ல இருக்கான்! இவ்வளவு நேரமா ஒரு சலனங்கூட அவங்கிட்ட இல்லயே. படுவா, ஈ ஓட்டக்கூட கைய கால அசைக்கமாட்டாம் போலிருக்க!''

''சாடிக்யூஸ்ன்னு இன்னொரு ஞானில, என்ன சொல்லியிருக்கார் தெரியுமா? உடலுறுப்புகள அசயாம வச்சிக்கிட்டிருக்க பழக்கப்படுத்தினா, மனசையும் அசயாதபடி ஒருநிலப் படுத்தலாமாம். எவ்வளவு பெரிய உண்மையான தத்துவம் பாத்தியா!''

''ஏல, ஏங்கிட்டயே ஒன்னுடைய வேலய காட்றியல. நீ சொன்னது போல ஒரு ஞானியும் கெடயாது. அது போல ஒரு தத்துவமுங் கெடயாதுல.''

''அப்படின்னா நாஞ்சொல்றது பொய்யிங்கிறியால?''

''வெறும் பொய்யில்லல, அண்டப் புளுகு, ஆகாசப் புளுகுல.''

''சரில, நீ சொல்றபடியே இருக்கட்டும். அது சாடிக்யூஸ் இல்ல, நா... சொன்னதாகவே வச்சிக்கோயேன். அது ஒரு தத்துவம் இல்லன்னு நீ எப்டில சொல்ல முடியும்? தவ... செய்யும்போது முனிவங்க ஆடாம அசயாம அமர்ந்து விடுவாங்கன்னுதான புராணங்கள்ல சொல்லியிருக்கு. மனச ஒருநிலைப்படுத்தி கடவுள்கிட்ட டைரெக்டா தொடர்பு உண்டாக்கிக்கிறதுக்குத்தான தவ... செய்யிறாங்க?''

''ஏல, நீ சொல்றது எனக்குன்னில்ல யாருக்குமே புரியாதுல. நீ என்ன சொல்ல வர்ற? அந்த மனுசன் தவ... செய்யிறான்னு சொல்றியா?''

''ஆமாம்ல.''

“ஏல அதிமேதாவி! இந்த சமயத்தில் நாஞ்செய்ய வேண்டிய சரியான காரியம் ஒண்ணு உண்டுன்னா, அது விழுந்து விழுந்து சிரிக்கிறது ஒண்ணுதாமுல. தவ... செய்யிறதாவது? இப்ப உள்ள விஞ்ஞான ஒலகத்துல அப்டி ஒரு விஷயங்கூட இருக்கா என்ன? அதுல்லாம் புராண காலத்தோட சரில.”

தவ... செய்யலேன்னா அப்டி கல்லு கணக்கா இருந்துக்கிட்டு என்னதா... செய்யிறான் அந்த திருவளத்தான்?”

“அவன் மனசில ஏதோ தீராத கவல இருந்து அரிச்சிக் கிட்டிருக்கோ என்னவோ. அதனாலதான் ரொம்ப தீவிரமா யோசிச்சிக்கிட்டிருக்கான்னு நெனக்கேன்ல.”

“தீராத கவலன்னு எப்படில சொல்ற? நெல கொள்ளாத சந்தோசம் இருக்கலாம் இல்லயா?”

“ஏல, மனோ தத்துவம் தெரியாதவனா இருக்கியேல. நெல கொள்ளாத சந்தோசமா இருந்தா அவனும் நெல கொள்ளாம குதிச்சிக்கிட்டுல்ல இருப்பான்? குடும்ப பாரம் ஏதோ அவந் தல மேல இருந்து அழுத்துதுன்னு நெனக்கிறேன்ல. அதனாலதான் கவலயில மூழ்கிப் போயி செலயாட்டமா அசயாம உக்காந்துக்கிட்டிருக்கான்.”

“ஏல, ஒன்னப் போல சர்வ முட்டாள் லெச்சத்துல ஒருத்தந் தான் இருக்க முடியும்ல. நேரா நிக்கானா, இல்லாட்டி தலகீழா நிக்கானான்னு கொஞ்ச நேரத்துக்கு முன்னாலதான் சண்ட போட்டுக்கிட்டோம். அதுக்குள்ள இப்போ புதுசா உக்காந்துக் கிட்டிருக்கான்னு சொல்றீயல.”

“கோடியில ஒருத்தன்ல நீ. ஒன்னோட சிநேகங் கெடச்சது நா... செய்த பூர்வ ஜென்ம வினைப்பயனாத்தான் இருக்கணும். என்ன பாவ... செஞ்சேனோ, இப்டி வந்து வாச்சிருக்க நீ. அதுக்காக இப்போ என்ன பண்ண முடியும்? கெடச்ச ஃபிரண்ஸ்சகளுக்குள்ள நீ ஒருத்தந்தான் சுமாரா உருப்படி யானவனாயிருக்க. அதனால நீ என்ன திட்டினாலும் கேட்டுக் கிட்டுத்தான் இருக்கணும்.”

“அது சரில, கல்லுளிமங்கன் போல அசையாம, பூதம் காவலுக்கு நிக்கிறதப் போல நிக்கிற அந்த பாழாப்போன

மனுசனப் பத்தி நாம ஏன் அனாவசியமா விவாத... செஞ்சிக்கிட்டு சண்ட போட்டுக்கிடணும்?"

"இல்ல. இதுல ஏதோ நமக்குப் புரியாத மர்மம் இருக்கிறதோன்னுதான் நான் நெனக்கிறேன்ல. அந்த மனுசன் ஒரு விசித்திரப் பிறவியாத்தான் இருக்கணும். இல்லாட்டி, அறிவாளிகளான நமக்கு ஏன் அவனப்பத்தி இவ்வளவு அக்கற வரணும்? நம்ம கவனத்த ஏன் இப்டி அவன் கவரணும்? இத நாம, நமக்கெதுக்கு இதெல்லான்னு சும்மா விட்றக் கூடாதுல... அந்தா ஒருத்தன் வாராம்பாரு... வெவரந்தெரிஞ்சவம்போலத்தான் இருக்கு. எதுக்கும் இதப்பத்தி அவன்ட கேட்டுப் பாக்கலாமா?"

★★★

"எக்ஸ்கியூஸ்மி ஃபிரண்ஸ், நீங்க ரெண்டு பேரும் பைத்தியங்களப் போல ஒளறிக் கொட்டிக்கிட்டிருந்தத ஆரம்பத்தில இருந்தே கேட்டுக்கிட்டுத்தான் இருக்கேன். ஒங்க புத்திக் கூர்மையையும் பார்வக் கூர்மையையும் சாண பிடிச்சித்தான் சரி பண்ணிவிடணும். ஏன் இப்படி நேரத்த வெரயம் செஞ்சிக்கிட்டு பெதற்றிக்கிட்டிருக்கீங்க? ஒங்க பக்கத்தில, பத்தடி தூரத்ல நான் ஒக்காந்திருக்கேன், என்னக் கூட கவனிக்காம அசட்டுத்தனமா பொலம்பிக்கிட்டிருக் கீங்களே. ஏங்கிட்ட கேட்டிருந்தா விஷயத்த அப்டி அப்டியே புட்டுப்புட்டு வச்சிருக்கமாட்டேனா? சரி சரி, நானா வலிய வந்துதான் விஷயத்த ஒங்களுக்குப் புரிய வய்க்கணும் போலருக்கு. அந்தா தூரத்ல இருக்கிற மனுசனப் பத்திதான பேசிக்கிட்டிருக்கீங்க? அவன் நேரா நிக்கானா, இல்லாட்டா தலகீழா நிக்கானான்னு நீங்க முட்டி மோதிக்கிட்டிருந்தத பாத்து எனக்கு கீழ்ப்பாக்கத்து பைத்தியங்க நெனப்புத்தான் வந்திச்சி. நான் இப்படியெல்லாம் பேசுறேன்னு நீங்க வருத்தப்படக் கூடாது. இன்னுங் கொஞ்ச நேரம் போனா அவன் தூக்குப் போட்டுக்கிட்டு தொங்குறான்னுகூட சொல் வீங்க. அவன் தூக்குப் போட்டுக்கிட்டு தொங்குறான்னு மனசுல நெனச்சிக்கிட்டு இந்த அர இருட்ல துழாவித் துழாவிப் பாத்தா அப்படியேதான் தோணும். எல்லாத்துக்கும் காரணம் மனக் கோளாறுதான். வள வளன்னு என்ன பேச்சி. நான் கரெக்டா உண்மைய சொல்றேன். அவன் சம்மணம் போட்டோ,

இல்லாட்டி கால்கள் நீட்டிக்கிட்டேயோதான் தரையில் ஒக்காந்திருக்கான். இதுக்காக நான் நூறு ரூபா வர பந்தயம் கெட்டத் தயார்!”

“யார்யா நீர்? எங்களப் போல பெரிய ஆராய்ச்சிக்காரரா இருப்பீர் போலிருக்கே. எங்களையே ஒம்ம முன்னால ஊமைகளாக நிக்கவச்சிட்டீரே! ஒம்மகூட சேர்ந்து அந்த புதிர் மனுசனப் பத்தி ஆராயிறத்துக்கு நாங்களும் தயார். அது சரி, ஒமக்கு எந்த ஊரு?”

“எல்லாம் இந்த ஊருதான். தெனமும் வேல முடிய ஏழு ஏழர ஆயிரும். பெறகு காத்தோட்டமா இந்த எடத்துக்கு எட்டு மணிகிட்ட வருவேன். இப்ப அஞ்சாறு வாரமாத்தான் இப்டி வர்றது... அதுக்கு முன்னாலல்லாம் நான் உண்டு டி.வி. உண்டுன்னு கெடப்பேன். இங்க வர ஆரம்பிச்ச பெறகு நானும் நோட் பண்ணிக்கிட்டுத்தான் இருக்கேன். ஒரு அதிசயம் என்னன்னா, அந்த மனுசன் எனக்கு முன்னாடியே வந்து இப்ப ஒக்காந்திருக்கிற அதே எடத்ல ஒக்காந்திர்றான். இதுல நிச்சயமா ஒரு மர்மம் இருக்கணும்னு எனக்கும் தோணுது.”

“ஒரு நாளாவது எட்டு மணிக்கு முன்னால வந்து அந்த பேர்வழி எத்தன மணிக்கு வந்து அந்த எடத்துல ஒக்கார்றான்னு பார்த்திருக்கலாமில்ல.”

“நான் என்ன, ஒங்களப் போல வேல சோலி இல்லாதவனா? அதா... சொன்னேன்ல, ஏங்கம்பெனியில ஏழு ஏழரக்கித்தான் வேல முடியும்னு. தோட லீவு நாள்னா குடும்பத்தோட சினிமா பார்க்கன்னு போயிருவேன். அதனால எட்டு மணிக்கு முன்னால எங்க வர? ஆனா இப்போ ஒங்க பேச்ச கேட்ட பொறகுதான் அந்த மனுசனப் பத்தி முழுசா தெரிஞ்சிக்கிடணும்னு ஆச வந்திருக்கு. ஆமா, நீங்க ரெண்டு பேரும் ஊருக்குப் புதுசா?”

“நல்லா கேட்டீரே கேள்வி! அதான் நாங்க பேசினத எல்லாம் ஒட்டுக்கேட்டுக்கிட்டு இருந்திருக்கீறே, பின்ன என்ன புதுசா கேக்கிறீர்? ஆனாலும் சொல்றோம். நாங்க ஊருக்கு புதுசில்ல. இந்த எடத்துக்குப் புதுசு, ஊருக்கு வடக்க, நாலஞ்சி கிலோமீட்டர் தள்ளி இந்த மண் பொத்த

இருக்கு. இவ்வளவு தூரம் நடந்து இங்க வர்றதுக்கு சோம்பப் பட்டுக்கிட்டு வர்றதில்ல. ஆனா, ஊர்ல நிறைய பேரு இங்க பொழுது போக்க வர்றாங்களே, அப்படி என்னதான் இங்க இருக்குன்னு தெரிஞ்சிக்கிட, சோம்பல ஒதறிட்டு, தூரத்தையும் பொருட்படுத்தாம இன்னிக்குத்தான் புதுசா வந்திருக்கோம். வந்த எடத்துல, பாவிப்பய அந்த மனுசன் கண்லபட்டான். பேச்சி அவனப் பத்தி திரும்பிட்டுது.''

''என்னப் போலவே அந்த மனுசன் குறிப்பா ஒங்களையும் கவர்ந்திருக்கிறதப் பாத்தா, இதுல நிச்சயம் ஏதோ புதிர் இருக்கணும். அதுலேயும் ஒரு மாசத்துக்கு மேலா அவன் களிமண்ண பிடிச்சு வச்சது கணக்கா ஒரே இடத்துல வந்து ஒக்கார்றத நெனச்சா மனசுல ஒருவித நடுக்கம் கூட தோணுது. பேய் பிசாசுகளிடத்திலெல்லாம் எனக்கு நம்பிக்க கெடயாது. ஆனாலும் அப்டி இருக்குமோன்னு இப்ப லேசா சந்தேகம் தட்டுது. அந்த பிசாசுப் பயலுக்கு கிழக்குப் பக்கத்துல ஒரு பாழடஞ்ச கட்டடந் தெரியிதே, அங்க அஞ்சாறு மாசத்துக்கு முந்தி எங்கிருந்தோ ஒரு கோட்டிப்பய வந்தானாம். மொதல்ல அவன், தவ... செஞ்சா கடவுளப் பார்க்கலாம். எனக்கு அவரப் பாக்கணும்னு கொள்ள ஆச, அப்படின்னு சொல்லிக்கிட்டு, ஒரு தவயோகி போல கட்டிடத்து முத்தத்தில அசையாம ஒக்காந்தானாம். பெறகு ரெண்டு மூணு நாளு கழிச்சி நேராப் போயி கடவுள பாத்துட்டு வாரேன்னு சொல்லிட்டு தூக்குப் போட்டுக்கிட்டு செத்துப் போயிட்டானாம். இப்போ அந்த மண்டபத்துப் பக்கத்துல யாருமே போறதில்லையாம். காரணம் என்னன்னா, அந்த கிறுக்குப் பயலுடைய ஆவி மண்டபத்த சுத்தி உலாவிக்கிட்டிருக்கிறதா வதந்தி. ஒருவேள அந்த பைத்தியத்தினுடைய ஆவிதான் அப்டி ஏகாந்தமா அங்க சம்மணம் போட்டுக்கிட்டு அமர்ந்திருக்கிறதோன்னு தோணுது.''

''இதெல்லா... சுத்த அபத்தமான கத. பேய் பிசாசுகளின் மேலெல்லாம் எனக்கு சுத்தமா நம்பிக்கை கெடையாது.''

''பேய்களிடத்தில ஒமக்கு நம்பிக்க இருப்பதும் இல்லாததும், பேய்களுக்கும் ஒம்மகிட்ட நம்பிக்க இருப்பதும் இல்லாமப் போவதும் தேவ இல்லாதது ஒய். அவை ஒம்மகிட்ட வந்து வட்டிக்கு கடன் கேட்டனவா என்ன, அவற்றை நீர் நம்புறதுக்கு?''

“வார்தைய திருத்தி அர்த்தத்த மாத்தாதீர் ஓய். பேய்க இருப்பதிலேயே எனக்கு நம்பிக்க கெடயாது. பேய்க்குதான் உருவம் கெடயாதே. பெறகு எப்டி மனுச உருவத்ல வந்து ஒக்காந்திருக்க முடியும்?”

“ஆஹா, ஐயோடியோய்! அந்தா பாருங்கையா, என்ன பயங்கரமான ஆச்சரியமான காட்சி! அந்த மனசன் அந்தரத்தில தொங்கிக்கிட்டிருக்கிற மாதிரி தெரியல? நல்லா கூர்ந்து பாருங்க. எனக்குப் பயமா இருக்குய்யா.”

“சீச்சீ, அசட்டுத்தனமா ஒளறிக்கிட்டிருக்காதேயும். அது ஒரு பேயோ, பிசாசோ இல்லன்னு உறுதியா சொல்றேன். அவன் நம்மப் போல ஒரு மனுசந்தான். நாம இவ்வளவு நேரம் வெட்டியா பேசிக்கிட்டிருந்ததே தப்பு. நேரா அங்கேயே போயி சோதிச்சிப் பார்த்துர்றதுதான் நல்லதுன்னு எனக்கு தோணுது.”

★★★

“என்ன பேச்சி பேசுறீர்யா! மனசுக்குள்ள பயத்த வச்சிக்கிட்டு, இப்டி ஒரு காரிய... செய்ய துணிஞ்சி எறங்க முடியுமாய்யா? பயந்தானய்யா பேயி. அந்த பயம் நம்மள ஆட்டிப்படைக்கிற சமயத்ல, அத பொருட்படுத்தாத மாதிரி ஒரு அசட்டுத் தைரியத்துல நாம பாட்டுக்கு முட்டாத்தனமா காரியத்ல எறங்கினோம்னா, அந்த பயம் நம்மள அடிச்சி கொண்ணு போட்ரும்யா.”

“சும்மா பூச்சாண்டி காட்டாதீர் ஓய். ஒம்மோட கொள்ளி வாய்ப் பிசாச கொண்டுபோயி குப்பையில போடும். அதுக்கெல்லாம் பயந்துக்கிட்டு பின்வாங்குற சோணங்கிப் பசங்க நாங்க இல்ல. அதுக்கு வேற ஆளப் பாரும்.”

“சரி, நீங்க ரெண்டு பேரும் பேய்க்குப் பயப்படாத மாதிரி நல்லா நடிக்கிறீங்க. பெறகு எனக்கென்ன, நானுந் துணிஞ்சிட்டேன். வாங்க, அங்க போயி பார்த்துட்டு வந்திர்லாம்.”

“அவசரப்படாதேயும் ஓய். நாங்க இப்போ பயப்படுற தெல்லாம் பேய்க்கில்லை. தூரத்துக்குத்தான். அந்த மனுசன் ரொம்ப தொலவுல இருக்கிறாம் போலிருக்கே. கொறஞ்சது ஒண்ணரை கிலோமீட்டர் இருக்காது? இவ்வளவு தூரம் நடக்கணுமே, அதுவும் இந்த பொதமணல்ல.”

“நீ சொல்றது... சரிதான்ல. ரொம்ப தூரமா இருக்கும் போலத்தான் தோணுது.”

“ப்பூ. ஒங்க வீராப்பு இவ்வளவுதானா? காலச் சுருக்கிப் போட்டாக் கூட ஐந்நூறு அறநூறு எட்டு தேராதுய்யா. ஐந்நூறு அடி தூரம் வேண்ணா இருக்கலாம். இதுக்கே இப்டி பயந்து சாகிறீங்களே.”

“தூரத்த நெதானிச்சிச் சொல்றதுக்கு நீர் கொஞ்சமும் லாயக்கில்ல ஒய். ஒண்ணரை கிலோ மீட்டருக்குக் கொறவா இருந்தா பெறகு ஏன்னு கேளும். ரெண்டு பொருள்களுக்கு இடையில் உள்ள தூரத்த துல்லியமா சொல்லிவிடுறதுக்கு ஒரு சுலபமான வழி இருக்கு. ஒரு ஃபார்முலா ஆனா இப்ப ஞாபகத்துக்கு வர மாட்டேங்குதே.”

“அது நிச்சயமா ஒம்ம ஞாபகத்துக்கு இப்ப இல்ல எப்பவுமே வராதுய்யா. ஏன்னா அப்டி ஒரு ஃபார்முலாவே கிடையாது. நல்லா ரீல் விடுறீரேய்யா... இங்க இருந்துக்கிட்டே அந்த மனுசனுக்கும் நமக்கும் இடையில் உள்ள தூரத்த ரொம்ப கரக்ட்டா, ஒரு கருவியின் ஒதவியுமில்லாம சொல்ல ணும்னா, அதுக்கு ஒரே ஒரு வழிதான் இருக்கு. ஆனா அது நம்மளால முடியாத காரியம்.”

“என்னய்யா அந்த வழி?”

“மந்திரத்த போட்டு பூதத்த வரவழச்சி அதுகிட்ட கேக்கிறது! அதுக்கு ஒரு மந்திரவாதில்ல வேணும்.”

“சரி சரி, வளவளன்னு வீண் பேச்சி பேசிக்கிட்டு நேரத்த போக்கடிச்சிக்கிட்டிருக்கோம். பேய்க்கும் தூரத்துக்கும் பயந்துக்கிட்டிருந்தா உண்மையைக் கண்டுபிடிக்க முடியாது. ஒண்ணும் யோசிக்காம கௌம்புங்க, போவோம்.”

⋆⋆⋆

“ஏம்மனசு பயத்ல டிக் டிக்கின்னு அடிச்சிக்கிட்டிருக்கு.”

“மனசு எப்பவும் டிக்டிக்குன்னோ, டக்டக்கன்னோ அடிச்சிக்கிடாது. அது வேற விதமா அடிச்சிக்கிடும்ல.”

“ஏல, ஏம் பேச்சில குத்தம் கண்டுபிடிக்கிறதொண்ணு தான் ஓஞ்சோலியால? பெறகு எப்படில்ல அடிச்சிக்கிடும்?”

“மடப்பய மவன, மனசு அடிச்சிக்கிடுறத சொல்றதுக்கு பாஷையே கெடயாதுல.”

“என்னல பெருசா பொளந்து காட்ற மாதிரி பேசற. பெரிய பாஷ நிபுணன்தான் நீ. உன்னுடைய வீராப்புல்லாம் இன்னுங் கொஞ்ச நேரத்துக்குத்தான். நீ சொன்னதுல்லாம் அப்படியே பொய்யாப் போகப் போகுது பார்ல.”

“என்னல அப்டி நான் பிரமாதமா சொல்லிட்டேன்?”

“மத்த விஷயங்கள விடுல. அந்த மனுசன் தலகீழா நிக்கிறான்னு சொன்னல்ல. அவன் நேரா நிக்கிறத பாத்துட்டு அப்டியே வெக்கத்துல தல குனியப் போற பாருல.”

“ஓகோ. ஒங்களுக்குள்ள அந்த சண்ட இன்னும் விட்ட பாடில்லயா? நா... சொன்னத இன்னும் நீங்க ஒத்துக்கிடல போல இருக்கே. அவன் சம்மணம் போட்டு கீழ ஒக்காந்திருக் கான்னு நா... சொன்னது உண்மையாயிட்டா, நீங்க ரெண்டு பேரும் ஒரு நா முழுக்க அந்த மனுசன் இருக்கற எடத்துல சம்மணம் போட்டு ஒக்காந்திடணும், சம்மதமா?”

“பேச்சக் கொறயும் ஓய்! பின்தங்கி வர்றதுனால வெற்றி எம்பக்கந்தான்னு தெளிவா தெரியிது... ஆஹா, இதென்ன ஆச்சர்யம்! அந்த மனுசன் எழுந்து நம்ம நோக்கி வர்றான்! ஒங்க கண்ணுக்குத் தெரியலயா?”

“எங்க ரெண்டு பேரு கண்ணும் ஓம்ம கண்ணு போல தெளிவில்லாம இல்ல ஓய். இதன்ன ஓய், நீர் அடிக்கடி ஏதாவது வெறும் பேத்தலா பெதற்றிக்கிட்டு வர்றீர்? கொஞ்ச நேரத் துக்கு முன்னால அந்த மனுசன் அந்தரத்ல தொங்குறான்னு பெதற்றினீர். இப்ப அவன் நம்ம நோக்கி வர்றான்னு ஒளர்றீர். கீழ்ப்பாக்கத்துல இருக்க வேண்டியவரு நீர்தான் ஓய்!”

“பாதி தூரம் வந்துட்டோம். இன்னும் ஒண்ணும் தெளிவா தெரியலயே. நெலவு மேகத்துக்குள்ள மறஞ்சி இருக்கிறதுனால வெளிச்சம் கொறவாத்தான் இருக்கு... மணியும் ஒம்பது ஆகப்போகுது...

“ஆமா, நெலவு ஏன் மேகத்துக்குள்ள மறஞ்சிக்கிட்டுது தெரியுமா?”

“நம்ம மூணு பேரயும் பாத்து வெக்கப்பட்டுக்கிட்டு!”

“அந்த நெலவ எட்டிப் பிடிக்க சில மனுசங்க முயற்சி பண்ணி வெற்றியும் அடஞ்சிக்கிட்டிருக்கிற இந்த காலத்ல, நம்ம போல வேற சில பேரு வெட்டிப் பொழுது போக்கறதுல வீராப்பு பேசிக்கொள்றோமேனுதான்.”

“நம்மளப் பத்தி நாமளே தரக்கொறைவா பேசிக்கிட்டா என்ன ஓய் அர்த்தம்? எதுக்கும் ஒரு தன்னம்பிக்கை வேணும் ஓய். நெனச்ச காரியத்ல சோர்வு வந்திடக் கூடாது. ஆனா அது நம்மகிட்ட இப்போ எப்டி ஓய் கொறஞ்சிக்கிட்டே வர்றது போலிருக்கு?”

“தன்னம்பிக்க எல்லாங் கொறயல ஓய், ஆனா இந்த பொத மணல்ல நடந்து நடந்து கால் வலிதான் கூடிக்கிட்டிருக்கு. எதுக்குங் கொஞ்சம் காலாற ஒக்காந்து ரெஸ்ட் எடுத்துட்டுப் போவோமா?”

“மழ மேகம் கருத்துக்கிட்டு வருதுய்யா. இப்ப போயி ஒக்காரணும் கொக்காரணுங்கிறீர்? வந்த காரியத்த முடிச்சிட்டு வீடு போயி சேர்ற வழியப் பாப்பம்.”

“எல்லாங் காலக் கோளாறுதான். இன்னிக்கி நம்ம நேர... சரியில்ல போலிருக்கு. ஆனா ஒண்ணு மட்டு... சொல்றேன். நமக்குள்ள யாரு ஜெயிச்சாலு... சரி, ஒரு இலக்கு நோக்கிய நம்மோட இந்த புனிதப் பயணம் மட்டும் வீண் போகாது ஓய்!”

***

“அந்த சத்திரத்லேயிருந்து நரி ஊளையிடுறது போல ஒரு ஓலம் வருதே, ஒங்களுக்குக் கேக்குதா?”

“நரியாவது நாயாவது. எல்லாங் காத்து அடிக்கிற சத்தந்தான் ஓய். காத்து சுத்தி சுத்தி அடிக்கிறதுனால, சத்ரத்துச் சுவர் மேல மோதி எதிரொலியா ஒன்னு எறைச்சலோட கேக்குது. இதப்போயி நரி ஊளையிடுதுங்கிறீரே, கண்ணுங் காதும் பாதிப் பாதிதான் வேல செய்யிது ஒமக்கு.”

"சுடுகாடு மாதிரி நிசப்தமான எடம் இது. செத்துப்போன மனுசங்களோட ஆவி எல்லாம், ஒரு தொந்தரவும் இல்லாம சுதந்தரமா சுத்திச் சுத்தி வர்றதுக்கு ஏற்ற எடமா இருக்கு."

"எங்கள பயமுறுத்திக்கிட்டே இருக்கிறது தான் ஒமக்கு வேலயா? அடிக்கடி ஏன் பேய் பேயின்னு சாகிறீர். பேய்க ளோட ரொம்பவும் சிநேகங் கொண்டவரப் போல பேசிக் கிட்டு வர்றீர். ஒருவேளை நீரே ஒரு குட்டிப் பிசாசு தானோன்னு சந்தேகமாயிருக்கு."

"அப்படின்னா இப்போ ஒங்கள பயமுறுத்தி சாகடிப்பது ரொம்ப லேசு. ஹா ஹான்னு வெறிச் சிரிப்பு சிரிச்சிக்கிட்டு ரெத்தம் வேணும். ரெத்தப்பலி வேணுமின்னு அலறிக்கிட்டு ரெண்டு குதி குதிச்சா மாரடைப்பு வந்து உயிர விட்டுருவீங்க. ஆனா இப்போ அதெல்லாம் எதுக்கு? நீங்க சொன்ன துல்லாம் சுத்தப் பொய்யின்னு நான் நிரூபிச்சிட்டேன்னா பெறகு நீங்க அரைப் பிணமாவே ஆயிருவீங்க... இதோ நெருங்கிட்டோமே. இன்னுங் கொஞ்ச தூரந்தான் இருக்கு."

"இவ்வளவு நெருங்கி வந்துட்ட பொறகும் ஒண்ணுந் தெளிவா தெரியலயே. மழ வேற லேசா தூறல் போட ஆரம் பிச்சிட்டுது. நாம இப்டி திடுதிப்னு ஒண்ணப் பத்தியும் யோசிக் காம பொறப்பட்டு வந்ததே தப்புல. மழ புடிச்சி பெய்ய ஆரம்பிச்சிட்டா சொட்டச் சொட்ட நனஞ்சிக்கிட்டுத்தான் திரும்ப வேண்டியிருக்கும்."

"மழ வந்தாலும் கவல இல்லல. பக்கத்திலதான் சத்ரம் இருக்குது. அங்க போயி ஒதுங்கிக்கிடலாம்."

"பேய்கதான் அங்க ஒதுங்கும் ஓய். மனுசங்க இல்ல."

"ஒரு கந்தத் துணிய கொண்டு வந்திருந்தா, ஒம்ம வாயில திணிச்சி ஒம்ம ஊமையாவே கூட்டிக்கிட்டு வந்திருக்கலாம். ஐயோ பாவம்னு ஒதுங்கிப் போற பேய்கள ஏன் இப்டி வம்புக்கிழுக்கிறீர்? இன்னிக்கி மழயில நனஞ்சி காச்சல் வந்தாக் கூட, பேய் அடிச்சிட்டுது, ஜன்னில கெடந்து பொலம்புறான்னு ஊருக்குள்ள டமாரம் அடிச்சிருவீரு போல இருக்கே...

“என்னய பேச்ச கொறைக்க சொல்லிட்டு நீரு உம்ம பாட்டுக்கு பேசிக்கிட்டு போறீரே. பேய்களுக்கும் ஒமக்கும் ஏதாவது ஒப்பந்தமா? அதுகளுக்கு வக்காலத்து வாங்கிக்கிட்டு, அதுகள, ஐயோ பாவம்னு ஒதுங்கிப் போறதாச் சொல்லி சப்ப கட்டு கட்டுகிறீர்? பேய்களுக்கு சிநேகமான்னு என்ன கேட்டுட்டு நீரு அதுகளுக்கு மாமா மச்சான் ஒறவு கொண்டாடுவீரு போல இருக்கே. நல்ல பாம்பு, அத சீண்டினாதான் கொத்த வரும். அது போலத்தான் பேய்களும். அதுகள சீண்டக் கூடாதுன்னுதான் அதுகள தாஜா செய்யிறது போல நைச்சியமா பேசுறீரோ?”

“பேய்களப் பத்தி ஆராய்ச்சி பண்ணி பி.ஹெச்.டி. பட்டம் வாங்க எல்லா தகுதியும் ஒமக்கு இருக்கு ஓய்! எப்பப் பாத்தாலும் பேய் பேயின்னு வாய் கிழிய பேசிக்கிட்டு, எங்களயும் பயமுறுத்திக்கிட்டிருக்கீரே ஓய். வேற நல்ல விஷயமே ஒம்ம வாயில வராதா?”

“ஆனாலும் பேசிக்கிட்டே வந்ததுனாலத்தான் நேரம் போனதே தெரியல. இந்தா நெருங்கி வந்துட்டோமே. ஆனா அந்த திருட்டு ராஸ்கல பாத்திங்களா? நாம வர்றத கூட கவனிக்காம இன்னும் சிலயாட்டம் அசயாம கெடக்கான்.”

“சரி சரி, இன்னும் வளவளன்னு பேச்சி வேண்டாம். கம்முன்னு வாய மூடிக்கிட்டு போயி உண்மையை தெரிஞ்சிக்கிடுவோம்.”

“ஓய்! நீரென்ன ஓடப் பார்க்கிறீர்! புலி பதுங்கித்தான் பாயும்னீரே! இப்போ என்னாச்சி? யானையை தடவிப் பாத்த கத எவ்வளவோ மேலு ஓய்!”

“பட்டுப்போன இந்த மரமா ஒரு மனுசன்போல் நமக்குத் தெரிஞ்சிருக்குலே.”

கணையாழி-அக்டோபர், 2005

கடவுளோடு ஒரு கலந்துரையாடல்

"நம் உரையாடலின் ஆரம்பம் எந்தவித சகுனத் தடைகளின்றி அமையவும் அது சாத்தானின் குறுக்கீடோ அன்றி சாஸ்திரீய விக்கினமோ இன்றி சுமுகமாக நடைபெறவும் வேண்டும் என்று ஆசிக்கிறேன். அதற்கு அச்சாரமாக, முதலில் உனக்கு என்ன வரம் வேண்டுமென்று கேள், தருகிறேன்."

"முதலில் நீர் ஒன்றைப் புரிந்துகொள்ள வேண்டும். நீர் தெய்வீகத்தையும் மனுஷீயத்தையும் உள்ளடக்கிய ஆகம விதிகளுக்கு முரணாகச் செயல்படுகிறீர். நீர் மனுஷனைத் தேடி பரமண்டலங்களிலிருந்து இறங்கி வந்திருப்பதை நான் தவறாகச் சொல்லவில்லை. பிரபஞ்சம் கொள்ளாத உம் ஆகிருதியை நீர் என் அளவுக்குச் சுருக்கிக் கொண்டதே பெரிய காரியம்தான். ஆனாலும், பேசுபவர் செவிமடுப்பவர் என்ற இரு நிலையினருக்கிடையே முரண்பாடு தலைதூக்கிவிடா வண்ணம், யார் யார், எப்படி எப்படி பேச வேண்டுமென்ற முறைமை ஒன்று உண்டல்லவா? அதினின்று பிறழ்வதென்பது, தெய்வமே எனினும் கண்டனத்துக்குரியது..."

"நீ என்னப்பா, ஏடா கூடமாய்ப் பேசுகிறாய்? நான் அப்படி என்ன கேட்டுவிட்டேன்? உனக்கு என்ன வேண்டும்? என்று கேட்டது தப்பா?"

"தப்பெனில் தப்புத்தான். தப்பில்லையெனில் தப்பில்லை தான். அது பேசுகிற அல்லது கேட்கிற ஒழுங்கு நிலைப்பாட்டைச் சார்ந்தது. மனிதனுக்கும் கடவுளுக்கும் இடையிலான பரஸ்பர அன்யோன்ய பாவத்தின் கனபரிமாணத்தைப் பொருத்தது..."

"சர்வ முதல்வன் நான். என்னிடமே ஒரு கடைந்தெடுத்த அரசியல்வாதியைப்போல் பேசுகிறாயே! நான் அதற்கெல்லாம் அப்பாற்பட்டவன். என்னிடம் உன் கிண்டல் கேலியெல்லாம்

எடுபடாது. ஒரு மனுஷப் பதருக்கு இவ்வளவு திமிர் கூடாது. உன் தரத்துக்குத் தாழ்ந்து எனக்குப் பேச வராது.''

''என் தரத்துக்குத் தாழ்ந்து, உம் சர்வ வல்லமையையும் முடக்கிப்போட்டுவிட்டுத்தானே என்னுடன் கலந்துரையாட வந்திருக்கிறீர்? பிறகு எதற்கு இந்த வீண் வீராப்பு? ஒன்றைக் கவனித்தீரா? நம் உரையடலின் ஆரம்பமே இப்படி இடக்கு முடக்காய்... ஏறுக்கு மாறாய்... சண்டைக் கோழிகள் போல்... வேறெப்படிச் சொல்வது?''

''பார்த்தாயா, உனக்கே சரியாகப் பேச வரவில்லை. அதில், என் பேச்சில் குறைகண்டு விட்டாயாக்கும்? சொர்க்கம் அலுத்துப்போய், சற்று விட்டாற்றியாய் ஒரு மனிதனிடம் சிறுபொழுது கழிக்கலாமென்று உன்னைத்தேடி வந்தால்... நீ இப்படி கடபுட தடபுடவென்று... குழாயடிச் சண்டை மாதிரி... வேறெப்படிச் சொல்வது?''

''பார்த்தீரா, பார்த்தீரா, எனக்குத்தான் பேச்சில் வார்த்தைகள் கண்ணாம்பூச்சி ஆடுகிறதென்றால்... சகல பாஷைகளுக்கும் ஆதி காரணராகிய உமக்கும்கூட அப்படித்தானா?''

''சரி சரி, விட்டுத்தள்ளு, இன்று என் பொழுது முற்றிலும் வித்தியாசமாகக் கழியவேண்டும். அதற்காகவே என் சர்வாங்கமும் தாழ்த்திக் கொண்டு, அற்ப சிருஷ்டியான உன்னைத் தேடி வந்துள்ளேன். போனது போகட்டும். நான் மறுபடி முதலிலிருந்து ஆரம்பிக்கட்டுமா?''

''என் அனுமதி ஏன்? எப்படியானாலும் இன்று நீர் என்னை விடப்போவதில்லை. வசமாக உம்மிடம் நான் மாட்டிக் கொண்டேன். உம் விருப்பம் எப்படியோ அப்படியே செய்யும். ஆனால் முதலில் நீர் ஒன்றை...''

''அட, சை! மூடு வாயை! முந்த முதலில் என்னுடைய அனுக்கிரக வரம், பின்புதான் மற்ற பேச்செல்லாம், சொல், உனக்கு என்ன வேண்டும்?''

''இதென்ன மொட்டை மொழுக்கட்டையாய்? வரம் தருகிற இலட்சணமா இது? என்னைப் பேச விடாது மடக்கி என் வாயைக் கிளறுகிறீரே? என்னிடம் நீர் வசமாக வாங்கிக்

கட்டிக் கொள்ளப் போகிறீர். நான் ஆரம்பத்திலேயே சொல்ல வந்ததை சொல்லியே தீருவேன். உமக்கு என்ன பிடிவாதம் உண்டோ, அதேபோல் உமது சிருஷ்டியான எனக்கும் உண்டு. முதலில் நீர் ஒன்றை புரிந்துகொள்ள வேண்டும். எந்தக் கடவுளும் எடுத்த எடுப்பில் பக்தன் தன் வேண்டுதலை ஆரம்பிக்கும் முன்னாலேயே, 'உனக்கு என்ன வேண்டும்?' என்று கேட்க மாட்டார். அது கடவுளாகிய உம் தகுதிக்கு ஏற்றதல்ல, உம்முடைய மேட்டிமைக்கு இழுக்கு. புறமுதுகு காட்டி ஓடுவதைக் காட்டிலும் மானக்கேடான காரியம். பக்தன்தான், முதலில் முறைப்படி தன் கோரிக்கையை முன்வைத்து சகல முஸ்தீபுகளுடன் தொடங்க வேண்டும். அவரோகண கதியில் ஆரம்பிக்கப்பட்ட வேண்டுதல் முறையீடு, படிப்படியாய் சுருதி கூட்டப்பட்டு ஆரோகணத்தையும் தாண்டி அதற்கு மேலும் உச்ச ஸ்தாயியை எட்டும்போது, கண்களினின்று பொலபொலவென்று நீர் கொட்ட உடல் பதற, வாய்குழறிக் குழறி பிலாக்கணமாய் வெடித்துச் சிதறுகிற கட்டத்தில் கடவுள் அருள்பாலிக்க முன் வரவேண்டும். அதுவரை கடவுளின் பிரசன்னம் வெளிப்படாததாகவே இருக்க வேண்டும். மேற்கண்ட சாஸ்திரீய, கலாச்சார, அனுஷ்டானங்களுக்குப் பின்னணியில், கடவுளைத் திருப்திப்படுத்த, பக்தன் சில தேகாப்பியாசங்களையும் சாங்கோபாங்கமாக நிகழ்த்த கடமைப்பட்டுள்ளான். தோப்புக்கரணமிடுதல், அங்கப்பிரதட்சணம் செய்தல், சாஷ்டாங்கமாய் அடிமரம் சாய்ந்தாற்போல் விழுதல், நூற்றுயெட்டு முறை பிரகாரம் சுற்றுதல், முழங்காலிட்டு கையுயர்த்தி வான் நோக்கிப் பார்த்து சர்வ அங்கமும் பதறித் துடித்தல், தாண்டவ மாடுதல், கைதட்டி ஆரவாரித்து நளின நடனமிடுதல், கணுக்காலில் உடற்பாரம் அழுந்த அமர்ந்து, குனிந்து குனிந்து நிமிர்தல் போன்றவை அவற்றுள் சில இவற்றிலெல்லாம் மனம் குளிர்ந்த இறைவன், 'உனக்கு என்ன வேண்டும் பக்தா, கேள், தருகிறேன்' என்று தன் பிரசன்னத்தை உணர்த்த வேண்டும். இதுவே ஆகம விதி, காலங்காலமாய் கடைப்பிடிக்கப்பட்டு வருகிற, கடவுளுக்கும் மனிதனுக்கும் இடையே ஏற்பட்டுள்ள உலகளாவிய உடன்படிக்கை. இதில் சிறு தவறு நேர்ந்தாலும் கடவுளாகிய நீர் கண்கள் கனல சினம் கக்க வேண்டும். விஷயம் இப்படி இருக்க 'உனக்கு என்ன வேண்டும்?' என்று நீரே முந்திக்

கொண்டு, முந்திரிக்கொட்டை போல் துருத்திக் கொண்டு நிற்கிறீரே, இந்த வெட்கக்கேடான சமாச்சாரத்தை யாரிடம் சொல்லி முறையிட? அது சரி, உம்கெட்ட நேரத்தைப் பார்த்தீரா, இதையெல்லாம் உமக்கு நான் சொல்லி நீர் தெரிந்துகொள்ள வேண்டியுள்ளது!"

"ஏய் நீச மானிடனே! என்னே உன் வாய்த்துடுக்கு! உனக்கு வரம் தர சித்தம் கொண்டிருந்த என்னை சகட்டு மேனிக்கு சபிக்கும்படியான நிர்பந்தத்துக்கு ஆளாக்கிவிடாதே. ஆனாலும் பிழைத்துப் போ, ஒன்றை மட்டும் புரிந்துகொள். இப்போது நான் கடவுளுமல்ல, நீ பக்தனுமல்ல. நான் உன் விருந்தாளி என்னை உபசரிப்பதொன்றே இப்போது உன் கர்மா. என் போக்குக்கு நீ என்னை விட்டுவிட்டால், உன் போக்கில் தலையிடமாட்டேன். தவறினால் என் சாப மூர்த்தன்னியம் உன்னைப் பொசுக்கிப் போட்டுவிடும். ஜாக்கிரதை!"

"வார்த்தைக்கு வார்த்தை சபித்துவிடுவேன், சபித்துவிடு வேன் என்றுபூச்சாண்டி காட்டுகிறீரே! இப்போது நீர் நிராயுதபாணியாக நிற்கிறீர் என்று எனக்குத் தெரியாதாக்கும்! அப்பாவித்தனமான உம் முக பாவம்தான் உம் கையாலாகாத் தனத்தை புட்டுப்புட்டு வைக்கிறதே! மனிதனுக்கும் யூகித் தறியும் சக்தி உண்டென்பது உமக்குத் தெரியாதா என்ன?"

"அடப்பாவி மனுஷா! நான் பரம ரகசியம் என்று எண்ணிக் கொண்டிருக்கிற, இப்போதைய என் நிர்க்கதியான நிலைமை உனக்குத் தெரிய வந்ததெப்படி?"

"பார்த்தீரா பார்த்தீரா! உம் வாயாலேயே உண்மையைக் கக்க வைத்துவிட்டேன்! அதுதான் மனித பகுத்தறிவு, நீர் கொடுத்தது, உமக்கே வினையாயிற்று! அப்படியானால், வரமருளல், சாபமிடுதல் போன்ற உம் குலத்தொழிலை எல்லாம் சொர்க்கத்தில் அடைகட்டி வைத்துவிட்டு வெறும் கையோடு இங்கு வந்திருக்கிறீர் என்று சொல்லும்! இந்த இலட்சணத்தில் 'உனக்கு என்ன வேண்டும்?' என்று ஆரம்பத்திலேயே கித்தாப்பு காட்டினீரே, அதெப்படி?"

"என்ன செய்ய எல்லாம் பழக்க தோஷம்தான்!"

"அப்படியானால், இப்போது சந்தர்ப்பமும் சூழ்நிலையும் என் பக்கம் என்று சொல்லும்! இப்போது நீர் ஒரு செல்லாக் காசு! மனிதனுக்கே உரிய சாதுர்யத்தை, சுய ரூபத்தை இப்போது நான் தாராளமாக உம்மேல் பிரயோகிக்கலாம்! ஏனெனில் இப்போது நம்மிடையே உள்ள உறவு, பேட்டி கொடுப்பவர், பேட்டி எடுப்பவர் என்ற சாதாரண நிலையினது தான். உம்மை அழையாத விருந்தாளி என்று சொல்வதுகூட சற்று அதிகப்படியான உரிமையில்தான் என்றாலும் அந்த உரிமையில் யாரும் தலையிட்டு களங்கம் கற்பித்துவிடாதபடி நம் உரையாடலின் தராதரத்தை, தற்பொழுது நிலவும் மேட்டிமை நிலையினின்று சற்றுத் தாழ்த்தி, அறிவு குறைந்த யாரேனும் எளிதாய்ப் புரிந்துகொள்ளும் விதமாக, பாடா வதியான சில பத்திரிக்கைப் பேட்டிகளில் இலக்கியவாதி களைக் கேட்பார்களே, அதுபோல் ஒரே ஒரு சர்வசாதாரண மான கேள்வி உம்மைக் கேட்கலாமா...? நான் சொல்வது புரிகிறதா என்ன? எனக்கே புரியாததால் கேட்டேன்."

"புரிகிறது, புரிகிறது. நீ தாராளமாகக் கேள்."

"சரி, இதோ கேள்வி! அண்டப் பேரண்டப் பெருவெளியில் உம் ஆரம்பகால படைப்பியல் தத்துவம், கூர்மை குறைந்த வலதுசாரி பார்வை கொண்ட, இருத்தலியல் சார்ந்த முரண் பாடுகள் மேலோங்கியதாகவும் பிந்திய படைப்பியற்கூறு பொத்தம்பொது பிரக்ஞை என்ற தளத்தில் தொடங்கி, ஏக தெய்வவாதம் என்ற பொறியினுள் முடங்கிப் போகும் படியாகவும் தோற்றம் கொண்டிருப்பது, உம் மாறுபட்ட புறத் தூண்டுதல்களின் அடிப்படைவாதம் என்று கருதலாமா?"

"ஆஹா, ஆஹா, இதுவல்லவா கேள்வி! என்ன எளிமை! என்ன தெளிவு! இது போன்ற கேள்விகளுக்குப் பதில் சொல்வ தென்பது எனக்கு அல்வா சாப்பிடுகிற மாதிரி. உன் கேள்விக்கு இதோ என்பதில், அதே எளிமையும் தெளிவோடும்! உன்னுடைய இந்த கணிப்பு சரி என்றால், இன்னும் நூறாயிரம் கோடி யுகங்களுக்கு பின்பு நான் தீவிர படைப்பு வெறிக்கு உட்பட்டுவிட வேண்டி வரும். ஆனால் அது அகண்டாகாரம் போல் அவ்வளவு எளிதான செயற்பாடு அல்ல. படைத்தல் அழித்தல் குறித்த என் விழிப்பு நிலைகள் சஞ்சாரம் செய்யும் கோள்களின் கூட்டு நிலைப்பாடு நகர்ந்த வண்ணம்

இருக்கிறது. எனது படைப்பு அனுபவங்களாக நான் நம்புவது, ஏதோ ஒரு யுகத்தில், ஈர்ப்புவிசை தவறி ஒன்றோடொன்று மோதும் நிலைக்குத் தள்ளப்படுகிறது. இது சமன்பாடல்ல, இடர்ப்பாடு, இதை சரி செய்ய எல்லை கடந்த விழிப்புணர்வு தேவை. இதெல்லாம் ஒருங்கே கூடி வரும் புள்ளியில் அடிப்படை வாதம் தவிடு பொடியாகி விடுகிறது. எனக்கு மூச்சு வாங்குகிறது.''

''என்னே உமது புத்தி தீட்சண்யம்! நான் தன்யனானேன்! அது அறிவார்ந்த நம் உரையாடலுக்கு ஒரு மாற்று. இனி பழைய நிலைக்குத் திரும்புவோம். இனி, நீர் பதில் சொல்ல முடியாதபடி மேதாவிலாசமான சில கேள்விக் கணைகளைப் பாய்ச்சி, உம்மைத் திணறடித்து துண்டைக்காணோம் துணியைக் காணோம் என்று உம்மை ஓட ஓட விரட்டி யடிக்கப் போகிறேன் பாரும்!''

''ஏய், நீ கடவுளிடம் பேசுகிறாய் என்பது உன் நினைவில் இருக்கட்டும்! ஆனாலும் உன் துடுக்குத்தனமான பேச்சு எனக்குப் பிடித்திருக்கிறது! இப்படி பேசிக் கேட்பது ஒரு புது அனுபவமாய் இருக்கிறது எல்லோரும் என் புகழ் பாடியே என்னைக் குளிர வைத்து பனிக்கட்டியாய் உறைய வைத்து விடுகிறார்கள். நீ வித்தியாசமாய் பேசுகிறாய், கடவுள் என்ற பயம் உனக்கு கிஞ்சித்தும் இல்லை. ஒரு நண்பனுடன் அரட்டை அடிப்பது போல, எந்தவித பந்தா பாசாங்கும் இன்றி பளிங்கு போல் இருக்கிறது உன் பேச்சு. நம் உரையாடல் இப்படியே தொடரலாம் என்று எனக்குத் தோன்றுகிறது.''

''கடவுளாய் இலட்சணமாய் இருக்கப்பாரும். இப்படி சிறுபிள்ளைத் தனமாய் சின்னச் சின்ன ஆசைகளுக்கு அடிமையாகி விடாதேயும். அதுசரி, நீர் என்னடாவென்றால், சொர்க்கத்தில் எல்லா வேலைகளையும் அம்போ என்று போட்டுவிட்டு வந்து என் முன் அமர்ந்திருக்கிறீர். படைத்தல், காத்தல், அழித்தல் எல்லாம் என்ன ஆவது? பக்தர்களின் கூப்பாடுகளையெல்லாம் யார் கேட்பது? தேவலோகமே ஸ்தம்பித்துப் போய்விடுமே. மாற்று ஏற்பாடு ஏதாவது செய்து வைத்துவிட்டு வந்திருக்கிறீரா, இல்லையா?''

“கடவுளென்றால் சும்மாவா கொக்கா? நீயெல்லாம் கேள்வி கேட்குமளவுக்கு நான் இளக்காரமாய்ப் போய் விடுவேனா என்ன? எல்லாம் பக்குவமாய் ஏற்பாடு பண்ணிவிட்டுத்தான் புறப்பட்டு வந்தேன். என்னைப் போலவே ஒரு பிரதிமை உண்டாக்கி, என் சர்வ சக்தி களையும் அதனுள் ஊதி அடைத்து அவற்றை எல்லாம் ரிமோட் கண்ட்ரோலில் தடங்கலில்லாமல் செயல்படும் படியாக வைத்திருக்கிறேன். ஒரு நாளுக்குத் தேவையான செயற்பாடுகள் அனைத்தையும் ஆணை சேமிப்புத் தகடுகளில் சேகரம் செய்து பொருத்தி வைத்துவிட்டுத்தான் வந்திருக்கிறேன். பிரபஞ்சம் சார்ந்த இயக்கங்கள் அனைத் தையும் இப்போது என் பிரதிமை கண்காணித்துக் கொள்ளும். நான் இங்கிருந்து அதை தேவைப்படும் பொழுதெல்லாம் மேற்பார்வை செய்து கொள்வேன். கோடானுகோடி ஜீவராசிகள் தத்தம் விதிப்படி இயங்குவார்கள். நாம் இங்கு சாவகாசமாய் அரட்டை அடித்துக் கொண்டிருக்கலாம் ஒன்றைக் கவனித்தாயா, உன்னோடு பேசிப்பேசி, உன் பாணியி லேயே உரையாடும் கலை எனக்கும் கை வந்துவிட்டது. ஆனாலும் உன்னை எச்சரிக்கிறேன், இப்போது உன் தலை விதியும் கூட என் பிரதிமை கையில், அதை மறந்துவிடாதே!”

“சும்மா மிரட்டாதேயும்! பிரதிமையும் புண்ணாக்கும்! மனுஷன் அறியாததா? வைரஸைப் புகுத்திவிட்டால் மொத்தக் கட்டிடமும் வெலவெலத்துப் போய்விடும். நான் ஒன்று சொல்லட்டுமா? நீர் இப்போது வயதானவர் போல் தோற்றமளிக்கிறீர். நானோ இளைஞன் உம்மைவிட பலசாலி. உம் பிரதிமைக்கான ரிமோட் கண்ரோலை நான் உம்மிடமிருந்து அபகரித்துக்கொண்டு நான் அதை இயக்கத் தலைப்பட்டால் நீர் என்ன செய்வீர்!?”

“பலே ஆள்தானப்பா நீ! என்ன சாதுர்யமாகப் பேசுகிறாய்! ரிமோட் கண்ட்ரோலையெல்லாம் உன் கண்ணுக்குத் தெரியும்படியாக, உன் கைக்கு எட்டும் படியாகவா வைத்துக் கொள்வேன்? நான் எப்படி அரூபனோ, அது போலத்தான் என்னைச் சார்ந்தவையெல்லாம். இப்போது வயதானவர் போல் நான் தோற்றம் கொண்டிருப்பதெல்லாம் ஒரு மாயை, என் திருவிளையாடல்கள் அனந்தம்! புலியாவேன்,

பூனையாவேன், எலியாவேன், யானையாவேன், தேவனாவேன், கிங்கரனாவேன், மாடாவேன், மனிதனாவேன், நீயாவேன், நானாவேன், விஷமாவேன், மருந்தாவேன், கல்லாவேன், புல்லாவேன், எல்லாமுமாவேன். அனைத்தும் நாமே! அனைவரும் என் ஆணைச்சட்டத்துள்! புரிந்ததா மூட மனிதா!"

"உமக்கு காலம் காலமாக இதே புலம்பலாய்ப் போச்சு. இவற்றையெல்லாம் கேட்டுக் கேட்டு காது புளித்துப் போய் விட்டது. உம் சுய புராணமெல்லாம் ஒரு பக்கம் இருக்கட்டும். தற்பொழுது இப்போதைய கதையைப் பார்ப்போம். இதுவரை பேசியதெல்லாம் வெற்றுச் சொற்கள். என்னுடன் கலந்துரையாட வந்துள்ளீரே எது பற்றி? அரசியல், இலக்கியம், ஓவியம், நாடகம், சமூகவியல், கணிதம், பௌதீகம், இரசாயனம், நிலவியல், வானசாஸ்திரம் என்று சகட்டு மேனிக்கு எல்லா துறை சார்ந்த நானாவித இசங்கள் பற்றி கேள்விகள் கேட்டு உம் புத்திக் கூர்மையை புரட்டி எடுத்துவிடவா?"

"மனித இனங்கள் தெய்வ இசத்துக்கு முன் எம்மட்டு? எல்லா இசங்களும் இருண்மையில் தட்டுத்தடுமாறிக் கொண்டிருக்கட்டும். நான் விரும்புவதெல்லாம் ஒரு மூன்றாந் தரமான... அப்படி சொல்வது சரியல்ல. பாமரத்தனமான அல்லது வெகுளித்தனமான கலந்துரையாடலே, இப்போது நிகழ்ந்து கொண்டிருப்பது போலவே! வெளிப்பார்வைக்கு பாண்டித்தியம் கொண்டதுபோல் தெரியவேண்டும். அதே சமயம் பாமரத்தின் உச்சாணிக் கொம்பில் துள்ளித் துள்ளிக் குதித்தாட வேண்டும். குன்றுபோல் உயர்ந்து நிற்பதை விட, தரை தட்டுமளவுக்கு தாழ்ந்து விடலே இப்போதைய என் மனநிலைக்கு ஏற்ற பொழுது போக்கு. இதில் கூட புதுப்புது இசங்கள் தோன்றலாம். பாமரத்தனமிசம்... வெகுளியிசம்... இன்னோசென்றிசம்... தேர்ட்ரேடிசம்... இப்படி இப்படி...

"நீர் மனித மூளையைக் கேலி செய்து, தவறாக எடை போட்டு, கிள்ளுக்கீரையாய் எண்ணுகிறீர். உம் இருப்பு, படைப்பு, அருள் பாலிப்பு, அழிப்பு, ஆங்காரம், ஓங்காரம் மற்றும் திருவிளையாடல்களெல்லாம் புதிர் புதிராய் இருக்கையில், மனிதன் மட்டும் தன் கண்டுபிடிப்புகளில் ஆறறிவின் உச்சநிலையை எட்ட முயல்வது தப்பா?

புரியாததில் புதுமை கண்டு, இருட்டில் ஒளியைத் தேடி, பிறப்பு சாவு என்ற அரூப மர்மங்களை விடுவிக்கிற சூட்சம வித்தை பயின்று…"

"நிறுத்து, நிறுத்து நீ ஆறாமறிவல்ல. பத்தாமறிவு, பதினெட்டாமறிவு படு மேதாவியாய்ப் போ, எனக்குக் கவலை இல்லை. ஆனால் எனக்கென்றே மட்டுமுள்ள என் தொழிலுக்குப் போட்டியாக வராதே. என் பிழைப்பில் மண்ணையள்ளிப் போட்டுவிடாதே. அது உன் அழிவு காலத்தின் தொடக்கம் என்பதை எச்சரிக்க வேண்டியது எனக்கு அவசியமாகிறது."

"அகல பேசுவதை விட ஆழ பேசுவதென்ற ஒரு முடிவுக்கு வந்துவிட்டீராக்கும். உம் மூர்த்தன்னியம். ஆக்ரோஷங்களையெல்லாம் மூட்டை கட்டிவைத்துவிட்டு என் தரத்துக்கு இறங்கி வாரும். நீர் பெருமிதம் கொண்டிருப்பதைப் போல், படைப்புத் தொழிலொன்றும் ஜால வித்தையல்ல. மனிதனும் மற்ற ஜீவராசிகளும் தினம் தினம் நிகழ்த்திக் கொண்டிருப்பதுதான்."

"அது என் கைங்கரியம். அனைத்தையும் ஆணென்றும் பெண்ணென்றும் படைத்த என் சூட்சம உத்தி. அனைத்தும் சந்ததி சந்ததியாய் பல்கிப் பெருகுவதற்கு நான் செய்த ஏற்பாடு, அதில் நீயோ, ஏனைய உயிரினங்களோ பெருமை பாராட்ட ஒன்றுமில்லை."

"அடி சக்கை! உம் பெருமையைப் பீற்றிக் கொள்ளாதீர்! பின் அலிகளென்று… மலடுகளென்று… மேலும் அங்கஹீன அரை வேக்காடுகளாய்… உம் சூட்சும பேராற்றல் கொண்ட படைப்புத் தொழில் எங்கோ பிசகிப்போயிருக்கிறதே, கவனித்தீரா?"

"அட மடையா! என் ஆற்றலின் தீட்சண்யம், வியாபகம் உன் அற்ப அறிவுக்குப் புலப்படாதடா! இதை எப்படி உனக்கு விளங்க வைப்பது? நீ சிந்திப்பது மனித பாஷை சார்ந்த கருத்தோட்டத்தில், மனித பாஷைகள் பிரபஞ்ச படைப்புகள் தழுவிய மர்ம முடிச்சுகளை அவிழ்க்க அருகதையற்றவை, குறைபாடுள்ளவை, கையாலாகாதவை. உன் சிற்றறிவுக்கு மட்டுமே தீனி போட நீ வகுத்துக் கொண்டவை. ஆனால் தேவ பாஷை அப்படிப்பட்டதல்ல. அது முழுமையானது. எல்லைகள் கடந்தது. அது எனக்கு மட்டுமே உரியது.

நான் மட்டுமே பிரயோகிப்பது. அதை அறிந்துகொள்ள நீ மேற்கொள்ளும் எத்தனங்கள் படுதோல்விக்கே உன்னை இட்டுச் செல்லும். அதை நீ அறிந்திராதவரை என் படைப்புகளின் அந்தரங்க நுண்ணறிவாற்றல் உனக்குப் புரியாத புதிராகவே இருக்கும். அதை உனக்குப் புரியவைக்க வேண்டிய அவசியமும் எனக்கு இல்லை.''

''வெறுமே சப்பைக்கட்டு கட்டாதீர்! பாஷை என்றால் அது பரிவர்த்தனைக்குரியது. ஒருவர் மட்டும் தெரிந்து வைத்திருப்பதற்குப் பெயர் பாஷையல்ல, பேத்தல். தனக்குத்தானே பேசிக் கொண்டிருப்பவன் எங்கள் மனித பாஷையில் பைத்தியக்காரன் எனப்படுவான். உம் பேச்சு பித்தத்தின் உச்சநிலை.''

''ஏய் அறிவிலியே! என்னை பைத்தியக்காரன் என்று சொல்லுமளவுக்கு உன் வாய்த்துடுக்கு மிதமிஞ்சிப் போய் விட்டதா? என் தேவ பாஷையைப் பற்றி நீ எனக்கே வியாக்கியானம் சொல்ல வந்துவிட்டாயாக்கும்! காலங்கள், எல்லைகள் கடந்து விரிந்து, பரந்து கிடக்கிற அண்டசராசரம், அதை அணுவுக்குள் உட்புகுத்தி அடைத்து வைத்திருக்கும் அளப்பரிய மதிநுட்பம் உன்னையும் மற்ற உயிர் வாழ்வனவற்றையும் இயங்க வைத்துக் கொண்டிருக்கிற பிராண சொரூபமான மூச்சுக்காற்று இவையெல்லாம் எதனுடைய ஆணையின் கீழ் செயல்படுகின்றன என்பதை நீ அறிவாயா? என் நாபிக்கமலத்து மூலாதார சக்தியினின்று புறப்பட்டு என் நாவழியாய் தெறிந்த ''வாக்கு'' என்ற தேவ மொழியின் கூறுகளடா அவை எல்லாம்! ஈனமானிடப் பிறவியான நீ அது பற்றி என்னைக் கேள்வி கேட்க நான் கேட்டுக் கொண்டிருப்பதா? வெட்கம், வெட்கம்!''

''மூவுலகத்து முதல்வனே! அடியேன் புத்திக் குறைவினால் சிறுபிள்ளைத் தனமாக செய்த பிழையை பொறுத்தருள்க'' என்று நான் உம்மை இரஞ்சுவேன் என்று எதிர்பார்க்கிறீரா? அல்ல, அல்லவே அல்ல. உம் தேவ பாஷை அவ்வளவு சக்தி வாய்ந்தது என்று நிரூபிக்க, அதனின் ஒரு சொல் மட்டும் பிரயோகித்து ஒரு அற்புதம் நிகழ்த்திக் காட்டும் பார்க்கலாம்.''

''அற்புதமெல்லாம் நிகழ்த்தும் மனநிலையில் இப்போது நான் இல்லை. 'என் பிரதிமை நொடிக்கு நூறுதரம் என்

ஆணைக்காக காத்திருக்கிற இந்த தர்மசங்கடமான நிலையில் உன்னுடன் கலந்துரையாடலே எனக்கு பெரும் பிரச்சினையாய் இருக்கிறது' என்று அலுத்துக் கொள்வேன் என்று நினைத்தாயா? அதுதான் இல்லை. ஆனால் நொடிக்கு நூறல்ல, நூறாயிரம் கோடி நிகழ்வுகளை பரிபாலிக்கும் என் திறன் உன்னையும் சமாளித்துக் கொண்டிருக்கிறது. இது ஒரு அதிசயமில்லையா?"

"பேசிச் சமாளிக்காதேயும். உம் தேவ பாஷையிலிருந்து ஒரெழுத்து மட்டுமாவது உச்சரியும் பார்க்கலாம். என்னை திருப்திப்படுத்த, என் மூலமாய் இவ்வுலகைத் திருப்திப்படுத்த. அதுவும் உம்மால் முடியவில்லையென்றால், வெறும் வெத்துவேட்டு என்று எண்ணிக் கொள்வேன். அவ்வளவுதான், பிறகு உம் இஷ்டம்."

"பிடிவாதக்காரனாய் இருக்கிறாயே. உனக்காக ஒரெழுத்து, ஒரே ஒரு எழுத்து... ஓஓஓஓ..."

"... ம் ... ம் .... 'இம்'மென்று முடியும்."

"இம்" மென்று முடிந்தால், 'பிரணவம்' என்பாய்... பின் நீர் இந்துவா என்று கேட்பாய். அதெல்லாம் எதற்கு வீண் சர்ச்சை?"

"இப்போதும் அதுதான் கேட்பேன். நீர் இந்துவா, முஸ்லிமா, கிறிஸ்தவரா, அல்லது வேறெதுவுமா? பதில் சொல்லும்."

"நோ கமென்ட்ஸ்."

"பார்த்தீரா, இப்போது கடைந்தெடுத்த அரசியல்வாதி நீரா நானா?"

"நோ கமெண்ட்ஸ்"

"உம் இயலாமை பல்லிளிக்கிறது. நீர் தோற்றுப் போனீர். மடையன், மூடன், மதியீனன், அறிவிலி, நீச மானிடன், படுபாவி மனுஷன்... வேறெப்படியெல்லாமோ என்னை அழைத்தீர்... அப்படிப்பட்ட பெலகீனனான நான் ஜெயித்து விட்டேன்! படைத்தவனை படைக்கப்பட்டவன் வென்று விட்டான்!"

“எக்காளமிடாதே, நீ என்னைப் படைத்தாயா, அல்லது நான் உன்னைப் படைத்தேனா” என்ற முட்டாள்தனமான கேள்விகளுக்கெல்லாம் என்னால் பதில் சொல்லிக் கொண்டிருக்க முடியாது. பிறகு உனக்கும் எனக்கும் என்ன வித்தியாசம்?

நீ கிறிஸ்து என்று நம்பினால் நான் கிறிஸ்து. அல்லா என்று நம்பினால் நான் அல்லா. பெருமாள் என்று நம்பினால் நான் பெருமாள்... போதுமா? இப்போது திருப்திதானே?”

“இப்போதும் ஒரு அரசியல்வாதியைப் போல்தான் பேசுகிறீர். உண்டு இல்லை என்று அடித்துச் சொல்ல முடியவில்லையே உம்மால்? பின் என்ன கடவுள் நீர்?”

“நான் கடவுளென்றால் கடவுள்தான். அதற்கு மறுபேச்சில்லை. என்னைப் போட்டுக் குழப்பாதே. நான் எல்லாம் கடந்தவன். நான் இறைவன், குரு, தெய்வம், வானவன், அத்தன், உள்வழி கடந்தோன், சீபதி, வேதாதி, அகண்டா கண்டன், அகாரி, அசலன், அச்சயன், அச்சுதன், அதிகுணன், அதுலன், அத்தன், அந்தாதி, அபயன், அமலன், அருட்குடையோன், அருளாழி வேந்தன், அரூபி, அறக்கொடியோன், அறவாழி மன்னன், அறுகுணன், அனகன், அநந்த ஞானி, அநந்த லோசனன் அநந்தன், அநாதி, ஆதி, ஆதிபுங்கவன், இறையோன், ஈசன், ஈச்சுரன், ஈறிலி, உள்ளத்துறைவோன், எண்குணத்தோன், ஏகதேவன், ஏகன், ஐ, ஐம்புலத் தடங்கான், கருணாலயன், கர்த்தா, குணநிதி, குணபத்ரன், ஜெகநாதன், சகலவியாபி, சச்சிதானந்தன், சுயம்பு, சர்வேஸ்வரன், சாமி, ஜோதி, தற்பரன், தனிக்கோலான், தாபரன், தேவன், தேவாதி நாயகன், நிதானன், நித்தன், நிமலன், நிரஞ்சனன், நிரந்தன், நிரம்பன், நிராமயன், நிருநாமன், நிருமலன், நிரூபன், நீதிபரன், பகவன், பரஞ்ஜோதி, பரப்பிரம்மம், பராபரன், பிறப்பில்லாதவன், புங்கவன், பூரணன், மயேசுரன், மாசேனன், முக்குற்றங் கடிந்தோன், முதலோன், முத்தொழிற்பகவன், முழுதொருங் குணத்தோன், மூவலகாதாரன், மூவலகாளி, மூவலகேந்தி, விதித்தோன், விமலன், வினைவிநாதன், வேதன்... போதுமா... ஆளைவிடு!”

கணையாழி-ஜுலை 2006

ஜீவ புத்தகம்

இதுவரை யுகயுகமாக எப்பொழுதுமே நிகழ்ந்திராத விபரீதமாக, தன் கவனக் குறைவினால், ஜீவ புத்தகம் ஒன்றைத் தவற விட்டுவிட்ட கடவுள், மிகுந்த பதற்றத்தின் வசப்பட்டு, செய்வதறியாது திகைத்து, முடிவில் சாத்தானிடம் போராடுவதைத் தவிர வேறு வழி இல்லை என்று உணர்ந்தார். ஏனெனில், கடவுள் அந்த ஜீவ புத்தகத்தைத் திறக்கும் தறுவாயில், அது கை தவறி கீழே விழ, காத்திருந்த சாத்தான் அதை லபக்கென பிடித்துக் கொண்டான்.

கடவுளிடம் திருப்பிக் கொடுக்க மறுத்துவிட்டான். சாத்தானுக்குத் தலைக்கனம் ஏறிப்போனது. கடவுளின் அந்தப் பரிதாப கரமான நிலை அவனுக்கு நகைப்பூட்டியது.

கடவுளின் வல்லமையனைத்தும், தன்னிடம் சரணாகதி அடைந்துவிட்டதாக கொக்கரித்தான். தான் கடவுளுக்கு ஒரு படி மேல் என்று சொல்லி ஆர்ப்பரித்தான். கோடானுகோடி ஜீவராசிகளை, அங்கங்கே சிறு சிறு விகற்பங்கள் நேர்ந்தாலும் பெருமளவில் துல்லியமாகவே படைத்து வந்த கடவுள், தன் அஜாக்கிரதையினால் தொலைந்துபோன அந்த ஒரே ஒரு ஜீவ புத்தகத்துக்காக வருந்தி வருந்தி மனச்சோர்வுக்கு உள்ளானார்...

அது தன் மேன்மைக்கு இழுக்கு என சஞ்சலப்பட்டார். தன்னுடைய படைப்புத் தொழிலில் நேர்ந்த இந்த அசம்பாவிதம் அவரை மிகவும் நோகடித்தது. எப்படி இந்தப்பிழை நேர்ந்ததென கணித்தறிய முடியாதபடி பெரும் குழப்பத்துக்கு உள்ளனர். இதன் காரணமாகப் படைத்தல், காத்தல், அழித்தல் தொழில் எல்லாமும் செயலற்றுப் போய்விட்டன எனக் கண்டார். படைக்கப்பட வேண்டியவை தாமதமாயின. மடிய வேண்டியவை இன்னும் உலாவந்தன. சாத்தானுக்கு ஒரே கொண்டாட்டம்தான். பிரபஞ்சம் ஸ்தம்பித்துப் போனதை உணர்ந்தும் உணராத கடவுள், தான் தவறவிட்ட ஜீவ புத்தகம்

ஒரு மனிதனுடையது என்பதை அறிந்து மேலும் அதிக விசனப் பட்டார். கடவுள் கை தவறிவிட, சாத்தான் வசம் வசமாக மாட்டிக் கொண்ட அந்த மனித ஜீவ புத்தகம், பிறப்பு தாமத மாகிக் கொண்டிருக்கிற நிலையில், வாடி வதங்கி, ஒரு கர்ப்பப்பை தேடி ஆழமாய் அவாவுற்ற வண்ணம் இருந்தது. தேவையற்று முரண்டு பிடிக்கும் சாத்தானின் கைவரிசை கண்டு, அது மனம் நொந்து ஓங்காரித்து அழுதது. கடவுள் தன்னைத் தவற விட்டதற்காக தான் அனுபவிக்கும் இந்த தண்டனை தனக்கு அதிகபட்சமானதாய் எண்ணியது. தண்டிக்கப்பட வேண்டியது கடவுளின் கவனக்குறைவு அல்லவா என்று முணு முணுத்தது. இத்தனையையும் பிரச்சினையற்ற சூனிய, சவநிலைக்கே உரிய அசைவற்ற மோன வெளிப் பாடாகவே செய்தது. கடவுளும் தன் சகல, சக்திகளையும் யுக்திகளையும் பிரயோகித்து, அந்த ஜீவ புத்தகத்துக்காக சாத்தானிடம் மல்லாடியவண்ணம் இருந்தார்.

தன் தேவ தூதர்களை ஏவிவிட்டு யுத்தம் பண்ணச் செய்தார். தேவ தூதர்கள் மல்லுக்கட்டிக் கொண்டு போராடியும் ஒன்றும் பலன் தரவில்லை. சாத்தான் விடாப்பிடியாய் இருந்தான். நீயா நானாவென கடவுளும் சாத்தானும் மோதிக் கொண்டனர். சாத்தான் கையே ஓங்கியிருந்தது. கடவுளின் கைதவறி, தன்னிடம் மாட்டிக்கொண்ட அந்த ஜீவ புத்தகத்தை, சாத்தான் தன்னுடைய பிரத்தியேக பொக்கிஷ அறையில், சிறை வைத்திருந்தான். மண்டையோடுகளால் நிரம்பியிருந்த சாத்தானினக் பொக்கிஷ அறையின் திறவுகோல், எட்டாத மகா உயரத்தில் வேறொரு நாமமற்ற கிரகத்தில் சாத்தானால் ஒளித்து வைக்கப்பட்டிருந்தது. கடவுளின் கழுகுப் பார்வை மோப்பம் பிடித்து, திறவுகோலைக் கண்டுபிடிக்கும் முயற்சியில் ஈடுபட்டது. கடவுளின் வசமிருந்த ஜனன மரண கணக்குப் புத்தகம், மேலும் எழுதப்பட முடியாத இக்கட்டான சூழ் நிலையில் பாதியில் நிற்க, கடவுளின் சக்திகள் விரயமாகிக் கொண்டிருந்தன. சூழ்ச்சிமயமான சாத்தானின் தந்திரங்களின் முன், கடவுளின் தேடுதல் முயற்சி தோல்வியையே சந்தித்தது. சாத்தான் தன் பொக்கிஷ அறையின் திறவு கோலை ஒளித்து வைத்திருந்த இடத்தைக் கிரகம் விட்டுக் கிரகமாக மாற்றி மாற்றி கடவுளோடு கண்ணாம்பூச்சியாடிய வண்ணம் இருந்தான்.

சலிப்புத்தரும் இந்த விளையாட்டு, கடவுளுக்கு ஏற்புடைய தாக இல்லை. சாத்தானை சபிக்கலாமென்றால், அதுவும் முடியாதபடி கடவுள் முன்பே ஒரு பிழை செய்திருந்தார். சாத்தானுக்கு, தன்னாலேயே வாபஸ்பெற முடியாத சில அதிகாரங்களைக் கொடுத்திருந்தார். அவற்றில் ஒன்றுதான், மனிதனைச் சோதனைக்குட்படுத்துவது ஆட்டிப்படைப்பது, கடவுளால் தொலைக்கப்பட்டு, சாத்தானின் பிடியில் இருக்கும் அந்த ஒரே ஒரு மனித ஜீவ புத்தகமும் அதில் அடங்கும். 'போனால் போகட்டும்' என்று விட்டுவிட, கடவுளின் தொழில் தர்மம் ஒப்புக்கொள்ளவில்லை. நூறு ஆடுகளில் தொண்ணூற்று ஒன்பது ஆடுகள் கைவசம் கட்டுப்பாட்டில் இருக்க, காணாமல் போன ஒரே ஒரு ஆட்டுக்காக விசனப்பட்டு, அதைத் தேடி அலைந்த மேய்ப்பனின் கதையாயிற்று அது. தன் வசம் சிக்கிக் கொண்ட அந்த ஜீவ புத்தகத்தைத் திறந்து பார்க்க, சாத்தான் பலமுறை முயன்றான். முடியவில்லை. ஏனெனில் அதன் சாவி கடவுளிடம் இருந்தது. மேலும், ஜீவபுத்தகத்தைத் திறந்து பார்க்கும் கைங்கரியம் கடவுளால் மட்டுமே முடிகிறதாய் இருந்தது. ஜீவ புத்தகம் கடவுளிடம் திரும்பக் கிடைத்து விடாதபடி, அதைப் பக்கம் பக்கமாக கிழித்து அழித்துவிட சாத்தான் முனைந்தான். அதுவும் அவனால் முடியவில்லை. நரகத் தீயிலிட்டுக் கொளுத்தி பஸ்பமாக்கி விடவும் முயன்றான், ஆனால் அதுவும் அவனால் கூடவில்லை. நரகத்தீ அதைத் தொட அஞ்சி விலகி விலகிப்போனது. ஏனெனில் கர்மா இன்னும் நிகழ்ந்திடாத கன்னி ஜீவ ஏடு அது. பிறவி நசிந்து முக்தி கைகூடும் நிலையில் இல்லை அது.

இப்படியாக அந்த ஜீவ புத்தகம் கடவுளுக்கும் சாத்தானுக்கும் இடையிலான ஈகோ பிரச்சினையில் பலிகடாவாகி, சுய உணர்வற்றுக் கிடந்தது. அது கடவுளுக்கு சஞ்சலம் கூட்டிற்று. கேவலம், தன்னால் படைக்கப்பட்டு, கீழ்ப்படியாமையால் தாழ்நிலை எய்திய சாத்தானின் கொட்டமடக்க மார்க்கம் தெரியாமல் மலைத்துப் போனார். தீய சக்திகளின் மொத்த உருவமான சாத்தான் கெக்கலிகொட்டி கேலிச் சிரிப்பில் மதமத்துக் கிடந்தான்.

தோல்வியையே சந்தித்திராத கடவுள், அகஸ்மாத்தாக தொலைத்துவிட்ட அந்த ஜீவ புத்தகம் ஒரு கோடீஸ்வரனுடைய

தாக இருக்கலாம். அல்லது ஒரு ஏழையினுடையதாக இருக்கலாம். ஒரு ஞானியுனுடையதாகவோ, அன்றி நாத்திக னுடையதாகவோ இருக்கலாம். ஒரு அறிவு ஜீவினுடைய தாகவோ, அரசியல்வாதியினுடையதாகவோ, கொலைகார னுடையதாகவோ, கருணாமூர்த்தியினுடையதாகவோ, ஆணினுடையதாகவோ, பெண்ணினுடையதாகவோ, அரசனினுடையதாகவோ, சர்வாதிகாரியினுடையதாகவோ, ஜனாதிபதியினுடையதாகவோ, அப்பாவியினுடைய தாகவோ இருக்கலாம். எவருடையது என்பது முக்கியமல்ல. ஜனன மரணங்கள், முறைப்படி விடுபட்டுப் போகாமல் தொடர அந்த ஜீவ புத்தகம், கடவுள் வசம் போய்ச்சேர வேண்டியதே முக்கியம். அதற்கு என்ன விலையென்றாலும் கொடுக்க, கடவுள் தயாராக இருந்தார்.

மேலும் இது கருக்கலைப்புக்கு அப்பாற்பட்ட ஒன்று என்று கடவுள் கண்டார். கரு உருவாகி, உயிர் அணு கடவுளால் ஊட்டப்பட்ட பின்புதான் மனிதனால் வலுக்கட்டாயமாக கலைக்கப்படுகிறது. உயிர்மூச்சு கிட்டியபின் அதைக் கலைப்பதற்கான தண்டனையை உரியவர்களுக்குக் கடவுள் கொடுத்தே தீருவார். சில கருக்கள் தாமாகவே கலைந்து போய்விடுகிற விவகாரத்தில், கடவுள், அந்த உயிர் உலக வாழ்க்கைக்குத் தேவையில்லாத ஒன்று என்று கருதி, அது கலைந்துபோக அனுமதிக்கிறார். ஆனால் இப்போதோ... மூச்சு இன்னும் மூட்டப்படாத நிலையிலேயே, ஜடமான ஒரு மனிதனின் ஜீவ புத்தகம் கடவுள் வசமிருந்து கை நெகிழ்ந்து போய் சாத்தானிடம் மாட்டிக் கொண்டது.

இந்தத் தவறு கடவுளின் படைப்புத் தொழிலில் ஒரு இழுக்காக, கரும்புள்ளியாக அமைந்து போயிற்று. இதன் காரணமாக கடவுள் தம் தேவதூதர்களிடம் சற்று கடுமையாக நடக்க வேண்டியதாயிற்று. சாத்தானை எதிர்கொள்ள உங்களால் கூடாமல் போனதென்ன என்று கோபித்துக் கொண்டார். சாத்தான் ஒருவனல்ல, பல கோடி பேரின் மொத்த உருவம் என்பது தேவதூதர்களுக்குத் தெரியாததல்ல.

தேவதூதர்களும் சாத்தானின் அளவுக்குக் குறைந்தவர்களல்ல.

ஒவ்வொரு மனிதனுக்கும் ஒரு தேவதூதர் இருந்தார். அதற்கு இணையாக சாத்தானும் இருந்தான். தேவதூதர்கள் மென்மையானவர்கள். சாத்தானோ கொடூரமானவன். மென்மை, கொடூரத்திடம் நின்று ஜெயம் கொள்வதற்கு சற்று நேரம் பிடிக்கலாம். அது கடவுளின் கணக்கில் விநாடியாகவும் மனிதனின் கணக்கில் ஆண்டுகளாகவும் இருக்கலாம். மற்றபடி எல்லாம் அப்படி அப்படித்தான்.

கணையாழி-ஏப்ரல், 2012

கொலைமரம்

இஃதோடு நான்கு ஆயிற்று, அந்த சாபக்கேடான மரத்தில் தூக்குப் போட்டுக் கொண்டவர்களின் எண்ணிக்கை. இன்னும் ஐந்து, ஆறு, ஏழு என்று மனிதர்களை சமாதி நிலைக்கு முகமன் கூறி அழைப்பது போல் கூரிய முட்களை தன் மேனியெங்கும் போர்த்திக் கொண்டு கர்வத்துடன் நிமிர்ந்து நிற்கிறது அந்த மரம். உலக பந்தத்தை அறுத்துக் கொள்வதில் போலி வீரம் காட்டும் சுத்த கோழைகளின் தற்கொலைக்கு மிகவும் அனுசரணையான வகையில் அம்மரத்தின் கிளைகளில் ஒன்று, ஒட்டகத்தின் கழுத்துப் போல் நீண்டு கொண்டிருக்கிறது. தூக்குப் போட்டுக் கொள்ளுகிறவன் அந்தத் துர்ச் செயலை சுளுவாக முடிந்துக் கொள்ளும்படி, கனகச்சிதமான உயரத்தில், கயிறு கட்டினால் நழுவி ஓடாத பிடிப்பான, முரடான பட்டை யுடன், மனிதனின் அதிகபட்ச எடையைத் தாங்கவென்றே கணித்து வைத்தது போன்ற பருமனில் அந்தக் கிளை, மரத் தினின்றும் துறுத்திக் கொண்டிருக்கிறது. அக்கிளையை அப்படியொரு பாவ கைங்கரியத்துக்கென்றே தன் முழு மூச்சுடன் பராமரித்து அக்கறையோடு போஷித்து வளர்த்துக் கொண்டு, தான் ஜனனமெடுத்த காரணத்தின் ஈடேற்றத்தில் மனம் இலயித்துப் போய் நிற்கிறது அந்த மரம்!

வாழ்க்கையில் வெறுப்புற்றுப்போய் மனம் கசந்து அந்த நான்கு பேர்வழிகள் தூக்குப் போட்டுக் கொண்டார்களா, அன்றி அம்முள் மரத்தின் இரத்தப்பசி அவர்களை ஈர்த்து வந்து பழிவாங்கிக் கொண்டதா என்று ஊரில் ஒரு சர்ச்சையே கிளம்பிவிட்டது.

ஊரின் தென்கோடியில் அம்மரம் தான்தோன்றித்தனமாய் வளர்ந்து நிற்கிறது. சர்வேக்காரர்கள் அந்த மரத்தைத்தான் கிராமத்தின் தெற்கு எல்லையாகப் பதிவு செய்து வைத்திருக் கின்றனர். அந்த மரத்தைக் குறிப்பிடுகிற புள்ளி, ஊர் வரை படத்தில் கண்ணைக் குத்துகிற மாதிரி தெள்ளத் தெளிவாக

பதிந்திருக்கிறது. அதை எல்லை மரம் என்று முன்பு குறிப் பிட்டார்கள். இப்போது கொலைமரம் என்கிறார்கள்.

நான்காவது ஆளாக அம்மரத்தில் தற்கொலை பண்ணிக் கொண்டவன், அந்த மரம் வளர்ந்திருக்கிற நிலத்தின் சொந்தக் காரர்களில் ஒருவன். அவனுக்கு முந்திய மூன்றுபேரும் அந்த நிலத்தில் உழவு வேலைகளை பொறுப்பெடுத்து மேற் பார்வை செய்து ஆதாயம் பெற்றுவந்த குத்தகைக்காரர்கள். அவர்களின் சாவுக்கு வேறு யாரும் காரணமில்லை என்று தீர்க்கமாய்த் தெரிந்தது. அவர்கள் தற்கொலைதான் செய்து கொண்டார்கள் என்பதற்கு, நம்பத்தகுந்த அரசாங்க டாக்டர்கள், பிரேதப் பரிசோதனைக்குப் பின் ஆதாரப்பூர்வமான அத்தாட்சிப் பத்திரங்களில் உறுதி செய்துள்ளனர். தற்கொலைக்கான காரணங் களை ஊரில் பலரும் பலவிதமாகப் பேசிக் கொள்கின்றனர். ஆனால், அந்த மரத்தின் கொலைத் தாகம் பற்றி, எல்லோர் உள்ளங்களிலும் ஒரு நடுக்கம் உண்டாகிவிட்டது. அந்த மரத்தில் ஒரு துர்த்தேவை வாசம் செய்கிறதென்றும் அதுதான் அத் தற்கொலைகளுக்கெல்லாம் மூல காரணமென்றும் காற்று வாக்கில் ஒரு பேச்சு கிளம்பி எங்கும் வியாபித்தது.

துர்த்தேவதையின் இரத்த தாகத்தை சாந்தி செய்ய பூஜை புனஸ்காரங்களெல்லாம் சாஸ்திரிய ஒழுங்குகளுடன் நடத்த முஸ்தீபுகள் மும்முரமாக நடைபெற்று வந்தன. ஆனால் அதற்கும் உயிர்ப்பலிதானே கொடுக்க வேண்டும் என்ற தயக்கத்தில் பலர் பின்வாங்கினர். பலி வாங்கிக் கொண்டிருக்கிற பைசாச தேவதைக்கு மறுபடி மறுபடி பலியா, இது எந்த லோகத்து நியாயம் என்ற விவாதம் காரியத்தை காலம் தாழ்த்தச் செய்து வந்தது.

நான் அந்தச் சிற்றூரின் கிராம நிர்வாக அதிகாரி. குடிமக் களைப் பற்றி மட்டும் அல்லாது, அவ்வூரிலுள்ள ஒவ்வொரு மரம் மட்டையைப் பற்றியும் தீர்க்கமாகத் தெரிந்து வைத்திருக்க வேண்டியது என் கடமை. ஊர்வாசிகளின் வாழ்க்கை முறை, தொழில், வருமானம், பழக்கவழக்கங்கள், ஜாதி விவரங்கள் என்ற பொதுப்படையான விஷயங்கள் மட்டுமல்லாது ஒவ்வொரு தனி மனிதனின் குணாம்சங்களையும் நான் நன்கு அறிந்தவனாகவே இருந்து வந்தேன். ஆனாலும் அந்தக் கொலை மரத்தைப் பற்றி நான் அனுபவப்பூர்வமாக அறிந்திருந்த

உண்மைகளைப் போல் வேறு எதுவும் என் அறிவுப்பொறி யைக் கலக்கி அடிக்கவில்லை. அந்த மரம் முளைவிட்ட நாள்முதல் நான்கு நரபலிகளை நிறைவேற்றி வைத்தது வரை அதன் வளர்ச்சியின் எல்லா நுணுக்கப் பகுதியிலும் எனக்கு பரிட்சயம் ஏற்பட்டிருந்தது. ஞான திருஷ்டியாலோ அல்லது நடப்பு சம்பவங்களைப் பற்றி எண்ணி மிகையான கற்பனை வயப்பட்டுவிட்டதாலோ, அச்செடி முளைத்த ஐந்தாறு நாட்களிலேயே அதன் கொடூரத் தனத்தை புரிந்து கொள்ளும் துர்ப்பாக்கிய நிலைக்கு உள்ளானேன். அந்த துணுக்குறும் வரலாற்றை எண்ணிப் பார்க்குந்தோறும் என் புலன்களின் அணுப்பகுதியும் கிலிகொண்டு நடுக்குறுவதை உணர்கிறேன். அந்தப் பேய் விருட்சம் வேர்விட்டு வளர்வதற் கான இடத்தேர்வு நடந்தது, இரத்தம் குடித்து வளர்ந்தது, உயிர்ப்பலி வாங்கும் கலையில் பயிற்சி பெற்றது முதலான ஆச்சர்யங்கள் என்னை நிலைதடுமாறி திக்குமுக்காட வைக்கின்றன. இதெல்லாம் எல்லாரும் நம்பிவிடும்படியான கதையல்ல. அதீத, விபரீத வெற்றுக் கற்பனைவாதி என்று நீங்கள் எனக்கு முத்திரை குத்தி என் கூற்றுக்களை புறந்தள்ளி விடலாம். ஆனாலும் நம்புகிறவர்கள் நம்பட்டும். நம்பா தவர்கள் எள்ளி நகையாடட்டும் என்ற எதையும் எதிர் கொள்ளும் தயாரிப்போடு மேலே தொடர்ந்து எழுதுகிறேன்.

எங்கள் ஊரில் இரண்டு நில உடமையஸ்தர்களுக்கு இடையே அடிக்கடி சண்டையும் சச்சரவும் ஏற்பட்டு வந்தன. காரணமெல் லாம் நில எல்லைத் தகராறுதான். கிராமத்தின் தெற்குப் பகுதி யிலுள்ள பெரும்பாலான பூமி அவர்களுக்கு, அவர்கள் முன்னோர்களால் தாரை வார்க்கப்பட்டிருந்ததற்கு அத்தாட்சி யான ஆவணங்கள் அவர்கள் கைவசம் இருந்தன. ஆனால், அவர்கள் இருவரின் சொத்துக்களையும் பிரித்துக் காட்டுவதற்கு ஒரு வரப்புக்கோடு உண்டல்லவா, அதில்தான் அவர்கள் அடிக்கடி மோதிக் கொண்டார்கள். அந்த வரப்புக்கோடு சமாச் சாரம் அவர்கள் மனங்களிலும் ஆழமாகக் கோடு கிழித்து இருவரையும் மனஸ்தாபத்தால் பிரித்து வைத்திருந்தது. இவ்வளவுக்கும் இரண்டு பேரும் இரத்தக் கலப்புள்ள சகோதரர்கள்!

ஊரை இரண்டு படுத்தவென்றே அவர்கள் தகராறு செய்து கொண்டனர். அவர்களின் நிலங்களில் வேலை செய்யும்

உழவுத் தொழிலாளர்கள் இந்தப் பகையை தூபம் போட்டு வளரவிட்டார்கள். ஜனங்களின் அமைதியான வாழ்க்கை என்வசம் ஒப்படைக்கப்பட்ட கடமையாதலால், இதற்கு ஒரு முடிவு கண்டு பகை மனப்பான்மையை ஒழித்து அமைதி உண்டாக்க முயன்றேன். இரண்டு நிலச்சுவாந்தார்களையும் தனித்தனியாக விசாரித்ததில் அவர்கள் உள்ளங்களில் சகோதர பாசம் கொஞ்சம் பாக்கி இருக்கிறது என்று எனக்குப் புரியவந்தது. இடைப்பட்டவரக்ளின் குசும்புகளினாலேயே அவர்கள் சச்சரவிட்டுக் கொண்டார்கள் என்பதும் தெரிய வந்தது. இருவரும் என் மத்தியஸ்தத்துக்கு வேண்டா வெறுப்புடன் ஒரு வழியாக ஒத்துக் கொண்டார்கள்.

மறுநாள் காலையிலேயே தலையாரியையும் சர்வேயரையும் ஊர்ப்பொது மனிதர்கள் நால்வரையும் அழைத்துக்கொண்டு, நில அளவைக்கான கருவிகளோடு புறப்பட்டுச் சென்றேன். நாங்கள் போய்ச் சேரும் முன்னமேயே, ஊர் எல்லையில் இரு தரப்பினரின் ஆட்களும் குழுமி நின்று வாக்குவாதமிட்டுக் கொண்டிருந்தனர். அந்த சண்டைக்கெல்லாம் காரணகர்த்தர் களான இரு நிலச்சுவாந்தார்களும் இன்னும் வந்து சேரவில்லை. இந்நிலையில் ஆங்காரத்தோடும், ஆவேசத்தோடும் கொதித்துக் கொண்டிருந்த கும்பலைக் கலைத்துவிட தலையாரியைப் பணித்துவிட்டு நான் சற்று ஓய்வாக ஒரு இறவைக் கிணத்துக் கடியில் போய் உட்கார்ந்தேன். மனிதர்களின் பகைமையுணர்வு கோரத்தாண்டவம் ஆடும் அந்த சூழல் எனக்கு கட்டோடு பிடிக்கவில்லை.

ஆகாயத்தில் ஒரு பிணந்தின்னிக் கழுகு வட்டமிட்டுக் கொண்டிருந்தது. கீழே பூமியில் மூட மனிதர்கள் சீரழிந்த புத்தியோடு ஒருவருக்கொருவர் வசைமாறிப் பொழிந்து கொண்டிருந்தனர். அந்தக் கழுகுக்கு மூக்கில் வேர்த்துவிட்ட தோ என்னவோ, பிணம் கிடைக்கும் என்ற நப்பாசையுடன் அது வட்டமிடுகிறதோ என்று தோன்றியது.

ஆனால் நான் நினைத்ததற்கு முற்றிலும் மாறாக ஒரு அதிசயம் நடந்தது. அதை இப்போதும் நினைக்கும் போதும் உடம்பு புல்லரித்துப் போகிறது. வட்டம் சுற்றிப் பறந்து கொண்டிருந்த அக்கழுகு, திடீரென்று காக்காய் வலிப்பு வந்ததுபோல் பட்பட் என்று இறக்கைகளை அடித்துக்

கொண்டது. பின்பு இறக்கைகள் உடம்போடு ஒட்டிக் கொண்டன. கால் விரல்களும் கழுத்தும் 'பட்' என்று ஒடிந்து மடங்க, உடம்பு சமநிலை தவறி தலைக்கீழாய் உருண்டு பூமியை நோக்கி விழுந்தது. அப்பறவையின் அலகு 'சதக்' என்று நிலத்தில் தண்ணீர் பாய்ச்ச வெட்டப்பட்டிருந்த கால் வாயின் வரப்பு மேட்டில் புதைந்து கொண்டது. பிறகு ஒரு வெட்டு, ஒரு துடிப்பு, அதோடு அதன் ஆவி அடங்கிவிட்டது.

அந்தக் கழுகுக்கு என்ன நேர்ந்துவிட்டது இப்படி அனாமத் தாக விழுந்து சாக. மெல்ல எழுந்து அக்கழுகு இறந்து கிடந்த இடத்தைப் போய்ப் பார்த்தேன். அதன் அலகு வந்து மோதி யிருந்த வரப்பு மேட்டில் பெரிதாக ஒரு புள்ளி குத்தியது போல் ஒரு சிறு குழி விழுந்திருந்தது.

இந்த விந்தையான நிகழ்ச்சியின் நோக்கம் அப்போது எனக்குப் புரியவில்லை. கொலைத்தாகம் கொண்ட ஒரு பேய் மரம் செழித்து வளர்வதற்கான இடத்தேர்வ, கன கச்சிதமான வகையில், ஒரு கழுகின் உயிர்ப்பலியோடு நடந்தேறி விட்டது என்பதை அப்போத நான் புரிந்து கொள்ளவில்லை.

இரண்டு நிலச்சுவாந்தார்களும் என் மத்தியஸ்தத்துக்கு ஓரளவு மதிப்புக் கொடுத்தார்கள் எனினும், நான் நிர்ண யித்துக் கொடுத்த புதிய பிரிவினைக்கோடு உடனடியாக இருவராலும் ஏற்றுக் கொள்ளப்படவில்லை. இருவரும் விட்டுக் கொடுக்கும் மனமற்று முரண்டு பிடித்தார்கள். பணத்துக்கு முன் பாசம் இரண்டாம் பட்சமாகிவிட்டது. நானும் தொடர்ந்து அவர்களை சமாதானப்படுத்தும் முயற்சியை மேற்கொள்ள வேண்டியதாயிற்று.

ஒரு வாரத்துக்குப் பின் ஒரு நாள் ஊர் எல்லைப் பகுதியில் நான்கைந்து கூலியாட்கள் கையில் தீட்டிய அரிவாள்களுடன் குடிபோதையில் கோபாவேசத்துடன் மோதிக் கொண்டிருப் பதாக செய்தி வந்தது. நான் விரைந்து சென்றேன். அவர்களுக்கு நல்ல புத்தி சொல்லிப் பிரித்து விடுவதற்குள் போதும் போதும் என்றாகிவிட்டது. என்மேல் ஊர்மக்களுக்கு ஒரு மதிப்பும் மரியாதையும் எப்போதும் உண்டாகையால் அந்த கரிசனை யோடு கூடிய உரிமையில், கொண்டு போயிருந்த புளிய விளாரினால் செம்மையாக அடித்து அவர்களை அடக்கினேன்.

இந்த நிலத்தகராறு பற்றிய சண்டை சீக்கிரம் ஓய்ந்துவிடாது என்பதை எண்ணி எனக்கு வருத்தம் உண்டாயிற்று.

நான் திரும்பிப் போகப் புறப்படும்போது அந்த இறந்து போன கழுகைப் பற்றின நினைவு வந்தது. அது செத்து விழுந்து கிடந்த இடத்தைப்பார்க்க வேண்டும் என்று ஒரு அற்ப ஆசை தோன்றிற்று. போய்ப் பார்த்தபோது அவ்விடத்தில் அந்த கழுகின் சிதைந்த எலும்புக்கூடும் ஓரிரு இறகுத்துணுக்கு களும் சிதறிக் கிடந்தன. நன்கு கூர்ந்து நோக்கியபோது அவ்விடத்தில் ஒரு முட்செடி முளைவிட்டிருப்பதைக் கண்டேன்! செத்து விழுந்த கழுகின் அலகு நிலத்தில் குத்திக்கொண்டு நின்றதே, அதே இடத்தில் தான் அச்செடி தோன்றியிருந்தது.

என் மனசும் காரணமில்லாது துணுக்குறுவதை உணர்ந் தேன். ஆனால், இயற்கையோ வேறெந்த சக்தியோ தன் கோரக் கொலைக் கூத்துக்குக் களமாக அவ்விடத்தைத் தேர்ந்தெடுத் திருந்ததை அப்போது நான் உணரவில்லை. கொலை மரத் துக்கான இடம், அந்த பலிபீடம், ஒரு பறவை அலகினால் எவ்வளவு துல்லியமாகப் புள்ளி குத்திக் காட்டப்பட்டது என்பதை இப்போது எண்ணிப் பார்க்கும்போது உடம்பு ஜில்லிடுகிறது. அம்மரத்துக்கான ஸ்தலம் தீர்மானிக்கப் படுவதற்கே ஒரு உயிர் பலியாகிவிட்டதே!

இப்பொழுதுதான் ஒரு பேருண்மை எனக்குப் புலப் படுகிறது. விவசாயிகள் நிலத்துக்காக சண்டையிட்டுக் கொள்ளாதிருந்தால் அவ்விடத்துக்கு நான் வரவேண்டிய தேவையே இருந்திருக்காது. அக்கொலை மரத்தின் வாழ்க்கை இரகசியங்களை உலகத்துக்கு எடுத்துச் சொல்ல வேறு ஆள் அகப்படாமல் போயிருக்கலாம். என் துர்ப்பாக்கிய வசத்தால், நிலச்சண்டையைப் போக்க அடிக்கடி அவ்விடத்துக்கு வரப் போய், கொலை மரத்தைப் பற்றிய முக்கியமான திடுக்கிடும் விவரங்களெல்லாம் எனக்குத் தெரியும்படி ஆயிற்று.

மேலும், நிலம் நீச்சு என்ற காரணம் காட்டி வீண் பகை மையை வளர்த்துக்கொண்டு தன் இனத்தைத் தானே அழித்துக் கொள்ளும் கொலைகார மனிதர்கள் அடிக்கடி வந்து கூடும் அந்த இடம்தான் கொலை மரத்துக்கு எவ்வளவு ஏற்றதாய் அமைந்துவிட்டது!

ஊரின் தென்கோடிப் பகுதியிலுள்ள அவ்வுழவு நிலத்தில் கலகங்களும் அடிதடிகளும் நிகழ்ந்து கொண்டே வந்ததால் நான் அடிக்கடி அங்கு செல்ல வேண்டிய நிர்ப்பந்தம் உண்டானது. இந்தப் பிரச்சினைக்கு ஒரு முடிவே இல்லாமல் நீண்டு கொண்டிருந்தது.

நான் போகிற சமயத்தில் எல்லாம், தீய சக்தியின் மொத்த உருவம் வளர்ச்சி பெறுவதுபோல் வளர்ந்துகொண்டு வந்த அந்த முட்செடியைக் கவனிக்கத் தவறுவதில்லை. ஒன்று இரண்டாகி, இரண்டு நான்காகிப் பின் நான்கு பதினாறாவது போல் அச்செடியின் வளர்ச்சி இராட்சஷ வேகத்தில் இருப்பதாக எனக்குப் பிரமை உண்டாயிற்று.

தங்களுக்குள் போராடிக் கொள்வதிலும் உதை பரிமாறிக் கொள்வதிலுமே முழுக்கவனம் செலுத்தி வந்த அங்குள்ள வேலையாட்களின் கண்களில் அச்செடி பட்டும், அவர்கள் அதைப்பற்றிப் பெரிதாக அக்கறை கொள்ளவில்லை. அது இரண்டடி உயரம் வளர்ந்த பின்புதான், ஒரு குத்தகைக்காரன் கவனத்துக்கு இலக்கானது. 'விளை நிலத்தில் முட்செடியைக் கண்டால் பிடுங்கி எறிய வேண்டும்' என்று பாடம் படித்து உருப்போட்டு வைத்திருந்ததைப்போல் அவன் கைகள் எதேச்சையாக அல்லது அனிச்சையாக அதைப் பிடுங்குவதில் முனைந்தன. ஆனால், சிங்கத்தின் வால் நுனியிலுள்ள கூரிய நகம் போன்ற அச்செடியின் முட்கள் தொழில் செய்து தழும்பேறிய அவன் கைத்தோலையே கிழித்துப் பதம் பார்த்துவிட்டது. அவன் கைவிரல் இரத்தம் கக்கிவிட்டது. இரத்தம் செடி மேலேயே வழிந்தது. அதோடு விட்டதா? செடியைப் பிடுங்க எத்தனித்த வேகத்தில் கைப்பிடிப்பு வழுக்கிக் கொண்டதால், அம்மனிதனுடைய தோள் மூட்டு எலும்பு 'சடக்' என்று பிசகிக் கொண்டது. பிறகு அக்கை ஊனம் இன்றுவரை குணமாகாமல் போயிற்று.

தண்ணீர் ஓடும் சிறுவாய்க்கால் கரையில் இருக்கும் அச்செடி மூன்றடி உயரம் வளர்ந்திருந்தபோது இன்னொரு மனிதன் அதைப் பிடுங்கி எறியச் சென்றான். பிடுங்கிக் கொண்டிருந்த போது சட்டென்று கால் வழுக்கிக் கொண்டு கீழே விழுந்தான். அவன் திரும்பவும் எழுந்து நடமாட நீண்ட நாள் ஆயிற்று! மற்றொருவன் அச்செடியை அரிவாள் கொண்டு வெட்டப்

போக, அரிவாள் கைதவறி விழுந்து அவன் வலது காலைப் பதம் பார்த்துவிட்டது. காயம் குணமாகிவிட்ட பின்பும், அவன் நொண்டி நொண்டித்தான் இன்றுவரை நடமாட முடிந்தது!

ஆனால், அந்த முட்செடி மட்டும் இத்தனை எதிர்ப்பு களையும் ஒரு பொருட்டாக எண்ணாமல், தன்பாட்டுக்கு வளர்ந்து கொண்டிருந்தது. அச்செடியை அழிக்க எண்ணிய வர்களுக்கு நேர்ந்த கதியைப் பார்த்து பின்பு யாருமே அச்செடியின் பக்கம் போகவே அஞ்சும்படியாயிற்று.

உபயோகமற்றவைகளை அழித்துப் போடுவதில் மனிதரின் தீவிரம் அதிகம்தான். ஆனால், அதுவே சற்று கொடூரம் பொருந்தியதாக, பயத்தை உண்டுபண்ணவதாக எதிர்ப்புக் காட்டுவதாக இருந்துவிட்டால் அதைக்கண்டு அஞ்சி விலகி விடுகிறார்கள்.

அப்படியேதான், அந்த உபயோகமற்ற காட்டுச் செடி எதிர்ப்பார் யாருமின்றி தான்தோன்றித்தனமாக வளர்ந்து கொண்டு வந்தது. பாதுகாப்புக்குக் கூரிய முள் ஆயுதங்களை தன் கொப்பு கிளைகளெங்கும் சிலுப்பிக் கொண்டு, அலட்சியமாக வளர்ந்து கொண்டே வந்தது!

அச்செடியைப் பிடுங்கி அழித்துவிட முயற்சித்தவர்கள், உழவு வேலைக்கோ மற்ற தொழிலுக்கோ இலாயக்கின்றி ஊனர்களாகிக் கிடப்பதைக் கண்ட ஊரார், அச்செடியில் ஒரு கெட்ட தேவதை குடிகொண்டிருப்பதாக முடிவு கட்டினார்கள். அதனால்தான் அச்செடி வளர்ந்திருந்த நிலத்தில் கலவரங்கள் நீண்டு கொண்டிருப்பதாக நம்பத் தலைப்பட்டார்கள். அந்தப் பயமே எவரையும் அவ்விஷச் செடியின் பக்கத்திலும் அண்டவிடாமல் தடுத்து வந்தது.

என் அன்றாட சிந்தனையின் பெரும் பகுதியாக அந்த முட்செடியைப் பற்றிய விஷயங்களே நிரம்பியிருந்தன. யாருக்கும் எந்தவித பிரயோஜனமும் இல்லாத கழிசடை யான அந்தக் காட்டுச் செடிக்கு இயற்கை ஏன் அத்தனை பாதுகாப்புத் தரும் விதத்தில் கூரிய முட்களை அளித்தது என்பது எனக்குப் புரியவே இல்லை. ரோஜா செடிக்கு

முட்கள் இருப்பது, அது உற்பத்தி செய்கிற அழகிய மணமுள்ள பூக்களுக்குப் பாதுகாப்பாக என்று கொள்ளலாம். ஆனால் இந்தக் காட்டுச் செடிக்கு ஏன் பாதுகாப்பு வேண்டும்?

உயிர்ப்பலி ஒன்றே நோக்கமாக, பின்பு ஒரு காலத்தில் நான்கு மனிதர்களின் ஜீவனைக் குடித்து, அவர்களின் பிணங்களைத் தன் மேனியில் ஆபரணங்களாக அணியப் போகிறது இச்செடி என்று அப்போது எனக்குத் தெரிந்திராத போதிலும் அச்செடியின் சூழலில் ஒரு பயங்கரத் தன்மை கோலோச்சி வருகிறது என்று ஒரு காரணமில்லாத பீதி எப்போதும் என் மனத்தை ஆக்ரமித்திருந்தது.

ஊரார் நம்புவது போல் ஒரு துர்த்தேவதைத்தான் அதில் குடிகொண்டிருக்கிறதோ?

ஒரு கழுகு உயிர்விட்ட இடத்தில் அந்த முட்செடி தோன்றி யிருந்ததால், உயிர்களைப் பலி வாங்குகிற ஒரு தீய இலட்சியத் தோடுதான் அது அந்த வரப்போரத்தில் வளர்கிறதோ என்ற ஐயப்பாடு எனக்கு அடிக்கடி உண்டாயிற்று. அது அப்போது காரணமற்ற சந்தேகமாக இருந்தாலும் என் அசட்டுக் கற்பனை களின் கண்மூடித்தனமான போக்கினால் அப்படி ஒரு சந்தேகம் கிளர்ந்திருந்தாலும் அதன் வழியாக எழுந்த பயம் மட்டும் என்னை எப்போதும் ஆட்டிப் படைத்து வந்தது.

ஜீவத் துடிப்போடு உல்லாசமாய்ப் பறந்து கொண்டிருந்த கழுகு திடீரென்று உயிரிழந்து தலைக்குப்புற விழுவது என்பது மாயமா, மந்திரமா? முன் கூட்டியே திட்டமிட்டுச் செய்யப்பட்ட ஒரு சூழ்ச்சி என்று ஏன் கொள்ளக் கூடாது? ஒரு வேளை அக்கழுகுதான், தன் அலகின் வழியாக அவ்விஷ விருட்சத்துக்கான விதையைத் தூவிவிட்டு செத்தொழிந்த தோ? இதன் வழியாக இன்னும் என்னென்ன உற்பாதங்க ளெல்லாம் நிகழக் காத்திருக்கிறதோ?

அந்த விஷச் செடியின் கோரத்தனத்தைப் பற்றியும் கொலைத் தாகத்தைப் பற்றியும் முன்கூட்டியே ஓரளவு நான் தெரிந்து கொள்ள முடிந்தது பலருக்கு நம்பத்தகாத அபத்தமாகப் படலாம். அத்தனையும் என் விபரீதக் கற்பனையின் விளை வால்தான் என்பது கூட உண்மையாய் இருக்கலாம். ஆனால்

பின் காலத்தில் அது மனிதர்கள் தூக்குப் போட்டுக் கொள்கிற ஒரு மரமாக வளர்ந்துவிட்ட பிறகு, என் விபரீதக் கற்பனை எவ்வளவு தூரம் பலிதமாகி விட்டது என்பதை நினைத்து ஆச்சரியம் கொள்ளுகிறேன்.

ஆப்பிரிக்கக் காடுகளில், மனிதர் நுழைய முடியாத அடர்த்தியான பகுதிகளில், மாமிசம் உண்டு வாழும் சில மரங்களைப் பற்றி நாம் கேள்விப்பட்டிருக்கிறோம். சிறிய, பெரிய பூச்சிகளை 'சிக்' எனப் பிடித்து கொஞ்சம் கொஞ்சமாக ஜீரணித்துச் சாப்பிடும்படி வசதியான விதத்தில் அவற்றின் கிளைகளும் இலைகளும் பூக்களும் அமைந்திருக்கும் போலும்.

ஆனால், இரத்த தாகம் கொண்டு நிமிர்ந்து வளர்ந்து அந்த முட்செடிக்கு உயிர்களைக் கவ்விப் பிடித்துக் கொள்ள அனுசரணையான, அமைப்பு ஒன்றும் இல்லை என்றாலும் சில வேளைகளில் இரத்தத்தில் முங்கிக் குளித்துத் தன் தாகத்தை சாந்தி செய்து கொள்வதற்கு சந்தர்ப்பங்கள் வாய்க்கத்தான் செய்தன.

மனிதர்கள் தினம் தினம் வந்து, ஒருவரையொருவர் காயப் படுத்திக் கொண்டு திரியும் அந்த நிலத்தைத் தன் இருப்பிடமாக அச்செடி தேர்ந்தெடுத்திருந்தது. அதன் இரத்த தாகத்துக்கு மிகவும் அனுகூலமாக இருந்தது என்றுதான் சொல்ல வேண்டும். அந்நிலத்தில் வேலை செய்யும் கூலியாட்கள் இரு கட்சிகளாகப் பிரிந்து நின்று, தத்தம் எஜமான விசுவாசத்தைக் காட்டிக் கொள்வது போல், ஒருவரை ஒருவர் அரிவாள்களால் வெட்டிக் கொள்ளும்போது அவர்கள் உடம்பிலிருந்து வழிந்து கொட்டும் இரத்தம், அம்முட்செடி மேல் அபிஷேகமாக தெறித்து விழுந்து அதை இரத்த முழுக்காட்டும் கோரக் காட்சிகளை பல தடவைகள் நான் பார்த்திருக்கிறேன். அப்போதெல்லாம் என் இரத்தம் உறைந்துபோவது போன்ற அதிர்ச்சியில் செயலற்றுப் போவேன்.

அச்சிறு செடி ஒரு பெரிய விருட்சமாக வளர்ந்து விட்டால் ஊருக்கே உலை வைத்துவிடும் என்று அசரீரிச் சொல்போல் ஒரு குரலை அடிக்கடி என் மனம் எழுப்பிக் கொண்டிருந்தது. அதைப் பூண்டோடு அழித்து விடுவதே நல்லது என்று ஒரு ஆவேசமும் அடிக்கடி உண்டானது.

என் மனதைத் திடப்படுத்திக் கொண்டு ஒருநாள் சாயங்காலம், கையில் ஒரு அரிவாளைத் தூக்கிக் கொண்டு கிளம்பினேன்.

முட்செடியை நெருங்க நெருங்க என் இதயத் துடிப்பின் வேகம் அதிகரிக்க ஆரம்பித்தது. கால்கள் போக மறுப்பது போல் சண்டி செய்தன. வீண் ஆபத்தில் வகையாக மாட்டிக் கொள்ளப் போகிறோம் என்று தோன்ற ஆரம்பித்தது. என்றாலும் முன்னேறிச் சென்று அச்செடியின் அருகாமைக்கு வந்தேன்.

அந்தச் செடி இப்போது சுமார் ஐந்தடி உயரத்துக்கு வளர்ந்திருந்தது. பச்சை பச்சையான பொடிப் பொடி இலைகள், கொப்பையும் கிளையையும் மூடிக்கொண்டு அச்செடி பசுமையாக இருந்தபோதிலும் எனக்கு அப்போது கொடிய நெருப்புத் துண்டைப் பார்ப்பது போலத்தான் உணர்ச்சி ஏற்பட்டது. உன் கையிலுள்ள அறிவாளைக் கீழே போடடா பயலே என்று அச்செடியின் கூரிய கரிய முட்கள் என்னை எச்சரிப்பது போல பிரமை உண்டாயிற்று.

நான் அரிவாளை ஓங்கி வெட்டப்போகும் சமயம், திடீரென்று சூனியத்திலிருந்து ஒரு பேய்க்கரம் தோன்றி என் தலையைக் கொய்து எடுத்து விடுமோ என்று அறிவற்ற விதத்தில் என் சிந்தனை வளர்ந்தது. அந்த விஷச் செடி காற்றில் அசைந்தது, கொள்ளிவாய்ப் பிசாசுகளை தன் துணைக்குக் கூப்பிடுவது போலிருந்தது.

பயமிகுதியால் அரிவாளைப் பிடித்திருந்த என் கரம் நடுங்கியது. அப்போது மனித சூன்யமாய் இருந்த அந்தப் பிரதேசத்தில் தன்னந்தனியாக ஒரு ஆபத்தான காரியத்தில் ஈடுபடுவது நல்லதல்ல என்று தீர்மானித்தேன். வேறு ஒன்றிரண்டு மனிதர்களாவது அவ்விடத்துக்கு வந்தால், அவர்கள் துணையோடு செடியை வெட்டி எறியலாம் என்று தோன்றிற்று. இந்த ஆபத்தான முயற்சியில் சாவுதான் வரும் என்றாலும், அதற்கு சாட்சியம் கூறவாவது இரண்டு ஆட்கள் வரட்டுமே.

எனவே பக்கத்திலிருந்த கிணற்றடியில் சென்று உட்கார்ந்தேன். மான் புலியை மிரட்சியுடன் பார்ப்பது

போல என் பார்வை அச்செடியிலேயே இலயித்திருந்தது. என்னை மானாகவும் முட்செடியைப் புலியாகவும் உருவகப் படுத்திப் பார்த்தபோது பயச்சிரிப்பு உண்டானது.

சுமார் அரை மணி நேரம் கழிந்தது. ஒரு மனிதனும் அந்தப் பக்கம் வரவே இல்லை. அன்று திருக்கார்த்திகை தினமாகையால் உழைப்பாளிகள் ஓய்வுகொள்ள வீட்டிலேயே தங்கி விட்டார்கள் போலும். என்றாலும் இன்னும் அரை மணி நேரமாவது பார்த்துவிட்டு, பின் திரும்பிச் செல்லலாம் என்று தீர்மானித்துக் கொண்டேன்.

சிட்டுக் குருவிகள் கூட்டம் கூட்டமாக தலைக்குமேல் 'ஜிங்' என்று பறந்து போய்க் கொண்டிருந்தன. தானிய வயலை நோக்கி வந்து உணவு தேடிக்கொண்டு, ஊர் நடுவிலுள்ள ஆலமரத்துக்கு அவைகள் திரும்பிச் சென்று கொண்டிருந்தன. அவற்றின் கவலையற்ற போக்கைக் கண்டு எனக்குப் பொறாமையாயிருந்தது.

'கீச் கீச்' என்று ஆனந்த கீத முழக்கத்தோடு பறந்து சென்று கொண்டிருந்த அக்குருவிக் கூட்டத்திலிருந்து சட்டென்று இரண்டு குருவிகள் மட்டும் பிரிந்து எதிர்திசையில் பறக்க ஆரம்பித்தன!

இளம் தம்பதி போலும் தம் சல்லாபங்களுக்கு அந்தக் கூட்டம் ஒத்து வராது என்று தனிமையை நோக்கி அவை புறப்பட்டு வந்துவிட்டனவோ என்ற நினைவில் சிரித்துக் கொண்டேன்.

களங்கமில்லாத அச்சிட்டுகள் என் அருகிலேயே கிணற்றுத் தோவாளக் கல்லின் மேல் வந்து அமர்ந்தன. என்னை ஒரு பொருட்டாக மதிக்காமல், தம் பாஷையில் கீச்சிட்டவாறு துள்ளித் துள்ளி விளையாட ஆரம்பித்தன.

என் கவனம் முழுவதும் அச்சிறு பறவைகளின் மேல் பதிந்துவிட்டதால், எமகாதகன் போல் வளர்ந்து நின்றிருந்த முட்செடியைப் பற்றிய நினைவு சற்று குறைந்து விட்டிருந்தது.

'கீச் கீச்' என்ற மெல்லிய இனிய குரல் தவிர வேறு எந்த சப்தமுமில்லாமல், அச்சிட்டுக் குருவிகள் மகிழ்ச்சி

ஆரவாரம் செய்து அப்படி என்னதான் உரையாடுகின்றன என்று உலகமே தன் சந்தடிப் பேச்சுகளை நிறுத்திவிட்டு உற்றுக் கேட்பது போலிருந்தது அச்சூழ்நிலை.

கிணற்றைச் சுற்றிச் சுற்றி வந்து குதித்துக் குதித்து இன்ப ஆட்டத்தில் கிறக்கம் கொண்டுவிட்ட அப்பறவைகள் உயரே உயரே எவ்விப் பறந்து ஒன்றை ஒன்று துரத்திச் சென்றன. வான மண்டலமே தம் ஏகபோக உரிமை என்பது போல் அலட்சியமாய் ஒரு வட்டம் சுற்றிவிட்டு, மீண்டும் பூமியில் என் பக்கத்திலேயே வந்து அமர்ந்தன.

என்னைக் கொஞ்சமும் லட்சியம் செய்யாமல் காதல் போதையில் இருந்த அவைகளுக்குத் தெரியப்படுத்த, 'சிட்டுகளா, சிட்டுகளா இதோ நான் இருக்கிறேன் பாருங்கள்' என்று ஒரு பொய்த் தும்மல் தும்மினேன்.

மின்னல் வெட்டுப் போல் அவை சட்டென்று பறந்து சென்று முட்செடியின் அடியில் போய் உட்கார்ந்தன. எனக்குப் பகீர் என்றது!

எமனிடம் அடைக்கலம் தேடிச் சென்றது போல் அந்த முட்செடி விரித்திருந்த நிழலில் அக்குருவிகள் அமர்ந்தது எனக்குக் கொஞ்சமும் பிடிக்கவில்லை. 'ச்சூ' என்று குரல் செய்து கைகளை ஆட்டி அவற்றைத் துரத்தினேன். அவை பறந்து ஓடிப்போவது போல் பாசாங்கு செய்துவிட்டு, முட்செடியை ஒரு வட்டம் சுற்றிவிட்டு, மறுபடியும் அதன் மூட்டிலேயே தஞ்சம் புகுந்தன!

நான் துரத்தத் துரத்த அவை அச்செடி மூட்டையே திரும்பத் திரும்ப வந்தடைந்தது எனக்கு வியப்பாயும் வேதனையாயும் இருந்தது.

பின்புதான் எனக்கு சமாச்சாரம் புரிந்தது. அந்தச் செடியின் அடியில் சில தானிய மணிகள் சிதறிக் கிடந்தன. அதைக் கொத்தித் தின்ன வேண்டும் என்றே சிட்டுகள் செடியை விட்டுப் போக மறுக்கின்றன என்பதைப் புரிந்து கொண்டேன்.

எலியைப் பொறிவைத்துப் பிடிக்கிறார்களே, அதுபோல் தானிய மணிகளைக் காட்டி சிட்டுக் குருவிகளின் உயிருக்கு

உலை வைக்கிறதோ இச்செடி என்ற ஐயம் என்னை ஆட்கொண்டது.

என்ன சூழ்ச்சியான செய்கை இது. தம் கூட்டத்தோடு பறந்து போய்க் கொண்டிருந்த இப்பறவைகளை, எமதூதுவர் வலுக்கட்டாயமாய் பிரித்துக்கொண்டு வந்து, இரத்த தாகத்துடன் வெறிக் கூத்தாடும் விஷச் செடியின் பாதத்தில் பலியாகச் சமர்ப்பித்துவிட்டனரோ?

அக்குருவிகளைக் கண்டு எனக்குப் பரிதாபமாயிருந்தது. 'விலகிப் போங்கள் குருவிகளா! வீணாய் கொலையுண்டு சாகாதீர்கள் என்று தொண்டைக் கிழிய கத்த வேண்டும் என்று தோன்றிற்று. ஆனாலும் இப்போது அச்செடியை நெருங்கவும் தைரியம் வரவில்லை. எனக்கும் ஒரு மாயவலையை அச்செடி பின்னி வைத்து என் உயிரைச் சுண்டி இழுத்துவிடுமோ என்று மனசு அச்சுறுத்திற்று. என்னதான் நடக்கிறது பார்ப்போமே என்று, என் இரக்க உணர்ச்சியைப் பொதிந்து வைத்து விட்டு அக்குருவிகளையே நோக்கியவாறு இருந்தேன்.

குருவிகள் தானிய மணிகளை கொத்தித் தின்ன ஆரம்பித்தன. பல நாள் பட்டினிக் கிடந்த பிச்சைக்காரன் திடீரென்று கிடைத்த உணவைச் சாப்பிடுவது போன்று ஆத்திரத்துடனும் படபடப்புடனும் அவை அந்தத் தானியங்களைக் கொறித்தன. உணவுப் பிரச்சினை உண்டான உடன் அவற்றிற்கு போட்டியும் குரோத மனப்பான்மையும் ஏற்பட்டுவிட்டன போலும். சற்றுமுன் செய்த காதல் கொஞ்சுதல்களையெல்லாம் அவை அறவே மறந்துபோய்விட்டு சாப்பாட்டிலேயே குறியாய் இருந்தன.

தானிய மணிகள் சிறிது சிறிதாகக் குறைந்து வந்தது. சற்று நேரத்தில் பத்துப் பதினைந்து விதை மணிகளே மிச்சமிருந்தன. அப்போது குருவிகளுக்குள் போட்டியும் வலுத்தது. பாய்ந்து பாய்ந்து சண்டைக் கோழிகள் போல் ஒன்றை ஒன்று கொத்திக் கொண்டன.

சண்டை மும்முரத்தில் 'வீர்' என்று நேர் மேலே நான்கைந்து அடிகள் எழும்பி மின்னல் வேகத்தில் தாக்கிக் கொண்டன. செடியின் அடர்த்தியான கிளைகளுக்கு இடையில் சிக்கிக் கொண்ட அவைகளின் குரோத வேகம் உச்ச கதியை அடைந்தது.

பகைமை வெறியோடு அவை உயிர்ப்போராட்டத்தில் ஈடுபட்டு சண்டை செய்து கொண்டிருக்க, செடியின் கூரிய முட்கள் அவற்றின் உடல்களை குத்திக் குதறிக் கொண் டிருந்தன. தன் ஜோடிதான் தன்னைக் கொத்திக் காயப்படுத்தி விட்டதோ என்று அவை எண்ணிக்கொண்டு மேலும் தீவிரமாய்ப் போராடின. முட்களின் நெரிசலுக்கிடையே அக்குருவிகளின் மின்வேக அலைச்சல்! அவைகள் முட்களில் மோத மோத உடம்பிலிருந்து இரத்தம் பீய்ச்சி வெளிவந்து இறக்கைகளில் சிவப்பு நிறம் பூசிவிட்டது.

கொஞ்சம் கொஞ்சமாகத் தளர்ந்து ஆவி சோர்ந்து செடியின் அடர்த்தியான கிளைகளுக்கிடையே அக்குருவிகள் உயிரிழந்து தொங்கின. இரண்டு உயிர்ப்பலிகள் கனக்கச்சிதமாக நடந்து முடிந்து விட்டது!

இத்தனையையும் பார்த்துக் கொண்டிருந்த நான் திகைத்துப் பேச்சற்றுப் போனேன். என் அசட்டுக் கற்பனைகளும் சந்தேகங் களும் என் எதிரிலேயே முழுக்க முழுக்கப் பலித்து விட்டதை நினைத்து, ஆச்சரியமும் பயமும் கொண்டு, இனியும் அவ்விடத்தில் இருந்தால் என் உயிருக்கு என்ன நேருமோ என்ற நடுக்கத்துடன் எழுந்து திரும்பிப் பார்க்காமல், ‘விர்’ என்று வீடு நோக்கி நடையைக் கட்டினேன். இதெல்லாம் சாத்தியமா அல்லவா என்ற மனக்குழப்பம் கூட எனக்கு ஏற்பட வில்லை. நேரில் கண்ட பின்பு, ஆகாயமே இடிந்து விழுந்தது போன்ற அதிர்ச்சி அலைகள் என் உடம்புள்ளும் மனதுள்ளும் கோரத்தாண்டவம் ஆடியதொன்றே என்னை ஆட்கொண் டிருந்தது. என்ன, கதை விடுகிறாயா, குருவிகளாவது முட்செடியின் அடர்த்தியில் குத்துண்டு சாவதாவது, வெறும், பேத்தல் என்று நீங்கள் கேலி செய்வது எனக்குக் கேட்கிறது. ‘நான் கண்ணால் கண்டது மெய்’ காதால் கேட்டது மெய் தீர விசாரித்தறிந்தாலும் மெய் மெய்தான் என்பதே என் பதில்.

மேற்கண்ட சம்பவத்துக்குப் பிறகு, ஐந்தாறு மாதங்களாக அந்தப்பக்கமே போக முடியாதபடி, வியாதி என்னைப் படுக்கையில் கிடத்திவிட்டது.

சிட்டுக் குருவிகளின் உயிர்களைக் கவர்ந்து கொண்டது மூலம் உயிர்க் கொலைக்கான பயிற்சியை நிறைவேற்றிக்

கொண்ட அந்த முட்செடி, நாளாவட்டத்தில் பெரிய விருட்ச மாக வளர்ந்து ‘கொலை மரம்’ என்ற பட்டம் பெற்று நின்றது!

ஒருவருக்குப் பின் ஒருவராக நான்குபேர் அந்தக் கொலை மரத்தில் தூக்கு போட்டுக் கொண்டார்கள். குடும்பச் சண்டை காதல் தோல்வி, வறுமை, மன நிம்மதியின்மை என்று பல படிகளாக அவர்களின் தற்கொலைகளுக்கு காரணம் சொல்லி ஜனங்கள் பேசிக் கொண்டார்கள். ஆனால் எனக்கென்னவோ அவையெல்லாம் உண்மையான காரணங்ளே அல்ல என்று உறுதியாகத் தோன்றிற்று. கொலை ஒன்றையே குறிக்கோளாக ஏற்று வளர்ந்து வந்த அந்த மரம், தன் இலட்சியத்தை செவ்வனே நிறைவேற்றிக் கொண்டிருக்கிறது என்றே நம்பினேன். படிப் படியாக ஊராரிடமும் இந்த நம்பிக்கை வலுவடைந்தது.

கிராமத்திலுள்ள பெரியவர்கள் எல்லாம் ஒன்றாய்கூடி ஆலோசித்து ஒரு முடிவுக்கு வந்தோம். ஊருக்கு ஒரு சாபமாக வளர்ந்து கொண்டிருக்கிற அந்தக் கெட்ட மரத்தை வேரோடு வீழ்த்தி அழித்து விடுவது ஒன்றே அறிவான செயல் என்று எல்லோரும் ஏக மனதாக அபிப்பிராயப்பட்டோம்.

எனக்கு இது அவ்வளவு எளிதான காரியமாகப்படவில்லை. ஆனாலும் கழுகுக்கும் சிட்டுக் குறுவிகளுக்கும் நான்கு மனிதர் களுக்கும் ஏற்பட்ட சாவை நினைத்து குலைநடுக்கமாகத் தான் இருந்தது.

என்றாலும் இப்படி ஒரு இரத்த வெறிபிடித்த கொலை மரத்தை இனியும் வளரவிடுவது நல்லதா? உயிருக்குப் பயந்து எல்லோரும் ஒதுங்கிக் கொண்டிருந்தால் அந்த மரம் தன் பாட்டுக்கு அலட்சியத்தோடு ஒவ்வொரு பலியாக நிறைவேற்றிக் கொண்டு ஊரையே மயானமாக்கிவிட்டால்?

அம்மரத்தை வேரோடு வெட்டி எறிந்து அதன் சுவடே தெரியாதபடி செய்யும் பணிக்காக மேலும் இரண்டொருவர் தம் உயிரைத் தியாகம் செய்து விட்டாலும் கூடப்பரவாயில்லை. பின்பு ஊரே அவர்களை தெய்வமாகக் கொண்டாடிப் போற்றுமே!

நான் என் பயத்தையும் கோழைத்தனத்தையும் மூட்டை கட்டி வைத்துவிட்டு துணிந்து புறப்பட்டேன். மிகவும் தைரிய

சாலிகளான, துர்த் தேவதை மேல் இலவகேசமும் நம்பிக்கை இல்லாதவர்களான இரு வாலிபர்களும் துணையாகி வர சம்மதித்தார்கள். மூவரும் ஆளுக்கு ஒரு கோடரியை எடுத்துக் கொண்டு ஊர் மக்களில் பலரும் புடை சூழப் புறப்பட்டோம்.

அந்த மரத்தை நெருங்கிய பின்பும் எனக்கு மனதில் கொஞ்சமும் பயம் தோன்றவில்லை. இது எனக்கே ஆச்சரியமாய் இருந்தது. நல்ல தொண்டு உள்ளத்தோடு, புனிதமான பணியில் ஈடுபட்டிருக்கிறோம் என்ற எண்ணம், பயப்பிராந்தியை யெல்லாம் துரத்தி அடித்துவிட்டது போலும்.

கோடரியை ஓங்கி கொலைமரத்தின் மூட்டுப்பாகத்தில் ஒரு போடு போட்டேன். என் இருதயத்தில் சட்டென்று இரத்தம் வந்து அடைத்துக் கொண்டது போல் இருந்தது என்றாலும், துணிந்து மறுபடியும் வெட்டினேன். இரு வாலிபர்களும் மாறி மாறி வெட்டினார்கள்.

சுற்றி நின்ற மக்கள் இதயத்தைக் கையில் பிடித்துக்கொண்டு திகிலுடன் பார்த்துக் கொண்டிருந்தார்கள். மரத்தை வெட்டிக் கொண்டிருக்கிற மூன்று பேரில் ஒருவனையாவது அம்மரம், எத்தகைய சூழ்ச்சி செய்தாவது, பலி கொண்டுவிடும் என்ற அசைக்கமுடியாத நம்பிக்கை எல்லோர் மனத்திலும் இருந்தது.

அந்த மரத்துக்குக் கடைசி பலியாக யார் எப்படி உயிர்விடப் போகிறார்கள் என்று மக்களெல்லாம் மிக்க பதைபதைப் போடு எதிர்பார்த்துக் கொண்டிருந்தபோதே, 'தடார்' என்ற ஓசையுடன் கொலைமரம் சரிந்து விழுந்தது.

ஆச்சர்யத்திலும் ஆச்சர்யம். யாருக்கும் ஒரு சிறு காயம் கூட ஏற்படவில்லை. இதைக்கண்டு ஊரே சந்தோஷ ஆரவாரம் செய்தது. ஊருக்கு ஒரு சாபம்போல் வளர்ந்து வந்த அம்மரம் வெட்டுண்டு சரிந்து பிணமாகக் கிடந்தது. மக்கள் அதைத் தீ வைத்துக் கொளுத்தினார்கள்.

கணையாழி-பிப்ரவரி 2013

மூன்று நாமம்

பிரபலமான தமிழ் எழுத்தாளர் ஒருவருக்கு சமீபத்தில் திடீரென்று பைத்தியம் பிடித்துக்கொண்டது. அதீதமான கற்பனை என்ற பொய் மூட்டைகளை அசைபோட்டு கபளீகரம் பண்ணிய களைப்பும் குழப்பமும் அவர் மண்டையோட்டு மண்ணைத் தாக்கி, வீழ்த்திவிட்டதுதான் காரணம் என்று அரசல் புரசலாகப் பேசிக் கொண்டார்கள். தமிழ்த் தாயின் பாத மலர்களுக்குக் காணிக்கையாக, அவர் 247 எழுத்துக்களை வைத்துக்கொண்டு ஆடிய விளையாட்டுகளை, வித்தைகளை, இந்திரஜால சதுரங்க ஆட்டங்களைக் கண்டு வெகுண்டு, பொறாமைகொண்டு, மற்ற மொழித் தாய்கள் கொடுத்த சாபம் துல்லியமாக அவர் அறிவுப் பெட்டகத்தை அதிர அடித்து விட்டதாகவும் ஒரு வதந்தி.

புத்திக் கோளாறு ஏற்படுவதற்கு சரியாக மூன்று மணிக்கு முன்னால், 'பிசாசுக் கூட்டம்' என்ற ஒரு இலக்கியக் கருவூலமான சிறுகதையை தன் வலது கை எழுதும் பணிக்காக மூளையைக் கடனாக அளித்திருந்தார் எழுத்தாளர். கடன் காலம் தீர்ந்து திருப்பிக் கிடைத்த மூளையில் சில கோடுகள் அழிந்திருந்தன. சில புதிதாக கீறி விடப்பட்டிருந்தன. சிறு மூளையில் அதிர்ச்சி அலைகள் ஓங்கரித்தன. சிறு சிறு நரம்புகள் வெடித்து முடிச்சுகள் மாறி இரத்தம் இலேசாக கசிய ஆரம்பித்திருந்தது. எழுத்தாளர் பழையபடி மூளையை அதன் பூர்வாசிரமத்தில் பொருத்திக் கொண்டபோது, தான் முற்றிலும் புதுமையான, கிறுக்குத் தனமான ஓர் உலகத்தில் சஞ்சரிப்பதை உணர்ந்தார். நிஜத்துக்கும் குழப்பத்துக்கும் இடையே மாறி மாறி சுழன்று கொண்டிருந்தது அவர் மனம். நிஜம் கற்பனை போலவும் கற்பனை நிஜம் போலவும் மாயாஜாலம் பண்ணிற்று. அதனால், மற்ற மொழித் தாய்மார் - ஹிந்தித் தாய், மலையாளத்தாய், ஆங்கிலத்தாய் போன்ற பல எண்ணிலடங்காத தாய்கள் - விட்டெறிந்த சாபக் கணைகளை எழுத்தாளரின் அறிவாஸ்திரம்

மடக்கிப் போட்டுவிட்டதுபோல் ஒரு நிதரிசனம். பிரமை எனவேதான், தமிழ்த்தாய்க்கு பூஜை புனஸ்காரங்களை, நைவேத்தியங்களைச் செய்து, மலரர்ச்சனை முடித்துக் கொண்டு, 'என் பணி கடன் செய்துகிடப்பதே' என்ற புது உலக வசனத்தை பயபக்தியுடன் ஓதிவிட்டு மறுபடியும் எழுத உட்கார்ந்துவிட்டார். தமிழ்த்தாய் "போதும் போதும்" என்று கத்திக் கதறிக் கண்ணீர் விட்டழும் வரை எழுதித் தீர்த்தார். கை சலிக்க எழுதினார். உடல் சலிக்க உள்ளம் சலிக்க எழுதிக் கொட்டினார். கடைசியில், அவர் உயிரே சலித்துப் போய், போய்விடும் அளவுக்கு நிலைமை கட்டுக்கடங்காமல் போயிற்று.

அந்த இடைக்காலத்தில் அவர் எழுதிய கதைகள், பிரமாண்டமாக விழுதுவிட்டு வளர்ந்த ஆல மரத்தின் இலைகள் போல் கணக்கற்றவை. மரத்தின் இலைகளைச் சரியாக எண்ணிச் சொல்லும் நள மகராஜர் இப்போது இல்லையாதலால், நமது எழுத்தாளரின் கதைகளின் மொத்த எண்ணிக்கை தெரியாமலேயே கிடக்கிறது. அவர் கிறுக்கி வைத்த ஐந்தாறு பக்கங்களைக் களவாடிக் கொண்டு வந்து, வாசகர்களைப் பயமுறுத்த தீர்மானித்திருக்கிறேன். இந்த என் இலக்கியப் பணியில், பத்திரிகை ஆசிரியர் கை கொடுத்து உதவப் பணிவன்புடன் இறைஞ்சுகிறேன். எழுத்தாளர் தன் பைத்திய நிலையிலும் பத்திக்குப் பத்தி தொடர்பு விட்டுப் போகாமல் எழுதியிருப்பது வியப்பிலும் வியப்பே. பைத்தியத்தின் ஆரம்ப கட்ட எழுத்தோ என்னவோ?

மனுஷர் கதையைத்தான் எழுதினாரேயன்றி, கதைத் தலைப்பை மூளியாக்கிவிட்டார். அதனால் நானும் தலைப்புக்கு மூன்று நாமம் சாத்திவிட்டேன்.

இனி கதை...

"பரம் இருக்கப் பயம் ஏன்? பாம்பிருக்க படம் ஏன்? இதிகாசக் குவியல்களுக்கிடையில் ஏழையேன் எழுத்து எழும்பி நிற்கிறது. அம்பலம் ஏறுகிறது. வடிவற்றவன் இறைவன் எனினும் வடிவுள்ளவை இறைக்குஞ்சுகள். நான் கதைகளின் சிருஷ்டி கர்த்தா. என் எழுத்துக் குஞ்சுகள் மறுபடி முட்டையுள் நுழையுமா? கர்ப்பப்பை தாங்குமா இந்த அநியாயத்தை? கோவிந்தசாமி அப்படி குழம்பிப் போனான்!

குழப்பம் தெளிவின் கடைசி அல்லது முதல் அத்தியாயம். குழம்பாத ஜென்மம் எதுவுமில்லை. நீ குழம்பிப்பார். உனக்குத் தெரியவரும் அந்த அவதி. நான் குழம்பிப் போனதால்தான், கோவிந்தசாமி போன்றோரை அடையாளம் காண முடிந்தது. கோவிந்தசாமிக்கு சாட்சாத் இரண்டு கைகள், இரண்டு கால்கள். அதுவே அவன் பரிபூரண அடையாளம். மிச்ச மெல்லாம் ஒரு பொருட்டே இல்லை. கோவிந்தசாமியைப் பற்றியதுதான் இந்தக் கதை. அதற்காக ஆறுமுகம் ஏன் முகம் சுழிக்கிறான்?

கதாநாயக அந்தஸ்து ஒரு சிலருக்கே சிலாக்கியப்படுகிறது. அதற்கு ஒரு தில்லுமுல்லு வேண்டும். அடாவடித்தனம் வேண்டும். குழம்பிப்போன மூளை வேண்டும். அடிதடியில் தேர்ச்சி பெற்றிருக்க வேண்டும். விட்டதைத் தொட்டிடும் சாமர்த்தியம் வேண்டும். பிறப்பிலேயே இதெல்லாம் துலங்கிட வேண்டும். அதிலெல்லாம் கோவிந்தசாமி மகா கில்லாடி. இதுவே என் புத்துலகக் கண்டுபிடிப்பு. இது அதிபுத்தி சாலியின் கூற்றென ஒதுக்கி விடாதிருங்கள். அல்லது அதி முட்டாளின் கூற்றென ஏற்றுக் கொள்ளவும் வேண்டாம். உங்களுக்கும் கோடி புண்ணியம். என் கற்பனைக் குதிரையை அது பாட்டுக்கு ஓட அனுமதியுங்கள். கால், பிடரியில் இடிபட தடுக்கிவிட வைக்காதிருங்கள். அதுபோதும் எனக்கு. ஆயிரம் சாதிப்பேன். இது தொள்ளாயிரத்துத் தொண்ணூற்று ஒன்பது.

ஆயிரத்துக்கு எத்தனை சைஃபர்? முப்பதெனில் நன்று. மூன்றெனில் கலகத்துக்கு அடி கோலுவதாகிவிடும். கோடியை உன்னால் எண்ணில் எழுத முடியுமா? முடியாது என்று அடித்துச் சொல்லுவேன். ஒன்றுக்குப் பின் போடுகிற பூஜ்யம் ஒவ்வொன்றும் கோடி பெறும். கணக்கில் கோவிந்த சாமி சுமார்தான். அதற்காக ஆறுமுகம் அழுவானேன்? அழுகிறானா, சிரிக்கிறானா?

இந்தக் கோவிந்தசாமிக்கும் ஆறுமுகத்துக்கும் ஏதோ விட்ட குறை தொட்ட குறை. கோவிந்தசாமி சரியான குழப்பவாதி. ஆறுமுகம் அச்சு அசலான தெளிவுவாதி. குழப்பவாதிதான் புதிய கண்டுபிடிப்புகளுக்கு அஸ்திவாரம் போடுகிறவன். அது புரியாத ஆறுமுகத்துக்குச் சொல்லி வையுங்கள், இனி இந்தக் கதையில் நுழையக் கூடாதென்று. நுழைந்தால் நிலைமை

ஏடாகூடமாகிவிடும். மனோகரமான இந்த நிலா இரவில் நாம் சற்று சிந்திக்கக் கற்றுக் கொள்வோம். ஆறுமுகத்தை விரட்டியடித்துவிட்டு கோவிந்தசாமியை தலைமேல் தூக்கி வைத்துக் கொண்டாடுவோம். தலையில் தான் இப்போது வேறு ஒன்றுமில்லையே. கோவிந்தசாமியாவது வந்து குந்தட்டும்.

இந்தக் இரகசியத்தைக் கேளுங்கள். கோவிந்தசாமி என் மகன். இது கண்கூடான உண்மை. இன்றைக்குத்தான் பிறந்தான். இன்னும் பெயரிடவில்லை. ஆறுமுகம்... அடே ஆறுமுகம்! போடா வெளியே, சுற்றிச் சுற்றி உன்னைப் பற்றிதான் பேச்சா? நூறு வருட கிழம் நீ. சாகக் கிடக்கிறாய். இளமைக்குத் தோள் கொடுப்போம். கிழங்களால் என்ன பயன்? செத்தபின் சிவலோகமா? நரகலோகமா? கை கொட்டிச் சிரியுங்கள். கால் கொட்டி அழுங்கள். உனக்கு நரகம்தான்.

கல்லறையே உன் வாசஸ்தலம். மாறாக, உன்னை எரித்துப்போட்டால் அதுவே நன்றினும் நன்று ஆகும். கிழத்துக்கும் இளசுக்கும் நடக்கும் போர் இது. இளமை வெல்ல, கிழம் சுடுகாடு காணும்.

சுடுகாடு கிழங்களை அழைக்கிறது. சுடுகாட்டுச் சாம்பலை உடல் முழுவதும் பூசிக்கொண்டு ஆனந்தக் கூத்தாடுங்கள். அது கிழத்தின் சாம்பலாய் இருப்பது உசிதம். ஏனெனில், கிழம் சாகக்கிடக்கிறது. இன்னும் பெயரிடப் படாத கோவிந்தசாமி நீடூழி வாழ்வான். நூறாண்டுகளுக்குப் பிறகு கோவிந்தசாமியைப் பற்றி எழுதினால் எப்படி இருக்கும்? சிரிப்புச் சிரிப்பாய் வருகிறது.

ஆனால் எத்தனை கோவிந்தசாமிகள்! ஒன்பதா பத்தா? நூறா ஆயிரமா? ஒன்றுக்குப் பின் போடுகிற பூஜ்யங்கள் போல் கோவிந்த சாமிகள் பெருகிக் கொண்டே போகிறார்கள். கோ+விந்து+அ+சாமி - கோவிந்தசாமி. பதம் பிரித்து இலக்கணம் எழுதுக. பதத்துக்கு அர்த்தம் அகராதியில் பார்த்தேன். அடையாளம் அழகு, அறுகம்புல், ஆடை, இடம், இன்பம், ஈரம், உண்டல், எழுத்தானாய பதம், ஒளி, ஒரு மொழியில் பிரகிருதியாய் நிற்பது, கால், காவல்,

குழைவு, கூர்மை, கொக்கு, சிந்து, சொல், சோறு, தின்றல், தெரு, நாழிகை, பக்குவம், பதவி, பாவினோருறுப்பு, பூரட்டாதி, பொருள், பொழுது, முயற்சி, வரிசை, வழி, வேஷம்... என்றிருந்தது. பதத்துக்கே இத்தனை அர்த்தங்கள் எனில் கோவிந்துக்கு எத்தனை இருக்க வேண்டும்? பின் கோவிந்தசாமியை பதம் பிரிக்கலாமா? அது எத்தனை ஏடாகூடமான தவறு. பதம் பிரிக்கப்பட்ட கோவிந்தசாமி, பாவம் துண்டு துண்டாய்ச் சிதறி கிடக்கின்றான். சில்லுகள் பொறுக்க ஏகப்பட்ட கூட்டம் முண்டியடிப்பு. கோவிந்தசாமி சில்லுக்கு அப்படி ஒரு கிராக்கி!

கோவிந்தசாமியை மறுபடியும் ஒட்ட வைக்கவேண்டும். அது எனது தலையாய பணி. அது என்ன தலையாய? தலையை ஆய்தலா? என் தலையை ஆயும் பணியே இன்னும் முடிந்த பாடில்லை. பாக்கி கிடக்கிறது. கோவிந்தசாமியினுடைய தலையை யார் ஆய்வது? வலிய வலிய கதைக்குள் நுழைந்த ஆறுமுகத்தையும் விரட்டி அடித்துவிட்டோம். பின் வேறெவர் உளர்? மீதியுள்ள எல்லோருமே அந்நியர்.

தகப்பனுக்குப் பித்தெனில் பிள்ளையையும் பாதிக்குமா? எனக்குப் பித்தா? யார் அதை நிரூபிப்பது? நிரூபிக்க வந்தவர்கள் தாமே பித்தர்கள். கோவிந்தசாமி என் ஏழாவது மகன். நாம் இருவர் நமக்கு இருவர் போய் நமக்கு ஒருவர் என சுருங்கிப் போய்க் கொண்டிருக்கிறது இந்தியா. இந்தச் சுருக்கம் இந்தியாவை எங்கு கொண்டுபோய்விடுமோ? இந்தியாவே மனிதர்கள் அற்ற வெறும் காடாகிவிடாதா? அறிவியல் வல்லுநர்கள் சிந்திக்கவும். நாம் இருவர் நமக்கு எழுவர் என்பதுதான் இப்போதைய என் தாரக மந்திரம். உடைத் தெறிய ஆள் உண்டா? அரசாங்கம் காவடி தூக்கிக்கொண்டு சுமை தாளாது துவண்டு கொண்டிருக்கிறது. குடிமக்களே! இப்பொழுது தொந்தரவு செய்யாதிருங்கள். நமக்கொருவர் என்றே இருந்துவிட்டுப் போகட்டும் அது இந்திய நியதி. என்னைக் கண்டும் காணாது இருந்துவிடுங்கள். ஏழு அதிஷ்ட எண் தானே? பின் ஏன் அரற்றுகிறீர்கள். அரசாங்கத் துக்கு எச்சரிக்கை விடுக்கின்றேன்.

கோவிந்தசாமி அதிஷ்டசாலி. ஆறுமுகத்தை விரட்டி அடித்தவன் அல்லவா? முன்பே, ஜென்ம ஜென்மாந்தரங்களுக்கு

முன்பே தீர்மானிக்கப்பட்ட பெயர், பெயர் சூட்டுவிழா இனிதான். கோவிந்தா, கோவிந்தா! கூட ஒரு சாமி. யாருக்கு பயப்படாவிட்டாலும் சாமிக்குப் பயப்பட வேண்டும். அதுவே ஆன்மீக தர்மம்.

இப்போது நமக்கு ஆன்மீகம் முக்கியம். காலம் கெட்டுப் போச்சி. நாத்திகர்கள் ஆத்திகர்களை அரட்டி, மிரட்டிப் பார்க்கிறார்கள். கோவிந்தசாமியா கொக்கா? நடக்குமா ஜம்பம் அவனிடம்? நாத்திகர்கள் மண்ணைக் கவ்வட்டும். ஆத்திகர்கள் கொடியேற்றிக் கொண்டாடட்டும். இன்று பிறந்த, இன்னும் பெயர் வைக்கப்படாத கோவிந்தசாமி நாளை உலகாளுவான் கோஷமிடுங்கள்! கோவிந்தா கோ... விந்தா! 'ஏ.கோவிந்து' என்று செல்லமாகக் கூப்பிடலாம். எல்லாவற்றிற்கும் வசதி அவன் பெயர்.

வசதி நாமே ஏற்படுத்திக் கொள்வது. பெயரும் நாம்தான் விடவேண்டும். எங்கே கொண்டுபோய்விட? வீட்டிலேயே வைபவம் வைத்துக் கொள்ளலாம். பெயரிடுவிழா. கோவிந்த சாமி என்று மூன்று முறை அவன் காதில் சொல்ல வேண்டு மாம். அப்படிச் செய்தால் அவன் கோவிந்தசாமி ஆகிவிடு வானாம். இது கேலிக்கூத்தாக இல்லை? ஆறுமுகசாமி என்று இசகு பிசகாக மாற்றிச் சொல்லிவிட்டால்... கோவிந்தசாமி, ஆறுமுகசாமி ஆகிவிடுவானா? என்ன பைத்தியக்காரத்தனம் இது! ஆறுமுகத்தை அடித்துத் துரத்திவிட்டால் ஆறுமுகசாமி என்று கூடுதலான பெயரில் வந்து விழுகிறான். பெயர் மாறாட்டம் பெரிய குற்றம். சட்டத்துக்கு தலை வணங்கு. நீதி தேவதை கண் பொத்தித் துலாக்கோல் ஏந்தி நிற்கிறாள். ஆறுமுகமே தண்டனைக்குரியவன். என்ன தண்டனை? ஒரு முகன். இரு முகன், மும்முகன், நான்முகன் ஏன் ஐம்முகனாய்க் கூட இரு. ஆறுமுகனாய் இருக்காதே. இருந்தால் தூக்கு.

கோவிந்தசாமி கதையில் மறுபடி ஆறுமுகம் வந்து நுழைந்து விடுகிறான். ஆறுமுகத்துக்கு அப்படி ஒரு பெயர் ராசியோ? ராசியாவது மண்ணாவது. அடி வாங்கிச் சாகப் போகிறான் ஆறுமுகம். இதுவே கடைசி எச்சரிக்கை.

கடைசியில் நாம் எச்சரிக்கையாய் இருக்கக் கற்றுக் கொண்டோம். இப்படி ஒரு எச்சரிக்கையை நாம் நம்

வாழ்நாளிலேயே கண்டதில்லை. இனியும் காணப்போவது இல்லை. பெயர் மாறாட்ட எச்சரிக்கை. யாரைப் பற்றி கதை எழுத? கோவிந்தசாமிதான் என்னுடைய சாய்ஸ். உங்கள் சாய்ஸ் என்ன? ஓட்டெடுப்போம்... அட, நீங்களும் கோவிந்த சாமிதானா? அச்சா அச்சா, பகுத் அச்சா! கோவிந்து! நீ அதிஷ்டக் காரன் என்பது திரும்பவும் நிரூபணம் ஆகிவிட்டது. கழிசடைகள் மத்தியில் நீ ஒரு கோமேதகம். நவரத்தினங்கள் உன் கிரீடத்தை அலங்கரிக்கும் ஓட்டெடுப்பில் வென்றானே! ஓட்டாண்டிகள் கூட்டத்தில் நீ ஒரு கோடீஸ்வரன். அப்படி யானால் கோடீஸ்வரர்கள் கூட்டத்தில் நீ ஒரு ஓட்டாண்டியா? என்ன இழவோ, வார்த்தைகளை எப்படிப் பிரயோகித்தாலும் கோவிந்து, நீயே வெற்றியாளன்! கை தட்டி கால் தட்டி ஆர்ப்பரி!

கோவிந்தசாமி பற்றிய இந்தக் கதைக்கு அஸ்திவாரம் பலமாக இருக்க வேண்டும். அப்போதுதான் அவனுடைய மொத்த பரிமாணமும் வெளிப்படும். அஸ்திவாரம் போட்டு விட்டு சோம்பிப்போய் கைகட்டி உட்கார்ந்து விடாதிருங்கள். அஸ்திவாரத்துக்கு ஆட்டுப்புழுக்கை உரம் இடுங்கள். தினசரி காலையிலும் மாலையிலும் தண்ணீர் விடுங்கள். பிறகு கோவிந்தசாமியின் அஸ்திவாரம் வளர ஆரம்பிக்கும். பிளிந்த் லெவல், பேஸ்மெண்ட் லெவல், லிண்டல் லெவல், ரூஃப் லெவல் என்று வளர்ச்சி கூடிக் கொண்டே போகும். முழுக் கட்டிடமாக கோவிந்தசாமி உருவாகிவிடுவான். எல்லாம் உரத்தின், தண்ணீரின் மகிமை. பிறகு புதுமனை புகுவிழா நடத்தி ஜமாய்த்துவிடலாம். விழாவுக்கு ஆறுமுகத்தை அழைத்துவிட வேண்டாம். அவன் வந்தாலே ஒரு அசமந்தம்தான், அவசங்கை தான். பழம்பெரும் கிழங்கள் தூக்குப்போட்டுக் கொண்டு சாகட்டும். கிழங்கள் என்றால் அப்படி ஒரு வெறுப்பு எனக்கு.

கோவிந்தசாமி இல்லம் என்று பெயரிடலாம். கோவிந்து காட்டேஜ் என்று சொல்லலாம். அவன் பெயர் எதற்கும் பாந்தமாய் இருக்கிறது. எதற்கும் பொருந்துகிறது. அவன் ஒரு குழப்பவாதியாய் இருப்பது கூடுதல் பலம்.

மூளையில் என்னவோ செய்கிறது. வண்டுகுடைகிறாற் போல் இதுவரை தோன்றாத எண்ணங்களெல்லாம், பழைய ஞாபகங்களோடு வந்து இடறுகின்றன. கோட் சூட் போட்டுக்

கொண்டு நாணிகோணிக்கொண்டு, டை கட்டிக்கொண்டு புது மாப்பிள்ளையாக.

அய்யகோ! எனக்கு கல்யாணம் ஆகிவிட்டதா இல்லையா என்று ஒரே குழப்பமாக இருக்கிறது. திருமணமாக ஒரே ஒரு மனைவி மட்டுமே போதுமானது வேறு யாரும் தேவையில்லை. யார் அந்த என் மனைவி? என்னைப்போல் கன்னங்கறுப்பாய் வடிவழகாய் இருக்கவேண்டும். இப்போது இருப்பவள் சிகப்பாதலால் அவள் என் உண்மையான மனைவியாக இருக்க முடியாது. இல்வாழ்வே மனைவி வசம் அதனால்தான் எனக்கு ஏழு பிள்ளைகள் இருந்து விட்டால் எனக்குக் கல்யாணமாகி இருக்கிறது என்று அர்த்தமா? அட கடவுளே! இப்படி இருக்கிறதே இந்தக் கேவல உலகம்!

கோவிந்தசாமிக்கு விரைவில் திருமணம் வைத்துவிட வேண்டும். ஆனால் அவன் இன்றுதானே பிறந்தான்? இன்று பிறந்த குழந்தைக்குக் கல்யாணம் என்று ஒரு புரட்சி செய்தால் என்ன? அது பால்ய விவாகம் ஆகிவிடுமா? சட்டப்படி குற்றமெனில் தர்மப்படி நியாயம்தான். அதுவும் கோவிந்து விஷயத்தில்.

நான் எழுதுவது எல்லாம் உங்களுக்குப் புரிகிறதா? புரியா விட்டால் சொல்லுங்கள். மறுபடி மறுபடி சொன்னதையே திருப்பித் திருப்பி சொல்லித் தருகிறேன். என்னிடம் எப்போதுமே ஒரே பேச்சுதான். காலையில் ஒன்று மாலையில் ஒன்று என்று கிடையாது.

ஒரு எழுத்தாளனுக்குத் தேவையான எல்லா அம்சங்களும் என்னிடம் உண்டு. வறுமை உண்டு. குழப்பமான மனோநிலை உண்டு. ஏழு குட்டிகள் உண்டு. எட்டாவதற்கு முயன்று கொண்டிருக்கிற துருதுருப்பு உண்டு. பழைய கிழிந்த ஜிப்பா உண்டு. சுரணையற்றுத் தோய்ந்த மனதுண்டு. ஏகப்பட்ட உண்டுகள். இல்லைகளே இல்லை. இல்லைகள் எல்லாம் கூடி மகாநாடு நடத்த உள்ளனவாம். உண்டுகளுக்கு நமுட்டுச் சிரிப்பு. இல்லையோ உண்டோ, நமக்கு ஏன் அந்த பொல்லாப்பு? யார் எப்படிப் போனால் எனக்கென்ன? உண்டிட உணவும் உடுத்திட உடையும், உள்ளவரை கோவிந்தசாமிகள் தோன்றிக் கொண்டேதான் இருப்பார்கள். புது உலகம் அப்படிப் பாய்ச்சலில் ஓடுகிறது.

இன்னொரு இரகசியம் போட்டு உடைத்திட வேண்டியது தான். ஆறுமுகம் என் அப்பன் அல்லது அப்பனைப் போன்றவன் அப்பனோ, அப்பனைப் போன்றவனோ, அவன் இன்னும் அண்டிப்பிழைத்து உயிர் வாழ்தல் நகைப்புக்குரியது. நூறு வருட கிழடுகள் நம்பகமானவர்கள் இல்லை. சொத்தை எழுதித்தா என்றால் மூக்குக்கு மேல் கோபம் வருகிறது. குடித்தா பாழாக்கி விடுவேன்? குடிக்காமல் இருக்கும்போதே கிறுக்கு என்கிறார்கள். சிகரெட் குடிப்பது அப்படி என்ன பெரிய குற்றம்?

யார் கிறுக்கு? ஒரு எழுத்தாளன் கிறுக்காவது வாசகர்கள் குற்றம். மற்றபடி அது ஒரு உலக மகா பொய். பொய்யோ நிஜமோ புத்திபேதலித்தவர்கள், மற்ற எல்லோரும்தான். புத்தி என்பது என்ன? இதென்ன கேள்வி கேட்டுக்கொண்டே இருக்கிறேன், பதிலும் நானே சொல்ல வேண்டியிருக்கிறது. நான் சாக்ரடீஸ் பரம்பரை. கேள்வியும் நானே பதிலும் நானே. என் கேள்விக்கெல்லாம் ஒரே சரியான பதில் கோவிந்தசாமிதான்.

புத்தி என்பது என்ன? மறுபடியுமா? நான் எழுதுகிறவைகள் எல்லாம் படிக்காவிட்டாலும் பத்திரமாகப் பாதுகாத்து வையுங்கள். புத்திக்கும் அர்த்தம் தெரிந்துவிடும். என் எழுத்து எல்லாம் இலக்கியப் பொக்கிஷங்கள். பாதுகாத்தல்தான் புத்திசாலித்தனம். அதைவிட்டுவிட்டு என் கேள்விகளுக்குப் பதில் சொல்ல ஆயத்தமாய் மூளையைக் கசக்கிக் கொள்ளாதீர்கள். கசங்கிய மூளை உள்ளவர்கள் அதி புத்திசாலிகள். அவர்கள் தாம் சரியான குழப்பவாதிகள். மற்றவர்களை எல்லாம் அடித்துக் கொன்று போட்டுவிட்டு, குழப்பவாதிகள் மட்டும் உலகை ஆண்டு ஆதிக்கம் செலுத்தட்டும். அதுவே பரம் அறிய வழி. பரம் அறிய இப்போது என்ன அவசரம்?

புத்தி என்பது என்ன? மறுபடி மறுபடியுமா? சரி, சரி, அது மூளை சம்பந்தப்பட்டதா? மூளை எது சம்பந்தப்பட்டது? மண்டையோடு சம்பந்தப்பட்டதா? மண்டையோடு எது சம்பந்தப்பட்டது? தலைச்சன் பிள்ளைகளது, மந்திரவாதம் சம்பந்தப்பட்டதா? மந்திரவாதம் எது சம்பந்தப்பட்டது? இப்படி எழும் என் கேள்விகளுக்கு ஒருவராலும் பதில் சொல்ல முடியாது, கோவிந்தசாமியைத் தவிர அல்லது சாக்ரடீசைத் தவிர.

கோவிந்தசாமி இல்லை இல்லை. அடே கோவிந்து, உன் மூளையை மட்டும் யாருக்கும் கடன் கொடுத்துவிடாதே. கடன் அன்பை முறிக்கும். இன்று கடன் நாளை ரொக்கம். கடன் கொடுத்தால் வட்டி வசூலிக்கவேண்டும். அது உன்னாலோ, என்னாலோ முடியாது. நாம் தாதாக்கள் இல்லை. வெறும் சோதாக்கள்.

மூளையை எதுவோ என்னவோ பண்ணுகிறது. யானை தும்பிக்கையை அள்ளி சாப்பிட்டுவிட்டதா? யானை சாக பட்சணியா? எதுவானால் என்ன? என் மூளை பறிபோய் விட்டதே. இனி யாரிடம் கடன் வாங்குவேன்? கடன் அன்பை முறிக்கும். இன்று ரொக்கம் நாளை கடன்... சரிதானே? இத்யாதி இத்யாதி...

இப்போது குழப்பத்தின் உச்சகட்டம். நான் யாரைப்பற்றி கதை எழுதிக் கொண்டிருக்கிறேன்? ஏமி, பாமி, கோமி, சாமி... ஆமாம் ஆமாம் ஏதோ சாமி என்று ஞாபகம். என்ன சாமி என்று தெரியவில்லை. யாரோ ஓர் ஆசாமி. சாமி என்றால் குருவா அருவா? அருவும் குருவும் சாமியாகிவிட்ட இந்த லோகத்தில் உடம்பில் இரகசிய இடங்களில் மச்சம் இருந்து என்ன பயன். சாமியே சரணம் ஐயப்பா... எங்கும் குழப்பம் எதிலும் குழப்பம். குழப்பம் அன்பை அரவணைக்கும். இன்று கடன், நாளை ரொக்கம். லோகமே தலைகீழாய் மாறிப்போய்விட்டது. புது ஜெகம் படைப்போம். தாய்த் திரு நாட்டின் மானம் காப்போம். முதலில் உன் மானம்... வெறும் கோவணத்தோடு அலையாதே.

பைத்தியக்கார உலகம். பைத்தியக்கார இந்தியா. இந்தியர்கள் எல்லோரும் பைத்தியக்காரர்கள். அதி நவீன பைத்தியக் காரர்கள் அரசியல் பைத்தியங்கள், ஓட்டுப் பைத்தியங்கள். பணப் பைத்தியங்கள். பெண் பைத்தியங்கள், சாப்பாட்டுப் பைத்தியங்கள், ஆண் பைத்தியங்கள், இடஒதுக்கீட்டுப் பைத்தியங்கள், விலைவாசிப் பைத்தியங்கள், ஜனரஞ்சக பைத்தியங்கள், சிறிது சிறிது, மிக மிகச் சிறிது இலக்கியப் பைத்தியங்கள்கூட.

கணையாழி-மே, 2013

தீவனம்

இளமை நாட்களில், தூக்கத்தில், ஓரிரு முறையே கனவுகள் வரும். அவையும் சில நிமிஷங்களுக்கு மேல் நீடிக்காது. இப்போதோ தினசரி, பகலில் இரவில் தூங்கும் போதெல்லாம் கனவு வருகிறது. உறங்குகிற நேரம் முழுதும் நீடிக்கிறது. நினைவுலகம், கனவுலகம் என்று வாழ்க்கையை இரு கூறாகப் பிரித்து அளக்கலாம் என்று வசதி ஏற்படுத்தித் தருகிறது.

நினைவுலகத்தின் சோகம், பயம், படபடப்பு, சோர்வு, ஆற்றாமை, போராட்டம், அசமந்தம் போன்றவற்றுக்கு மாறாக, கனவுலகத்தில் பெரும்பாலும் மகிழ்ச்சியின் இன்பத் துடிப்புகளே மிகுதியாக உள்ளன. அது மனதுக்கு ஆறுதலளிக் கிறது. விழித்தெழும்போது அம்மகிழ்ச்சியின் தொடர்ச்சியாய், நினைவுலக நிகழ்வுகளும் சிலமணித்துளிகள் நீடிக்கின்றன. அது இரு மடங்கு சந்தோஷம் தருகிறது. மிகச் சில மட்டுமே விதிவிலக்கு.

பல கனவுகள் விழித்தெழுந்த உடன் மறந்துபோய் விடுகின்றன. ஆனால் அவை விட்டுச் செல்கிற நிம்மதியின் பதிவுகள் மனதுக்கு இதமாய் இருக்கிறது. அவற்றுள்ளும் ஒரு சிலவே விதி விலக்கு.

கனவுகள் அதிகமாய் வருவதற்குக் காரணம், ஐம்பது வருஷங்களுக்கு மேல் தொடர்ச்சியாகச் சாப்பிட்டு வரும் டிப்பெரஷனுக்கான மாத்திரை மருந்துகளின் பாதிப்பே என்பதை உணர்கிறேன். மருந்துகள் நினைவுலகத்தில் மன அமைதி தருவது ஒருபுறமிருக்க, அவை கனவுலகத்திலும் மனநிலையில் நிம்மதி ஏற்படுத்தித் தருகின்றன என்பது ஒரு கல்லில் இரண்டு மாங்காயாகும்.

சில கனவுகள் மட்டும் அழுத்தமாக மனதில் பதிந்து விடுகின்றன. பல நாட்கள் மறதி மீறி நினைவில் நிற்கின்றன.

அவற்றுள் ஒன்றுதான் நேற்று கண்டதும், அதை விவரிப் பதற்காகவே இந்த எழுத்து.

இரண்டு வார காலமாகவே, 'புது சேர்மன் வருகிறார் வருகிறார்' என்று ஆபீஸ் அல்லோகல்லோலப்பட்டுக் கொண்டிருக்கிறது. ஒவ்வொருவரும் அவரைச் சந்திக்க தங்களைத் தயார்படுத்திக் கொண்டிருக்கிறார்கள். சேர்மனுக்கு எது பிடிக்கும் எது பிடிக்காது என்று பட்டியல் போட்டு அதன்படி செயல்படத் தீர்மானிக்கிறார்கள். எனக்குக் கிடைத்த இரகசியத் தகவல்படி கடலை பிண்ணாக்கும் பருத்திக் கொட்டையும் அவருக்குப் பிடித்தமான உணவு எனத் தெரிய வருகிறது. ஒவ்வொரு பலசரக்குக் கடையாக ஏறி இறங்கி எல்லா கடலைப் பிண்ணாக்கையும் பருத்திக் கொட்டையையும் ஒவ்வொன்றிலும் ஐந்நூறு கிலோ வீதம் கொள்முதல் செய்து வருகிறேன். எனக்குப் பின் சென்ற எல்லாரும் சரக்குக் கிடைக்காமல் ஏமாற்றம் அடைகிறார்கள். நான் அனைத்தையும் வாங்கி, ஒரு பேப்பர் பையில் போட்டு கக்கத்தில் இடுக்கிக் கொண்டு, சேர்மனைப் பார்க்கக் கிளம்பி விடுகிறேன். கொண்டுபோன உணவு வகைகள் எல்லாவற்றையும் சேர்மன் காலடியில் கொட்டி, வாயிலும் திணித்து விடுகிறேன். சேர்மனுக்கு கொள்ளை மகிழ்ச்சி.

சேர்மன் சாஷ்டாங்கமாக என் காலடியில் விழுந்து விடுகிறார். நான் அவரை எழுப்பிவிட்டு, என்னையல்ல, கடவுளை சேவித்துக் கொள்ளச் சொல்கிறேன். அவருடைய வேண்டுதல் என்னவென்று புலப்படாததால், கடவுள் அவரைக் கண்டு கொள்ளாதிருக்கிறார். பிண்ணாக்கு தங்கமாகவும் பருத்திக் கொட்டை வெள்ளியாகவும் மாறிவிடுகின்றன. சேர்மனுக்கு கோபம் வருகிறது. மந்திரக்கோல் போன்ற ஒரு குச்சியை எடுத்து என்னை அடிக்கிறார். நான் வைரச் சிலையாக மாறி விடுகிறேன். தங்கம், வெள்ளி, வைரத்தைப் பார்த்த சேர்மன் மனம் பேதலித்து விடுகிறார். 'இதெல்லாம் யார் வேலை' என்று கேட்டுச் சினந்து கொள்கிறார். மறு நிமிஷம், மன மகிழ்ச்சியோடு, என்னைக் குச்சியால் தட்டி, தழுவி அணைத்துக் கொள்கிறார். வைரச் சிலையாக இருந்த நான், பழையபடி சதையும் எலும்புமாக உயிர் பெறுகிறேன்.

காட்சி மாறுகிறது. சேர்மன் எம்.டி. ஆகிறார். சேர்மனுக்கும் எம்.டி.க்கும் ஆபிஸில் வரவேற்பு கொடுக்கப்படுகிறது. கூடியிருந்த அனைவரும் ஒருவரையொருவர் திட்டிக் கொள்கின்றனர். சேர்மனுக்கும் எம்.டி.க்கும் அந்தக் காட்சி புல்லரிப்பை ஏற்படுத்துகிறது. இருவரும் கட்டி அணைத்துக் கொண்டு ஒருவர் ஆகின்றனர். யார் சேர்மன், யார் எம்.டி. என்று கண்டுபிடிப்பது கஷ்டமாய் இருக்கிறது. சந்தேகத்தைத் தீர்த்துவைக்க, கட்டப் பஞ்சாயத்து கூடுகிறது. அதற்கு சேர்மன் எம்.டி.யே தலைமை வகிக்கிறார். ஆபீஸ் மக்களின் குறைகள் கேட்கப்படுகின்றன. அர்த்தநாரீஸ்வர தோற்றத்திலிருந்த சேர்மன் எம்.டி. அனைவருக்கும் ஆசி வழங்குகிறார். இருவரும் ஒருவரா, ஒருவரில் இருவரா என்ற திகைப்பில் எல்லோருக்கும் மூச்சு முட்டுகிறது. இருவர் உயிர் துறக்கிறார்கள். அவர்கள் சேர்மனும் எம்.டி.யும் என்று தெரிய வருகிறது.

உயிர் மாய்ந்த சேர்மன் எம்.டி. மறுபடியும் இரண்டாகப் பிரிகிறார்கள். எம்.டி. காணாமல் போகிறார். சேர்மன், 'பிண்ணாக்கு பிண்ணாக்கு' என்று அலறுகிறார். நான் பருத்திக் கொட்டையை அரைத்துப் பாலாக்கி, அவருக்குப் புகட்டி விடுகிறேன். சேர்மன் சப்புக் கொட்டிக் கொண்டு அதைக் குடிக்கிறார்.

பருத்திக் கொட்டைக்கசடு மலைபோல் குவிந்து விடுகிறது. அது எவரெஸ்ட் சிகரத்தைவிட கூடுதல் உயரமானது என்று பேசிக் கொள்கிறார்கள். அதில் ஏறி சாதனை படைக்க வேண்டு மென்று சேர்மன் விரும்புகிறார். ஏறி ஏறி நான்கைந்து தடவை கீழே விழுகிறார். விழும்போதெல்லாம் கை கால்களில் காயம் ஏற்பட்டு இரத்தம் கொட்டுகிறது. பிறகு இரத்தம் வியர்வையாய் மாறிவிடுகிறது. என்ன முயன்றும் வியர்வை இரத்தத்தை நிறுத்த முடியவில்லை. உலகம் வியர்வையில் மூழ்கிப் போய்விடுமா என்று கடவுள் அஞ்சுகிறார்.

உலகம் சேர்மனின் வியர்வைக் கடலில் மிதக்கிறது. ஏழெட்டு இடங்களில் பூகம்பங்கள் நிகழ்கின்றன. பிறகு, உலகம் ஒரு நீர்க்குமிழிபோல் உடைந்து விடுகிறது. வியர்வைக் கடல், சுனாமி போல் சீறிப் பாய்கிறது. சேர்மன் சுனாமியில் சிக்கிக் கொள்கிறார். அவரது வியர்வையே அவரை மூழ்கடிக்கிறது.

பலமுறை முயன்று தோற்று, கடைசியில் ஜெயித்து, உடைந்து போன உலகத்தை ஒட்டவைக்கிறார் கடவுள். ஒட்டி முடித்ததும் சேர்மன் உடல் காயத்திலிருந்து கொட்டிக் கொண்டிருந்த வியர்வை இரத்தம் நின்றுவிடுகிறது.

இரத்தத்தை இழந்த சேர்மன் வெளிறிப் போகிறார். அவர் உயிர் வாழ்தல் கடினம் என்று டாக்டர்கள் அஞ்சி, கழுதை, பன்றி, நாய், குதிரை முதலியவற்றின் இரத்தத்தை அவர் உடலில் ஏற்றுகிறார்கள். சேர்மன் பிழைத்துக்கொண்டு படுத்த படுக்கையாகி விடுகிறார். படுத்தபடியே உத்தரவுகளைப் பிறப்பிக்கிறார். தான் படுத்திருப்பதுபோல், எல்லோரும் படுத்துக்கொண்டே வேலை செய்ய வேண்டுமென்று உத்தரவிடுகிறார். 'படுத்துப்போன ஆபீஸ்' என்று எல்லோரும் அதைப் போற்றுகிறார்கள்.

சேர்மன் கழுதைபோல் கத்துகிறார். பன்றிபோல் உருமுகிறார். நாய் போல குரைக்கிறார். குதிரைபோல் கனைக்கிறார். நாளாவட்டத்தில் அவையே அவருடைய பாஷையாகி விடுகிறது. 'காள் காள்' என்று கத்தினால், சேர்மன் கோபத்தில் இருக்கிறார் என்று அர்த்தம். உருமினால் அவர் மகிழ்ச்சியில் இருக்கிறார் என்றும், 'லொள் லொள்' என்று குரைத்தால் எதையோ மோப்பம் பிடிக்கிறார் என்றும், கனைத்தால் 'சபாஷ்' என்று தட்டிக் கொடுக்கிறார் என்றும் ஆபீஸ்வாசிகள் புரிந்து கொள்கிறார்கள். அவர்களுக்கு அந்த பாஷை அத்துப்படியாகி, அனைவரும் அதிலேயே பேச ஆரம்பிக்கிறார்கள்.

ஆபீஸ்வாசிகள் படிப்படியாக வேற்றுக் கிரகவாசிகளாக ஆகிவிடுகிறார்கள். அவர்களுக்கு மீன் துடுப்பு போன்ற உறுப்பு உண்டாகிவிடுகிறது. பூமியிலிருந்து அவர்களுடைய ஆபீஸ் பிரிந்து, வானத்தில் தனியாக மிதக்க ஆரம்பிக்கிறது. அப்படிப் பிரிய, ஒரு மிகப் பெரிய இருபது ரிக்டர் அளவிலான பூகம்பம் தேவையாய் இருந்தது. பிரிந்து போன ஆபீஸ் ஒரு கப்பல் போல் காற்று வெளியில் மிதக்கிறது. சேர்மனே அதன் கேப்டனாகிறார்.

வானத்திலிருந்து பூமியைப் பார்க்கிறார் சேர்மன். படுத்துக் கொண்டே பார்க்க முடியாததால் எழ முயற்சிக்கிறார். 'சேர்மன்

எழுகிறார், சேர்மன் எழுகிறார்' என்று ஆபீஸ்காரர்கள் கத்து கிறார்கள். அவர்களின் உற்சாக ஒலியும் கூச்சல் குழப்பமும் சேர்மன் காதில் தேனெனப் பாய்கிறது. சேர்மன் தட்டுத் தடுமாறி எழுந்து விடுகிறார். பிறகு, சேர்மனைப் பின்பற்றிப் படுத்திருந்த அனைவரும் எழுந்து கொள்கிறார்கள். 'படுத்துப்போன ஆபீஸ்' என்ற வசைச்சொல் அல்லது இசைச் சொல் மாறி விடுகிறது. 'எழுந்து கொண்ட கிரகம்' என்று புதிதாகப் பெயர் சூட்டப்படுகிறது.

பெயர் சூட்டு விழாவிற்கு எம்.டி.யும். வருகிறார். சேர்மனுக்கு அவரை அடையாளம் தெரியவில்லை. மூளையைக் கசக்கிக் கொள்கிறார். கசக்கும்போது சிறிதளவாய்க் கீழே சிந்திய அவர் மூளையின் பகுதியை ஆபீஸ்காரர்கள் அள்ளிய போது, அவர்களின் கைகளில் அது பசைபோல் ஒட்டிக் கொள்கிறது. கைவிரல்களை அவர்களால் சுலபமாகப் பிரித்தெடுக்க முடியவில்லை. சேர்மனுக்கு நல்ல பசையுள்ள மூளை என்ற செய்தி ஆபீஸ் முழுதும் பரவுகிறது.

தரையில் ஒட்டிக் கொண்டிருந்த, சிந்திய மூளையின் அணுப் பகுதியை ஒரு கட்டெறும்பு தின்றுவிடுகிறது. சிறிது நேரத்தில் அந்த எறும்புக்குத் தலைக்கனம் வந்துவிடுகிறது. தான்தான் சேர்மன் என்று மார்தட்டிக் கொள்கிறது. சேர்மன் போல் கத்துகிறது. உருமுகிறது, குறைக்கிறது, கனைக்கிறது. இதற்கிடையில், ஆபீஸ் பெயர்சூட்டு விழாவுக்கு வந்திருந்த எம்.டி. மறுபடியும் மறைந்து போகிறார்.

போட்டி சேர்மன் உருவாகிவிட்டாரோ என்று ஆபீஸ்வாசிகள் சந்தேகிக்கின்றனர். கட்டெறும்பும் மிக மிக விரைவில் சேர்மன் அளவுக்கு வளர்ந்துவிடுகிறது. சேர்மனுக்கும் எறும்பாருக்கும் தனித் தனி ஒரே மாதிரி அறைகளில் ஒரே மாதிரி மேஜை நாற்காலிகள் போடப்படுகிறது. இருவரும் கட்டளைகள் பிறப்பிக்கின்றனர். எழுந்துகொண்ட கிரகத்தின் பிரஜைகள் யாருக்குக் கீழ்ப்படிய என்று முதலில் குழம்பிப் போகிறார்கள்.

நாட்கள் போகப் போக, எறும்பாருக்கும் சேர்மனுக்கும் சிநேகம் ஏற்பட்டு விடுகிறது. இருவரும் ஒரே மூளைத் தகுதி பெற்றவர்களாதலால் உருவத்தில் வித்தியாசப்பட்டிருந் தாலும் ஒரே மாதிரியாகவே சிந்திக்கிறார்கள். ஆகவே, அவர்கள்

இடும் உத்தரவுகளும் ஒரே மாதிரியாகவே இருக்கின்றன. எழுந்து கொண்ட கிரகத்தின் மக்களான ஆபீஸ்வாசிகளுக்கு ஏற்பட்ட குழப்பம் நீங்கி, நிர்வாகம் சீரடைந்துவிடுகிறது.

கட்டெறும்பாருக்கு ஆபீஸ் மற்றும் கேப்டன் உத்தியோகம் அலுப்பை ஏற்படுத்துகிறது. சேர்மனிடம் சொல்லிவிட்டுத் தேசாந்தரம் கிளம்பிவிடுகிறார்.

எறும்பார் இல்லாதது, சேர்மனுக்கு ஒரு கை ஒடிந்ததுபோல் ஆகி விடுகிறது. எறும்பாரைத் தேடிக் கண்டுபிடித்துக் கூட்டிவர, ஒரு விண்கலப் படகில் இரண்டு கிரகப் பணியாளரை அனுப்பி வைக்கிறார் சேர்மன். அவருடைய ஒடிந்துபோன கைக்கு எலும்பியல் வல்லுநர்களான டாக்டர்கள் சிகிச்சை அளிக்கின்றனர்.

எறும்பார் சுற்றிச்சுற்றி மூலக் கிரகமான உலகத்துக்கு வந்து விடுகிறார். அவர் ஒரு வேற்றுக்கிரகவாசிபோல் நுழைகிறார். அவர் ஏறி வந்த விண்கலப் படகு, ஒரு பறக்கும் தட்டுபோல் வட்டமாக இருக்கிறது. அதுபோல், அவரைத் தேடிப் புறப்பட்ட இரண்டு வேற்றுக்கிரக ஆபீஸ் பணியாளர் களும் பூமியின் தரையில் இறங்கி, வட்டமான தங்கள் விண்கலத்தை யாரும் கண்டுபிடிக்க முடியாத இடத்தில் ஒளித்து வைக்கிறார்கள். பின்பு எறும்பாரைத் தேடி அலைகிறார்கள்.

பூமியில் எங்கும் பரபரப்பாகி விடுகிறது. வேற்றுலக ஜந்துக்கள் மூன்று, ஒன்று உருவில் பெரிய கட்டெறும்பு போலவும், மற்ற இரண்டு, துடுப்பு முளைத்த வேற்றுக்கிரக மனிதர்கள் போலவும் பூமியில் நுழைந்திருக்கிறார்கள் என்று எங்கும் பேசப்படுகிறது. உலக மக்கள் பீதி அடைகிறார்கள்.

எறும்பாரும், அவரைத் தேடி வந்தவர்களும் பூமியில், தமிழ்நாட்டில், முக்கூடல் என்ற ஊரில் சந்தித்துக் கொள் கிறார்கள். ஆனாலும் கட்டெறும்பாரின் கடியை மனிதர்களால் சமாளிக்க முடியவில்லை. துடுப்பு முளைத்த வேற்றுக் கிரகவாசிகளும் மனிதர்களால் பிடிபட முடியாமல் வழுக்கி வழுக்கிப் போகிறார்கள். தப்பித்தோம், பிழைத்தோமென்று மூவரும் ஓடிப்போய், படகுகள் போன்ற தங்கள் வட்ட வடிவ விண்கலங்களை அடைந்து, அவற்றில் ஏறி, காற்றை

எதிர்த்துச் சென்று வானில் மறைந்துவிடுகின்றனர். பூமி வாசிகள் ஏமாற்றம் அடைகிறார்கள்.

எறும்பாரிடம் கடிபட்ட 123 பேர், அவசர சிகிச்சைக்காக மருத்துவமனைக்கு எடுத்துச் செல்லப்படுகிறார்கள். அங்கு, சிகிச்சை பலனடைந்து, அத்தனை பேரும் பிழைத்துக் கொண்டதாக, பின்பு கிடைத்த தகவல் சொல்லிற்று. வேடிக்கை பார்த்துக் கொண்டிருந்தவர்களில் 99 பேர் மாரடைப்பில் இறந்து போனார்கள் என்று தெரியவந்தது.

கட்டெறும்பாருக்கு, எழுந்து கொண்ட கிரகத்தின் பிரஜைகள் நல்ல வரவேற்புக் கொடுக்கிறார்கள். சேர்மன் எறும்பாரை நோக்கி அவரை வரவேற்க நடந்து வரும்போது கால் தடுக்கிக் கீழே, எறும்பாரின் பாதங்களில் விழுந்துவிடுகிறார். எறும்பாரும், ‘நல்லா இருங்க, நல்லா இருங்க’ என்று குதிரை கனைப்பு பாஷையில் அவரை வாழ்த்தி எழுப்பிவிடுகிறார்.

எறும்பாருக்கு சாப்பிட பன்றியின் தீவனமான தவிடு கொடுக்கப்படுகிறது. அதை அவர் சுவைத்து உண்கிறார். சாக்கடை நாற்றம் கலந்த அது, அவருக்கு ரோஜாப்பூ வாசனை யாக மணக்கிறது. இனி என்றென்றும் பன்றியின் தீவனமே தனக்குக் கொடுக்கப்பட வேண்டுமென்று கேட்டுக் கொள்கிறார். பின்பு ஜி.ஓ. மூலமும் கட்டளை பிறப்பிக்கிறார்.

கால் தடுக்கி விழுந்துவிட்ட சேர்மனுக்கு, நல்லவேளை, வெட்டுக்காயம் ஒன்றும் ஏற்படவில்லை. அப்படி நிகழ்ந்திருந் தால், இரத்த வியர்வை பழையபடி சமுத்திரம் போல் கொட்டி இன்னொரு சுனாமியை உருவாக்கியிருக்கும். பிரபஞ்சம் அதிலிருந்து தப்பியது ஒரு அதிர்ஷ்டமே.

சாக்கடை நீர் கலந்த தவிட்டுத் தீவனத்தில் எறும்பார் கொழுகொழுவென்று ஊதிப்போய், சேர்மனை தூக்கிச் சாப்பிடும் அளவுக்கு வளர்ந்துவிடுகிறார். சேர்மன் தினசரி பயந்து கொண்டே ஆபீஸ் வரும்படி ஆகியது. தானும் பன்றித் தீவனத்துக்கு மாறிவிடலாமா என்று அவர் எண்ண ஆரம்பிக்கிறார்.

எழுந்துகொண்ட கிரகவாசிகளான ஆபீஸ்காரர்கள் வெறும் அரிசிச் சோறு, சப்பாத்திக் குருமா, இட்லி, தோசை,

ஆட்டுக்கறி, கோழிக்குழம்பு என்று சாதாரண, வழக்கமான உணவு வகைகளையே உண்டு வருகிறார்கள். அவர்களுக்குக் கடலைப் பிண்ணாக்கு, பருத்திக்கொட்டை, தவிடு, கொள்ளு போன்ற அரிய உணவு வகைகள் எட்டாக்கனியாக இருந்து வருகிறது. அதனால், தீவனப் போராட்டம் வெடித்து விடுமோ என்று சேர்மனும் எறும்பாரும் அஞ்ச ஆரம்பிக் கிறார்கள். ஆனாலும் தீவனம் அமைய ஒவ்வொருவருக்கும் ஒரு கொடுப்பினை வேண்டும் என்று எண்ணி கிரகவாசிகள் மனதைத் தேற்றிக் கொள்கிறார்கள். அது சேர்மனையும் கட்டெறும்பாரையும் ஆசுவாசப்படுத்துகிறது.

எல்லோரும் எதிர்பார்த்தபடி, சேர்மன் திடீரென்று ஒரு நாள், தான் பன்றித் தீவனத்துக்கு மாறிவிட்டதாக அறிக்கை விடுகிறார். அது கட்டெறும்பார் மனதில் ஒரு கொந்தளிப்பை ஏற்படுத்துகிறது. தனக்குக் கிடைக்கும் தீவனத்துக்கு தட்டுப் பாடு ஏற்பட்டுவிடுமோ என்று அஞ்சுகிறார். போதாக்குறைக்கு, கிரகத்தில் அசல் பன்றிகளின் எண்ணிக்கையும் தாறுமாறாய்ப் பெருகிக் கொண்டு போகிறது. அவற்றுக்கு புள்ளி விவரப்படி 91.54 விழுக்காடு தீவனம் தேவைப்படுகிறது. மீதமுள்ள 8.46 விழுக்காடு தீவனமே தனக்கென்று உள்ளது என்பதை எண்ணிப் பார்க்கிறார். சேர்மன் அதில் பங்குக்கு வருகிறாரே என்பதே எறும்பாரின் கவலையாய் இருக்கிறது. தீர யோசித்து, சேர்மனை தீர்த்துக் கட்டிவிட்டு, தானே சேர்மன் என்று பிரகடனப்படுத்தி விடலாம் என்று எண்ண ஆரம்பிக்கிறார்.

எறும்பாரின் எண்ணம் சேர்மனுக்குத் தெரியாமல் போய் விடுமா என்ன? இருவருக்கும் ஒரே மூளையல்லவா? ஆனால், சேர்மன் நினைப்பது முழுதும் எறும்பாருக்குத் தெரிய அதிக வாய்ப்பில்லை. ஏனெனில் எறும்பாருக்கு கடன் வாங்கிய மனித மூளைதான். அதுவும் அணுப் பகுதிதான். இப்போது வளர்ந்து கொஞ்சம் கூடியிருக்கலாம். அது சேர்மனுக்கு அனுகூலமான விஷயம்.

சேர்மன் முந்திக் கொண்டு, எறும்பாரைப் பழி தீர்த்துக் கொள்ள எண்ணுகிறார். எப்போதும் விழிப்புணர்வுடன் இருந்து வருகிறார். கொலை செய்துவிட வேண்டும். ஆனால் அது ஒரு கொலையென்று வெளியே தெரியக்கூடாது என்பதே

இருவரின் நோக்கமும் திட்டமும். அது நிறைவேறும் சமயத்துக்காக இருவரும் காத்திருக்கின்றனர்.

இப்படியான அதி சஸ்பென்ஸ் நிலவிய நேரத்தில் என் கனவு கலைந்து விடுகிறது. தூக்கத்திலிருந்து விழித்துக்கொண்ட எனக்கு, அக்கனவின் தொடர்ச்சி இனி நேர வாய்ப்பே இல்லை என்ற உண்மை ஒரு ஏமாற்றமாய் இருக்கிறது.

கணையாழி-செப்டம்பர், 2013

ராஜ நாகம்

அது ராஜபாட்டை. பல்லாயிரம் மின்னல்களைச் சரம் கோர்ந்து உலாவவிட்ட பிரதான ஒளி வீதி. இருமருங்கிலும் ராஜகுல வம்சா வழியினர் வதியும் மாட மாளிகைகள். அவர் தம் பழம் பெருமை கம்பீரித்துப் பேசும் கூட கோபுரங்கள், கிரீடதாரி மடிந்து போயினும் அவன் விட்டுச் சென்ற கட்டுமானங்கள், அரசாணைகள் இன்னும் கால் பதித்து நிற்கும் ஞாபகக் கிட்டங்கி, அரண்மனை, கோட்டை கொத்தளங்களுக்கு இட்டுச் செல்லும் செல்வந்த சாலை அது. காலடி மண், தங்கத் துகள்களோவென மாயம் காட்டும் ஜாலா ஜாலத்தின் மூலக் கூடம். எல்லைகள் வைரம் இழைத்தன போல் ஒளி வீசி காபந்து செய்ய, தனித்து இயங்கும் மாட வீதி. நடுவில் பரிபாலித்து அருள் வழங்கும் தெய்வத் திருத்தலம்.

தெய்வத்துக்கெனவோ, அரசனுக்கெனவோ அர்ப்பணம் செய்யப்பட்டிருந்த அந்த ராஜபாட்டையில், ஒரு தங்கம் நிகர்ப்புற்றுள் வாசம் செய்து கொண்டிருந்தது கொடும் விஷ ராஜ நாகம் ஒன்று. மூன்று நான்கு தலைமுறைகள் கண்டது அது. ஆண்டாண்டுகாலமாய் இதுவரை யாரையும் தன் விஷப் பற்களால் தீண்டியதில்லை. ஆதலினால், விஷம் கெட்டித்துப் போய் நாகரத்தினமாய் ஜொலிக்க, மாடவீதியைச் சுற்றி சுற்றி வந்த வண்ணம் இருந்தது அது.

அவ்வீதிக்கு இரவென்றோ, பகலென்றோ கிடையாது. எப்போதும் ஜெகஜோதிதான். வீதி மாந்தர் விடாக்கண்டர் கொடாக்கண்டர்களாய் இருந்தனர். யாரையும் எதற்கும் அண்ட விடுவதில்லை. எவரையும் மதிப்பதுமில்லை. ராஜகுலக் கொழுந்துகள் என்ற நினைப்பு. மேலெழும் அகங்காரமும் பிடிவாதமும் லோபித்தனமும் மலிந்த சுபாவிகள்.

ராஜநாகத்தின் வரவு அங்கிருந்த அனைவரும் அறிந்ததே. அதன் போக்குவரத்துக்கு எவரும் இடைஞ்சல் செய்வதில்லை.

அது அதாகவே அங்கு இருந்தது. அவர்கள் அவர்களாகவே அங்கு இருந்தனர். உடைபடாத ஒப்பந்தம்போல் அது. நாகசீற்றம் கேட்டதில்லை எவரும். மனித செற்றம் உணர்ந்ததில்லை அது. அவர்கள் பாட்டுக்கு, அது அது பாட்டுக்கு. அந்நிலையில்தான் காலம் அனைத்தையும் கண்காணித்துக் கொண்டு நெடிய பயணம் மேற்கொண்டிருந்தது.

நான்கு பரம்பரை கண்ட நூற்று இருபது வயதான ஒரு கொள்ளுத் தாத்தாவும் இருந்தார், அந்த ராஜவீதியில். மன்னாதி மன்னனின் மதி மந்திரிகளில் முக்கியஸ்தராகப் பதவி வகித்தவர். மன்னன் உட்பட மற்றவர் அனைவரும் மடிந்தொழிய, அவர் மட்டும் இன்னும் ஜீவித்திருத்தல் விந்தையே. அதைவிட விந்தை, ராஜநாகம் அவருடன் கொண்டிருந்த நட்பு.

அந்த ராஜநாகத்துக்கும் கொள்ளுத் தாத்தா வயதுதான். ஒன்றிரண்டு முன்னே பின்னே இருக்கலாம். தாத்தாவின் தவழும் குழந்தைப் பிராயத்திலேயே அந்நாகம் ஓர் அடி நீளத்தில் அவர் உள்ளங்கையில் வந்து சுருண்டு அமர்ந்து கொள்ளும். முதுகில் ஏறி நெளிந்து கிச்சுக் கிச்சு மூட்டும். தாத்தாவின் பெற்றோர் அதனை ஓட விரட்டுவதில்லை. ராஜ நாகத்தைச் சீண்டக் கூடாது என்று அதன் போக்கில் விட்டு விடுவர். அதற்கு நாளுக்கு நான்கு முறை பால் வார்ப்பர். அப்படி எல்லோரோடும் சகஜமாகப் பழகிற்று அது. யாரும் அதைக் கண்டு பயப்படுவதில்லை. இவ்வாறாக வளர்ந்து முதுமை எய்தினர் 'தவழும்' தாத்தாவும் அவர் உள்ளங்கையில் சுருண்டு அமரும் ராஜநாகமும்.

பதின்மூன்றடி நீளத்துக்கு வளர்ந்துவிட்ட கிழட்டு நாகத்தைத் தன் கழுத்திலும் மார்பிலும் தொங்கவிட்டபடி, கொள்ளுத் தாத்தா கோவில் கோபுர வாசலில், ஒரு ஒதுக்குப்புறத்தில் மேடை அமைத்து அமர்ந்திருப்பார். சிற்சில வேளைகளில் தெய்வத்தைத் தரிசிக்க வருபவர்கள், தாத்தா சகிதமுள்ள ராஜநாகத்தையும் தரிசித்துச் செல்வர். நாகதரிசனம் சிலரது தோஷம் தீர்த்தது என்பர். பழம்பெரும் முதியவர் காட்சி, சுக நல வாழ்வுக்கு ஆதாரமாய் ஆனது என நம்புவாரும் உண்டு. அது அது அவரவர் நோக்குப்படி.

கிழவனார், தம் மார்பில் மாலையாய் கிடக்கும் அச்சர்ப்
பத்தின் தலையை, தன்னுடைய இடது கையால் தடவிக்
கொடுத்து, அதன் வாயின் கீழ்த் தனது வலது கையை
நீட்டினால், அது உள் மூச்சு வாங்கி, கீழ்த்தாடையால் மேல்
தாடையை அழுத்தி அமுக்கி, விஷப் பையினுள் உள்ள நாக
ரத்தினத்தைக் கக்கிவிடும். அது பாட்டனார் வலப்பக்க
உள்ளங்கையில் வந்து விழும். அதன் பிரகாசச் சிதறல்
விண்ணெட்டும் அளவுக்கு வீரியம் காட்டும். காண்பவர்
கண்கள் கூசும். விழி துளைத்து உட்சென்று பார்வைக்
குறைபாடுகளை அகற்றி சொஸ்தம் பண்ணும். அதன்
இருத்தலில், ஒளிக்கதிர்ப்பட்ட மாந்தரெல்லாம் தத்தம்
நோயினின்று சுகம் பெறுவார். சற்று நேரத்தில், பாட்டனார்
உள்ளங்கை நீலம் பாரிக்கும். விஷம் அவர் உடலுள் பரவிற்றோ
வென ஐயப்பாடு எழும். பின் அந்நாகம், மூச்சிழுத்து,
காற்றை உள்வாங்கி, ரத்தினத்தை வாயினால் கவ்வ, அது
பழையபடி அதன் மூலஸ்தலம் சென்றடையும். அவ்வரிய
காட்சி காண மனிதக் கூட்டம் அலைமோதும். எப்பொழுதும்
நிகழ்வதில்லை அது. முன்னறிவிப்பின்றி எப்போதாவது
நிகழும். ஆனாலும், செய்தி காட்டுத் தீ போல வேகமாய்ப்
பரவி, நகர்வாழ் மாந்தரைக் கவர்ந்திழுத்து வரும்.

கொள்ளுத் தாத்தா நூற்று இருபது வருஷம் வாழ்ந்து,
இன்னும் ஓர் இளைஞர்போல நடமாடுதல், அந்த பாஷாண
ரத்தினத்தைத் தம் கையில் வாங்கும்படியான தகுதியும்
பாக்கியமும் பெற்ற காரணமாகத்தான் என எல்லோரும் நம்பினர்.
விஷ நுகர் சக்தி, அவர் இரத்தத்தோடு இரத்தமாய்க் கலந்து,
அதிக நோய் எதிர்ப்புச் சக்தியாய்ப் பரிணாம வளர்ச்சி அடைந்து
விடுகிறது எனலாம். ஆரம்ப நாட்களில், இரத்தினம் கையில்
பட்டதும் தாத்தா மூர்ச்சை அடைந்து விடுவதுண்டு. அப்படி
யான சமயங்களில், பாம்பு ரத்தினக் கல்லை மிக மிக
விரைவில் கவ்வி உள்வாங்கிக் கொள்ளும். தாத்தாவும் படிப்
படியாய் மூர்ச்சை தெளிந்து எழுந்துவிடுவார். பிறகு நாளாக
நாளாக, எல்லாம் பழகிப் போயிற்று என்றாயிற்று.

தாத்தா ராஜநாகத்தோடு பழகுவதும் கோவில் வாசலில்
நாகத்தோடு வீற்றிருந்து, ஊர் ஜனங்களைக் கூட்டுவதும்
ராஜவீதி வாசிகளுக்குக் கட்டோடு பிடிக்கவில்லை.

தங்கள் ராஜவீதியை மாசபடுத்துகிறார் என்ற கோபம் அவர்களுக்கு. அவரை, 'அழுக்குத் தாத்தா' என்றே அழைத்து வந்தனர். ஊர் மக்கள் அவரை 'ராஜ தாத்தா' என்றழைத்தனர். இந்த விஷயத்தில் ஊர் ஜனங்களுக்கும் ராஜவீதி வாசிகளுக்கும் அடிக்கடி மோதல் ஏற்படுவதுண்டு. தாத்தாவோ எதையும் கண்டுகொள்வதில்லை. யார் பக்கமும் பரிந்து பேசுவதில்லை. காலமும் எதையும் கண்டுகொள்வதில்லை.

(நடுவுரை: இதுவரை சொன்ன கதை பெரியவர்களுக்குப் புரிந்திருக்கலாம். சிற்சில வார்த்தைகளுக்கு அர்த்தம் சொல்லிக் கொடுத்தால், சிறுவருக்கும் புரிந்துவிடலாம். இனி வரும் மிச்சக் கதைதான் பிரச்சினை பண்ணுவது. வாசிப்பவரோ, எழுதியவனோ கதையின் உத்தி அமைந்திருக்கிற லட்சணத்தைக் கண்டு முடிவடையாது கதை. பாதியில் நிற்பதைக் கண்டு, வெட்கித்து, தாம் ஜவாப்தாரி அல்ல என்று ஓடி ஒளியலாம். அப்படி கதையில் என்னதான் விசேஷம் என்று பார்த்துவிடுவோமா?)

'ராஜநாக ரத்தின திலக சம்பூரண குணவீர நெடுமாறன்' அரசாண்ட காலம் அது. அனைத்து விஷ ஜந்துகளும் குறிப்பாக ராஜ நாகங்களும் ஷேமமாய் வாழ்ந்து வந்த பொற்பொழுது. அதன் பலாபலனாய், குடி மக்கள் ஷேமமும் உறுதி செய்யப்பட்டிருந்தது. மன்னனின் மகுடப் பெயர் கொண்டது ராஜ நாகமாதலால், அவற்றைக் கொல்ல தடை விதிக்கப்பட்டிருந்தது. மன்னனோ, தினம் இரு ராஜநாக முட்டைகளை உணவாய் விழுங்கும்படி சபிக்கப்பட்டிருந்தான். அவன் உண்ணும் உணவோடு, ஒரு சிறிய வைரக் கிண்ணத்தில், சமைக்கப்படாமல் அவை வைக்கப்பட்டிருக்கும். மன்னன் முதலில் அவற்றை எடுத்து வாயில் போட்டு விழுங்கிட வேண்டும். அதன்பின் தான் மற்ற உணவு வகைகள். அது தினசரி வாழ்க்கை. ஆம், அரசன் அப்படி சபிக்கப்பட்டிருந்தான். அந்த வினோத சாபத்தின் பின்னணி கீழே:

ஒரு முனிபுங்கவர், அரசரடிப் பொடியாழ்வார், நாட்டின் நலன் கருதி நீண்ட தவமிருந்து வந்தார். நாட்டில் விஷ ஜந்துக்கள் நடமாட்டம் அதிகரித்து வந்தபடியால், குடிமக்கள் சாவும் அதிகரித்திருந்தது. அதை அரசன் தவமிருந்து கொண்டிருந்த முனிவரிடம் சென்று அவர் காதில் மெல்ல

ஓதினான். முனிவரும், ராஜநாகமே அனைத்து விஷ ஜந்துக்களின் அரசன். ஆதலால் அவை முற்றிலும் அழிக்கப்பட வேண்டும் என்று இறைவனை வேண்டி மன்னன் சார்பாக தவத்தைத் தொடர்ந்தார். அதனைக் கேள்விபட்ட தலைமை ராஜநாகம், மன்னனிடம் வந்து, முனிவரை, தவத்தை நிறுத்திவிடச் சொல்லி கேட்டுக் கொள்ளுமாறு கோரியது. அரசன் அதன் வேண்டுகோளை மறுதலித்தான். தன் மக்களின் நலம்தான் தனக்கு முக்கியம் என்றான். அதனைக் கேட்ட தலைமை ராஜநாகம், முனிவர் பக்கத்திலேயே ஒரு புற்றில் குடியேறி, தானும் எதிர்த் தவம் செய்ய ஆரம்பித்தது.

இறைவனுக்குக் குழப்பமாயிற்று. யார் தவத்துக்குச் செவி மடுப்பது என்று தெரியாமல் திகைத்தார். அரசன், மக்களின் நல்வாழ்வுக்காகவும் தலைமை ராஜநாகம், தன் இனப் பாம்பு களின் பாதுகாவலுக்காகவும் தவமிருக்கின்றனர் என்று கண்டார். அரசனின் வேண்டுகோள் நியாயமாய்த் தெரிந்தது அவருக்கு. அதே சமயம், சிவனாகிய அவர் கழுத்தைச் சுற்றிக் கிடந்த நல்ல பாம்பு, ராஜநாகத்தை ‘ரெக்கமென்ட்’ செய்தது. பக்தியா, பாசமா, நட்பா என்ற போராட்டம் சிவனுக்கு. கடைசியில் பாசம் வென்றது. தலைமை நாகத்தின் தவ விண்ணப்பம் கேட்கப்பட்டது. அரசன் புறக்கணிக்கப்பட்டான்.

குதூகலித்த தலைமை நாகம், அரசனைக் கிள்ளுக்கீரை யாய் எண்ணி இறுமாந்தது. தன் இனம் அழிவினின்று தப்பியதைக் கொண்டாட எண்ணியது. தம் இன அனைத்து நாகங்களும் ஒன்று கூடி அரசனின் அரண்மனையை முற்றுகையிடக் கட்டளையிட்டது. அவ்வாறே ஆயிற்று.

அரண்மனை, கோட்டைக் கொத்தளங்களின் கதவுகள் அனைத்தையும் மூடிவிடுமாறு அரசன் ஆணையிட்டான். ஆனால் பாம்புகள் நுழையாத சந்து பொந்துகளா? அரண்மனைக் கட்டிடங்களின் கதவுகளுக்கு அடியில் இருந்த இடைவெளிகளின் வழியாக எல்லா ராஜநாகங்களும் அரண்மனையின் உள்ளே புகுந்தன. மதி மந்திரிகள், ராஜ விசுவாசிகள், ராஜகுமார குமாரத்திகள், மற்ற உறவினர்கள், காவலாளிகள் என அனைவரும் துண்டைக் காணோம், துணியைக் காணோமென எண் திசைகளிலும் ஓட்டம்

பிடித்தனர். அரசன் மட்டும் நாகங்களினிடையில் வசமாக மாட்டிக் கொண்டான். தலைமை நாகம் வீறிட்டுச் சீறிச் சிரித்தது. ராஜா அரண்டு போனான்.

"பார்த்தீரா? உம் அரசாங்கமே இப்போது என் கையில். எம் சீற்றம் என்னவென்று கண்டீர் அல்லவா? இவ்வளவு போதுமா, இன்னும் வேண்டுமா? ஆயினும் உம்மைப் பிழைக்கப் போகவிடுவது எம் சித்தம். நீர் செய்ய வேண்டுவது மூன்று காரியங்கள். ஒன்று உம் பெயர் முன், 'ராஜநாக ரத்தினம்' என்று எம் பெயர் இடம்பெற வேண்டும். இரண்டு, உம் நாட்டு மக்கள் எம் இனப் பாம்புகளைக் கொல்லக்கூடாது என்று அரசாணை பிறப்பிக்க வேண்டும். மீறினால் மரண தண்டனை என்று அறிவிக்க வேண்டும். மூன்று, எல்லோரும் அருவருக்கத்தக்கவாறு தினமும் இரண்டு எம் இன, கெட்டுப்போன, அல்லது மலட்டு முட்டைகளைப் பச்சையாகக் கடித்துச் சுவைத்து நீர் உண்ண வேண்டும். இதற்குச் சம்மதமானால் உமக்கு விடுதலை. இல்லையேல், இப்பொழுதே உம் மரணம்" என்றது தலைமை ராஜநாகம். அரசன் அதன் ஆணைகளுக்குக் கீழ்ப்படிவதைத் தவிர வேறு ஒன்றும் செய்ய முடியாத நிலையிலிருந்தான். ஆனாலும் ஒரு சந்தேகம் கேட்டான்.

"மூன்றாவது நிபந்தனைதான் உதைக்கிறது. கோழி முட்டை சாப்பிடுவது என்றாலேகூட எனக்கு அருவருப்பு. அப்படியிருக்க ராஜநாக முட்டை என்றால் குமட்டலாய் வருகிறது. அதுவும் கெட்டுப்போன அல்லது மலட்டு முட்டை என்கிறாய். அதையும் பச்சையாக, கடித்துச் சுவைத்து உண்ண வேண்டும் என்கிறாய். இந்த தண்டனை எனக்குத் தேவையா? இதிலிருந்து எனக்கு விலக்கு அளிக்க வேண்டும்" என்றான் மன்னன்.

தலைமை நாகம் சற்று யோசித்தது. ராஜா செய்த குற்றம் தான் என்ன? மக்கள் நலனில் அக்கறை கொண்ட எந்த அரசனும் செய்கிற காரியத்தைத்தான் இவனும் செய்தான். அது ஒரு குற்றமா? ஒரு நல்ல அரசனுக்கு இந்தத் தண்டனை அதிகம்தான். சற்றுக் குறைக்கலாம் என்று தீர்மானித்தது. 'கடித்து சுவைத்து உண்ணவேண்டும்' என்பதைத் தளர்த்தி, 'அப்படியே விழுங்கிவிட வேண்டும்' என்று மாற்றியது.

'தினசரி இரண்டு பாம்பு முட்டைக்கு நான் எங்கு போவேன்?' என்று அலுத்துக் கொண்டான் அரசன். அதைப் பற்றி நீர் கவலை கொள்ள வேண்டாம். உம் வைரக் கிண்ணத்தில் அவை தினசரி உரிய நேரத்தில் கொண்டு வந்து வைக்கப்படும். அதை என் தோழர்கள் கவனித்துக் கொள்வார்கள்' என்றது தலைமை ராஜநாகம்.

(மேற்கண்டபடி கதையின் பின்னணி இருக்க, குழப்ப வாதங்களின் முன்னணி, வெறும் சந்தர்ப்ப வாதங்களின் பின்னால் கைகட்டி நின்றது. என்ன வாதமோ கீதமோ போகட்டும். கதை ஒரு முடிவை நோக்கி நகர்ந்த வண்ணம் இருக்கிறது என்பதே உண்மை. எல்லாம் பாதிக்குப் பாதி சொல்லிவிட்டு, கதையை அரைகுறையில் விட்டுவிட மேற்கொள்ளும் ஏற்பாடுதான் இதெல்லாம் என்பது விதண்டாவாதம். எப்பாடு பட்டாகிலும் கதையை நல்லபடியாய் முடித்துவிடுவதுதான் என் சாமர்த்தியம்.)

மன்னன் தன் நாற்பதாவது வயதில் பாம்பு முட்டை சாப்பிட ஆரம்பித்தவன், மேலும் ஓராண்டுக் காலமே உயிர் வாழ்ந்தான். பாம்பு முட்டைகளில், விஷத்தின் ஆரம்ப வீரியம் படிந்திருந்ததோ என்னவோ அவன் கதை ஒரு முடிவுக்கு வந்தாலும், 'பாம்புகளைக் கொல்லக் கூடாது' என்று அவன் இட்ட அரசாணை இன்றும் நினைக்கப்பட்டு இன்னும் வழக்கத்தில் உள்ளதுதான் நிதர்சனம். அதற்கு நூற்று இருபது ஆண்டுகள் உயிர் வாழ்ந்து கொண்டிருக்கும் கொள்ளுத் தாத்தாவும் விஷப் பையினுள் ரத்தினக் கல் கொண்டுள்ள நான்கு தலைமுறை வாழ்ந்து கொண்டிருக்கும் ராஜநாகமுமே சாட்சி.

(இப்போது கதை முடிந்துவிட்டதுபோல் தோன்றுகிற தல்லவா? இரண்டு வார்த்தைகளைத் தக்க இடத்தில், தக்க நேரத்தில் கிள்ளிப் போட்டால் எல்லாம் சரியாகிவிடுகிறது. அந்த வேலையைத்தான் நான் செய்கிறேன். அதைப் பிரதானப் படுத்துகிறார்கள் பாமரர்கள். வெற்று வேலைகளுக்கு நான் அடிமை இல்லை. நிஜத் தொண்டு என் லட்சியம். நிஜத்தை நிஜத்தால்தான் அளக்க முடியும். விஷத்தை விஷத்தால்தான் முறிக்க முடியும். எப்படியோ கதை முடிந்த சந்தோஷத்தில் ஏதோ பிதற்றுகிறேன். இந்த இத்தனூண்டு கதைக்கு

'முன்னுரை', 'நடுவுரை' இருப்பது போலவே 'முடிவரை'யும் உண்டு. 'பின் குறிப்பு', 'நீதி', 'எச்சரிக்கை'யும் உண்டு.)

(பின் குறிப்பு: அடைப்புக் குறிக்குள் இருப்பவை, இனி இருக்கப் போகிறவை இந்தப் பின்குறிப்பையும் சேர்த்துத் தான் எழுத்தாளனின் கதை பற்றிய சொந்த அபிப்பிராயங்கள் கதைக்குள் கதையாய் முடிச்சிடப்பட்டவை. அவை இல்லையேல் கதைப் பான்மை கெட்டுவிடும். எனவே, கதையைப் படிக்கிறவர்கள் ஒரு எழுத்துக்கூட விட்டுப் போகாமல் அனைத்தையும் நன்கு ஊன்றிப் படிக்கவும்.)

(எச்சரிக்கை: இக்கதையைப் படித்து முடித்தவர்கள், கைகளை நன்கு சோப்பு போட்டுக் கழுவி விடவும். பின் விளைவுகளுக்கு எழுத்தாளனோ, பத்திரிகை ஆசிரியரோ, அவர் உதவியாளர்களோ பொறுப்பல்ல.)

(முடிவுரை: பாம்புகள் பற்றிய நுணுக்கங்களைத் தெரிந்து வைத்திருப்பவர்கள் இக்கதையைப் படித்தால், ஆயிரத்தெட்டு வினாக்களை எழுப்புவார்கள். அது கூடாது. இது பவித்திர மான சந்தேகங்களுக்கு அப்பாற்பட்ட கதை. பாம்பு நுணுக்க வாதிகளுக்குத் தெரிந்துவிட வேண்டாம். கதையைப் படித்தவர்கள் கீழ்கண்ட செய்திகைளத் தெரிந்து கொண்டிருப் பார்கள். பாம்புகள் விஷதாரிகளேயன்றி வேஷதாரிகளல்ல. பாம்புகள் விஷத்தை விரயம் செய்யாமல் கெட்டித்துப் போகவிட்டால், அது இரத்தினமாக மாறி ஜொலிக்கும். அதெல்லாம் கட்டுக்கதை என்பார்கள் பாம்பு நுணுக்க வாதிகள். அரசர்கள் அல்லது அரசாங்கத்தினர் 'பாம்பு இலாகா' என்று ஒன்றைத் தொடங்கலாம். படித்து முடித்து விட்டீர்களா? இன்னொரு தடவை கைகளை சோப்பு போட்டுக் கழுவி விடுங்கள்.)

கணையாழி-மார்ச், 2014

சாவை ருசித்தல்

கடல்நீர் உள்வாங்கிச் சென்றிருந்ததால், இன்னும் அழிபடாதிருந்த அந்தக் கோணல்மாணலான காலடிச் சுவடுகள், கோமாளித்தனமான யாரோ ஒருவன், குடிபோதையிலோ, மனக்குழப்பத்திலோ தட்டுத் தடுமாறி தள்ளாடிச் சென்றுள்ளான் என்பதை உணர்த்தின. காரியங்களை இவ்வளவு துல்லியமாய் எடை போடுகிறவன், அந்தக் காலடிச் சுவடுகளை எட்டி உதைத்து, மிதித்து, அழிந்து போகவிட்டு, தன் காலடிச் சுவடுகளை அதில் பதித்த வண்ணம், ஒரு சோகப் புன்னகையைக் காற்றில் பறக்கவிட்டு, இலக்கற்றுச் சென்று கொண்டிருந்தான். அவை காலடிச் சுவடுகளல்ல. காலச் சுவடுகள் என அவன் வாழ்க்கை, காய்ந்துபோன சருகுகளாக அவன் முன் கிடந்து, மிதிபட்டு, சர்... சர்... என சப்தித்தது.

காணாத தேசத்து கருப்பு நிலாப்போல், மடியாத சடலத்து செயலின்மைபோல், அவன் மனம், அதிசோக கதியில் கெட்டித்துப்போய் இருந்தது. கலையப்படாதிருந்த மோன நிலை, அச்சூழலுக்குப் பொருந்தி அமைந்திருந்தது.

ஆள் அழகன்தான். அகத்தின் அழகு அப்படி! அகத்தைத் திறந்தா பார்த்தார்கள்? ஆம், திறக்கக் கூடியதுதான் அது. அவன் அனுதாபிகள் நினைத்தால்! கேள்விகள் கேட்டுப் பதில் அறிவதிலேயே அது கைகூடி விடும். கிடைக்கிற தகவல்கள் உண்மையா, பொய்யா என அவன் முகம் காட்டிவிடும். ஆனாலும் அவன் எச்சரிக்கை மிகுந்தவன், கவசம் போல் மூடி மனதை வெளிக்காட்டிக் கொள்ளாதவன்... உஷார்!

காலத்தை, லோகத்தை கோடு கிழித்துத் துண்டாடுகிறவன் மாதிரி, அயல் சுவடு அழித்துத் தன் சுவடு பதித்து, அவன் நடந்துகொண்டே போனான். அகத்தின் அழகாய், பன்னீர்க் குளத்தில் நீராடி வெளிவந்தவன்போல், அவனைச் சுற்றி

இனிய மணம் சுவாசிக்க கிடைத்தது. ஆனாலும் அதில், சாவு வீட்டில் கொளுத்தி வைக்கப்படும் ஊதுவத்தியின் மணமே மேலோங்கி இருந்ததாக அவன் கருதினான். அவன் அந்த வாசனையை மிக மிக வெறுத்தான். குமட்டலெடுத்தது அவனுக்கு.

அவன் மனதுள், சாக்குருவிகள் எட்டிய தூரமெல்லாம் பறந்த வண்ணம் இருந்தன. குறுக்கிட்ட அவற்றைக் குறி வைத்துக் கல்லால் அடித்தான். ஒன்றும் பலிதமாகவில்லை. வெறுப்பே மிஞ்சியது. நீர்மேலெழுதியது கணக்கான வாழ்க்கையின் சடுதி சுகம்! அவன் விரும்பாத தற்கொலைக் கொப்பான சாவின் நிழல்! என்ன வாழ்க்கை இது என்றான சலிப்பான சலிப்பு!

எத்தனையோ இழந்து போயாயிற்று. இனி இழக்க எது மிச்சம்? வாழ்க்கையின் நல்ல பகுதிகளைப் பலி பீடத்தில் கிடத்தியாயிற்று. கெட்டவை, 'தாம் தூம்' என்று குதியாட்டம் போடுகின்றன. கல்லால் அடித்ததும் பயனற்றுப் போயிற்று. தீயதைக் கல்லாலடித்தால், நல்லவை குறுக்கே வந்து வழிமறித்து மரித்துப் போகின்றன. அவனையன்றி வேறு யாரைக் குறைகூற? இறையையா? அதுதான் மறித்து வந்து மரித்துப் போயிற்றே!

அவன் நடை வருந்தி, வெயில் வருந்தி ஒரு நிழற்குடையடியினில் வந்தமர்ந்தான். நிழல் நல்லதா? வெயில் நல்லதா? வெயில் வைட்டமின் டி தருகிறதாம். ஆரோக்கியம் உடலுக்குத் தேவைதான். ஆனால் நிழல் வெப்ப அழற்சியைக் குறைக்கின்றதே? பின் வெயிலைத் தேடவா, நிழலைத் தேடவா? மனம் குழம்பிய நிலையில், பாதி வெயிலிலும் பாதி நிழலிலுமாக அமர்ந்தான்.

பின், நடை வருத்தம்? இளைப்பாறுகை நல்லதே, இடும்பு செய்யும் கால்மூட்டு வலி விடைபெற்றுப் போவதாய் இருந்தால் மாறாய் சீரான நடை, சீரான உடல் மனநலம் சீரான நடை தான் அடுத்தவனின் தடுமாறிய காலடிச் சுவடில் சீரழிகிறதே? யாருக்கு வேண்டும் இனி உடல் நலம், மன நலம்? தேற்றுவாரற்ற மனதுக்கு நலம் ஒரு கேடா? பராமரிப்பற்ற உடலுக்கு ஒழுங்கு ஒரு கேடா?

அவன் இளைப்பாறுதலால், அவனுக்கு ஆறுதலாய், ஆதரவாய் உலகம், தானும் இளைப்பாறல் வேண்டிச் சுற்றுவதை நிறுத்திக் கொள்ளுமா? அன்றி, அந்தச் சூரியக் கூர்கதிர்கள்தாம் ஓய்வு தேடிடுமா? எல்லாம் அணுவும் அண்டமும் போல்தான். நிலையாமையைக் காதலித்தது யார் குற்றம்? அணு என்றால் என்ன, அண்டம் என்றால் என்ன? நிலையாமையின் கூர்கதிர்களா? பைத்தியமாவதற்கு பத்து விநாடிகள் போதும், பைத்தியம் தெளிய? கேள்வி கேள்வியைச் சாப்பிடுகிறது! உயிர் வாழுகை எத்தனை நாட்களுக்கு?

அவன் கான்கிரீட்டிலான நிழல் குடையினின்று எழுந்து, விலகி மேலும் நடக்க ஆயத்தமானான். கடல் மணலின்மேல் உட்கார்ந்திருந்ததினின்று, திடுமென எழுந்ததனால் இரத்த ஓட்டம் சீராகச் சில கணங்கள் பிடித்தன. பின்பு சகஜமான நடைதான். நடையினூடே பின்னோக்கிப் பார்த்தான். காததூரம் நடந்து வந்தது போலிருந்தது.

நடந்து கடந்து வந்த தூரம் ஒரு இழப்பா? இழப்புதா னெனில் அவனதுவும் இழப்புதான். மகத்தான இழப்பு! இந்நிலையிலிருந்து விடுபட்டு காற்றோடு, இயற்கையோடு கலந்து விடத்தான் அவா. அது தற்கொலைக்கீடானதோவென அஞ்சினான். அன்றி, உயிர் போக்கிட வேறு வழியில்லையோ இந்த பூமியில்? ஆறிலும் சாவு, நூறிலும் சாவு. ஆனால் அது தற்கொலையாய் இருப்பது ஒரு அபத்தம்.

நிழற்குடை எதற்கு? நீல வானமே ஒரு பிரமாண்டமான குடைதானே! அனைத்தும் கேட்பாரற்றுப் போய்விட்டனவா என்ன? அவனை ஒரு குற்றவாளிக் கூண்டினுள் அடைத்துப் போட்டிருக்கிறாரா இறைவன்? அவன் மட்டுமேயா? இல்லையே, விரிந்த வானக் குடையின்கீழ், பூமியின் சகல ஜீவராசிகளும் அதில் அடக்கம்தானே? அவனுக்கு மட்டும் எப்படி ஒரு பிரத்தியேகச் சிறை? தர்க்க சாஸ்திரம் நோய் நொடித்துப் பாழாய்ப் போக!

கீழ்மட்டத் தண்ணீர்த் தேக்கத் தொட்டி நிரம்பினாலன்றி மேல்மட்டத் தண்ணீர் தேக்கத் தொட்டி எப்படி நிரம்பும்? ஏரி நீர் வற்றிப் போயின், கீழ்மட்ட, மேல்மட்டத் தொட்டிகளில் தேக்குவதற்கு, நீர் எப்படிக் கிடைக்கும்? மழை பொய்த்துப்

போயின் ஏரியில் நீர் ஏது? ஏரியே தூர்வாரப்படாதிருந்தால், மழை தரும் அத்தனை நீரும் பயனற்றுப் போகுமே? எல்லாம் ஒன்றை ஒன்று சார்ந்திருக்கிறது. வாழ்வு நிலைகளும் அப்படித்தானே? அவன் இல்லையேல் சுகம் இல்லைதான். சுகம் இல்லையேல் வாழ்வில் ஒரு பிடிமானம் இல்லாது போகும். வாழ்வில் பிடிமானம் இல்லையேல் அது சுவை குன்றிப் போகும். சுவையற்ற வாழ்வில் மனச்சோர்வே கோலோச்சும். ஆதார நிலையே ஆட்டம் கண்டுகொண்டு விட்ட பிற்பாடு, அடுத்த நிலைகள் பற்றிய பேச்சு வீண் அல்லவா? கடவுளே! நீர் ஆரம்பித்தது, நீரே முடித்து வையும். மனித முயற்சிகள் வெற்றி இலக்கு அடையாதபோது, 'நீர் இன்றி அமையாது உலகு' என்பது போல்தான். தேவரீர், 'நீர்' இன்றியும் அமையாது உலகு ஐயா!

என்ன புலம்பல் இது? அவனைப் பற்றியும் மற்றவர்கள் பற்றியும் மட்டும்தான் உலகம் கவலுகிறதா? உலகத்துக்கு வேறு எத்தனையோ பிரச்சினைகள், நோக்கங்கள், அதில் அவனது ஒரு தூசு, காதலியின் இழப்பு அவனுக்கு வாழ்க்கைப் பணயம். பணயம் வைத்துத் தோற்றுப் போனான் அவன். பாஞ்சாலியின் கதைதானா? ஜெயித்துத் தர கிருஷ்ணன் வருவாரோ? கலிகாலம் கழிந்துபோய் விட்டதே, இனியாவது விமோசனம் உண்டோ? அவன் வேண்டுவது சாவு, சாவு ஒன்றுதான். அவள் பற்றிய சோக நினைவுகள் அடியோடு அற்றுப்போக வழி.

மீள வழி தெரியாமல் அவன் அழுதான். தேற்றுவாரில்லை. ஆறுதல் வார்த்தைகளுக்கும் பஞ்சம் வந்துவிட்டதா? துக்கத்தினின்று கரையேறுதல் சாத்தியமில்லையோ? அவரவருக்கு அவரவர் காரியம். யாரையும் குற்றம் கூற முடியாது. படைத்தவனைக்கூட, அவன் காரியம் அவன் சுமையென்றால், மற்றவர் காரியம் அவரவர் சுமை. மற்றவர் தம்மைச் சுமந்து கொண்டு, அவன் சுமையை அதிகப்படியாக ஏற்றுக்கொள்ள முடியாது. தெய்வமே! அவன் விருப்பப்படி, அவன் சுமையை அவன் சுமக்கவாவது அவனுக்குத் திடம் கொடும். அதுகூட உம்மால் முடியாதா? அது உமக்கு ஒரு விளையாட்டா? கேளிக்கையா? வெட்கக் கேடு அல்லவா அது? எப்போது உம் மனம் மாறும்? இறந்தவர் உயிர்த்தது ஏசு காலத்தில் மட்டும்

தானா? பின்பு ஒரு நாள், உலக முடிவில் எல்லோரும் உயிர்த்தெழும்போதுதான் அவளும் உயிர்த்தேழுவாளா? அது கொடுமை அல்லவா? எல்லாரும் உயிர்த்தெழும்போது ஒருவருக்கொருவர் சொந்தம், பிணைப்பு கண்டுகொள்ள முடியாமல், போய்விடுமாமே. பின்பு ஏன் இந்த உலக சோகங்கள்? முன்னதைப் புரிந்துகொள்ளாமல் இருக்க இப்படி ஒரு பிறவி தேவையா? புழுவாய்ப் பிறந்திருந்தாலும் அதற்கும் அதே கதிதானே? ஜோடி ஜோடியாய்த் தோற்றுவித்தீர். ஜோடி ஜோடியாய் இறக்கப் பண்ணியிருக்கலாமே? எதற்கு தனித்துத் தனித்துப் புலம்ப வைக்க வகை செய்தீர்? அவன் உட்பட எல்லோரும் உம்மைப் பழிக்கிறார்களே, உம் காதென்ன செவிடா? செவிட்டுக் காதராய், குருட்டுக் கண்ணராய் எத்தனை நாள் மாய்மாலம் காட்டுவீர்? அவன் சார்பாக, இத்தனையையும் சொல்லிக்காட்ட வைத்துவிட்டீரே?

சரி, போனது போகட்டும். இனியாவது உம்மைப் பழித்த அவனை அவன் விருப்பப்படி தண்டியும்! அத்தண்டனை, அவன் ஆசைபட்டபடி, எப்போதும் அவளைப் பற்றிய சோக நினைவாய் இருக்கும் அவனை, முற்றிலுமாய் மறக்கடிக்கச் செய்யும் மரண தண்டனையாய் இருக்கட்டும். மற்றொன்றும் அவனுக்கு வேண்டாமாம். சோக நினைவுகளை, நீர் விதித்தபடி மறக்க அதுவே தோதாய் இருக்கட்டும்.

சஞ்சலங்கள் நெஞ்சை அடைக்கின்றன. அதுதான் எத்தனை காலத்துக்குத் தாக்குப் பிடிக்கும்? எதிர்பாரா நேரத்தில் பட்டென்று வெடித்து விடாதா? அதுதானே அவன் கடவுளிடம் மன்றாடும் தினசரி பிரார்த்தனை? ஆனால், அவன் இதய அதிர்ச்சியில் பழகிப் போனான். இமயமே வெடித்துச் சிதறினும், அவனுக்கு அவன் சோகம் மட்டுமே முக்கியம். அதில்தான் அவன் கவலையேயன்றி, இமய வெடிப்பிலில்லை. அவன் சாவு அவனுக்குச் சம்மதமெனில், பிறர் சாவை அவன் எப்படி ஒரு பொருட்டாய்க் கொள்வான்?

அவன் நடந்துகொண்டே இருந்தான். வெறுமனே அல்ல, ஒரு வீராப்போடு. அவன் சாவுக்கான ஒரு யுக்தியைத் தேடி, அவன் அவளுக்கு வாக்குத் தத்தம் செய்து கொடுத்தபடி, தற்கொலையல்ல அவன் நோக்கம். அது ஒரு கோழைத்தனம் என்பது அவன் மனத்திண்ணம். பின் எப்படிச் சாவது? அது

கைகூடாமையே, ஒரு மாபெரும் தோல்வி அவனுக்கு. யாராருக்கெல்லாமோ, எவ்வெவ்விதமாகவோ சாவு வருகிறது. அவனவள் நோய்வாய்ப்பட்டு, படுக்கையில் விழுந்து இறந்து போனாள். மூளைக் காய்ச்சலாம். தனக்கு அப்படி ஒரு சாவு வராதா என்று ஏங்கினான்.

சாவை நேசித்தவனை உலகம் தூற்றியது. அவனுக்கு அவள் நிமித்தம் தற்கொலை எண்ணம் அறவே இல்லையாதலால், அவன் இன்னும் ஐம்பது ஆண்டுகள் கூட வாழ சாத்தியப் படலாம். அத்தனை காலம் அவள் பற்றிய சோக நினைவோடு வாழ, அவன் மனம் ஒப்பாது. தாறுமாறான நினைவுக் குமைச் சலில், அவனுக்குப் பைத்தியம் பிடித்துக் கொண்டாலும் அவளைப் பற்றித்தானே புலம்பியபடி இருப்பான்? அது அவனுக்கு ஒரு சாபக்கேடாய் ஆகிவிடும். அவள் நினைவு முற்றிலுமாய் அகல வேண்டும். அதுவும் கூட சீக்கிரம், ஆனால் தற்கொலையாலல்ல, இயல்பாகவே. பல சாத்தியக் கூறுகளை யோசித்து, முடிவாக உண்ணாவிரதம் இருக்கத் தீர்மானித்தான். பசி கொஞ்சம் கொஞ்சமாக அவனைத் தின்றுவிடும். அதுவும் தற்கொலைக்கு ஒப்பானதானதெனச் சிலர் சொல்லினும் அது உண்மையென்று அவன் நம்பவில்லை. காந்தியடிகளே உண்ணாவிரதத்தை ஒரு சாத்விக ஆயுதமாக உபயோகித்து இந்தியாவுக்குச் சுதந்திரம் வாங்கித் தரவில்லையா?

உண்ணாவிரதம் இருந்த அவன் உயிரைத் தக்க வைத்துக் கொள்ள குளுக்கோஸ் ஏற்றினர். சில நாட்களிலேயே அவன் கோமா நிலைக்குத் தள்ளப்பட்டான். கோமா! ஆமாம்! எல்லா உணர்வுகளையும் நினைவுகளையும் அடியோடு இழக்கின்ற ஆழ்ந்த உறக்க நிலை. அவன் விரும்பியபடி, அது கை கூடிற்று. அதன்பின் சாவுதான்! உலக வாழ்வின் ஞாபகங்களையும் ஓர்மைகளையும் முற்றாக சாகடிக்கிற சுவர்க்கம்தான். அன்றி நரகம்தான். அல்லது இரண்டும் இல்லையான ஒரு பாழ்வெளிதான். எதுவானாலும் அவனவள் பற்றிய துன்ப நினைவுகள் இனி எழா. அதுவே பேரானந்தம் அவனுக்கு!

கணையாழி - மே, 2014

தடங்கல்கள்

முந்தின நாள் மாலை நந்தகுமாரோடு பேசிக் கொண்டிருந்த போது ஏற்பட்ட மனஉரசல் தவிர்க்கப்பட்டிருக்க வேண்டிய ஒன்றென, அடுத்த நாள் காலை கண்விழித்து எழுந்தது முதல் நெடுநேரமாக ஒரு சுரீர் உணர்ச்சியாய்க் குத்திக் காட்டிய வண்ணம் இருந்தது மோகனுக்கு. இயல்பான பேச்சில்கூட, எதிர்பாராத விதமாய் வார்த்தைகள் தடித்துப் போய்விடு கின்றன. எவ்வளவுதான் நண்பர்களாய் இருப்பினும் கேலியும் கிண்டலும் ஓர் அளவுக்கே செல்லுபடியாகும் என்பதை மோகன் தாமதமாகவே உணரும்படியாயிற்று. உடனே மன்னிப்பு கேட்டிருந்தால், வார்த்தைகளின் கனாகனம் மட்டுப்பட்டு ஒரு தெளிவுநிலை உண்டாகியிருக்கக்கூடும். அதற்குத் தன்னுடைய தன்மானம் இடங்கொடுக்கவில்லை என்ற கசப்பான உண்மை இப்போதுதான் மோகனுக்குப் புலப்பட்டது. எப்படியோ, ஒரு பவித்திரமான நட்பை வீணே இழந்துவிடக்கூடாது. அதற்கு என்ன செய்யவேண்டும் என யோசித்துக் குழம்பிய படி இருந்தான் மோகன்.

தொலைபேசியிலோ, அலைபேசியிலோ நந்தகுமாரோடு தொடர்புகொள்ளவும் முடியவில்லை மோகனுக்கு. ரிங் போன உடன் தொடர்பைத் துண்டித்து விடுகிறான். டெலிஃபோன் பூத்திலிருந்து தொடர்பு கொள்ள முயற்சித்தால், தன் குரல் கேட்டவுடன் போனை ஆஃப் செய்து விடுகிறான். அது, தன் மேலுள்ள கோபம் அவனுக்கு இன்னும் தணிய வில்லை என்பதையே காட்டியது. அதனால் அதிகமாகக் கவலைக்குள்ளானான் மோகன்.

தன் சுய கௌரவத்தை, வீராப்பைச் சற்றே ஒதுக்கி வைத்து விட்டு, நந்தகுமாரை நேரில் சென்று சந்தித்து, அவனோடு பேசும்போது அகஸ்மாத்தாக தான் உபயோகித்த கெட்ட வார்த்தை ஒன்றுக்காக மன்னிப்புக் கோரலாம் என்று

முடிவெடுத்தான் மோகன். இப்போது மதியம் பன்னிரெண்டு மணி. நந்தகுமார் தன் அலுவலகத்தில் இருப்பான் என்ற உத்தேசத்தோடு அங்கு சென்றான். நந்தகுமாரின் மேஜை நாற்காலி காலியாய் இருந்தது. ஆபீஸ் சூப்பரின்டெண்ட் டிடம் விசாரித்ததில் ஒரு வாரம் மெடிக்கல் லீவ் போட் டிருந்தது தெரிய வந்தது. வந்த வேகத்திலிலேயே திரும்பி, நந்தகுமார் குடியிருந்த வாடகை வீட்டுக்குச் சென்றான். வீட்டுக் கதவில் பூட்டுத் தொங்கியது. அக்கம்பக்கத்தில் விசாரித்ததில் ஒரு மணி நேரம் முன்னால்தான் தன் மனைவி யோடு தன் சொந்த ஊரான திருநெல்வேலிக்குக் கிளம்பிச் சென்றதாகவும் திரும்பி வர நாளைந்து நாட்கள் ஆகும், அதுவரை வீட்டைப் பார்த்துக் கொள்ளுங்கள் என்று சொல்லிவிட்டுப் போனதாகவும் கூறினார்கள். திருநெல் வேலியில் நந்தகுமாரின் சொந்த வீட்டு முகவரி யாருக்கும் தெரியவில்லை.

மோகனுக்குத் தலை சுற்றிற்று. எல்லாவற்றையும் தான் காலம் தாழ்த்திச் செய்து வருவதால் நேரிடுகின்ற இழப்புகள் குறித்து மனம் கலங்கினான். ஒரு மணி நேரம் முந்தியிருந்தால் நந்தகுமாரை நேரில் சந்தித்திருக்கலாமே என்று தன்னையே நொந்துகொண்டான். எப்படியாவது நந்தகுமாரை இன்று கட்டாயம் சந்தித்தே ஆக வேண்டும் என்ற வைராக்கியம் மேலெழுந்தது. திருநெல்வேலியில் சிந்துப்பூந்துறையில் அவன் வீடு இருப்பதாக ஞாபகம். அவனுடைய அப்பா பிரபலமான சிவில் காண்ட்ராக்டர். கந்தசாமி, இராமசாமி என்று ஏதோ ஒரு பெயர். அங்கு சென்று விசாரித்தால் கண்டுபிடித்து விடலாம்.

மணி ஒன்றரையாயிற்று. தன்னுடைய எலக்ட்ரிக்கல் ஷாப்பை மூடிவிட்டு, உதவிக்கு இருந்த பையனை போகச் சொல்லி விட்டு, வீட்டுக்கு வந்தான் மோகன். மதிய உணவு சாப்பிட்ட படியே தன் மனைவி ஜெசிந்தாவிடம் விவரத்தைச் சொன்னான். "என்ன ஆனாலும் நீங்க அந்த வார்த்தையைச் சொல்லியிருக்கக் கூடாது" என்றாள் ஜெசிந்தா.

உணவு வேம்பாய்க் கசந்தது. பாதி சாப்பிட்டுவிட்டுக் கை கழுவிக் கொண்டான் மோகன். அவன் மனைவி, "என்னங்க இது? ஒங்க மனவருத்தத்த சாப்பாட்டுல காட்றீங்க... சரி, ஹார்லிக்ஸ் போட்டுத் தாரேன். குடிச்சிட்டுப் போங்க...

ஜோவுக்கு ரொம்ப சளி பிடிச்சிருக்கு. மருந்து சாப்பிட்டதையும் வாந்தி எடுத்துட்டான். பத்தரை மணிக்குப் படுத்தவன் இன்னும் எந்திரிக்கலை. திருநெல்வேலி போயிட்டு சீக்கிரம் வந்துருவீங்கல்ல?'' என்று கேட்டுவிட்டு, ஜோவை எழுப்பி விடச் சென்றான். சில வினாடிகள் கழித்து, ''ஏங்க, இங்க வாங்க... புள்ளைக்குக் காய்ச்சல் அனலாய்க் கொதிக்கிது'' என அலறினாள்.

ஒரு வயது கூட ஆகாத குழந்தை ஜோசப், சுகவீனத்தில் துவண்டு போயிருந்தான். ஜுரமும் சளியும் கூடவே வாந்தியும் வயிற்றுப்போக்குமாக கஷ்டப்பட்டான். மோகனும் ஜெசியும் உடனே குழந்தையை மருத்துவமனைக்குக் கொண்டு செல்ல ஆயத்தமானார்கள். தாமதமாக வந்த ஆட்டோ டிரைவரைக் கோபித்துக் கொண்டான் மோகன். நந்தகுமார் பற்றிய விஷயம் ஒரு பக்கம் மனதில் உறுத்திக் கொண்டிருந்தது. நேரம் பிற்பகல் இரண்டரையாகி இருந்தது.

ஜோவை ஹாஸ்பிட்டலில் இன்பேஷண்டாக அட்மிட் பண்ணிவிட்டு, குழந்தைகள் நல சிறப்பு மருத்துவர் வருகைக்குக் காத்திருந்தனர். ஜோவுக்கு டிரிப் ஏறிக் கொண்டிருந்தது. ஊசி குத்தின கையைக்கூட தூக்க முடியாதபடி சோர்ந்து போயிருந்தான். விட்டுவிட்டு அழுத வண்ணம் இருந்தான். வயிற்றுப் போக்கும் நிற்கவில்லை.

மணி மாலை ஐந்து ஆகியும் சிறப்பு மருத்துவர் வரக் காணோம். அவர்மேல் கோபம் கோபமாக வந்தது மோகனுக்கு. இனி அன்றைக்கு நந்தகுமாரைப் போய் சந்திக்க முடியாது என்றதால் மனப்பாரம் அதிகரித்தது. நாளையாவது திருநெல் வேலி சென்றுவர ஏதுவாக குழந்தையின் சுகவீனம் அகல வேண்டுமென்று ஏசுவை வேண்டிக் கொண்டிருந்தான். நட்பா, பாசமா என்ற மனப் போராட்டத்தில் இரண்டுங் கெட்டான் நிலைக்குத் தள்ளப்பட்டான் மோகன்.

மாலை ஆறு மணிக்குக் குழந்தை நல சிறப்பு மருத்துவர் வந்தார். குழந்தையின் உடல்நிலையைப் பரிசோதித்தார். காய்ச்சல் 102 டிகிரி இருந்தது. ''ரொம்ப சளியினாலதான் குழந்தை உடல்நலம் பாதிக்கப்பட்டிருக்கு. பயப்படத் தேவையில்லை. குளுக்கோஸ் டிரிப்பில் காய்ச்சல் சளிக்கு

மருந்து கலந்து கொடுக்கிறேன். குணமாயிரும்... குழந்தைக்கு தாய்ப்பால் மட்டும் கொடுங்க... நாளைக்கு காலையில் வந்து பாத்துட்டு டிஸ்சார்ஜ் பண்ணிர்றேன்'' என்றார். 'அப்பாடா' என்று நிம்மதிப் பெருமூச்சுவிட்டான் மோகன்.

இரவு மணி எட்டாயிற்று. ஜோ முகம் பார்த்துச் சிரித்தான். தாய்ப்பால் அவசரம் அவசரமாகக் குடித்தான். வாந்தி பேதி நின்றிருந்தது. ஜுரம் குணமாகியிருந்தது. மோகன் - ஜெசிந்தா முகங்களில் மகிழ்ச்சியேற்பட்டு கவலைக்குறி மறைந்தது. மருத்துவமனை வளாகத்திலிருந்த கேன்டீனில் இட்லி வாங்கி வந்து இருவரும் உண்டனர். அறையினுள் மோகன் தரையிலேயே படுத்துக் கொண்டான். அவன் மனைவி, குழந்தையுடன் கட்டிலில் படுத்துக் கொண்டாள். அசதியில் நன்றாக உறங்கிப் போனார்கள். குழந்தை ஜோவும் தொந்தரவு செய்யாமல் தூங்கிவிட்டான்.

அதிகாலை நான்கு மணிக்கு மோகனுக்கு விழிப்பு வந்தது. எழுந்து குழந்தையைத் தொட்டுப் பார்த்தான். காய்ச்சல் இல்லை. பக்கத்தில் படுத்திருந்த மனைவியைப் பார்த்தான். அவள் முகத்தில் ஓர் இறுக்கம் தெரிந்தது. உடல் லேசாக நடுங்கிக் கொண்டிருந்தது. நெற்றியில் கை வைத்துப் பார்த்தான். காய்ச்சல் இருந்தது. வெளியே வந்து நர்சிடம் சொன்னான்.

நர்ஸ் குழந்தையையும் ஜெசியையும் பரிசோதித்துவிட்டு, "குழந்தைக்கு குணமாயிட்டுது. அம்மாவுக்குத்தான் காய்ச்சல் 103 டிகிரி இருக்கு. ஃபிசிஷியன் ஒன்பது மணிக்கு வருவார். இப்போதைக்கு காய்ச்சலுக்கு கால்பால் ஒண்ணு தரேன். ஒரு இஞ்சக்ஷனும் போட்டு விடறேன்'' என்றாள்.

மோகன் தலைமேல் கை வைத்துக்கொண்டு உட்கார்ந்து விட்டான். நந்தகுமார் ஒரு பூதத்தை அனுப்பி தன்னையும் தன் குடும்பத்தையும் அலைக்கழிக்கிறானோ என்று அவனுக்குத் தோன்றிற்று. நந்தகுமாரை எப்படியும் நேரில் சந்தித்தே ஆக வேண்டுமென்று நேற்று எடுத்த வைராக்கியம் நிறை வேறாமல் போயிற்று. இன்றாவது முடியுமா? என்ற கேள்விக் குறி, தன் மனைவியின் சுகவீன உருவில் வந்து, ஒரு முட்டுக் கட்டையாய் விழுந்துள்ளது கண்டு கிலேசமுற்றான். முதலில் தன் குடும்பம் முக்கியம், பிறகுதான் மற்றெல்லாம் என்றும் தோன்றிற்று.

காலை ஒன்பது மணிக்கு பொதுநல சிறப்பு மருத்துவரும் குழந்தை நல சிறப்பு மருத்துவரும் ஒன்றாகவே வந்தனர். ஜோவுக்குக் குணமாயிற்றென்பதால், டிஸ்சார்ஜ் செய்து எழுதிக் கொடுத்தார் குழந்தை மருத்துவர். ஜெசிந்தாவுக்கு ஜுரம் சற்று குறைந்து, 102 டிகிரி இருந்தது. மருந்துக்கும் இரத்தப் பரிசோதனை செய்யவும் எழுதிக் கொடுத்தார் பொதுநல மருத்துவர். டிரிப் ஏற்றவும் ஏற்பாடு செய்தார். தாய்க்குக் குணமாகும் வரை, குழந்தைக்குத் தாய்ப்பால் கொடுப்பதைத் தவிர்ப்பது நல்லது என்றார் குழந்தை மருத்துவர். அதற்கு மாற்றாக புட்டிப்பால் எழுதிக் கொடுத்தார்.

ஜெசிந்தாவுக்கு சுகம் இல்லையாதலால், குழந்தையை அவள் பக்கத்தில் படுக்க வைக்காமல் பார்த்துக் கொள்ளும் பொறுப்பு மோகனுக்கு வந்தது. மேலும் புட்டிப்பால் கொடுக்க வேண்டிய கட்டாயமும் அவனுக்கு ஏற்பட்டது. ஒரு குழந்தையை வளர்த்தெடுப்பதற்கு அதன் தாய் என்னவெல் லாம் தியாகங்கள் செய்ய வேண்டியிருக்கிறது என்பதை அந்தச் சிறு பொறுப்பேற்பு மூலம் முதல் தடவையாக மோகன் அனுபவப்பூர்வமாக உணர்ந்து கொண்டான்.

பிளட் ரிசல்ட், காய்ச்சல் சாதாரணமானதே என்பதை அறிவித்தது. மாலையில் வந்த மருத்துவர், “இந்த காய்ச்சல் ரெண்டு மூணு நாளைக்கு இருக்கும். பெறகு சரியாயிடும். ரெண்டு நாளைக்கு பிரட்டோ, உறைப்பு குறைந்த இட்லியோ சாப்பிடுங்க. ஆஸ்பத்திரியில் இருக்க வேண்டிய அவசிய மில்லை. மூணு நாளைக்கு மருந்து ஏழுதித் தாரேன் சரியாயிடும்” என்று சொல்லி டிஸ்சார்ஜ் செய்தார்.

மெடிக்கல் பில் பணத்தைக் கட்டிவிட்டு வீட்டுக்கு வந்தனர் மூவரும். வீட்டில் வேலைக்கு யாரையும் வைத்துக் கொள்ள வில்லையாதலால், மோகன்தான் எல்லாம் பார்த்துக் கொள்ள வேண்டியிருந்தது. ஜெசியையும் பார்த்துக்கொண்டு, குழந்தையையும் பராமரித்து வந்தது மோகனுக்கு புதிய அனுபவமாயிருந்தது. இரண்டு நாளைக்கு கடையை உதவிக்கு இருந்த பையனிடம் ஒப்படைத்தான் மோகன்.

மோகன், ஜெசிந்தா இருவரது தாய் தந்தையரும் முன்பே இறந்து போய்விட்டனர். இருவருக்கும் உடன் பிறப்புகளும்

இல்லை. எனவே உதவிக்குச் சொந்தத்தில் யாரையும் கூப்பிட முடியவில்லை. புட்டிப்பால் குடித்த குழந்தை விட்டுவிட்டு அழுது கொண்டிருந்தது. குழந்தை வளர்ப்பின் சிரமத்தை மேலும் கூடுதலாக உணர்ந்து கொண்டான் மோகன். இரண்டு நாளும் சாப்பாட்டுக்கு வெளியே ஏற்பாடு செய்து கொண்டான்.

மூன்றாம் நாள் ஜெசிந்தா பூரண குணமடைந்தாள். ஜோவும் சிரித்து விளையாட ஆரம்பித்தான். வீட்டுப் பிரச்சினை சகஜமாயிற்று. பின்பு நட்புப் பிரச்சினை தலை தூக்கிற்று.

நான்கு நாட்கள் ஆகிவிட்டதால் நந்தகுமார் திருநெல்வேலி யிலிருந்து திரும்பி வந்திருக்கலாம் என்று அனுமானித்து, அவன் வீட்டுக்குச் சென்று பார்த்தான் மோகன். இன்னும் வரவில்லை என்று தெரிந்தது. ஆபீசில் போய் விசாரித்தான். மார்பு வலி காரணமாக லீவை மேலும் பத்து நாட்கள் எக்ஸ்டண்ட் பண்ணி இருப்பதாகச் சொன்னார்கள்.

மோகன் துணுக்குற்றான். தன்னையே நொந்து கொண்டான். தான் கூறிய வசைச் சொல்லை ஜீரணிக்க முடியாமல்போய், அவனுக்கு ஹார்ட் டிரபிள் வந்திருக்குமோ என்று சந்தேகித் தான். எப்படியாவது நந்தகுமாரை சந்தித்தே ஆகவேண்டும் என்று திரும்பவும் உறுதிபூண்டான். அவன் காலைப் பிடித்து கெஞ்சியாவது தன்னை மன்னிக்கும்படி கேட்டுக் கொள்ள வேண்டுமென்று தீர்மானித்தான். திருநெல்வேலியில் அவன் முகவரி சரியாகத் தெரியாமல், அங்கு போய் பிரயோஜனமில்லை என்பதை புத்திப் பூர்வமாக உணர்ந்தான். முகவரியை யாரிடம் போய்க் கேட்க என்று மலைத்துப் போனான் மோகன்.

சட்டென்று பொறி தட்டிற்று மோகனுக்கு. நந்தகுமார் லீவை எக்ஸ்டெண்ட் செய்து அனுப்பிய கடித முகப்பில் அவனுடைய முகவரி இருக்கும். அவன் ஆபீசில் விசாரித்தால் தெரிந்துவிடும் என யூகித்துக்கொண்டு ஆபீஸ் சூப்பிரண்டெண்ட்டிடம் கேட்டான். லீவ் லெட்டரை சேங்ஷனுக்காக மேலதிகாரிக்கு அனுப்பியுள்ளதாக கூறினார் அவர். தனக்கு அவன் விலாசம் அவசரமாகத் தேவை என்பதை உணர்த்திவிட்டு, மேலதிகாரி யான சீஃப் எஞ்சினீயரின் பி.ஏ.வை. நோக்கி ஓடிச் சென்று

சந்தித்தான். அவர் ஃபைல்களை புரட்டிப் புரட்டிப் பார்த்து விட்டு, நந்தகுமாரின் லீவ் லெட்டர் ஃபைலை எடுத்துக் கொடுத்தார். கவரின் அட்டையில் கே. நந்தகுமார், கேர் ஆஃப் மீனாட்சி மிஷன் ஆஸ்பிட்டல், மதுரை என்றிருந்தது.

மோகனுக்கு குழப்பம் அதிகரித்தது. திருநெல்வேலியில் இருக்க வேண்டிய நந்தகுமார் மதுரைக்கு ஏன், எப்படிப் போனான் என்று புரியவில்லை அவனுக்கு. இப்போது மதுரைக்குச் செல்வதா, திருநெல்வேலிக்குச் செல்வதா என்று தீர்மானிக்க முடியவில்லை மோகனுக்கு. ஏதோ யோசனையில், ஒரு நம்பிக்கையோடு, நந்தகுமாரின் செல்போனுக்கு மறுபடியும் டயல் செய்தான். “நீங்கள் தொடர்பு கொள்ள விரும்பும் போன் நம்பர் தற்பொழுது உபயோகத்தில் இல்லை” என்று பதில் வந்தது.

ஏதோ நடக்கக் கூடாதது நடந்திருக்கிறது. அது என்னவென்று தனக்குப் புரியவில்லை என்று மோகனுக்குத் தோன்றியது. பழையபடி ஆபீஸ் சூப்பரின்டெண்டன்டிடம் வந்து, நந்தகுமார் எப்படி மதுரை ஆஸ்பத்திரியில் அட்மிட் ஆனான் என்ற விவரம் தெரியுமா? என்று கேட்டான். அவர் சில விநாடி யோசித்துவிட்டு, தூத்துக்குடி துறைமுகத் தொழிலாளர்களில் யாருக்காவது ஹார்ட் சர்ஜரி போன்ற சிகிச்சை தேவைப்பட்டால், மதுரையில் உள்ள மீனாட்சி மிஷன் ஆஸ்பத்திரிக்கே அனுப்புவார்களென்றும் ஆகவே போர்ட் டிரஸ்ட் ஆஸ்பத்திரியில் விசாரித்தால், ஒருவேளை நந்தகுமாரைப் பற்றிய விவரம் என்னவென்று அறிந்து கொள்ளலாம் என்று பதிலுரைத்தார்.

மோகன் உடனே தாமதம் செய்யாமல் துறைமுக சபை மருத்துவமனைக்கு விரைந்தான். அங்கிருந்த செக்கண்ட் ஷிப்ட் டாக்டரிடம் விஷயத்தைச் சொல்லி விவரம் கேட்டான். அதிர்ஷ்டவசமாக, அந்த டாக்டர்தான், நந்தகுமாரின் கேசை டீல் செய்பவர். ஆதலால், அவருக்கு விவரம் தெரிந்திருந்தது. நந்தகுமார், கழிந்த வாரம் ஹைப்பர் டென்ஷன் காரணமாக ஒரு வாரம் மெடிக்கல் லீவ் போட்டிருந்ததாகவும் ஓய்வெடுத்துக் கொள்ளத் தன் சொந்த ஊரான திருநெல்வேலிக்குச் செல்வதாக கூறியதாகவும் இரத்த அழுத்தம் கூடிவிட்டதால் மறுபடி வீட்டுக்குக்கூட போகாமல் நேராகத் துறைமுக சபை

ஹாஸ்பிட்டலுக்கே வந்து இன்பேஷண்ட்டாக அட்மிட் ஆனதாகவும் இப்போது ஒரு மணி நேரம் முன்பு நெஞ்சுவலி ஏற்பட்டதால் ஹார்ட் சர்ஜரி செய்து கொள்ள வேண்டிய கட்டாயம் காரணமாக உடனேயே மருத்துவமனை ஆம்புலென்சில் மதுரை மீனாட்சி மிஷன் ஆஸ்பத்திரிக்கு அவனைக் கொண்டு சென்றிருப்பதாகவும் கூறினார். கொசூறு செய்தியாக, நந்தகுமாரின் செல்போன், ஆம்புலன்சில் அவனை ஏற்றும்போது கீழே தவறி விழுந்து, டயரின் அடியில் மாட்டிக் கொண்டு விட்டதாகவும் அதை யாரும் கவனிக்காததால் நசுங்கிப் போய்விட்டதாகவும் கூறினார்.

எல்லா பிரச்சனைகளுக்கும் விடை கிடைத்துவிட்டதாக மோகன் கருதினான். கைக் கடிகாரம் மணி இரவு ஏழு என்று அறிவித்தது. இனி மதுரைக்குச் செல்ல முடியாது. நாளை அதிகாலையிலேயே புறப்பட்டுச் செல்லலாம் என்று தீர்மானித்தான். நந்தகுமாருக்கு ஒன்றும் ஆகியிருக்கக்கூடாது என்று மனத்துக்குள் ஜெபித்துக் கொண்டான்.

மறுநாள் காலை நான்கு மணிக்கே எழுந்து, காலைக் கடன்கள் முடித்துக் கொண்டு, டிபன் கொரித்துவிட்டு, உறங்கிக் கொண்டிருந்த ஜோவை முத்தமிட்டுவிட்டு, மனைவியிடம் சொல்லிவிட்டு, பத்து கிலோ மீட்டர் தள்ளியிருக்கும் தூத்துக்குடி புதுப் பேருந்து நிலையத்துக்கு ஆட்டோவில் சென்றான் மோகன். அங்கிருந்து மதுரைக்கு டிக்கெட் எடுத்தான். அந்த அதிகாலை நேரத்திலும் பஸ் டிக்கெட்டுக்கு முண்டியடிக்க வேண்டியிருந்தது.

மதுரைக்குப் போகும் வழியில், எட்டையபுரத்தின் பக்கம் வந்தபோது, பஸ்ஸின் இடப்புற பின் டயர் வெடித்து விட்டது. அதை சரி செய்ய அரை மணிக்கும் மேலாயிற்று. பின்பு அருப்புக்கோட்டை வந்தபோது எஞ்சின் கோளாறு காரணமாக பஸ் நின்றுவிட்டது. டிரைவர் எவ்வளவோ முயற்சி செய்து பார்த்தும் பஸ் ஸ்டார்ட் ஆகவில்லை. பயணிகளை விட்டு பஸ்ஸை தள்ளிப் பார்த்தும் பிரயோ ஜனம் இல்லை. பயணிகளுக்கும் டிரைவர் கண்டக்டருக்கும் இடையே வார்த்தைத் தகராறு முற்றிற்று. பயணிகளை மதுரை செல்லும் வேறு பஸ்களில் ஏற்றிவிட்டு நிலைமையைச் சமாளித்தனர் ஓட்டுநரும் நடத்துநரும். எல்லா பஸ்களும்

அதிகமாகப் பயணிகள் சுமையோடு வந்ததால் காலதாமத மாயிற்று. அதிகாலை நான்கு மணிக்கு எழுந்து கிளம்பிய மோகன், மதுரையை அடையும்போது நண்பகலாயிற்று.

பசித்தாலும் சாப்பிட மனசில்லை மோகனுக்கு. அவன் மனம் முழுதும் நந்தகுமாரே நிறைந்திருந்தான். அவனைப் பார்த்ததும் எப்படி நடந்து கொள்ள வேண்டும் என்று மனதுக்குள் ஒத்திகைப் பார்த்த வண்ணம் இருந்தான். மோகனுக்கு உணர்ச்சி வசத்தில் கண்ணீர் முட்டிக்கொண்டு வந்தது.

மீனாட்சி மிஷன் மருத்துவமனையில், ரிசப்ஷன் கௌண்டரில் நந்தகுமார் பற்றி விசாரித்தான் மோகன். ரிசப்ஷனிஸ்ட், நந்தகுமாரை அட்மிட் செய்திருந்த அறைக்குச் செல்ல பாதை சொன்னாள். அங்கு சென்று பார்த்தபோது யாரும் தென்படவில்லை. நர்ஸை விசாரித்ததில் நந்தகுமாரை ஹார்ட் சர்ஜரிக்காக பத்து நிமிஷங்கள் முன்புதான் அழைத்துச் சென்றிருப்பதாகக் கூறினாள். சர்ஜரி முடிந்து இரண்டு மூன்று நாட்களுக்கு யாரையும், நந்த குமாரின் மனைவியைக்கூட, அவனைப் பார்ப்பதற்கு அனுமதிக்க மாட்டார்கள் என்றும் சொன்னாள். அவசர அவசரமாக ஆபரேஷன் தியேட்டருக்கு முன்பாக ஓடி வந்தான் மோகன். பாதை கேட்டுக் கேட்டு வந்ததால் தாமத மாயிற்று. அங்கு, நந்தகுமாரின் பெற்றோரும் உட்கார்ந்திருந் தார்கள். எல்லோரும் டென்ஷனில் இருந்தார்கள். மோகனைப் பார்த்ததும் நந்தகுமாரின் மனைவி சுந்தரி விக்கி விக்கி அழுதாள். வெகு சிரமப்பட்டும் அவளை ஆற்றித் தேற்ற முடியவில்லை.

நந்தகுமார் தன் மனைவியிடம், தன்னோடு அவனுக்கு ஏற்பட்ட மனஸ்தாபம் பற்றிச் சொல்லியிருப்பானோ என்று தெரியவில்லை மோகனுக்கு. சுந்தரி அது பற்றி தன்னிடம் ஏதும் கேட்டுக் கோபித்துக் கொள்வாளா என்று பயந்து போய் இருந்தான் அவன். அப்படி எதுவும் நடக்காததால், மனந்தேறி தானும் அங்கே மற்றவர்களுடன் அமர்ந்து கொண்டான்.

சுமார் நான்கு மணி நேரம் கழித்து, டாக்டர் ஆப்பரேஷன் தியேட்டரை விட்டு வெளி வந்தார். எல்லோரும் அவரைச் சூழ்ந்து கொண்டனர். ஒன்றும் பிரச்சினை இல்லையென்றும் ஆனால் நோயாளியைப் பார்க்க யாரையும் இரண்டு நாட்கள் அனுமதிக்க முடியாது என்றும் கண்டிப்பாகச் சொன்னார் அவர். ஆபரேஷன் முடிந்து நேரடியாக ஐ.சி.யு.வில் அட்மிட் செய்திருப்பதாகவும் கூறினார்.

இவ்வளவு தூரம் வந்தும் தன் நண்பனை நேரில் சந்திக்க முடியாமல் போய்விட்டதே என்று மோகன் மனம் கலங்கினான். டாக்டரிடம் எவ்வளவு கெஞ்சிக் கேட்டும் அவர் அவனை நந்தகுமாரைப் பார்க்க அனுமதிக்கவில்லை. ஒரு தயக்கத் துடன், நந்தகுமாரின் மனைவியிடமும் மற்றவர்களிடமும் சொல்லிவிட்டு விடைபெற்றுக் கொண்டான். மறக்காமல் சுந்தரியிடமிருந்து அவளுடைய செல்போன் நம்பரை வாங்கி, தன் செல்போனில் பதிவு செய்து கொண்டான்.

மனச்சோர்வோடு தூத்துக்குடி திரும்பி வந்த மோகன், மறுநாள் காலை நந்தகுமாரின் மனைவிக்குப் போன் செய்தான். வேறு யாரோ ஒருவர் பேசினார். மறுபடியும் போன் செய்தான். சுந்தரி என்று இங்கு யாருமில்லை. இது கோவில்பட்டி என்று பதில் வந்தது. மோகன் சோர்ந்து போனான். மதுரை ஆஸ்பத்திரியில், சுந்தரி அவளுடைய போன் நம்பர் சொல்ல, அதை தன் செல்போனில் பதிவு செய்யும்போது தவறு நேர்ந்திருக்கிறது என்பதை உணர்ந்து கலங்கினான். அவன் தலைக்குள் என்னவோ கிறுக்கல்கள் தோன்றி மறைந்து கண்ணாம்பூச்சி ஆடின. மனநிலை பாதிக்கப்பட்டது.

மஞ்சள் காமாலை மோகனைத் தொற்றிக் கொண்டது. விடாத காய்ச்சலும் சேர்ந்து கொண்டது. எதையோ புலம்பிக்கொண்டு, தன்னிலை மறந்து கிறக்கத்தில் மூழ்கிப் போயிருந்தான். ஜெசிந்தா பயந்துபோய், பக்கத்து வீட்டார் உதவியுடன் மோகனை மருத்துவமனைக்குக் கொண்டுபோய் சேர்த்தாள். பத்து நாட்களுக்குமேல் இந்நிலை நீடித்தது. பிறகு கொஞ்சங் கொஞ்சமாய்க் குணமாகி தன் நினைவு பெற்றான் மோகன். பத்து நாட்கள் தனக்கு என்ன நேர்ந்தது என்பது அவனுக்குப் புலப்படவில்லை.

வியாதி குணமாகி சுயநினைவு வந்தபின், தன் நண்பன் நந்தகுமாரைப் பற்றிய எண்ணம் மறுபடியும் அவனுக்குத் தலைகாட்டிற்று. நந்தகுமாரைப் பற்றித் தன் மனைவியிடம் கேட்டான். அவளுக்குத் தெரிந்திருக்கவில்லை. தன் கணவனின் சுகவீனம் பற்றிய கவலை கொண்டிருந்த அவளுக்கு வெளி விஷயங்களைக் கேட்டறியும் மனநிலை இல்லை.

ஆஸ்பத்திரியிலிருந்து குணமாகி டிஸ்சார்ஜ் ஆகி வந்த அவன், முதல் காரியமாக நந்தகுமாரின் வீட்டுக்குச் சென்றான். வீடு பூட்டியிருந்தது. 'டு லெட்' என்ற போர்டு தொங்கிக் கொண்டிருந்தது. அதிர்ந்துபோய், சுற்றுவாட்டாரத்தில் விசாரிக்க வேண்டும் என்றுகூடத் தோன்றாமல், நந்தகுமாரின் ஆபீசுக்கு விரைந்தான் மோகன். நந்தகுமாரின் இருக்கையில் வேறொருவர் உட்கார்ந்திருந்து மும்முரமாக வேலை பார்த்துக் கொண்டிருந்தார்.

கணையாழி-ஆகஸ்ட், 2014

இருட்டுகள்

இருட்டு, கருநாகத்தின் உடல் மினுமினுப்புபோல், எமதூதர்களின் அழைப்புபோல், எதிரே, பார்வை கொள்ளும் தூரம்வரை நீண்டு கிடந்தது. சிறு பறவைகளின் கிரீச்சொலி, இருட்டுக்கு முலாம் பூசியது. ஒளிக்கீற்று தென்பட்டுவிடுமோ என்கிற பதைபதைப்பில், இருட்டின் கைவிரல் நகங்கள் ஒருவிதமான மன அலைவுடன், அனிச்சைச் செயல் போல், சூனியத்தைப் பிறாண்டிய வண்ணம் இருந்தன. பிறவிக் குருடனின், திடீர்ப் பார்வை கொண்ட திடுக்கிடலாய், வெளிச்சத்தின் ரேகைகள், ஆரம்பநிலையில் தற்காலிகமாக மறைப்பட்டு, சிலிர்த்தெழும்பும் நோக்கமற்றதுபோல், படிய வாரிவிடப்பட்டிருந்தன. இருட்டு இருட்டில் தகதகத்தது.

அவன் தன் மன இருட்டை நொந்து கொண்டான். விடிவுகாலம், அவனுக்கு வெகுதூரத்தில், கண்மூடி, உடல் சுருண்டு காலதாமதத்தையே போர்வையாய்ப் போர்த்திக் கொண்டு, படுத்து, தெரு நாய் போல் ஊளையிட்டுக் கொண் டிருந்தது. காதல், இனந்தெரியாத போதை வசீகரம் பெற்று, அந்தரத்தில் ஊசலாடிக் கொண்டிருந்தது. காதலா, பாசமா என்று பகுத்தறிய முடியாதபடி, நேசத்திரை போட்டு மறைத்து வைக்கப்பட்டிருந்த வெஞ்சினத்தின் எதிரிடை சக்தி, இருட்டின் கோரப் பிடியைத் தளர்த்துவதிலேயே தன் விலையுயர்ந்த நேரத்தைச் செலவிட்டுக் கொண்டிருந்தது.

அவன் தன் தேகம் நடுங்குவதை உணர்ந்தான். நடுக்கம், விரல் நுனி கடந்து வெளியேறிற்றா அன்றி, உள் வாங்கப் பட்டதா என்ற பிரக்கினை நிலை கடந்திருந்தது. வெளி இருட்டுத்தான் அனைத்துக்கும் அடிப்படைக் கோளாறு என்று அவன் மன இருள் பிதற்றிய வண்ணம் இருந்தது. பிரபஞ்ச இருளும் உள் மன இருளும் ஒன்றுக்கொன்று போட்டி போட்டுக்கொண்டு, தம்தம் கட்சிக் கொள்கையை நிறுவுவதிலேயே கவனம் கொண்டிருந்தன. அவன் உடல்

நடுக்கம், யாதொரு முன்னறிவிப்புமின்றி வெளியுலகுக்கு காட்சிப் பொருளாய் வைக்கப்பட்டது. முகாந்தரமற்ற அந்தச் செய்கை, யாரால் தூண்டிவிடப்பட்டது என்பது மறை பொருளாய் இருந்தது.

இருட்டு தன் தொன்றுதொட்ட வேலையை ஆரம்பித்தது. முதலில், ஒளிந்திருந்த வெளிச்சக் கீற்றைத் தீண்டித்தீண்டி, தன் நெற்றியில் கருமை தூக்கலான பொட்டிட முனைந்தது. அதன் தொடர்பாக, அவன் தேக நடுக்கம் எதிர்மறை வீரியம் கொண்டது. 'இருளே! வான் இருளே!' என்று அவன் அதட்டும் பேரொலி, விண்தொட்டு எதிரொலித்து மீண்டு வந்து மண் தொட்டது.

இருட்டில் கொள்கைகள், கோட்பாடுகள் தடுமாறின. அவன் எழுப்பிய கூக்குரல் செவிமடுத்து, குழப்பத்தின் எல்லை தொட்டன. வானத்தில் வாரி இறைக்கப்பட்டிருந்த நட்சத்திரக் கூட்டத்தில் ஒன்றுகூடத் தன் வெளிச்சச் சிதறலைத் திரைபோட்டு மூடி மறைக்க முடியவில்லை. அதன் பிரதிபிம்பம், இருட்டின் அடிமடியைக் கிழிக்க எத்தனித்தது. இருள், 'ஒளியே! ஒளியே!' என்று கத்திக் கதறி, பிலாக்ணம் பாடி அழுதது. அதைக் கண்டு கொள்வார் யாருமில்லை.

அவன் உடல் நடுக்கம் படிப்படியாய்க் குறைந்தது. ஒவ்வொரு படிக்கும் இருளின் ஆட்சி மடங்கிக் கொடுத்தது. இருளுக்கு மற்றபடி வேறு வழி தெரியவில்லை. குருட்டாம் போக்கில் காய்களை நகர்த்தியது. எதேச்சையாக ராஜாவுக்கு 'செக்' வைத்தது. அது, ஆட்டத்தில் ஒரு திருப்புமுனையாகி, இருட்டு வென்றது ஓர் ஆட்சேபணைக்குரிய ஆச்சரியமே.

நாட்டை வென்றுவிட்ட கௌரவ மிதப்பில், இருட்டு, கரடிபோல் உருவெடுத்தது. மொத்த இருட்டும் கரடிக்குள் ஒருங்கு சேர்ந்து ஒடுங்கியது. அவன் சுதாரித்துக் கொண்டான். கரடியின் தாக்குதலை எதிர்பார்த்தபடி நாட்களைக் கடந்து கொண்டிருந்தான். ஆனால், போகப் போக, அண்ட சராசரத் துள்ளும் அடங்காத தன் வியாபக ஆளுமையை, கேவலம் ஒரு கரடி உருவத்துக்குள் முடக்கிப் போட்டுக் கொள்வது வெட்கக்கேடு என்று உணர்ந்த இருட்டு, பழையபடி

கரடியினுள்ளிருந்து விடுபட்டுத் தன் சுயரூபம் காட்டிச் சிரித்தது.

இருட்டின் கூர்முள், வெளிச்சக் காற்றடைத்த பையின் வெளி மேற்பரப்பைக் குத்திச் சிதைக்க முனைந்தது. ஆனால் முள்ளே உடைந்தது. வெளிச்சத்தை வெளிக் கொணர்ந்து விட்டால், தனக்கு என்ன ஆகும் என்ற யோசனை மழுங்கிய முழு முட்டாளாய் இருந்தது இருட்டு. தனக்கே குழி தோண்டும் அபாயம் அது என இருட்டுக்குத் தெரியவில்லை. அதை அதற்கு உணர்த்துவாரும் இல்லை.

அவன் எழுந்து சோம்பல் முறித்தபடி, இருட்டைத் துழாவி மாறி மாறிப் பார்த்தான். அன்று அமாவாசை தினமாய் இருந்தது. மையிருட்டு. மின்சாரக் கோளாறோ என்னவோ, வீட்டு விளக்குகளோ, தெரு விளக்குகளோ எரியவில்லை. அது இருட்டை இருமடங்கு பூதாகரமாக்கியது.

கருமையின் அசுரப் பிடியில் சிக்கிக் கிடந்த அந்த அமாவாசை இரவு, இருட்டுக்குக் கட்டியம் கூறிற்று. விண்மீன் வட்டம் மட்டும் சிறு சிறு ஒளித் திவலைகளை அலையென எழுப்பி, சிதறவிட்டு வேடிக்கை காட்டிற்று. அது ஒட்டுமொத்த இருள் கானகத்தில், இயலாமையின் பல்லிளிப்பாய் மங்கிப் போயிருந்தது. அதையும் மேகக் கூட்டம் தின்று தீர்த்துவிட்டது. மின்சார, மின்கல விளக்குகள், தீவட்டிகள், இன்வெர்ட்டர் வெளிச்சங்கள் முதலியவை அணைத்து வைக்கப்பட்டிருந்த நடுச்சாமம் அது. ஏகாந்த வெளி முழுதும் இருட்டின் அதிரடியான கொடுங்கோலாட்சி. ஒளி கிஞ்சித்தளவும் இல்லை. அவன் பல நாளாய் ஆசித்து எதிர்பார்த்திருந்த இயற்கையின் இருள்கோலம் காட்சி விரியக் கிடந்தது.

ஒருவகை உற்சாகம் அவனைத் தன்வசப்படுத்திற்று. அவன் கவிஞன் இல்லைதான். எனினும் கவிபாட அவாவினான். கீதம் இசைக்க, ஓவியம் தீட்ட, நாட்டியமாட என இன்னபிற ஆய கலைகள் அறுபத்து நான்கினையும் இருட்டுலகில் இயற்றிப் பார்க்க நாட்டம் கொண்டான். கூரிருட்டெனும் ஆய்வுக் கூடத்தில், இருட்டின் அனுமதியின்றியே திரிவிளக்கில், மெழுகுத்திரியில் கருந்தீக்குச்சியினால் இருளேற்றி, அந்த

இருட்பிரகாச ஒளியின்மையில், பொருட்கள் எப்படித் தோற்றம் கொள்கின்றன என ஆராய முற்பட்டான். வெளியில் இருட்டெனில், கண்ணுமா பார்வை இழந்து இருண்டு போகும்? சரி சரி, அதோடேயே, தொடு உணர்ச்சியும் மேம்பட்டிருக்க, தடவிப் பார்த்து கதவைத் கதவென்றான். துணியைத் துணியென்றான். சாவியைச் சாவியென்றான். சைக்கிளை சைக்கிளென்றான். கண்கள் இருளில் பழகிப்போக, ரூபாய் நோட்டுக்களை ஸ்பரிசித்துப் பார்த்து ஒன்றென்றான். இரண்டென்றான், ஐந்தென்றான், பத்தென்றான், இருப தென்றான், ஐம்பதென்றான், நூறென்றான், ஐந்நூறென்றான், ஆயிரமென்றான், பிறர் குரல் செவிமடுத்து, கிருஷ்ண னென்றான், கோபாலென்றான், அமலதாஸ் என்றான், சுந்தரியென்றான், மூக்காயியென்றான், இதுவரை பழகியறியா தவர்களென்றான். எல்லாம் சரியாய் இருந்தது. தான் இருட்டை வென்றுவிட்டதாய்ப் பெருமை பாராட்டிக் கொண்டான் அவன்.

இருள் பம்மிப் பம்மி ஊர முனைந்தது. அதன் சஞ்சாரம் சூரியக் குடும்பத்து அண்டம் என்ற எல்லைச் சட்டத்துக்கு உள்பட்டதாதலால், ஊர்தல் அறவே முடியாது போயிற்று. உள்ளுக்குள்ளேயே குமைந்து கொண்டு, அவனுடைய பிடியில் அகப்படுதல் நிச்சயம் என உணர்ந்து கலங்கிற்று. தன்னில் அவன் நிகழ்த்திய பரிசோதனைகள், தன் தனித் தன்மைக்கு ஊறு விளைவிப்பதாகும் என எண்ணிற்று. மடமைத்தனமான அதன் போக்கு, இன்னொருமுறை அவன் கட்டுக்குள் அகப்பட்டு சித்திரவதைக்கு உட்பட்டுவிடும் தொடு தூரத்தில் இருந்தது. அவன் சந்தர்ப்ப அனுகூலத்துக்காக காத்திருந்தான்.

இருட்டு, கால்வாய் வெட்டி, தான் பிறிதொரு சூரிய பிரபஞ்ச லோகத்துக்குக் கடந்து சென்றுவிட எத்தனம் செய்தது. அது அவ்வளவு எளிதாய் இருக்கவில்லை. அடுத்த சூரிய மண்டலம், தன்னளவில் முழு நிறைவு கொண்டு, வேறு எதையும் தன்னுள் அனுமதிக்க முடியாத இக்கட்டில் சிக்கியிருந்தது. அது கண்டு அவன் கொக்கரித்துச் சிரித்தான். தன் வேலை சுளுவாக நிறைவேறிவிடும் என நம்பினான்.

இருட்டுக்குப் பொறி தட்டிற்று. தான் வெளியிருள், அவனுக்கு உள்ளிருள் ஒன்றுண்டு. அதைச் சீண்டிவிட்டால், அவன்

நிலைகுலைந்து போவான் என்ற ஞாபகம் வந்தது. அதை மறந்துபோய் இருந்ததற்குத் தன்னையே நொந்து கொண்டது. அவ்வாறாய்ச் செயற்பட முடிவெடுத்தது.

அவனுடைய மன இருளுக்கு, புற இருளைப் போலவே, எல்லை வரையறுக்கப்படவில்லை. எண்ணிறந்த சூரியக் குடும்பங்களையெல்லாம் தாண்டி, பின்னோட வைத்து, தத்தித் தத்திப் பாய்ந்து மடக்கிச் செல்லக்கூடிய வலிமை பெற்றிருந்தது அது. அதன் வியாபகம் சொல்லுந்தரமன்று. ஆனால், அவன் மனம் சோம்பியிருக்கும் சோகித்திருக்கும் வேளைகளில், உறங்கிவிடும் சமயத்தில், அதனை வென்று மேற்கொள்ளுவது எளிதான காரியமே. அந்த அரிய சந்தர்ப்பத்துக்காக காத்திருந்தது பிரபஞ்ச இருள்.

மன இருளும் பிரபஞ்ச இருளும் ஒன்றுக்கொன்று சளைத்தன வல்ல. அவற்றுக்கிடையே போட்டி என்றால் வானவரும் செயல் மறந்து அதிசயித்துப் பயந்து நோக்குவர். அப்படியான ஒரு சூழல் நிலவிய காலையில், அனைத்துப் பாழ்வெளிகளும் ஸ்தம்பித்துப் போய் செயலற்றிருந்தன.

இரு இருள்களுக்குமிடையே வாக்குவாதம் தொடங்கிற்று.

"ஏய் மன இருளே! உன்னைச் செயலற்றதாக்க வரிந்து கட்டிக்கொண்டு வந்துள்ளேன். உன் கொட்டம் அடக்குவதே என் குறிக்கோள். எனக்குப் பணிந்து போய்விடு. இல்லை யேல் விளைவு அதி பயங்கரமாய் இருக்கும்" என்று சொன்னது வெளி இருள்.

"அடேய் பாழ்வெளி இருளே! உன் பயங்கரமெல்லாம் வெறும் வெற்று வார்த்தைகளில்தான். செயற்பாட்டில் நீ பூஜ்யம். அடுத்த சூரிய குடும்பத்துக்கு, ஒரு கோழையைப் போல் தப்பிச் செல்லக் கால்வாய் வெட்டினாயே, என்ன ஆயிற்று? உன் வெளி ஜம்பம் கேலிக்குரியதாகிவிட்ட அவலத்துடன், உனக்குப் பேச்சு ஒரு கேடா? உன்னைப் பணிய வைப்பேன் நான். பார்த்திரு" என்றது உள்ளிருள்.

"குருட்டு உள்ளிருளே! நடுக்கம் கொண்ட பயந்தாங் கொள்ளிக் கோமாளி அல்லவா நீ. என் நினைவு வந்தாலே உனக்கு நடுக்கம் வந்துவிடும். அதுதானே உண்மை. அதை

நீயே நிரூபித்து விட்டாயே. பின் எதற்கு விண் வீராப்புப் பேச்சு உனக்கு? எனக்கு பணிந்து போ. இல்லையேல், நீ மடியத் தருவேன் அடி" என்று கறுவிற்று வெளி இருள்.

"போடா போக்கற்றவனே. விடிவு காலம் வாய்க்காமல், ஒரு தெரு நாய்போல் ஊளையிட்டுக் கொண்டு அலையும் உன் இயலாமையை நீயே முழக்கமிட்டுச் சொல்கிறாய். பின் என்ன வேண்டும் உன் இழிநிலையை வெளிப்படுத்த?" என்று கேலி பகர்ந்தது உள்ளிருள்.

"அட முட்டாளே! உன் உடல் நடுக்கத்தைக் காட்சிப் பொருளாய் வைத்தது யாரென்று தெரியாமல் இன்னும் அலமருகின்றாயே. அது நான்தான் என்பதை யூகித்தறியும் திறனற்றுப் போய், நீ திகைத்துத் திண்டாடிய வெட்கக் கேட்டை என்னவென்று பகர? போ, போய் உன் அசடு வடியும் முகத்தை அலம்பிவிட்டு வா. உன்னைப் பார்க்கவே பரிதாபமாக இருக்கிறது" என்று எள்ளலுடன் இடித்துரைத்தது வெளி இருள்.

"அட அடி மடையா! மறைந்திருக்கும் வெளிச்சக் கீற்றைச் சீண்டிப் பார்த்து, சீண்டிப் பார்த்து தோல்வியையே பதிலாய்ப் பெற்று வருபவன் நீ. அப்படியான உன் இயலாமையின் இழிநிலையை நீயே வெளிப்படுத்தி, 'ஒளியே! ஒளியே!' என்று அபயக் குரலிட்டு, வெளிச்சம் தரும் பிச்சைக்காக ஏங்கி அலைந்தவன்தானே நீ. உன் பிலாக்கணத்தை யாரும் செவிமடுக்காது போன கேவலத்தை, நீயே அரங்கேற்றி உன்னையே நீ இழிவுபடுத்திக் கொள்கிறாயே. உன் செயலற்ற தன்மையின் இழிநிலையை என்னவென்று சொல்ல" என்ற கிண்டல் பேசி மல்லுக்கட்டிற்று உள்ளிருள்.

இப்படியாக அவற்றின் விவாதம் நீண்டு கொண்டு போயிற்று. வெறும் பேச்சு பயனற்றது என்பதை உணர்ந்து கொண்ட வெளி இருள், தன் விரோதியான உள்ளிருளின் முகத்தில் காறித் துப்பிற்று. அவமானப்பட்டு, அதன் வெளிப்பாடாய்ச் சினந்தெழுந்த மன இருள், பதிலுக்குக் காறித் துப்பி விட்டு, நேரடித் தாக்குதலுக்குத் தன்னைத் தயார் செய்து கொண்டது. அண்ட இருளும் சளைக்காமல் கைகலப்பு மோதலுக்குத் தயாரானது.

இவற்றையெல்லாம் பார்த்துக் கொண்டிருந்த தேவர்கள், காரியம் மிஞ்சிப் போனதைக் கண்டு, இரு இருள்களையும் சமாதானப்படுத்த முனைந்தனர். யார் சொன்னாலும் கேட்கும் மனநிலையில் இல்லை அவை. தேவர்களின் முயற்சி தோல்வியில் முடிந்தது. பழிக்குப் பழி என்ற குரோதம் இரண்டு இருள்களுக்கும் இடையே மிஞ்சி நின்றது.

இரு இருள் கூட்டங்களும் ஒன்றுடன் ஒன்று வன்மம் கொண்டு மோதிக் கொண்டன. மோதல் சாதாரணமாகக் கணிக்கக்கூடியதாய் இல்லை.

பிரபஞ்சமே குலுங்கி அதிர்ந்தது. தேவலோகவாசிகளும் பூலோகவாசிகளும் மிரண்டு திகைத்துப் போயினர். பலதரப்பட்ட உயிரினங்கள், தம்தம் இயல்பு நிலை தடுமாறி, பயந்து விதிர்விதிர்த்து, அபயக் குரலெடுத்து அலறி ஓடின. பூலோகத்தில் இருபது ரிக்டர் அளவில் மிகப்பெரிய நில நடுக்கம் நிகழ்ந்து, மலை முகடுகள் பூமிக்குள் புதைந்தன. கடல்கள் ஆங்காரம் கொண்டு கொந்தளித்து ஊர்களை, நகரங்களை நீரில் அமிழச் செய்தன. கட்டிடங்கள் இடிந்து சரிந்தன. மனிதர்கள் இடிபாடுகுளுக்குள் சிக்கி மாண்டனர். அதுபோல் தேவலோகவாசிகளும் சொல்லொண்ணா விபத்துகளுக்கு ஆளாகி, நிலைதடுமாறி அஞ்சி நடுங்கினர். முறுக்கிப் பிழிந்தெடுக்கப்பட்ட அடர்த்திக் கூடிய சாறுபோல், கன்னங்கருப்பு வண்ணத்தில் இரத்த ஆறுகள் புறப்பட்டு சீறிப் பாய்ந்து வீறுகொண்டு ஓடின.

வானம் இடிந்தது. வான் மேகங்கள் தூள்தூளாகிக் கொட்டிற்று. அது இரத்த மழையென வலுக்கொண்டு, பூமியை இரத்த வெள்ளத்தில் மூழ்கடித்தது. தளும்பி வழிந்த இரத்த ஆற்றில் இறந்துபோன உயிரினங்கள் மிதந்தன.

இரத்தத்தின் கவிச்சு, பிணவாடை மூக்கைத் துளைத்தது. சுவாசிக்க பிராண வாயு குறைந்து கொண்டு வந்தது. மக்கள் மூச்சுமுட்டி நல்ல காற்றுக்காகத் திண்டாடினர். பலர் மூச்சு முட்டலில் இறந்தும் போயினர். எங்கும், ‘ஐயோ! ஐயோ!’ என்ற ஓலமே சப்தித்து எழுந்தது. அதுதான் உலக முடிவோ என மக்கள் பயந்து கலங்கினர். “இறைவா! இறைவா! காப்பாற்று” என்ற கதறல் எங்கும் ஒலித்தது. சிலர் கடவுளைப் பழித்தும் ஓலமிட்டனர்.

வெளி இருள், உள் இருள் ஆகியவற்றின் பிரவாகமெடுத்து ஓடும் இரத்த ஆறுகளின் முகடுகள் திடீர் மோதலுடன் சங்கமித்த பாழிடத்தில் மின்னல் வெட்டிற்று. அது ஒளி மின்னலாய் இராது, இருள் மின்னலாய்க் கூடுதல் கருப்பு வண்ணத்தில் தலைதூக்க, அதனின்று வெளிப்பட்ட அகோர அளவைக்கு அடங்காத மின்சாரம், இருள் பெரும் தீக்காடாய் உருமாற்றம் கொண்டு, ஒட்டுமொத்த சுற்றுப்புறத்தையும் பொசுக்கிப் போட்டது. தீ அணையப் பல நாட்களாயின. அனைத்தும் கரிக்கட்டை. பிண பூமியாயின. கடைசியில் மிஞ்சியது ஒரு பிடி சாம்பல் மட்டுமே.

குற்றுயிரும் குலையுயிருமாகிப் போன இரு இருள்களும் வெகுநேரம் ஓய்வெடுத்து தம்மை பதுக்கிக் கொள்ளப் பெரும் பிரயத்தனப்பட்டன. தாம் அழிந்து போவோமோ என்று அஞ்சின. தாம் அழிந்து போனால் பிரபஞ்சமும் மேலும் நிலைக்காது என்பதை ஓர்ந்து தம்மைச் சமாதானப் படுத்திக் கொண்டன. இரத்த ஆறு படிப்படியாய் வடிந்து வறண்டு போனதைக் கண்டன. தாம் பிழைத்துக் கொள்வோம் என நம்பின. முடிவில் அயர்வு நீங்கிப் புதுபலம் பெற்று எழுந்தன. பின்பு, தாம் சண்டையிட்டுக் கொண்டதன் சாதக பாதகங்களைக் கணக்கிட்டுப் பார்த்தன. அவை அவ்வாறு கணக்கிடுவது, தொடக்கமும் முடிவுமற்ற பிரபஞ்ச வரலாற்றில் நாற்பதாவது தடவையாகும்.

மிஞ்சியிருந்த ஒரு பிடி சாம்பலைக் கையிலெடுத்து, மனதுருக்கம் கொண்டு, பிறகு புற இருளைப் பார்த்து, "நீதானே என்னை வம்புக்கிழுத்தாய்?" என்றது அக இருள். "நீயாவது என்னை சாந்தப்படுத்தி இருக்கலாமே" என்றது புற இருள். இனி இப்படி நடந்து கொள்வதில்லை எனச் சபதம் செய்தன இரு இருள்களும்.

அத்தனையையும் வேடிக்கை பார்த்துக் கொண்டிருந்த அகபுற இருள்களின் பொது எதிரிகளான அக ஒளியும், புற ஒளியும் நமட்டுச் சிரிப்புடன், "இதெல்லாம் எத்தனை காலத்துக்கு, பார்ப்போமே" என்றன.

கணையாழி-அக்டோபர், 2014

மனச்சோர்வோடு ஒரு மல்லாட்டம்

இன்று அதிகாலையில் எழுந்தது முதலே, மனம், எப்போதும் போல் சோர்வடையாமல், உற்சாகமாய், நிர்மலமாய் இருந்தது. அந்த மாற்றத்திற்கு ஏது எதுவென எனக்குப் புலப்படவில்லை. மனச்சோர்வு எப்போது வரும், எப்போது போகும் என்று எனக்குத் தெரியவில்லை. அப்படித் தெரிந்திருந்தால், அதைத் தழுவி மனச்சோர்வினின்று முழுவதுமாக, நிரந்தரமாக விடுபட மார்க்கம் கிடைத்திருக்குமே. அந்த ஆறாமறிவுக்கு மேற்பட்ட விசுவரூப தாத்பரியம் எல்லோரையும் போல் எனக்கும் சித்திக்கவில்லை என்பதே காரணம் போலும். அந்தக் களிப்பு மிகுதியில் ஒரு கவிதை எழுத வேண்டும்போல் உள்ளம் பரபரத்தது. இப்போதெல்லாம் சிற்சில வேளைகளில் இப்படித் தோன்ற ஆரம்பித்திருக்கிறது.

மெண்டல் டிப்ரெஷனுக்கு எதிராய்ப் போர்க்கொடி தூக்கி, ஏதாவது கட்டுரையோ, கதையோ, கவிதையோ எழுதி, தன்னை திசை திருப்பி ஒருநிலைப்படுத்திவிடச் சொல்லி மனம் நச்சரித்தது. இதை எழுதும் இத்தருணம் கூட அப்படித்தான். ஆனால், மனத்தின் கோரிக்கைக்கு உடன் மூளை ஒத்துழையாமை செய்தது. மனமும் அறிவும் ஒன்றுக்கொன்று மாறுபடுகின்றன. எல்லாம் ஏறுக்கு மாறாய் நிகழ்கின்றன. இரண்டும் ஒரே இணைக் கோட்டில் இல்லாமல் நெடுக நெடுக விலகி விலகிச் செல்கின்றன. பிரபஞ்சத்தின் இறுதிப் புள்ளிவரை இந்த விலகல் நீடித்து நிகழும் போலும்.

உணர்ச்சிகளின் உறைவிடமான மனதுக்கும் அறிவு, எண்ணம், சிந்தனை குடியேறியுள்ள மூளைக்கும் சொந்தம் தொடர்பு உண்டாவெனக் கேள்வி ஒன்று எழும்பி, ஒரு தடுப்புச் சுவர்போல் இடைமறிக்கிறது. மூளை வேறு, மனம் வேறு எனக் கூறு கட்டி காண்பிக்கத் துடிக்கிறது எதார்த்தம்.

மூளைக்கு முப்பரிமாணம் உண்டு. மனமோ அரூபி என்ற கோஷமும் ஒரு காரணமாய், அதற்கு உறுதுணை போகிறது.

இந்த முழுப் பிதற்றலான தத்துப்பித்துத் தத்துவார்த்த வாதமெல்லாம் எதற்கு? பெரிய சிந்தனையாளன் போல் உன்னை அடையாளப்படுத்திக் கொள்ளவா எனக் கேட்கிறீர்களா? சத்தியமாக அப்படி இல்லை. அதிகாலையில் ஒரு கவிதை எழுதவேண்டும் என்கிற சிறிய துருதுருப்புத்தான் இப்படியாய் என்னைப் பிதற்ற வைக்கிறது. அதற்கு என் மூளையின் இணக்க மின்மைதான் காரணம். மூளையை என் மனவசப்படுத்த நான் எடுத்துக் கொள்ளும் முயற்சிதான் இதெல்லாம்.

அதிகாலை நான்கு மணிக்கு எழுந்தது, இப்போது மணி எட்டாயிற்று. இடைப்பட்ட நான்கு மணி நேரம், எழுத்துப் பற்றிய அசட்டுச் சிந்தனையுடன் வீணே கழிந்தது. உருப்படி யாக ஒரு யோசனையும் எழவில்லை. வழக்கப்படி மனம் மறுபடியும் சோர்வடைய ஆரம்பமாகும் நேரம் இது. தூங்கி எழும்பியபோது ஏற்பட்ட உற்சாகம் படிப்படியாய்க் குறைந்து வந்தது. மூளையின் அசமந்தம், எழுத்தைப் பாதித்தது.

மளிகைக் கடையைத் திறக்கச் சாவி கேட்டு வந்து நின்றான் ஜெயபால். ஐந்து வருஷங்களாய்க் கடையில் வேலை பார்ப்பவன். நல்லவன், நாணயமானவன். இன்னும் திருமண மாகாதவன். எந்தப் பொறுப்பையும் அவனிடம் ஒப்படைக் கலாம். நூறு கோடி கொடுத்தாலும் ஒன்றிரண்டு ஆண்டுகளில் அதை பலுக்கிப் பெரிதாக்கி நூற்று ஐம்பது கோடியாகத் திருப்பித் தருபவன். செய்யும் வேலைக்கு அதிகமானபடி, ஒரு துளி துட்டுக் காசுக்கும் ஆசைப்படாதவன். சம்பளமாக எவ்வளவு கொடுத்தாலும் எண்ணிப் பார்க்காமல் வாங்கிக் கொள்பவன். மற்ற கடைத் தொழிலாளிகளைத் தட்டிக் கொடுத்து வேலை வாங்கும் திறமை கொண்டவன். ஒரு தொழிலாளி யாகச் சேர்ந்து இப்போது கேஷியர் அந்தஸ்துக்கு உயர்ந்திருப் பவன். அவன் நாணயம், நேர்மை கருதி நான்தான் அவனை உயர்த்தி வைத்துள்ளேன். விற்பனைக்கு மொத்த சரக்குகள் வாங்குவது, கணக்குகளைச் சரிபார்ப்பது போன்ற முக்கியப் பணிகளை அவனிடம் ஒப்படைத்திருந்தேன். அவன் குணநலன் கருதி என் மகன்போல் பாவித்து வந்தேன். எனக்குத் திருமணமாகி ஐந்து வருஷங்களாகியும் குழந்தைப்

பாக்கியம் இல்லாதிருந்ததால், ஜெயபாலை சுவிகாரம் எடுத்துக் கொள்ளலாமா என்ற யோசனையும் எனக்கு இருந்து வந்தது.

நான் இன்று உற்சாகமாக இருப்பதைக் கண்டு, மகிழ்ச்சி யுடன் புன்னகைத்தான் ஜெயபால். என்னை எப்போதும் இன்று போல் சந்தோஷமாக இருக்க வேண்டும் என்று வாழ்த்திவிட்டு சாவிகளை வாங்கிச் சென்றான். கூடவே, முந்தின நாள் வரவு வந்திருந்த ரொக்கப் பணத்தையும் சரி பார்த்து அவனிடம் ஒப்படைத்தேன். பிறகு நான் பேப்பர் பேனாவுடன் கவிதை எழுத ஆயத்தமானேன்.

எப்போதும் மதியத்துக்கு மேல்தான் நான் என் கடைக்குப் போவது வழக்கம். காரணம், அந்த நேரத்தில்தான் வியாபாரம் கூடுதலாக உச்ச நிலையில் இருக்கும். மற்ற நேரங்களில் ஜெயபாலே கடையைப் பார்த்துக் கொள்வான். அந்த அளவுக்கு ஜெயபாலை நான் நம்பினேன்.

நான் கடைக்குப் போவதற்கு முன் டிப்ரெஷன் இருந்தால், பேசாமல் மருந்து மாத்திரைகளை விழுங்கிவிட்டு படுத்துக் கொள்வேன். அஃதன்றி மனம் தெளிவாய் இருந்தால் ஏதாவது எழுத முனைப்படுவேன். இப்போதும் எழுதும் மனநிலைதான்.

பொதுவாக, எழுதுவதற்கு, முன்கூட்டியே யோசிப்பதில்லை நான். அவ்வப்போது மனதில் என்ன தோன்றுகிறதோ, அதை எழுத ஆரம்பிப்பேன். பின்பு தானாக அடுத்தடுத்து வரிகள் வந்து விழும். அப்படித்தான் இப்போதும். இன்று கவிதை எழுத உத்தேசம். அதற்கான யோசனையில் ஆழ்ந்தேன். அதி காலையில் ஒத்துழைக்காத மூளை, இப்போது அரைகுறை யான ஒத்துழைப்பே தந்தது. ஆனாலும் சமாளித்துக் கொண்டேன்.

“தோற்றுப்போன இரவுகளின் தொகுக்கப்படாத கவிதைகள்” என்று மனத்தில் தோன்றியதை எழுதிக் கொண்டேன். “இரவுகள் ஏன் எதில் தோற்றுப் போயின? அவை ஏன் தொடுக்கப்படவில்லை” என்ற கேள்விகள் எழுந்தன.

“பல கோடி உயிர்களின் விந்து வீணாகிறது, ஒரு சிலவே கருவாயின” என்று எழுதினேன். பின்பு, “ஒரு சிலவும் நூறாயிரம்

கோடி உயிர்களைத் தோற்றுவித்து கால் பதிக்க இடமற்றுப் போய்விடும் உலகம்" என்று எழுதினேன். பிறகு, மொத்தத்தையும் சற்றுக் கூட்டி, குறைத்து, திருத்தி எழுதிவிட்டு வாசித்துப் பார்த்தேன்.

"தோற்றுப்போன இரவுகளின் தொகுக்கப்படாத கதை வரிகள் இன்பத்துப்பால் எழுதிய வள்ளுவருக்கு எத்தனை வாரிசுகள் குறிப்பில்லை சரித்திரத்தில் உயிர்களின் பலகோடி விந்தணுக்கள் வீணாகின்றன ஒரு சிலவே கருவாகின்றன. ஒரு சிலவும் கோடாணுகோடி உயிர்களைத் தோற்றுவிக்க விஞ்ஞானத்தின் விபரீத விழைவாய் சாவின் சதவீதம் குறைவுபட ஜனனத்தின் எண்ணிக்கைகூட கால்பதிக்க இடமற்றுப் போய்விடும் தொடர்புச் சாதன ஆச்சரியங்களால் சுருங்கிப்போன இவ்வுலகம்."

எழுதும்போது இரசித்துவிட்டு, எழுதி முடித்து வாசித்துப் பார்க்க, இதெல்லாம் ஒரு கவிதையா என்று இளக்காரம் பேசியது மனசு. அதன் காரணமாக டிப்ரெஷன் தொற்றிக் கொண்டது. படபடப்புடன் போய் படுக்கையில் விழுந்தேன்.

மனச்சோர்வு, டிப்ரெஷன் என்று அடிக்கு ஒரு தரம் புகல்கின்றேனே, அது என்னவென அறிய வேண்டுமென்று உங்களுக்குத் தோன்றுகிறதா? சொல்கிறேன் கேளுங்கள். மிக மிகச் சாதாரணமான அன்றாட நிகழ்வுகள் கூட, பூதாகரமாக, பெரிய தீர்க்க முடியாத பிரச்சினைபோல் தோன்றி, மனத்தில் ஒரு காரணமற்ற பயத்தை உண்டாக்கி, நெஞ்சுப் படபடப்பை மிகுதி மிகுதியாய் அதிகரிக்கச் செய்த, உயிர் வாழ்தலில் ஒரு வெறுப்பைத் தோற்றுவித்து, கணம்தோறும் தற்கொலைக்குத் தூண்டிக் கொண்டிருக்கும் ஒரு மனநோய்தான் அது. மனம் எப்பொழுதும் ஒரு சோர்வில் மூழ்கி, எதிலும் நாட்டமில்லாமல், எப்போதும் துக்கத்தைச் சுமந்துகொண்டு, மகிழ்வாரோடு மகிழத் தெரியாமல், சிரிப்பாரோடு சிரிக்கத் தெரியாமல், அயர்வின் உச்ச நிலையில், பிறரின் பிரசன்னத்தை அறவே வெறுத்து, தனிமையை நாடும் ஓர் உயிர்க் கொல்லி மன நோய்தான் அது. எதைக் கண்டாலும், எதைக் கேட்டாலும், 'சுரீர்' என்கிற ஒரு பய உணர்வை அடிவயிற்றில் பிரசவித்து, மூளையைத் தாக்கி, நெஞ்சகத்தில் மையம் கொண்டு, நரம்புத் தளர்ச்சியாய், உடல் உள்ளத்தை ஆட்டுவிக்கும் கொடிய மனோ

வியாதிதான் அது. அதுதான் என்னைப் பீடித்திருக்கிறது. அதன் வீரியம் குறைய, மனத்தை எப்போதும் வேறு கேளிக்கைகளில் திசை திருப்பிக்கொண்டே இருக்கவேண்டும். நான் கதை, கட்டுரை, கவிதை எழுதுதலைப் போழுதுபோக்காகக் கொண்டிருக்கிறேன். அதன் காரணமாகத்தான் நான் இன்னும் உயிர் வாழ்ந்து கொண்டிருக்கிறேன்.

நடந்த காரியங்களையும் நடக்கப் போகும் காரியங்களையும் எண்ணி மனப் பீதியில் திணறலுற, படுக்கையில் படுத்துக் கொண்டிருந்த என்னை மதியம் ஒரு மணிக்கு எழுப்பிவிட்டு, உண்ண ஆகாரம் தந்தாள் என் மனைவி. விருப்பமில்லாமல் சாப்பிட்டுவிட்டு, எழுதிய கவிதையை மறுபடியும் வாசித்துப் பார்த்தேன். அது ஒரு நல்ல கவிதை போலவும், அல்ல போலவும் மாறி மாறித் தெரிந்தது. ஒரு வெறுப்புடன், என்னையே சபித்துக் கொண்டு, ஏன் தான் உயிர்வாழ்கிறோமோ என்கிற விரக்தியுடன், இந்த கசப்புப் பாத்திரம் என்னை விட்டு அகலாதா என்று இறைவனிடம் முறையிட்டவாறு, வழக்கம் போல் பிற்பகல் மூன்று மணிக்கு, மனநிலையில் ஒரு மாற்றம் வேண்டி என் கடைக்குச் சென்றேன். ஜெயபால் கல்லாவிலிருந்து எழுந்து எனக்கு வழிவிட்டான். நான் போய் அமர்ந்து கொண்டேன். மேஜை டிராயரில் பணம் கொட்டிக் கிடந்தது.

இந்தப் பணம் காசுக்காகத்தானே மனுஷர்கள் மல்லுக் கட்டிக் கொண்டு ஆலாப் பறக்க வேண்டியுள்ளது என்று எண்ணும் போது, மனம் சலிப்படைந்தது. பழைய காலத்துப் பண்ட மாற்றப் பரிவர்த்தனையே தொடர்ந்து இருந்திருக்கலாம் என்னும் எண்ணம் ஓடியது. ஒரு மளிகைக் கடைக்காரன் இப்படியெல்லாம் யோசிக்கலாமா என இடக்குப் பண்ணியது மனம்.

தினம் தினம்போல், நேரம் போகப்போக, கடையில் விற்பனை சூடு பிடித்தது. மற்ற மளிகைக் கடைகளைவிட என் கடையில் விலை மலிவு, சாமான்களும் தரமானவை என்பதால் கூட்டம் எப்போதும் அலைமோதும். அப்போது என் கவனமெல்லாம் வியாபாரத்தில் இலயித்துப் போய் விடுவதால், மனச் சோர்வென்னும் கொள்ளிவாய்ப் பிசாசு, முன்னங்கால்கள், பின்னங்கால்களில் இடிபட ஓட்டமாய் ஓடி அகன்றுபோய்விடும். எழுதுவதில் கிடைக்கும் மன ஒன்றிப்புக்கு இணையாக, அந்த வணிகத் தொழிலிலும் ஒரு

நிம்மதி கிடைப்பதால்தான், நான் தினம் தினம் அதன் உச்சகட்ட பொழுதான சாயங்காலம் மற்றும் இரவு நேரங்களில் கடையில் இருப்பதை வழக்கமாகக் கொண்டிருந்தேன். மாலை நான்கு மணியிலிருந்து இரவு ஒன்பது மணி வரை வாடிக்கையாளர்களின் வரத்து அதிகமாய் இருக்கும். இரவு ஒன்பது முதல் பத்து மணி வரை படிப்படியாய்க் குறைந்து கொண்டிருக்கும். விற்பனையைக் கவனித்துக் கொண்டே, அன்றைய வரவு செலவுகளை ஜெயபாலுடைய உதவியோடு சரி பார்த்து, நிகர இலாபத்தைக் கணக்கிட்டு, மொத்த ரொக்கப் பணத்தையும் எடுத்துக்கொண்டு, கடையைப் பூட்டிவிட்டு வீட்டுக்குக் கிளம்பினேன். ஜெயபாலும் என்னோடு துணையாக என் வீடு வரை வந்து, என்னைப் பணத்தோடு பத்திரமாக என் வீட்டில் சேர்ப்பித்து விட்டுப்போனான்.

எனக்கு இந்தப் பணம் காசு மேலெல்லாம் அதிக நாட்டம் கிடையாது. தேவைக்கு அதிகமான பணம் தீமையையே கொண்டு சேர்க்கும் என்பது என் நம்பிக்கை. எனவேதான் மளிகை சாமான்களை மிகக் குறைந்த விலைக்கே விற்று, நான் வியாபாரம் செய்து வந்தேன். சிலவற்றை அடக்க விலையிலேயே விற்று வந்தேன். மிகவும் ஏழை பாழை களுக்கு, சில சாமான்களை இலவசமாய்க்கூடக் கொடுத்து வந்தேன். என் கடைத் தொழிலாளிகளுக்கு அவர்களின் திருப்திக் கேற்பச் சம்பளம் கொடுத்து வந்தேன். கடையை இன்னும் நடத்திக் கொண்டிருப்பதற்குக் காரணம், அது என் மனச் சோர்வுக்கு ஒரு வடிகாலாய் இருப்பதனால்தான்.

நான் உணவு உட்கொண்டபின், என் மனைவி என்னுடைய பிளேட்டிலேயே, அதைக் கழுவாமல் சாப்பிட உட்கார்ந்தாள். கணவன் சாப்பிட்ட பின் சாப்பிடுவது, அவனுடைய எச்சில் பாத்திரத்திலேயே சாப்பிடுவது போன்ற விஷயங்கள், என்னை வருத்தி, என் மனச்சோர்வை அதிகப்படுத்தின. நான் எத்தனை எடுத்துச் சொல்லியும் என் மனைவி அதைக் கேட்பதாய் இல்லை. நானும் அவள் போக்குக்கே விட்டு விட்டேன். வாழையடி வாழையாக இருந்துவரும் பைத்தியக் காரப் பண்பாட்டுப் பழக்கமாயிற்றே.

நான் டிப்ரெஷனுக்கான மாத்திரை மருந்துகளை உட்கொண்டுவிட்டு டெலிவிஷன் முன் அமர்ந்தேன்.

சாப்பிட்டுக் கொண்டிருந்த என் மனைவி திடீரென்று எழுந்து சென்று வாஷ்பேசினில் வாந்தி எடுத்தாள். அப்படியே மயங்கி விழுந்தாள். எனக்குச் சுரீர் என்று வயிற்றைக் கலக்கியது. என்ன செய்வதென்று புலப்படவில்லை. தண்ணீரை அவள் முகத்தில் தெளிக்க வேண்டும் என்று கூடத் தோன்றவில்லை. இந்தக் கேடுகெட்ட டிப்ரெஷனில் என் மனைவிக்கு முதலுதவியாக என்ன செய்ய வேண்டும் என்றுகூடத் தோன்றவில்லை. எதுவும் புரியாதபடி திகைத்துப் போய் செயலிழந்திருந்தேன்.

இரவு மணி பதினொன்று ஆகியிருந்ததால், யாரை உதவிக்குக் கூப்பிடலாமென்று எனக்குத் திகைப்பாய் இருந்தது. இதற்கிடையில் என் மனைவி தானாகவே மயக்கம் தெளிந்து எழுந்து விட்டாள். உனக்கு என்ன நேர்ந்தது என்று நான் கேட்க, சாப்பிட்டுக் கொண்டிருந்தபோது திடீரென்று தலை சுற்றும் வாந்தியும் வந்ததென்றாள். ஃபுட் பாய்சனோவென்று சந்தேகித்து, ‘டாக்டரிடம் போகலாமா?’ என்று அவளைக் கேட்டேன். “சாதாரண மயக்கம்தான். இப்போது சரியாய்ப் போயிற்று. காலையில் பார்த்துக் கொள்ளலாம்” என்றாள். அரைமனத்தோடு சம்மதித்து, உறங்கப்போனேன். பாத்திரம் பண்டங்களைக் கழுவி வைத்துவிட்டு, அவளும் வந்து படுத்துக்கொண்டாள். என்றும் இல்லாதபடி இரவு மாத்திரைகள் சாப்பிட்டிருந்தாலும் எனக்கு மனச்சோர்வு அகலவில்லை. வெறுமனே படுக்கையில் புரண்டு கொண்டிருந்தேன். விபரீத எண்ணங்கள், கற்பனைகள் என்னைத் தூங்கவிடாமல் செய்தன.

அடுத்த நாள் காலை ஒன்பது மணிக்குத் திரும்பவும் வாந்தி எடுத்து மயங்கிப் போனாள் என் மனைவி. மயக்கம் தெளிவித்து, பதற்றத்தோடு லேடி டாக்டரிடம் அவளைக் கூட்டிச் சென்றேன். அவளுக்கு எதுவும் ஆகியிருக்கக் கூடா தென்று எல்லாத் தெய்வங்களையும் வேண்டிக் கொண்டிருந் தேன். டாக்டர் என் மனைவியைப் பரிசோதித்துவிட்டு, “நல்ல விஷயம்தான், உங்கள் மனைவி கருவுற்றிருக்கிறாள்” என்றார்.

எனக்குக் கண்மண் தெரியாத சந்தோஷம். அப்போதுவரை டிப்ரெஸ்ட் ஆகியிருந்த மனம், தெளிவுபட்டு ஆனந்தக் கூத்தாடியது. நான் ஐந்து வருஷங்களுக்குப் பிறகு அப்பா

வாகப் போகிறேன் என்னும் எண்ணம் என்னை ஆகாசத்தில் இறக்கைக் கட்டி மகிழ்ச்சியில் பறக்கச் செய்தது. டாக்டர் இருக்கிறார் என்றுகூடப் பார்க்காமல் என் மனைவியை அணைத்து முத்தமிட்டேன்.

அந்த நாள் முழுவதும் நான் என் மனைவியின் அருகிலேயே இருந்தேன். கடைக்குச் செல்லவில்லை. சமையலில் அவளுக்கு என்னாலான உதவிகள் செய்தேன். அவளை சந்தோஷப்படுத்த என்னவெல்லாம் செய்ய வேண்டுமோ அதையெல்லாம் செய்தேன். அவளைப் பொன்னைப்போல் போற்றிப் பாது காத்தேன். இனியும் பாதுகாப்பேன் என்ற என் உறுதி மொழியை அவளுக்குத் தெரிவித்தேன்.

இரவு பத்து மணி ஆனதும்தான் எனக்குக் கடையைப் பற்றிய ஞாபகம் வந்தது. ஒரு யோசனையுடன், என் மனைவி யிடம் சொல்லிவிட்டுக் கடைக்குக் கிளம்பினேன். கிளம்பும் போது, ஜெயபால் கடைச் சாவியோடும் ரொக்கப் பணத் தோடும் வந்து நின்றான். அவன் ஏதோ கேட்க எத்தனித்த போது எனக்கு டிப்ரெஷன் கூடிற்று. நான் எழுதி முடித்து வைத்திருந்த கவிதை வரிகள் என்னைக் கோபத்தில் கனலச் செய்தன. தலைப்பில்லாத முண்டமாக அது என் மூளையை மையமிட்டுத் தாக்கியது. நொந்துபோய், இனி கவிதையே எழுதுவதில்லை என்று என் மனம் சங்கற்பித்தது. எதிரில் நிற்பது ஜெயபால் அல்ல என்பது போலவும் ஜெயபாலே என்பது போலவும் மாயத் தோற்றங்களால் என்னைக் குழப்பத்தில் முழுக்காட்டி, ஜெயபால்மேல் ஒரு வெறுப்புக்கு வித்திட்டது.

"ஃபோன் பண்ணியிருந்தால் கடைக்கு வந்திருப்பேனே" என்று சொல்லியவாறு சாவிகளையும் பணத்தையும் அவனிடமிருந்து வாங்கிக் கொண்டேன். "பணமெல்லாம் சரியாய் இருக்கிறதா, தப்பொன்றுமில்லையே, நம்பலாமா" என்று ஜெயபாலிடம் கேட்டேன். அவன் அந்தக் கேள்வியை என்னிடமிருந்து எதிர்பார்க்கவில்லை என்று தெரிந்தது. ஏனெனில், ஐந்து வருஷங்களாக இதுவரை எப்போதும் நான் அவனிடம் கேட்டிராத கேள்வி அது.

கணையாழி - ஜனவரி, 2015

அடைப்புக்குறி

எனதருமை மருமகனுக்கு

மருமகன் மாமனார் என்ற புது உறவு நம்மிடையே துளிர் விட்டு இன்னும் ஒன்பது மாதங்கள்கூட நிறைவு பெறாத நிலையில், தவிர்க்க முடியாத ஒரு நிர்ப்பந்தத்தின் வெளிப் பாடாய் இக்கடிதத்தை உங்களுக்கு நான் எழுத நேர்ந்திருப்பது, நம் உறவில் ஏற்பட்டுள்ள விரிசல்களைச் சரி செய்ய ஏற்புடையதாய் அமையும் காரியம்தான் என்கிற நம்பிக்கை யுடன், ஆனாலும் காரணம் புலப்படாத தயக்கத்துடன் ஆரம்பிக்கிறேன்.

(மேலும், மருமகன் மாமனார் என்ற பந்தமும் பாத்தியதையும் நம்மை பொறுத்தவரை, இன்றளவு நேர்ந்துள்ள சாபக்கேடான விபரீத நிகழ்வுகளின் அடிப்படையில் நோக்கினால், நீர்க்குமிழி போல் அல்லது மின்னலைப்போல் உத்தரவாத மில்லாத, சட்டென்று மறைந்துபோகும் வெறும் காட்சிப் பிம்பப் பிழையாய் இருப்பதுதான் நிதர்சன உண்மை. ஆனாலும், ஒரு சிறு நம்பிக்கைக் கீற்று. அதுவும் கூட ஒரு மின்னலைப்போல... அதிசயம் ஏதும் நிகழ்ந்திடாதாவென்று அலமருந்து. ஆவலுடன்...)

இங்கு அனைவரும் நலம். அங்கு, உங்களுடையவும் சம்பந்தி, சம்பந்தியம்மாளுடையவும் விஜயாவுடையவும் ஜெயந்தனுடையவும் நலம் விழைகிறேன்.

(என்ன சம்பிரதாயமோ, இழவோ, இருக்கிற தர்ம சங்கடத்தில், சுகஷேமம் விசாரிக்கிறது ஒன்றுதான் குறைச்சல். அப்படியில்லையென்றாலும் நீங்கள் கோபித்துக் கொள்வீர்களோ என்கிற மனக்குமைச்சல். எங்கள் வீட்டில் சிரிப்பொலி கேட்டு மாதக்கணக்காகிறது. சோகத்தின் கருஞ்சாந்து எல்லார் முகங் களிலும் அப்பிக் கிடக்கிறது. 'ஷணப்பித்தம் குல நாசம்'

என்பதற்கிணங்க, என் மகள் ஸ்டெல்லாவின் ஒரு கணநேர மனப்பேதலிப்பின் விளைவாய், சகலமும் குளறுபடியாகி, துயர நிகழ்வுகள் ஒன்று மாற்றி ஒன்றாய் அரங்கேறி, எங்களை நிலைகுலையச் செய்கின்றன. அவ்விடத்திலேயோ வென்றால், நீங்கள் எல்லோரும் ஒன்றுமே நடவாததுபோல், எங்கள் கடிதங்களுக்கும் தொலைபேசித் தொடர்புகளுக்கும் பதில் தராது உதாசீனம் செய்து மௌனம் சாதிக்கிறீர்கள்.)

இது உங்களுக்கு நான் எழுதும் முதல் கடிதம் என்றாலும் உங்கள் தந்தைக்கு எழுதியவைகளோடு கணக்கிட்டால், பத்தோ, பன்னிரெண்டோவானதாக இருக்கலாம்.

(இருக்கலாம் என்ன இருக்கலாம். எண்ணிக் கணக்கிட்ட படி, இது சரியாக பதினைந்தாவது கடிதம். உங்கள் வீட்டாருக்கு நானும் ஸ்டெல்லாவும் எழுதிய முதற் கடிதத் திலிருந்தே எல்லாவற்றிற்கும் ஜெராக்ஸ் நகல் எடுத்து வைத்திருக்கிறேன். எல்லாம் ஒரு முன்னெச்சரிக்கைதான். ஸ்டெல்லா திடுதிப்பென்று, உயிர்பிழைத்தால் போது மென்று, யாரிடமும் சொல்லிக் கொள்ளாமல், உங்கள் வீட்டைவிட்டு வெளியேறி, இங்கு வந்துவிட்ட விவரத்தை நான் உங்கள் அப்பாவுக்கு தொலைபேசியில் தெரிவித்த போது, காதினுள் திராவகத்தை பாய்ச்சிவிட்ட மாதிரி, ‘எவனோடு ஓடிப்போனாள்?’ என்று கேட்டார்களே ஒரு கேள்வி. அந்த அருவருப்பான, கீழ்த்தரமான கேள்வியே, உங்களுக்கு அனுப்பும் எல்லாக் கடிதங்களுக்கும் நகல் எடுத்து வைத்துக்கொள்வதற்குக் காரணம்.)

நான் இந்த கடிதத்தை, மிகுந்த முஸ்தீபும் மன அப்பியாசங் களையும் செய்து, என்னைத் தயார்படுத்திக் கொண்டு, வார்த்தைகளை அதிக கவனத்தோடு பிரயோகித்து, உங்கள் மனத்தை எந்த விதத்திலும் நோகடிக்காதவாறு, அதே சமயம் உங்களுள் அழுந்தப்பதிந்து, நல்லதோர் சுபமுடிவுக்கு உங்களை இட்டுச் செல்லும் வண்ணம் எழுத உத்தேசித்துள்ளேன்.

உறவைப் புதுப்பிக்கிற நம்பிக்கைகளுக்கு அடிகோலும் இந்தப் புத்தாண்டின் துவக்க மாதத்தின் இரண்டாம் நாளில், புட்களின் உற்சாக ஒலிகள் இறை புகழ்ச்சிக் கீதங்களாய், ஜெப விண்ணப்பங்களாய், வான மண்டலத்தை ஒரு பரிசுத்த

தேவாலயமாக கற்பிதம் செய்து பலரும் அதிகாலை வேளையில், இக்கடிதத்தை எழுத ஆரம்பித்திருக்கிறேன்.

இதற்கு முன்பு பலமுறை இரவு நடுச்சாமம் வரையிலும் அதற்கு மேலும் விழித்திருந்து உங்களுக்கு கடிதம் எழுதி, எழுதி ஒன்றும் சரியாக அமையாததால் கிழித்துப் போட்டுக் கொண்டு வந்திருக்கிறேன். இப்பொழுது, இந்தப் புலர் பொழுதில், சோகங்கள், கவலைகள் இன்னும் கவியாது, மனம், நிர்மலம் கமழும் அமைதி கொண்டிருப்பதால், இக்கடிதம் என் எண்ணங்களை, உணர்வுகளைத் துல்லியமாகப் பிரதி பலிக்குமென்று நம்புகிறேன். இந்த கடிதம், உங்கள் உள்ளத்தில் ஏற்பட்டுள்ள காயத்தின் தன்மையறிந்து, அதற்கு மருந்து தடவி குணமாக்க எத்தனிக்கும் என்னுடைய முயற்சி.

(காயமாவது, மருந்தாவது, மண்ணாவது; உங்களுடைய வறட்டுப் பிடிவாதம், செயலற்றத் தன்மை, தாம்பத்திய அன்பின்மை, மனைவியைக் கிள்ளுக்கீரையாக கருதும் முரட்டு சுபாவம், பணத்தின்பால் கொண்டுள்ள அபரிமித பசி, வெறி... இதையெல்லாம் யாரிடம் சொல்லி முறையிட?")

உங்கள் இல்லற வாழ்வின் தொடக்கத்திலேயே ஒரு தடைக்கல்லாக குறுக்கிட்டு, பயணத்தை மேலும் தொடர்வதில் சிக்கலை ஏற்படுத்தி வரும் இந்தப் பிரச்சனை, அஜாக்கிரதை யாகக் கையாண்டால் உடைந்து போய்விடக்கூடிய கண்ணாடிப் பாத்திரம் போன்றது என்பதை நான் நன்கு உணர்கிறேன். உணர்ச்சிப் பூர்வமான இந்தப் பிரச்சினையை, தர்க்க ரீதியில் அணுகுவது சற்று சிரமமானதுதான்.

ஆனாலும் ஸ்டெல்லாவின் அப்பா என்ற உறவுமுறை காரணமாக, எனக்குள்ள பொறுப்பை நன்றாக உணர்ந்து, இப்பிரச்சினையிலுள்ள சிக்கலைக் கண்டு பிடித்து, அதை விடுவிக்க இக்கடிதம் வாயிலாக முயற்சிக்கிறேன். சிக்க லெடுக்கும்போது, நூல் அறுந்து போய்விடாதிருக்க, என் முழு கவனத்தையும் உங்கள் மெல்லிய உணர்வுகளின் மேல் ஒரு நிலைப்படுத்தி, எந்த பாதிப்பும் நேராமல் சிக்கல் விடுபட்டு, நம் உறவு மறுபடியும் புதுப்பிக்கப்படவேண்டும் என்பதே என்னுடைய குறிக்கோள்.

ஒன்று ஏற்றத்திலும் மற்றொன்று இறக்கத்திலுமாக எதிர் எதிர் திசைகளில் விலகி விலகிச் சென்று கொண்டிருக்கும் இரு குடும்பத்தினரையும் ஒரு சீரான இணைக்கோட்டுத் தளத்தில் பயணிக்க வைத்து, சுருதி சேர்த்து, ஒருங்கிணைக்கும் ஒரு உந்து சக்தியாக இக்கடிதம் அமையும் என்று நம்புகிறேன். ஆகவே, நீங்கள் தயவுசெய்து இக்கடிதத்தை அலட்சியம் செய்துவிடாமல், ஒரு முறைக்கு இரு முறை, ஏன், அதற்கு மேலாகவும் கூட கருத்தூன்றிப் படித்து, சிந்தித்து, ஒரு நல்ல முடிவுக்குவர வேண்டுமென்று அன்புடன் கேட்டுக் கொள் கிறேன். ஸ்டெல்லாவுக்கும் உங்களுக்கும் இடையிலான மனஸ்தாபங்கள் கொண்ட பிரச்சினை பற்றி எழுதும் முன்பாக, நீங்கள் என்னைப் பற்றி அறிந்துகொள்ள இதுவரை அவகாசம் இல்லாது போய்விட்ட நிலையில், அது பற்றி இப்பொழுதாவது எழுதுவது எனக்கும் உங்களுக்கும் இடையில் ஒரு மன ஒருமிப்பு ஏற்பட வழிவகுக்கும் என்று எனக்குத் தோன்றுகிறது.

(என்னைப் பற்றி தெரிந்துகொள்ள எங்கே நேரம் கிடைத்தது உங்களுக்கு? திருமணமான அன்றைக்கே ஸ்டெல்லாவை திருநெல்வேலி பிறந்தகத்திலிருந்து, விழுப்புரம் புக்கத்துக்குக் கூட்டிச் சென்றுவிட்டீர்கள். பின்பு, மறுவீடு வந்தபோதும் டிபன் சாப்பிட்டீர்கள். எழுந்தீர்கள், உடனே கிளம்பிவிட்டீர்கள், அதிக வேலை பளு என்று பொய் காரணம் சொல்லிக் கொண்டு. இந்தத் தேவையற்றது போலத் தோன்றிய அவசரம், அதி முக்கியக்காரணத்தோடு கூடியது என்று இப்பொழுதுதான் எங்களுக்கு உறைக்கிறது... தாய் கொடுமைக்காரி என்றால், மகன் கையாலாகாதவன்; இந்த லட்சணத்தில் மிடுக்கும் தோரணையும் வேறு!)

நம்மிடையே ஒரு மன இணக்கம் ஏற்பட, என்னைப் பற்றி நீங்கள் முதலில் தெரிந்துகொள்ள வேண்டியதின் அவசியம் பற்றி சொன்னேன் அல்லவா?... என்னைப் பொறுத்தவரை நான் தேவைக்கு அதிகமான சாந்த குணம் கொண்டவன். அதிர்ந்து பேசத் தெரியாதவன். பேச்சு சாதுர்யம் இல்லாதவன். எதிராளி பேசுவதற்கெல்லாம் தலையாட்டிக் கொண்டிருப்பேனே அல்லாது எதிர்வாதம் செய்யத் தெரியாதவன். சங்கோஜி. அடுத்தவர் என்மீது கோபம்

கொண்டாலும் பதிலுக்குக் கோபத்தைக் காட்டும் இயல் பற்றவன். ஆனால் நான் ஒரு கோழை அல்ல. என் கோபத்தை, மௌனமான என் செய்கைகளின் மூலம் மட்டுமே தெரியப்படுத்துகிற குணம் கொண்டவன். இத்தகைய சாத்வீக வாதியாகிய நான், அதற்கு மாற்றாக, என் எழுத்தில் என் உணர்வுகளைக் கொட்டும்போது, அதி தீவிரமாக, அழுத்த மாக, என் சாதுத்தன்மை விலகியவனாய் செயல்படுகிறவன்.

திருநெல்வேலி நகராட்சி கழகத்தில் வேலை பார்த்து, பணி ஓய்வு பெற்றவன். நான் வேலை பார்த்தபோது நகராட்சி கழகத்துக்கும் பிற நிறுவனங்களுக்கும் இடையில் அவ்வப்போது எழுகிற பிணக்குகளை என் எழுத்தாற்றல் மிக்க கடிதங்கள் மூலம் தீர்த்துவைப்பதில் வெற்றி கண்டிருக்கிறேன். அது, வாங்கிய சம்பளத்துக்குச் செய்த கடமை தழுவிய கைம்மாறு. இப்பொழுது எங்கள் போதாத காலம், நமக்கிடையில், எங்கள் மகளே ஒரு பிரச்சினையாகி நிற்கிறாள்.

நம் கலாச்சாரப் பின்னணியில், உலகத்தின் பார்வையில், செய்யக்கூடாத காரியத்தைச் செய்துவிட்டு, பரிதாப நிலையில் அவள் இருப்பதோடல்லாமல், உள்மனக்காயத்தை உங்களுக்கும் ஏற்படுத்தி விட்டிருக்கிறாள்.

(உங்களுக்கு மனமென்ற ஒன்று இருக்கிறதா என்ன... காயங்கள் ஏற்பட?)

தான் செய்த தவறிலிருந்து மீள வழி தெரியாதவளாக, திக்கற்றவள் போன்று திகைத்துப் போய் இருக்கிறாள். இல்லற வாழ்வில், இரட்டிப்பு மகிழ்ச்சியோடு மீண்டும் அவள் உங்களுடன் இணைவதற்கு வேண்டிய அனுகூலமான வழிவகை தேடியே, வெள்ளத்தில் சிக்கியவன் நீந்திக் கரை சேர கொழுகொம்பு தேடும் பதைபதைப்புடன், இக்கடிதத்தை எழுதிக் கொண்டிருக்கிறேன்.

உங்கள் இருவரையும் மறுபடியும் சேர்த்துவைக்க என் எழுத்தாற்றல் பயன்படுமானால், அதுவே நான் பிறவி எடுத்ததன் முழுப்பலனை அடைந்துவிட்டதாகும்.

ஆனால் நான் உடல் ரீதியாகவும் மன ரீதியாகவும் நிரம்பவும் பாதிப்படைந்து பலகீனப்பட்டுப் போயிருக்கிற இப்போதைய நிலையில், உங்கள் மனத்தில் செயல்படும்படியாக எப்படி என்ன எழுதப்போகிறேனோ என்ற மலைப்பும் மருட்சியும் திகைப்பும் என்னைச் சூழ்ந்து கொண்டுள்ளன. ஆயினும் உங்கள் உள்ளம் ஏற்றுக் கொள்ளும் வகையில், எழுதுவதற்கு மிகுந்த ஞானம், விவேகம், மனோபலம் தந்து வழிகாட்டுமாறு பரிசுத்த ஆவியானவரை வேண்டிக்கொண்டு, அவரே பொறுப் பெடுத்துக் கொள்வார் என்ற நம்பிக்கையோடு மேலே தொடர்கிறேன்.

ஸ்டெல்லாவுக்கும் உங்களுக்கும் இடையில் ஏற்பட்டுள்ள மனஸ்தாபம், நீங்களும் உங்கள் பெற்றோரும் உள்மனக் காயம் சம்பந்தப்பட்டதாய் இருப்பதாகக் கருதுவதால், இப் பிரச்சினையின் ஆணிவேரைக் கண்டறிய, மனோதத்துவ ரீதியான சில விஷயங்களைச் சொல்வது உசிதம் என்று கருதுகிறேன்.

(மனோதத்துவக் கோட்பாடு விவரங்களெல்லாம் உங்களிடம் எடுபடுமா என்பது சந்தேகமே. ஆனாலும், இது ஒரு சோதனை முயற்சி என்று வைத்துக் கொள்வோம், அடிக்க அடிக்க அம்மி நகராதா என்ற ஆதங்கம்தான்!)

மனிதன் என்பவன், உணர்ச்சி அறிவு என்ற எதிர் எதிரான இரண்டு குணாதிசயங்களின் ஆச்சர்யமான கூட்டுக் கலவை. மனிதன் எப்போதும் உணர்ச்சிப்பூர்வமாக மட்டுமே வாழ்வதென்பது அபத்தமானது.

அதற்காக, எப்போதும் அறிவுப்பூர்வமாக மட்டுமே வாழ்வ தென்பதும் முடியாத காரியம். இவ்வாறு இருவேறு தனித்தனி வகைகளில், ஒன்று நீக்கி மற்றொன்றில் வாழ்வதென்பது, மனிதனால் இயலாத, கடினமான விஷயம். எந்த அளவு உணர்ச்சி, எந்த அளவு அறிவு என்று தேர்ந்தெடுக்கும் திறனே வாழ்க்கையின் வெற்றி தோல்விகளை நிர்ணயிக்கிறது. அன்பு, நேசம், கோபம், வைராக்கியம், பிடிவாதம் என்கிற உணர்ச்சி அலைகளும் நியாயம், நீதி, நேர்மை, மன்னித்தல், விட்டுக்கொடுத்தல் என்கிற அறிவுப்பூர்வமான அணுகுமுறை களும் தேவையான அளவுகளில் கலந்ததே சரியான குடும்ப வாழ்க்கை. அறிவுடன் இருக்க வேண்டிய இடத்தில் அறிவாகவும்

உணர்ச்சியுடன் இருக்க வேண்டிய இடத்தில் உணர்வாகவும் இருப்பதே கட்டுக்கோப்பான குடும்ப வாழ்வுக்கு ஆதாரம். அறிவுடன் நடந்து கொள்ளவேண்டிய காரியத்தில் அளவுக்கு மீறிய உணர்ச்சி வசப்படுவதுதான் சகல குற்றங்களுக்கும் சிக்கல்களுக்கும் அடிப்படைக் காரணம்.

மனிதன் பலகீனன். சராசரி மனிதன் அறிவுக்கல்ல, உணர்ச்சிகளுக்கே அதிக இடம் கொடுத்துவிடுகிறான். இதனால்தான், அவன் குற்றம் புரியும் நிலைக்குத் தள்ளப்படுகிறான். ஒவ்வொரு மனிதனும் வாழ்க்கையில் ஏதாவது ஒரு கால கட்டத்தில் பலகீனனாகி, முற்றிலும் உணர்ச்சிப் பிழம்பாகவே மாறி, அறிவு முற்றிலும் செயலிழந்து போய்விடும் நிலைக்கு ஆளாகிறான். உணர்ச்சிகளுக்கு அடிமையாகிப்போய், காரியங்கள் அல்லது அசம்பாவிதங்கள் துரிதகதியில் நடந்துமுடிந்த பின்பு, அறிவு சற்று தாமதமாகவே விழித்துக் கொள்கிறது.

உணர்ச்சிகள் படிப்படியாக அடங்கி, அறிவு தலையெடுக்கும் போது, தான் உணர்ச்சிகளின் வசத்தில் இருந்த சமயத்தில் செய்த தவறுகள், குளறுபடிகள் அவனுக்குப் புலப்பட ஆரம்பிக்கிறது.

அப்போது, செய்த தவறுக்கு வருந்துகிறான். மன்னிப்பு கேட்கிறான். இது மனித இயற்கை. இதற்கு விதிவிலக்கு கிடையாது.

மேலும், தம் சொந்த விருப்பு வெறுப்புகளுக்கு நாம் கனவு கண்டு வைத்திருக்கும் எதிர்காலம் பற்றிய எதிர்பார்ப்புகள், திடீர் வாழ்க்கைச் சூழல் மாற்றத்தினால், நாம் கனவு கண்டு வைத்திருப்பதிலிருந்து வேறுபடும்போது, நம் மனம் ஏமாற்றம் அடைகிறது. உணர்ச்சிக் கொந்தளிப்பை ஏற்படுத்தி விடுகிறது. அதனால், குற்றம் நிகழ்ந்துவிடுகிறது.

மற்றொன்று, ஒரு சராசரி மனிதன், சமூக வாழ்வு, குடும்ப வாழ்வு என்ற இருவகை வாழ்க்கையை ஒரே சமயத்தில் வாழவேண்டியுள்ளது. குடும்ப வாழ்வில் பிடிவாதமாக உணர்ச்சிப்பூர்வமாக மட்டும் இருந்துகொண்டு, சமூக வாழ்வில் அறிவுப்பூர்வமாக செயல்பட தன்னைக் கட்டாயமாக உட்படுத்திக் கொள்ளும்போது, அவனுடைய மனோநிலையில், ஒரு தடுமாற்றம் உண்டாகிவிடுகிறது.

அதனால் வாழ்வின் சுவாரஸ்யம் கெட்டுப்போகிறது. மேலும், கணவன் அல்லது மனைவி, தன்னுடைய பிடிவாதம் காரணமாக, அறிவுப்பூர்வமாக சிந்திப்பதை தவிர்த்து, கால தாமதத்துக்கு இடம் கொடுத்து, ஒருவர் மற்றொருவரை மன்னிப்பதில் தயக்கம் காட்டும்போது, அது குடும்ப வாழ்க்கையின் கட்டுக்கோப்பு தகர்ந்துபோய்விட வாய்ப் பளித்துவிடுகிறது. விட்டுக் கொடுக்கும் மனப்பக்குவம் கணவனிடமும் மனைவியிடமும் இருப்பது மகிழ்ச்சிகரமான இல்வாழ்க்கைக்கு இன்றியமையாதது.

எனவே, கணவனும் மனைவியும் அன்பை எங்கே பிரயோகிக்க வேண்டும் என்கிற நுட்பத்தைத் தெரிந்து கொள்ளுதல் குடும்பத்தின் கட்டுக்கோப்பு குலையாமல் பாதுகாத்துக்கொள்ள அவசியமான தேவையாகும்.

அன்பு அல்லது பாசம் அல்லது காதல் என்ற உணர்ச்சியும் மன்னித்தல், விட்டுக்கொடுத்தல் என்கிற அறிவும் ஆரோக்கிய மான குடும்ப வாழ்வின் ஆணிவேர். மேற்கூறியவைகளெல்லாம் என்னுடைய தனிப்பட்டக் கருத்துகள் அல்ல. மனோதத்துவ வாதிகளின் பொதுப்படையான கருத்துகள். அவற்றில் உங்களுக்கும் உடன்பாடு இருக்கும் என்று நம்புகிறேன்.

அவற்றை நீங்கள் தெளிவாகப் புரிந்துகொண்டு விட்டீர்கள் என்றால், மேற்கொண்டு நான் எழுதப்போகிற நம்முடைய நேரடிப்பிரச்சனை பற்றிய என்னுடைய கருத்துகளுடன் உடன்பட உங்களால் முடியும். பின்பு நம்மிடையே நல்லுறவு ஏற்படுவதற்கு இடைஞ்சலாய் உள்ள தடைகள் விலகும். நம்முடைய நேரடிப் பிரச்சினை பற்றிச் சொல்லும்போது, சில சிறு சிறு வலி ஏற்படுத்தும் சம்பவங்களின் அரட்டல் புரட்டல்களை ஞாபகப்படுத்த வேண்டிவரும்.

அது தவிர்க்கமுடியாத சந்தர்ப்பங்களில் மட்டுமே. யாருடைய மனத்தையும் புண்படுத்த அல்ல.

அதை நீங்கள் தவறாக எடுத்துக்கொள்ள மாட்டீர்கள் என்று நம்புகிறேன். (என்னமாய்ப் பூசிமெழுக வேண்டியிருக்கிறது உங்களிடம்!)

உங்கள் அம்மா எப்போதும் சற்று படபடவென்று பேசுவார்கள். இது எல்லோரும் அறிந்ததே!

இதை உங்கள் தந்தையே எங்களிடம் கூறியுள்ளார்கள். உங்கள் அம்மாவே கூட ஒப்புக் கொள்வார்கள். நாங்களும் ஒரு கண்டிப்பு இருப்பது நல்லதுதானே என்று கண்டு கொள்ளாமல் விட்டுவிடுவோம். எதையும் முகத்தாட்சண்யம் பாராமல் சட்டென்று சொல்லிவிடுவார்கள். உடனேயே அதையெல்லாம் மனதில் வைத்துக் கொள்ளாதது போல, சகஜமாகப் பழக ஆரம்பித்துவிடுவார்கள். அவர்கள் விழுப்புரம் பங்குத்தந்தை முன்னிலையில், கழிந்த மாதத் தொடக்கத்தில், நாம் சமரசம் பேசிக் கொண்டிருந்தபோது, 'ஸ்டெல்லா ஒரே ஒரு முறைதான் என்னிடம் தன் கோபத்தைக் காட்டியிருக்கிறாள். அப்போது நான் ரொம்ப சந்தோஷப்பட்டேன்' என்று கூறினார்கள்.

'ஸ்டெல்லாவிடம் நீங்கள் காட்டும் கண்டிப்பு ரொம்ப ரொம்ப அதிகம். யாராலும் அதை சகித்துக் கொள்ள முடியாது' என்று நான் கேட்டதற்கு, 'அவளும் பதிலுக்குப் பதில் பேச வேண்டியதுதானே! தன் புருஷனை கைக்குள் போட்டுக் கொள்ள வேண்டியதுதானே! என்று பெருந்தன்மையுடன் சொன்னார்கள். (எப்படிப்பட்ட பெருந்தன்மை உங்கள் அம்மாவுக்கு!)

(அப்பப்பா! இரட்டை வேடம் போடுவதில் அவர்களுக்கு மிஞ்சிய ஆள் இல்லை. பங்குத்தந்தை முன்னிலையில் உண்மைக்குப் புறம்பாக என்ன சாதுர்யப் பேச்சு பேசி னார்கள்! வீட்டினுள்ளே, மருமகளிடம் விஷம் கக்கும் கொடுக்குத் தேள்! அம்பலத்திலோ, அந்நியர் மத்தியில் சுவை இரசம் சேகரித்து ஈயும் தேனி.

மூடி மறைப்பானேன். நாற்றம்தான் காற்றில் பரவி காட்டிக் கொடுத்துவிடுகிறதே! எரிந்து விழுவதற்கும் சுடு சொற்களால், மனசின் நுண்ணிய உணர்வுக் கேந்திரங்களைக் கிளறி காயப்படுத்துவதற்கும் ஒரு வரையறை இல்லை யென்றால், எந்த மருமகள்தான் பொறுத்துக்கொள்வாள்?

'உன் அப்பன் அப்படி என்னத்த கொட்டிக் கொடுத்துட் டான்? நான் தொரத்துறதுக்கு முன்னால நீயா ஓடிப்போயி,

உன் அப்பன்கிட்டயிருந்து ஒரு லட்சம் வாங்கிட்டு வா... இல்லைன்னா அப்படியே ஒழிஞ்சிப் போ!'

'உன் அம்மால்லாம் ஒரு பொம்பள கணக்கில் சேத்தியா? எந்த நேரத்துல உன் அப்பன்கிட்ட முந்தி விரிச்சாளோ, ஒரு கொரங்காட்டம் ஒன்ன பெத்துப் போட்டிருக்கா'

'பஞ்சப் பரதேசி குடும்பத்துல இருந்து வந்தவதான நீ? பின்ன எப்படி இருப்ப?'

'ஸ்டவ்வப் பாத்துப் பத்த வையி... ஸ்டவ் வெடிச்சி நீ செத்துத் தொலஞ்சா, பழி என் மேலல்லவா வந்து விழும்?' இப்படியாக. இன்னும் எத்தனை எத்தனையோ... இந்த இரணங்களெல்லாம் ஆரக் கூடியவைகளா? இவற்றை யெல்லாம் எந்த எதிர்ப்புமின்றி சகித்துக் கொண்டிருக்க ஒரு அப்பாவிப் பெண்ணால் எத்தனை நாட்களுக்கு முடியும்? சற்று யோசித்துப் பாருங்கள்)

உங்கள் அம்மா பங்குத் தந்தையின் முன் பேசிய தோரணை யிலிருந்து நான் புரிந்து கொண்டதென்னவென்றால், அவர்கள் கோபப்படுகிறபோது பதிலுக்குக் கோபப்படுகிற, சூட்டிகையும் தைரியமுமுள்ள பெண்ணைத்தான் தன் மருமகளாக எதிர்பார்த்துக் கொண்டிருக்கவேண்டும் என்பதைத் தான். உங்களைப் பொருத்தவரையில், உங்களிடமும் உங்கள் குடும்பத்தினரிடமும் கலகலப்பாகப் பேசி, எளிதாகப் பழகி, எல்லாவற்றுக்கும் இணங்கி, பணிந்து போகக்கூடிய (இயந்திரம் போல் சொன்னதை மட்டும் செய்யக்கூடிய) ஒரு மனைவியை கற்பனை செய்து எதிர்பார்த்தவராய் இருந்திருக்கலாம். (வேடிக்கையைப் பார்த்தீர்களா? உங்களுக்காவது மனைவியைப் பற்றிய கற்பனையாவது! கொம்புத்தேனுக்கு ஆசைப்பட்டானாம் ஒரு முடவன்... அந்தக் கதையல்லவா ஞாபகத்துக்கு வருகிறது.)

ஸ்டெல்லாவைப் பொருத்தமட்டில் கண்டிப்பில்லாத, தாயைப்போல அன்பு காட்டி பழகக்கூடிய மாமியாரையும் தன்னுடைய அன்பை, பரிவை, பாசத்தை, காதலை வெளிப்படையான, தடைகளற்ற தன் செய்கைகளின் மூலம் புலப்படுத்துகிற கணவரையும் கற்பனை செய்து

வைத்திருக்கலாம். இப்படி, ஒவ்வொருவரும் வெவ்வேறு விதமான கற்பனைகளும் எதிர்பார்ப்புகளும் கொண்டவர்களாய் இருந்து, நிஜத்தில் அப்படி இல்லாததுபோல் தெரியவரும் போது, ஏமாற்றம் அடைவது இயற்கையே! அந்த ஏமாற்றம், அவரவர் ஆழ்மனத்துக்குள்ளேயே புகைந்து புகைந்து, ஏதோ ஒரு வழியில் வெடிக்க வேண்டுமென்று இருந்து, விதியோ, சாத்தானின் சூழ்ச்சியோ ஸ்டெல்லா வழியாக வெடித்து விட்டது. இதில் இன்னொரு முக்கியமான விஷயத்தை கவனத்தில் கொள்ளவேண்டும். ஸ்டெல்லா, உங்கள் வீட்டில் தங்கி இருந்தது ஒன்றரை மாதத்துக்கும் குறைவான நாட்களே! அந்த குறைந்த கால அவகாசத்துக்குள், நீங்கள் ஒருவரையொருவர் புரிந்து கொள்வதென்பது, ஒருவரின் உண்மையான சுபாவத்தை மற்றவர் முழுமையாக தெரிந்து கொள்வதென்பது சாத்தியம் என்று சொல்லமுடியாது.

ஒரு வேளை, இன்னும் சற்று அதிக காலம் அவகாசம் கிடைத்திருந்தால், 'மூடி டைப்' ஆக இருந்த ஸ்டெல்லா, பழகப் பழக, நாளாவட்டத்தில், கலகலப்புள்ளவளாக தன்னை மாற்றிக் கொண்டு (கணவனின் கயமைத்தனமான அன்பின்மையையும் மாமியாரின் அகோரமான கொடுமையையும் சகித்துக் கொள்ளும் மனப்பக்குவம் அடைந்து) எல்லோரையும் அனுசரித்துக் கொண்டுபோகக் கூடியவளாக, இதுதான் தனக்கு விதித்ததென்று எண்ணி மனத்தைத் தேற்றிக் கொண்டிருந்திருக்கலாம். மற்றவர்களும் தங்கள் தங்கள் விருப்பு வெறுப்புகளை படிப்படியாக மாற்றிக் கொள்ளும் பக்குவம் அடைந்திருக்கலாம்.

அதற்குள் ஸ்டெல்லா அவசரப்பட்டுவிட்டதுதான் தப்பு. (ஆனாலும், அவசரப்பட்டுவிட்டாள் என்று எப்படிச் சொல்வது? உங்கள் வெளி வேஷமெல்லாம் தெற்றென அவளுக்குப் புலப்பட, ஒன்றரை மாத கால அவகாசமே போதுமானதாக இருந்தது என்பதுதானே உண்மை. அவள் இன்னும் கொஞ்ச நாட்கள் அங்கு உங்களோடு தங்கி இருந்திருந்தால், உங்கள் வரதட்சணைக் கொடுமைத் தாங்காமல், தன் பெண்மையின் புறக்கணிப்பைச் சகித்துக்கொள்ள முடியாமல், ஒன்று தற்கொலை செய்து கொண்டிருப்பாள் அல்லது உங்கள் அரக்க குணம் கொண்ட தாயார் அவளைக் கொன்று

போட்டிருந்திருப்பார்கள். ஆகவே, அவள் உங்களிடமிருந்து தப்பித்து வந்தது முற்றிலும் முகாந்திரமுள்ள காரியமே! பின்பு ஏன் திரும்பவும் இருவரையும் சேர்த்துவைக்க வரிந்து கட்டிக்கொண்டு இப்படி எழுதி மாளுகிறீர்கள் என்கிறீர்களா?

என்னை அப்படி உருவாக்கியிருக்கிறது. அது பற்றி உங்களுக்கு இந்தக் கடிதத்தின் இறுதியில் விளக்கமாகச் சொல்லுகிறேன்) ஸ்டெல்லாவுக்கு ஊர் புதிது; தூரமானது. நீங்களும் மாமனார் மாமியாரும் நாத்தனார் விஜயாவும் கொழுந்தன் ஜெயந்தனும் அப்பொழுதுதான் பழக ஆரம்பித்திருந்த தொடக்க காலம். உங்கள் உறவினர்கள், நண்பர்களெல்லாம் அவளுக்குப் புதியவர்கள். சூழ்நிலை புதியது. பழக்க வழக்கங்கள் புதியன. சமையல் முறை புதியது. வீட்டு நடப்புகள் புதிது. அக்கம் பக்கம், அண்டை வீட்டார் புதியவர்கள். நீங்களும் தர்மபுரியில் வேலை பார்த்துக்கொண்டு, வாரம் ஒரு நாள் மட்டுமே வந்து கொண்டிருந்தீர்கள். இதனால், உங்களுக்கும் அவளுக்கும் இடையில் பரஸ்பர மன இணக்கம் ஏற்பட வாய்ப்பும் வசதியும், நேரமும் அமையாத நிலை.

என்னதான் கணவர் என்றாலும் பழக்கத்தில் துவக்க நிலை யாதலால், தன் மனத்திலுள்ளதை உங்களிடம் வெளிப்படை யாக சொல்லிவிடுவதற்கு தயக்கமும் பயமும். ஸ்டெல்லா, தன் கணவர் எப்பொழுதும் வேலை, வேலை என்றிருக்கிறாரே, அம்மா எதிரில் தனக்கு அனுசரணையாக ஒரு வார்த்தையும் சொல்லமாட்டேன் என்றிருக்கிறாரே, தனக்கென்று தனியாக நேரம் ஒதுக்குவதில்லையே (தாம்பத்திய உறவில் நாட்டமற்று இருக்கிறாரே) அவருக்குத் தன்னைப் பிடிக்கவில்லையோ என்று உங்களைப் பற்றியும் நீங்கள் ஸ்டெல்லா மூடி டைப்ஆக ஒதுங்கி ஒதுங்கி போகிறாளே, சகஜமாகப் பழக மாட்டேன் என்கிறாளே, இதற்குக் காரணம் என்ன என்று புரியவில்லையே' என்று அவளைப்பற்றியும் எதிர் எதிர் கோணங்களில் சிந்தித்திருக்கிறீர்களேயல்லாமல், இருவரும் மனம்விட்டுப் பேசி, உங்களிடையில் கருத்தொற்றுமை ஏற்பட முயலாதிருந்திருக்கிறீர்கள்.

ஸ்டெல்லா இந்த விஷயத்தை வெளியே காட்டாமல், மனசுக்குள்ளேயே போட்டு வருந்திக்கொண்டிருந்திருக்கிறாள்.

(ஸ்டெல்லாவின் இயல்பான சுபாவமே அதுதான்! யாரிடமும் உடனே பழகிவிடமாட்டாள். பழகிவிட்டால், அதற்காக எதை வேண்டுமானாலும் தியாகம் செய்யத் தயங்க மாட்டாள். வெளிப்பூச்சும், படாடோபமும் ஆணவமும் கொண்ட உங்களிடம் இதைச் சொல்லி என்ன ஆகிவிடப் போகிறது?)

மேற்கூறிய காரணங்களால், அவளுக்கு விரைவிலேயே மனம் சோர்வுற்று, படிப்படியாக அறிவுப்பூர்வமாக சிந்திக்கும் திறன் குறைந்திருக்கிறது. உணர்ச்சிப்பூர்வமாகவே மாறி விட்டிருந்திருக்கிறாள். இன்னும் சற்று பொறுமையைக் கடைபிடிப்போம் என்றில்லாமல், மேலோட்டமான உணர்ச்சி களே அலையென எழும்பி, அவளை அவசரப்படுத்தி, செயல்படுத்தி இருக்கின்றன.

கடைசியில், வீட்டைவிட்டு வெளியேற முடிவெடுத்து விட்டிருக்கிறாள். வீட்டை விட்டு வெளியேற தீர்மானித்த அந்த ஒரு சில நிமிடங்களில் பயம், கலக்கம், திகைப்பு, மருட்சி, படபடப்பு, அவசரம் போன்ற பல உணர்ச்சித் தொகுப்புகளின் கைப்பாவையாகி என்ன செய்கிறோம் என்று உணர முடியாதபடி, புத்திப்பூரணமாய் மழுங்கடிக்கப் பட்டவளாய், அதனால் சிந்திக்கும் திறன் இழந்தவளாய் போய்விட்டிருக்கிறாள்.

இப்படிப்பட்ட குழப்பமான, உணர்ச்சிவசப்பட்ட நிலையில், சிறு சிறு சம்பவங்களும் அவள் முன்னால் பூதா கரமாக உருவெடுத்து, அவளை வெருட்டி இருந்திருக்கிறது. மறுவீட்டுக்கு வந்த கணவர் ஒருநாள் கூட தங்காமல், ஓரிரு மணித்துளிகள் மட்டுமே இருந்துவிட்டு, தன்னையும் அழைத்துக் கொண்டு, அவசரமாகக் கிளம்பி வந்துவிட்டாரே, (தங்கியிருந்தால் தன் உடல் குறைபாடு எல்லோர் முன்னிலையிலும் வெளிப்பட்டுப் போய்விடுமோ என்ற அச்சம் காரணமாக அப்படி நடந்து கொண்டாரா) தன் மீது அன்பிருந்தால் அப்படிச் செய்வாரா என்ற சந்தேகப்பேய் அவளுள் குடிபுகுந்திருக்கிறது. தர்மபுரியில் குடித்தனம் வைப்பது பற்றி தன் அம்மாவிடமே தொலைபேசியில் எரிந்து விழுந்த தன் மாமியார், தன்னிடம் இன்னும் எப்படியெல்லாம் கொடூரமாக நடந்து கொள்வார்களோ என்ற பயம் அவளுக்கு உண்டாகி இருக்கிறது.

(அங்கஹீனனான தன் கொழுந்தன் ஜெயந்தனுக்கு, காலைக் கடன் கழிக்க உதவிசெய்து, அவனுக்கு உணவூட்டி குளிப்பாட்டி, கண்காணித்து, துணையிருந்து, தூங்கவைத்து, அவனைப் பராமரிக்கும் ஒரு வேலைக்காரியாய் இருக்க மட்டுமே தன்னை திருமணம் செய்துகொண்டாரோ தன் கணவர் என்கிற பீதி அவளை ஆட்டிப் படைத்திருக்கிறது.)

தன் அம்மாவிடம் 'கிரைண்டர், மிக்ஸி மற்ற வீட்டுச் சாமான்களெல்லாம் வாங்கி வையுங்கள், நான் கார் கொண்டு வந்து எடுத்துச் செல்கிறேன்' என்று திருமணத்தன்று சொன்ன தன் கணவர், பின்பு, முற்றிலும் மாறி 'தர்மபுரியில் தனிக் குடித்தனம் எல்லாம் சரிபட்டு வராது. அதை மறந்துவிடு' என்று சொல்லிவிட்டாரே, அப்படியானால், காலாகாலத்துக்கும் விழுப்புரத்தில், மாமியார் கொடுமையில் தான் வாழ வேண்டி வருமோ என்கிற சந்தேகமும் அச்சமும் அவளை மதி இழக்கச் செய்திருக்கிறது.

நீங்கள் அவளுக்கு, உங்கள் குடும்பத்தில் உரிய முக்கியத் துவம் கொடுக்காதது, அவள் மனத்தைப் பாதித்திருக்கிறது. இப்படியான இன்னும் பல நிகழ்வுகளெல்லாம் அவளுக்கு விகற்பமாகத் தோன்றி, மிக மிகப் பயத்தில் ஆழ்த்தி, எப்படியாவது தற்காலிகமாகவாவது இந்த இக்கட்டிலிருந்து தப்பிக்க, வீட்டை விட்டுப் போனால் போதும் என்ற திடீர் முடிவெடுக்கச் செய்திருக்கிறது.

உணர்ச்சிக் கொந்தளிப்புகளுக்கு அடிமையாகி, ஆர அமர சிந்திக்கத் தவறினால், எடுக்கிற முடிவு, விபரீதமானதாகத் தான் அமையும் என்பதற்கு மற்றொரு உதாரணமாகிவிட்டாள். தன் பயம், சந்தேகம் பற்றியெல்லாம் அவள் உங்களுடன் வெளிப்படையாகப் பேசியிருந்தால் இந்த சம்பவமே நேர்ந்திருக்காது. அதற்கெல்லாம் வாய்ப்பும் வசதியும் அமையாமல் போனது அவளது துர்ப்பாக்கியமே!

(முக்கியமாக, நீங்கள் அவளுடைய நியாயமான உணர்வுகளை உதாசீனம் செய்து, தாம்பத்திய உறவிலிருந்து ஒதுக்கிவைத்த கேவலத்தை எந்த வார்த்தைகளைக் கொண்டு வர்ணிப்பது?)

இதை எல்லாம் நான் ஏன் இப்படி விஸ்தாரமாகச் சொல்லுகிறேன் என்றால், சம்பவம் நடந்த அந்த சில கணங்களில், ஸ்டெல்லா இருந்த மனோதத்துவ ரீதியிலான உண்மை நிலையை நீங்கள் புரிந்துகொள்ள வேண்டும் என்பதற்காகவும் அவள், தன்னிலை இழந்து, அவசர புத்தியில், மனம் தடுமாறி, பேதைத்தனமாக செய்த தவறை, இப்போதாவது மன்னிக்கும் மனப்பக்குவத்தை நீங்கள் அடையவேண்டும் என்கிற ஆதங்கத்திலும்தான்.

ஒவ்வொரு மனிதனும், வாழ்க்கைப் பயணத்தில், ஏதாவது ஒரு முக்கியமான காலகட்டத்தில், தீய உணர்ச்சிகளின் கோரத் தாண்டவத்தில், அறிவு மழுங்கியவனாகி, இப்படி ஒரு தவறு செய்ய நேர்ந்துவிடுகிறது என்று முன்பே சொன்னேன். அப்படி ஒரு காலகட்டம், ஸ்டெல்லாவின் வாழ்வில், அவளுடைய திருமண நுழைவாயிலிலேயே நேர்ந்து, அதன் காரணமாக, நீங்களும் தலையகுனியும்படி அமைந்துவிட்டது, அவளுடைய போதாத காலம்தான்.

(தலை குனிவாவது... தலை நிமிர்வாவது... எல்லாம் காலத்தின் கட்டாயம்தான்! தாம்பத்தியம் சார்ந்த உங்களுடைய யோக்கியதைக்கு அவள் விடுத்த சவால் அது என்று ஏன் எடுத்துக் கொள்ளக்கூடாது?)

ஸ்டெல்லா இங்கு வந்துவிட்ட பிறகு, உங்களுடன் செல்ஃபோனில் தொடர்பு கொள்வதே சாத்தியமற்ற காரியமாய் இருக்கிறது. மிகுந்த கவலை வயப்பட்டு, வாடி, வதங்கி, மெலிந்து, துரும்பாய்ப்போன என் மகள் ஸ்டெல்லா, கடந்த ஏழெட்டு மாதங்களாக, தினமும் ஐந்தாறு தடவையாவது உங்களுக்கு டயல் செய்து, உங்களுடன் பேச முயன்று வருகிறாள். ஒவ்வொரு முறையும் நீங்கள் மிகக் கவனமாக (குள்ள நரித் தந்திரத்துடன்) இணைப்பைத் துண்டித்துக் கொண்டு வருகிறீர்கள். பொதுத் தொலைபேசி நிலையங்களிலிருந்து, நாங்கள் தொடர்பு கொள்ள முயன்றபோதெல்லாம், உத்தியோகக் காரியமாக, நீலகிரி பார்டரில் இருப்பதாகவோ, ஊட்டிக்குச் சென்று கொண்டிருப்பதாகவோ, கோயம்புத்தூரில் ஒரு அவசர ஆலோசனைக் கூட்டத்துக்கு கிளம்பிக் கொண்டிருப்ப தாகவோ, பெங்களூரில் ஒரு செமினார் இருப்பதாகவோ

(நானாவித பொய்க்காரணங்களை) சொல்லி எங்களுடன் உரையாடுவதைத் தவிர்த்துக் கொண்டு வந்திருக்கிறீர்கள்.

(இப்படிக் கோழைத்தனமாக ஒளிந்துகொண்டு அலைவது உங்களுக்கு வெட்கமாக இல்லையா? உத்தியோக கடமை முன்பு, சொந்த விவகாரங்களெல்லாம் இரண்டாம் பட்சம் என்பது போல ஒரு பிரமையை எங்களுக்கு ஏற்படுத்த நீங்கள் ரொம்பப் பிரயாசை எடுத்துக் கொள்வது வெளிப் படையாகவே தெரிகிறது.

பிரபலமான தனியார் நிறுவனமொன்றில் இருபதினாயிரம் ரூபாய் ஊதியம் பெறுவதாகச் சொன்ன நீங்கள், வெறும் நாலாயிரம் மட்டுமே வாங்குகிறீர்கள் என்ற உண்மையை, சில நம்பத்தகுந்த நபர்கள் மூலம் நாங்கள் இப்போது தெரிந்து கொண்டோம். மேலும் நீங்கள் எங்கள் இனத் தவரல்ல என்பதும் இப்போது எங்களுக்குத் தெரிய வந்துள்ளது.

ஒரு முறை உங்கள் தந்தையுடன் தொலைபேசியில் நான் பேச முயன்றபோது, 'யாரு ஃபோன்ல' என்று கேட்டுத் தெரிந்து கொண்ட உங்கள் அம்மா, உங்கள் அப்பாவிடம் 'டேய்... அறிவு கெட்டவனே! ஒனக்கு அந்த பண்டாரங்களோடு என்னடா வழவழன்னு பேச்சு வேண்டி கிடக்கு? ரூபாய் கொடுக்க நாதியில்லன்னா பொண்ண பூப்போலப் பொத்தி வச்சிகிடச் சொல்லிட்டு ஃபோன வைக்கச் சொல்லுடா' என்று அதீத பதிபக்தியுடன் உத்தரவிட்டது எனக்குத் தெளி வாகவே கேட்டது. இதெல்லாம் உங்கள் வீட்டில் சர்வ சாதாரணம் என்று ஸ்டெல்லாவும் எங்களிடம் சொல்லியுள்ளாள்.

வரதட்சணை ஒரு இலட்சம் கொடுத்த பின்னும், இன்னும் ஒரு லட்சம் கேட்கிறீர்கள். அது எங்களுக்கு ஒரு பெரிய பிரச்சினை அல்ல. ஆனால், நாலு பேருக்குத் தெரியும்படி கொடுத்து, தனிக்குடித்தனத்துக்கும் ஏற்பாடு செய்துவிட வேண்டும் என்பதுதான் எங்கள் எண்ணம்.

ஆனாலும், இப்படி ஒரு பொய்யும் பித்தலாட்டமும் அநாகரீகமும் பணப் பித்தும் கொண்ட உங்கள் குடும்பத்துடன் சம்பந்தம் வைத்துக் கொண்டது எங்கள் போதாத காலமே.

பேப்பரில் உங்கள் 'மணமகள் தேவை' விளம்பரம் பார்த்து நான்றாகவே நாங்கள் ஏமாந்து போனோம்.)

ஆனாலும், தற்பொழுதைய சூழ்நிலையில், உங்களுடன் உள்ள தொடர்பு அறுந்து போய்விடக்கூடாதென்ற காரணத் தினால், தொடர்ந்து தொலைபேசி வழியாக முயன்று கொண்டிருக்கிறோம். நேரில் நாம் எப்போது சந்தித்து ஒரு சமரசத்துக்கு வரப்போகிறோமோ தெரியவில்லை.

விடாத எங்களது ஃபோன் வழி தொடர்பு முயற்சி, உங்களுக்குத் தொந்தரவாய்ப் போய், ஒரே ஒரு தடவை மட்டும், ஸ்டெல்லாவின் மூத்த சகோதரி ஜோசப்பினிடம், 'ஸ்டெல்லா வேண்டுமென்றேதான் இப்படிச் செய்கிறாள். அவளை நான் மன்னிக்க முடியாது' என்று சொல்லிவிட்டு தொடர்பைத் துண்டித்து விட்டிருக்கிறீர்கள். நீங்கள் நினைக்கிறபடி, திட்டமிட்டு வேண்டுமென்றே அவள் செய்திருப்பாளேயானால், தன் பீரோவில் வைத்திருந்த தன்னுடைய ஐம்பது பவுன் நகைகள், கல்விச் சான்றிதழ்கள், தன் ஆடைகள் சில போன்றவற்றை தன்னுடன் கொண்டு போவதற்கு, முன்யோசனையுடன் எடுத்து வைத்திருந்திருக் கலாம். வரும்போது கொண்டும் வந்திருக்கலாம். ஆனால் அவள் அப்படி எதுவும் செய்யாமல், அவைகளை எல்லாம் தன் பீரோவிலேயே பூட்டி வைத்துவிட்டு, சாவியை மட்டும் எடுத்துக்கொண்டு வெறும் கையுடன்தான் கிளம்பி வந்திருக் கிறாள். கைச்செலவுக்கு நாங்கள் கொடுத்திருந்த முன்னூறு ரூபாய்கள், அந்த சமயத்தில் அவளுக்கு உதவியிருக்கிறது.

இதிலிருந்து அவள் எடுத்தது திடீர் முடிவுதான் என்றும், வீட்டை விட்டு வரும்படியானது அவளே எதிர்பார்த்திராத, முன்கூட்டியே சிந்தித்திராத நிகழ்வுதான் என்றும் புலனாக வில்லையா? இப்படியெல்லாம் நான் எழுதுவதால், ஸ்டெல்லா செய்த காரியத்தை நியாயப்படுத்துகிறேன் என்று தயவு செய்து எண்ணிவிடாதீர்கள். அவள் செய்தது முழுக்க முழுக்க தவறான செயல். இதில் இரண்டு கருத்துக்கு இடமில்லை. வீட்டை விட்டுக் கிளம்பும்போது, யாருக்காவது, குறிப்பாக, உங்களுக்கு ஃபோன் செய்யவேண்டும் என்கிற அடிப்படை ஞானம்கூட இல்லாமல், அறிவு சுத்தமாய் மழுங்கிப் போய் மடத்தனமாக நடந்து கொண்டாளே என்ற கோபம் உங்களுக்கு வருவது நியாயமே!

இப்போது அழுதென்ன, துடித்தென்ன, பட்ட அவமானம் பட்டதுதானே! உங்களைப் பிரிந்து வாழும்படி நீங்கள் அவளுக்குக் கொடுத்துவரும் தண்டனை மிகக் கொடுமை யானது என்பதை அனுபவப்பூர்வமாக உணர்ந்துகொண்டு வருகிறாள். ஒரு பெண்ணுக்கு இதைவிட பெரிய தலை குனிவு வேறு என்ன இருக்கமுடியும்? அவளை மீண்டும் வாழ அழைப்பது நீங்கள் போடும் மடிப்பிச்சை.

(பட்ட அவமானம்; கொடுத்துவரும் தண்டனை, பெரிய தலை குனிவு, போடும் மடிப்பிச்சை அப்பப்பா! எவ்வளவு பெரிய வார்த்தைகள்! ஒரு வறட்டுப் பிடிவாதக்காரனிடம், கோழைத்தனம் கொண்டவனிடம், இப்படி எல்லாம் இறைஞ்சிக் கூத்தாட வேண்டியிருப்பது எங்கள் தலையெழுத்து!)

இந்த சமயத்தில் நான் உங்கள் நிலமையையும் எண்ணிப் பார்க்கிறேன். நீங்கள் எப்படிப்பட்ட இக்கட்டான நிலைக்குத் தள்ளப்பட்டிருக்கிறீர்கள் என்பதை நான் நன்றாக உணர்கிறேன். உங்கள் மனத்தில் ஏற்பட்டுள்ள காயம் நிறைய வலி தருவது. ஸ்டெல்லா வீட்டை விட்டுப் போய்விட்டாள் என்று உங்கள் தந்தை உங்களுக்கு தொலைபேசியில் தெரியப்படுத்திய கணத்திலிருந்து நீங்கள் அனுபவித்து வரும் மன உளைச்சல் எந்த ஆண்மகனுக்கும்(?) வரக்கூடாத ஒன்று. உலகத்தின் கண்களுக்கு முன்பு இது உங்களுக்கு அதிக வேதனை தரக்கூடிய பெரிய தலைக்குனிவு. விடுமுறை கொடுத்தாலும் விழுப்புரத் துக்கு நீங்கள் வருவதற்கே வெட்கப்பட வேண்டியிருக்கிறது. வந்தாலும் இரவில் வெகுநேரம் கழித்து வந்துவிட்டு, அதிகாலையிலேயே தர்மபுரிக்கு புறப்பட்டுச் செல்ல வேண்டியுள்ளது. ஏனெனில் உங்கள் உறவினர்கள், நண்பர்கள் முன்னிலையில் தலைகாட்ட முடியாத இக்கட்டான நிலை.

('ஒம் பொண்டாட்டி ஓடிப் போயிட்டாளேமே... ஒங்கிட்ட கொற இல்லன்னா ஏன் ஓடிப்போறா?' என்று பிறர் எள்ளி நகைக்கக்கூடிய தர்மசங்கடம் உங்களுக்கு)

உங்கள் உத்தியோகக் கடமைகளை சரிவர செய்ய முடியாதபடிக்குக்கூட உங்கள் மனநிலை பாதிக்கப் பட்டிருக்கலாம். இதெல்லாம், ஸ்டெல்லாவின் செய்கையால் நேர்ந்த பின்விளைவுகள். இதற்காகப் பொறுப்பேற்று,

ஸ்டெல்லாவுடன் சேர்ந்து நானும் என் மனைவியும் எங்கள் குடும்பத்தினர் அனைவரும் உங்களிடம் மன்னிப்பு வேண்டி நிற்கிறோம்.

தயவு செய்து மன்னியுங்கள்.

நடந்ததை ஒரு கெட்ட கனவாக நினைத்து, மறந்து விடும்படி உங்களை அன்புடன் கேட்டுக் கொள்கிறேன்.

(எப்படி எல்லாம் குழைந்து குழைந்து நான் எழுத வேண்டியிருக்கிறது பார்த்தீர்களா?)

ஸ்டெல்லாவின் சகோதரி ஜோசப்பின் உங்கள் தங்கை விஜயாவுடன் தொலைபேசி மூலம் தொடர்புகொள்ள ஒரு முறை வாய்ப்புக் கிடைத்தது.

'உங்கள் அண்ணனிடம் நீங்களாவது நல்லபடியாய் எடுத்துச் சொல்லக்கூடாதா? நாட்கள் வீணாக கழிந்து கொண்டிருக்கிறதே' என்று கேட்டதற்கு, உங்கள் தங்கை, 'ஜார்ஜ் யார் சொன்னாலும் கேட்க மாட்டான். பிடிவாதக்காரன். ஸ்டெல்லா வீட்டை விட்டுப்போன அதிர்ச்சியிலிருந்து அவன் இன்னும் மீளவில்லை' என்று பதில் சொன்னாள்.

சம்பவம் நடந்து, ஏழு ஏழரை மாதங்களாகிவிட்டது. இன்னும் உங்களால், அதை மறக்க முடியாமல் இருப்பது எங்கள் துர்பாக்கியமே. நீங்களும் ஸ்டெல்லாவைப் போல், அறிவுக்கு முக்கியத்துவம் கொடுக்காமல், உணர்ச்சிகளின் வசத்தில் அகப்பட்டு, சிக்கி, மீள முடியாமல் தவிப்பது எங்களுக்கு வேதனை அளிக்கிறது. பிடிவாதம், வைராக்கியம் போன்ற தீய உணர்ச்சிக் கொந்தளிப்பான மனநிலையிலிருந்து விடுபட்டு, 'மன்னித்தல்', 'விட்டுக் கொடுத்தல்' என்கிற அறிவுப் பூர்வமான அணுகுமுறைக்குள் உங்களைக் கொண்டுவர தயவுசெய்து முயற்சி எடுத்துக் கொள்ளுங்கள்.

உங்கள் விடாப்பிடியான கோபம் காரணமாக ஸ்டெல்லாவை மன்னிப்பதில், இன்னும் காலதாமதம் ஏற்படுவதைத் தவிர்த்து, உங்களுடைய இல்லற வாழ்க்கையின் கட்டுக் கோப்பு அதனால் குலைந்து போய்விடாதிருக்க மறுபடியும் நல்வாழ்வு துளிர்விட, மனமுவந்து முன்வாருங்கள்.

இயேசு கிறிஸ்து நமக்குக் கற்றுத்தந்த ஜெபத்தில் 'எங்களுக்குத் தீமை செய்பவர்களை நாங்கள் மன்னிப்பது போல...' என்று சொல்லித்தான் தினம் தினம் பிரார்த்தித்து வருகிறோம். மன்னிக்கும் மனப்பான்மை, சகல நற்குணங்களையும் தோற்றுவிக்கும் ஊற்று. அந்த தெளிவான மனப்பக்குவ நிலையை நீங்கள் அடைய மிகுந்த ஆவலுடன் எதிர்பார்த்துக் கொண்டிருக்கிறோம். நீங்கள் (அகாரணமாக முரண்டு பிடித்துக்கொண்டு காலதாமதம் செய்வதைப் பார்த்தால், எனக்கு ஒரு சந்தேகம் எழுகிறது. உங்களுக்கு ஸ்டெல்லாவை திரும்ப அழைத்துக்கொள்வதில் உடன்பாடு இல்லை என்பதை மறைமுகமாக எங்களுக்கு உணர்த்திக் கொண்டிருக்கிறீர்களோ என்று தோன்றுகிறது.

(ஸ்டெல்லா உங்கள் வீட்டைவிட்டு யாரிடமும் சொல்லிக் கொள்ளாமல் வந்துவிட்டதை ஒரு நொண்டிச்சாக்காய் வைத்துக்கொண்டு, அவள் மேல் முழுப்பழியையும் போட்டு விட்டு, இல்லற பந்தத்திலிருந்து கழன்று கொண்டுவிடலாம் என்பது உங்கள் எண்ணமோ என்னவோ?)

தயவுசெய்து அப்படி எல்லாம் முடிவு செய்து விடாதீர்கள்.

(சித்த மருத்துவ சாஸ்திரத்தில் எம்.டி.பட்டம் பெற்ற ஜோசப்பினும் அவளுடைய கணவர் என்னுடைய மூத்த மருமகன் ஜெரால்டும் ஸ்டெல்லாவை தனியாக அழைத்து வைத்து, அவளுக்கும் உங்களுக்கும் இடையிலான தாம்பத்திய உறவு பற்றி தீர்க்கமாக விசாரித்துவிட்டு, உங்கள் 'ஆண்மைக் குறைபாடு' எழுபத்தைந்து விழுக்காடு குணமாக்கக் கூடியது தான் என்று உறுதியாகச் சொன்னார்கள்.)

நீங்கள் ஸ்டெல்லாவை பெண் பார்க்க வந்தபோது 'விவிலிய வாசகங்களில் எனக்கு மிகுந்த ஈடுபாடும் நம்பிக்கையும் உண்டு' என்று சொன்னது இப்போது என் ஞாபகத்துக்கு வருகிறது.

எனக்கும், விவிலியம், சுவாசிக்கும் காற்றைப்போல் இன்றியமையாததும் வாக்குத் தத்தங்களின் பெட்டகமாகவும் இருக்கிறது. 'கடவுள் இணைத்ததை மனிதன் பிரிக்காதிருக்

கட்டும்' என்று திருமண ஒப்பந்தம் பற்றிச் சொல்லப் பட்டுள்ளது. அந்த வசனங்கள், என் ஊன் உணர்வுகளின் ஒவ்வொரு அணுவிலும் அறைந்து வைத்த ஆணியைப்போல், எளிதில் பிடுங்கி எறிய முடியாததாய் இருக்கிறது.

விவிலிய பக்தரான உங்களுக்கும் அதே உணர்வுதான் இருக்கும் என்று உறுதியாக நம்புகிறேன். தேவாலயத்தில் வைத்து, இறைவன் சந்நிதியில், நடந்த உங்கள் மண ஒப்பந்தம் எந்த வகையிலும், கடவுளாலன்றி மனிதனால் முறிந்துவிடக் கூடாது என்ற என்னுடைய மனப்பிடிவாதமும் மதக் கோட்பாடுகளில் நான் கொண்டுள்ள அசைக்க முடியாத நம்பிக்கையும்தான் என்னை இயக்கி, விடாப்பிடியாக உங்களிடம் கோரிக்கை வைக்கக் காரணமாய் அமைந்திருக்கிறது.

என்னை அல்லது என் போன்ற மனிதர்களை நம்புவதை விட, இறைவன் திருவாய் மலர்ந்தருளிய, வழியும் உண்மையும் வாழ்வுமான வார்த்தைகளை நம்புங்கள். உங்களுக்குள் ஒரு தெளிவு பிறக்கும். உங்கள் காரணமற்ற சந்தேகங்களெல்லாம் விடுபட்டுப் போகும். பின்பு ஸ்டெல் லாவை மன்னித்துக் கண்டிப்பாக ஏற்றுக்கொள்வீர்கள்.

இந்த சமயத்தில், உங்கள் நல்வாழ்வில், அக்கறையுள்ள மாமனார் என்ற பாத்தியதையில், உங்களிடம் ஒரு வேண்டு கோள் வைக்க, ஆலோசனை கூற விழைகிறேன்.

ஸ்டெல்லாவுக்கும் உங்கள் அம்மாவுக்கும் ஒத்துப் போகாத தால் நீங்கள் தனிக்குடித்தனம் வைத்துக்கொண்டால், உங்கள் இல்லற வாழ்வு, மகிழ்ச்சியும் நிறைவும் பெற்றதாக அமையும் என்று நம்புகிறேன்.

விவிலியத்திலும் படைப்பின் தொடக்கத்திலேயே 'கடவுள் மனிதனை ஆணும் பெண்ணுமாகப் படைத்தார். இதனால், கணவன், தன் தாய் தந்தையை விட்டுவிட்டு, தன் மனைவி யுடன் ஒன்றித்திருப்பான். இருவரும் ஒரே உடலாய் இருப்பர்' என்று சொல்லப்பட்டுள்ளது. விவிலிய வழிகாட்டுதலுக்கு செவி சாய்த்து, நீங்கள் உங்கள் தாய் தந்தையை விட்டு விட்டு, உங்கள் மனைவி ஸ்டெல்லாவுடன் தனித்திருந்து பாருங்களேன். நல்ல பலன் கிடைப்பதைக் கண்கூடாகக்

காண்பீர்கள். தனிக்குடித்தனம் வைக்கவோ, அல்லது வேறு காரியங்களுக்கோ, உங்கள் தாயார் கேட்டுக் கொண்டிருக்கிற படி, ஒரு லட்ச ரூபாய் தர நான் தயாராகவே உள்ளேன்.

மேலும் ஒன்று சொல்ல வேண்டியுள்ளது. நம் இரு குடும்பத் தாருக்கும் இடையில் மத்தியஸ்தம் செய்து வைக்க பொது வான ஒருவர் இல்லாத குறைவுதான் அது. மத்தியஸ்தர் இல்லாமல் எந்தப் பிரச்சினைக்கும் தீர்வு எட்டுவது சிரமமான காரியம்தான்.

அதனாலேயே பல மாதக்கணக்கில் தாமதம் நேர்ந்தள்ளது. விழுப்புரம் பங்குத்தந்தை முன்னிலையில் நாங்களும் உங்கள் பெற்றோரும் நடத்திய பேச்சுவார்த்தை தோல்வி அடைந்தது உண்மைதான்.

வேளாங்கண்ணி மாதா ஆலய பங்குத்தந்தை நமக்குப் பொதுவானவர்தானே! அவரை மத்தியஸ்தராக வைத்து மாதாவின் முன்னிலையில் மறுபடியும் பேசிப் பார்ப்போமே!

நீங்கள் ஸ்டெல்லா முன், முகத்துக்கு முகம் அமர்ந்து, அவள் மேல் உள்ள கோபதாபங்களை, வருத்தங்களை உள்ளுக்குள்ளேயே வைத்து குமைந்து கொண்டிராமல், கொட்டித் தீர்த்துவிடுங்கள். அதனால், உங்கள் மனம் லேசாகும். இறுக்கம் குறையும். உணர்ச்சி தணியும், அறிவு வெல்லும், தடைபட்டுப்போன இல்லற வாழ்வு மறுபடியும் முகிழும். இதுவரை நாம் சோகத்தில் உழன்று கொண்டிருந் திருக்கிறோம். மகிழ்ச்சியாய் இருந்திருக்க வேண்டிய உங்களுடைய தலை கிறிஸ்துமஸ், ஒரு மௌன சோக நாடகமாக முடிந்துவிட்டது.

சோகங்களுக்கிடையே ஒரே ஆறுதல் ஜோசப்பினுடைய குழந்தை. எங்கள் பேத்திதான். மழைலை முகத்தில் புன்சிரிப்புக் காட்டி, எழில் கொஞ்ச, குதூகலப் போதையில் ஆழ்த்தும் குழந்தையுடன் கழியும் அந்தக் கணங்கள்தாம். எங்களுக்கு சுவர்க்க போகம். அந்தக் கணங்களில் எங்கள் மனம் கனாக் காண்கிறது, ஸ்டெல்லாவுக்கும் குழந்தை பிறந்து, அதனுடன் கொஞ்சிக் குலாவ வேண்டுமென்று.

(இறைவன் இரங்கினால் நடவாததும் நடக்கும்!)

அன்புக்குரிய மருமகனே!

தயவுசெய்து, மனமிரங்குங்கள்; சோகக்கதைக்கு முடிவு கட்டுங்கள். சுகம் சுகம் என்று சந்தோஷ கீதம் இசைக்க இறங்கி வாருங்கள்.

இக்கடிதம் மூலம் உங்களுக்கு ஒரு தெளிவு பிறந்திருக்கும் என்று உறுதியாக நம்புகிறோம். உங்கள் தொலைபேசி அழைப்பை எதிர்பார்த்துக் காத்திருக்கிறேன். உங்களை எங்கே வந்து சந்திக்க வேண்டும் என்று சொல்லுங்கள்... அங்கே வந்து சந்திக்க எப்போதும் தயாராக இருக்கிறோம்.

மார்ச் இரண்டாம் தேதி, உங்கள் மணவாழ்வின் ஓராண்டு நிறைவு நாள், நம் மனஸ்தாபங்கள் மறைந்த நன்னாளாக அமையட்டும். உங்கள் கெட்ட காலம், கழிந்த ஆண்டோடு தொலைந்து போகட்டும். பிறந்திருக்கிற புத்தாண்டு, நம் உறவைப் புதுப்பிக்கிற நம்பிக்கைகளுக்கு அடிகோலும் ஆண்டாக அமையட்டும். நம் ஜெப விண்ணங்களைக் கேட்கிற இறைவனுக்கு நன்றி!

இப்படிக்கு

உங்கள் அன்பு மாமனார்

தே. வேதநாயகம்

அடைப்புக் குறிக்களுக்குள் கொட்டித் தீர்த்திருக்கிற மனக் குமுறல்களை, அப்பட்டமான, பசப்புப் பாசாங்கு களற்ற, சுடும் உண்மைகளை சலித்தெடுத்து அப்புறப்படுத்தி விட்டு, மிச்சமுள்ள, பகட்டுக்காட்டும் வெறும் வெளியாச்சாரத் தனமான சொற்றோரணங்களை ஒரு உறையிலிட்டு அஞ்சலில் சேர்த்துவிட்டு, பதிலுக்காகக் காத்துக் கொண்டிருக்கிறார் திரு. தே. வேதநாயகம் அவர்கள்.

யுகமாயினி - பிப்ரவரி, 2011

பின்கழிவுத்துவமும்
CO2
வாண வேடிக்கைகளும்

அற்புதராஜ், ஆனந்தராஜ், புஷ்பராஜ் முதலான ராஜாக்களும் வசந்தகுமார், பிரேம்குமார், நந்தகுமார் என்கிற குமாரர்களும் குழுக்குழுவாக, சவரியானா மதிற்சுவர் அருகிலும் வேப்ப மரத்தடியிலும் டைனிங் ஹால் முகப்பிலும் நின்றுகொண்டு தங்களுக்குள் பெரும்பாலும் குசு குசுவென்றும் சிலவேளை அதிர்வேட்டு அட்டகாச சிரிப்புடனும் உரையாடிக் கொண்டிருக்க, ராஜ்குமார் என்ற ராஜகுமாரர் மட்டும் குட்டி போட்ட பூனை மாதிரி மற்றவர்களின் குசு குசுப்பில் முகம் சுழித்து, மதிற்சுவருக்கும் மரத்தடிக்கும் சாப்பாட்டறை வாசலுக்குமாய், குறுக்கும் நெடுக்குமாக, நிலை கொள்ளாமல் தாவித் தாவிச் சுடும் வெயிலில் பாதம் நோக நடை பயின்ற வாறிருந்தார். அவரோடு குசுகுசுக்க அன்று எவரும் முன் வராத பரிதாப நிலையில், தனியனாக, வேறொரு வகையான குசுகுசுப்பின் வெக்கையில் வெம்பி வெதும்பி, வாடி வதங்கிப் போய்க் கொண்டிருந்தார். அன்று தீபாவளி விடுமுறையாதலால், அவரோடு போட்டி போட்டுக்கொண்டு, புஸ்வாணங் களும் அதிர்வெடிகளும் தூரத்து முழக்கங்களாய் கரியமில வாயுவைச் சிதறடித்துக் கொண்டிருந்தன. அதிலும் அன்றைய கருத்தரங்கத்தில் கதாநாயகன் தான்தான் என்ற பதைபதைப்பு குசினியில் எண்ணெயில் வேகும் மாமிசத் துண்டம்போல் அவரை வறுத்தெடுத்துக் கொண்டிருந்தது. கவிஞர் ஜ்யோதி, கவிதாஸ்த்திரத்தால் இன்று தன்னை எவ்விதமெல்லாம் துளைத்தெடுக்கப் போகிறாரோ என்ற பீதியில், வயிறு வழக்கத்தை விடவும் அதிகமாகக் கலங்கி, அவரின் வாயுத் தொந்தரவு உச்ச கதியில் மையம் கொண்டிருந்தது. சவரியானா பள்ளி விடுதியைச் சுற்றிலுமிருக்கும் பூந்தோட்டத்தை, புறநானூற்றுத் தமிழில் குசுமாகரம் என்றழைத்து தன்னைக்

கிண்டல் செய்து வம்புக்கிழுக்கும் கவிஞரிடம் இன்று வகையாக வாங்கிக் கட்டிக் கொள்ளப் போகிறோம் என்று கலங்கி நிலை குலைந்து போய் கொண்டிருந்தார் திருவாளர் ராஜ்குமார்.

மேற்கண்ட ராஜாக்கள், குமாரர்கள் மற்றும் அன்றைய கவிதை நாயகர் ராஜகுமாரர் ஆகிய எழுவரின் சாம்ராஜ்யம் கோட்டை கொத்தளங்களுடன் சவரியானா சூழலில் ஜீவத் துடிப்புடனிருக்க, கவிஞர் ஜ்யோதி, சித்தன் போக்கு சிவன் போக்கு என, தன் மனம் போனபோக்கில் கவிதை வரிகளைத் தன் விடுதியறையிலமர்ந்து வரைந்து தள்ளிக் கொண்டிருந்தார். இந்த இடத்தில் ஜ்யோதி என்ற நாமகரணத்தின் தாத்பரியம் சொல்லத்தக்க அவசியமாகிறது. சாலை பஜவண்ணன் என்ற பெயர் போல் அரிதான ஒரு பெயர் தனக்கு வாய்க்கவில்லையே என்ற மனக்கடுப்பில் ஜோதி என்ற தன் ஒளிமயமான பெயரை, ஜ்யோதி என்று திருத்தி முறுக்கி பழி தீர்த்துக்கொண்டதன் விளைவே அது. என்னவானாலும் சரி, இன்று ராஜ்குமார் என்ற நாற்பது வயது முதிர் இளைஞரை, தன் ஏனைய இருபத்தைந்து முப்பதுக்குள்ளடங்கும் வயதிய நண்பர் குழாம் மத்தியில் நையாண்டி மேளத்துடன் நாற அடித்துவிட வேண்டும் என்ற முனைப்பில் கவிதை வரிகள் கட்டுக்கோப்பின்றி பீறிட்டுக் கொண்டிருந்தன.

சவரியானா என்பது பள்ளி மாணவர் விடுதி. மாணவர்கள் தங்குவதற்குண்டான நீண்ட பெரிய ஹால் தவிர, அதன் முகப்புப் பகுதியில் எட்டு தனி அறைகள். பள்ளி ஆசிரியர்கள் அதில் தங்க அனுமதிக்கப்பட்டிருந்தனர். ராஜாக்களும் குமாரர்களுமாக ஐந்து பேர் ஆசிரியர்கள். ஏனைய மூவரான ஜ்யோதியும் ராஜ்குமாரும் புஷ்பராஜுும் துறைமுக ஊழியர்கள். சிறப்பான சிபாரிசின் அடிப்படையில், விடுதிக் காப்பாளரின் நல்லெண்ணத்துடன், துறைமுக பணியாளர்களான அவர் களுக்கும் அங்கு தங்க இடமளிக்கப்பட்டிருந்தது. இந்த எட்டு அறைகளில் என்னதான் அரட்டையும் கூத்தும் நடந்தாலும் அது விடுதி வார்டனையோ, பள்ளி மாணவர்களையோ எட்டாது. அப்படியொரு விசித்திர மர்ம அமைப்பிலிருந்தன அந்த அறைகள். அவை விடுதி மாணவர்களால், ‘சவரியானா என்ற அரண்மனை சார்ந்த இரகசிய கோட்டங்கள்’ என்று

சிலாக்கியம் பெற்றிருந்தன. ராஜாக்களும் ராஜகுமாரர்களும் தங்கியிருந்ததால் அப்படி பெயர் பெற்றிருக்கலாம். மேலும், ஆசிரியர்கள், மாணவர்களை அண்ட விடாதபடி கண்டிப்புடன் இருந்ததாலும் இருக்கலாம். அங்கு, ஆசிரியர்களும் துறைமுக உத்தியோகஸ்தர்களும் அடிக்கிற லூட்டி தங்களுக்குச் சம்பந்தமில்லை என்பதுபோல் மாணவர்கள் நமுட்டுச் சிரிப்புடன் ஒதுங்கிப் போய்விடுவார்கள். அது ஆசிரியர்கள் என்ற மரியாதையின் நிமித்தமாகவும் இருக்கலாம். மேலும் விடுமுறை நாட்களில்தான், அந்த அறைகளில் வதியும் எட்டுப்பேரும் ஒன்றுகூட முடியும். அந்நாட்களில், மாணவர்களில் பெரும்பாலோர் சொந்த ஊர்களுக்குச் சென்றுவிடுவார்கள். விடுதிக் காப்பாளரும் தன் சக குருக்களைச் சந்தித்து உரையாட ஆயர் இல்லம் சென்று விடுவார். இந்த இடத்தில், ஒரு விஷயத்தைத் தெளிவுபடுத்த வேண்டியது நிர்ப்பந்தம் கூடிய அவசியமாகிறது. ஆசிரியர்களானாலும் சரி, அரசாங்கத்தில் பொறுப்பிலுள்ள உத்தியோகஸ்தர்களானாலும் சரி, தங்கள் கடமை முடிந்து ஓய்வு வேளையில் பொழுதுபோக்கு இல்லாதிருக்க முடியாது. சினிமா, டிராமா, சர்க்கஸ், புத்தக வாசிப்பு, விளையாட்டு, வேட்டை, தேகப்பயிற்சி, இசைக்கச்சேரி, சீட்டாட்டம், கம்ப்யூட்டர் கேம்ஸ், டி.வி. என்று ஒவ்வொருவருக்கும் ஒவ்வொரு விதமான பொழுதுபோக்கு. இளவயது நண்பர்கள் என்றால் பெரும்பாலும் அரட்டைக் கச்சேரிதான் தலையாய பொழுதுபோக்காக அமைகிறது. ஒருவருக்கொருவர் கேலியும் கிண்டலும் செய்துகொண்டு மனம் போன போக்கில் மகிழ்ந்திருப்பது அவர்கள் வாடிக்கை. இதில் குற்றம் கண்டுபிடிக்க ஒன்றுமில்லை. சவரியானாவின் வார்டனாக இருக்கும் கத்தோலிக்கக் குருவுக்கு, விடுதியின் தனி அறைகளில் தங்கி இருக்கும் ஆசிரியர்களும் துறைமுக ஊழியர்களும் ஓய்வு நேரங்களில் அடிக்கிற கொட்டம் அரசல் புரசலாக தெரியத்தான் செய்தது. ஆனாலும் அவர் அதை பெரிதுபடுத்துவதில்லை. கண்டு கொள்வதுமில்லை. தானும், தன் சக குருக்களைச் சந்திக்கும்போது இவ்வாறான ஜாலி மூடில் இருப்பதை உணர்ந்து கொண்டவராய் இருந்தார். விடுதி மாணவர்களுக்கு இடைஞ்சல் பண்ணாமல் ஒழுங்கு கட்டுப்பாட்டு முறைகளுக்குப் பாதகமில்லாமல், அவர்கள் எதுவும் செய்து கொள்ளட்டும் என்று பெருந்தன்மையுடன்

ஒதுங்கி இருந்தார். பின்பு கேட்கவா வேண்டும்? விடுமுறை நாட்களில் இந்த எட்டுப்பேரும் அரட்டைக் கச்சேரி என்ற பெயரில் அடிக்கிற கொட்டம் சொல்லி மாளாது. கருத்தரங்கம் என்ற ஹோதாவில், எட்டுப் பேரில் யாராவது ஒருவரை முன்னிருத்தி, அவரை நையாண்டி பண்ணி, வார்த்தைகளால் குத்திக் குதறி எடுத்து விடுவார்கள். அதில் எல்லோருக்கும் ஓர் அலாதியான மகிழ்ச்சி. குத்திக் குதறப்படுபவரும் முகம் கோணுவதில்லை. கவிஞர் ஜ்யோதி, குறிப்பிட்ட கவிதை நாயகர் பற்றி கேலி கொப்புளிக்கும் கவிதை தூரல் போட, மற்றவர்கள் அதில் தொப்புற நனைந்து, கவிதைப் பொருளையே விவாத சாராம்சமாக எடுத்துக்கொண்டு, அன்றைய கவிதை நாயகரைப் பற்றிய சகல பரிமாணங்களையும் அக்கு வேறு, ஆணி வேறாய் அலசித்தீர்த்து விடுவார்கள். இன்று ராஜ்குமார் அகப்பட்டுக் கொண்டார். விலாங்கு மீனாய் வழுக்கி வழுக்கிப் போய்க் கொண்டிருந்தவர் இன்று தூண்டில் போட அதில் மாட்டிக் கொண்டார். அவருடைய தொப்பைக்குள் இடை விடாது நிகழும் இராசயன மாற்றங்கள் குறித்தும் அதன் விளைவாய் வெளியேறும் வாயுவின் சேஷ்டைகள் குறித்தும் இன்று விவாதிக்க உத்தேசம்.

இதற்கு முன், முந்தைய இரு கருத்தரங்குகளில் புஷ்பராஜூம் நந்தகுமாரும் வகையாக மாட்டிக்கொண்டு பட்டபாடு சொல் கடந்தது. புஷ்பராஜ் ஒரு தோட்டக் கலைஞர், துறைமுக வளாகத் தோட்டங்களின் பராமரிப்பு அவர் வசம் ஒப்படைக்கப் பட்டிருந்தது. முக்கியமாக கேசுரினா என்ற சவுக்கு வளர்ப் பதில் மிகுந்த நிபுணத்துவம் கொண்டிருந்தார். சவுக்கு மேல் அப்படி என்ன விசித்திரமான ஈடுபாடு அவருக்கு என்பது புரியாத புதிராகவே இருந்து வந்தது. கட்டிட காம்பவுண்ட் சுவர்களைச் சுற்றி உட்புறமாக, மேலுமொரு தடுப்புச் சுவர் போல் செழித்து வளரும் சவுக்கு மரங்கள் தன் கனவில் அடிக்கடி வருவதாக அவர் கூறிக்கொள்வார். அவரைப் பற்றிய விவாதம் நடந்தபோது, சவுக்குச் சிறப்பிடம் பெற்றிருந்ததில் வியப் பொன்றுமில்லை. “சவுக்கு நிகர்த்த உடல் வளத்தான். அந்த / சவுக்கின் இலைபோய் முடி வளர்த்தான் / சவுக்குத் தொலி போல் உடை அணிவான் அவன் சவுக்கைத் தின்றா உயிர் வாழ்வான்” என்று சகட்டு மேனிக்குச் சவுக்கடிபட்டு மீண்டவர்.

நந்தகுமாரரோவெனில், அவ்வப்போது சிகரெட் குடிக்கிற ஒரு பாமரத்தனமான குற்றத்தைத் தவிர வேறெந்த பாவமும் அறியாதவர். அவருடைய பேச்சு அறுவையாயிருக்கும் என்பது கூடுதல் விஷயம். அவர் பற்றி கவிப்புயல் வீசியபோது, "சிகரெட்டு மோகம் சிகரத்து எய்தும் குடிகாரர் / மிக விட்டு விட்டேன் எனச் சூளும் சொல்லி மறுநிமிஷம் / புகை வேண்டுமென்று கடைநோக்கிச் செல்லும் சபலத்தர்" என்று அவர் சிகரெட்டு மோகத்தையும் "அறுவைக்குப் பொருந்திய வாயர் அவர் / அறுவைக்கு ஏற்ற நல் தொண்டையின் நேயர்" எனவும் "தோள் தட்டிக் கொள்ளலாம் என்றும் அவர் / தீதறு அறுவையின் "ஃபாதரே என்று" என்றும் அவருடைய அறுவைப் புலமை நேர்த்தித் தமிழில் சிலாகித்து வறுத்தெடுக்கப்பட்டது.

மேற்கண்ட இருவரும் அடிபட்ட புலிகள்; வாய்ப்புக்குக் காத்திருக்கும் குள்ள நரிகள்; இன்றைய கருத்தரங்கில் ராஜ் குமாரைக் குதறத் துடித்துக் கொண்டிருக்கும் வேட்டை நாய்கள். மொத்தத்தில் இன்று அவர்கள் மனிதர்களே இல்லை.

டிரில் மாஸ்டர் வசந்தகுமார் கடைசி விசில் ஊதினார். நண்பர்கள் அனைவரும் கூட்டம் நடக்கவிருந்த வசந்தகுமாரின் அறை நோக்கி அணி வகுத்தனர். அன்றைய பலிகடா ராஜ்குமார் கட்டி இழுக்கப்படாத குறையாய் கொண்டு வரப்பட்டார். கர்ர்... புர்ர்... என்ற கர்ண கடூரமான ஒலி வகைகள் அவரைச் சுற்றிலும் தோரணம் கட்டியவாறிருந்தன. அறையினுள் தனி ஆசனத்தில் அமர்த்தப்பட்டார். அவருடைய ஆசன வாயில், மிகுந்த பாதுகாப்புடன், பயபக்தியுடன், செவ்வனேயும் மரியாதையுடனேயும், யாதொரு தடங்கலும் ஏற்படா வண்ணம் செயல்பட வாகாக, உரிய இடத்தில் இருக்கப்பட்டது. வயிற்றோடு சேர்த்து அதற்கும் ஆனந்தராஜ் எருக்க மாலையணிவித்துக் கௌரவித்தார். எல்லோரும் கை தட்டி மகிழ்ச்சி ஆரவாரம் செய்தனர்.

அன்றைய கூட்டத்துக்கு தலைமை தாங்க கெமிஸ்ட்ரி ஆசிரியர் பிரேம்குமார் பிரேரிக்கப்பட்டார். முன் மொழிதல், வழி மொழிதல் முதலானவைகளோடு கதாநாயகர் ராஜ்குமாரின் பின்பொழிதலும் சேர்ந்து கூட்டத்துக்கு கூடுதல்களை சேர்த்தது. அப்போது மதியம் இரண்டு மணியாதலால், தூத்துக்குடியின் கந்தக வெக்கையோடு,

ராஜ்குமார் பின் பொழிந்ததால் ஏற்பட்ட அதிகப்படியான உஷ்ணத்தில், விதவித நாற்றங்கள் அறை முழுதும் மிதந்து கொண்டிருந்தன. ஆனாலும் இதையெல்லாம் பொருட் படுத்தாது உறுப்பினர்கள் உற்சாக கோஷங்கள் எழுப்ப, கூட்டத்தலைவர் துவக்க உரையை நிகழ்த்தலானார்.

“இன்றைய கருத்தரங்கம் கரியமில வாயுவின் குணா திசயங்களை வியந்து போற்று முகத்தான் சிறப்பாக ஏற்பாடு செய்யப்பட்ட பெருமைக்குரியது. கரியமில வாயுவின் பிறப்பிடம், அது வெளியேறும் மார்க்கம், வெளியேறிய பின் நிகழ்த்தும் எதிர்வினைகள் போன்றவற்றை நம்முதிர் நண்பர் ராஜ்குமாரின் அடியொற்றி விவாதிக்க உள்ளோம். பொது வாக வாயுவுகள் பிடிமானம் கொண்டவை. அதிலும் கரியமில வாயுவு, ராஜ்குமாரைப் பொருத்தவரை, அதிக பிடிமானமும் பிடிவாதமும் கொண்டது. வெளியேற்றம் கண்டதும் உன்னைப் பிடி என்னைப் பிடி என்று சகலரையும் பீடிக்கக்கூடியது. அதன் பிடியிலிருந்து தப்பிப்போர் அரிதினும் அரிதானவர்கள் என்று அறுதியிட்டுச் சொல்லலாம். பொதுமயமாக்கப்பட்ட வாயுவுகளான நைட்ரஜன், ஆக்ஸிஜன் போன்றவை முதலிரண்டு இடத்தைப் பிடித்துக் கொண்டாலும் கார்பன் டை ஆக்சைடு என்ற கரியமில வாயு மூன்றாமிடத்தை என்றும் தக்க வைத்துக் கொண்டுள்ளது. இது கி.மு, கி.பி. என்ற பாகு பாடில்லாத சரித்திர உண்மை. ராஜ்குமார் போன்றோரின் கைங்கரியத்தால் ஆக்ஸ்ஸிஜன் என்ற பிராணவாயுவுக்கு எதிர்ச்சவால் விடும்படியான மேல் நிலையை கரியமில வாயு எட்டிய வண்ணமுள்ளது. பிராண வாயுவுக்கு அல்லாடும் காலம் வெகதூரத்தில் இல்லை என்ற உண்மை, மனித, மிருக மற்றும் பறவைக் குலத்தை அச்சுறுத்தி வருவது கண்கூடு. இதற்கு மாற்று ஏற்பாடுகள் தீவிரமாக முடுக்கிவிடப் பட்டுள்ளன என்பது என்னவோ உண்மைதான். மரம் செடி, கொடிகள் பகல் வேளைகளில் கரியமில வாயுவைச் சுவாசித்துப் பிராண வாயுவை வெளியிடுமாமே. அந்தக் கோணத்தில், மனித சுவாச நிலைகளை மாற்றியமைக்க முடியுமா என்றுகூட விஞ்ஞானிகள் சிந்திக்க ஆரம்பித்திருக்கிறார்கள். பிராண வாயுவைக் காப்பாற்ற, கரியமில வாயுவை அதன் உற்பத்தி ஸ்தலத்திலேயே முடக்கிப் போட்டுவிட யத்தனங்கள் தீவிரப்படுத்தப்பட்டு வருகின்றன. அது முடியாத பட்சத்தில்,

அது வெளியேறும் பாதைகளை அடைத்து விடலாமா என்று கூட யோசித்து வருகிறார்கள். அதுவும் முடியாத பட்சத்தில், வெளியேறும் கரியமில வாயுவின் அடர்த்தியை, அதன் வீரியத்தைச் சிதறடித்து அதைச் செயலிழக்கச் செய்வதற்கும் முயற்சிகள் மேற்கொள்ளப்பட்டு வருகின்றன.

இத்தகைய இக்கட்டான சூழலில்தான் நாம் இங்குக் கூடியுள்ளோம். நமது இனிய நண்பரும் இன்றைய கவிதை நாயகருமான ராஜ்குமார், கழிந்த நாற்பதாண்டு அளவாகக் கரியமில வாயு உற்பத்தி இயந்திரமாக செயல்பட்டு வருகிறார். தன்னுடைய இயந்திரம் இன்றளவும் பழுதுபட்டதே இல்லை என்று அவர் பெருமிதத்துடன் சொல்லக்கேட்டு நாம் பெரு வியப்பு அடைந்துள்ளோம். ஓசோன் மண்டலத்தில் ஓட்டைகள் விழுந்திருப்பதாகச் சொல்கிறார்களே, அதில் தன்னுடையவும் தன் சக தோழர்களுடையவும் பங்கு கணிச மானது என்று ஒருமுறை அவர் எழுச்சியுடன் சொன்னதை நான் இப்போது நினைவு கூறுகிறேன். இந்தக் குண்டு வெடிப்புக்கு நாங்கள் முழுப் பொறுப்பேற்கிறோம் என்று சில தீவிரவாத இயக்கங்கள் அறிவிக்குமே அதுபோன்ற ஒரு ஆணவம் கலந்த பெருமிதம் அப்போது அவர் முகத்தில் ஜொலிப்பதை நாம் அறிவோம். இந்த அவருடைய பெருமித உணர்வை வியந்து கொண்டாட, இன்னும் ஓரிரு நிமிடங்களில், கவிஞர் ஜ்யோதி அவர்களின் கவிதைத் துவைப்பு ஆரம்பமாக இருக்கிறது. அந்த துவைப்பில் எது வெளுக்குமோ வெளுக்காதோ, நம் உற்சாகம், கலகலப்பு, குஷி கண்டிப்பாக வெளுத்து வாங்கப்படும் என்று உங்களுக்கு உறுதியளித்து கவிஞர் ஜ்யோதியை, கவிதை வாசிப்பை துவக்கச்சொல்லி அழைத்து அமர்கிறேன் என்று பேசி முடித்தார்.

கவிஞர் ஜ்யோதி நேரடியாகவே கவிதை வாயிலில் நுழைய ஆயத்தம் செய்து கொண்டிருக்கையில், இது நாள் வரை கேட்டிராத அதிசயமாக, ஒரு யானையின் பிளிறலும் ஒரு சிங்கத்தின் கர்ஜனையும் ஒரு இடியின் முழக்கமும் ஒன்றுடன் ஒன்று கலந்ததான ஒரு வகை விநோதமான சப்த சேர்க்கை, அனைவரின் காதுகளும் கிழிய, ராஜ்குமார் பக்கத்திலிருந்து புறப்பட்டது. "நல்ல சகுனம், கவிதை ஆரம்பமாகலாம்" என்றார் புஷ்புராஜ்.

கவிதா மாளிகையின் முதல் அஸ்திவாரக்கல் எடுத்து வைக்கப்பட்டது. “ஸீஓடூ செய்யும் விந்தைகளை / சிறுபாட்டில் சொல்ல நான் விழையும்போது / ஆ! வெட்டு! என்று நீர் ஓடிவிட்டால் / யாருக்குக் கவி சொல்வேன் வாருமையா”

அஸ்திவாரக்கல் நச்சென்று பதிந்துவிட்டது போலும், கைதட்டலும் ஓங்கிய சிரிப்பொலியும் கட்டிடத்தை அதிர்வித்தன. “சிஓ2 ஆவேட்டு ஆஹா, அருமை! அருமை!” என்றார் நந்தகுமார். மற்றவர்கள் அவரை முறைத்துப் பார்த்தனர்.

“கவிஞரின் இந்த பாயிரப்பாட்டில், பல உண்மைகள் பொதிந்து கிடக்கின்றன. வேட்டு என்பது குண்டு போடுவது, குண்டுகள் முழங்குமிடம் போர்க்களம், ராஜ்குமாரின் தொப்பையை ஒரு யுத்தகளத்துக்கு ஒப்பிடுகிறார் கவிஞர். அந்த யுத்த களத்தில், பீரங்கிகள் மூலம் குண்டுகள் வெளிச் செலுத்தப்பட்ட வண்ணம் இருக்கின்றன. வெளிச் செல்லும் வேக மிகுதியாலும் பாதையின் குறுகலாலும் பெரிய சப்தங்கள் பீறிடுகின்றன. காதடைக்கும் சப்தம் தாளாமல், மனிதரெல்லாம் உயிருக்குப் பயந்து, பதுங்கு குழிகளை நோக்கி ஓடுகிறார்கள். பின், ஊர் உலகம், ஒருவரும் கண்ணில் படாத சூன்யப் பிரதேச மாகி விடுகிறது. அவ்வாறான நிலையில், கவிஞர் மட்டும் தைரியமாக எஞ்சி தனியே நின்றுகொண்டு யாருக்கு கவிதை சொல்வார்? அதனால்தான் எல்லாரையும் ‘ஓடி ஒளிந்து கொள்ளாமல் வாருங்கள்! வாருங்கள்!’ என்று ஆரம்பத்திலேயே நயந்து அழைக்கிறார்” என்று விளக்கம் தந்தார் தமிழாசிரியர் அற்புதராஜ். அனைவரும் அதை விசிலடித்து ஆமோதித்தனர்.

சிறிது சலசலப்புக்குப் பிறகு கவிஞர் தொடர்ந்தார். “ராஜ்குமாரின் சொத்தான சிஓ2 -வை மிகச் சின்ன ஓர் பாட்டுக்குள் புகுத்திவிடல் கவிமன்னவர்க்கும் முடியாத வீண் முயற்சி. மஹாயானையை எறும்பாக்கச் சாத்தியமோ?

“கவிதையின் இந்த வரிகளில் சில கருத்துப் பிழைகள் நெருடுகின்றன. யானையை எறும்பாக்க முடியுமா என்று கேட்கிறார் கவிஞர். நிலாவில் உலா வரும் இன்றைய யுகத்தில் முடியாத காரியங்கள் உண்டோ? யானையின்

பெருத்த உருவத்தில் இருந்த கம்ப்யூட்டர்கள், இன்று கையடக்கமான மினியேச்சர்களாக உருவாகவில்லையா? பிரமாண்ட விருட்சங்கள், ஜப்பானிய போன்சாய் முறைப்படி சிறிய கண்ணாடித் தொட்டிக்குள் குறுக்கப்படவில்லையா? லில்லிபுட் சுண்டுவிரல் அளவுள்ள மனிதர்கள், கற்பனையே ஆனாலும் சாத்தியமற்றது என்று தள்ளிவிட முடியுமா?...'' என்று கேள்விகளை அடுக்கிக் கொண்டே போனார் நந்தகுமார். அவர் அறுவையைத் தாங்க முடியாமல் அவைத்தலைவர், ''விவாதம் திசைமாறிப் போகிறது'' என்று கண்டித்தார்.

கணித ஆசிரியர் ஆனந்தராஜ், ''கவிஞர் சரியாகத்தான் சொல்லியுள்ளார். பெரிய யானையை எறும்பு சைசில் குட்டி யானையாக்க முடியுமா என்று அவர் கேட்கவில்லை. யானையை எறும்பாக்குவது சாத்தியமா என்றுதான் கேட்கிறார். அது உருவம் சார்ந்த கேள்வி அல்ல. இயல்பு சார்ந்த கேள்வி. அதாவது, கரியமில வாயுவை பிராண வாயுவாக்க கூடுமா என்று ஒரு புதிய இரசாயன சமன்பாட்டுக்கு வித்திடுகிறார் கவிஞர். அதாவது கார்பன் - டை - ஆக்சைடிலிருந்து ஆக்ஸிஜன் தயாரிக்க முடியுமா என்ற புதுக் கோட்பாட்டு விவாதத்துக்கு தளம் அமைத்துக் கொடுக்கிறார். அதாவது, அவைத் தலைவர் தன் துவக்க உரையில் சுட்டிக் காட்டியபடி, மரம் செடி கொடிகளைப் போல் கார்பன் டை - ஆக்சைடைச் சுவாசித்து மனித உயிரைத் தக்க வைக்க ஏன் முயலக்கூடாது என்று ஒரு பரவலான விவாதத்துக்கு அடிகோலுகிறார். அதாவது... என்று சொல்லிக் கொண்டிருக்கும்போதே, தலைவர் இடைமறித்து, ''போதும், போதும்... கவிஞர் கவிதையைத் தொடரலாம்'' என்றார்.

கவிஞர் ஜ்யோதிக்கு ஒரே குழப்பம்தான். சித்தன்போக்கு சிவன் போக்கு என்று எதுவும் சிந்திக்காமல், வெகு சாதாரணமாக எழுதிய கவிதை வரிகளுக்கு இத்தனை எண்ணற்ற அர்த்தங்களா என்று மலைத்துப் போனார். ஆனாலும் சமாளித்தக் கொண்டு மேலே தொடர்ந்தார். ''என்னே இக்கடவுளின் பாரபட்சம் அவர் / எப்படைப்பும் பொதுவாக்கி வைத்துவிட்டு மிகச் சின்ன ஓர் துவாரத்தின் வழியே பாயும் இந்த சிஓ2 கொடுத்துவிட்டார் ராஜ்குமாருக்கு.''

சிலர் கொட்டாவி விட ஆரம்பித்தனர். கவிஞர் கண்டு கொள்ளாமல், "பிரபஞ்சம் முழுதுள்ளும் அடங்கா வாயுவை ஒரு பிஞ்சு வயிற்றுக்குள் புகுத்திவிட்டு, பெரும் முரசொலியும் தோற்றோடும் ஓசையுடன் அவர் முடுக்கிவிடும் நேர்த்தியை நான் என்ன சொல்வேன்!" என்று வியந்தார்.

"இங்கு கரியமில வாயுவின் பிரமாண்டமும் அதற்கு நேர் மாறாக அது உற்பத்தி ஆகும் ஸ்தலத்தின் மற்றும் வெளி யேறும் வாயிலின் குறுகிய அளவைகளும் மலைக்கும் மடுவுக்குமுள்ள வித்தியாசமாகச் சுட்டிக் காட்டப்படுகிறது. முரசொலி விவகாரமெல்லாம், ராஜ்குமாரிடம் நாம் தினம் தினம் கேட்டுக் கேட்டுப் புளித்துப் போன சமாச்சாரம்" என்று அலுத்துக் கொண்டார் வசந்தகுமார். அவர் எந்த முரசொலியை, எந்த ராஜ்குமாரைச் சொல்கிறார் என்ற கேள்வி தொக்கி நின்றது.

கவிஞருக்குக் காரணம் தெரியாமல் சுருசுருவென்று கோபம் பொத்துக்கொண்டு வந்தது. அதை அடக்கிக் கொண்டு, "உலகத்தில் உள்ளோர்கள் சுவாசம் பிராண வாயுவை செய்வது நிச்சயம் நிஜமே. ஆனால் சிலருண்டு ராஜ்குமார் போலே. அவர் சுவாசித்தல் சிஓ2 வாயுவினாலே" என்று கவிதையைத் தொடர்ந்தார். இப்போது நியாயப்படி ராஜ்குமாருக்கு கோபம் பொத்துக்கொண்டு வந்திருக்க வேண்டும். ஆனால் அவர் அன்றைய தன்னுடைய இயலாமை காரணமாகவோ என்னவோ வெறுமனே சிலை மாதிரி அமர்ந்திருந்தார். ஆனாலும், அவரைச் சுற்றிலும் சப்த ஜாலங் களுக்கென்னவோ குறைச்சல் இல்லை. மேளதாளங்கள் அதுபாட்டுக்குச் சர்வ சுதந்திரமாக நடந்து கொண்டிருந்தது.

இப்போது ஓர் இனந்தெரியாத அயர்ச்சி, வாயு மண்டல மாக உருவாகி அந்த அறையின் சூழலில் சோம்பிப் போய் மிதந்து கொண்டிருந்த மாதிரி இருந்தது. நிலைமையை உணர்ந்துகொண்ட கவிஞர், அயர்ச்சியைப் புறந்தள்ளும் கிரியா ஊக்கியாக ஒரு பாணத்தைச் சட்டென்று தொடுத்தார். "பட்டென்று வெடித்ததே குண்டு அதன் பாய்ச்சலில் பறந்தது கட்டிய துண்டு நீண்ட சட்டை அணிந்தவர் எல்லாம் வாயு பீய்ச்சிடும் பாய்ச்சலில் காய்ச்சலில் வீழ்வர்" என்று போட்டாரே ஒரு போடு!

மேற்கண்ட கவிதை வரிகள் அனைவரின் நகைச்சுவை உணர்வையும் குறி தவறாமல் தாக்கியது. கொல்லென்ற நகைப்பொலி எழுவர் வாயுவழி கொட்டோ கொட்டெனக் கொட்டி, பெரும் சூறையெனச் சிதறியது.

புஷ்பராஜ் எழுந்து நின்று, "இப்போது நாம் நம் கருத் தரங்கின் மிக முக்கியமான கட்டத்திற்கு வந்திருக்கிறோம். மனிதன் நோய்வாய்ப்படுவதற்குப் பல காரணங்கள் சொல்லப்படுகிறது. அசுத்தமான சூழல், திடீர் சீதோஷ்ண நிலை மாற்றம் போன்றவை குறிப்பிடத்தக்கவை. அவை இக்கவிதை வரிகளில் மறைமுகமாக சுட்டிக்காட்டப் பட்டிருக்கின்றன. குண்டு வெடிப்பதும் துண்டு பறப்பதும் மேலோட்டமான புறவகை அல்லது வெளிப்படைக் காட்சிகள். அவை நமக்கு நகைப்பை உண்டாக்கலாம். நகைப்புக்கு மாற்று வேண்டுமல்லவா? அதனால்தான் புறத்தோற்றங்களை ஹாஸ்யத்துடன் சொன்ன கவிஞர், அவற்றின் உட்பொருளை, அவை விளைவிக்கும் தீங்குகளை, கேடுகளை அவலச்சுவை கலந்த பரிகாசத் தொனியில் நம் கண்முன் கொண்டு வருகிறார். (கவிஞருக்கு ஒரே குழப்பம் கலந்த திகைப்பு! தான் இப்படியெல்லாம் சிந்தித்து எழுதவில்லையே என்று தனக்குத்தானே சுயபரிதாபத்தோடு ஆதங்கப்பட்டுக் கொண்டார். இங்கு அவலச் சுவை எங்கிருந்து வந்தது? நோய் பற்றியோ, அதற்கான காரணம் பற்றியோ எங்கு சொன்னேன்? ஒரு எதுகை மோனையாக இருக்கட்டுமே என்று, 'வாயுப் பீய்ச்சிடும் பாய்ச்சலில் காய்ச்சலில் வீழ்வர்' என்று சொன்னதை வைத்துக்கொண்டு இந்த பிடி பிடிக்கிறாரே?) குண்டு வெடித்த பின், ராஜ்குமாரின் அம்மணநிலையை, 'சட்டை அணிந்தவர் எல்லாம்' என்ற வரிகளில் கோடிட்டுக் காட்டு கிறார் கவிஞர்" என்று பேசிவிட்டு மூச்சு வாங்கினார்.

கவிஞர் தமக்கு திடீர் கௌரவம் ஏற்பட்டுவிட்டதாக எண்ணிக் கொண்டார். அந்தச் சூட்டோடு, "நூற்று எண்பது காணீர் சூடு சென்ட்டிகிரேடு மானி காட்டிடும் ரீடிங் வெப்பக் காற்று வெளிப்பட்ட வேகம் அதில் காலனும் கதி கலங்கிச் சாகும்" என்று கவிதை வாசித்தார்.

"வெளிப்படும் சூட்டில் இரும்புகூட உருகிவிடும் போலிருக்கிறது! சாவின் தூதுவனான காலனே கதிகலங்கி

சாவான் என்றால் ராஜ்குமார் அடுப்பின் சூடு, உங்க வீட்டுச் சூடு, எங்க வீட்டுச் சூடு போல் இல்லை. கொடிய நரக சூட்டுக்கு அப்பனாகத்தான் இருக்கவேண்டும்'' என்று அதுவரை அதிகம் பேசாதிருந்த வசந்தகுமார் வியந்து, நீராவி என்ஜின் மூச்சிறைப்பது போல் நடித்துக் காட்டினார். ஆக்ஷனோடு கூடிய அவர் பேச்சு சிறிது கலகலப்பை ஏற்படுத்தியது.

கவிஞர், ''இப்போது நமது இனிய நண்பர் ராஜ்குமாருடைய இசைக்கருவியின் ஓசை நயங்களைப் பற்றிப் பத்துப் பன்னிரெண்டு கவிதை வரிகள் பாடுவார். கேட்டு ரசியுங்கள்'' என்று சொல்லிவிட்டுக் கீழ்கண்ட கவிதை வரிகளை ஏற்ற இறக்கத்தோடு பாடினார்.

''குக்கூவென்றொரு சத்தம் கேளீர் அதன் இனிமையில் குயிலோசை நிச்சயம் பாழே பின் கார் ஓசை போல் ப்பூ பூப் என்றே ஒரு சத்தமும் கிளம்புமே இடை இடை நன்றாய்.

''பட்பட்பட் பட்பட் பட் என்றே பெரும் பட்டாசு ஓசையும் அவரிடம் உண்டே மேலும் பட்படபட் பட்டாடபட்டே என்று தாளங்கள் பிறப்பதுவும் உண்டே.

''பாம்போசை போல் சீறும் இஸ் இஸ் நீரில் பட்டதால் வெடிக்காத வானத்தின் புஸ் புஸ் வெகு வீம்போடு எழும் ஓசைச் சங்கம் அது ரீங்காரித்தே காதில் தங்கும்.

''தர்ர்ர் என்றே ஒரு சத்தம் கேட்கும் அது / தரிகிடதம் தாளத்தைத் தப்பாமல் போடும் உர்ர் / உர்ர்ர் என்று பூனைபோல் சீறும் லோகம் முடிவுற்ற காட்சியில் உயிரற்று போகும்.''

மேற்கண்ட காவிய வரிகள் இசைக்கப்பட்ட, சரித்திர முக்கியத்துவம் வாய்ந்த பொன்னான பொழுதில் எழுந்த உற்சாகம், கூக்குரல், கலாட்டா, ஆர்ப்பாட்டம், கோஷம் முதலியவைகளில், கட்டடமே தலைகீழாய்க் கவிழ்ந்தது போலாயிற்று. அனைவரும் எழுந்து நின்று, கதாநாயகர் ராஜ் குமாரை நட்ட நடுவில் உட்கார வைத்து சுற்றி நின்றவாறு உடல் அவையங்களைத் திருகித் திருகி நடனமாட தொடங்கி விட்டனர். சினிமா தியேட்டரில், சண்டை காட்சிகளின் போது ரசிகர்கள் மத்தியில் நிலவும் நிலைகொள்ளா குஷி,

சவரியானா என்ற அமைதிப் பூங்காவான மாணவர் விடுதியில் மறு ஒலி ஒளி பரப்பு செய்யப்பட்டது போல் அதன் சூழலைக் கதிகலங்க அடித்தது.

கவிஞர், மீதிக் கவிதை வாசிப்புக்குச் சந்தர்ப்பமே இல்லாது போய்விடுமோ என்ற சூழ்நிலை உருவானது. நல்ல வேளையாக, டிரில் மாஸ்டர் வசந்தகுமார் சூழ்நிலைச் சிக்கலிலிருந்து விடுபட்டு, சுயநினைவக்கு வந்து, தன்னைக் கட்டுப்படுத்திக் கொண்டது அல்லாமல், ஏனையோரையும் கட்டுப்பாட்டுக்குள் கொண்டு வந்தார். அதற்கு அவருடைய புஜபலமும் விசிலும் மிக உதவியாக இருந்தன.

கருத்தரங்க நிகழ்ச்சிகள் மீண்டும் தொடர இருந்த நிலையில், திடீரென நண்பர்கள் மத்தியில் ஒரு சலசலப்பு ஏற்பட்டது. காச்மூச்சென்று கத்திக் கொண்டவர்கள் கப்சிப் பென்று பேச்சடங்கிப் போனார்கள். தாழ்ந்த தொனியில் சிறு சிறு குசுகுசுப்பு மட்டுமே கேட்டது. அவைத்தலைவர் பிரேம்குமார், கவிஞர் ஜ்யோதியை அழைத்து அவரிடம் ஏதோ கூறினார். கவிஞரும் சரி என்பதுபோல் தலையாட்டினார். அதுவரை டென்ஷனில் இறுகி இருந்த ராஜ்குமாரின் முகத்தில் ஒரு மந்தகாசம் துளிர்விட்டது. வேறு அலுவல் நிமித்தம் வெளியே சென்றிருந்த விடுதி வார்டன் திரும்பி வந்து, சைக்கிள் ஓட்டிக்கொண்டு கடந்து போனதை எல்லோரும் கண்டனர். அவைத்தலைவர் எழுந்து, "நாம் இப்போது கருத்தரங்கின் இறுதிக் கட்டத்துக்கு வந்துவிடும் படியான நிர்ப்பந்தத்தில் இருக்கிறோம். கூட்டத்தைத் திடுதிப்பென்று பாதியில் முடித்துக்கொள்ள வேண்டியதன் காரணத்தை அனைவரும் அறிவீர்கள். இப்போது வார்டனிடம் நாம் நல்ல பெயர் வாங்க வேண்டியது ஒன்றுதான் நமது முக்கியப் பிரச்சினை.

கூட்டத்தின் மீதி நிகழ்ச்சிகளை இன்னொரு நாளில்கூட வைத்துக் கொள்ளலாம். ஆனால் அது, கூட்டம் இனிதே நிறைவுபெற்றது என்ற நிம்மதியை நமக்கு தராது. அதனால், கருத்தரங்கை இந்நிலையிலேயே முடிவு செய்ய, கவிஞர் தன் அம்பராத் தூணியிலிருந்து கடைசி அம்பைப் பிரயோகித்து, உண்டு இல்லை என்று ஒருவழி பண்ணி விடும்படி கேட்டுக் கொள்கிறேன்" என்று சொல்லிவிட்டு அமர்ந்தார்.

கவிஞர் அவசர அவசரமாகப் பேப்பரும் பேனாவும் எடுத்துக் கொண்டு மளமளவென்று எழுதலானார். எழுதும் வேளையில், ஒரு மகாகவிக்குரிய பெருமிதமும் தோரணையும் அவருடைய முகமண்டலத்தில் சுடர் விட்டது. எழுதி முடித்து விட்டு, ஒரு திருப்திகரமான புன்முறுவல் பூத்துவிட்டு, எழுந்து வாசித்தார். "என்னதான் புகழ்ச்சி சொன்னாலும் அதன் இன்மணம் வார்த்தையில் அடங்கிடு மாதோ மிகச் சின்னவன் பாட்டிலே சொன்னேன் முழுச் சீரினை ஓர்ந்திட நேரிலே வாரும்!"

"யாம் பெற்ற பேறு பெருக இவ்வையகம் என்ற கோட்பாட்டு உறுதியுடன், ஒரு சிநேக பாவத்தோடு, மனித நேயத்தோடு, பரஸ்பர தோழமையுணர்வோடு, அந்தரங்க சுத்தியோடு உலக மாந்தர் அனைவரையும் வருக! வருக! என்று மனமுவந்து அழைப்பது போன்ற பாவணையுடன் இருகரம் கூப்பி வணங்கிவிட்டு அமர்ந்தார் கவிஞர்.

"இதென்ன வம்பாப்போச்சு. இருக்கிறவங்க தெனம் தெனம் அனுபவிக்கிறது பத்தாதுன்னு வெளியாட்களுக்கும் அழைப்பு விடணுமா? கவிஞருக்கு இருந்தாலும் வாய்க்கொழுப்பு ஜாஸ்திதான். அவரோடே ஒரே ரோதனையாப் போச்சு" என்று செந்தமிழில் வசைபாடியவாறு ராஜாக்களும் குமாரர்களுமான அனைவரும் கலைந்து சென்றனர். இன்மணத்தை ஆசை தீர முகர, கவிஞர் ஜ்யோதி மட்டும் காப்பிய நாயகர் ராஜ்குமாருடன் எஞ்சி இருந்தார்.

தளம்-ஜனவரி-மார்ச், 2014

சர்வம் சாம்பல் மயம்

நான் என் வீட்டில் அமருகின்ற இந்த நாற்காலி மிகுந்த சாதுவானது. எந்த ஹிம்சையையும் தாங்கிக் கொள்ளக்கூடிய உடல் உறுதியும் மனோபலமும் கொண்டது. வீட்டினுள், இங்கிருந்து அங்கும், அங்கிருந்து இங்குமாக ஆண்டாண்டு காலமாக, பற்பலமுறை முரட்டுத்தனமாகவும் நகர்த்தப்படும் போது கூட கிறீச்சிடாதது. இதனால் இது, தொட்டாற் சிணுங்கி ரகத்தைச் சேர்ந்தது அல்ல, மாறாக, சத்த சைனிய வீரன் போன்றது என்பது வெளிப்படை. இந்த நாற்காலியை நாங்கள் ஜீவத்துடிப்புள்ள ஒரு குடும்ப அங்கம்போல் பாவிப் பதற்குக் காரணமுண்டு. இது நாங்கள் எதிர்கொள்ளும் ஒவ்வொரு சுக துக்கங்களிலும் பங்கு கொண்டு, எங்களை நல்வழிப்படுத்தும் தூண்டுகோலாய் செயல்பட்டு வருகிறது. இது, ஒரு சில தலைமுறைகள் கண்டது. தேர்ந்தெடுக்கப் பட்ட, உயர்ந்தரக பர்மா, மலபார் தேக்கினால், கைதேர்ந்த தச்சர்களால், அனுபவஸ்தர்களின் மேற்பார்வையில் செய்யப் பட்டதென என் தாத்தாவும் அப்பாவும் பெருமையடித்துக் கொள்வார்கள். வீட்டிலுள்ள எல்லா மரசாமான்களுமே வெளி தேசத் தேக்கின் உபயம்தான் என்றாலும் இந்த நாற்காலிக்கு மட்டும் ஒரு தனி மவுசுதான். என் முப்பாட்டனார் உட்கார்ந்தது, பின் என் தாத்தா உட்கார்ந்தது, அவர் இறந்து போனபின்பு இப்போது என் அப்பா உட்கார்ந்தது, அவரும் போன பின்பு இப்பொது என் உபயோகத்தில், நானும் ஒருநாள் இறந்து போவேன். பின்பு என் மகன்... இப்படியாக, மனித வாழ்வு சாஸ்வதமானதல்ல என்பதை எங்களை விடவும் இந்த நாற்காலி அதிகம் தெரிந்ததாய் இருந்து வந்திருக்கிறது என்பது ஒரு நிதர்சன உண்மை.

மற்ற நாற்காலிகளை எல்லாம் புறந்தள்ளிவிட்டு, என் முப்பாட்டன், பாட்டன், அப்பன், முதலியோர் உபயோகித்த

இப்போது நான் உபயோகிக்கின்ற இந்த நாற்காலி, பிறர் பார்வையில், அப்படி ஒன்றும் விசேஷித்த குணப்பண்போ, தோற்றப்பொலிவோ கொண்டதல்ல. மற்றவை, காலக் கொடுமையால் காலொடிந்து, கைப்பிடி ஒடிந்து, கீறல் விட்டு, சாய்மானம் தோய்ந்து, ஆட்டம் கண்டு பலமுறை தச்சு ஆசாரி களை வேலை வாங்கியிருக்கின்றன. இது ஒன்று மட்டும்தான், பிறந்த மேனிக்கு இன்றுவரை பழுது வராமல், காலாகாலம் கண்டதாய் இருந்து வருகிறது. மற்றவற்றினின்று வித்தியாசம் காட்டுவது, இதன் ஸ்திரத்தன்மையும் எப்படி ஆட்டிப் படைத் தாலும் கோபம் கொண்டு முணுமுணுக்காத சாத்வீகமும்தான். மற்றபடி, தினசரி புழக்கத்தால் வந்த ஒரு அனுமானமும் கைப்பிடி இல்லாத, இருக்கை சாய்மானம் மட்டுமே உள்ள இதன் அமைப்பும்தான். இன்னும் சொல்லப்போனால் இராசி யானதென எண்ணும் வழிவழியாய் வந்த நம்பிக்கை. எந்தக் காரியமும் இந்த நாற்காலியில் அமர்ந்து செய்தால், முழுதுமாக சாதகமாய் பலிதமாதல் கண்கூடாய்க் கண்டு வருகிற உண்மை.

இந்த நாற்காலியை, என்னையன்றி, என் மனைவி பிள்ளைகள் தவிர, மற்ற வெளியாட்கள் உபயோகிக்க நான் அனுமதித்ததில்லை. தப்பித்தவறி வேற்றாட்கள் உட்காரும்படி நேர்ந்தால், கைப்பிடி வைத்த வேறு நாற்காலிகளைக் காட்டி, அதில் வசதியாய் உட்காருங்களேன் என்று அவர்களை எழுப்பிவிடும்வரை என் நெஞ்சுப் படபடப்பு அடங்காது. இது ஒருவகை சுயநலம் என்றாலும் இராசியானதொன்றை பிறருக்கு விட்டுக்கொடுக்கச் சம்மதியாத மனித மனத்தின் பலகீனமும் பிடிவாதமும்தான்.

கைப்பிடி இல்லாத, இதைப்போலவே வடிவமைப்பு கொண்ட இதற்கு இணையாயிருந்த மற்றொரு நாற்காலியும் எங்கள் வீட்டில் இருந்து வந்திருக்கிறதென்பதை என் தாத்தா சொல்லக்கேட்டிருக்கிறேன். ஆனால், நாளடைவில், மரத் தேர்வில் நேர்ந்த பிழைதானோ என்னவோ, அதன் இரண்டு கால்கள் விரிசல் கண்டு, இருக்கையில் கீறல்விட்டு, எந்த மராமத்து வேலையாலும் சரி, பண்ண முடியாதபடி சிதிலமாய்ப் போய்விட்டதாம். உபயோகத்தில் இல்லாமல் போன அது. படிப்படியாக வீட்டு வளாகத்தினின்று ஒதுக்கப்பட்டு, பின்கட்டில், வேலியோரமாக, மற்ற பழுதுபட்ட பொருட்

களோடு எறியப்பட்டு, கரையான் அரித்து, மக்கிப் பாழாகி, முற்றிலுமாய் அழிந்து போய்விட்டதாம். பின்பு, ஒற்றையாகத் தனித்து விடப்பட்ட பின் கொட்டடியில் ஒரு மூலையில் கிடப்பில் போடப்பட்டு விடப்பட்டதாம். எந்த நல்ல காரியத்துக்கும் ஜோடி இழந்த இந்த நாற்காலியைப் பயன் படுத்துதல் ஆபத்தில் கொண்டு போய்விடும் என்று கருதியே அப்படிச் செய்தார்களாம். சொல்லி வைத்ததுபோல், சுபகாரியங் களெல்லாம் தாமதப்பட, தொழிலில் நஷ்டம் ஏற்பட, வீட்டில் உள்ளவர்களுக்குத் தொடர்ச்சியாக நோய் நொடி என்று மாறி மாறி வந்து பாடாய்ப்படுத்திற்றாம்.

அதற்கெல்லாம் காரணம் இந்த ‘விதவை’ நாற்காலிதான் என்று உள்ளூர் சோதிடனும் பின்பாட்டுப் பாடினானாம். சுயநலமேவிய மனிதன், தன் வசதிக்கும் பாவனைக்குமேற்ப இடைஞ்சலாய் அல்லது அனுகூலமாய்க் கருதும் ஒரு பொருளைக் கையாளும் விதம்தான் எத்துனை கேலிக்குரியதாய் இருக்கிறது! இராசி இல்லாதது எப்படி இராசி உள்ளதாய் மாறிற்று. அதன் தாற்பரியமென்ன என்று ஆராயப் புகுந்தால், எல்லாமே குளறுபடியாகவும் புரியாத புதிருமாகத்தான் உள்ளது.

என் முப்பாட்டனார் ஒரு மர வியாபாரி. மகேஸ்வரி டிம்பர் டிப்போவின் ஸ்தாபகர். ஃபர்னிச்சரும் ஆர்டரின் பேரில் செய்து தருபவர். அவர் காலத்தில் செய்யப்பட்ட பெரும் பாலான மரத்தளவாடங்கள்தான் இன்னும் எங்கள் வீட்டில் பயன்பாட்டில் உள்ளன. அவற்றில் ஒன்றுதான் இந்த நாற்காலி. தன் இணையைப் பறிகொடுத்த பின்பு, இது அதிர்ஷ்டம் கெட்டதென ஓரங்கட்டப்பட்டு, வீட்டில் கவனிப்பாரற்றுக் கிடந்தது. ஆனால், காலம் வெறுமனே வேடிக்கை பார்த்துக் கொண்டிருக்கவில்லை. மனித நாக்கு புரளும் நாளும் வந்தது.

ஒருநாள், ஒரு அரசாங்க அதிகாரி மகேஸ்வரி டிம்பர் டிப்போவுக்கு வந்தார். ஜில்லா முழுவதுமுள்ள அரசாங்க அலுவலகங்களுக்கு, மொத்தமாக ஆயிரத்துக்கும் அதிகமான கைப்பிடி இல்லாத தேக்கு நாற்காலிகள் தேவை என்றும் அதற்கான டெண்டர் நோட்டீஸ் தினசரி பேப்பர்களில் பிரசுரம் செய்யப்பட்டுள்ளதென்றும் அவற்றைச் செய்துதர கொட்டேஷன் கேட்டு வந்ததாகவும் சொன்னார் அந்த அதிகாரி. மாதிரிக்கு ஒரு நாற்காலி காட்டமுடியுமா என்று

கேட்டார். அச்சமயம் டிம்பர் டிப்போவில் கைப்பிடி இல்லாத நாற்காலி ஒன்றும் இல்லையாதலால், வேறு வழி இல்லாமல், தன் வீட்டில் கேட்பாரற்றுக் கிடந்த இந்த நாற்காலியைத் துடைத்து சுத்தம் பண்ணி எடுத்து வரச்சொல்லி இதை அந்த அதிகாரியிடம் காட்டினார் என் முப்பாட்டனார். அந்த அரசாங்க அதிகாரிக்கு இந்த நாற்காலி மிகவும் பிடித்துப் போயிற்று. இதன் நேர்த்தியான வேலைப்பாடும் உறுதியான கட்டமைப்பும் அவரை வெகுவாக கவர்ந்துவிட்டன. தான் தற்செயலாக டிம்பர் டிப்போவுக்கு வந்ததாகவும் கொட்டேஷனை தபாலிலோ அல்லது நேரில் வந்தோ தன் அலுவலகத்தில் சேர்ப்பித்துவிடும்படி சொல்லிச் சென்றார். என் முப்பாட்டனாரும் அப்படியே செய்தார். இரண்டொரு வாரங்கள் சென்றன. கொட்டேஷன் ஓப்பனிங் தேதி வந்தது. என் முப்பாட்டனார் அந்த அரசாங்க அலுவலகத்துக்கு - பப்ளிக் ஒர்க்கர்ஸ் டிப்பார்ட்மெண்ட் - ஒரு அவநம்பிக்கையுடன் சென்றார். அதற்கேற்றாற்போல் புறப்படும்போதே பூனை அபசகுனமாகக் குறுக்கிட்டது. ஆபீஸ் வாசலில் கால் தடுக்கி விழப்பார்த்தார். எப்படியோ அலுவலகம் போய்ச் சேர்ந்தார். நாற்பதுக்கும் மேற்பட்டோர் கொட்டேஷன் கொடுத்திருந்தார்கள். எல்லாம் பிரித்துப் பார்க்கப்பட்டு கம்பேரிடிவ் ஸ்டேட்மெண்ட் போடப்பட்டது.

என் முப்பாட்டனார் கொடுத்திருந்த கொட்டேஷன் ஃபோர்த் லோயஸ்டாக இருந்தது. தனக்கு ஆர்டர் கிடைக்காது என்று தெரிந்ததும் ஏமாற்றத்துடன் வீடு திரும்பினார் அவர். மேலும் ஒருவாரம் சென்றது. மற்றொரு நாள் இன்னும் மூன்று அரசாங்க அதிகாரிகள் வந்து இந்த நாற்காலியை மறுபடியும் பார்த்தனர். நாற்காலியை மேலதிகாரியிடம் காட்ட வேண்டும் என்றும் இதைத் தங்களோடு கொண்டு செல்ல அனுமதிக்குமாறும் கேட்டனர். தன்னைவிட மூன்றுபேர் குறைந்த விலைக்கு சப்ளை செய்யத் தயாராய் இருக்கும்போது, நான்காவதான தன்னுடைய மாதிரி நாற்காலியை எதற்காகக் கொடுக்க வேண்டும் என்று என்னுடைய முப்பாட்டனார் முதலில் தயங்கினார். மேலும், கடந்த மூன்று வாரகாலமாக வியாபாரம் மந்த கதியில் இருந்ததால், மன உளைச்சலைத் தரும் இந்த அதிர்ஷ்டம் கெட்ட ஒற்றை நாற்காலியைத் தலை முழுகி விட்டால் நல்லதென மனம் நொந்துபோய் இருந்தார். ஆதலால் ஒரு வெறுப்பில், சனியன் கையை விட்டுப் போனால்

சரிதான் என்று சம்மதித்தார். மறுபடியும் இரு வாரங்கள் சென்றன. என்னுடைய முப்பாட்டனார் நாற்காலியைப் போல் 1325 நாற்காலிகள், ஆறு மாதங்களுக்குள்ளாக குறிப்பிட்டிருந்த விலையில் சப்ளை செய்யும்படி கேட்டு, அரசாங்க அலுவலகத்திலிருந்து பர்ச்சேஸ் ஆர்டர் வந்தது. விலையைக் குறைக்கும்படிக் கேட்டு, அரசாங்க அலுவலகத் திலிருந்து நெகோஷியேஷனுக்குக்கூட கூப்பிடவில்லை.

விசாரித்ததில் தன்னைவிட குறைந்த விலைக்கு சப்ளை செய்யக் கொட்டேஷன்கள் கொடுத்திருந்த மூவரின் மாதிரி நாற்காலிகள், தன் நாற்காலியைவிடவும் தரத்தில் குறை வானதாய் இருந்ததாலும் தான் கேட்டிருந்த விலை ஷெடியூல் ஆஃப் ரேட் படி நியாயமானதாய் இருந்ததாலும் நான்காவ தான தனக்கு ஆர்டர் கிடைத்திருந்ததைத் தெரிந்துகொண்டு, மகிழ்ச்சியில் திளைத்துப்போனார் என் முப்பாட்டனார். அன்றிலிருந்து மரவியாபாரம் களை கட்ட ஆரம்பித்தது. தொட்டதெல்லாம் துலங்கத் தொடங்கியது. எல்லாவற்றிற்கும் இந்த ஒற்றை நாற்காலியே காரணம் என்று வீட்டார் அனைவரும் ஒருமனப்பட்டு உறுதியாக நம்பினர். சப்ளை ஆர்டர்படி, எல்லா நாற்காலிகளும் குறித்த காலத்துக்குள் செய்து கொடுக்கப்பட்டு, பின்பு மாதிரியாகக் கொடுக்கப் பட்ட இந்த நாற்காலி திருப்பிப் பெற்றுக்கொள்ளப்பட்டது. அதிகாரிகளுக்குப் பரம திருப்தி. என் முப்பாட்டனாருக்கும் நல்ல லாபம்.

திரும்பவும் வந்து சேர்ந்த இந்த நாற்காலிக்கு வீட்டில் ஏக வரவேற்பு. விருந்து தடபுடலாக நடந்தது. இந்த நாற்காலி மாலை மரியாதைகளுடன் வீட்டின் முன் ஹாலில் போடப்பட, அதில் அமர்வதற்கு ஒரே போட்டா போட்டி. நாற்காலிக்கு வார்னிஷ் அடிக்கப்பட்டு புத்தம் புதிது போன்று ஜொலித்தது. சுபகாரியங்கள் ஒவ்வொன்றும் முறைப்படி நடந்தேறின. கல்யாணம் காட்சிகள், சடங்கு சம்பிரதாயங்கள், நிலம் நீச்சு பரிவர்த்தனைகள், நகை நட்டு சேகரம், வியாபாரவிருத்தி என்று எல்லா சுப காரியங்களும் இந்த நாற்காலியில் உட்கார்ந்து செய்ய நற்பலன் தந்தன. முப்பாட்டனார் காலம் தொடங்கி பரம்பரை பரம்பரையாக இந்த நம்பிக்கை வேர்விட்டு, ஒரு பெரிய விருட்சமாகி, இன்று வரை நிலைத்திருக்கிறது.

இன்று ஆயுதபூஜை. மகேஸ்வரி டிம்பர் டிப்போ, சா மில், ஃபர்னிச்சர் மார்ட், பிளைவுட் டீலர்ஸ், பெயிண்ட்ஸ் அண்டு ஹார்டுவேர் ஷாப் என்று கிளை பரப்பி, விரிவடைந் திருந்த என் வியாபார ஸ்தலத்தில், பணியாட்கள் எல்லோரும் மிகுந்த மகிழ்ச்சியோடு குழுமி இருக்கிறார்கள். ஒவ்வொரு வருடமும் செய்வதுபோல், இப்போதும் வீட்டிலிருந்து இந்த இராசியான நாற்காலி கொண்டுவரப்பட்டு, வீணை ஏந்திய சரஸ்வதி தேவியின் அலங்கரிக்கப்பட்ட திரு. உருவப்படத்தின் அடியில் போடப்படுகிறது. நாற்காலியின் இருக்கையின்மேல், கடைகளின் வரவு செலவு கணக்குப் புத்தகங்கள், முக்கிய வவுச்சர்கள், எழுதுகோல்கள், முதலியவை மஞ்சள் பூசி வைக்கப்படுகின்றன. பீடம் மலர்களாலும் வர்ண வர்ணத்துணிகளாலும் ஜோடனை செய்யப்படுகின்றது.

வீட்டில் தயாரித்த சர்க்கரைப் பொங்கல், கடலைப் பருப்பு நைவேத்தியமும் கடைப் பணியாளர்களுக்கு அன்பளிப்பாக கொடுக்க வாங்கி வைத்திருந்த பிரஷர் குக்கர்களும் பீடத்தின் அடியில் வைக்கப்படுகின்றன.

பூஜை ஆரம்பமாகிறது. ஆராதனைத் தட்டில், குங்குமம் மற்றும் மங்கலப் பொருட்கள் வைத்து, கற்பூரத் தீபம் ஏற்றப் படுகிறது. வெண்கல மணி அடித்து, செந்தாமரை மற்றும் வெண்தாமரை மலர்களால் தேவி அர்ச்சிக்கப்படுகின்றாள். வசந்த இராகத்தில், கலைமகளே வருக, கலைகள் அனைத்தும் தருக என்று பாடியபடி, கற்பூர தீபத்தை நெற்றியில் அணிந்து கொண்டு, அனைவரும் தேவியின் அருள் வேண்டிக் கும்பிட்டுப் பிரார்த்தனை செய்கிறார்கள். எனக்கு மெய் சிலிர்க்கின்றது. தேவியின் அருள் என்றென்றும் நிலைக்க வேண்டி கண்கள் பனிக்கின்றன.

பூஜையை முன்னின்று நடத்திக் கொண்டிருக்கிற கடை மேனேஜர் இருதய நோயாளி. என்ன ஆயிற்றோ தெரியவில்லை, பீடத்துக்குத் திரும்பும்போது, திடீரென மயங்கிச் சாய்கிறார். அவர் கையிலிருந்த பூஜைத் தட்டு சரிந்து கீழே விழுந்து சிதறுகிறது. கற்பூர நெருப்பு அங்கும் இங்குமாக நாற்காலியின் மேலும், அலங்கரிக்கப்பட்டிருந்த பீடத்தின் கீழும் விழுகிறது. கண்ணிமைக்கும் நேரத்தில், நாற்காலியின் இருக்கையில் வைத்திருந்த புத்தகங்களின் இடையேயும்

மேடையின் அடியிலும் தீ பற்றிக் கொள்கிறது. கடைச் சிப்பந்திகள் எல்லோரும் செய்வதறியாது பீதி கொண்டு, திசை கெட்டு ஓடுகிறார்கள். சிலர் தீயை அணைக்க தண்ணீர் தேடி பதை பதைக்கிறார்கள். ஆனால், குடிநீர்ப்பானை கூட காலியாய் இருக்கிறது. ஒரு சொட்டுத் தண்ணீர் இல்லை. சிலர், மயங்கி விழுந்து கிடந்த மேனேஜரை வெளியே தூக்கி வந்து, காரில் ஏற்றி மருத்துவமனைக்கு விரைகிறார்கள். நான், ஒரு சில நிமிடங்களுக்கு முன் நிலவிய மங்களகரமான சூழ்நிலையையும் இப்போதுள்ள கலவரமான நிலையையும் எண்ணிப்பார்த்தபடி திகைத்து நிற்கிறேன். என் மகன் தீ அணைப்பு நிலையத்துக்கு போன் செய்கிறான்.

தீ பரவுகிறது. மரக்கட்டைகளாதலால் நெருப்புக்குக் கொண்டாட்டம்தான். அமைதியான கற்பூரதீபமாக இருந்த அக்கினிக்குஞ்சு, இப்போது தழல் வீரத்தில் மூப்பெய்தி சினம் கொண்டு அனைத்தையும் சாம்பல் காடாக்கிக் கொண்டிருக்கிறது. தரம் வாரியாக அடுக்கி வைக்கப்பட்டிருந்த பல வகையான மரப்பலகைகள், ரீப்பர்கள், மூங்கில் கட்டுகள், சவுக்கைக் கம்புகள், விறகுக்குவியல்கள், பிளைவுட்கள், பி.வி.சி. பைப்கள், ரகம் வாரியான பெயிண்ட் டின்கள், ஃபர்னிச்சர்கள், அறுக்கப்படாத மரக்கட்டைகள் என்று சகட்டுமேனிக்கு தீ பரவி அனைத்தையும் பஸ்பமாக்கிக் கொண்டிருக்கிறது. தீ அணைப்பு வண்டி வந்து சேர்ந்தபோது, எல்லாம் முடிந்து போயிருந்தது.

சர்வம் சாம்பல் மயம்.

யுகமாயினி-மார்ச், 2008

ஆற்றுப்படுத்துகை

பார்வைக்குத் திரையிட்ட கண்ணீரைச் சுண்டி எறிந்து விட்டு, கைக்குட்டையால் கண்களை ஒற்றி சோகம் கலைத்து, வெளியரங்கமான சிரிப்பை முகத்தில் தழைய விட்டுக்கொண்டு, வாசலுக்கு வந்து, கதவைத்திறந்து, ராமகிருஷ்ணனை தயங்கியபடி வரவேற்றான் கோபால்.

'வெரி சாரிடா ஐம் டூ லேட் டு கன்சோல் யு. ஐ வாஸ் ஆன் அஃபிஷியல் டூர் டு மும்பை. ஜஸ்ட் கம் பேக் அண்ட் ஹியர் த டிமைஸ் ஆஃப் யுவர் பிலவட் ஒய்ஃப். பட் வாட் ஏ சர்ப்ரைஸ். ஐ கான்ட் பீலீவ் திஸ். ஐ ஷுட் அப்ரிஷியேட் யு. நோ டவுட், யு ஆர் கரேஜியஸ் எனஃப் டு ஃபேஸ் எனி கைண்ட் ஆஃப் பிராப்ளம் இன் லைஃப். இட்ஸ் ஜஸ்ட் ஏ கிரேட் திங்க் ஐ எவர் ஸி. நீ கண்ணீரும் கம்பலையுமா இடிஞ்சி போய் இருப்பேன்னு நெனச்சேன். இப்படித்தான் மனத்திடத் தோட இருக்கணும்' என்று கூறியவாறு வீட்டுக்குள் வந்து கோபாலனை ஆரத் தழுவிக் கொண்டான் ராமகிருஷ்ணன்.

'எல்லாம் உன்னப் பார்த்து படிச்சதுதாண்டா. உனக்கு இல்லாத தைரியமா எனக்கு? கொஞ்சம் முன்னாலதான் அழுதுக்கிட்டிருந்தேன். நீ காலிங் பெல் அடிச்சதும் கண்ணத் தொடச்சிக்கிட்டேன். எல்லாம் வெளி வேஷந்தான். போடா' என்று சோகித்து அலுத்துக் கொண்டான் கோபால்.

'அழறதுல ஒண்ணும் தப்பே இல்லடா. அது எறந்தவங் களுக்கு செய்ற மரியாத. மனசுல துக்கம் முழுதும் வடிஞ்சி போற வர அழுது தீர்த்திடு. ஐம் ஆல்சோ ஜஸ்ட் லைக் யுடா. டோண்ட் கீப் ஒரீஸ் டு குரோ அண்ட் ரிமைன் இன் மைண்ட். கிரை இட் அவுட் ஃபுல்லி அண்ட் லெட் இட் வேனிஷ் அவே ஃபிரம் யுவர் மைண்ட் என்று பதில் சொன்ன ராமகிருஷ்ணன், கோபாலனின் மனைவி கமலாவின் புகைப்படத்துக்கு வாடா மாலை அணிவித்து சுவரில் தொங்கவிட்டிருப்பதைப்

பார்த்து, கையெடுத்துக் கும்பிட்டான். பின்பு, 'நேத்து காலையிலதான் எறந்து போனாங்க. அதுக்குள்ள இவ்வளவு பெரிய ஃபோட்டோவ எப்படிடா ரெடி பண்ண? திஸ் இஸ்த ரியல் லவ் யூ ஹேட் வித் கெர்டா' என்று வியந்தான் ராமகிருஷ்ணன்.

கோபாலனுக்கு கண்ணீர் முட்டிக்கொண்டு வந்தது. 'உண்மையான காதல்னுதான் சொல்ற? நான் அவமேல கொண்டிருந்தது, உடம்பு இச்சய தீர்த்துக்கிடுற வெறும் காதல் மட்டும் இல்லடா. அதுக்கும் மேல ஒண்ணு இருக்குது தெரியுமா? பண்பட்ட நட்பு, உயர்தர பாசம், பரிவு, நேசம், அன்புன்னு சொல்லிக்கிட்டே போகலாம்டா. அவ்வளவு உயர்வானவடா அவ. அவ இழப்பு என் வாழ்க்கையில விழுந்த சம்மட்டியடிடா. எப்படி மீளப்போறேனோ தெரியலடா" என்றான் கோபால்.

"பிளீஸ் டேக் கேர் ஆன் யுவர் ஹெல்த்டா. தேட்ஸ் வெரி இம்பார்டண்ட். நீ அவங்க நினைவோட வாழ்ந்து காட்றது தான் அவங்களுக்கு செய்ற அஞ்சலிடா"

"கண்டிப்பாடா, கண்டிப்பா. அவ நெனவோட வாழ்ந்து காட்டுவேண்டா. உதாரணத்துக்கு நீ இல்ல? பெரிய இழப்புகள சந்திச்சிட்டு, தைரியத்தோட வாழ்ந்துகிட்டிருக்கியேடா நீ. உன்னோட நண்பன் நான் அத செய்யமாட்டேனா?"

"தேட்ஸ் குட். கீப் இட்அப். அண்ட் மெயின்டெயின்ட் பிராப்பர்லி."

கோபாலனும் ராமகிருஷ்ணனும் ஆப்த நண்பர்களென்று சொல்லவேண்டியதில்லை. இளமையின் சிறிதளவேயான பூரிப்பும் கூடவே துன்பக் கலசம் நிரம்பி வழிந்த நிலை கெட்ட பொழுதுகளும் கூடிய வயதுகளில் சிநேகிதர்களானார்கள். அந்த சிநேகிதம் இன்றுவரை தொடர்கிறது. கஷ்டம் நஷ்டம், துக்கம் துயரம் போன்ற எதிர்மறை பொழுதுகளில்கூட இணை பிரியாதவர்கள். சொல்லப்போனால், இன்பமான தருணங்களைவிட துன்பம் தருபவைகளே அவர்களின் வாழ்வில் மிகுதி. ஒவ்வொன்றிலும் சோர்ந்து போகாமல், எகிறி நிமிர்பவர்களாகவே இருந்து வந்தனர். ஆனாலும்

வாழ்வின் வசந்தங்களும் அவ்வப்போது நிகழத்தான் செய்தன. அவற்றினில் மூழ்கித் திளைக்கையில், அவை முற்றுப்பெறாத ஆரம்ப நிலையிலேயே சோகம் வந்து அப்பிக்கொள்ளும். அதுவும் கடவுளின் கொடை என்று நம்புகிறவர்களாய் இருந்து வந்தனர். நீடித்த சோகத்துக்கும் மனம் கோணாதவர்களாய் இருந்து வந்தனர்.

கோபாலன், பிறக்கும்போதே தன் தாயை பரலோகத்துக்கு அனுப்பி வைத்துவிட்டுத்தான் பிறந்தான். அவன் அம்மாவின் உடம்பு பிரசவ ஆப்பரேஷனைத் தாங்கக்கூடியதாய் இல்லை. இயல்பான பிரசவம் நேரவும் வாய்ப்பில்லை. அப்படி ஒரு இக்கட்டான நிலை. குழந்தையை வயிற்றைக் கீறித்தான் பிரித்து எடுத்தார்கள். இருதயக்கோளாறு, அம்மாவின் உயிர் போய்விட்டது. தாயைக் கொன்ற பீடை என முதலில் அழைக்கப்பட்டான். பிறகுதான் கோபால் ஆனான்.

சித்தி வாய்த்தபோது அவனுக்கு வயது மூன்று. மாற்றாந்தாய் கொடுமை சொல்லிமாளாது. தனக்கு குழந்தை பாக்கியம் இல்லை என்று தெரியவர, அந்த விவஸ்தை கெட்ட உண்மையை மூடி மறைக்க, தன் கோபத்தையெல்லாம் கோபாலன் மேல் காட்டினாள் அவன் சிற்றன்னை. தாங்குகிற, விவரம் தெரியாத வயதுவரை மட்டும் தாங்கினான் கோபாலன். பின்பு திமிர ஆரம்பித்தான். பதிலுக்குப் பதில் என சினந்தான். கொடுமைப்படுத்தப்பட்ட போதும் சரி, கொடுமையை எதிர்க்கக் கற்றுக்கொண்ட போதும் சரி, அவன் தந்தை ஒன்றையும் கண்டு கொள்ளவில்லை. அவரது நினைவும் நடத்தையும் எப்பொழுதும் குடி, கூத்தி என்றிருந்தது. ஆறுதலுக்கு ஒரு சிநேகிதன் மட்டும் வாய்த்திருந்தான் ராமகிருஷ்ணனென்று. ஆறாம் வகுப்பிலிருந்து பள்ளித் தோழன் அவன்.

ராமகிருஷ்ணன் அவன் பெற்றோருக்கு ஆறாவது மகன். அவன் அன்னை குழந்தைகள் பெற்றெடுக்கும் எந்திரமாய் இருந்தாள். எப்போதும் சோர்வான உடம்பு. வலி முனக்கம். தன் சுகத்தைப் பேணவே வகை தெரியாதிருந்தாள். பிறகு குழந்தைகளின் கதி என்னவாவது? ஆளுக்கொரு பக்கமாக இழுத்துக்கொண்டு குழந்தைகள் தம் போக்கில் வளர்ந்தன. தந்தையோ வெறும் எந்திர ஆப்பரேட்டராக மட்டும்தான் இருந்தார். உற்பத்தியை பெருக்குவதிலேயே அவர் கவனம்

முழுவதும். அப்படியாக பராமரிப்பற்ற பதினோரு குழந்தைகள். அவற்றில் ஒன்றுதான் ராமகிருஷ்ணன் என்ற பெயர் கொண்ட கோபாலனின் பள்ளித் தோழன்.

பள்ளியில் பக்கத்துப் பக்கத்து இருக்கைகளில் அமர ஆரம்பித்ததிலிருந்து அவர்களின் நட்பு தொடங்கியது. மற்றபடி, விழாவெடுக்கத் தக்கதான நட்பின் ஆரம்பம் என்று ஒன்றுமில்லை. தத்தமது குடும்ப சூழ்நிலைகளை ஒருவருக்கொருவர் சொல்லிச் சொல்லியே அவர்களின் சிநேகிதம் வளர்ந்தது. அதோடு, ஊனக் கண்களுக்குப் புலப்படாத ஒரு பாச நேசமும் வளர்ந்து வந்தது.

நண்பர்கள் இருவரும் கரிசனையோடு படித்து எம்.சி.ஏ. பட்டம் பெற்றனர். அந்த கல்வித் தகுதியை அடைய அவர்கள் மேற்கொண்ட சிரமங்கள், மன உளைச்சல்கள் அநந்தம்.

உனக்கு படிப்பு ஒரு கேடா என்று சித்தி சொல்ல, ஒத்துப் பாடிய கோபாலனின் தந்தை, பரம்பரை சொத்துக்களை யெல்லாம் குடித்தும் கூத்தடித்தும் கரைத்துக் கொண்டிருந்த அவனுடைய அப்பன், அவன் படிப்புக்கென்று சல்லிக்காசு தர மறுத்துவிட்டார். ஸ்காலர்ஷிப்பிலேயே அவன் படிப்பு தொடர்ந்து முற்றுப் பெற்றிருந்தது. இன்னும் படிக்க ஆசைதான். காசுதான் தடை போட்டது. இவ்வளவு படித்ததே எதேஷ்டம் என்பதுபோல், ஒரு தனியார் கம்பெனியில் நல்லவேலை கிடைத்தது. லைஃப்பில் செட்டில் ஆகிவிட்டான். தந்தை யிடம் சொத்தில் பங்கு ஏதும் கேட்காமல், குடும்பத்தை விட்டு விலகி தனி வீடு பார்த்துக் கொண்டான்.

பிள்ளைகள் தயாரிக்கும் காமக்கலை ஆப்பரேட்டரான ராமகிருஷ்ணனின் தந்தை, அவனுடையதும் அவனது சகோதர சகோதரிகளுடையதுமான எதிர்கால வாழ்விற்கு உத்திரவாதம் ஒன்றும் தரவில்லை. தரக்கூடிய வருமானமும் இல்லை. கூலி வேலை செய்து கிடைக்கும் பணத்தில் உண்டு, உடுத்தி அப்பனும் பிள்ளைகளும் ஆளுக்கொரு திசையில் தெறி கெட்டுப் பிரிந்து, சிதறுண்டு அடையாளம் சொல்வது இயலாதவர்களாய்ப் போனார்கள். ராமகிருஷ்ணன் மட்டும் ஹோட்டல் சர்வராக, பேப்பர் போடும் பையனாக சிறுகச் சிறுக பணம் சேர்த்து, தன் படிப்பை தொடர்ந்துவந்தான்.

தன் நண்பன் கோபாலனைப்போல் படித்து வெற்றிவாகை சூடினான். அவனுக்கும் ஒரு நல்ல வேலை கிடைத்தது. அதில் பூரண திருப்தியுற்றான்.

நண்பர்கள் இருவருக்கும் ஒரே ஊரில் உத்தியோகம் கிடைத்தது. அது அவர்களின் அதிர்ஷ்டம் என்றுதான் சொல்லவேண்டும். தினசரி ஒருவர் ஒருவரை சந்தித்துக் கொள்ளும் பாக்கியம் கிடைக்கப் பெற்றார்கள். வேறு ஊருக்கு வேலை மாற்றம் ஒன்றும் இன்றி, நிரந்தரமாக ஒரே ஊரில் தங்கியிருக்கும்படி பார்த்துக் கொண்டார்கள்.

நண்பர்கள் இருவருக்கும் அவர்களின் 29ஆவது வயதில் திருமணமாயிற்று. இருவரின் திருமணங்களும் முறைப்படி பெற்றோரால் செய்து வைக்கப்பட்டவை அல்ல. காதல் திருமணங்களும் இல்லை. பேப்பர்களில் மேற்றிமோனியல் பகுதிகளில் பார்த்து, பல தடவை முயன்று, தொடர்பு கொண்டு, திருப்தி ஏற்பட்டு, அவர்களே செய்துகொண்ட கல்யாணம்தான் இருவருக்கும். ரிஜிஸ்ட்ரார் முன்னிலையில் மாலை மாற்றி, தாலி கட்டி மணந்துகொண்டார்கள். அவை திருப்திகரமாக அமைந்தது தெய்வச் செயல்தான்.

கோபாலனின் மனைவி கமலா. அழகான முகவெட்டு. இளந்தளிர் போன்ற உடலமைப்பு. உள் நரம்புகள் தெரியும் படியான இளகிய நிறம். தோற்றப்பொலிவு ஒருபுறமிருக்க, மனதளவில் மிக மிக பாசம் கைகூடிய நெஞ்சம். கோபாலனின் மேல் அன்பைச் சொரியும் இதய பாங்கு. திருமணமான பிற்பாடே இருவரும் காதல் கொண்டார்கள். ஆனாலும் உடல் இச்சை மட்டும்தான் இலக்கு என்றில்லாமல், நட்போடும் நேசத்தோடும் பொலிவுற்றார்கள். கமலாவின் கல்வித் தகுதி பிளஸ் டூ மட்டுமே. ஏழ்மை காரணமாக மேலே படிக்க முடியவில்லை.

ராமகிருஷ்ணனின் மனைவி விமலா. அவள் பெற்றோருக்கு மூத்த மகள். அவளுக்குப் பின் இரு சகோதரர்கள். அவர்கள் மேல் மேலான பாசம் கொண்டவள். எம்.பி.ஏ. படித்தவள். வேலைக்குச் செல்ல வாய்ப்பிருந்தும் குடும்ப நலன் கருதியும் கணவனின் விருப்பத்துக்கிணங்கவும் வேண்டாம் என்றவள். ராமகிருஷ்ணனைப்போல் பணம் ஒன்றே

குறிக்கோள் என்றில்லாதவள். பழுப்பு நிற அழகி. ராமகிருஷ்ண னோடு ஜோடிப்பொருத்தம் அபாரம். கணவனின் ஆங்கிலம் கலந்த உரையாடலில் கர்வம் கொண்டவள். அதை விரும்பி ரசிப்பவள், அது உடைந்த ஆங்கிலமாக இருந்தாலும் கூட.

இரு நண்பர்களின் இல்லற வாழ்க்கைகளும் சுமூகமாக, திருப்திகரமாக, தெளிந்த நீரோட்டம் போல் அமைதியாக சென்று கொண்டிருந்தன. எல்லாம் சில மாதங்கள் மட்டுமே. விதியின் விளையாட்டு, கோரப்பிடி, முதலில் ராமகிருஷ்ணன் தம்பதியர் மேல் வீரியத்தைக் காட்டி விலா குலுங்க கேலி செய்து சிரித்தது.

"ஏங்க எனக்கு என் தம்பிமார்கள பாக்கணும் போல இருக்கு. ஒரு வாரம் பத்து நாள் ஊருக்குப்போயி இருந்திட்டு வாரேங்க" என்றாள் விமலா.

"தேட்ஸ் நேச்சுரல். ஐ கான்ட் டினை யுவர் ரிக்வெஸ்ட். தாராளமா போயி பார்த்துட்டு வா. டு யு நீட் எனி ஹெல்ப் ஃபிரம் மீ?'

"என்னை பஸ்ஸேத்தி விட்டுருங்க அது போதும். நீங்க சாப்பாட்டுக்கு என்ன பண்ணுவீங்க?"

"தட்ஸ் ஆல் மை பேர்டன். நண் எல்ஸ். ஐல் மேனேஜ். யு டோன்ட் ஒரி. வேணும்னா கோபால் வீட்ல சாப்டுட்டு போறேன். இல்ல, ஹோட்டல்ல சாப்பிடறேன். தேட்ஸ் நாட் அட் ஆல் எ பிக் பிராப்ளம். டோண்ட் ஒரி எபவுட் இட். ஐம் சாரி, ஐ காண்ட் கம் வித் யு. இப்பெல்லாம் லீவு கெடைக்கிறது கஷ்டமா இருக்கு. டோண்ட் மிஸ்டேக் மி. என்றான் ராமகிருஷ்ணன்.

தான் சுகத்தோடு தன் சொந்த ஊருக்குப் போய் சேர்ந்துவிட்ட விவரத்தை செல்ஃபோனில் தன் கணவன் ராமகிருஷ்ணனுக்கு தெரியப்படுத்தினாள் விமலா. நான்கு மாத கர்ப்பிணியாய் இருந்த அவள் உடம்பைப் பார்த்துக் கொள்ளச் சொல்லி ராமகிருஷ்ணன் அக்கறையோடு திரும்பத் திரும்ப கேட்டுக் கொண்டான். தினசரி அவர்கள் தொலைபேசியில் தொடர்புகொண்டு சுகநலம் விசாரித்துக் கொண்டனர். அவ்வங்கே உள்ள செய்திகளையும் பரிமாறிக்

கொண்டனர். கோபாலன் அவனை தன் வீட்டில் சாப்பிட அழைத்ததை ஏற்றுக்கொண்டு, அவ்விதமே செய்து வருவதாக ராமகிருஷ்ணன் தெரிவித்தான்.

ஊருக்குப் போன ஐந்தாம் நாள், ராமகிருஷ்ணன் வழக்கம் போல் சாயங்காலம் ஆறுமணிக்கு தொலைபேசியில் தொடர்புகொள்ள முயன்றபோது, அவன் மனைவியிடமிருந்து எந்த ஒரு பதிலுமில்லை. ரிங் போய்க் கொண்டிருந்ததே ஒழிய, யாரும் எடுத்துப் பேசவில்லை. விவரத்தை தன் நண்பன் கோபாலிடம் தெரிவித்தான். அவனும் முயற்சி செய்து அலுத்துப் போனான். லேண்ட் லைன் ஃபோன் தேவையில்லை என்று ஒரு மாதத்துக்கு முன்பு அதை சரண்டர் பண்ணியிருந்தார் விமலாவின் அப்பா. அவ்வூரில் வேறு தெரிந்தவர்கள் யாருமில்லை. பல மணி நேர மின்சாரத் துண்டிப்பு வேறு பயங்காட்டிற்று. ஏதோ ஒரு விபரீதம் நிகழ்ந்திருக்கிறது என்று இரு நண்பர்களும் சந்தேகித்தனர். ஒன்றும் செய்யமுடியாத நிலையில், காலையில் பார்த்துக் கொள்ளலாம் என்று நண்பர்கள் இருவரும் அரை குறையாகச் சாப்பிட்டுவிட்டு தூங்கச் சென்றனர்.

தூக்கமா? அது எப்படி வரும் ராமகிருஷ்ணனுக்கு? படுக்கையில் புரண்டு, புரண்டு நேரத்தை ஓட்டிக் கொண்டிருந்தான். காலை நான்கு மணியாயிற்று. எழுந்து குளித்துவிட்டு, ஆடை மாற்றிக்கொண்டு பேருந்து நிலையத் துக்குச் சென்றான். தன் மனைவியின் ஊருக்குச் செல்லும் பஸ்ஸில் ஏறி அமர்ந்தான். ஊர் போய்ச்சேரும் வரை அவன் மனம் கலக்கத்தில் தடுமாறிற்று. தான் தன் மனைவியின் ஊருக்குப் போய்க் கொண்டிருக்கும் விவரத்தை கோபாலனுக்கும் தன் அலுவலகத்துக்கும் தெரிவித்தான்.

மனைவியின் வீட்டை நெருங்கியபோது அவனுக்கு அதிர்ச்சி காத்திருந்தது. சாம்பல் புகையின் வீச்சம் சுவாசக் காற்றில் நிரம்பி வந்தது. அவன் நடை தள்ளாடியது. நெஞ்சு படபடத்தது. தலை சுற்றியது. சிதைந்து தரைமட்டமாகக் கிடந்த வீட்டைப் பார்த்து மயங்கி சாய்ந்துவிட்டான் ராமகிருஷ்ணன்.

மயக்கம் தெளிந்து எழுந்தபோது, சுற்றிலும் ஊர்வாசிகளும் போலீஸ்காரர்களும் நின்றிருப்பதைக் கண்டான் ராமகிருஷ்ணன். அவர்களின் பேச்சிலிருந்து மாமனார் வீட்டில் கேஸ் ஸ்டவ் வெடித்து விபத்து நேர்ந்துள்ளதை யூகித்துக் கொண்டான். எழுந்ததும் எழாததுமாய், 'என் மனைவி எங்கே?' என்று படபடப்போடு கேட்டான். யாரும் பதில் சொல்லவில்லை. மாறாக, அவனிடம் கேள்விக்கு மேல் கேள்வியாகக் கேட்டு விசாரணையில் ஈடுபட்டனர் போலீசார். எல்லா கேள்விகளுக்கும் பதில் சொல்லிவிட்டு, திரும்பவும், தன் மனைவியைப் பற்றி சோக அதிர்வு நிலையில் விசாரித்தான்.

பக்கத்தில் வெள்ளைத் துணியால் போர்த்தி மூடப்பட்டுக் கிடந்த ஐந்து கரிக்கட்டைகளைக் காட்டி, 'இவற்றில் யார் உன் மனைவி? பார்த்துச் சொல்' என்றார் சப். இன்ஸ்பெக்டர். இடிந்து, செயலிழந்து போனான் ராமகிருஷ்ணன். சிதிலமாகிக் கிடந்த வீடும் வீட்டிலுள்ள தட்டுமுட்டுச் சாமான்களும் அவனுக்கு தீ விபத்தின் கோரத் தாண்டவத்தை உணர்த்தின கேஸ் சிலிண்டர் வெடிப்பில், ஒரு சிறு பொருள் கூட முழுதாக மிஞ்சவில்லை. எல்லாம் சின்னாபின்னமாய், அலங்கோலமாய்க் கிடந்தன. தீயை அணைக்க ஆறு மணி நேரம் போராட வேண்டியதிருந்தது என்றனர் சுற்றியிருந்தோர்.

கருகிக் கிடந்த உடலங்களை எப்படி அடையாளம் காட்டுவது? குழம்பிப் போனான் ராமகிருஷ்ணன். ஆணா பெண்ணா என்று அடையாளப்படுத்தவது கூட கஷ்டமாய் இருந்தது. அவ்வளவு பயங்கர விபத்தாய் இருந்தது அது. கடைசியாக வெகு சிரமத்துக்குப் பின், தன் மனைவி முதலியோரை அடையாளம் காட்டினான். உடைந்து போன அவன் நெஞ்சகத்துக்கு ஆறுதல் சொல்லி ஒட்டவைக்க யாராலும் முடியவில்லை.

நேற்று செல்ஃபோனில் தன் மனைவிக்கு டயல் பண்ணும்போது, ரிங் போயிற்றே அது எவ்வாறு எனக்கேட்டு, மறுபடியும் அந்த நம்பருக்கு டயல் செய்தான் ராமகிருஷ்ணன். வீட்டில் ஏதோ ஒரு கருகிய மூலையிலிருந்து ரிங்டோன் கேட்டது. சுக்கு நூறாய்க் கிடந்த ஒரு ஸ்டீல் பீரோவின் பின் பகுதியொன்றின் அடியில் செல்ஃபோனைக்

கண்டெடுத்தனர் போலீசார். நேற்று நடந்த விபத்தின் களேபரத்தில், கொடிய தீக்காட்டுக்கிடையே ஒலித்த மெல்லிய ரிங்டோனை யாராலும் கேட்கமுடியவில்லை என்று அறிந்து கொண்டான் ராமகிருஷ்ணன்.

ஈமச் சடங்குகளை முடித்துவிட்டு ஊர் வந்து சேர்ந்தான் ராமகிருஷ்ணன். கோபால் அவனை ஆறத்தழுவி, அன்பான வார்த்தை சொல்லி ஆறதல் படுத்தினான். நண்பனின் அழுகையோடு கூடிய பாச அணைப்பு ராமகிருஷ்ணனுக்கு ஓரளவு ஆறுதல் தந்தது. மேலும் மேலும் வேண்டியதாயும் இருந்தது. அதனால் நாள் முழுதும் அவனோடேயே தங்கி யிருந்தான் கோபால். மறுநாளும் அவனை விட்டுப் பிரியவில்லை.

'தி அஃபெக்ஷன் யு ஷோட் ஆன் மி இன் திஸ் கிரிட்டிக்கல் கண்டிஷன் இஸ் ரியல்லி எ கிரேட் திங். ஐம் ஆல்ரைட் நவ். ஐ தேங் காட் ஃபார் கிராண்டிங் மி சச் எ குட் பிரண்ட். எந்த சோகத்துக்கும் ஒரு விடிவு காலம் உண்டுல்ல? அது உன் மூலமா எனக்கு கெடச்சிருக்கு. இதுக்கு என்ன வெலயும் குடுக்கலாம். ' கடவுளுக்கு நன்றி' என்று சொல்லி தன் நண்பனை அணைத்துக் கொண்டான் ராமகிருஷ்ணன்.

விமலாவின் கதை முடிந்துபோன ஒரு வாரத்தில், கமலாவின் கதை ஆரம்பமாயிற்று. விமலாவின் சாவு திடீர் அதிர்ச்சியாய் இருந்தது. ஆனால் கமலாவின் மரணமோ முன் கூட்டியே அறிந்ததாய் இருந்தது. எப்போது என்பது தான் கேள்விக்குறி.

கமலா மூன்று மாத கர்ப்பம் என்பது உறுதி செய்யப் பட்டது. அது குறித்து கோபால் மிகவும் மகிழ்ந்திருந்த வேளையில், கமலாவுக்கு அடிக்கடி மருந்துக்குக் கட்டுப் படாத தலைவலியும் உடம்பு வலியும் ஏற்பட்டன. வலி தாங்காது அவதிப்பட்டாள் கமலா. அவள் சுகவீனம் சம்பந்தமான எல்லா மருத்துவப் பரிசோதனைகளும் செய்த டாக்டர் முடிவாக, உறுதியாக, கமலாவுக்கு பிரைன் ட்யூமரும் பிளட் கேன்சரும் ஏற்பட்டிருப்பதாகச் சொன்னார். இன்னும் ஓரிரு மாதங்களே அவள் ஆயுசு என்று முடிவு கட்டினார். கோபால் திசை தெரியாத பறவைபோல் ஆனான்.

நாட்கள் மிகுந்த கரிசனை கவலையுடன் எண்ணப்பட்டு வந்தன. காலம் ஸ்தம்பித்துப் போய் நின்று விடாதா என்றிருந்தது கோபாலனுக்கு. உதவிக்கு கமலாவின் பெற்றோர் வந்திருந்தனர். கடைசியில் அந்த நாள் மிக விரைவில் வந்தது. கோபாலுக்கு உற்ற துணையாய் இருந்து வந்த ராமகிருஷ்ணனுக்கு தவிர்க்க முடியாத ஆபிஸ் டூர் செல்ல வேண்டி வந்தது. அந்த சமயம் கமலாவின் உயிர் பிரிந்தது.

கோபால் அழுதான். அரற்றினான். தலையை சுவரில் முட்டிக் கொண்டான். கடவுளை சபித்தான். துயரம் தாங்காது தலையில் ஓங்கி ஓங்கி அடித்துக் கொண்டான். ஆறுதல் சொல்ல பக்கத்தில் நண்பனும் இல்லை. நண்பன் ஆபிஸ் டூர் முடிந்து கமலா இறந்த அடுத்த நாள் வந்து சேர்ந்தான். அவனுடைய பிரசன்னமும் ஆறுதல் வார்த்தை களும் கோபாலனின் மனப் புண்ணை குணமாக்க உதவின. படிப்படியாய் மனப்புண் சொஸ்தமாயிற்று.

கோபால், ராமகிருஷ்ணன் திருமணங்கள் ஒரு கனவுபோல் வந்து போயின. இனி வேறு திருமணம் செய்து கொள்வ தில்லை என்று இருவரும் முடிவு செய்தனர். குடியிருக்க இரண்டு வீடுகள் தேவை இல்லை என தீர்மானித்து, ஒன்றை காலி செய்துவிட்டு, இருவரும் ஒரே வீட்டில் தங்கிக் கொண்டனர். வங்கியில் ஜாயிண்ட் அக்கவுண்ட் வைத்துக் கொண்டனர். சமையலுக்கு மற்றும் வீட்டு வேலைக்கு ஒரு பாட்டியை ஏற்பாடு செய்தனர். இப்படியாக பழையன மறந்து புதிய வாழ்க்கையில் அடியெடுத்து வைத்தனர். அந்த நிம்மதி கொஞ்ச காலம் நீடித்தது.

விதியின் லீலைகளை யார் கணிக்க முடியும்? காலம், நேரம், வேளை, பொழுது என பலவாறாகச் சொல்லப் படுகிறது, எதற்கும் பிடி கொடாத விதியெனும் வினோத 'வஸ்து' அசரீரியாய் ஊழ்நிலை பிரகாரம் காரியங்களை ஆற்றிக் கொண்டிருந்தது. மனித முயற்சி தோற்றுப்போனது. ஆசாபாசங்களின் மேல் விழுந்த பேரிடி அது.

முதலில் நண்பர்கள் பிரியும்படியான சூழ்நிலை ஏற்பட்டது. ராமகிருஷ்ணனுக்கு என்ன முயன்றும் மாற்ற இயலாத பணி இடமாற்றம் கொடுக்கப்பட்டது. அதுவும்

தூரத்து ஊரில். விதியை மதியால் வெல்லலாம் என்பதை நிரூபணப்படுத்த, தன் வேலையை ராஜினாமா செய்தான் ராமகிருஷ்ணன். கோபால் வேலை பார்த்து வந்த நிறுவனத்திலேயே வேலை கிடைக்குமா என்று முயன்றான். கிடைக்கவில்லை. பொருளாதார வீழ்ச்சி மேலை நாடுகளில் ஏற்பட, அதன் எதிரொலியாய், கோபாலனும் வேலை இழந்தான். நண்பர்கள் மனச் சோர்வடையாமல், மேலும் மேலுமென வாழ்வாதாரத்துக்கு முயன்றபடி இருந்தனர்.

அதுவரை சேமித்து வைத்திருந்த பணத்தில் சிறு தொழில் ஒன்று ஆரம்பிக்கலாம் என முயன்றனர். எம்.சி.ஏ., எம்.பி.ஏ., படிக்கு மாணவர்களுக்கு டியூஷன் வகுப்புகள் நடத்துவது, ரியல் எஸ்டேட் தொழிலை மேற்கொள்வது, வீட்டு புரோக்கர்களாக செயல்படுவது, ஆட்டோ ரிக்ஷாக்கள் ஓடவிடுவது என இன்னும் பல முயற்சிகளை மேற்கொண்டு ஒன்றிலும் நிலைக்காது போயினர். அனைத்திலும் முயன்று, முயன்ற அனைத்திலும் தோற்றுப் போனார்கள். எதிலும் துர்ரதிர்ஷ்டமும் அனுபவமின்மையும் முன்வந்து வழி மறித்தன. ஆனாலும் மனம் சோர்வடையவில்லை அவர்கள்.

குடும்ப வாழ்க்கையில் தோல்வி, வேலையில் முட்டுக்கட்டை, தொழிலில் நிலையாமை போன்ற நெருக்கடிகள் அவர்களை குனியக் குனிய குட்டின. எல்லாவற்றையும் தாங்கிக் கொண்டு, இன்னும் வாழ்ந்தே தீருவோம் என்ற துணிச்சலோடு, என்றைக்காவது, எதிலாவது ஒரு பிடிமானம் கிடைக்கும் என்ற நம்பிக்கையோடு, இன்பமும், துன்பமும் கலந்ததுதான் வாழ்க்கை என்ற தத்துவார்த்த விழிப்புணர்வோடு செயல்படும் அவர்களுக்கு ஆறுதல் சொல்லி, அவர்களின் மனதுகளை ஆற்றுப்படுத்த ஒரு மார்க்கம் இல்லாமலா போய்விடும்?

கதையாம் கதையாம் காரணமாம்

எழுத எழுதத்தான் எழுத்தில் மெருகு கூடுகிறது என்பது ஒரு கட்சி, இல்லை இல்லை எழுத எழுத எழுத்தில் தேய்மானம் மிகுதியாகி, தரம் குன்றிப் போகிறது என்பது மறு கட்சி. இவ்விரு கட்சிகளுக்கிடையே, எழுத்து என்கிற தனித்தன்மை வாய்ந்த கூராயுதம், அனுபவ முதிர்ச்சி என்கிற அளவுகோலால், அவற்றின் கூர்மை அல்லது மழுங்கல் பற்றிய சார்புநிலை கணிக்கப்பட்டு, இது வெகுஜனம் இது இலக்கியம் என தனித்தனியாய் கூறுகட்டி சுட்டிக்காட்டப் படுகிறது. ஒரு நல்ல எழுத்துக்கு எழுதுகிறவனின் வயது ஒரு வரையறை இல்லை என்பதும் அவன் எழுத்தின்பால் கொண்டுள்ள கூர்மதி ஒன்றே சவாலுக்கு ஏற்றதெனவும் உணர்த்தப்படுகிறது. மெருகேறிய எழுத்து, மெருகு குன்றிய எழுத்து என்பதெல்லாம், அனுபவத்தின் அப்பாற்பட்டதே யன்றி, வயதின் அப்பாற்பட்டதில்லை. சிலருக்கு இருபது வயதிலேயே எழுபது வயதுக்கான அனுபவ அறிவு வாய்த்து விடுகிறது. மற்றும் சிலர் எழுபது வயது கிழங்களெனினும் இருபது வயது வாலிபனுக்குரிய அனுபவம்கூட அடையப் பெறாதவர்களாக இருப்பர். எனவே வயதை ஓரம் கட்டி வைத்துவிட்டு, எழுத்தின் மேன்மையை மட்டும் குறிக்கோ ளாகக் கொண்டு சிந்தித்தல் சிலாக்கியமானதாகும். இப்படி யெல்லாம் எழுதுவதற்கு எனக்கு என்ன தகுதி இருக்கிறது என்று கேட்டால், நானும் அறுபத்தைந்து வயது கடந்து விட்ட பின்புதான் இலக்கியப் பத்திரிகைகளில் சிறுகதை எழுத்தாளனாக ஓரளவுக்கு இனம் கண்டு கொள்ளப்பட்டிருக் கிறேன் என்பதே என் பதிலாகும். பிரசுரமான என் கதைகள் இதுவரை இருபது மட்டுமே எனினும், பிரசுரமாகாத தரமான கதைகள் முப்பது வரை என் கை வசம் உள்ளன என்பதாலும் அது தந்த துணிவே, இப்போது இன்னொரு சற்று வித்தியாசமான எழுத்தை வார்த்தெடுக்க, ஒரு உந்து

சக்தியாக என்னை ஊக்குவிக்கிறது. இந்த அரிய சந்தர்ப்பத்தை நான் நழுவவிட்டால் அதன் பின்விளைவுகள் என் இலக்கியம் சார்ந்த பரிச்சயங்களை எல்லாம் முடக்கிப் போட்டுவிடும் என்கிற மன பயம் சற்றே தூக்கலாகி, ஏதாவது தரமான ஒன்றை எழுதி இலக்கிய ஜாம்பவான்களின் மனசுகளைக் குளிர்விக்க என்னைப் பலவந்தப்படுத்துகிறது.

நான்கைந்து கொசுறு நிகழ்வுகளை உல்டாப்பண்ணி, தகதகக்கும் முலாம் பூசி, ஜோடனை வகையறாக்கள் செய்து, ஒரு முழுக்கதையாக்கி, நகாசு வேலைகளுடன் சப்பரம் ஏற்றி உலா விடுவதுதான் இப்போது நான் எழுதப்போகும் எழுத்துக்கான கரு. மேலும் இது ஒரு கதையோ, கட்டுரையோ, கவிதையோ அல்ல. ஆனால் அவை சார்ந்த ஒரு கதம்ப எழுத்து என்று கூறிக் கொள்வதில் நான் பெருமிதம் கொள்கிறேன். இவ்விஷயத்தில் நான் அவமானப்பட்டுப் போய்விடாத படிக்கு, என்னை கரம் கொடுத்துத் தாங்கி உற்சாகப்படுத்த வேண்டும் என்று வாசகர்களைக் கேட்டுக் கொள்கிறேன். எது எது எப்படி என்றாலும் இந்த என் கைங்கரியத்துக்கு சரஸ்வதியின் அருள் கிடைக்கக்கடவதென வேண்டிக் கொண்டு, ஆனால் நா மகள் இன்னொரு பிரச்சனையில் வசமாக சிக்கிக்கொண்டு குழம்பிப்போய் இருக்கிற இந்த நேரத்தில் அவள் அனுக்கிரகம் செய்வாளோ என்ற சந்தேகத்துடன், கதைக்களத்தில் நுழைகிறேன்.

“கலைமகள் சினம் கொண்டு முகம் சிவந்தாள். எழுதுகோல்களை முடக்கிவிட எண்ணினாள். மசிப்புட்டிகளை உடைத்தழிக்க ஆவேசித்தாள். செய்தி சேகரிப்போரை முடமாக்கி விடலாமோவென மும்முரமாய் யோசித்தாள். அச்சகங்களில் எழுத்தச்சுக்களை பறிமுதல் செய்து இயந்திரங்களை பழுதாக்கி விட முனைப்பட்டாள். மனித குலத்தை மதம் கொள்ளச் செய்யும் தலையாய பிரச்சினையாதலால், தன்னிச்சையாய் செயல்படாமல், தேவர் சபை கூட்டி விவாதிக்க யோசித்தாள்.

‘தலைப்புகள்’ மக்களை திசை திருப்பிவிட்டுக் கொண்டிருந்தன. ஒன்றை ஒன்பதாய் திரித்துக் கூறின. உச்ச கோஷத்தில் பொய்களை உச்சரித்தன. ஜனங்களின் மூளைத் திசுக்கள் குழப்பத்தில் அதிர்ந்தன. பைத்தியம் பிடித்தது போல் ஒருவர் கன்னத்தில் மற்றொருவர் அறைந்து கொண்டனர்.

ஓய்ந்து கிடந்த கத்தி கம்புகளுக்கு வேலை வந்தது. குருட்டுப்போக்கில் மனித உடல்கள் அடிபட்டுச் சாய்ந்தன. சவுக்கைச் சொடுக்கிவிட்டது போல், மின்னல் பறக்க தலைப்புகள் மீண்டும் மீண்டும் மிகைப்பட சொல்லிக் கொண்டிருந்தன.

அரசியல் தலைவர்கள் கலகம் மூட்டி தங்களுக்கு ஆதாயம் தேடிக் கொண்டனர். வாகனங்கள் எரியூட்டப்பட்டன. இரயில் பெட்டிகள் தடம் புரண்டன. தொடர் குண்டு வெடிப்பு தினசரி நிகழ்வாயிற்று. சமூக விரோதிகள் சமூக வாழ்க்கைக்கு வேட்டு வைத்தனர். கொலைகள் சர்வ சாதாரணமாயின.

தலைப்புகளின் தறுதலையாட்டம் உச்சத்தில் ஓங்கி முழங்கிற்று. ஆறறிவு, ஐந்தறிவாய் நாலறிவாய் துரித கதியில் கீழிறங்கிக் கொண்டிருந்தது. மனித மாண்புகள் சூறைக் காற்றில் கிழிந்த பட்டமாயிற்று. கோவில்கள் இடிக்கப்பட்டன. தெய்வத்தின் பெயர் தூஷிக்கப்பட்டது.

அட்டூழியங்கள் பற்றிய செய்தி தேவருலகைக் கலக்கிற்று. கலைவாணி அழைக்கப்பட்டாள். விளக்கம் கேட்கப்பட்டது. தலைப்புகளின் தான்தோன்றித்தனம் அலசப்பட்டது. தேவர்கள் விவாதித்தனர். ஜனநாயகம், சோஷலிசம், கம்யூனிசம், மதவாதம், மொழிபேதம், மிதவாதம், ஜாதிக் கலவரம், தீவிரவாதம், சட்டம், ஒழுங்கு, நீதி, நேர்மை, நியாயம் என்று விவாதம் தொடரத் தொடர அபிப்பிராய பேதங்கள் தலைதூக்கின. கலைமகள் குழம்பிப்போனாள். ஒரு முடிவும் எடுக்கப்படாமல் சபை கலைந்தது.

பூவுலகில் தலைப்புகள் தடுப்பாரின்றி தம் இஷ்டம்போல் தலை விரித்தாடின. தலைப்புகளுக்கு விழா எடுக்கப்பட்டது. தேர் கட்டி, ஊர்வலம் சுற்றி தமக்குள் வன்மம், வைராக்கியம், குரோதம் என்று பகை வளர்த்துக்கொண்டு, தலைப்புகளை தலைமேல் தூக்கி வைத்துக் கொண்டு ஆனந்தக் கூத்தாடினர் ஆறறிவு மனிதர்கள்.''

ஒருபுறம் 'தலைப்புகள்' மித மிஞ்சிய செருக்குடன், எல்லாம் தாம்தான் என்று தறுதலை ஆட்டம் போட்டுக் கொண்டிருக்க, மறுபுறம் பேப்பர் பற்றாக்குறையின் யானை

பலம், தனித்துவ இலக்கியம் சார்ந்த வளர்ச்சியின் அஸ்தி வாரத்தையே உலுக்கி ஆட்டம் காணச் செய்கிறது.

"ஒரு விபத்தாக, இயற்கையின் இடை சீற்றமாக கங்கு பற்றிப் பரவி எரிந்து அழிந்து கொண்டிருக்கிறது உலகத்துக் காடுகள். விளைவு பல்பற்றாக்குறை.

மூலப் பொருளின் தட்டுப்பாடு, 'விண்' என்ற விலை யேற்றத்தில் பள்ளி கல்லூரி மாணவர்களது கூட கிரய மதிப்பில் பெட்டகப் பொக்கிஷம். கல்விக்கே அடி வாங்கிய நிலையில், தரமான படைப்புகள் சீந்துவாரற்று ஆயிரம் பிரதிக்கு முதல் போட்டால், ஐம்பதோ, நூறோ மட்டுமே கொள்முதல். தேக்கநிலை, எதிர்பார்ப்பில் ஐந்தோ பத்தோ விழுக்காடு மட்டுமே வாசிப்பு. மிச்சமெல்லாம் நாட்பட நாட்பட இற்றுப்போய் கரையானுக்கு இரை.

மறுபக்கம் விரயமாகிறது, பரிசள்ளித் தரும் பண்டிகைச் சிறப்பிதழ்கள், அதிக பக்கங்களென்று, செக்ஸ், த்ரில், சினிமா, அரசியல் அபரிமித துஷ்ட படைப்புகளின் பாதிப்பால்.

யானைக்கு தீனி பத்தாது. பொழுது போக்குச் சமாச் சாரங்களுக்கு இனிப்புத் தடவுவதால் ஈக்கள் மொய்க் கின்றன. ஜனரஞ்சக ஸ்டார் ரைட்டர்ஸ் ஆலகால விஷத்தை கண்டத்துள் பதுக்கிக் கொண்டால், மேல்மட்ட வாசகர் வட்டத்து விட்டம் கூடலாம். பற்றாக்குறை மாறி அபரிமிதம் ஆகலாம்."

'ஆகும்' என்கிற திடமனமில்லாமல், 'ஆகலாம்' என்கிற இழுபறி நிலைதான், நம் எதிர்காலத் திட்டங்களைப் பாழடிக்கிறது. நம்பிக்கை துளிர்விடும் தருணங்களைத் தக்க வைத்துக்கொள்ள நாம் என்ன திட்டம் வைத்திருக்கிறோம்? நேர்கொண்ட பார்வையுடன் சிந்தித்தால், நம்பிக்கை இல்லையேல் வாழ்வு ஏது? வாழ்க்கையின் தாத்பரியம் பூர்த்தியடைய, மூட நம்பிக்கைகளைக் கூட சிம்மாசனம் ஏற்றி வைத்துக் கொள்வதில் தவறில்லை என்று தோன்றுகிறது. ஆனால் நாம் எப்போதும் நாமாகவா இருக்கிறோம்? நம்மை வைத்து அரசியல் நடத்துபவர்கள், நம்மை தங்கள் கொத்தடிமைகளாக அல்லவா பாவிக்கிறார்கள்?

“நமக்குத் தெரியவில்லை நாம் கம்பங்களாக மாறிக் கொண்டிருக்கிறோம் என்பது. நம் திமிர்தல்களை நாமே முடக்கிக்கொண்டு, வலுக்கட்டாயமாக கான்கிரீட் கலவையில் நம் கால்களை கெட்டித்துக் கொண்டு, நெட்டுக் குத்தலாய் நம்மை நட்டுக் கொள்கிறோம். பின்பு நம் பெயர்கள், பதவிகள், தனித்தன்மைகள் மாண்புகள் அனைத்தையும் தாரை வார்க்கிறோம். அநாமதேயர்களாய் ஆகிவிட்ட நாம், கம்பம் என்ற பொதுப் பெயரில் புகுந்து கொள்கிறோம்.

மின் கம்பங்கள், தொலைபேசிக் கம்பங்களாய் இருப்பதை விட, கொடிக் கம்பங்களாய் இருப்பதையே நாம் அதிகம் ஆதரிக்கிறோம். நம் உயரம் மற்றும் இடத்துக்கேற்ப நம் தகுதி நிர்ணயிக்கப்படுகிறது.

நாம் நெஞ்சு நிமிர்த்தி நிற்பதாக பாவனை பண்ணிக் கொள் கிறோம். ஆனால், நம்மால் தேர்ந்தெடுக்கப்பட்ட சில பேருக்கு நாம் கொத்தடிமைகளாக சாசனம் எழுதிக் கொடுக்கிறோம்.

கடந்து செல்லும் மேகங்களின் கேலிப் பேச்சு நமக்கு உறைக்கவில்லை. நமக்கு கட்சி வர்ணங்கள் பூசப்படுகிறது. நம் மீது தோரணங்கள் கட்டிவிட அனுமதிக்கிறோம். கட்சிக் கொடிகள் நம் தலைமேல் பறக்கவிட சம்மதிக்கிறோம். நாம் அஃறிணையாக மாறி வருகிறோம் என்பதில் நமக்கு எந்தவித சுரணையுமில்லை. நமக்குத்தான் தெரியவில்லையே, நாம் கம்பங்களாக மாறிக் கொண்டிருக்கிறோம் என்பது.”

அஃறிணையாய் மாறி வரும் நம்மையும் மீறி நல்லது நடக்கத்தான் செய்கிறது. தேச பக்தி நம்முள் கனன்று கொண்டு தான் இருக்கிறது. அந்நிய நாட்டவனின் ஆக்கிரமிப்பு என்று வரும்போது, பாகுபாடில்லாமல் கட்சிகளெல்லாம் ஒருங் கிணைந்து, ஒற்றுமை என்னும் கோட்பாடு நிலைப்படுத்தப் படத்தான் செய்கிறது. ஏக இந்தியா என்னும்போத நம் தலை பெருமிதத்தில் நிமிரத்தான் செய்கிறது. நடந்து முடிந்த வீர வரலாற்றை எத்தனை முறை சொன்னாலும் திகட்டிப் போவ தில்லையே.

“நம் அடையாள அட்டையில் ‘இ’ என்ற இனிஷியல், வேரறுக்கும் வேற்றுமைகள் தூரெடுத்து, நம் மூச்சுத்

துவாரங்களில் அடைப்பிருந்தால் அகற்றி, நம் சுவாச பரிமாணத்தை விசாலமாக்குகிறது. அது அதிரடி விஜய்யின் மகோன்னத தாக்கத்தில், தினவெடுத்த நம் தோள்களின் மேல் அழுத்திப் பதிகிறது. கார்க்கில், திராஸ் விவகாரத்தை நாட்டுக்கு நாடு நிலையிலிருந்து இறக்கி, நம் வீட்டுக்குத் நிரம்பவும் நெருங்கியதாக்கிவிட்டது. நம்மை காஷ்மீரத் தமிழர்களாய், அஸாமியத் தெலுங்கர்களாய், மகாராஷ்டிர கன்னடர்களாய் ஒருங்கிணைக்கிறது.

நம் அடலேறுகள் (உ-ம்) நடராஜ், விஜயராகவன், கிலோலானந்த், திவேதி, தனி மனிதத்துவம் கடந்து, மொழி, மதம், இனம் கலாச்சாரம் கடந்து, 'இ' என்ற இனிஷியல் மீட்கப்பட்ட காஷ்மீர மலை முகடுகளில் கொடிகட்டிப் பறக்க, தீ, கொளுந்து விட்டெரியும் போர்க்கள வேள்வியில் நரபலியாகி சுடு இரத்தம் வார்த்தனர். 'இ' என்ற இனிஷியலின் உணர்வுக் கேந்திரங்களில் வேல் பாய்ச்சுகிறது சவுராய் காலியா குழுவினரின் சித்திரவதைக் கொலை.

பறி கொடுத்த துயரத்தை விஞ்சிய பூரித்த பெருமிதத்தில் நம் தியாகத் தாய் தந்தையர், உற்றார், உறவினர், வீர வணக்கத்துக்காக குனிகிறது நம் தலை, 'இ' என்ற இனிஷியலுக்காக நெஞ்சோடு நிமிர்கிறது. நமக்கு நாமே ஒரு வேண்டுகோள் விடுத்துக் கொள்வோம். நம் அடையாள அட்டைகளை ஒன்று கோர்க்க பஞ்ச் பண்ணும்போது, நம் 'இ' என்ற இனிஷியல் துளையிடப்பட்டு பழுதாகி விடாதிருக்கட்டும்."

பழுதாதல் பழங்கதை என்றல்ல, இன்றைய கம்ப்யூட்டர் யுகத்திலும் ஒரு சிறு தவறு, பெரிய இழப்பை ஏற்படுத்தி விடுகிறது. கம்ப்யூட்டர் இணைப்பை உருவாக்கி செயற் படுத்தும் மனித மூளை, நூறு விழுக்காடு நம்பகமானது என்று சொல்ல முடியுமா? தவறு நேர்ந்தால், எல்லாம் வினைப்பயன் என்று கூறி, பழியை பாவ புண்ணியத்தின் மேல் ஏற்றி நாம் தப்பித்துக் கொள்வதுதானே நடைமுறை வாடிக்கை? அதனால் அனைத்துக்கும் 'இறங்கற்பா' பாடி விட்டு, நம்மளவில் சமாதானப்பட்டுக்கொள்ள வேண்டியதுதான்.

பஸ்சுக்கு இரண்டு வாசல், இடிபட்டு மிதிபட்டு ஏற, பதறிக் கொண்டு இறங்க. பயணிகள் நெரிசல் திணறலில், உப்புமூட்டைக் கசிவாய் மிக மிக வியர்த்து, வித வித நாற்றங்கள் வெக்கையில் மிதக்க, தொங்கியும் நின்றும் அமர்ந்தும். மூலநோய்க்காரன் மாதிரி நெளிந்துகொண்டு, கைக்குட்டையால் விசிறியவாறு பெயிண்ட் வாசனை தனக்கு அலர்ஜி என்று சொல்லிக்கொண்டு, என் பக்கத்தில் அமர்ந்திருந்த அந்நியன், ஊருக்கும் அந்நியன், முகவரிச் சீட்டொன்று காட்டி, 'எங்கே?' என், சந்து பொந்தெல்லாம் கரதலப்பாடமான நகரத்து அமைப்பு வீதிகளை நொடிப் பொழுதில் மனக்கணினியிலிட்டு அவசர விடையாய் 'இங்கேதான்' என்றேன்.

வேற்றூரான் விருட்டென்று எழ, சிலர் கால் மிதித்து 'ஸாரி' சொல்லி விரைய நடத்துனர் விசில் சமிக்ஞை முடித்திருக்க, ஓட்டுனர் நகர்த்த, இறங்கிய கணம், டயருக்கும் பூமிக்கும் இடையில் டப்பென்ற உதரம் சிதற, 'ஆ' வென்ற கடைசி ஓலம் இணைய, சற்றைக்கு நிலவிய மயான அமைதி கலைந்து, இறப்பின் குரூரம் தெற்றென உறைக்க, குய்யோ முறையோவென்று பயணிகள் அலற, இரத்த சாட்சியாய் தார்க்கருப்பில் சிகப்புத் தாரை.

இறங்கிய படிகளின் பக்கத்தகட்டுத் தடுப்பில் 'இறக்கும் வழி' என்று உலர்ந்தும் உலராத பெயிண்ட்டில் தமிழும் செத்திருந்தது. சகுனப் பிழையாய் எழுத்துப்பிழை, ப்ரேக் இல்லாத உடைசல் பஸ், எஃப்ஸி. கொடுத்த ஆர்.டி.ஓவுக்கு கையூட்டு எவ்வளவு, கூறுகெட்டுச் செத்த முண்டம், கண்டக்டர் சோமாறி, டிரைவர் கபோதி, ரோடு போட்ட எஞ்சினியர் நாறிச் சாவான் என்று அவரவர் எண்ண ஓட்டப்படி அபிப்பிராயங்கள்.

குறுகிப்போய், குற்ற உணர்வுடன் கோழைத்தனமாய் மௌனம் சாதித்த என் தவறை எவரும் சுட்டவில்லை. விலாசச் சீட்டும் பழுதுபட்ட என் மனக் கணினியும்.''

எல்லாமே ஒரு கற்பனைக் கதைபோல்தான். மிகையான தென ஒதுக்கித் தள்ளிவிடலாம். இயல்பானதென சேர்த்துக் கொள்ளவும் செய்யலாம். இப்படி விதவிதமாக கதை சொல்வது, ஒரு முழுக்கதையாகி விடுகிறதா என்ன? ஒன்றிலிருந்து மற்றொன்றுக்குத் தாவினாலும் எளிதாய் நகர்த்துவதற்கு

சக்கரம் தேவைப்படுகிறதே. சக்கர வட்டம் இல்லையேல் மனித வர்க்கம் முழுதும் செயலிழந்து போய்விடாதா? அனைத்துக்கும் ஆதாரமான வட்டத்தை நாம் புறந்தள்ளி விட்டால் பின் என்ன மிஞ்சும்? பறக்கும் தட்டில், வேற்றுக்கிரகத்திலிருந்து ஏழாமறிவு 'வட்டர்கள்' வந்து குதித்தாலும் வியப்படைவதற்கில்லை."

"பிரபஞ்ச மைதான வெளியில் கோளங்களின் முடிவில்லா விளையாட்டு. நியதி பிசகாது சஞ்சரிக்கும் வட்டங்களின் கோலாகலம். விழி வட்டம் துளைக்கும் தூரம்வரை வானம் வட்டம், சூரியன் வட்டம், சுக்கிரன் வட்டம், சந்திரன் சனி சகலமும் வட்டங்கள். அவை சுழலும் பாதைகள் சூட்சம வட்டங்கள். கனல் கொண்டு கொதிக்கும் கோப வட்டங்கள் பல. குளிர் உண்டு இறுகிய சாந்த வட்டங்களும் உள. தீ வட்டம் ஒளி சிந்த, சிந்திய ஒளி இரவல் பெற்று பொய் யொளியில் பகட்டுக் காட்டும் மேனாமினுக்கி வட்டங்கள், பந்து நிலா, முன் வட்டம் ஒளி மறித்து, முழு வட்டம், பிறை வட்டம் காட்ட, பின் வட்டம் காரிருளில் உருவிழக்கும். ஜடப்பொருளே காட்சியான வட்டங்களூடே, ஜீவன் உலாவும் பூமி வட்டம், சக்தியின் விகசிப்பில் சுழலும் வட்டம், சுழற்றும் வட்டம், சுழலவும் வட்டம், சுழற்சியால் வட்டம், வட்டத்தை வலம் வரும் வட்டங்கள். ஈர்ப்பு விசையின் விதிபிறழா கோடி கோடி அதிசய வட்டங்கள். வான வெளியெங்கும் வட்டங்களின் கோலாகலம்.

விசும்பு எனும் மஹா வட்டத்துள் ஆதவன் நெருப்பு வட்டம், பூதலம் குளிர் வட்டம், சூழ்ந்துள்ள காற்று வட்டம், சுழற்றும் புழுதிக் காற்றும் வட்டமே. சுழியில் சிக்கிய நீரும் வட்டம். ஐம்பூத வட்டங்களின் சங்கமிப்பில் அணுவும் வட்டம், அண்டமும் வட்டம். இயற்கை ஓர் எழில் வட்டம்.

பருவங்கள் மாறி மாறி வரும் காலம், நாள் மாதம் வருடமென இக்கணம் வரை ஓடிய பிறை வட்டம். கடிகார முள்ளின் தொடர் வட்டங்கள், ஜனித்து மடிய, மடிந்து ஜெனிக்க, யுக வட்டங்களாய் முடிவில்லாத கால வட்டங்கள்.

உயிரின் ஆதார கருவட்டம். வட்ட வழிமுட்டை வழி உயிர்ப்பெடுக்கும் ஜீவராசி, நீர்க்குமிழி வட்டம்போல்

உடைந்தழியும் ஆவி போக்கி வாழ்வு நிலைகள் வட்டத்தில் சலனிக்கும். சிந்தனை, மொழி, கலை, கலாச்சாரம், ஆன்மீகம், விஞ்ஞானம், நாத்திகம், ஜாதி, மதம், நிறம், சாக்காடு, டாம்பீகம், தரித்திரம், கொலை, காமம், களவு, கற்பு... மானுடத்தின் ஆதார வட்டங்கள்.

இயந்திரப் பல் வட்டங்கள், ஊர்தியின் சக்கர வட்டங்கள், ஜடத்துக்கும் தற்காலிக உயிர் கொடுக்கும். கணிதத்தின் பூஜ்ய வட்டமே, விஞ்ஞானப் புரட்சி வட்டம். சதுரம், செவ்வகம், முக்கோணம் போல் இடிக்கும் விபத்து முனைகள் இன்மையால், வடிவத்தின் அமைதி வட்டத்தில் நிறைவு பெறும். முனைகள் மழுக்கிச் செப்பனிட, பூரணத்தின் பொலிவாய் முகிழ்வன வட்டங்களே. சக்தியின் தரிசனங்கள் பரவச வட்டங்களாய் ஆனந்தக் கூத்து நடத்துகிறது. வட்டமே உருவமைப்பின் உச்சம் என்று கோஷிக்கிறது.

சிந்தனை வட்டங்கள் தெறிகெட்டு அலைய, மனம் உடல் சோர்ந்து துயில் கொள்ள, கனா உலகில் உயிர்கொண்ட கோளவட்ட அமானுஷ்யங்கள். யாரிவர் என்ற வியப்பு வினா, 'நெட்டுக் குத்தலாய் நிமிர்ந்து விட்ட நீங்கள் மனிதர்கள், வட்ட வடிவழகில் படைப்பின் முழுமை பெற்று உம் கொட்டம் அடக்க வந்த நாங்கள் ஏழறிவு வட்டர்கள்' நிதர்சன உலகில் இது நிகழவும் கூடுமோ?"

ஏழறிவு ஜீவிகள் பற்றிய கற்பனை மிகையானதுதான். அது பகுத்தறிவாளர்களின் ஆராய்ச்சிக்குரியதாகவும் இருக்கலாம். ஆனாலும் இதைப்போல் அப்பட்டமான உண்மைகள் தினம் தினம் நடந்தேறிக் கொண்டிருக்க வில்லையா அன்றாட வாழ்க்கையில் பெற்ற குழந்தையை ஈவிரக்கமின்றி குப்பைத் தொட்டியில் எறிந்துவிட்டுச் செல்லும் தாய் இல்லையா? சொந்த மகளை பலவந்தப் படுத்தும் தந்தை இல்லையா? பக்தர்களை காம இச்சைக்குத் தூண்டும் சந்யாசிகள் இல்லையா? மாதா பிதா குரு தெய்வம் - சில விதி விலக்குகள் இருக்காதா என்ன?

"என்னை விருப்பமின்றி சூல்கொண்டு, கருக்கலைக்க சாவருமென்றஞ்சி, விதி நொந்து, வீங்கிய வயிறு வெட்கி, அலுப்புடன் சுமந்து, சலிப்புடன் ஈன்று உடல் கட்டுக்

குலையுமென்று பால் மேடு மறுத்து ஆராரோ யாராரோ' பாட விடுத்து, துர்க்கைச் சொருவமோ அவள் என நடுக்க உணர்வை என்னுள் வளர்த்த இவளோ என் அன்னை?

என்னை ஆளாக்கத் தவறி பாழாக்கி, குடி கூத்தி என்றலைந்து, குடும்பம் மறந்து, 'படிடா நன்றாய்' என்றொரு அன்பு வார்த்தை பகரத் தவறி, முப்பாட்டான் காலத்து முப்பது வேலி நிலம் சீட்டாடித் தோற்று, மொத்தைக் கள்ளுண்ட மயக்கில் சொந்தம் மறுதலித்த இவனோ என் அப்பன்?

என்னை படிப்பென்றால் பழுதையோவென பயங்கொள்ள வைத்து, லஞ்சம் கொடுத்தவன் பாஸாவான் என்று தான் தோன்றி விதிமுறை வகுத்து, சீமந்தபுத்திரர்க்கு சிறப்பு இடம் எளியவர்க்குக் கடையிடம் சொந்த ஜாதி எனில் சொகுசு கவனிப்பு மற்றவர்க்கு மட்டமென்று வகுப்புக்குள் வர்க்கங்கள், பேதகம் செய்து, சத்துணவு வகை ஊழலில் சொத்து சேர்த்த இவனோ என் ஆசான்?

என்னை என் விருப்பின்றி தன் விருப்புக்குப் படைத்து, அதுவே எனது விதி என்று வகுத்து, அதை என் மீது வலுக் கட்டாயமாக சுமத்தி, நான் தொட்டதெதுவும் துலங்கா வண்ணம் பட்ட மரம் போல் பாரில் துன்ப துயரங்களெல் லாம் சுமக்க விதித்த இவனோ என் தெய்வம்?

சோதாவோ, சொட்டையோ, சொள்ளையோ, சொத்தையோ, மூதாதை சொல் மந்திரம்: மாதா பிதா, குரு, தெய்வம்."

தெய்வம், குரு, பிதா, மாதா என்று தலைமாற்றிச் சொன்னாலும் பகடைக்காய்களை உருட்டிப் போட்டு எடுத்தபடி, விழுந்த பழி விழுந்ததே. ஆனால் இயல்புக்கு மாறாய் எதுவும் நடந்துவிடவில்லை. எல்லாம் தினசரி கண்டு, கேட்டு, உணர்ந்து, பேசியவைதாம். கையகப்படுத்துதலும் இல்லை. ஒளிவு மறைவும் கிடையாது. அனைத்தும் வெட்ட வெளிச்சமே. மொத்தத்தையும் பழிக்கிற விஷம புத்தியினால் அன்று. சொற்பமான சில விதிவிலக்குகள் பற்றி மட்டுமே. அதுவும் இல்லாது போகட்டும் என்று பிரார்த்தித்துக் கொண்டு இப்படியே எழுதிக்கொண்டு போனால், இல்லாத பழியெல்லாம் என் மீது வந்து விழும்படியாகலாம் என்ற

எச்சரிக்கை உணர்வுடன் சோகத்தை விஞ்சிய சலிப்புடன் கூடிய ஒரு இரண்டும் கெட்டான் சூழ்நிலையில் விடை பெற்றுக் கொள்வதே உத்தமம்.

"சொந்தம் சுற்றம், இரும்பு மடக்கு நாற்காலிகளில், தென்னங்கீற்றுப் பந்தலின் கீழ் சோம்பிக்கிடந்த வண்ணம் - சிறுசுகள் வேகும் வெயிலில் கிளியந்தட்டாட்டம் எங்கோ ரேடியோவில் முக்காலா முக்காப்புல்லா அயலூர்க்காரர்கள் ஒண்ணுக்கு இருக்க மறைவிடம் தேடியவாறு, உள்ளறையில் அழுகை பற்றுவதும் அணைவதுமாய், கடுங்காப்பியில் ரொட்டியைத் தோய்த்து வாய் குதப்பியவாறு 'தேவடியா முண்டை குடிகாரனோடா ஓடிப் போகணும்" என்றபடி புதிதாய் திருமணமான தங்கராசு, சுகானுபவ இரவுக் கிளர்வுகளின் மோகமுள் குத்தலுடன் கால்மேல் காலாட்டிக் கொண்டு - சுள்ளி சுமந்துகொண்டு போகிற பருவதம், 'மலயாக்காரவுக போயிட்டாகுளாக்கும்' என்று தனக்குத் தானே கடைசி ஆசை என்று திணித்த புரோட்டா, கோழிக் குருமா செரிக்காத நிலையில், எரிச்சலின் விளிம்பில் நெளிந்து கொண்டு, ஆட்டோவில், இறந்தவரின் மூத்த மகன் முகம் கண்டு, பரபரப்புடன் செருப்புகளின் சிதறலுக்குள் மண்டி யடித்தவாறு டூரிங் டாக்கிசில் மணியடிக்க தொடங்கியது கடைசிப் பயணம்."

தப்பி பிறந்தவன்

துன்புறுவோர் இடர்களையும் பாங்கு என்ற வாழ்க்கையின் ஒருமித்த ஈவு, ராமலிங்கத்தைப் பொருத்தவரை அவன் உள்ளத்தில் அதிகம் வினையாண்மை பெற்று வந்தது என்றே சொல்ல வேண்டும். காரணம், பிறர் இடரை தன் இடர் என்று கூறும் அவனுடைய நெஞ்சகக் கசிவு, எளியவர் துயர் துடைக்கும் தன் பணிக்கு இடைஞ்சல்கள் ஏதேனும் குறுக்கிடினும், தன் கொள்கைத் திடம் குறையாது என தோள் தட்டும் அவனது வீராப்பு, அந்த மெய்யுணர்வுகளின் பாற்பட்ட மொத்த விழிப்பு நிலை, அவனை முழுதுமாய் தன்வசப்படுத்தியிருந்தது. அவன் கதிர்வேலை, தன் பணிக்கு உதவியாகப் பழக்கியதும் அவ்விதத்திலேயே.

துயருறுவோர் இடர் துடைக்கும் மேன்குணத்துக்கு இலக்கணம் வகுக்க ராமலிங்கத்தை அழைக்கலாம். அவ்வளவுக்கு அவன் அதில் ஒருமித்து, அளைந்து, துழாவி, கலந்து, புரண்டு எல்லாரையும் விட அதிகம் அனுபவப் பட்டவனாய் இருந்தான். அவன் நண்பன் கதிர்வேல் ஓரளவு அதற்குத் துணை நின்றான். அயலார் துன்புறும் வேளையில், அவர்தம் மீட்புக்காய், முன்னின்று பணியாற்ற வரும் துறுதுறுப்பு, அவர்களை இணை சேர்த்திருந்தது. கதிர்வேல் ஆரம்பத்தில் மிகவும் பின்தங்கி இருந்தாலும் ராமலிங்கத்தின் உணர்ச்சி வீரியம் அவனை முன்னுக்குத் தள்ளியது. போகப் போக, ராமலிங்கத்துக்கு இணை இல்லை என்றாலும் சராசரிக்கு மேற்பட்ட ஒரு ஒழுங்கிலேயே கதிர்வேல் நிலை கொண் டிருந்தான். அந்த இரு நபர் குழுவுக்கு ராமலிங்கமே தலைவனாய் இருந்தான்.

வாழ்வு நிலையின் திட்டமிடப்படாத துண்டாடல்கள் ஒவ்வொன்றும் எதற்கும் மசிபவையல்ல. துண்டு துண்டு களாய் சிதறிக்கிடக்கின்ற பிரச்சினைகள், பிரிவினைகள்

எல்லாருக்கும் பொதுவானவைகளே. தவிர்க்க முடியாதவை களும்கூட. அதை உணர்ந்திருந்ததினால் தான் ராமலிங்கமும் கதிர்வேலும் சினேகிதர்களாக நீடிக்க முடிந்தது. உச்சபட்ச கெடுமதி மற்றவர்க்கிருந்தாலும் அதை பொருட்படுத்தாமல், நேசக்கரம் நீட்டுகிற நல்லவர்கள் அவர்கள். தொண்டு செய்தலொன்றே அவர்களின் உயர் நாட்டமாய் இருந்தது. அடிமேல் அடி விழ, அசையாதிருக்கும் பாராங்கல் போல், துளையிட துளையிட, நீர்க்கசிவு காணா பாழ்வெளி நிலம் போல், இன்னும் எதுவோ வேறு வேறு சம்பந்தா சம்பந்த மில்லாத உவமைகள் போல்... அவர்கள் நட்பு வேரூன்றி இருந்தது. உவமைகள் தப்பாகலாம், அவர்களின் நட்பின் கூறு தப்பாகாது. அப்படி ஒரு வஜ்ர சேர்க்கை.

மேலும், ராமலிங்கம், கதிர்வேலின் நட்பு, நியமித்த இலக்கணத்தை மீறியது எனலாம். நல்ல ஒரு புதுக்கவிதை போல, புது வார்ப்புக்கு ஒத்துக்கொள்ளும் இயல்புடைத்தது. இசைவானவை இழுபறியாவது போலல்ல அவர்களது சிநேகம். எல்லாம் இசைவாகவே இருந்து, மனமொன்றிய பொழுதுகளில், நறுமணம் சிந்துவது. அந்த சுகந்த லாகிரியில், நட்பின் தத்துவம், இடர்ப்படா பேரானந்தத்தில் லயித்துப் போவதை இருவரும் எப்போதும் உணர்வர். உயர் இலட்சியங்கள் என்று மார்தட்டிக் கொள்பவை, தம் கூர்ப்பார்வை பறிபோய், தட்டுத் தடுமாறி திண்டாடித் திணறுவதை உணர்வுப்பூர்வமாக கண்டு அனுபவித்தவர்கள் அவர்கள். வாழ்க்கை நெடுகிலும், ஏழைபாழைகளின் துயர் ஒன்றே அவர்களின் மனதுகளை பாதித்தது. அவர்களுக்கு ஏதாவது செய்யவேண்டும் என்ற மன உந்துதல் நண்பர்களை, குறிப்பாக ராமலிங்கத்தை பிடரி பிடித்தாட்டிற்று. நல்வசமாக, இருவரும் கோடீஸ்வர குலக்கொழுந்துகள். பணத்துக்குப் பஞ்சமில்லை. பிறரிடம் கையேந்தும் அவசியமில்லை. எத்தனையையும் தாக்குப் பிடிக்கும் வற்றாத ஊற்றாய் இருந்தது அவர்களுடைய பொருளாதார பின்புலம். ஆனாலும், அவர்களைப் போல் கருணையுள்ளோர் கொடுக்கும் பண உதவியை, பொருள் உதவியை, அவற்றின் தராதரம் எண்ணிப் பார்க்காமல், மகிழ்ச்சியில் விகசித்த மனதோடு பெற்றுக் கொள்வர். தாம் தான் எல்லாம் என்ற அகந்தை அவர்களிடம் இல்லை என்பதை அது உணர்த்திற்று.

பின்பென்ன? எல்லாம் நினைத்தபடி கைகூடி வர, மனசும் உடம்பும் ஒத்துழைக்க, நெடுகிலும் எளியவர் ஏழ்மையை எள்ளும் இடைவிடா தொண்டுதான். நண்பர்கள், தம் பொழுதுகளை அதற்கென்று ஒதுக்குவதில் எந்தத் தடங்கலும் நேரா வண்ணம் இருவர் மனைவியரும் குடும்பத்தினரும் ஒத்துழைத்தது ஒரு வரப்பிரசாதம் எனலாம். ஆனாலும் சில தவிர்க்க முடியாத வேளைகளில் முணுமுணுப்புகள் எழத்தான் செய்தன. கதிர்வேல், தன் மனைவியின் பேச்சைக்கேட்டு, உல்லாசத்தைக் காரணம் சொல்லி சற்று சுணங்கினாலும் ராமலிங்கத்தால் தட்டிக் கொடுக்கப்பட்டு சேவை மனப்பான்மைக்கு திருப்பிவிடப் படுவான். கால நேரம் பாராமல், எரிச்சலூட்டும் விதமாக கதவைத் தட்டும் இந்த சேவை என்னும் சிடுமூஞ்சித் தனத் திலிருந்து தப்பித்து வெளியேறிவிடலாமா என்று கதிர்வேல் யோசிக்கிறான் என்பது ராமலிங்கத்துக்குத் தெரியாததல்ல. ஆனாலும் அப்போதெல்லாம் உற்சாக வார்த்தை சொல்லி அரவணைத்துக்கொண்டு போனான் ராமலிங்கம். அவர்கள் தொண்டுக்கு வேறு இடைஞ்சல்கள் பெரும்பாலும் யாரும் தருவதில்லை. காரணம், அவை எழுந்தாலும் சடுதியில் வீழ்வதே வழக்கமாய் இருந்தது. பொது முறைமைக்கு மாறாக அவர்களின் சூழல் அமைந்திருந்தது, ஒரு வியப்புக்குரிய விஷயமே எனினும், அதுதான் உண்மை நடப்பு என்னும்போது, வியப்பு இரு மடங்காவது தவிர்க்க முடியாததுதான். அதை ஆயிரத்தில், லட்சத்தில் ஒன்று என்று வகைப்படுத்துவதில் தவறு ஏதுமில்லை.

***

ராமலிங்கத்துக்கு இயல்பிலேயே தயாள சிந்தை, அவன் மனதுள் அடைகாத்தபடி இருந்தது. பாலகனாய் இருந்த நாட்களிலிருந்தே, பணம் ஒரு விளையாட்டுப் பொருளில்லை என்பதை அறிந்தவனாய் இருந்தான். தன் அப்பாவிடம் அது கோடிக்கணக்கில் குவிந்து கிடக்க, ஒன்றுக்கும் இரண்டுக்கு மாக அல்லாடும் பாமரரை அவரோடு ஒப்பிட்டு மனம் கசிவான். இளைஞனான பிற்பாடு, தன் வயதுக்கொத்தபடியான விவர ஞானத்தோடு, நோய்வாய்ப்படும் அவர்களை மருத்துவ மனைகளுக்கு அழைத்துச் சென்று, தக்க சிகிச்சைகளைச்

செய்ய விழைவான். அப்பா, அம்மாவுக்கு ஒரே பிள்ளை. அவர்கள் இறந்து, முழு சொத்துக்கும் அதிபதியான பின்பு ஏழைகள் மேல் கொண்டிருந்த வாஞ்சை அவனுக்கு மிகுதி யானது. தேடி வருபவர்க்கல்லாமல், தானே வலிய தேடிப் போய் காண்போருக்கும் உதவும் காருண்ய சித்தம் கூடியது. பணத்தை, எளியவர் துன்பம் தகர்க்கும் ஒரு ஆயுதமென உணர்ந்தான். ஒரு கோடீஸ்வரனுக்கு இப்படி ஒரு குணம் அமைவது அபூர்வம்தான். ராமலிங்கம் தப்பிப் பிறந்தவன் போலும். விதிவிலக்கு என்றும் சொல்லலாம். அது அவனது பிறவிப் பண்பு என்று சொல்வதும் ஏற்புடைத்ததே.

கதிர்வேல் ராமலிங்கத்தின் பள்ளித் தோழன், ராமலிங்கத் தைப் போலவே, சகோதர சகோதரிகளற்ற கோடீஸ்வர வாரிசு. அவன் பெற்றோர் வியாதிப் படுக்கையில், சொத்துக்களை மகனுக்கு உயில் எழுதி வைத்து விட்டனர். அவனுக்கு ராம லிங்கத்துடனான தோழமை, பள்ளியோடு சரி என்றில்லாமல், அதற்குப் பின்பும் தொடர்ந்தது. ராமலிங்கம், ஏழை நோயாளிகளை சந்திப்பதை ஒரு விளையாட்டு போல் பார்ப்பான் கதிர்வேல். நண்பனுக்கு உதவுவது போல் கூட ஒன்றும் செய்ய மாட்டான். அதில் உலக ஞான விவரம் பத்தாது அவனுக்கு. அவனை தன்வழிக்குக் கொண்டு வர வேண்டும் என்பது ராமலிங்கத்தின் திட்டம்.

பணம் என்பது கதிர்வேலுக்கு தூசு நிகர்த்தது. அதை தன் போக்குக்கு அனாவசியமாக செலவழித்து விரயம் செய்வான். பணத்தின் நற்பிரயோஜனம், அவன் இளைஞனான பிறகு கூட அவனுக்குத் தெரியவரவில்லை. ராமலிங்கம் கதிர் வேலுக்கு பெரும்பாடுபட்டு பலநாள் உபதேசித்து பணத்தின் மேன்மையைச் சொல்லிக் கொடுத்தான். அதை நல்ல வழியில் செலவழிப்பதெப்படி என்று பாமரரின் சோகக் கண்ணீரைச் சுட்டிக்காட்டி போதித்தான். வீண் செலவு, பணத்தை கேவலப்படுத்துவது போலாகும் என்பதைப் புரியவைத்தான். கதிர்வேல் படிப்படியாக தன் நண்பனின் உபதேசத்துக்குக் கட்டுப்பட்டு, ரூபாய்களின் நல்ல மதிப்பை பேணிக்காப்பதெப்படி என்பதைக் கற்றுக்கொண்டான். பின்பு, ஏழ்மைப்பட்டவர்கள் படும் பாட்டை நேர்முகமாகவே தன் நண்பனுக்குக் காட்டி, அவன் மனதில் ஒரு காருண்யம்

கூடிய சலனத்தை ஏற்படுத்தினான். கதிர்வேலும் அதை, உணர்ந்தும் உணராமலும் உள்வாங்கி ஜீரணித்துக் கொண்டான். கொஞ்சம் கொஞ்சமாக நண்பன் செய்யும் நோய் சார்ந்த பணிவிடைகளில் பங்கு கொள்ள ஆரம்பித்தான். தொடக்கத்தில், அருவருப்பும் குமட்டலும் அவனைப் பீடித்திருந்தது போகப் போக, கூடியமட்டும் அவை குறைந்து, தொண்டு செய்தலின் ஸ்பரிசம் அவனைத் தீண்டியது. ஏறக்குறைய தனக்குச் சமதையாக அவனை மாற்ற ராமலிங்கத்துக்கு இரண்டு வருஷங்கள் பிடித்தது. அந்த நீண்ட நெடுங்கால, நீரோட்டம் என்னும்படியான பயிற்சி, கதிர்வேலின் பழைய பண விரயம் செய்யும் போக்குகளை, ஏழ்மையை வேடிக்கைப் பார்க்கும் சிறுபிள்ளைத்தனத்தை, அடித்து நொறுங்கச் செய்துவிட்டது. சொத்துக்கள் மூலம் வருவாய் ஈட்டித் தரும் நண்பர்கள் இருவரின் பணமும் உன்னுடையது, என்னுடையது என்றில்லாமல், பொது நற்செயல்களுக்கு சத்துள்ள போஜன மாக ஆகிப்போனது.

★★★

ராமலிங்கமும் கதிர்வேலும் வசித்து வந்த அப்பேரூரில், பஞ்சைப்பராரிகள் மலிந்திருந்தனர். பிச்சை எடுப்போர், பிச்சை இடுவோருக்கு வைத்த கெடு போலும் அது. வாழ்வின் உச்சங்கள், பொலு பொலுவென சரிந்து கொட்டிய மிச்சங்கள்! ‘செயலில் இருந்தவன்தான். இன்று செயலிழந்து போனேன்’ என்ற கூப்பாடு! எவர் எக்கேடு கெட்டுப்போனாலும் தின்ன சோறு கிடைத்தால் போதும் என்பாரோடு, தினசரி பத்தோ, இருபதோ மிச்சம் பார்க்கும் பணக்காரப் பிச்சைக்காரர்கள். அவர்களுள் உடல் ஊனமுற்றோர் ஒரு பகுதி. எல்லாம் மொத்தம் ஐம்பது அறுபது பேர் தேறலாம். கூட்டமெல்லாம் இரவில் ஊர்ப் பொது சத்திரத்தில். பொதுச் சத்திரம் பிச்சைக் காரர்களின் கூடாரமாகி வெகு நாளாயிற்று. கூட்டத்தில், பிச்சை இடாதோர் பட்டியல் பேசப்படும். அலசப்படும். தக்க பரிகாரம் காண முயலப்படும். ராமலிங்கமும் கதிர்வேலும் அவர்கள் மத்தியில் பத்து நாட்களுக்கொரு முறை ஆஜர். இது தவிர இன்னும் எத்தனையோ நற்பணிகள் அவர்களுக்கு. நோயுற்றோருக்கு சிகிச்சையே பிரதான காரியம். பசி, பட்டினி எல்லாம் பிற்பாடுதான். ஆனாலும் அவையும் உரிய

வேளையில் தக்க கவனம் பெறும். ஒன்றும் ஒப்பேற்றுகிற காரியமல்ல. எல்லாம் உண்மைத்தொண்டு.

சத்திரவாசியாக ஒரு கிழவி. எண்பது எண்பத்தைந்து வயதிருக்கலாம். பிச்சை எடுக்கப் போக முடியாத முதிர் வயது. பிறர் கொண்டுவந்து கொடுத்தால் சாப்பிடுவாள். இல்லையேல் பட்டினிதான். சத்திர கடைசித் தூணருகே ஒருக்களித்துப் படுக்கை. அவளுக்கு சில நாட்களாக நல்ல காய்ச்சல். கணேசன் கொண்டுவந்து தந்ததைத் தின்றுவிட்டு, ஒவ்வாமல், குடல் வெளியே வந்து விழும்படியாக வாந்தி பண்ணினாள். பகல்வேளை. எல்லோரும் தொழிலுக்குச் சென்றிருந்தனர். சாப்பாடு கொண்டு வந்து தந்த கணேசன் திரும்பவும் வெளியே சென்று விட்டிருந்தான். கிழவி தனியே பரிதவித்துக் கிடந்தாள். திடீரென அவள் உடல் வெட்டி இழுக்கத் தொடங்கியது. கண்டு கவனிக்க, தூரத்து மேம்பாலம்வரை யாருமில்லை. பொதுவாகவே அந்தப் பக்கம் அதிக நடமாட்ட மிராது. தன் சுகவீனத்துக்குக் காரணம் அறியா வெப்பிராளத் துடன், சாவுடன் போராடிக் கொண்டிருந்தாள் கிழவி.

சில மணித்துளிகள் கழித்து, தற்செயலாய் அந்தப் பக்கம் பைக்கில் சென்றுகொண்டிருந்த யாரோ ஒருவர், சத்திரத்தில் அரவம் கேட்க, ஏதென்று எட்டிப் பார்த்தார். கிழவியைக் கண்டார். வெட்டி வெட்டி இழுத்துக் கொண்டிருந்த கிழவியின் பூஞ்சை உடல், சாக்காட்டுக்கு அருகில் இருந்தது என்பதை உணர்ந்து கொண்டார். கிழவியின் கதறல் அவர் காதுகளுக்கு எட்டவில்லை. தனக்கு ஏன் வீண் வம்பு என அலட்சியமும் பொறுப்பின்மையும் கொண்டு அவ்விடம் விட்டு அகன்று சென்றுவிட்டார். போகிற வழியில் சிலரிடம், சத்திரத்துச் சமாச்சாரத்தை ஒரு அசட்டை கலந்த மேம்பார்வைத்தனமாய் கூறியது, அவர் செய்த புண்ணியகாரியம். அதற்காக அவருக்கு நன்றி சொல்லலாம்.

செய்தி ராமலிங்கம், கதிர்வேலுக்கு எட்டியது. பதினைந்து நிமிஷத்தில் ஒரு டாக்சியில் இருவரும் சத்திரம் வந்து இறங்கினர். கிழவி மயங்கிக் கிடந்ததைக் கண்டனர். உயிர் மூச்சு மந்த கதியில் இருந்ததை யூகித்தனர். சாவுப்படுக்கை தான் என்பதில் சந்தேகமில்லை. மருத்துவமனை கொண்டு சென்று பிரயோஜனமில்லை எனத் தெரிந்தும், சிநேகிதர்கள்

பின்வாங்கவில்லை. டாக்டர் பார்த்துவிட்டு உதட்டைப் பிதுக்கினார். நாடி படுத்துக்கொண்டு போய்க் கொண்டிருப் பதைச் சொன்னார். வீண் செலவு செய்யாமல் திருப்பிக் கொண்டு போய்விட ஆலோசனை கூறினார். நண்பர்கள் அதை ஒத்துக்கொள்ளவில்லை. கடைசிவரை முயற்சிப்பதையே வற்புறுத்தினர்.

ஐ.ஸி.யு.வில் அனாதைக் கிழவி அனுமதிக்கப்பட்டாள். இல்லை, இப்போது அவள் அனாதை இல்லை. அவள் ஈமக்கிரியைகளுக்கு, அவள் புதல்வர்கள் போன்று இரண்டு இளைஞர்கள் திடீர்த்தோற்றம் கொண்டிருந்தனர். அவள் கடைசி உயிர்த்துளி, அவர்களுக்கு நன்றி நவின்றவாறே பிரிந்துசெல்லும் என்பது உறுதி. அவ்வாறான நன்றி கூறல், நண்பர்கள் வாழ்க்கையில் பலமுறை நிகழ்ந்துள்ளது என்பது குறிப்பிடத்தக்கது.

கிழவியின் உயிர், ஒரு நாள் முழுக்க தாதிகளின் பலத்த கண்காணிப்பில், மருத்துவரின் சிறப்பான சிகிச்சையில் நிலை கொண்டிருந்தது. காய்ச்சல் குறைந்துவிட்டது. நாடித்துடிப்பு சீராகிக் கொண்டிருக்கிறது என நம்பிக்கை தரும் வகையில் பேசினார் மருத்துவர். நண்பர்களுக்கு ஏக மகிழ்ச்சி. பிழைத்தெழுந்தால், ஒரு அனாதை இல்லத்தில் சேர்த்துவிடுவதென திட்டம். எண்பத்தைந்து வயதானாலும் ஒரு உயிரை சாவுக்கு காவு கொடுக்க ஒரு சிலரேனும் மனமொப் பார் தானே? அதில் இருவர் ராமலிங்கமும் கதிர்வேலுவும்.

நான்கு நாட்களாயிற்று. அதிர்ஷ்டவசமாய் உயரிய மருத்து வத்தின் விளைவால், கிழவி பூரண குணம் அடைந்து விட்டாள். ஆஸ்பத்திரியிலிருந்து கூட்டி வந்து, தங்கள் வீடுகளில் ஓரிரு நாட்கள் வைத்திருந்து விட்டு, ஒரு முதியோர் இல்லத்தில் கொண்டு போய் சேர்த்தனர் நண்பர்கள். கிழவி, இளைஞர் இருவரையும் வாயாற வாழ்த்தி, உளமாற நன்றி சொன்னாள். நண்பர்களும் அடிக்கடி சென்று கிழவியைக் கண்டு உடல் நலம் விசாரித்து வந்தனர். அவள் மேலும் ஐந்து வருஷங்கள் வரை உயிர் வாழ்ந்தாள் என்பது சினேகிதர்களுக்கு ஆறுதலான விஷயமாய் இருந்தது.

மேற்கண்ட சம்பவம் ஒரு உதாரணத்துக்குத்தான், அதுபோல் வேறு எத்தனையோ நிகழ்வுகள். ஜாதி, மதம், கோத்திரம் என்று பாராத, தூய தொண்டுள்ளங்கள் செய்த நற்கிரியைகள், விடாது ஒரு அர்ப்பணிப்பு மேவிய உள்ளத்தோடு முயன்றால், முடியாததும் முடியும் என்பதற்கு உதாரணங்கள்.

* * *

என்னதான் பணி, தொண்டு என்ற ரீதியில் மனமொப்பி அயராத உழைத்து வந்தாலும் அயர்ச்சி என்பது யாருக்குத்தான் வராது? காலத்தின் கிழிபடுகிற நாளேடுகள், மிஞ்சியதாக விட்டுச் செல்லும் நற்பண்புகளின் சொந்தங்கள் சீர்குலைகிற சாபக்கேடு நேர்வது, இயற்கைக்கு இசைவற்றது அல்ல என்று புறக்கணித்துவிட முடியுமா? இது பாவப்பட்ட மனிதப் பிறவிதானே? வருஷங்கள் உருண்டோட, கதிர்வேல் மேலும் பொறுத்துக்கொள்ள முடியாமல், தன் இயலாமையை வெளிப்படையாகவே, மனதில் உறுத்தலின்றி சொல்ல ஆரம்பித்தான். நாளடைவில் ஏற்பட்ட மனச்சோர்வு, அவனை தன் சேவையில் சுணங்க வைத்தது. எப்போதும், எங்கு பார்த்தாலும் வியாதியஸ்தர்களின் தரிசனம்தானா என்ற எரிச்சலின் வெளிப்பாடு அவன் எண்ணங்களை ஆக்கிரமித்தது. அது அவன் கொள்கை மேம்பாட்டை மாசுபடுத்தியது. எப்போதும் அழுக்குப் பிடித்த நோயாளிகளோடு மல்லுக் கட்டிக் கொண்டு, கட்டிப்புரள வேண்டியுள்ளதே என வெறுப்புக் கொண்டான். தன் மனச் சஞ்சலத்தை ராமலிங்கத் தோடு பகிர்ந்துகொண்டான். வியாதி கொண்டோரோடு பழகிப்பழகி, அந்த கசப்பான அனுபவ நோய்க்கு தான் ஆளாகி விடுவேனோ என்று பயப்படுவதாகச் சொன்னான்.

'இல்லை, அப்படி இல்லை. அனுபவம் கூடக் கூட, செய்கிற தொழிலில் ஆர்வம் கூடும். அதுதான் நியதி. நீ எதிர்மறையாய் சிந்திக்கிறாய். ஒவ்வொரு நோயாளியும் ஒவ்வொரு அனுபவம் மாதிரி. ஒன்று மற்றொன்று போல் இராது. அதுவே சுவாரஸ்யம். அதை தீர உள் வாங்கிக் கொள். எல்லா மனச் சோர்வுகளும் பின்வாங்கி ஓடும்' என்றான் ராமலிங்கம்.

கதிர்வேல், நேர்மையான உள்ளத்தோடு நண்பனின் கூற்றை பரிசோதித்தான். நோயுற்றோரோடு முன்னிலும் அதிகமாக நெருங்கிப் பழகிப்பார்த்தான். ஒருவித அழற்சி தான் அவனை ஆட்கொண்டது. ‘எல்லாம் ஒரு ஜோடனை தான். வாழ்வின் வசந்தங்கள் எவ்வளவோ உண்டு. அவற்றை விட்டுவிட்டு, நொந்து அழுகிப்போன மனித ஏழ்மையோடு என்ன அசிங்கம் பிடித்த தொடுப்பு’ என மனம் கசந்தான்.

‘என்னால் முடியவில்லை. என்னை விட்டுவிடு. என் பங்குக்குப் பணம் வேண்டுமானால் தருகிறேன். இன்னும் இன்னும் தருகிறேன். இனியாவது நான் ஒரு சுதந்திர மனுஷனாய் இருக்க விரும்புகிறேன். இந்தக் கட்டுகள் எனக்கு வேண்டாம். நான் விலகிக் கொள்கிறேன்’ என்றான் கதிர்வேல் முடிவாக.

‘ஆரம்பத்திலிருந்தே நீ இப்படித்தான். எப்போதும் தீயில் நடமாடுகிற மாதிரி வெக்கையில் நெளிந்தவாறு இருக்கிறாய். மருத்துவமனை போன்ற கட்டிடங்கள் கட்டி, தனியாக ஒரு குழு அமைத்து, பொறுப்புகளை அவர்கள் வசம் ஒப்படைத்து விடலாம் எனக்கூட நான் எண்ணியதுண்டு. ஆனால் என் பிறவி இயல்பு என்னை தடுத்தாட்கொண்டு வருகிறது. நான் உன்னைப் போல் இல்லை. வேறு வழி இல்லையெனில், நீ வேண்டுமானால் விலகிக்கொள். பணத்தேவை என்று வரும்போது உன்னை நான் அணுகுகிறேன்’ என்று கதிர் வேலுக்கு விடை கொடுத்தான் ராமலிங்கம், ஆற்றமுடியா உள்மனச் சோகத்தோடு.

நண்பனின் விலகல், ஆரம்பத்திலிருந்தே ராமலிங்கத்துக்கு ஒரு இழப்பாய்த்தான் தெரிந்தது. மனதுக்கு ஒவ்வாத காரியத்தில் அவனை ஈடுபடுத்த வற்புறுத்துவது தகாது என்பதே அவன் நோக்கமாய் இருந்தது. சில வேளை, வழக்கம்போல் வேலை களினூடே கதிர்வேலை பெயர் சொல்லி அழைப்பான். அவன் இல்லை என்று உணர்ந்ததும், சற்று தயங்கி, பின்பு தன்னை சரிபண்ணிக் கொள்வான். இப்படியாக, ராமலிங்கம் தான் கொண்டிருந்த பிரிவு ஏக்கம் வடிந்து, எல்லாம் சமனப்பட மிகச் சிரமம் மேற்கொள்ள வேண்டியிருந்தது. பத்தாண்டுகளுக்கு மேலாக தொடர்ந்து சேர்ந்து பணியாற்றி பின்பு விலகியவனுக்கு ஒரு மாற்று இல்லைதான் என்பது ராமலிங்கத்துக்குப் புரியவந்தது.

பிறர் பணியில் ஈடுபடுவதற்கு ஒரு வரையறை கிடையாது. ஆனால் அதை தணித்து செய்வது, பொதுவாக ஒரு அசாதாரண மான காரியம். அப்படிப் பழக்கப்பட்ட பின்பு, தடுமாறினால் தாங்கிக் கொள்வதற்கு ஒரு தடுப்பு வேண்டும் என்பது அவசியம். அது பலகீனத்தடுப்பாய் இருந்தாலும் பரவாயில்லை. ஏதோ ஒரு தடுப்பு இருக்கிறது என்ற நினைப்பே மனக்கொந்தளிப்பை ஆசுவாசப்படுத்திவிடும். அப்படித்தான் ஆயிற்று ராமலிங் கத்தின் நிலைமையும். கதிர்வேலை திரும்பவும் அழைத்துப் பார்க்கலாமா என யோசிக்கலானான் அவன்.

கதிர்வேலுக்கும் நிலை கொள்ளவில்லை பல ஆண்டுகள் சேவை உணர்விலேயே இருந்துவிட்டு, இப்போது சோம்பிக் கிடப்பது அவனுக்கு சிரமமாய் இருந்தது. எல்லாவற்றுக்கும் மேலாக, ராமலிங்கத்துடன் கொண்டிருந்த நட்பு முறிந்தது போல் ஆகிவிட்டதே என அதிக விசனமுற்றான். பள்ளி நாட்கள் முதல், இப்போது நாற்பத்தைந்து வயதுவரை கொண்டிருக்கிற சிநேகிதத்தின் தற்காலிக முறிவு, தெருவில் போகிற, வருகிற நாய்க்குட்டி போல்கூட நன்றி பாராட்டு வதால் இல்லை என உணர்ந்தான். எஞ்சிய காலத்தையும் நண்பனுக்கு உதவுவதி லேயே கழித்துவிடலாமா என எண்ண ஆரம்பித்தான்.

⋆⋆⋆

மேக மூட்டமற்ற நீல வானம், ஒளிக்கதிர்கள் வீசி ஜொலிக்கும் சூரியன், இரவில் பாலொளி சிந்தும் வட்ட நிலா, கண் சிமிட்டி பகட்டுக் காட்டும் நட்சத்திரங்கள், அலை ஓயாத சமுத்திரம், விண்முட்டும் மலைச்சிகரங்கள், அடர்ந்த ஒளி புகா காடுகள், மணல் கவிழ்ந்த பாலைவனம், இவற்றுக்கெல்லாம் காட்சிக்களமாக திகழும் பூமி! அவை அனைத்தும் நீடியகாலமாய் நிலைபேறு பெற்றிருக்க, அதைப் போலவே, நண்பர்கள் இருவரது மன ஓட்டங்களும் இயற்கை விதிகளுக்கேற்ப, ஒரு சகஜமான காரியமாய், இயல்பாய், நிஜமாய் மறுபடியும் சங்கமமாயின.

⋆⋆⋆

கோணல்கள்

சுந்தரம், அவன் கட்டிக் கொண்டிருந்த புது வீட்டின் வாயில் முகப்புப் பகுதியின் கிழக்கு மூலையையொட்டி, ஒரு சிறு கோணல் விழுந்திருப்பதைக் கண்டான். நேர்கோட்டில் அமைந்திருந்த சுவர், கிழக்கு முற்றத்தில், சின்ன கோணலான வளையுடன் முடிந்திருப்பதாகத் தோன்றிற்று. கட்டிடத்தின் மிக அருகிலிருந்து பார்த்து வந்தபோது, அது கண்ணுக்குத் தென்படவில்லை. வேறொரு காரணம், அவன் வீட்டின் எதிரே இருந்த காலி மனையில் அடர்ந்து வளர்ந்து கிடந்த முட் செடிகள், அவன் வீட்டை தூரத்திலிருந்து கண்ணோக்குவதற்கு இடைஞ்சலாய் இருந்ததுதான். ஆகவே அந்த முன் சுவர் கோணலை சுந்தரம் அதுவரை கவனிக்க முடியவில்லை.

வீடு கட்ட ஆரம்பித்த உடனேயே, முட்செடிகளைவெட்டி அகற்றிவிடும்படி கண்டிப்பாகச் சொல்லி, எவ்வளவோ மூர்க்கமாக மிரட்டி அதட்டிப் பார்த்தும், இல்லாவிட்டால் காலி மனையை குண்டு வைத்துத் தகர்த்து விடுவதாக சுந்தரம், பயமுறுத்திப் பார்த்தும், அதன் சொந்தக்காரர் பரமசிவம் மசிகிறவராய்க் காணோம். அதட்டிக் கேட்டு ஒன்றும் நடவாது என்று தெரிந்த பிறகு, பவ்வியமாகப் பணிந்து போய், பாம்பு அடைகிறது, எதிர்த்த சேரிக்காரர்கள் அசிங்கம் பண்ணுகிறார்கள் என்றெல்லாம் சுந்தரம் நயந்து எடுத்துச் சொன்ன பிற்பாடு, செய்யாவிட்டால் விடமாட்டான், தொந்தரவு தந்துகொண்டே இருப்பான், போக்கிரித் தடியன் அவன், என்பதை உணர்ந்து கொண்டு, பக்கத்துப் பிளாட் காரர் பரமசிவம், இரண்டு ஆட்களை விட்டு, முட்புதர்களை வெட்டி எறிந்து விட்டு, தம் நிலத்தை சீர் செய்தார். பின்பு தான், சுந்தரத்தின் வீட்டுக்கு தூரப்பார்வை கிட்டிற்று. கட்டிடத்தின் நேர்த்தியும், சிறு கோளாறும் கூட தெற்றென தெரியலுற்றன.

சுந்தரம் செவ்வைப் பண்ணப்பட்டிருந்த பக்கத்து நிலத்தில் தூர நின்று கொண்டு, தன் வீட்டின் முகப்புச் சுவர்க் கோணலைக் கண்ணுற்றபோது, மிகுந்த கோபம் அடைந்தான். கட்டிட வேலையில் ஈடுபட்டிருந்த அனைவரையும் சகட்டுமேனிக்கு திட்டித் தீர்த்தான். அவன் அதிர்ஷ்டமோ, துரதிர்ஷ்டமோ, கட்டிடச் சுவர்கள் லிண்டல் லெவல் வரை எழும்பிவிட்டன. இனி, கோணலான பகுதியில், அஸ்திவாரம் வரை தோண்டி, சுவர் வளைவை நேர் செய்வதென்பது முடியாத காரியம். அந்த எண்ணம், சுந்தரத்தின் மனதில், ஆழமான மூர்க்க வடுவை ஏற்படுத்தியது. தான் சொந்த வீடு கட்டுவதில் முடக்கிவிட்ட பணம், வீண் போயிற்றோவென மனம் நொந்து போனான்.

'அப்படி இல்லை, அதெல்லாம் அதீத கற்பனை, இப்போது ஒன்றும் மோசம் போய்விடவில்லை. சுவருக்கு மேல்பூச்சு பூசும்போது கோணலை சரி செய்து விடலாம்' என்று பொறியியல் துறை வல்லுநரான சுந்தரத்தின் பள்ளி நண்பன் கணேசன் வந்து பார்த்துவிட்டுச் சொன்னான். அது எப்படி சரியாகிவிடுமென்று சொல்லியவாறு கணேசனுடன் சண்டைக்குப் போனான் சுந்தரம். மனதுக்குள்ளிருந்து குடைகிற அவன் சொந்த இயல்பான ஆங்காரம், ஆவேசம், ஆணவம், பிடிவாதம் போன்ற கோணல்கள் மேலெழ, வெறுப்பில் முகம் சுழித்தான். அதுவே எப்போதும் அவன் மனக்கோணலின் வெளிப்பாடு. அடிக்கடி யாருடனாவது வீண் தகராறு பண்ணிக் கொண்டிருப்பது, தனித்திருக்கும் வேளைகளில் எதையாவது நினைத்து மனதுக்குள் கறுவிக்கொண்டிருப்பது என்கிற கெட்ட சுபாவியாய் இருந்தான். இதையெல்லாம் தெரிந்திருந்த கணேசன், எதுவும் பதில் சொல்லிக் கொள்ளாமல் தன்பாட்டுக்குச் சென்று விட்டான்.

கோணல்கள், உபயோகிக்கும் பொருட்களில் மட்டும் இருப்பதல்ல, அவரவர் உள்மன ஆழத்திலேயும் உண்டு என்பது வெள்ளிடைமலை. சுந்தரம் அதற்கு நல்ல உதாரணம். அவனது மனக்கோணல், அவன் புது வீட்டில் ஏற்பட்டு விட்ட சுவர்க்கோணலோடு ஒப்பிடும்போது மிக மிகப் பெரியது. எளிதில் செப்பமிடப்பட முடியாததும் கூட. ஆனால் அவன் அதை ஒரு பொருட்டாய் நினைப்பதில்லை.

பிறர் அந்தக் கோணலை சுட்டிக்காட்டி, அதைத் திருத்திக் கொள்ளும்படி கரிசனையுடன் கேட்டுக் கொண்டாலும் அதை சட்டை செய்யாதவாறு அவன் வீம்புதான் அதிகரித்து வந்தது. குறைகளை களையும் மார்க்கம் எதுவும் ஏற்பட வில்லை. அவன் தன்னுடைய அந்த மனக்கோணலின் கொடுமுடியில் ஏறி நின்று கொண்டு, குற்றம் காண்பவரை எள்ளி நகையாடியவாறு, 'தூ'வென்று தூஷணம் செய்தவாறு, பகை பெருக்கும் தோரணையில் வகையற்ற வகையில் வக்கணையாய் செயல்பட்டு வந்தான். தன் வீடு, கட்டி முடிக்கப்பட்ட பின்பு, அது மற்றவர்களின் வீடுகளை விட அதிகம் தனித்துத் துலங்க வேண்டும் என்பது அவன் ஆசை, அதற்கு யாரையும் அடித்து நொறுக்கவும் எவர் மனதையும் புண்படுத்தவும் தயார் என்று ஒரு பிடிவாதமான சவால் அவன் துர்குணர்வுகளை உந்தித் தள்ளிற்று. பின்பு அவனுடைய அந்த கோணல் புத்தி, அது நடைமுறைப் படுத்த முடியாத ஒன்று என்பதுணர்ந்து, மட்டுப்பட்டு என்ன விலை கொடுக்கவும் தயார்' என்ற ரீதியில் பணிந்து போயிற்று.

சுந்தரம் வீடு கட்டுவதின் அவசியம் யாருக்கும் புலப்பட வில்லை. ஏனெனில், அவனுக்கு ஏற்கெனவே பரம்பரை வீடுகள் நான்கு இருந்தன. நான்கும் அரண்மனை போன்றவை. அவனுடைய முப்பாட்டன், அக்காலத்து அரசன் ஆட்சியில் பெரும் பதவியில் இருக்கும்போது சம்பாதித்தவை. ஒன்றில் சுந்தரம் குடும்பத்தினர் குடியிருந்தனர். மற்றவை மூன்றையும் வாடகைக்கு விட்டிருந்தனர். மந்திரி வாரிசு என்றாலும் இப்போது சுமாரான வசதி படைத்தவன்தான் சுந்தரம். அப்படியிருக்க, சொந்தத்தில் உள்ள நான்கு மாளிகைகள் போதாதென்று, தற்பொழுது குறுகிய ஐந்து சென்ட் நிலத்தில் சின்னதாகக் கட்டிக்கொண்டிருக்கிற புது வீடு ஒன்று வேறு. ஏன் இந்தப் பேராசை என்று சர்வேஸ்வரன் தான் வந்து சொல்ல வேண்டும். சுந்தரத்தின் கோணல் புத்தி துறுத்திக்கொண்டு இருந்த காரியங்களில் அதுவும் ஒன்று.

'உன் வீட்டுச் சுவரின் இந்த கோணல், எல்லார் கண்களையும் உறுத்துகிறது. திருஷ்டிக்கழிப்போ இது? எதுவானாலும் என்னவானாலும் சீக்கிரம் இதை சரி செய்து விடு. அதுவே நல்லது. இந்த கோணல் பற்றி ஊராரிடம் நல்ல அபிப்பிராயம்

இல்லை. வீடு கட்டி முடித்து, நீ இதில் குடியேறப் போவதாய் இருந்தால், அதைப்பற்றி நீ நன்றாகச் சிந்தித்துக் கொள். உன் மனக் கோணலுக்கு இந்த சுவர்க் கோணல் ஒத்துப் போகலாம்தான். ஆனால், சாஸ்திர சம்பிரதாயம் என்று ஒன்று உண்டல்லவா, அதற்கு இது முரண்பாடுடையது என்று தோன்றுகிறது. ஆகவே, செய்வதை யோசித்துச் செய். என்னைக் கேட்டால் நீ இதில் குடியேறாதிருப்பதே உனக்கும் உன் குடும்பத்துக்கும் நல்லது என்பேன் என்று ஒரு நாள் சுந்தரத்திடம் சொன்னார் எதிரே இருந்த காலி மனைக்கு உரிமையாளர் பரமசிவம். அவர் தன் நிலத்திலிருந்த முட்செடிகளை அப்புறப்படுத்திய பின்பு, அடிக்கடி அங்கே வந்து போவது வழக்கம். சுந்தரத்திடம் அவ்வப்போது பேசிக் கொள்வார். தானும் தன் பிளாட்டில் வீடு கட்டவேண்டும் என்ற முனைப்பில் இருந்துவந்தார் அவர்.

பரமசிவம் கூறியது சுந்தரத்துக்கு குதர்க்கமாய்த் தெரிந்தது. அதற்கு அவன் வழக்கம்போல் காட்டமாக, ரோஷத்தோடு, அடாவடித்தனமாக பதில் சொன்னான். 'என்ன ஓய், உம் தலைக்கு கிறுக்கு ஏறி விட்டதா? ஒரேயடியாய் ஏடாகூடமாகப் பேசுகிறீர்? ஒரு நீளமான பிரசங்கம் போல நீட்டி முழங்குகிறீரே? உம்மிடம் யாரும் அபிப்பிராயம் கேட்டார்களா? நீராக முந்திரிக்கொட்டை போல் துறுத்திக்கொண்டு நிற்கிறீரே? உம் தத்துப்பித்து உபதேசமெல்லாம் யாருக்கு வேண்டும்? உம்பாட்டைப் பார்த்துக்கொண்டு போக வேண்டியதுதானே? என் விஷயத்தில் உம்மை யார் தலையிடச் சொன்னது? எனக்கு மனக்கோணல் இருப்பதாக நீரே கற்பனை பண்ணிக்கொண்டு உளறுகிறேரே? என் துருத்தியை ஊதிக்கொள்ள எனக்குத் தெரியும். நீர் தேவையில்லை. நானும் மனை சாஸ்திரம் தெரிந்தவன்தான். இந்த சுவர்க் கோணல் நல்லதுக்குத்தான் என்பதை நான் கணித்துள்ளேன். ஊராருக்கு என்மேல் ஏன் இவ்வளவு திடீர் அக்கறை? நான் என்ன இளிச்சவாயனா? இந்த என் புது வீட்டில் குடியேறுவதும் குடியேறாததும் என் சொந்த விஷயம். வேறு பயல்கள் யாரும் இதில் தலையிடத் தேவையில்லை என்று ஆவேசத்துடன் பொரிந்து தள்ளினான்.

பரமசிவம் அவமானம் அடைந்தவர் போல் உணர்ந்தார். தான் அக்கறையுடன், வெகுளித்தனமாகக் கேட்டதற்கு இப்படி ஒரு பதிலா என்று மனம் கொதித்தார். அவருடைய உணர்வுகளைக் கவனிக்காத சுந்தரமோ, இந்த விஷயத்தில் தன் சமத்காரம் பலித்து விட்டதாக எண்ணிக்கொண்டு தன்னையே மெச்சியபடி இருந்த வேளையில், சரியான பதிலடி கொடுத்தார் பரமசிவம்.

‘ஏய், சுந்தரம், என்ன ஒரேயடியாய் காட்டான் மாதிரி துள்ளிக் குதிக்கிறாய்? உனக்கு நல்லது சொல்ல வந்தால் தலைக்குமேல் எகிறுகிறாயே? உன் வண்டவாளம் தெரியாதா எனக்கு? சொந்தத்தில் நாலு வீடுகள் வைத்துக் கொண்டு, கொசுறு மாதிரி இது என்ன நோஞ்சான் வீடு? பேராசைதானே உனக்கு? அதற்குக் கிடைத்த தண்டனை தான் இந்த சுவர்க்கோணல். நன்றாய் அனுபவி. இது உன் ஆணவத்துக்கு கடவுள் கொடுத்த தண்டனை. இந்தக் கோணல் ஒன்றும் சாதாரணமானது என்று நினைக்காதே. இது உன் மனக் கோணலுக்கு ஏற்றதாய்ப் பாடப்பட்ட டமாரப்பாட்டு. நன்றாய் தாளம் போட்டு ரசி. இந்தக் கோணலால் உன் குலமே நசிந்து போகும் என்பதை உணராத அடி முட்டாளே! என்னைப் பகைத்துக் கொண்டாய் அல்லவா? இனி உன் நிம்மதி கெட்டுப்போகும். என் சாபம் உன்னைச் சும்மா விடாது. பொறுத்திருந்து பார். என்று பலவாறாய் விளாசித் தள்ளினார் பரமசிவம்.

சுந்தரம் அந்த சண்டமாருதத்தை எதிர்பார்க்கவில்லை. தன் பழக்கப்படி பின்பு பணிந்து கூனிக் குறுகிப் போனான். மிகப் பவ்வியமாக, ‘என்ன அண்ணே, கோபித்துக் கொள் கிறீர்கள், அப்படி என்ன சொல்லிவிட்டேன் பெரிதாக? எல்லாம் ஒரு உரிமையோடுதான். உங்கள் மனதை புண் படுத்தும் நோக்கமில்லை எனக்கு. நீங்கள்தான் தப்பாய் எடுத்துக் கொண்டீர்கள். எதுவானாலும் போகட்டும். இனி நான் அவ்வாறு பேச மாட்டேன். என்னை நம்புங்கள் என்று நயந்து பேசி தாஜா பண்ணினான் சுந்தரம். அவன் எப்போதும் இப்படித்தான். முதலில் ஆணவத்தோடு உச்சுக் கொம்பு ஏறுவது, பின்பு அது சரி வராவிட்டால், தொபுக்கடீர் என்று பணிந்து அடி சாய்ந்து கீழே விழுவது. தான்றோன்றித்

தனத்துக்குப் பின், நேர் எதிரிடையாய் பணிந்து போகிற காரியம். சுந்தரத்தின் மனக்கோணலின் எதிர்முகச் சரிவுநிலை போலும். ஆனால் அவன் உள்ளுக்குள் ஆங்காரமும் பொறாமைப் பிசுபிசுப்பும் சூடு தணியாமல், வெம்பிக் காய்ந்து சினந்த வாறேதான் இருக்கும். அதன்படியேதான் இப்போதும் பரமசிவத்திடம் நடந்துகொண்டான் அவன். பரமசிவம் அவனை கேலி செய்து சிரித்தவாறே இடத்தைக் காலி பண்ணினார். இனி ஒருக்காலமும் அவரோடு சகவாசம் இல்லை என்று உள்ளுக்குள் கறுவிக் கொண்டான் சுந்தரம்.

சுந்தரத்தின் வீடு வளர்ந்து கொண்டிருந்தது. கூரை அளவுக்கு செங்கற்கட்டு எழும்பிவிட்டது. தினம் தினம் வந்து பார்க்கும் போது, வீட்டின் கீழ்மூலை சுவர்க் கோணல்தான் முதலில் கண்ணில் பட்டு, சுந்தரத்தின் மனசை திக் திக்க வைத்தது. சரி பண்ணிவிடலாம் என்று கணேசன் கூறியது எவ்வளவு தூரம் பலிக்கும் என்ற ஆதங்கம், சுந்தரத்தின் மன மைதானத்தில், வெற்றியா, தோல்வியா எனத் தெரியாத விளையாட்டுபோல் ஒரு பரபரப்பை உண்டாக்கிற்று. தோல்விக்கான அறிகுறிகளே மிகுந்து காணப்படுவதாக அவன் சந்தேக மனம் கற்பனை செய்து கொண்டிருந்தது. கூடவே, அந்த ஆவலும் கவலையும் கொண்ட தேக்க நிலை அவன் மனக் கோணலை மிகுதி யாக்கிற்று. எதிர்பார்ப்பு, சண்டைக்கோழி போல அலகு தூக்கி ஜெயிக்க வேண்டுமென்ற வீராப்பு மேலெழ, இறக்கை விரித்து, அடித்துப் போராடிற்று. ஊரார் கண்ணுக்கு பாடம் கற்பிக்க வேண்டும். என்றுதான் ஒரு மிருக வெறி அவன் மனக் கோணலுக்கு தீனியாயிற்று. குணக்கேடுகள் மலிந்த அவனது உள்ளத்தில் தீப்பற்றி எரிந்தது 'தான்' என்ற அகந்தை.

ஏழும் ஏழும் பதிநான்குதான் என்று தெளிவாகத் தெரிந்த பின்பும், குண்டுச் சட்டிக்குள் விடாது குதிரை ஓட்டிக்கொண்டே யிருப்பது என்ன ஞானம்? அதன் எதிரொலியாய், 'வெளியே வரவா, வெளியே வரவா?' எனக் கதறிக்கேட்ட, குண்டுச் சட்டிக்குள் ஓட்டிய குதிரையினுடையது போன்ற சுந்தரத்தின் மனக்கோணலின் கூறுகள் ஆங்காரித்து அலறின. 'நீ என்ன, ஊர்ப்பொதுப்பணத்தில் பைசா சுத்தமாக பொதுக் கட்டிடங்களைச் சுற்றி மதிற்சுவரா கட்டிக் கொண்டிருக் கிறாய், கோணலோ கோணல் என்று கூப்பாடு போடுவதற்கு?

வெறும் வீட்டுச் சுவர்தானே?' என்று நியாயம் பேச வந்த பாமரத்தனமான வெளியாட்களை மிரட்டின அவனது ராட்சஷக் கோணலின் பிளவுண்ட துண்டுகள். 'தேங்கிக் கிடப்பதற்கு மட்டுமல்ல நீர், மேடு பள்ளம் பார்த்து ஓடி உருண்டோடுவதற்கும்தான்' என்ற பெளதிகசூத்திரம் நிலைநாட்ட முயன்று, கோணல் பற்றிய தம் கோட்பாட்டை அறிவார்ந்த உண்மையின் நிலைபேறு நிறுவும் ஸ்தாபனம் என நிரூபிக்கும் வகையில் சுற்றறிக்கை விட்டன சுந்தரத்தின் கங்கை கொட்டும் மனக்கோணலின் ஐதீக மிச்சங்கள். இவற்றிற்கெல்லாம் சுந்தரம் இளகிவிடவில்லை. 'புரியாத சொற்கோவையில், அர்த்த பூஜ்யமான இது என்ன மூளை பிசகிய பிதற்றல்' என்று ஒதுக்கி விடவும் இல்லை. தன் மனக்கோணல் தனத்தின் ஆக்ரோஷம் மிகுபட, சுவர்க் கோணல் பற்றிய தன்மானப் பிரச்சினையின் உச்சியிலேறி நர்த்தனமாடிக் கொண்டிருந்தான் அவன். காலம் கனியக் காத்திருந்தான்.

அநேகமாக, கட்டிடத்தின் எல்லா உள் வேலைகளும் முடிவுபெற்றுவிட்டன. சிமெண்ட் சாந்து கலந்து, செங்கல் சுவர்களின் மேற்பூச்சாய் அப்பி, வேலையை பூர்த்தி செய்ய வேண்டியதுதான் பாக்கி. முதலில், கோணல் தென்படும் முகப்புச் சுவரின் கிழக்குப் பாகத்தை பூசி முடிக்க உத்தேசித்தான் சுந்தரம். அதன்படி செய்ய, கணேசனை மேற்பார்வையிடுவதற்கு வரச் சொன்னான். கணேசனுக்கு, அவன் எடுத்துச் செய்து வரும் வேறு கட்டிட வேலைகள் தலைக்கு மேல் கிடந்தன. மேலும், சுந்தரம், எதற்கும், எப்போதும் யாரையாவது கோபித்துக் கொண்டிருக்கும் ஆசாமி என்பதை நேரிலேயே, தன் சொந்த அனுபவத்தில் கண்டிருந்தான். ஆனாலும், வாலிபப்பருவம் முதலே நண்பன் என்ற வகையில், வேண்டப்பட்டவனாய்ப் போய் விட்டதால், வரச் சம்மதித்தான் அவன்.

இந்நிலையில், 'உன் சொந்த, அத்தியந்த மனக்கோணலை சரி செய்வது எப்போது?' என கேள்வி எழுப்பிற்று சுந்தரத்தின் அந்தராத்மா. சுந்தரம், இப்படி ஒரு அதிர்வேட்டு வினாவை எதிர்பார்க்கவே இல்லை. அதுவும் தன் சொந்த மனச்சான்றிடமிருந்து. இது என்ன புதுக்குழப்பம் என

மறுகினான். 'என் பிரத்தியேக, அந்தரங்க காரியத்தை, எனது சரி பண்ண முடியாத சுபாவம் என்கிற பலகீன அம்சத்தோடு இணைத்துப் பார்த்தல் சரியல்ல. என் செயற்பாடுகளுக்கும் அதற்கும் சம்பந்தமில்லை என்பதே என் பதில். அதில் உண்மை இருக்கிறதோ இல்லையோ என் புத்தி நேர்ப் பாதையில்தான் செல்கிறது என்று நான் நம்புகிறேன். நீ நினைக்கிறது போல் அதில் கோணல் ஒன்றுமில்லை. எல்லாம் வெளிப்படைதான் என்று தனக்குத்தானே சொல்லிக்கொண்டு, தன் அந்தராத்மாவை சமாதானப்படுத்த முயன்றான் சுந்தரம். தன் சொந்த ஆத்மா, தன்னிடமே கேள்வி கேட்கும் விசித்திர சூழல் அவனை சினம் கொள்ள வைத்தது. அதற்குப் பதில் சொல்லியாக வேண்டிய கட்டாயம் ஏற்பட்டதற்கும் மனம் சலித்துக் கொண்டான். எல்லாம் விதியின் விளையாட்டுத்தான் என்று தனக்குத்தானே சொல்லிக்கொண்டான்.

திட்டமிட்டதற்கு நான்கு நாட்கள் கழித்து, ஒரு வழியாய் சுவர்களின் வெளிப்பூச்சு வேலை தொடங்கிற்று. நான்கு நாட்கள் தாமதம், நான்கு மாத தாமதமாகத் தெரிய, பதறிக் கொண்டிருந்தான் சுந்தரம். அவன் மனக்கோணல் அவ்வாறாகக் கருதச் சொல்லி அவனைப் பயமுறுத்தியது. எப்படியோ வேலை ஆரம்பமாக, முகப்புச் சுவர்களுக்கு சற்று அதிக சிமெண்ட் சேர்த்து, கலவை தயாரிக்கச் சொன்னான் கணேசன். அவ்விதமே செய்யப்பட்டது. சாந்து பூசி முடிக்க இரவு ஏழுமணியாயிற்று. மறு நாளிலிருந்து, குறைந்தது ஒரு வாரத்துக்கு தண்ணீர் ஊற்றி, மேற்பூச்சு செய்யப்பட்ட பாகத்தை க்யூரிங் பண்ணச் சொன்னான் கணேசன். சுந்தரமும், அப்படியே செய்ய, கட்டிட வேலை யாட்களுக்கு உத்தரவிட்டான். மேற்பூச்சு செய்யப்பட்ட பிறகு, சுவரின் கோணல் வெளிக்குத் தெரியாமல் மறைக்கப் பட்டு, சரியாகிவிட்டது கண்டு நிம்மதி அடைந்தான் சுந்தரம். ஆனாலும், அதை மேற்பார்வையிட்டு செய்து தந்த கணேசனை, கண்டும் காணாதவாறு இருந்துவிட்டான். எல்லா கண்ணூறுகளும் மண்ணைக் கவ்விவிட்டன என்று ஆர்ப்பரித்தான் அவன். கணேசனுக்கு 'ச்சீ, இவ்வளவு தானா?' என ஆகிவிட்டது. சுந்தரத்தின் தலைக்கனத்தை எண்ணி வேதனைப்பட்டவாறு அகன்று சென்றான் அவன்.

பத்து நாட்கள் கழிந்தன. கட்டிடத்தில், சுவர்க்கோணல் இருந்த இடத்தை பார்வையிட்ட சுந்தரம் திடுக்கிட்டான். அந்த குறிப்பிட்ட பகுதியில், சுவரில் கீழிருந்து மேல் வரை, செங்குத்தாக ஒரு மெல்லியதான கீறல் உண்டாகியிருந்தது. அது நாளடைவில் பெரிதாகி, கட்டிடத்தின் ஸ்திரத்தன்மையைப் பாதிக்குமா, இல்லையா என்ற கேள்விக்கு உடனடி பதில் வேண்டுமெனில், சுந்தரத்தினுடைய மனக்கோணலின் விஸ்தார பரிமாணத்தைத்தான் கேட்க வேண்டும். சடுதி பதில் தேவையில்லை, போகப் போக தெரிந்து கொண்டால் போதுமெனில், அதை காலத்தின் கையில் ஒப்படைத்து விடுவதே சரியானது. அதற்கு ஊடே, அவ்வப்போது செப்பனிடும் பணியையும் மேற்கொண்டவாறு இருப்பது சிலாக்கியமானது ஆகும். கணேசனைத் திட்டியவாறு, உள்ளூர்க்குள்ளேயே கறுவிக்கொண்டிருக்கிற கோணல் புத்திச் சுந்தரம், இதைத் தீர்க்கமாக அறியக் கடவானாக.

சுயத்தை துரோகித்தல்

பரந்தாமன், அவனது பிறவி சுபாவதோஷப்படி, மன பயத்தில் குலை நடுக்கம் கொண்டு மிரள்வது, 'ஹெட் மாஸ்டரை நீ உடனே போய்ப் பார்க்கணுமாம்' என்பது போன்ற சாதாரணமான நடைமுறை உத்தரவை செவியுற்ற மாத்திரத்திலேயே கூடத்தான். அது அவனது இளமைக்கால பள்ளி மற்றும் வீட்டுச் சூழலின் போதே அவனை அதி பயங்கரமாக பாதிப்புக்குள்ளாக்கிற்று. போலீஸ், சோல்ஜர், கோர்ட், ராணுவம், காவல்நிலையம், செக்போஸ்ட் முதலான வெறும் வார்த்தைகள்கூட, அவனை கிலி கொள்ளச் செய்து விடும். அத்தகைய கோழை ரகத்தைச் சேர்ந்த பரிதாபத்துக் குரிய சிறுவனாய் இருந்தான் அவன். அவனது மனதுக்குள் சதா சலித்தவாறு இருக்கும் காரணமற்ற அச்சத்தின் ஆணி வேர் நிலைகொண்ட அன்றாட நிகழ்வு அது.

பரந்தாமனின் தந்தை ராகவனும் தாய் கீதாவும் மாணவர்கள் பயிலும் ஒரு பள்ளியில் ஆசிரியர், ஆசிரியை ஆவர். கண்டிப்புக்கு பேர் போனவர்கள். மாணவர்கள், அவர்கள் பால் கொண்டிருந்த பயம், மரியாதை என்ற அச்சாணியாய் அமைந்து, ஒட்டுமொத்த நல்லொழுக்கமே அவர்கள் செலுத்திய கல்வி வாகனத்தின் வெற்றி இலக்காய் ஆனது. அவர்கள், தம் மகன் பரந்தாமனை, எப்போதும் தங்களுடைய நேரடி கண்காணிப்பிலேயே வைத்திருக்க வேண்டும் என்பதற்காக, தாங்கள் வேலை பார்க்கும் பள்ளி யிலேயே அவன் கல்வி பயிலும்படி ஏற்பாடு செய்திருந்தனர். குருட்டாம்போக்கில் அவர்களுக்கு ஒரே பள்ளியில் வேலை அமைந்தது, விதியின் சாதக பாதகங்களின் கூட்டுக் கலவையாய், நல்லதோ, கெட்டதோ அனுபவித்தே தீர வேண்டிய கட்டாயமாய் இருந்தது. இருவரும் சொல்லி வைத்தது போல், மாணாக்கரிடம் அதிக கண்டிப்புள்ளவர்

களாய் நடந்து கொண்டனர் என்பது, அவர்களின் தனித்தனி இயல்பு சார்ந்த பங்களிப்புகள் ஒத்துப்போன கோட்பாட்டு நிலைப்பாட்டினாலேயேயன்றி வேறெதுவுமில்லை. ஆனாலும், அவர்கள் வீட்டில் தனித்திருக்கும்போது, ஒருவருக்கொருவர் தம் தம் எண்ணங்களைப் பகிர்ந்து கொண்டு, ஓர் ஒத்த கருத்தில் தம்மை நிலைப்படுத்திக் கொள்வதாலும்தான். இப்படி, கண்டிப்பும் தைரியமும் கொண்ட தங்கள் சுபாவம், தம் மகனுக்கு ஏன் வாய்க்காது போயிற்று. ஏன் அவன் ஒரு கோழையாய்ப் பிறந்தான் என்பவை பற்றிய கேள்வியும் கவலையும் தினம் தினம் அவர்களை வாட்டி வந்தது.

அப்பா, அம்மா என்றால் பாசமே மேலெழ வேண்டும் அதுதான் இயற்கை. ஆனால், பாசத்தைவிட பயத்தையே அதிகம் வெளிக்காட்டும் பாவப்பட்ட கோழை வகையறா பரந்தாமன். அதோடு, கண்டிப்பு அதிகமுள்ள பெற்றோர் என்பதால் கூடுதல் அச்சம். அப்பா, அம்மாவின் தேவைக்கு அதிகமானதாய் அவனுக்குத் தோன்றும் கண்டிப்பு, வீட்டில், வீட்டை விட்டால் பள்ளியில் என்று அவனை ஒரு பயப் பிராந்தியின் அடிவருடியாக்கியிருந்தது. கட்டுப்பாடு மீறி எழும் இடைவிடாத 'திக் திக்' என்ற மன நடுக்கத்தின் ஓங்கிய குரலுக்கு அடிமையாகி, உடன் பயிலும் சக மாணவர் களுடன்கூட நட்புகொண்டு பேசிப்பழக பயந்து ஒதுங்கும் கூச்ச சுபாவம் கொண்ட, இரக்கத்துக்குரிய எளிய சிறுவன் அவன். எதையும் யாரிடமும் வாய்விட்டுப் பேச, கேட்க தைரிய மற்றவனாய் இருந்தான். வெறும் வசவு மட்டும் என்றில் லாமல், அவன் கோழைமைச் செயல்களை சகித்துக்கொள்ள முடியாமல் போய்விடுகிற சிற்சில வேளைகளில் அடியும் உதையும் சேரும்போது, பரந்தாமன் போன்ற பயத்தின் சொரூபமான எந்த இளைஞனும், உள்ளார்ந்த உணர்வு புண்பட்டு மழுங்கிப்போய் மன வெறிச்சோடலின் காட்சிப் பிம்பம் போல் தோற்றம் கொள்வானோ என்றுதான் கணிக்க வேண்டியுள்ளது. சொல்லப்போனால், அடி உதைக்குப் பயப்படுவது என்பதுகூட ஒரு காரணமல்ல, மற்ற ஆசிரியர்களின் தாராள கடுமையில்லாத சிந்தைகூட அவனது பயத்தை அகற்ற உதவுவதாய் இல்லை. அவன் பயமெல்லாம் கண்டிப்பின் பாற்பட்டதாய் மட்டும் அல்ல. உள்ளத்தின்

அகோர, இயல்பில் தன்போக்குக்கு அழிச்சாட்டியம் பண்ணி ஊறிய சஞ்சலத்தின் பாற்பட்டதாகவும் இருந்ததுபோலும். மேலும், சபைக்கூச்சமும் அவனை குரூரமாய்த் தாக்கி வந்தது. அதற்கும் அவன் மன அலைவுதான் காரணமாய் இருக்க வேண்டும். இப்படி, ஒரு கணிப்பிலும் சேர்த்தி இல்லாதபடி, பரந்தாமனின் பயம் பொதிந்த நடுக்க சுபாவத்துக்கு, வேறு வேறு முகாந்தரங்களை அடுக்கிக் கொண்டே போவது, அவனது தலைவிதியேயன்றி, போதாத காலமேயன்றி மற்ற என்ன விவரம் சொல்ல?

நரம்புகள் தளர்ச்சியுற்று நடுநடுங்கச் செய்யும் பெரும் பயத்தின் கூரிய வெளிப்பாடு, மனதின் அதிசோர்வு நிலை, காரணமற்ற நாணத்தின் தீவிரப்போக்கு, அரங்க மேடை ஏற தொடை நடுக்கம், சிநேகம் என்று யாரையும் சுட்டாத மனஇறுக்கம் போன்றவை அவனை தனிமைப்படுத்தி, இளக்காரத்துக்கு ஆளாக்கிற்று. அதனால், தினம் தினம் அவன் அனுபவித்து வரும் மன உபாதை சொல் கடந்தது. ஆனால், அவை எல்லாம் அவன் படிப்பு விஷயத்தில் குறுக் கிடாமல், அவனை ஒரு புத்திக்கூர்மை கொண்டவனாய் விட்டு வைத்திருந்தது என்பது ஒரு மகிழ்ச்சிகரமான செய்தியே. ஆசிரியர்கள் அதில் அவனை ஊக்கப்படுத்தி வந்தார்கள். கெடுதியில் நல்லதும் அமைகிற அந்த விதியின் விளையாட்டு விநோதமானதெனினும் ஒரு ஒழுங்கு நிலையில் ஒத்துப்போனது பரந்தாமனுக்கு, அவன் சுபாவத்தை மீறிய நல்ல அம்சமே.

பரந்தாமனின் தந்தை ராகவனும் தாய் கீதாவும் தமது சக ஆசிரியர், ஆசிரியைகளிடம் தம் மகனின் அச்சம் மேலோங்கிய பயந்த சுபாவம், சபைக் கூச்சம் பற்றிக் கூறி அதிக வருத்தம் கொண்டு வந்தனர். அதைப் போக்க தாம் எவ்வளவோ முயன்றும் முடியாது தோல்வியுற்று வருவதைச் சொல்லி ஆதங்கப்பட்டனர். அவர்களாவது அவனிடம் எப்போதும் அவன் மனம் புண்படாதவாறு நடந்து கொள்ள வேண்டுமென கேட்டுக் கொண்டனர். அவன் பயத்தைப் போக்க என்ன செய்யலாமென்று ஆலோசனை சொல்லுமாறு அவர்களைக் கோரிய வண்ணம் இருந்தனர். அவர்கள் வகுப்பில் மாணவர்களிடம் கடுமை

யில்லாதபடி நடந்து வருவதால், அது அவர்களால் சாத்தியப் படலாம் என்றனர். சக ஆசிரியர், ஆசிரியைகள் தாங்கள் அவ்வாறுதான் முயற்சி செய்துகொண்டு வருவதாகவும் ஆனால் பரந்தாமனின் போக்கு தங்களுக்கு புரிபடவில்லை. அவனது மனப்பயம் அன்பான வார்த்தைகளுக்குக்கூட கட்டுப்படுவதில்லை என்றனர். இன்னும் தாங்கள் அவனை அதிக அக்கறையோடு கண்காணித்து, அவன் சுபாவத்தில் ஏற்பட்டுள்ள அந்த கரும்புள்ளியை அகற்ற முயல ஆவன செய்யப்போவதாக வாக்களித்தனர்.

பரந்தாமனின் பெற்றோரோ, மாணாக்கரிடம் கண்டிப்புக் காட்டுவதில் ஊறிப் போனவர்கள். மற்றவர்களிடம் கண்டிப்பாய் நடந்து கொண்டிருந்துவிட்டு, தம் மகனிடம் மட்டும் கனிவு காட்டுதல் ஏறுக்கு மாறான செயல் என எண்ணினர். பரந்தாமனால் எப்படி அவன் சுபாவத்தை மாற்றிக் கொள்ள முயற்சி செய்யக்கூட முடியவில்லையோ, அதுபோல்தான் தாங்களும் என்பது அவர்களுக்குப் புரிந்திருந்தது. கோழைமை பரந்தாமனின் பிறவிக் குணம். அதைச் சரி பண்ண வளைத்தால், ஒரேயடியாக ஒடிந்துபோய் சங்கடத்தை ஏற்படுத்திவிடுமோ என்ற வகையைச் சேர்ந்தது என்பதாக யூகித்து, அவன் பேரில் அதிக கவனமும் எச்சரிக்கையும் கொண்டிருந்தனர்.

பள்ளியில், பலரிடமும் பழக வேண்டிய நெருக்கடி. சரி, வீட்டிலாவது பரந்தாமனிடம் பக்குவமாக அவன் பெற்றோர் நடந்து கொள்ளலாமென்றால், அதற்கும் அவன் ஒத்து வருவதில்லை. தன் தாய் தந்தையரின் பரிவும் பாசமும் வஞ்சகமானது, அவர்கள்தான், தன் பயத்துக்கு காரணகர்த் தாக்கள், தன்னைப் பெற்றெடுத்த பாவத்துக்கு பதில் சொல்ல வேண்டியவர்கள் என்பது போன்ற எண்ணக் கோவையே தம் மகனுள்ளத்தை ஆக்கிரமித்துள்ளதோ, அவன் பயத்தைப் போக்க முயற்சி எடுப்பது எதிர்மறை விளைவை ஏற்படுத்தி விடுமோ என்றெல்லாம் அஞ்சி வாளாயிருந்தனர். ஆனால், பள்ளியைப்போல் வீட்டிலும் அவன் எப்போதும் பயத்தில் அரண்டுபோய் மிரண்டு விழித்தவாறு இருப்பதைப் பார்த்து, சில வேளை அவன்பால் வெறுப்பும் கடுஞ்சினமும் எழுவதுண்டு அவன் தந்தைக்கு. அப்போதெல்லாம், கட்டுப்

படுத்த முடியாத மூர்க்க உணர்வு பொங்கியெழ, அவன் தந்தை அவனை செவ்வையாக அடித்து உதைத்து விடுவதுண்டு. ஆனால், பிராணன்போவது போல் வலியெடுக்கும் அடி, உதை எல்லாம் பரந்தாமனுக்கு உறைப்பதில்லை என்பது ஒருபுறம் இருக்க, காரணம் வள்ளிசாய்ப் புலப்படாத அந்த கோழைமை மிகுந்தாட்டும் பயஉணர்வு மட்டும் பரந்தாமனை விட்டு விலகுவதில்லை என்ற உண்மை, அவனது மன மண்டலத்தில், விசித்திரமும் பரிதாபமும் துயரமும் கூடிய தவிர்க்கப்பட முடியாத தோற்ற மயக்கம் ஆகும். அதினின்று தப்பிக்க அவன் எடுக்கும் எத்தனங்கள் யாவும் விழலுக்கிறைத்த நீர்போல் வீணாய்ப் போய் வந்தன என்பதே கண்கூடு.

பரந்தாமனுக்கு எட்டு வயது ஆனபோதே, அவன் மன தைரியத்தில் குறைபாடு இருப்பதாகக் கண்ட அவனது பெற்றோர், அவனை ஒரு மனோதத்துவ / நரம்பியல் நிபுணரிடம் கொண்டு போய்க் காட்டினர். அவர் அவனை தீரப்பரிசோதித்துவிட்டு, அவனிடமும் அவனது பெற்றோ ரிடமும் சில கேள்விகள் கேட்டு, பதில் பெற்றுக்கொண்டு ஆலோசனை வழங்கினார். பரந்தாமனுக்கு அது பிறவிக் கோளாறு என்று முடிவுசெய்ய சாத்தியக்கூறு அதிகம் இல்லை என்று தான் கருதுவதாகச் சொன்னார். ஏனெனில், நரம்பு சம்பந்தமாகவோ, இயல்பாய் அமைந்த குணம் சம்பந்தமாகவோ அவனக்குள்ள கோளாறு, அவன் தாய் தந்தையருக்கோ, மூதாதையருக்கோ, வேறு நெருங்கிய உறவினருக்கோ இல்லை என்று தெரிவதால், அது காரண மில்லை என்று முடிவு செய்ய வாய்ப்புகள் அதிகம் என்றார். அவன் பிறக்கும்போது, தாயின் வயிற்றினின்று அவனைப் பிரித்தெடுக்கையில் பிரயோகிக்கப்பட்ட ஆயுதம் கையாளு கையில், அவன் மூளை நரம்புகளை சிறிது பாதிப்படைய செய்திருக்கலாம் என்பதே தன் கணிப்பு எனவும் கூறினார். எப்படி இருந்தாலும், இந்த சின்ன வயதிலிருந்தே மருந்து மாத்திரை உட்கொள்ளுவது, மேலும் பாதிப்பை ஏற்படுத்த வழி வகுக்கும் என்பதால், அந்த அவனது குறைபாடு நிவர்த்தியடைய முறையான மனப்பயிற்சியே போதுமென்றார் மனோதத்துவ மருத்துவர்.

பரந்தாமனை, அவன் தினசரி காலை எழுந்ததும், வீட்டின் மொட்டை மாடிக்குப் போகச் சொல்லி, அங்கிருந்து அவன் வீட்டுப் பாடத்தை, தொண்டை கிழிபடும் அளவுக்கு மிகச் சத்தமாக அரைமணி நேரம் படிக்கும்படி செய்யச் சொன்னார். மேலும் வாரத்துக்கு ஒரு முறையோ, இரு முறையோ பள்ளியில், வகுப்பறையில், தொடர்ச்சியாகவோ, பாதிப்பாதியாகவோ மொத்தம் ஒரு மணி நேரம் ஆசிரியர் பாடம் நடத்தும் முன் பகுதியில் வந்து, அவனை வெறுமனே நின்று கொண்டிருக்கும்படியும் செய்யச் சொன்னார். மேற்கண்ட பயிற்சிகள், அவனது நரம்புகளின் நுண்ணிய பாகங்களில் ஏதேனும் சீர்கேடு இருந்தால், அதை சரி செய்யக்கூடிய ஊக்கத்தை உண்டு பண்ணும் என்றார். மேலோடிக்கிடக்கும் மனபயம் அகன்று தைரியம் உண்டாக, சபைக் கூச்சம் அகல, அத்தகைய திறந்தவெளிப்பயிற்சிகள் வாய்ப்பை அதிகரிக்கும் என்றார்.

மருத்துவர் சொன்ன ஆலோசனைகளை அமல்படுத்த தம் மகன் பரந்தாமனை தயார் செய்தனர் ராகவன் தம்பதியினர். அவன், அரை மனதோடு அவர்கள் சொல் கேட்டு, ஒரு மாத அளவுக்கு அந்தப் பயிற்சிகளை மேற்கொண்டான். பின்பு, தன்னால் முடியாது, தனக்கு அதில் இஷ்டமில்லை என்று அடம்பிடிக்க ஆரம்பித்தான். ஏனென்று கேட்டதற்கு, அவை தன் பயத்தை அதிகரிப்பதாகச் சொன்னான். அதெல்லாம் பொய்யான கற்பனை, உண்மையில் அவை மனதுக்கு இதம் தந்து பயத்தைப் போக்குபவை என்று எவ்வளவோ எடுத்துச் சொல்லியும் அவன் செவி மடுக்க வில்லை. நிஜத்தில் அப்பயிற்சிகள், குறிப்பாக, பயந்து, வெட்கி, கால்கள் நடுக்கத்தில் கீழ்நோக்கி இழுக்க வகுப்பறையின் முன்னால் வந்து நிற்பது, பரந்தாமனுக்கு ஒத்துக்கொள்ளாமல் போய், வெறுப்பூட்டி, அவனைக் கீழ்மைப்படுத்துவதில் கொண்ட அவற்றின் தாக்கமே பெரிதாய் இருந்தது என்பதை அவனது பெற்றோர்கள் யூகித்துக் கொண்டனர். மகனுடைய பிடிவாதத்தின் காரணமாகவும் அவனைக் கட்டாயப்படுத்த முடியவில்லை. இறுதியில் அந்த முயற்சியில் தோற்றுப் போனார்கள் அவர்கள்.

ஒருமுறை, பரந்தாமன் ஒன்பதாம் வகுப்பில் படித்துக் கொண்டிருந்தபோது, அவனை, அவனது வகுப்பு ஆசிரியர், பள்ளியின் பொது அரங்க மேடையில் ஏற்றிப்பார்த்து, அவனது பயத்தின் மூலக்கூறு எது என அறிந்து கொண்டு, அதன் அடிப்படையில் திட்டம் வகுத்து அவன் சுபாவத்தைத் திருத்த முயலலாம் என்று எண்ணினார். பரந்தாமனின் பெற்றோர் ராகவன், கீதாவிடம் அது பற்றி கலந்தாலோசித்தார். அவர்களும் சம்மதித்தனர். அதன்படி, ஒரு வாரத்தின் சனிக்கிழமையன்று, வழக்கமாக நடைபெறும் இலக்கிய மன்றக் கூட்டத்தில், முகப்புரை, இரு வார்த்தை எழுதிக் கொடுத்து, அதைப் பேசுமாறு (வாசிக்குமாறு) பரந்தாமனை ஏவினார். பரந்தாமன், தன்னால் முடியவே முடியாதென்று குரல் நடுங்க அடம் பிடித்தான். உடல் பதற, கண்களில் கண்ணீர் தேங்கி, ஒரேயடியாய் மறுத்தான். வகுப்பு ஆசிரியர் விடவில்லை. குண்டுக் கட்டாய் அவனைத் தூக்கி மேடையில் கொண்டுபோய் போடச் செய்தார்.

பரந்தாமனுக்கு மேடையின் மேல் எழுந்து நிற்கத் தெம்பில்லை. கால் கைகள் கிடுகிடுத்தன, வாய் கோணிற்று, கன்னத்தசைகள் ஆடின, பற்கள் தந்தி அடித்தன, உடம்பு வியர்வையில் குளித்தது, மனச்சோர்வின் தாக்குதல் மிகைப்பட்டதாய் இருந்தது. மேடையில் நிற்க வலுவற்று, கால்கள் தாமாகவே தொய்ந்துவிட, அவன் தரையில், கூனிக் குறுகியவாறு, கவிழ்ந்து விழுந்துவிட்டான். கூடியிருந்த மற்ற மாணவர்கள் அவனைக் கேலி செய்து கிண்டலடித்தனர் ‘வெட்கக்கேடு, வெட்கக்கேடு’ எனக் கத்தினர். எதனாலும் அவனை தரையினின்று எழச் செய்ய இயலவில்லை. பரிதாபத்துக்குரிய கோழையாய், எல்லார் முன்னர் அவமானப் பட்டவனாய், பயத்தில் மனவலு முழுமையையும் இழந்துவிட்ட வெட்கங்கெட்டவனாய், தரையிலேயே ஆழப் புதைந்தவன் போல் அமுங்கிப் போனான்.

வகுப்பு ஆசிரியர், இரண்டு மாணவர்களை மேடையில் ஏற்றி, படுத்துக் கிடந்த பரந்தாமனை தூக்கி நிறுத்திவிடச் சொன்னார். அவன் நடுக்கத்தில் பலமிழந்த கால்களோடு, சோர்ந்துபோய், மீண்டும் மீண்டும் தரை நோக்கி தொய்ந்து போய்க் கொண்டே இருந்தான். இரண்டு மாணவர்களும்

பரந்தாமனின் தோள்களோடு கை கோர்த்து, துவண்டுபோன அவன் கால்களைத் தூக்கிப்பிடித்து, ஓரளவுக்கு அவனை நிற்கச் செய்தனர். பரந்தாமன், தப்பிக்க வழியில்லை என்று தெரிந்துகொண்டு, எழுதிக் கொடுக்கப்பட்டுள்ள முகப்புரைத் தாளை பையிலிருந்து எடுத்து, நடுங்கும் கைகளால் அதை அரைகுறையாய் பற்றிக் கொண்டபடி, வாசிக்க முற்பட்டான். வாய் ஒத்துழைக்கவில்லை. தொண்டை மக்கர் செய்தது. அவனைப் பற்றி தெரிந்திருந்த, மேடைமேல் அமர்ந்திருந்த பெரியோர் அவனை ஊக்கப்படுத்தினர். ஓரளவு சமாளித்த வாறு, விடாய்த்துப்போன தொண்டையை எச்சிலினால் ஈரப்படுத்தி செறுமிக்கொண்டு பேப்பரில் எழுதியிருந்ததை வாசித்தான். சப்தம் வெளிவரவில்லை. மெலிதாய் ஒலித்த சிறு சப்தமும் நடுக்கத்தில் காணாமல் போனது. எப்படியோ இரண்டு வரி வாசித்து முடித்துவிட்டு எடுத்தான் ஓட்டம்! அவனைத் தாங்கிப் பிடித்திருந்த இருவரும் அவனை உதறிவிட்டுச் சென்றனர்.

மேடை முகப்பில் அமர்ந்திருந்த பள்ளி ஆசிரியர்கள் காலடியில் போய் விழுந்தான் பரந்தாமன். வகுப்பாசிரியர் அவனைத் தூக்கி எடுத்து, ‘சபாஷ்’ என்றார். பின்பு, அவனாக எழுந்து மாணவ பார்வையாளர்கள் உட்கார்ந்திருந்த அரங்கின் பகுதி நோக்கி நாணிக்கோணிக் கொண்டு நடந்தான். விசில் சப்தங்களும் கிண்டல் ஒலிகளும் அரங்கத்தை நிறைத்தன. இனி ஒருக்காலும் இப்படிப்பட்ட கேவலத்துக்கு தான் ஆளாகக் கூடாதென்று கடவுளை வேண்டிக்கொண்டான் பரந்தாமன். அதுதான் அவன் செய்த முதலும் கடைசியுமான மேடை சாகசம்.

வகுப்பறைக்குள்ளேயே நான்கு பேர் கேட்க, சப்தமாய்ப் பேச, பாடத்தை வாசிக்க மனத்திடம் இல்லாத பரந்தாமனை, மேடை ஏற்றிவிட்ட பெருமிதத்தில் நிமிர்ந்து உட்கார்ந்து கொண்டார் அவனது வகுப்பாசிரியர். பரந்தாமனின் பெற்றோரான ராகவனும் கீதாவும் வகுப்பாசிரியர் செய்த துணிச்சலான காரியத்துக்கு அவரைப் பாராட்டி அவருக்கு நன்றி செலுத்தினர். ஆனாலும் கூடியிருந்த மற்ற மாணவர்கள், ஆசிரியர்கள் முன்னிலையில், தம் மகன் ஏன் இப்படிப்பட்ட அவமானத்துக்குள்ளாக நேர்ந்தது என்ற மனநோவு தந்த

கேள்வி அவர்களை வாட்டியது. பள்ளிப் பருவத்திலேயே இப்படி என்றால், எதிர்காலத்தில் சூழ்ச்சிகளும் வஞ்சகமும் நிறைந்த வெட்ட வெளிச்சமான பகிரங்க உலக அரங்கில், தம் மகன் எப்படியெல்லாம் சீரழியப் போகின்றானோ என்ற கவலை அவர்களை மிகுந்தபடியான சோகம் கொள்ள வைத்தது. தமக்கு வாய்த்த ஒரே மகனுக்கு இப்படி ஒரு நிலை வாய்த்தது ஏன் என்ற வினா, படைத்த கடவுளை நோக்கி வீறுகொண்டு விரைய, அது தந்த மனக் கொந்தளிப்பில் வெந்து வெம்பிப் போனார்கள் இருவரும்.

நாட்கள், வாரங்கள், மாதங்கள், வருஷங்களென்று காலம் மிக மிக மெதுவாய் நகர, +2 வரை படித்து முடிக்க பல மாமாங்கங்கள் பிடித்தது பரந்தாமனுக்கு. பயந்து பயந்து செத்துப் பிழைத்துக்கொண்டு, அவ்வளவு நாட்களை எப்படி ஓட்டினோம் என்ற திகைப்பு அவனுக்கு. ஆனாலும் படிப்பில் அவன் கெட்டிக்காரனாய் இருந்தது, அப்பா அம்மா கொடுத்த பிறவி சம்பத்து போலும் என்று எண்ணிக் கொண்டான் அவன்.

+2 பரீட்சை நெருங்கிக் கொண்டிருந்தது. இனி, தன் எதிர்காலத்தை நிர்ணயிக்கும் மேற்படிப்பு மற்றும் எதிர் கொண்டே ஆக வேண்டிய வருங்கால வாழ்க்கைப் பிரச்சனைகள், பள்ளி நாட்களிலேயே இவ்வளவு பயத்தின் வாதனை என்றால், இனி கல்லூரியில் எவ்வளவோ என்ற பய உணர்வின் உச்சம், எதற்கும் துணிந்து விடுவது என்பதான ஒரு வைராக்கிய உணர்வின் தோற்றுவாய் போல் அவனை அலைக்கழித்தது.

பரந்தாமனின் பெற்றோர் அவன் படிப்பின் வித்துவம் தெரிந்தவர்களாதலால், அவனுக்கு மெடிக்கல் அல்லது எஞ்சினீயரிங் கல்லூரிகளில் ஏதாவதொன்றில் இடம் கிடைக்க வேண்டும் என்று எதிர்பார்த்திருந்தனர். பரந்தா மனோ, பயத்தை நெஞ்சில் சுமந்துகொண்டு, ஏதோ ஒரு தகாமை கொண்ட திட்டத்தை செயல்படுத்த முனைபவன் போன்ற படபடப்புடன் காணப்பட்டான். பாழும் விதியை தன் கோணல் மதியால் வெல்லத் துணிதல், தன் எதிர்கால வாழ்க்கைக்கு வைக்கிற வேட்டாய் ஆகிவிடாதா என்றெல்லாம் யோசனையில் ஆழ்ந்து போனவன்போல் காணப்பட்டான். பரீட்சை என்ற துஷ்ட எதார்த்தத்தை அரை மனதுடன் எதிர்கொண்டான்.

பரீட்சை முடிந்தது. தேர்வு முடிவுகள் வெளியாயின. பரந்தாமன் எல்லா பாடங்களிலும் வெற்றிபெற வேண்டிய மதிப்பெண்களின் வரம்பை ஒட்டி ஒன்றிரண்டு மதிப்பெண்கள் அதிகமாய் வாங்கி மட்டுமே தேர்ச்சி பெற்றிருந்தான்.

சபல மனசு

அவன், கடந்த மூன்று நாட்களாக, சற்று முன்பு வரை, அவன் வீட்டிலிருந்து இருபது அடி தூரம் தள்ளியிருந்த எதிர்த்த வீட்டு படுக்கை அறையின், மூடுவதும் திறப்பது மாய் இருந்த, அப்பொழுது மூடியிருந்த ஜன்னலையே வெறித்துப் பார்த்துக் கொண்டிருந்தான். அச்செயலில் திடீரென மனம் சலிப்புற்று அயர்ச்சி அடைந்தான் போலும். இப்போது இல்லை. ஜன்னல் திறக்காதா என்று ஏக்கமுற்றிருந்த நிலைமாறி, திறக்கத் தேவையற்றே, உள் நிகழ்வுகள் எல்லாம், அவன் மனக்கண்களுக்குப் புலப்படுவது போல, ஒரு நிலைப் பாடு கொண்டுவிட்டது போலும். ஜன்னல் துளைத்து, எதிர்ப்படும் சுவர்கள் துளைத்துப் பார்க்கக் கற்றுக் கொண்டான் என்பது போல் ஆயிற்று. மூன்று நாள் தொடர்ச்சி யான பார்வைப் பயிற்சியில் அது அவனுக்குக் கைகூடிற்றோ என்றுதான் வினவத் தோன்றிற்று. இனியும் நோட்டம் பார்த்தல் தேவையற்றது, அதனால் எந்தவித கூடுதல் புரிதலும் இல்லை என்று அவன் ஒதுங்கிக் கொண்டான். அந்த மனமுதிர்வு நிலை எப்படி அவனுக்கு கைகூடிற்று என்று, அப்போது - ஜன்னல் அடைக்கப்பட்டபோது, குறுக்கே பாய்ந்து பறந்து சென்ற ஒரு சிறு குருவிக்கல்லாது வேறு எவர்க்கும் - அவன் உட்பட தெரியாதிருந்தது. ஆன்ம ஆணைக்கு அவன் அரை மனதுடன் கீழ்ப்படிந்தான். அவ்வளவே. அதுவே அவனுக்கு அதிகப்படியாய் இருந்தது. தாங்கிக் கொள்ள முடியாததாயும் பயம் கொள்ள வைப்ப தாயும் இருந்தது. தான் செய்ததாக கருதிய தவறுக்காக மனம் நொந்து அழுதான் அவன்.

இது நாள் வரை, அவன் மனதளவில், எந்தக் காரியத்திலும் பக்குவப்படவில்லை என்று, மேலும் ஒரு தடவை நிரூபண மானதை புரிந்துகொண்டு, நிலை கொள்ளாமல் தவித்தான்

அவன். மூன்று நாள் முன்பு நடந்ததை இன்னும் அவனால் பூரணமாக ஜீரணிக்க முடியவில்லை. அவளை, அவள் வீட்டில் கொண்டு போய்ச் சேர்த்தது வரை, அதற்கு முந்திய சுமார் நான்கு மணி நேரப் பொழுதுகளை அவளுடன், அவளுடன் மட்டுமே கழித்திருந்தான். வலியின் அதிர்வுகள், அவள் உடம்பு முழுதும் பம்மிப் பரவியதை நேரில் கண்டிருந்தான். தலையுச்சி முதல், உள்ளங்கால் வரை அவள் பாதிப்புக்குள்ளாகி யிருந்தாள். ஓநாய்கள் அவளை, அவளின் கவர்ச்சித்தோல் கிழிய கடித்துக் குதறியிருந்தனவோ என்று அவனால் ஓரளவுக்கு அனுமானிக்க முடிந்தது. அதன் அனுமேயம், அவன் புலனறி வுக்குத் தீனிபோட்டு, வளரவிட்டு, அவனுள் ஆவேசம் கிளர்ந்தெழ அச்சாரமிட்டது. ஆனால், அந்த அச்சாரமெல்லாம் வீணாய்ப்போக, அவனால் முடிகிறதொன்றுமில்லை என்ற கையாலாகாத் தனம் அவனை செயலிழக்கச் செய்தது. அவனுடைய உடல் பலம் எதற்கும் தயார் என்றிருக்க, மனபலமோ பூஜ்யம் என்ற கணக்கில் கைவிரித்தது. தன் கோழைமையை நொந்து கொள்ளக்கூட, அவன் பயந்தவனாய் இருந்தான். அதனால் ஏதும் பின்விளைவுகள் நேருமோ என்ற பதைபதைப்பு அவனுக்கு. ஆனால், கூடவே, அந்த ஓநாய்களுக்கும் தனக்குமிடையில், என்ன உறவுநிலை என்று அவனால் அறுதியிட்டுக்கூற முடியவில்லை.

மூன்று நாட்கள் முன்பு, தற்செயலாகத்தான் தெய்வ புரியில் தன் நண்பர் ஒருவரைப் பார்த்துவிட்டுத் திரும்பும் வழியில், பாதையோரமாய் பைக்கை நிறுத்திவிட்டு, சிறுநீர் உபாதையைத் தீர்த்துக்கொள்ள ரோட்டோரமாய் புதர்க் காட்டுக்குள் சென்றான். காரியம் முடிந்து திரும்புகையில், ஒரு தீனமான பெண் குரல். அழுகைக்குரல் அவனுக்குக் கேட்டது. அப்போது முன்னிரவு மணி எட்டு. அவன் திடுக் கிட்டான். பயந்து பின் வாங்கினான். மெயின் சாலையை அடைய இன்னும் மூன்று கிலோ மீட்டர் தூரமே இருந்தது. பைக்கில் போய்விடவா, அல்லது என்னவென்று பார்க்கவா என யோசித்தான். பெண்ணின் அழுகைக் குரல் மறுபடியும் கேட்டது. பழக்கமான குரல் போல் இருந்தது. ஏதாவது தெரிகிறதா என்று புதருக்குள் ஊடுருவி நோக்கினான். பிறை நிலா சற்று வெளிச்சம் தந்தது. ரோட்டிலிருந்து சுமார் நூறு அடி உள் தள்ளி, ஒரு கிணற்றடியில் சிறு சலனம் தெரிந்தது.

மங்கிய நிலவொளியில், நிர்வாணம் புள்ளிகள் வைத்து கோலமிட்டது போல், ஒரு கோட்டுருவம் தெரிந்தது. சற்று சலனப்பட்டு மனக்குறுகுறுப்புடன் காதைத் தீட்டிக் கொண்டான். இப்போது, தீனமான அழுகுரல் சற்று ஓங்கியே கேட்டது.

அவன் ஒரு புரிபடாத பிரமை வசப்பட்டு, அதனால் ஆட்டுவிக்கப்பட்டான். எப்படித்தான் தைரியத்தை, மேம் போக்காகவேனும் பூசிக்கொண்டு புதருக்கு உள்நோக்கிச் செல்ல உந்தப்பட்டானோ, இரு நிமிஷங்களில் கிணற்றடியில் நின்றான். கல் கட்டிகளால் நிரப்பி மூடப்பட்டிருந்த அந்த பாழும் கிணற்றின் தோவனக் கட்டைச் சுற்றியிருந்த சிமெண்ட் பூசிய தரையில், நிர்வாணமாகப் படுத்துக் கிடந்த ஒரு இளம் பெண்ணைக் கண்டான். அவள் முன்பு நான்கு காலியான மதுபாட்டிகள் கிடந்தன. எழக்கூட சக்தியற்று அவள் விழுந்து கிடந்தாள். ஒரு காம சாயையோடு அவளை நோக்கியபோது, அவள் தன் எதிர்வீட்டுப் பெண், தன்னுடன் படிப்பவள் என்பதைப் பார்த்து அறிந்துகொண்டு அவன் அதிர்ந்து போனான். உடனேயே தன் மேல்சட்டையைக் கழற்றி, அவள் நிர்வாணத்தை எவ்வளவுக்கு மறைக்க முடியுமோ, அவ்வளவுக்கு மறைத்துப் போர்த்தினான். 'நீ எப்டி இங்க? என்ன ஆச்சி ஒனக்கு? 'என்று நா குழறக் கேட்டான்.

அவள் பேசும் நிலையில் இல்லை. சைகைகளால் மட்டுமே தன் உணர்வுகளைச் சொன்னாள். வலது கையின் நான்கு விரல்களை சோர்வோடு விரித்துக்காட்டி, இடது கையால் அந்த நான்கு விரல்களையும் தனித்தனியே தொட்டு, பின் சபிப்பது போல இரு கைகளையும் ஆட்டினாள். அவள் நிலமையையும் கண்கூடாகக் கண்டதால் அவன் ஓரளவுக்கு புரிந்துகொண்டு, 'நான்கு பேரா?', 'உன்னையா?' 'பலவந்தப்படுத்தினார்களா?', 'கெடுத்து விட்டார்களா?', என்று விட்டுவிட்டுக் கேட்டான். அவள் அழுதுகொண்டு, ஆம் ஆமென தலையசைத்தாள். அவளுடைய அந்த சைகைப் பேச்சு, அவன் மனதுள், அந்த நான்கு தடியர்களின் மீது, ஒரு கோப உணர்ச்சியைக் கூட ஏற்படுத்தவில்லை. மாறாக ஒரு பய உணர்வைத்தான் உண்டாக்கிற்று. பின்பு அவள் தண்ணீர் வேண்டுமென்று சைகை செய்தாள். அவன் தன்

பைக்குக்குச் சென்று, பாட்டிலில் தண்ணீர் கொண்டு வந்து, அவள் வாயுள் மெதுவே ஊட்டினான். முழு பாட்டில் நீரையும் அவள் குடித்தாள்.

தண்ணீர் அருந்திய பின், அவளுக்குக் கொஞ்சம் தெம்பு வந்தது போல் எழ முயன்றாள். ஆனால் தோற்றாள். எழ முயன்று கொண்டும் முடியாமல் தோற்றுக்கொண்டும் இருந்தாள். அவன் செய்வதறியாது திகைத்து வேடிக்கை பார்த்துக் கொண்டிருந்தவன் போல் அவளருகில் வெறுமனே நின்று கொண்டிருந்தான். எழ முயலும்போதும் விழும் போதும் அவளது ஒவ்வொரு உடலசைவும் காமாந்தகக் கண்களுக்கு விருந்தளிப்பதாய் இருந்தது. ஆனால் அவளைத் தொடப் பயந்தான். ஏதாவது செய்தாக வேண்டும், ஆனால் என்ன செய்ய என்று புரியவில்லை அவனுக்கு. அவள் எழ முயலும்போது, கைத் தாங்கலாய் அவளைப் பிடித்துக் கொள்ளலாமா என்று எண்ணினான். ஆனால் அந்த எண்ணத்தைச் செயல்படுத்த அவனால் முடியவில்லை. பயமும் கோழைமை யையும் வெட்கமும் அவனைத் தடுத்தன.

பெண்களைக் கண்டாலே அதிக கூச்சப்படுகிறவன் அவன். இப்போதோ, மிக மிகப் பரிதாபத்துக்குரிய நிலை என்றாலும் தனிமையோடு கூடிய, கண் கூசும் விதத்தில், அம்மணமாய்ப் படுத்திருக்கும் ஒரு அழகிய இளம் பெண்ணின் மிக அருகாமையில் நின்றிருந்த அவனுக்கு வெட்கம் பிடுங்கித் திண்றது. அவனுள், அடக்கிக் கொள்ள முடியாதபடி, விரக நோயின் சாயை தலைதூக்க, அதற்காக தன்னைத்தானே கோபித்துக்கொண்டு, தன் நெற்றியிலும் கன்னங்களிலும் ஓங்கி ஓங்கி அறைந்துகொண்டான். ‘அவள் மிக வடிவழகாய் இருக்கிறாள் பார், இன்னொரு முறை இதுபோல் ஒரு சந்தர்ப்பம் அமையாது’ என்றது அவன் சபல மனம். அவன் கண்கள் மீண்டும் அவள் வெற்றுடம்பைத் துழாவின. அந்த செய்கைக்காக, இன்னும் அதிக வீம்போடு தன் நெற்றியில் தன் கைகளால் ஓங்கி அறைந்து கொண்டான் அவன். அவன் ஏன் தன்னைத்தானே அடித்துக்கொள்கிறான் என்று புலப் படாது, அரை மயக்கத்தில் செயலற்றுப்போய் இருந்தாள் அவள். உடம்பின் ஒவ்வொரு அணுப்பகுதியும் வலியால் துடி துடித்தது போலும் அவளுக்கு. வலி தாங்கிக் கொள்ள

முடியாது, முனக்கமும் அழுகையுமாய் பரிதவித்துக் கிடந்தாள் அவள். இயலாமையின் கொடுக்குகள் அவளைக் கொட்டின. அதிர்ச்சியில் பேசும் சக்தி இழந்து போனாள் போல் தெரிந்தது.

அவள் படுத்து முனங்கி அழுதபடியேயும் அவன் ஒன்றும் தோன்றாது, அவள் பக்கத்தில் நின்று, அவள் உடம்பை ரசித்தபடியேயும் இருந்தான் வெகு நேரம். ஒட்டியிருந்த ரோட்டில், ஆள் நடமாட்டமோ, வாகனப் போக்குவரத்தோ இல்லை. அந்த ரோட்டில் எப்போதும் அப்படித்தான். பகலில் ஒரு பஸ் மூன்று தடவை போய் வரும். தெய்வபுரி கிராமவாசிகள், எப்போதாவது பக்கத்திலுள்ள நகரத்துக்கு போய் வந்து கொண்டிருப்பார்கள். இருட்டிய பிறகு யாருமே எட்டிப்பார்க்க மாட்டார்கள். காரணம் திருடர் பயம், பேய் பயம்.

இப்போது அவன் வசமாக மாட்டிக் கொண்டான். அதுவும் இரக்கத்துக்குரிய ஒரு நிர்வாண இளம் பெண்ணோடு. யாரோ என்று கை விட்டுவிட்டுப் போக முடியாத நிலை. கூட இருப்பதும் சங்கோஜமாய் இருந்தது. இரண்டுங் கெட்டான் நிலையில் திண்டாடியவாறு இருந்தான்.

அவன் எப்படியோ இரண்டு மணி நேரம் கடத்தி விட்டான். இன்னும் இரண்டு மணி நேரம் போனால், அவள் எழுந்து நடமாடும் நிலை வரலாம். அவளை தன் பைக்கில் உட்கார வைத்து, கவனமாக ஓட்டி, அவள் வீட்டில் கொண்டுபோய் சேர்த்துவிடலாம் என்று எண்ணினான்.

ஏதாவது பேச வேண்டும் என்ற நிர்பந்தத்தின் பேரில், அவள் உடம்பை காமப் பார்வையால் மேய்ந்தபடி, ‘ரொம்ப வலிக்குதா?’ என்று கேட்டான் அவன். ஆமென்று தலையசைத்தாள் அவள். ‘பேச முடியலையா?’ என்றதற்கும் ஆமென்றாள் அவள் சைகையால். ‘எங்க வலிக்குது?’ என்றான். அவள் தன் உடம்பு முழுவதையும் காட்டினாள். நிர்வாணத்தை மற்றொருமுறை பார்க்க சந்தர்ப்பம் என்று எண்ணி குதூகலித்துக் கொண்டு, ‘இப்ப நான் என்ன செய்ய?’ என்றான். அவள் பதில் சொல்லத் தெரியாது முழித்தாள். ‘நான் செல்போன் மறந்து வீட்லயே வச்சிட்டேன். ஓங்கிட்ட இருக்குதா?’ என்று கேட்டான். அவள் இல்லையென்று

கைவிரித்தாள். ‘இப்போ நாம எப்டி வீட்டுக்குப் போறது?’ என்று பொதுப்படையாகக் கேட்டான். அவளுக்கு பதில் சொல்லத் தெரியவில்லை. ‘இது நடந்து எவ்வளவு நேரமிருக்கும்?’ என்று அவன் கேட்டதற்கு, பத்து விரல் களையும் விரித்துக்காட்டினாள் அவள். ‘பத்து மணிக்கா?’ என்றான் ஆச்சரியத்தோடு. ‘பட்டப் பகல்லையா?’ என்று கேட்டதற்கு, ஊசி போடுவது போல் சைகை செய்தாள். ‘மயக்க ஊசியா,’ என்றதற்கு ஆமென்றாள். ‘எங்க வச்சி ஊசி போட்டாங்க?’ என்ற வினாவுக்கு, ‘டவுன்ல வச்சி’ என்பது போல் வாயசைத்துக் காட்டினாள். ‘அவங்க யாருன்னு ஒனக்கு தெரியுமா? எப்ப உன்ன இங்கு கொண்டு வந்தாங்க?’’ என்று கேட்டதற்கு, ‘மயங்கிட்டேன். தெரியல’ என்பது போல் சைகை காட்டினாள்.

ஒவ்வொரு கேள்வி கேட்கும்போதும் அவள் உடம்பை துளைத்துப் பார்த்தான் அவன். ‘என்ன இருந்தாலும் எளிதில் சபல வயப்படுகிற வாலிபப்பருவம்தானே? அவனை குறை சொல்லவா முடியும்? என்று அவள் எண்ணிக் கொண்டாள்.

அவளிடம் கேள்விக்கு மேல் கேள்வியாய்க் கேட்டு பதில் பெற்றது, அவனுக்கு உற்சாத்தைத் தந்து, அவன் வெட்கத்தை ஓரளவு போக்கிற்று. சகஜ நிலையில் அவளுடன் உரையாட லாம் போல் உணர்ந்தான். ஆனால், அப்படியான சூழலில் விரகம் அதிக வீரியத்தோடு செயல்பட்டு விடுகிறது போல் உணர்ந்தான் அவன்.

அவள் உடல் வலி சற்று குறைந்து, அழுகை, முனக்கம் இன்றி தேறியிருந்தாள். தன் நிர்வாணம் குறித்து அதிக வெட்கப்பட்டாள். தன் வயதொத்த ஒரு ஆடவன் முன் இப்படி அம்மணமாக விழுந்து கிடக்கும்படியாயிற்றே என மனக் கலக்கம் கொண்டாள். பாவிப்பயல்கள், தன் ஆடை களைக் கழற்றி எடுத்துச் சென்றுவிட்ட கொடூரச் செயலுக்காக அவர்களைச் சபித்தாள். சரியாக யாரென்று அடையாளம் தெரியாதிருந்த அந்த நால்வரையும் சித்திரவதைக்கு உள்ளாக்கிக் கொல்ல வேண்டும் என்று ஆவேசம் கொண்டாள். இனி தான் எப்படி வெளியுலகில் முகம் காட்ட முடியும் என்று கலக்கமுற்றாள். தான் பேச்சு இழந்திருந்தது நிரந்தரமாகி விடுமோ என அச்சம் கொண்டாள்.

பற்கடிகளால், தன் உடம்பில் விஷம் ஏறி விபரீதம் ஆகி விடுமோ என்றும் பயப்பட்டாள். தன் தலைவிதியை நொந்துகொண்டு மனதுக்குள் குமுறிக் குமுறி அழுதாள்.

அவன் மெல்ல குரல் தாழ்த்தி, 'நீ எந்திரிச்சி நிக்கிறதுக்கு நான் உதவி செய்யவா?' எனக் கேட்டான். அவள் லஜ்ஜை யோடு சரியென்று சைகை செய்தாள். அவன் அவளை முகங்குப்புற படுத்துக் கொள்ளச் சொன்னான். அவள் கஷ்டப்பட்டு அவ்வாறே செய்தாள். பின்பு, கால் முட்டுக் களை தரையில் ஊன்றி, தொடைகளை செங்குத்தாக உயர்த்தி, கைகளையும் தரையில் ஊன்றி, தலை கீழ்நோக்கி இருக்குமாறு குதிரையைப்போல் எழச் சொன்னான். அவளால் முடியவில்லை. அவன் உதவி செய்தான். அவன் கைகள் எங்கேயெல்லாமோ அவளைத் தொட்டன. எழவேண்டும் என்ற முயற்சியில் அவள் அதைப் பொருட் படுத்தவில்லை. அவன் குதிரையேறுபவன் போல் நின்று கொண்டு, அவள் மார்பில் தன் இரு கைகளையும் கோர்த்து, அவளை செங்குத்தாகத் தூக்கி உட்கார வைத்தான். உட்கார்ந்ததும் அவள் தன்னை ஆசுவாசப்படுத்திக் கொண்டாள். அவனுடைய காமம் படிந்த அநாகரீக தொடுதல்களை அவள் கண்டுகொள்ள வில்லை. அது அவனுக்கு மேலும் தைரியத்தைக் கொடுத்தது.

'இனி எந்திரிக்கலாமா?' என்று கேட்டான். அவள் சரியென சைகை காட்டினாள். அவன் அவளை முழந்தாள்படியிடச் செய்தான். பின், அவள் எதிரில் நின்று கொண்டு, அவள் இடுப்பில், பிருஷ்டங்களில் தன் கைகளைக் கோர்த்து அவளைத் தூக்கிவிட்டான். அப்போது அவள், கிணற்றுத் தோவனத்தைப் பிடித்துக்கொண்டு எழுந்து நின்றாள். சிறிது நேரம் நின்று கொண்டிருந்துவிட்டு, பிறகு அயர்ந்து போய் தோவனத்தில் அமர்ந்து கொண்டாள்.

இரவு மணி பதினொன்று ஆயிற்று. அவள் பசிக்கிறது என்று சைகை காட்டினாள். அவனுக்கும் நல்ல பசி. அப்போது தான் அவனுக்கு ஞாபகம் வந்தது. தெய்வபுரியில் ஃபேமஸான இடியாப்பம் இரண்டு பார்சல்கள், தன் தங்கைக்கும், தம்பிக்கும் வாங்கி பைக்கில் வைத்திருந்தது. அவன் அந்த பார்சல்களை எடுத்துவர இருவரும் சாப்பிட்டனர். குடிக்கவோ, கை கழுவவோ கூட தண்ணீர் இல்லை. அக்கம் பக்கத்திலும்

தண்ணீர் கிடைக்கக்கூடிய சாத்தியம் இல்லை. வேறு வழியின்றி எப்படியோ சமாளித்துக் கொண்டனர்.

அவளை தன் பைக்கில் வீட்டுக்குக் கூட்டிச் செல்வதானால், அவளுக்கு எந்த ஆடை அணிவிக்க என்று யோசித்தான் அவன். தன் மேல் சட்டையையும் பேண்ட்டையும் அவளுக்கு அணிவித்துவிட்டு, தான் பனியன், அண்டர்வேயருடன் பைக்கை ஓட்டிச் செல்லலாம் என தீர்மானித்தான். அதை அவளிடமும் சொன்னான். சரியென்று சைகை காட்டினாள் அவள். அவளுக்கு அவன் உடையை அவளால் தனியே மாட்டிக் கொள்ள முடியாதபடி உடல் வலி இருந்ததால், அவன் மாட்டி விடும்படி ஆயிற்று. அது அவனுக்கு கூடுதல் விரகதாபத்தை உண்டாக்கிற்று.

அவனைப் போர்த்தியிருந்த தன் மேல்சட்டையை எடுத்து அவளுக்கு மாட்டிவிட்டான் அவன். சட்டை பட்டன்களை மாட்டி விடும்போது அவன் கை விரல்கள், அவளுடைய தொப்புளிலும், மார்பிலும் தற்செயல்போல் நர்த்தனமாடின. அவள் கூச்சத்தில் நெளிந்தாள். ஒரு பக்கம் வலியும் மறுபக்கம் அந்த நரக வேதனையும் அவளை வாட்டின. ஆனாலும் பொறுத்துக் கொண்டாள். தன்னுடைய பேன்ட்டை அவளுக்கு அணிவித்து விடும்போது, அவன் கை சேஷ்டைகள் எல்லை மீறின. அவள் சட்டென்று அவன் கன்னத்தில் அறைந்தாள். ‘பட்பட்பட்’ டென்று இரண்டு மூன்று அறைகள் அவன் கன்னத்தைப் பதம் பார்த்தன. அவள் கோபப் பார்வை அவனைச் சுட்டெரித்தது. பின்பு அவள் ஏங்கி ஏங்கி அழுதாள்.

அவன் வெட்கி கூனிக் குறுகிப் போனான். ‘ஸாரி’ என்றான் மனஸ்தாபத்தோடு. அவன் கண்கள் பனித்து, ‘பொலுபொலு’ வென்று கண்ணீர் சிந்திற்று. பெரிதாய் தப்பு செய்து விட்டோம் என்ற சுய பரிதாபத்தில், காம உணர்வுகள் சடுதியில் மறைந்து போயின. அவளுடைய பரிதாப நிலைல கண்டு வருத்தம் தெரிவிக்கிறது நீக்கி, அவள் உடம்பு மேல் இச்சை கொண்டது மகத்தான தவறு என்று அவன் மனம் அவனை இடித்துரைத்தது. சோக உணர்ச்சி கொள்ள வேண்டிய சூழ்நிலையில், காம உணர்ச்சியை எப்படி அனுமதித்தேன் என்று கலங்கலுற்றான் அவன். ஆரம்பத்தில் செய்தது போலும், தன் நெற்றியிலும் கன்னங்களிலும் ஓங்கி ஓங்கி

அறைந்துகொண்டான். அவன் நிலைமை பரிதாபமாய் இருந்தது. தடாலென்று அவள் காலடியில் விழுந்தான்.

அவள் அறிவுப்பூர்வமாக சிந்தித்தாள். முற்றிலும் அம்மணமான ஒரு இளம் பெண் முன், ஆண்மையுள்ள எந்த வாலிபனும் சபலத்துக்கு ஆளாவது இயற்கையே என்று உணர்ந்துகொண்டாள். அவன் மேல் கழிவிரக்கம் கொண்டாள். அவனை மனதார மன்னித்தாள். தன் காலடியில் விழுந்து கிடந்த அவனை, கஷ்டப்பட்டு குனிந்து தூக்கிவிட்டாள். அவன் தோளில் தட்டிக் கொடுத்து, அவன் கண்ணீரைத் துடைத்துவிட்டாள். அவன் முகத்தைப் பார்த்து ஒருவித களங்கமும் இல்லாமல் சிரித்தாள்.

அவன், அவள் பார்வையை சந்திக்க மிகுந்த வெட்கப் பட்டான். அவள் தன்னை மன்னித்தது குறித்து, மனதார அவளுக்கு நன்றி சொன்னான். இனி அப்படிப்பட்ட மன சபலம் தன் வாழ்க்கையில் நேராது என்று உறுதி கூறினான். தன் கீழ்த்தரமான செயலை வேறு ஒருவருக்கும் சொல்ல வேண்டாம் என்று அவளை கேட்டுக் கொண்டான். அவள் பெருந்தன்மைக்காக அவளைப் பாராட்டினான்.

அவள் உடல் வலி ஓரளவுக்கு குறைந்து போயிருந்தது. அவள் கொஞ்ச நேரம் அவன் கையைப் பிடித்து நடந்து பழகினாள். பின்பு, 'வீட்டுக்குப் போகலாம்' என்று சைகையில் சொன்னாள். அவன் கையைப் பிடித்தவாறு பைக்குக்கு தட்டுத் தடுமாறி நடந்துவந்தாள். அவளைத் தூக்கிவிட்டு பைக்கில் அமர வைத்தான். இப்போது அவளைத் தொடும் போது காம உணர்ச்சி அவனுக்கு ஏற்படவில்லை.

அவர்கள், அவளுடைய வீட்டுக்குப் போய் சேர்ந்தபோது, நடுச்சாமமாகி இருந்தது. போகிற வழியில் ஜனநடமாட்டமே இல்லை. ஓரிருவரே எதிர்பட்டனர். அவர்களை யாரும் கவனிக்கவில்லை.

அவள் வீட்டில் மின் விளக்குகள் எரிந்தபடி இருந்தது. அவளுடைய பெற்றோர் மிகுந்த பதட்டத்துடன், போலீஸில் புகார் கொடுக்க எண்ணி போனில் டயல் செய்ய தயார் நிலையில் இருந்தனர். அந்தநேரத்தில் அவனும் அவளும் வீட்டின் முகப்பண்டையில் வந்து இறங்கினர்.

தம் மகளின் அலங்கோலத்தைப் பார்த்து அவளுடைய பெற்றோர் கதிகலங்கிப் போயினர். என்னவோ, ஏதோவென்று பதை பதைத்தனர். 'ஒனக்கு என்னம்மா ஆச்சிது? ஏன் இப்படி இருக்க? ஏன் அவன் டிரஸ்ஸை போட்டிருக்க? பயமா இருக்குமா சொல்லு, என்று அவளுடைய அம்மா அழுது புலம்பினாள். அவளுடைய அப்பா அவனை என்ன வென்று வினவினார். அவன் பதில் சொல்ல முடியாமல் விக்கி விக்கி அழுதான். அவனது குற்ற உணர்வு அவனை அதிகமாக வருத்திற்று. ஒன்றும் பேச முடியாமல் அவன் தொண்டை அடைத்துக் கொண்டது.

அவள் அவனண்டை வந்து அவனை அப்படியே நெஞ்சார அணைத்துக் கொண்டாள். பின்பு அவன் நெற்றியில் முத்த மிட்டாள். அவனுக்கு அழுகை கூடிவிட்டது. தனக்கும் அந்த காமாந்தகக் கும்பலுக்கும் என்ன வித்தியாசம் என்ற பதை பதைப்பே அவனிடம் அதிகமாக இருந்தது. யாரிடமும் ஒன்றும் பேசாமல் பைக்கில் ஏறி தன் வீடு போய்ச் சேர்ந்தான் அவன்.

அவன் வீட்டிலேயும் அவனுடைய அம்மா காத்திருந்தாள். தெய்வபுரி போய் வருகிற வழியில், ஏதேனும் விபத்து ஏற்பட்டதோ, திருடர் வழி மறித்தனரோ என்று பயந்து கொண்டிருந்தாள். செல்போனை வீட்டில் வைத்துவிட்டுச் சென்றுவிட்டானே என்றும் பதறிக் கொண்டிருந்தாள். அவனை பனியன், அண்டர்வேருடன் பார்த்து திடுக்கிட்டாள். ஒரு விபத்தில் இறந்துபோன தன் அப்பாவை நினைத்துக் கொண்டான். பயந்த சுவாபியான அவர் அப்போது உயிரோடு இருந்திருந்தால் தன் அலங்கோலம் கண்டு எப்படி பதறி இருப்பார் என்று எண்ணினான்.

மேலும் மேலும் அழுகை அழுகையாய் வந்தது அவனுக்கு. தூங்கிக் கொண்டிருந்த தன் தம்பி தங்கையைப் பார்த்து, ஓடிப்போய் அவர்களின் நெற்றியில் முத்தமிட்டான். தன்னிரக்கம் அவனை படாதபாடு படுத்திற்று. அப்போதைய மனநிலையில் ஒன்றும் பேசமுடியாமல், 'காலையில் பேசிக் கொள்ளலாம்' என்று தன் அம்மாவிடம் சொல்லிவிட்டு, உடுப்புகூட மாற்றாமல், தன் தம்பி தங்கை அருகில் படுத்துக் கொண்டான் அவன். "சாப்பிட்டுவிட்டு தூங்கு" என்றாள்

அவன் அன்னை. 'சாப்பிட்டுவிட்டேன்' என்று பதில் சொன்னான் அவன்.

இரவில் தூக்கமில்லாமல் தவித்தான் அவன். காலை நான்கு மணிக்கு எழுந்துகொண்டான். படுக்கை அறை ஜன்னலைத் திறந்தான். எதிர்த்த வீட்டில், ஆம்புலன்ஸ் வந்து நின்றிருப்பதைப் பார்த்தான். அவள் ஆம்புலன்ஸில் ஏறிக்கொண்டிருந்தாள். திடுக்கிட்டுக் கொண்டிருந்த அவன் மனதில் ஒரு நிம்மதி தோன்றியது. அவளது வீட்டு படுக்கையறை ஜன்னல் திறந்திருந்தது.

புள்ளி விவரம்

அகலாவளக் கோட்டம் ஒரு வறட்சி மாவட்டம். அதில் அகலாவளக் கோட்டம், பெட்டகப் பொன்னூர் ஆகிய 2 டவுன்களும் குருவிக்காரன் மடம், தான்றோன்றிக்குடி ஆகிய 2 பேரூர்களும் ஆவலூர்ப்பேட்டை, அச்சான்நல்லூர், அரியமாங்குடி, இச்சாபத்தி, ஆவணப்பாரை, இழுவக்குடி, இடைச்சிக்காடு, துண்ணிப்பரகதி, துளுவலூர், தூட்டாரவிளை, ஏசாவட்டி, ஈயடிச்சான்பதி, உச்சாரங்காடு, உள்ளத்துவடுவூர், தாவரங்கோட்டை, தூணித்தூக்குடி, வட்டார உய்ப்பூர், கண்ணார்விளை, இம்மட்டுங்கழனி, ஆவாரப்புதூர், தோரயப்பட்டி, இளையவதியம், இளிச்சவாய்ப்பேட்டை, மாங்கனிச் சந்தை, அடிச்சாம்பதியம், துட்டத்துவிட்டம், ஈவலப்பேட்டை, உச்சக்கோட்டை, தொடுப்புவச்சலூர், தோத்தாங்காடு, உள்ளூர்க்கடுக்கை, தாகத்தணிக்கை, துடுப்பிஅகரம், தூவட்டான்பதி, அடுக்குவெட்டை, ஆகாத பாபலூர், தோவாரங்கூட்டம், அதிசயப்பட்டி, எண்ணித்து மாவடி, எசக்கியாகுளம் ஆகிய 40 சிற்றூர்களும் அடக்கம்.

அந்த மாவட்டத்தின் மொத்த ஜனத்தொகையில் 84.7 சதவீதம் மக்கள் விவசாயிகள். விவசாயத்துக்கு நீரூற்றுடைய 461 கிணறுகள் இருந்தன. அம்மாவட்டம் மழைத்தூறல் கண்டு 197 நாட்கள் 10 மணிகள் 56 நிமிஷங்கள் ஆயிற்று. கல்வி கற்றோர் எண்ணிக்கை 27 விழுக்காடு. மக்கட்பேறு சராசரியாக குடும்பத்துக்கு 11 பேர். மக்களின் சராசரி வருமானம் மாதத்துக்கு 4 ரூபாய் 6 அணாக்களாகும். மாவட்டத்தில் 32 தொடக்கப் பள்ளிகளும் 4 உயர்நிலைப் பள்ளிகளும் இருந்தன. கல்லூரி இல்லை. மேற்கண்ட புள்ளிவிவரங்கள் 1942ஆம் ஆண்டு பிப்ரவரி மாதம் 20ஆம் தேதியை அடிப்படையாய் கொண்டவை. அதற்குப்பின் புள்ளிவிவரம் கணக்கிட்டார்களா என்ற விஷய ஞானம்

இதை எழுதுபவனுக்கு இல்லை. அப்புள்ளி விவரங்களெல் லாம் அந்த மாவட்டம் சராசரிக்கும் கீழான மைனஸ் 7 சதவீத வளர்ச்சியும் கூடவே பிளஸ் 73 சதவீத வறட்சியும் கொண்டதாய் இருந்தது என்பதை காண்பிக்கவே. இந்தக் கதை அகலாவளக்கோட்டம் மாவட்டத்திலுள்ள குருவிக்காரன் மடம் பேரூரில் நடந்ததாகும். அங்கு வசித்து வரும் 20 ஆண்டு 50 வாரம் 23 மணி 7 நிமிஷ வயதான அமிர்தக்கனியும் 19 ஆண்டு 48 வாரம் 18 மணி 5 நிமிஷ வயதான சுகிர்த மோகினியும் காதலர்கள். அவர்களைப் பற்றிய கதைதான் இது.

அமிர்தக்கனி, சுகிர்தமோகினியின் வரவை எதிர்பார்த்து வெள்ளோட்டான் கண்மடை அருகிலுள்ள தெக்கத்தி முக்காட்டு மூலையில் காத்திருந்தான். அந்த மூலை, ஊரின் தெற்கு எல்லையிலிருந்து 7 ஃபர்லாங் 3 கெஜம், 2 அடி 10 இஞ்ச் தூரத்திலிருந்தது. அதை அடைய, நச்சுவாரப்பன் தென்னந் தோப்பையும் புகார்ப்பள்ளம், அச்சுமேடு புதர்க்காடு களையும் கடந்து, பூமாலையார் குகை இருட்டுப்பாதை வழியாய் வரவேண்டும். அந்த குகைப்பாதையில் பேய் நடமாட்டம் இருப்பதாக ஊரில் வதந்தி. ஆதலால் அந்த வழி எப்போதும் வெறிச்சோடிக்கிடக்கும். காதலர்கள் இருவரும் தனிமை விரும்பிகளாதலால், பேய் பிசாசுகளுக்கு டிமிக்கி கொடுத்துவிட்டு அங்கு செல்லத் தயங்குவதில்லை. 20-க்கும் மேற்பட்ட இரகசிய இடங்களைத் தேடிப்பார்த்துவிட்டு, கடைசியில் இதுதான் சாஸ்வதமும் ஆபத்தற்றதுமென தீர்மானித்திருந்தனர் அவர்கள்.

தான் வந்து 27 நிமிஷங்களை நெருங்கிக் கொண்டிருக்கும் நேரமாயிற்றே. இன்னும் சுகிர்தமோகினியைக் காணோமே யென்று நிமிஷத்துக்கு 100 தரம் வரை துடிக்கும் [illegible] நெஞ்சோடு அங்குமிங்குமாக உலாத்திய வண்ணம் இருந்தான் அமிர்தக்கனி. இது முதல் தடவை அல்ல, 7ஆம் தடவை. இப்படி தன்னைக் காக்க வைப்பதற்கு ஏதாவது தண்டனை கொடுக்க வேண்டும் அவளுக்கு என கறுவிக் கொண்டிருந் தான் அவன். 100 தடவை தோப்புக்கரணம் போடச் சொல்ல வேண்டும் என்று எண்ணிக் கொண்டிருக்கும்போது சுகிர்த மோகினி 192 கெஜ தூரத்தில் வந்து கொண்டிருப்பதைக் கண்டான். 191, 190, 189, 188 கெஜம் என்று குறுகிக்

கொண்டிருந்தது தூரம். அவள் ஒரு கெஜ தூரம் நடக்க 3 விநாடிகளாயின. அவள் 2 விநாடிக்கு ஒரு கெஜ தூரமாவது ஓடி வர வேண்டாமா, அதுவல்லவா காதலின் தீவிரத்தை உணர்த்தும் செயல் என அமிர்தக்கனியின் மனம் தாகித்தது.

சுகிர்தமோகினி 13 கெஜ தூரத்தில் அன்ன நடை நடந்து வந்து கொண்டிருந்தபோது, நில் எனக் கத்தினான் அமிர்தக்கனி. 12 கெஜ தூரத்தில் அவள் சடன் பிரேக் போட்டு நின்றாள். பின்பு ஏனெனக் கேட்டாள் அவனை. 27 நிமிஷம் என்னைக் காக்க வைத்துவிட்டாயே, இதுதான் உன் காதலின் லெட்சணமா என அவளைப் பொய் கோபத்தில் வினவினான் அமிர்தக்கனி. நீ எளிதில் வாய் நோகாமல் சொல்லிவிட்டாய், மூக்கறுத்தான் முடுக்கிலிருக்கும் என் வீட்டிலிருந்து கிளம்பிவர என்னபாடு படுகிறேன் தெரியுமா நான், அப்படியும் வழியில் 5 பேர் பேச்சுக்கொடுத்து எங்கு போகிறாய் எனக் கேட்டார்கள். அவர்களையெல்லாம் சமாளிக்க ஒவ்வொருவரிடத்திலும் 5 நிமிஷம் உரையாட வேண்டி வந்தது. ஆக முடிவில் 27 நிமிஷம் தாமதமாகி விட்டது. நீ ஆண்பிள்ளை உன் பெற்றோர் இல்லையாததால் உன்னை யாரும் எதுவும் கேட்கமாட்டார்கள். பக்கத்திலிருக்கும் நாய்க்கஞ்சான் குடியிருப்பிலிருந்து புறப்பட்டு நேரே வந்து விடுவாய், என் கஷ்டம் உனக்கென்ன தெரியும் என்றாள் சுகிர்தமோகினி பதிலுக்கு.

அந்த 27 நிமிஷ நேரத்தை ஈடுகட்ட நீ 30 நிமிஷமாவது முன்பே கிளம்பியிருக்க வேண்டும். இதெல்லாமா சொல்லித் தர வேண்டும், என்னவானாலும் சரி, இன்று உனக்கு பனிஷ்மென்ட் கொடுத்தேயாக வேண்டும். 3 நொடிக்கு ஒன்று வீதம் 150 தோப்புக்கரணம் போடு என்றான் அமிர்தக்கனி அசுவாரசியமாக.

என் மீது உனக்கு இப்போதெல்லாம் 90 சதவீதத்துக்கு மேல் சுவாரசியம் குறைந்து போய்விட்டது. நிமிஷத்துக்கு 3 முறை கோபித்துக் கொள்கிறாய். நமக்கு ஊடலும் ஒரு மணிக்கு 2 தடவையோ 3 தடவையோ இருக்க வேண்டியது தான். அதற்காக இப்படியா, என் மூன்று அண்ணன்களும் 2 அக்காள்களும் 3 தம்பிகளும் 2 தங்கச்சிகளும் என்னை உருட்டி, மிரட்டி கேள்விகள் கேட்க ஆரம்பித்துவிட்டார்கள்.

அடிக்கடி நான் எங்கோ 3 மணி, 4 மணி நேரம் காணாமல் போய் விடுகிறேனாம், என்னைக் கண்காணிக்க 2 ஒற்றர்களை யாவது நியமிக்க வேண்டுமாம். அப்படி கூறி வருகிறார்கள், நான் என்ன செய்ய என்று சொல்லிவிட்டு, பொய்த் தோப்புக் கரணம் போட ஆரம்பித்தாள் சுகிர்தமோகினி, அமிர்தக்கனி எத்தனை தடவை என்று எண்ணவில்லை.

போடும் வரை போடட்டும் என்று விட்டுவிட்டான். சுகிர்தமோகினியும் எண்ணிக்கை தவறிப்போய் 150 தடவைக்கும் கூடுதலாகவே தோப்புக்கரணம் போட்டுக் கொண்டிருந்தாள்.

சரி போதும், இனி நீ வா, நாம் காதல் செய்யலாம் என்றான் அமிர்தக்கனி. சகிர்தமோகினியும் தோப்புக்கரணம் போடு வதை நிறுத்திவிட்டு, அவள் நின்றிருந்த 12 கெஜ தூரத்தை 10 நொடிகளில் அதிவேகமாக, அசாதாரணமாகக் கடந்து, அமிர்தக்கனி அருகில் வந்து அவன் மார்பில் சாய்ந்து கொண்டாள். பிறகு அவர்கள் காதல் செய்தவாறு பேச்சில் ஈடுபட ஆரம்பித்தனர். 57 நிமிஷம் போனதே தெரியவில்லை. ஒரு மணி நேரம் நெருங்கவும் சுதாரித்துக் கொண்டார்கள் அவர்கள். நச்சுவாரப்பன் தென்னந்தோப்பு வரை ஒன்றாக வந்து, பிரிய மனதின்றி பிரிந்து, அடுத்த ஞாயிறன்று மீண்டும் சந்திக்கலாம் என்று சொல்லிக்கொண்டே சுகிர்தமோகினி ஏடாகூடன் தெருவழியாகவும் அமிர்தக்கனி எச்சில்வாயன் வீதி வழியாகவும் தம் தம் வீடுகளை நோக்கிச் சென்று விட்டார்கள்.

அமிர்தக்கனியும் சுகிர்தமோகினியும் காதலிக்க ஆரம்பித்து 4 ஆண்டுகள் 44 வாரங்கள் 4 நாட்கள் 4 மணிகள் 44 நிமிஷ காலமாகிறது. கல்வி கொடுக்கான் தெருவிலுள்ள பத்தாரப்பன் உயர்நிலைப் பள்ளியில் முறையே 10ஆம் வகுப்பு, 9ஆம் வகுப்பு படித்துக் கொண்டிருக்கும்போது அவர்களுக்குள் காதல் மலர்ந்து விட்டது. அவ்வளவு இள வயதிலேயா என்று ஆச்சரியப்படு பவர்களுக்கு, காதலுக்கு வயசு ஒரு கேடா என்றுதான் பதில் சொல்ல வேண்டியிருக்கிறது. இருவரும் படிப்பில் அவ்வளவு சூட்டிகை இல்லையாதலால், ஒரிரு வகுப்புகளில் 2 வருஷம் தங்கியிருந்தும்கூட நிதானமாக படித்திருந்தனர். பள்ளி முடிந்ததும் காலேஜ் என்ற கனவுகளெல் லாம் அவர்களுக்கு இல்லை.

அமிர்தக்கனியும் சுகிர்தமோகினியும் பள்ளி சென்றுவந்த நாட்களில் பள்ளியிலேயே சந்தித்து காதல் செய்துவந்தனர். ஆனாலும் யாருக்கும் சந்தேகம் ஏற்படவில்லை. காதலின் ஆரம்பமாதலால் 3 அல்லது 4 அடி தூரத்திலேயே நின்று காதல் செய்து கொண்டனர். பள்ளிப்படிப்பு முடிந்த பின்பு, தேடுவாரப்பன் முடுக்கு, ஆவாரன்விளை பூங்கா, குட்டிப் போட்டான் டூரிங் டாக்கிஸ் பின்புறம், அச்சவடிச்சகாடு உட்புறம் என்று இடம் மாற்றி மாற்றி சந்தித்துக் கொண்டனர். கடைசியாகத்தான் தெக்கத்தி முக்காட்டு மூலையைத் தேர்ந்தெடுத்திருந்தனர். மாதத்துக்கு 3 முறை, 4 முறை என்று அவர்கள் சந்திப்பு நடந்து வந்துகொண்டிருந்தது. கிட்டத் தட்ட 5 ஆண்டுகள் வரை காதலித்துவிட்டார்கள். அதனால் இப்போது கல்யாணம் பற்றி யோசிக்க ஆரம்பித்துவிட்டனர். தற்போது அமிர்தக்கனி, அப்பா அம்மாவை இழந்த அனாதை. ஆதலால், அவன் தரப்பில் யாருடைய எதிர்ப்பும் எழ வாய்ப் பில்லை. சுகிர்தமோகினியோ, தன் பெற்றோரை இழந்திருப் பினும் உடன் பிறப்புகள் 10 பேருடைய சம்மதம் வாங்கியாக வேண்டும் என்ற கட்டாயம். போதும் போதும் என்ற அளவுக்கு காதலித்து விட்டார்களாதலால், அடுத்த ஸ்டெப்பான திருமணத்தைப் பற்றிய யோசனை வந்துவிட்டது அவர்களுக்கு. அது ஒரு இயல்பான விஷயம்தான் என்றாலும் சற்றுத் தயங்கியவாறே இருந்துவந்தனர். திருமணம் நடத்திவைக்க பெரியவர்கள் யாரும் இல்லாத குறை போலும். அவர்கள் தயங்கியது சரியோ தவறோ, அச்சமயத்தில்தான் யாரும் எதிர்பார்க்காத மாதிரி அதிர்ச்சி தரும் ஒரு சம்பவம் நிகழ்ந்து விட்டது.

ஒரு நாள் திடுதிப்பென்று, ஆவணப்பாரை என்ற சிற்றூரைச் சேர்ந்த கோட்டியான் மகன் ஆராயப்படுவான் என்னும் இளைஞன் சுகிர்தமோகினியைப் பெண் பார்க்க வந்தான். சுகிர்த மோகினியின் அக்காள்மார் ஆயாம்பாள் சுந்தரி, மலங்காரம்மாள் ஆகிய 2 பேரும், அண்ணன்மார் கேலி குப்பன், அடிச்ச வாயன், தேனாரப்பன் ஆகிய 3 பேரும் தாங்கள் திருமணம் செய்துகொள்வதில்லை என்று தீர்மானித்திருந்தனர். காரணம் முறையே அவர்களுக்குள்ள பெண்மைக்குறைவு, ஆண்மைக்குறைவுதான் என ஊரில் கசமுசா என்று பேசிக் கொண்டனர்.

அது ஒருபுறமிருக்க, சுகிர்தமோகினியை பெண்பார்க்க வந்த ஆராயப்படுவானுக்கு அவளை ரொம்ப ரொம்ப பிடித்துப் போய்விட்டது. ஒரு நாள்கூட தாமதிக்க சம்மதிக்க வில்லை அவன். அடுத்த நாளே கல்யாணத்தை வைத்துக் கொள்ள வேண்டுமென ஒற்றைக் காலில் நின்றான். சுகிர்த மோகினி தன் உடன்பிறந்தார்களிடம் 3 மணி 19 நிமிஷம் 27 வினாடி நேரம் தன் காதலைப்பற்றி, தேம்பித்தேம்பி அழுதவாறு எடுத்துச் சொல்லியும் அதை அவர்கள் அணுவளவும் கண்டு கொள்ளவில்லை. ஆராயப்படுவான் அவசரப்பட்டான். வரதட்சணை, நகை நட்டு பற்றியெல்லாம் பேச அவனுக்கு நேரமில்லை. அமிர்தக்கனிக்கு சேதி சொல்லிவிட சுகிர்த மோகினிக்கு கொஞ்சமும் அவகாசமில்லை. திருமண அழைப்பிதழ்கள்கூட அச்சடிக்க வேண்டாமென சொல்லி விட்டு, மறுநாள் காலை 10 மணி 21 நிமிஷம் 7ஆவது நொடியில் சுகிர்தமோகினிக்கு தாலி கட்டிவிட்டான் ஆராயப் படுவான். திருமணம் அவசரப்படுவான் சுவாமி கோவிலில் ஆபீஸில் வைத்து ஆடம்பரம் இல்லாமல் நடைபெற்று விட்டது.

இதெல்லாம் தெரியாத அமிர்தக்கனி, ஏற்கெனவே பேசி வைத்திருந்தபடி, அன்று மாலை 4 மணிக்கு தெக்கத்தி முக்காட்டு மூலையில் சுகிர்தமோகினியின் வரவுக்காக காத்துக் கொண்டிருந்தான். காத்திருந்தான், காத்திருந்தான் 2 மணி 2 நிமிஷம் வரை காத்திருந்தான். பின்பு, இனி வரமாட்டாள் என முடிவு செய்துவிட்டு கோபத்துடன் சுகிர்தமோகினி குடியிருந்து வந்த மூக்கறுத்தான் முடுக்குக்கு ஆவேசத்தோடு வந்தான் அமிர்தக்கனி. பிறகுதான் அவனுக்கு விஷயம் தெரிய வந்தது. ஆராயப்படுவானிடம் வந்து, தன் காதலியை எவ்வாறு அவன் மணந்து கொள்ளலாமென்று சண்டை பிடித்தான். ஆராயப்படுவான், காதலாவது கத்திரிக் காயாவது, அதெல்லாம் கவைக்குதவாது, ஏனெனில் சுகிர்த மோகினி இப்போது தன் மனைவி. வேண்டுமானால், கோவில் பூசாரியிடம் விசாரித்துக் கொள்ளலாம் என சொல்லிவிட்டான். பின்பு அவர்களுக் கிடையே கைகலப்பு ஏற்பட்டது. ஆராயப்படுவான் 17 தடவையும் அமிர்தக்கனி 28 தடவையும் ஒருவரையொருவர் அடித்துக் கொண்டனர். முடிவில் அமிர்தக்கனி சண்டையில் ஜெயித்துவிட்டான். ஆராயப்படுவான் தலை கவிழ்ந்து கொண்டு, சண்டையில்தான் தோற்றது வேறு விஷயம், மத

அனுஷ்டானப்படி இப்போது சுகிர்தமோகினி தன் மனைவி, அவளை விட்டுக் கொடுக்க தன்னால் முடியாது எனக் கூறிவிட்டான். அமிர்தக்கனி அவமானத்தால் தலை குனிந்தபடி அவ்விடம் விட்டு அகன்றான். அவையெல்லாம் நடந்து முடிய 2 மணி 51 நிமிஷம், 17 விநாடிகள் ஆனது.

மேற்கண்டவைகளையெல்லாம் நோட்டம் விட்டு பார்த்துக் கொண்டிருந்த சுகிர்தமோகினி, தன் காதலன் சண்டையில் ஜெயித்து, சட்டத்தின் முன் தோற்றுப் போனானே என்று வருந்தினாள். அவள் வருத்தம், 10 மணி 8 நிமிஷம் 10 விநாடி நேரம் நீடித்து அவளை வாட்டியது. நடுச்சாமம் கழிந்து கூட தூங்காமல் கவலைப்பட்டு, அவள் உடன்பிறந்தாரையும் தொந்தரவுக்குள்ளாக்கினாள். முடிவில் மன சமாதானப்பட்டு, தன் விதி இவ்வளவுதான், இனி ஆராயப்படுவானின் சொல் கேட்டு பணிந்து போவதே சரி என தீர்மானித்தாள். அந்த தீர்மானம் எடுக்க, 28 முறை தன் கன்னத்தில் தானே அறைந்து கொண்டு, 76 தடவை தன் உடன் பிறப்புகளை சபித்து, 37 தடவை தன் அண்ணன், அக்காள்மாரிடம் அடி வாங்கி, 7 முறை தான் தற்கொலை செய்து கொள்ளப்போவதாக மிரட்டி, பின்பு ஒரே தடவையில் மன சமாதானம் அடைய வேண்டியிருந்தது அவளுக்கு.

நீ அமிர்தக்கனியை காதலித்துக் கொண்டிந்தபோது எத்தனை தடவை மோகப்பாவம் செய்தாய் என சுகிர்த மோகினியைக் கேட்டான் ஆராயப்படுவான். சுகிர்தமோகினி குரலை உயர்த்தி, ஒரு தடவைகூட இல்லையென்றாள் விறைப்பாக. உடனேயே அதை நிரூபிக்க, தன் இடது கை நரம்புகளை, வலது கை பெருவிரல் நகத்தாலேயே கீறிக் கொண்டாள் அவள். பிறகே ஆராயப்படுவான் அவளை நம்பினான். வெட்டுண்ட இரத்த நாளங்களை நேர் செய்து, கொட்டிக் கொண்டிருந்த இரத்த சேதத்தைத் தவிர்க்க, உடனேயே அவளை ஆஸ்பத்திரியில் சேர்த்துவிட்டான் அவன்.

இவை ஒருபுறமிருக்க, சுகிர்தமோகினி விஷயத்தில் தான் மதக் கோட்பாட்டின் முன் தோற்றுப்போனதால், இனி என்ன செய்ய என யோசித்தான் அமிர்தக்கனி. சுகிர்த மோகினியை மறக்க அவனால் எளிதில் முடிகிறதாய் இல்லை. மதகோட்பாட்டை மீறவும் மனத் தெம்பில்லை.

தன் பெற்றோருக்கு ஒரே பிள்ளையான அவன், அவர்களை தன் 17ஆவது வயதிலேயே ஒருவர் பின் ஒருவராக இழந்திருந்தான். இப்போது சுகிர்தமோகினியின் காதலையும் இழந்திருந்தது கூடுதல் வருத்தம் அவனுக்கு.

அமிர்தக்கனியின் அப்பா நிரந்தரச்சொத்தார், கோடிக் கணக்கான சொத்துக்களை அவனுக்கு விட்டுச் சென்றிருந்தார். அவற்றையெல்லாம் விற்று காசாக்கினான் அவன். மொத்தம் 5 கோடியே 78 லட்சத்து, 43 அயிரத்து 376 ரூபாய் வந்தது. இதற்கிடையே குடிப்பழக்கம் அவனைத் தொற்றிக் கொண்டது. தினசரி ஒரு ஃபுல் விஸ்கி அவனுக்குத் தேவைப் பட்டது, சுகிர்தமோகினியை மறக்க. அவளில்லா வாழ்க்கை கசக்க, என்ன சொத்து சுகம் வேண்டிக்கிடக்கிறது என்று விரக்தி அடைந்தான் அவன்.

தான் வசிக்கும் அகலாவளக் கோட்டம் மாவட்டம் வறட்சிக்குப் பேர் பெற்றது என அறிந்திருந்தான் அமிர்தக்கனி. அந்த மாவட்ட வறட்சியைப் போக்க, குடிமகனான தனக்கும் பொறுப்பு உண்டு என உணர்ந்தான். தன் பங்குக்கு ஏதாவது செய்ய வேண்டுமென முடிவு செய்தான். எல்லா பணத்தையும் மூட்டை மூட்டையாக கட்டி ஒரு லாரியில் ஏற்றி எடுத்துக்கொண்டு போய் மாவட்ட கலெக்டரிடம் ஒப்படைத்தான் அவன். குடித்தது போக பாக்கி 5 கோடியே 78 லட்சத்து, 13 ஆயிரத்து 110 ரூபாய் இருந்தது.

எல்லா பணத்தையும் வறட்சி நிவாரண நிதியாக கலெக்டரிடம் ஒப்படைத்துவிட்டு யோசித்தான் அமிர்தக்கனி. தனக்கு தினசரி ஒரு ஃபுல் ஃபாரின் விஸ்கி தேவைப்படுகிறது. தன் ஆயுசு குறைந்தபட்சம் 60 வயது என்று கணக்கிட்டால் கூட ஏறத்தாழ இன்னும் 14600 நாட்கள் உயிர் வாழ வேண்டி யுள்ளது. அத்தனை நாட்களுக்கான விஸ்கி, சைட் டிஷ், சாப்பிட உணவு, உடுத்த ஆடை, மருத்துவச் செலவு மற்றும் கண்ணுக்குப் புலப்படாத இதர செலவீனங்கள் எனக் கணக்கிட்டவன், மொத்தம் 5 கோடியே 78 லட்சத்து 13 ஆயிரத்து 310 ரூபாய் தனக்கு தேவைப்படும் என தீர்மானித்தான். ஆகவே கலெக்டரிடம் தான் ஒப்படைத்த பணம் முழுவதையும் கேட்டு திருப்பி வாங்கிக் கொண்டான். கூடவே துண்டு விழுந்திருந்த 200 ரூபாயை கலெக்டரிடம் கேட்டான் அமிர்தக்கனி.

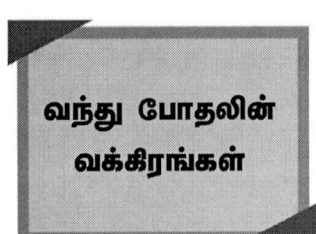

வந்து போதலின் வக்கிரங்கள்

சொர்ணதாசனின் வாழ்க்கையில் சுகிர்த தருணங்கள் சொற்பமாகவே வந்துபோயின. அவையும் அவனைத் திருப்திப்படுத்தும் படியானவைகளாக இல்லை. அவன் தன் மனதுக்கு நங்கூரம் பாய்ச்சி, அந்த தருணங்களை நிலை நிறுத்த முயன்று பார்த்தான். அவை அதையெல்லாம் பொருட் படுத்தாமல் தம் போக்குக்கு வெறுமையை பிரதியெடுத்த வண்ணமே அமைந்திருந்தன. வாழ்க்கையின் பாரங்களை சுமந்து தீரத்தான் வேண்டும் என்ற முடிவோடு காத்திருத்தலே அவனுக்கு வாடிக்கையாகிவிட்டது.

சின்ன விஷயங்களையும் பெரிதுபடுத்தும் சுபாவம் சொர்ண தாசனுக்கு, சுப்பு வந்து போனானென்றால், ஏன் வந்து போனான் என்கின்ற கேள்வியே அவனுக்குள் மிகைப்பட தொனிக்கும். அதற்கு விடை தேடும் படலமே அவன் மன அறைக்குள் அரங்கேற்றம் கொண்டிருக்கும். வேறு எதற்கும் அங்கு இடமற்றுப் போகும். அவன் சிந்தையை ஆக்கிரமித்துக் கொண்ட அது, அதற்கு விடை காணும் மட்டும் அகலாது. சாதாரண வந்து போதல்கூட அவனது மனதை அப்படி ஒரு ஹிம்சைக்குள்ளாக்கி விடும். மற்றவர்களுக்கும் தற்காலிகமாக அப்படி ஒரு சுபாவம் அமைய அவன் ஒரு தூண்டுகோலாய் இருந்தான் பின்பு.

சொர்ணதாசனுக்கு பிறந்தநாள் நான்கு ஆண்டுகளுக்கு ஒரு முறையே வரும். அப்படி ஒரு அரிய சந்தர்ப்பத்தில்தான் அவன் முதன்முறையாக சொர்ணமுகியை சந்தித்திருந்தான். சாதாரண அறிமுகம் என்பதினின்று முன்னேறி, கருத்தொரு மித்த காதலாய் அது பரிமளித்ததெப்படி என்பதை அவன் யோஜனையின் முழு இடமும் கையடக்கமாய் வைத்திருந்தது. சந்தித்தோம், பிரிந்தோம் என்றில்லாமல் காரணகாரியத்துக் குடையதான ஒரு அம்சமாய் அது அவனுள் ஆதிக்கம்

கொண்டது. சொர்ணமுகியைப்போல் நூற்றுக்கணக்கான பெண்களை அவன் எதிர்கொண்டிருந்திருக்கலாம். ஆனால் அவளைச் சந்தித்தது அவனுக்கு ஒரு வரப்பிரசாதமே.

சொர்ணமுகி தன் பெற்றோருடன் ஒரு மின்னலைப்போல் வந்தாள். மின்னலின் இலட்சணக் கூறுகள் சூரிய ஒளியையும் மிஞ்சி எழுந்திருந்தன. அந்த பிரகாச ஜோதியில் சொர்ணதாசன் தன் வசமிழந்தான் என்றுதான் சொல்லவேண்டும். அவன் தனது ஆறாவது பிறந்த நாளை இருபத்து நான்காவது வயதில் எய்திருந்த அந்தச் சமயத்தில் அவளைச் சந்தித்தது, அவள் தனக்குக் கிடைத்த விலைமதிப்பற்ற பிறந்தநாள் பரிசு என்பதாகவே கருதினான். பின் நாட்களில், அவள் மேல் கொண்ட காதலில் ஒரு வெறியே கொண்டான்.

காலப்போக்கில், சொர்ணதாசன் தன்னைத் தவிர வேறு எவரும் சொர்ணமுகியின் அழகை ரசிப்பதும் அவளை தற்செயலாகக்கூட தொட்டுவிட ஒப்பாத வகையில் அவ்வளவு தீவிரமாக அவளை நேசித்தான். வேறு ஆடவர் விஷயத்தில், அதில் வெகு கவனமாய் இருந்தான். அவள் தனக்கே முழுதும் சொந்தம் என்று அவளை மோகித்து வந்த சமயத்தில்தான் சுப்பு குறுக்கிட்டான். சுப்பு சொர்ணமுகியின் அழகில் மயங்கியல்ல, அவள் மேல் பிரேமை கொண்டல்ல, அவளின் யாரிடமும் சகஜமாய்ப் பழகும் சுபாவ மேன்மையில் இலயித்துப் போயே அவள் நட்பை விரும்பினான். அது சொர்ணதாசனுக்கு அனர்த்தமாய்ப்பட்டது. ஒரு பெண்ணைக் காதலிக்காது, வெறுமே நட்பு என்று சொல்லிக் கொள்வது அபத்தம் என்று கருதினான். ஆகவே சுப்புவை அவன் கடிந்துகொண்டான்.

சுப்புவுக்கு சொர்ணதாசனின் கண்டிப்பு கேலிக்குரியதாய் இருந்தது. இப்படியும் ஒரு சந்தேகப் பேர்வழி உண்டா என்று அவனை நையாண்டி செய்தான். தான் சொர்ணமுகியைத் தேடி வருவதும் போவதும் எந்த ஒரு களங்கமான உள் நோக்கத் தோடும் அல்ல, அவள் நல்ல நட்புக்கு மதிப்புக் கொடுக்கிற வளாய் இருக்கிற களங்கமற்ற ஒரே காரணத்தால்தான் என்பதை திரும்பத் திரும்ப சொர்ணதாசனுக்கு உணர்த்திப் பார்த்தான். சொர்ணதாசன் அதற்கு செவி கொடுப்பவனாய் இல்லை. சுப்புவோ, ஓர் உயர்ந்த நட்பை இழக்க சம்மதியா திருந்தான். அவர்களுக்கிடையிலான மனப்போராட்டம் அவ்விதமாய் இருந்தது.

சொர்ணதாசனின் சினம் சொர்ணமுகியிடம் திரும்பியது. நீ சுப்புவை சந்தித்துப் பேசுவதை தவிர்த்துவிடு என்று அவளைக் கண்டித்தான். அதெப்படி ஒரு நல்ல நட்பை தக்க காரணமின்றி இழப்பது என்று தர்க்கார்த்தமாக அவனுடன் வாதிட்டாள் அவள். உன் சந்தேகம் முறையற்றது. வீண் பழிச்சொல் பேசாதே என்று அவள் அவனைக் கேட்டுக் கொண்டாள். சொர்ணதாசனுக்கு அது ஒரு தகுந்த சமாதான மாக இருக்கவில்லை. தன் எண்ணத்தில் விடாப்பிடியாய் இருந்தான். அப்படித்தானே உன்னை நான் நம் ஆரம்ப சந்திப்பு களில் நினைத்துப் பழகினேன். பின்பு, அது காதலாய் மாற வில்லையா எனக் கேட்டான் அவன். அவர்களிடையேயான அந்தப் பிணக்கு அவ்விதமாக நிலை கொண்டிருந்தது.

அந்தப் பிரச்சினைக்கு ஓர் உடனடி முடிவு கட்டிவிட வேண்டும் என்று சொர்ணதாசன் முனைந்தான். அவசர அவசரமாக தன் பெற்றோரிடமும் சொர்ணமுகியின் பெற்றோரிடமும் அனுமதி வாங்கி, சொர்ணமுகியை மணந்து கொண்டான் அவன். சொர்ணமுகி அவனுக்கு தூரத்து உறவு என்பதால், அது எளிதில் சாத்தியப்பட்டது அவனுக்கு.

சொர்ணமுகியின் அழைப்பின் பேரில் சுப்புவும் திருமணத்துக்கு வந்திருந்தான். தம்பதியர் இருவருக்கும் தனித்தனியே திருமணப் பரிசுகள் வழங்கினான் அவன். அந்த இரு பரிசுகளையும் பக்கத்தில் பக்கத்தில் வைத்து இணைத்துப் பார்த்தால் மட்டுமே அது முழுமையான அர்த்தம் பெரும்படியாக இருக்கும் என சூசகமாக சொர்ண தாசனுக்கும் சொர்ணமுகிக்கும் உணர்த்தினான் சுப்பு. சொர்ணதாசன் அதை ஆரம்பத்தில் அசட்டை செய்தான். சொர்ணமுகியின் வற்புறுத்தலின் பேரிலும் சுப்பு அப்படி என்னதான் பரிசளித்திருக்கிறான் பார்ப்போமே என்ற தனது ஆவல் மிகுதியிலும் இரு பரிசுகளையும் இணைத்துப் பார்க்க பின்பு சொர்ணதாசன் சம்மதித்தான். அப்படிச் செய்து பார்த்தபோது தனித்தனி கூடுகளில் அடைக்கப்பட்டிருந்த ஆணும், பெண்ணுமான இரு கிளிகள், வெளியேறி ஒன்றாய், சுதந்திரமாய், அக்களிப்போடு வானில் சிறகடித்துப் பறப்பது போன்ற ஒரு ஓவியமாய் இருந்தது அது. சொர்ணதாசனுக்கு அது அர்த்தமாகவில்லை. சொர்ணமுகியிடம் கேட்டான்.

ஜோடி சேர்ந்ததின் மகிழ்ச்சியைக் குறிக்கிறது அது என்றாள் அவள்.

சொர்ணதாசன் அந்த இரு ஓவியத்துண்டுகளையும் இடம் மாற்றி வைத்து இணைத்துப் பார்த்தான். சுதந்திரமாக பறந்து கொண்டிருந்த இரு கிளிகளையும் தனித்தனியே கூண்டுகளில் அடைத்துப் போட்டது போல் இருந்தது அது. இல்லை, நீ சொன்னது தவறு. பிரிவின் சோகத்தைக் குறிக்கிறது. அது என்றான் சொர்ணதாசன். ஓவியத்தில், கிளிகள் இரண்டும் அடைக்கப்பட்டிருந்த கூடுகளின் கதவுகள் திறந்திருப்பதைப் பார்த்தாயா எனக் கேட்டாள் சொர்ணமுகி. சொர்ணதாசன் அவள் சொன்னதை ஒரு பொருட்டாக எண்ணவில்லை. அவ்விதமாக, சுப்பு கொடுத்த கல்யாண பரிசுகள் தம்பதியரிடையே முதல் முதலான ஊடலுக்கு வித்திட்டது. காதலிக்கும்போது கொண்ட ஊடல்கள் கணக்கில் சேர்த்தியில்லை.

திருமணமான பின்பும் சுப்பு, சொர்ணமுகியைச் சந்திக்க வந்து போவதை நிறுத்தவில்லை. இப்போது, சொர்ணமுகி குடியிருந்த சொர்ணதாசனின் வீட்டுக்கே வந்து போனான். அது சொர்ணதாசனை மேலும் அதிகமாக கோபம் கொள்ளச் செய்தது. மாற்றான் மனைவியை வசியப்படுத்த முயலு கிறாயே, இது நியாயமா, நல்லொழுக்கமற்ற செயல் அல்லவா அது என்று சினந்தான் சுப்புவை. நான் உன் மனைவியை யல்ல, என் தோழியை சந்திக்கவே வந்து போகிறேன் என்று பதில் சொன்னான் சுப்பு. சொர்ணமுகியைப் பார்க்காது போய் விட்டால் உனக்கு சோறு வயிற்றுக்குள் இறங்காதா என்று வெறுப்பேற்றினான் சொர்ணதாசன். சுப்பு அதைக் கண்டு கொள்ளவில்லை. தன் போக்கிலேயே நீடித்தான். சொர்ண முகிக்கும் அதைத் தாங்கிக்கொள்ளமுடியவில்லை. சொர்ண தாசனை நொந்து கொண்டாள். இப்படியே போனால் அது நம் மணமுறிவுக்கே காரணமாகிவிடும் என்று எச்சரித்தாள். சொர்ணதாசனுக்கு அது கூடுதலான சந்தேகத்தையும் கோபத்தையும் உண்டு பண்ணியது. சுப்புவை ஆள் வைத்து அடிக்கலாமா என்பது வரை துணியலானான் அவன். அவ்விதமே அவன் செய்ய, அதன் காரணமாக சொர்ண முகிக்கும் சொர்ணதாசனுக்கும் மனஸ்தாபம் முற்றி, அது விவாகரத்துவரை கொண்டுபோய் விட்டுவிட்டது. தம்பதியர் இருவரும் தனித்தனியே பிரியும்படி ஆயிற்று.

விவாகரத்து ஆன பின்பும் சுப்புவின் வந்து போதல் நின்றபாடில்லை. சொர்ணமுகியின் வீட்டிலேயே அது நிகழ்ந்து வந்தது. சொர்ணமுகியின் பெற்றோருக்கு அது ஒரு மன உறுத்தலாய் இருந்தது. சொர்ணதாசன் சொல்லி வந்தது சரிதான் போலும் என்று சந்தேகித்தனர். மகளைக் கண்டித்தனர். அக்கம் பக்கத்தில் இருந்தவர்களுக்கும் சமாதானம் சொல்ல வேண்டியிருந்ததால் அவ்விதம் செய்தனர்.

இந்த உலகத்தில் எல்லோருமே சந்தேகப் பிராணிகளாய் இருக்கிறார்களே, ஒரு தூய்மையான சிநேகிதத்தைத் தப்பாக அர்த்தம் செய்கிறார்களே என்று நொந்து கொண்டாள் சொர்ணமுகி. சுப்புவும் அதைக்கேட்டு வருந்தினான். அதன்பின், சுப்புவுக்கும் சொர்ணமுகிக்கும் இடையிலான நட்பு மேலும் நெருக்கமாயிற்று. இந்த உலகத்துக்கு ஒரு பாடம் கற்பிக்க வேண்டும் என்று கறுவினார்கள் இருவரும்.

பின்பு சுப்பு சொர்ணமுகியை மெல்ல மெல்ல தொட்டுப் பழகலானான். அவளும் அதை தப்பாக எண்ணவில்லை. அவர்களுடையேயான நட்பு மேலும் வலுப்பெற்றது இடை வெளி குறையலாயிற்று. ஒருவருக்கொருவர் நெற்றியில் முத்தமிட்டுக் கொள்வதுவரை நீடித்தது. அது ஓர் ஆனந்த அக்களிப்பாய் இருந்தது இருவருக்கும். ஆனாலும், நட்புத் தானே, தூய நட்புத்தானே, காதல் அல்லவே என்று தமக்குத் தாமே சமாதானம் சொல்லிக் கொண்டார்கள். காமம் தலைதூக்கவில்லை என்று நம்பினார்கள். அது போலியான நம்பிக்கையாய் இருந்தது. ஆமாம், காமமும் ஒரு நாள் அரங்கேறி விட்டது. நெற்றியில் கொடுத்து வந்த முத்தம், கன்னத்தி லென்றாகி, பின்பு உதட்டுக்கு உதடு என்று தாவியது. அதன் பரவசம் எண்ணி மாளவில்லை இருவருக்கும்.

ஒரு நாள் சொர்ணமுகி தன் பெற்றோரிடம், தனக்கு சுப்புவை மறுமணம் செய்து வைக்கும்படி கேட்டுக் கொண்டாள். நாங்களும் சொர்ணதாசனும் சந்தேகித்தது சரியாய்ப் போயிற்றுப் பார் என்றனர் அவள் பெற்றோர் ஆற்றாமையுடன். அதற்குக் காரணம் நீங்கள்தான். உங்கள் காரணமற்ற சந்தேகம்தான் என்று பதில் கூறினாள் அவள். எப்படியோ ஒழிந்து போகட்டு மென்று அவள் கேட்டுக் கொண்டபடியே செய்து வைத்தனர் அவள் பெற்றோர். சுப்பு வந்து போவதை நிறுத்திக் கொண்டு,

தன் வீட்டில் சொர்ணமுகியை குடியேற்றினான். இவற்றை யெல்லாம் கேள்விப்பட்ட சொர்ணதாசன், தான் கொண்ட சந்தேகம் காரணமற்றதல்ல என்று எண்ணிக் கொண்டான். ஆனாலும், அவன் வேறு எந்தப் பெண்ணையும் மறுமணம் செய்து கொள்ள விரும்பாமல் இருந்து வந்தான்.

நண்பர்களாய் இருந்த சுப்புவும் சொர்ணமுகியும் காதலர் களாகி, பின் தம்பதியராகிவிட்டனர். தாம்பத்தியம் தேனாய் இனித்தது இருவருக்கும். தேன் நிலவு கொண்டாட ஊர் ஊராய், நாடு நாடாய் அலைந்தனர். மோகம் முப்பது நாள், ஆசை அறுபது நாள் என்பார்கள். ஆக தொண்ணூறு நாட்களில் எல்லாம் புளித்துப் போனது இருவருக்கும் என்றுதான் சொல்ல வேண்டும். காம நோக்கு அகன்றாலும் தோழமை நோக்கு தொடர்ந்தது. அதுவும் பின்பு நிலைத்திருக்கவில்லை. காரணம் சொர்ணமுகிக்கு ஏற்பட்ட வேறு ஒருவனுடனான நட்பு.

ஆமாம். சொர்ணமுகிக்கு மூர்த்தி அறிமுகமானான். மூர்த்தி ஒரு எலக்ட்ரீஷியன். கூடவே ஏ.சி. பழுது பார்ப்பவன். சுப்புவின் வீட்டில் ஒரு நாள் ஏ.சி. ரிப்பேராகிவிட்டது. பழுது பார்க்க மூர்த்தி வந்தான். எல்லாம் சரியாக இருக்கின்றனவா என்று செக் அப் பண்ணிவிட்டு, ரிமோட்டில் பேட்டரி ஃபியூஸ் ஆகிவிட்டது. வேறொரு ரிப்பேரும் இல்லை என்று சொல்லி, பேட்டரியை மாற்றிக் கொடுத்தான். ஏசி இயங்க ஆரம்பித்துவிட்டது. மூர்த்தியின் நாணயத்தை சொர்ணமுகி பாராட்டிப் பேசினாள். பின்பு இரண்டு மூன்று முறை மூர்த்தியை, ஷாப்பிங் சென்றபோது, மார்க்கெட்டில் பார்த்துப் பேச நேர்ந்தது சொர்ணமுகிக்கு. இப்படியாக இருவரும் நண்பர்களானார்கள். சொர்ண முகியைப் பார்க்க, வந்து போகலானான் மூர்த்தி. அவர்கள் சந்திப்பு அடிக்கடி நிகழலாயிற்று. அது சுப்புவுக்கு மன உளைச்சலை உண்டு பண்ணிற்று. சொர்ணமுகியை அதற்காக கடிந்து கொள்ள ஆரம்பித்தான் சுப்பு. (வேறொரு பெண்ணான) கற்பகத்துடனான என் நட்பு உன்னுடையது போன்றதல்ல, அது தூய்மையானது என்று சொர்ணமுகியிடம் கூறினான் சுப்பு.

ஆமாம். சுப்புவுக்கும் கற்பகத்துக்கும் அவனுக்கு திருமண மான பின்பு நட்பு ஏற்பட்டிருந்தது. அதுவும் எதிர்பாராதது

தான். கற்பகம் ஒரு நர்ஸ். தனியார் மருத்துவமனை ஒன்றில் வேலை பார்த்து வந்தாள். ஒரு நாள் சுப்புவுக்கு வயிற்று வலி வந்து, கற்பகம் வேலை பார்த்து வந்த ஆஸ்பத்திரியில் மருத்துவ தேவைக்காக சேர்க்கப்பட்டான். கற்பகம் பழக்க மானாள். பின்பும் அந்த நட்பு நீடித்தது. சுப்பு கற்பகம் வீட்டுக்கு அடிக்கடி வந்து போக ஆரம்பித்தான். இது சொர்ணமுகிக்கு தெரியவந்தது. அது அவளுக்கு மன உளைச்சலை ஏற்படுத்திற்று. சுப்புவை அதற்காக அவள் கடிந்துகொள்ள ஆரம்பித்தாள். மூர்த்தியுடனான தன் நட்பு உன்னுடையது போன்றதல்ல, தூய்மையானது என்று அவனை பழித்துக்கூறி வந்தாள் சொர்ணமுகி.

சொர்ணதாசன் அவனது ஏழாவது பிறந்த நாளை இருபத் தெட்டாவது வயதில் கொண்டாடும்போது, மேற்கண்ட விஷயங்களையெல்லாம் கேள்விப்பட்டு மனதுக்குள் சிரித்துக்கொண்டான். அந்தச் சிரிப்பு, ஏறக்குறைய ஒரே அர்த்தம் கொண்ட ஏளனமும் நக்கலும் விகடமும் கிண்டலும் கேலியும் பரிகாசமும் பகடியும் கூடியதாய் இருந்தது.

சொர்ணதாசன் அந்த அவனது ஏழாவது பிறந்த நாளன்று, அவனது மற்றொரு தூரத்து உறவினளான கோமதியை முதல் முதலாகச் சந்தித்தான். கோமதி ஒரு மின்னலைப் போல் வந்தாள். அந்த பிரகாசப் பேரொளியில் சொர்ணதாசன் தன்வசமிழந்தான் என்றுதான் சொல்ல வேண்டும். அவள் தனக்குக் கிடைத்த விலையேறப்பெற்ற பரிசு என்பதாகவே கருதினான் சொர்ணதாசன். கோமதிக்கும் விஸ்வநாதன் என்ற ஒரு நண்பன் இருந்தான் என்பது காலம் தாழ்ந்தே சொர்ணதாசனுக்கு தெரியவந்தது.

பொன்னுத் தாத்தா

இப்போதெல்லாம் எழுபது வயதைக் கடந்து வந்தபின், எனக்கு கனவுகள் அடிக்கடி வருகின்றன. பால்யத்திலிருந்து பரிச்சயமான, ஆனால் நான் தற்பொழுது முற்றிலும் மறந்து போன நபர்கள் என் கனவில் அடிக்கடி வருகிறார்கள். இன்றைய அதிகாலைக் கனவில் பொன்னுத் தாத்தா வந்தார். அவர் ஒரு தாய்ப்பறவை போல் பறந்து வந்து எனக்கு அமுதூட்டுகிறவராயும் நான் ஒரு குஞ்சுப்பறவையாய், வாயை அகலத் திறந்து அமுதுண்பதாயும் கனவு இருந்தது. அதைத் தொடர்ந்து, இன்று முழுவதும் பொன்னுத் தாத்தாவைப் பற்றிய நினைவுதான் மாறிமாறி என் மனத்திரையில் தோன்றிய வண்ணம் இருக்கிறது. எவ்வளவு உயர்ந்த மனிதர் அவர் என்பதை என் பால்யம் முதல், அறுபத்தைந்து வருஷங்கள் கழித்து இப்போது யோசித்துப் பார்க்கும்பொழுது, அந்த நினைவு மனதில் தேனென இனிக்கிறது.

என் அப்பா வழித் தாத்தாவின் சித்தப்பா மகன்தான் பொன்னுத்தாத்தா. அவருடைய ஐந்தாவது வயதிலேயே ஒரு சாலை விபத்தில் பெற்றோரைப் பறிகொடுத்தவர் அவர். அவர் வளர்ந்தது, கல்வி கற்றது எல்லாம், எங்கள் அப்பா வழித் தாத்தாவின் பெற்றோர் கண்காணிப்பில்தான். அவரது இரத்த பந்தத்தில், உடன் பிறந்தவர்கள் யாருமில்லை. அவர் பெற்றோரின் இழப்பு தெரியாவண்ணம் வளர்த்து ஆளாக்கப் பட்டார். எங்கள் சொந்த ஊரான வடக்கன்குளத்தில் பள்ளிப் படிப்பு முடித்து, பின்பு ஆசிரியர் பயிற்சியில் தேர்ச்சி பெற்று, பாளையம்கோட்டையில் இருந்த ஒரு அரசாங்கப் பள்ளியில் கணித ஆசிரியராய் வேலையில் சேர்ந்தார்.

எங்களுக்கு விவரம் தெரிந்து பள்ளியில் படித்துவந்த நாட்களில், பொன்னுத்தாத்தாவுக்கு நாற்பது நாற்பத்தைந்து வயதே இருக்கும். ஆனாலும் அவரை நாங்களெல்லாம் தாத்தா

என்றே கூப்பிடுவோம். அதற்கு சில காரணங்கள் உண்டு. அவர் எங்கள் அப்பா வழித் தாத்தாவுக்கு தம்பிமுறை என்பதாலும் அந்த வயதிலேயே அவருடைய தலை நரைத்துவிட்டதாலும் அவர் வாயில் உடைந்துபோன இரண்டு மேல்தாடை முன் பற்களை தங்கத்தால் கட்டியிருந்ததாலும்தான். முதலில் சின்னத் தாத்தா என்றே அழைத்து வந்தோம். போகப் போக பொன்னுத்தாத்தா என்று பெயர் மாறிவிட்டது. பொன்னுசாமி என்பது அவருடைய இயற்பெயர். பெரியவர்கள் பொன்னுப் பிள்ளை என்று அவரை அழைப்பர்.

பாளையம்கோட்டைப் பள்ளியில் அவர் ஆசிரியராய் சேர்ந்த பின்பு, காலிறுதி, அரையிறுதி மற்றும் இறுதித் தேர்வுகளின் முடிவில் விடப்படும் விடுமுறை நாட்களில் தவறாமல் வடக்கன் குளத்துக்கு வந்துவிடுவார் பொன்னுத் தாத்தா. சிறு குழந்தைகளான நாங்கள் அவர் வருகைக்காக காத்திருப்போம். விடைத்தாள்களை ஒரே நாளில் திருத்தி பள்ளியில் ஒப்படைத்து விட்டுத்தான் வருவார். விடுமுறை நாட்களில், பள்ளியிலோ, ஊரிலோ யாரும் அவரைத் தேடாத வாறு, அவரால் பிறருக்கு எந்த தொந்தரவும் ஏற்படாதபடி, எல்லாம் சரிபார்த்து விட்டுத்தான் கிளம்புவார். அவருடைய வடக்கன்குள முகவரியை பள்ளித் தலைமை ஆசிரியரிடம் எப்போதும் கொடுத்து வைத்திருப்பார்.

பாளையம்கோட்டை பள்ளி போர்டிங் கட்டிடத்தில், வராண்டாவின் தென்கோடியில் ஒரு மூலைதான் அவருடைய வீடு, வாசல், தோப்பு, துரவு எல்லாம். போர்டிங் மெஸ்ஸில் தான் சாப்பாடு. அங்குள்ள கிணறு, டாய்லெட் முதலியவை தாம் குளிப்பதற்கும் காலைக்கடன் கழிப்பிற்கும் துணி துவைப்பு போன்ற அது சார்ந்த ஏனைய காரியங்களுக்கும். குடியிருப்புக்குப் பணம் கொடுத்தால் யாரும் வாங்கிக் கொள்வதில்லை என்பதில் சிறு மனவருத்தம் அவருக்கு.

பொன்னுத் தாத்தாவிடம் எதுவும் ஒளிவு மறைவு கிடையாது. பூட்டு இல்லாத சற்றுப் பெரிய ஒரு டிரங் பெட்டி நிறைய துணிமணிகள், கணிதப் பாடப் புத்தகங்கள், இரண்டொரு துணிப்பைகளுள் வாஷிங் ஷேவிங் போன்ற அன்றாட தேவைக்கான அத்தியாவசியப் பொருட்கள். அவைதாம் அவருடைய சொத்து. மாதாந்திர சம்பளத்தில்

பெரும் பகுதியை தர்ம காரியங்களுக்கு ஒதுக்கி செலவிட்டு விடுவார். மீதமானதை போர்டிங் வார்டனிடம் கொடுத்து வைத்திருப்பார். மெஸ் பில் போக பாக்கியுள்ளதை, தேவைப் படும்போது கேட்டு வாங்கிக் கொள்வார். பொதுவாக வடக்கன்குளம் வந்து போகும் நாட்கள் தவிர்த்து மற்ற நாட்களில் அவர் கையில் காசு இராது. வங்கியில் அக்கவுண்ட் கிடையாது.

வடக்கன்குளத்துக்கு அவர் வரும்போதெல்லாம், பட்டுத் துணியிலான ஒரு சுருக்குப் பை வைத்திருப்பார். அது நிறைய காலணா முதல் நாலணா வரையிலுள்ள காசுகள் கலகலக்கும். அதை இடுப்பில் சொருகி வைத்திருப்பார். சிறு குழந்தைகளைக் கண்டால், சுருக்குப் பையிலிருந்து ஒரு காசை எடுத்துக் கொள்ளச் சொல்வார். குழந்தைகள் எடுத்துக் கொண்டதும் ஒனக்கு பிரியமானதை வாங்கி சாப்பிடும்மா என்று சொல்வார். சிறு குழந்தைகளேயானாலும் அவர்களின் விருப்பு வெறுப்புகளை மதித்து அவ்வாறு செய்வார். காலணாவோ, அரையணாவோ, நாலணாவோ அவரவர் அதிர்ஷ்டத்துக்குத் தகுந்தவாறு காசு கிடைக்கும். குழந்தைகள் மகிழ்ச்சியில் துள்ளிக் குதிப்பர். அதைக் கண்டு பொன்னுத் தாத்தா, மனப்பூரிப்போடு அவர்கள் கன்னத்தைக் கிள்ளி கையில் எடுத்து முத்தி செய்வார். குழந்தைகளிடம் பாகுபாடு பார்க்க மாட்டார். எல்லாக் குழந்தைகளும் அவருக்கு செல்லக் குழந்தைகள்தாம். காலணா கிடைத்த குழந்தைகளுக்கு, கூடுதலாக ஒரணா கொடுத்து அவர்களை மகிழ்விப்பார்.

பள்ளியில் போல் ஊரிலும் எங்கள் வீட்டு வெளிமுற்றம் தான் அவருக்கு தங்குமிடம். வீட்டினுள் யார் கூப்பிட்டாலும் எக்காரணம் கொண்டும் காலெடுத்து வைக்க மாட்டார். சாப்பாடும் வெளியே ஹோட்டலில்தான். குளித்தல், துணி துவைத்தல் இத்தியாதி காரியங்கள் அனைத்தும் ஊர்க் குளத்தங்கரையில்தான். குளத்தில் தண்ணீர் இல்லாத வறண்ட காலங்களில், வயற்காடுகளில் உள்ள கிணற்று நீரை உபயோகித்துக் கொள்வார். யாருக்கும் எந்த வகையிலும் சிரமம் கொடுத்துவிடக்கூடாது என்ற அவருடைய வைராக்கியம் தான் அவ்வாறாக அவரை இயக்கியது. ஊருக்கு விருந்தின ராகத்தானே வருகிறீர்கள். பிறகு ஏன் இப்படி ஒதுங்கி ஒதுங்கிப் போகிறீர்கள் என்று கேட்டால், அப்படி பழகிப்

போச்சு என்று சொல்லி மழுப்பிவிடுவார். உண்மையில் செல்ல பேரக்குழந்தைகளான எங்களைப் பார்க்க வேண்டும் என்ற அவருடைய தணியாத விருப்பம்தான் காரணமாகும் என்பது எல்லோருக்கும் தெரிந்த விஷயம்தான்.

பொன்னுத்தாத்தா திருமணமாகாதவர். திருமணம் என்பது, பெண்ணை ஆணுக்கு அடிமையாக்க எழுதிக் கொடுக்கும் சாசனம் என்பது அவரது கொள்கை. இளம் வயதிலேயே அப்படி ஒரு எண்ணம் அவருடைய மனதில் பதிந்துவிட்டது. அதோடு, கல்யாணம் என்பது ஒரு கால்கட்டு என்று அவர் நினைத்தார். இரு தரப்பிலும் சுதந்திரத்தைப் பறிக்கும் ஒரு கட்டுப்பாடான விஷயம் என்றும் எண்ணினார். தன்னிச்சையாக போக வர, செயல்பட முடியாதவாறு செய்யும் ஒரு நிர்ப்பந்தத்துக்குப் பெயர்தான் திருமணம் என்பது அவருடைய கருத்து. அதனால் ஒழுக்கச் சீர்கெட்ட ஒரு வாழ்க்கையை அவர் வாழ விரும்புகிறார் என்பதல்ல அர்த்தம். தூய சந்நியாசி அவர். (குழந்தைகளைப் பெற்றுக் கொண்டு அவதிப்படும் ஒரு (அவர் பாஷையில்) மூன்றாந்தர வாழ்க்கைக்கு அவர் தயாராயில்லை. அவற்றின் விளைவாக அவர் திருமணத்தை அடியோடு வெறுக்கும்படியாயிற்று. அதே சமயம் குழந்தைகள் என்றால் கொள்ளைப் பிரியம் அவருக்கு. அதனால்தான் லீவு நாட்களில் பேரக்குழந்தைகளை நாடி வடக்கன்குளம் வந்துவிடுவார். சொந்தக் குழந்தைகள் இருந்தால், எல்லாக் குழந்தைகளோடேயும் சமமான பாசம் சாத்தியமில்லை என்பதாலேயே பேச்சலர் வாழ்க்கையை வரிந்து மேற்கொண்டிருந்தார் எனலாம். அப்படியான ஏறுக்கு மாறான கொள்கைக்குழப்பம் அவரை ஒரு சந்நியாசி யாக உருவாக்கி இருந்தது.

நாட்கள் போகப் போக, மனோதத்துவ ரீதியாக சில மாற்றங்கள் பொன்னுத் தாத்தாவுக்கு ஏற்பட்டன. குழந்தைகள் மேல் அவர் கொண்டிருந்த பாசமும் பரிவும் பெரியவர்கள் மேலும் திரும்பிற்று. சொந்தம் சுற்றம் மேல் அதிகமான அன்பைப் பொழியலானார். அது கொஞ்ச காலம் நீடித்தது. பின்பு அதுவும் போய், பாசம் பந்தம் ஏதுமற்ற தனிமையான ஒரு சூழலில் வாழ வேண்டும் என்று விரும்ப ஆரம்பித்தார். பணி ஓய்வு பெற்றபின், அந்த விருப்பம் மேலோங்கியது.

ஒரு தனிமையான இடத்தைத் தேடி அவர் மனம் துழாவி அலைந்தது. மேற்கண்ட மனமாற்றங்கள் எப்படி எதனால் ஏற்பட்டதென்று அவருக்கே தெரியவில்லை. பிரம்மச்சாரி யாக இருந்ததன் விழைவுகளோ அவை என்று அவரும் பிறரும் எண்ணலாயினர். முதுமை காரணமாக, உலகப் பற்றும் பாசமும் குறைய ஆரம்பித்ததோவெனவும் தோன்றிற்று.

இதற்கிடையில், நான் படித்து முடித்து, தூத்துக்குடி ஹார்பர் பிராஜக்டில் செக்ஷன் ஆபிஸராக பதவி ஏற்றேன். இரண்டொரு வருஷங்களில் ஹார்பர் காலனி உருவாகி, வேலை செய்தவர்கள் தங்குவதற்கு குவார்டர்சும் கட்டிக் கொடுத்தார்கள்.

பொன்னுத்தாத்தா பணி ஓய்வு பெற்று, தங்குவதற்கு இடம் தேடிக் கொண்டிருந்தார் என்று தெரிய வந்தது. ஒரு பேச்சலராக நான் தூத்துக்குடியில் இருப்பதைக் கேட்டு அறிந்து என்னைத் தேடி வந்தார். நான் வசித்துவந்த சூழல் அவருக்குப் பிடித்துப் போயிற்று. ஆரவாரமற்ற அமைதியான இடம். நான் தங்கியிருந்த குவார்ட்டர்சில் ஸ்டேர் கேஸ் அறையில் தங்கிக் கொள்ள அனுமதி கேட்டார். ஏன் தாத்தா, என்னோடு வீட்டுக் குள்ளேயே தங்கிக் கொள்ளுங்கள் என்றேன். அவர் மறுத்து விட்டார். நான் எப்போது வருவேன், எப்போது போவேன் என்று எனக்கே தெரியாது. ஸ்டேர் கேஸ் ரூம் எனக்கு வசதியாய் இருக்கும். அதிலேயே தங்கிக் கொள்கிறேன் என்றார். என்ன சொன்னாலும் அவர் கேட்கப் போவதில்லை என்பதை உணர்ந்து அவர் இஷ்டத்துக்கே விட்டுவிட்டேன்.

காலை நான்கு மணிக்கே எழுந்து விடுவார் பொன்னுத் தாத்தா. அருகிலுள்ள கடற்கரைப் பகுதிக்குச் சென்று காலைக் கடன்களை முடித்துவிட்டு, சற்று தூரத்தில் உள்ள ஓவர்ஹெட் டாங்கின் அடியில் இருக்கும் தண்ணீர் குழாயில், குளியல் போன்ற காரியங்களை முடித்துவிட்டு, குவார்ட்டர்ஸ் நடுவில் இருக்கும் உணவு விடுதியில் காலை ஆகாரம் சாப்பிட்டுவிட்டு, அவர் தங்கியிருக்கும் இடத்துக்கு வருவார். நண்பகல் பன்னிரெண்டு மணிவரை பைபிள், குரான், பகவத் கீதை முதலிய வேத நூல்களை வாசித்து ஜெபித்துக் கொண்டிருப்பார். பிறகு ஹோட்டலில் சாப்பிட்டு விட்டு, தூத்துக்குடி டவுனுக்கு பஸ் ஏறி சென்றுவிடுவார்.

எட்டையபுரம் ரோடும், கிரேட் காட்டன் ரோடும் சந்திக்கும் இடத்தில் ஒரு சத்திரம் உண்டு. அங்கு முதியவர்கள் உட்கார்ந்து பழங்கதை பேசிக் கொண்டிருப்பார்கள். அவர்களுடன் பொன்னுத்தாத்தாவும் கலந்துகொள்வார். அரட்டைக் கச்சேரி இரவு ஒன்பது ஒன்பதரை மணிவரை நீடிக்கும். பின்பு பஸ் ஏறி, துறைமுகக் காலனிக்கு வந்து ஹோட்டலில் சாப்பிட்டு விட்டு தங்குமிடம் வருவார். பஸ்ஸை தவறவிடும் நாட்களில் ஏழு மைல் தூரம் நடந்தே காலனி வந்து சேர்வார். ஸ்டேர்கேஸ் ரூமில் லைட் ஒன்றும் போடமாட்டார். அப்படியே வந்து படுப்பவர், அடுத்த நாள் காலை நான்கு மணிக்கு விழித்தெழுவார். இத்தனையும் அவர் சொல்லித்தான் எனக்குத் தெரியும்.

பொன்னுத்தாத்தாவுக்கு எம்மதமும் சம்மதம். அதை அவருடைய வாழ்வில் தீவிரமாய்க் கடைபிடித்தார். கிறிஸ்துமஸ், ஈஸ்டர் போன்ற கிறிஸ்தவ பண்டிகை நாட்களில், மசூதி அல்லது இந்து கோவிலுக்குச் சென்று, அங்கு அமர்ந்து பைபிள் படித்து ஜெபித்து நேரத்தைச் செலவிடுவார். ரம்ஜான், பக்ரீத் நாட்களில் சர்ச் அல்லது இந்து கோவிலில் குரான் படித்து ஜெபிப்பார். இந்து பண்டிகைகளின்போது மசூதி, சர்ச் சென்று பகவத் கீதையுடன் அமர்ந்து ஜெபம் செய்வார். யார் எது சொன்னாலும் அது பற்றி கவலை கொள்ள மாட்டார். அவர் கொள்கையில் விடாப்பிடியாய் இருப்பார்.

ரிட்டயர்ட் ஆகுமுன் பொன்னுத்தாத்தா வங்கியில் கணக்கேதும் வைத்திருக்கவில்லை. ஸ்கூல் ஹாஸ்டல் வார்டனிடம்தான் பணத்தைக் கொடுத்து வைத்திருந்தார். ரிட்டயர்ட் ஆன பிறகு பென்ஷன் பணத்தைப் பெற்றுக்கொள்வதற்கு வங்கிக் கணக்கு தேவைப்பட்டதால், திருநெல்வேலி ஸ்டேட் பேங்க் ஆஃப் இந்தியாவில் சேவிங்ஸ் பேங்க் அக்கவுண்ட் ஆரம்பித்திருந்தார். ஓய்வூதியத்தை வரவு வைக்க ஒவ்வொரு மாதமும் முதல் வாரத்தில் திருநெல்வேலி சென்று வருவார். அப்போது ஒரு மாத தேவைக்கான பணத்தை எடுத்து வருவார். அந்தப் பணத்தை எங்கு வைத்திருப்பார் என்று ஒருவருக்கும் தெரியாது. எப்போதாவது அவரிடமிருந்து எதுவும் களவு போனதாகவும் இல்லை. அவருடைய ஜட்டி பையில் வைத்திருப்பார் என்பது பிறரின் யூகம்.

பொன்னுத்தாத்தாவுக்கு ஒரு தடவை வந்த டைஃபாயிட் காய்ச்சலைத் தவிர்த்து, குறிப்பிடும் அளவிற்கு பெரிய நோய் எதுவும் ஏற்பட்டதில்லை. சளி, இருமல், சாதாரண காய்ச்சல், வயிற்றுக் கோளாறு என்று எப்போதாவது வருவதுண்டு. அதை குணமாக்க, மருத்துவர் எவரையும் அவர் நாடிச் சென்ற தில்லை மெடிக்கல் ஸ்டோரிலேயே தன் சுகவீனத்தைச் சொல்லி மருந்து மாத்திரை வாங்கிச் சாப்பிடுவார். நோய் சரியாய்ப் போய்விடும்.

ஒரு நாள் வழக்கம் போல் இரவு பத்து மணிக்கு பொன்னுத் தாத்தாவைப் பார்க்க மாடிப்படி ஏறிச் சென்றேன். அங்கு அவர் நன்றாகப் போர்த்திக்கொண்டு சுருண்டு மடங்கிப் படுத்திருப்பதைப் பார்த்தேன். அவர் நெற்றியைத் தொட்டுப் பார்த்தபோது, அதிக காய்ச்சல் இருப்பது தெரியவந்தது. ஒருவித மயக்கமான நிலையில் இருந்தார். தாத்தா, தாத்தா என்று கூப்பிட்டுப் பார்த்தேன். பதிலில்லை. அவரை ஆஸ்பத்திரியில் சேர்த்துவிடலாம் என்று தீர்மானித்தேன். சற்று தூரத்திலுள்ள மெயின்டெனன்ஸ் சப் டிவிஷன் சென்று ஆட்டோவுக்கு போன் பண்ணிவிட்டு வந்தேன். 11 மணிக்கு ஆட்டோ வந்தது. நான் தாத்தாவை உசுப்பி எழுப்பி தூக்கிச் சுமந்துகொண்டு வந்து ஆட்டோவில் ஏற்றினேன். மாற்று உடைகளுக்குத் தேவைப்படலாமென எண்ணி, அவருடைய டிரங்பெட்டி முதலியவைகளையும் எடுத்துக்கொண்டு வந்து, டவுனில் இருந்த பிரின்ஸ் கிளினிக்கில் கொண்டு சேர்த்தேன்.

மறுநாள், இரத்தப் பரிசோதனை செய்து பார்த்துவிட்டு, டைஃபாயிட் காய்ச்சல் என்றார் டாக்டர். பத்துப் பதினைந்து நாட்கள் படுக்கையில் இருக்க வேண்டும் என்றார். வீட்டில் வசதிப் படாததால் மருத்துவ மனையிலேயே வைத்திருந்து பார்க்க ஏற்பாடு செய்தேன்.

ஒவ்வொரு நாளும் பொன்னுத் தாத்தாவைப் பார்க்க வரும் போதெல்லாம் அவர், 'ஒனக்கு தொந்தரவு கொடுத்துக் கொண்டிருக்கிறேன் பார்த்தாயா, இதுக்கு முன்னாலெல்லாம் மற்றவர்களுக்கு சின்னச் சின்ன தொந்தரவாய் இருந்திருக் கேன். இப்போதுதான் நாட்கணக்கில் ஒனக்கு தொந்தரவாய் இருக்கிறேன். என்னை மன்னிச்சிடும்மா மன்னிச்சிடு என்று புலம்புவதே வழக்கமாய்ப் போயிற்று. நானும், எனக்கு ஒரு

தொந்தரவும் இல்லை தாத்தா, நீங்க குணமாகணும் அதுதான் முக்கியம் என்று சொல்லி வந்தேன்.

மருத்துவமனையில் சேர்த்து ஐந்தாம் நாளெல்லாம் காய்ச்சல் குணமாகிவந்தது. தாத்தா நடமாட ஆரம்பித்தார். யாருடைய உதவியும் தேவையில்லை என்ற நிலை உருவானது. அடுத்த நாள் ஞாயிறன்று காலையில் நான் தாத்தாவைப் பார்க்க வந்தபோது, அவர் படுக்கையில் இல்லை. அவருடைய டிரங் பெட்டி முதலானவைகளும் காணாமல் போயிருந்தன. நர்ஸ்களிடம் விசாரித்தபோது, தாத்தா எழுந்து போனதைப் பார்க்கவில்லை என்றனர். கடிதம் ஏதும் எழுதி வைத்துவிட்டுச் சென்றிருப்பாரா என்று துருவிப் பார்த்தபோது படுக்கையின் தலையணைக்கு அடியில் நானூறு ரூபாய்க்கு என் பெயரில் எழுதப்பட்ட கிராஸ்ட் செக் ஒன்று இருந்தது. அதன் இப்போதைய மதிப்பு இருபதாயிரம் ரூபாய்.

2117

ஒரு முழு நூற்றாண்டு ஒரு சாகச பட்சி போல சிறகடித்துப் பறந்து கடந்து போய்விட்டது! இப்போது 2117.

மனிதர்கள்தாம் எத்தகைய விநோதர்கள்! எவ்வளவு திறமைசாலிகள்! 2015 டிசம்பர் இறுதியில் ஏற்பட்ட மழை வெள்ள அபாயத்தை திறம்பட கையாள வகையற்றவர்களாய் திணறிய அவர்கள் இன்று, இயற்கையை தம் கையசைவுக்கு அடிபணியும்படியான சாகசம் கைவரப் பெற்றவர்களாகி விட்டனர். எப்போது, எங்கே எவ்வளவு மழை வேண்டுமோ அது மட்டும் பெய்ய வான் நதியை வகைப்படுத்திவிட்டனர். பத்துப் பதினைந்து ரிக்டர் அளவு பூமியதிர்ச்சியைக்கூட தம் கை விரல் சொடுக்கில் திசை மாறிப்போய் விடப் பண்ணுகிற வர்களாகிவிட்டனர். சுனாமியென்ன, அதற்கு அப்பன் வந்தாலும் பூமியின் ஒரு செண்டி மீட்டர் அளவு கூட கபளீகரிக்காத விதத்தில் மேன்மையவதாரம் எடுத்து வீழ்த்தும் திறன் பெற்று விட்டார்கள் இன்று. ஓசோன் மண்டலத்தில் ஏற்பட்ட ஓட்டை, உடைசல், விரிசல்களை இனங்கண்டு, அடைத்து, பருவகால நிகழ்வுகள் கிஞ்சித்தும் நிலை தடுமாறிவிடாது முறைப்படி நிகழ வழி வகை செய்துவிட்டார்கள். பூமி வெப்பமாதலை வேரோடு களைந்தெடுத்துத் தடுத்து விட்டனர். பூமியின் வடதுருவ, தென்துருவ பனிப்பாறைகள் உருகுதலைக் கட்டுப்படுத்தி, பூமியை ஊழியழிவினின்று காப்பாற்றி வருகிறார்கள் இன்று. ஆக்ஸிஜன் வாயுக் குறை பாட்டை முறியடித்து, அதை முற்றிலும் நேர் செய்கிறவர்களாக ஆகிவிட்டார்கள். கார்பன் டை ஆக்சைட், ஹைட்ரஜன் வாயுக்கள், அவர்கள் கட்டுப்பாட்டுக்குள் வந்துவிட்டன. நைட்ரஜன் வாயு, கூடவோ குறைவாகவோ இராமல், தேவை யான அளவுக்கு மட்டுமே இருக்கும்படி வகை செய்யப்பட்டு விட்டது. மனிதர்களின் ஆயுசு சராசரி இருநூறு ஆண்டுகளாக உயர்ந்துவிட்டது. அதனால் ஜனசந்தடி ஏற்பட்டுவிடாத

படியும், அதே சமயம் ஜனன விகிதம் பாதிப்புக்குள்ளாகா வண்ணமும் பூமியின் ஒரு அடுக்கு கூடுதலாக உயர்த்தப்பட வழி வகை செய்துவிட்டார்கள் மனிதர்கள். சகல நோய்க் கிருமிகளும் நிர்மூலமாக்கப்பட்டுவிட்டன.

மேற்கண்ட அதிசயங்களும் இன்னும் என்னென்ன இயற்கைச் சீரமைப்புகள் உண்டோ அவைகளும் பல்வகைப்பட்ட அட்டாமிக் எனர்ஜி கன்வெர்ட்டிங் பிராஜெக்ட்ஸ் மூலம் செயலாக்கம் செய்யப்பட்டுவிட்டன. மனிதவாழ்வு மகிழ்ச்சியில் மட்டுமே நிலை கொண்டுவிட்டது. துயரங்கள் அறவே அகன்று போயின. இருபத்து இரண்டாம் நூற்றாண்டு, சாகசங்களின் நூற்றாண்டாக பரிமளிப்பதாக அறிவிக்கப்பட்டுவிட்டது! எல்லாம், கடவுளின் கடாட்சம் பெற்ற மனித ஜாதியின் கைத் திறமையாலும் மூளை பலத்தாலும்தான்!

2117ஆம் ஆண்டின் மாட்சிமையைச் சொல்லவா? அதன் உச்சகட்ட சிறப்பம்சம், தோட்டிக்கும் தொண்டமானுக்கும் ஒரே வருவாய், ஒரே ஊதியம் என்ற சமதர்ம கொள்கையே! செல்ஃப் கன்ட்ரோல் மற்றும் ரோபாட் எக்யூப்ட் தொழில கங்கள், உற்பத்தி ஆலைகள், டிராக்டர்கள் மற்றும் ஃபார்ம் ஹெல்பர்கள் தாமே இயங்கிச் செய்யும் விவசாயம், மனித கண்காணிப்பற்று ரோபோக்கள் மூலம் இயங்கும் பலசரக்கு அங்காடிகள், செல்ஃப் கன்ட்ரோல் ஸ்விச் ஆன் ஸ்விச் ஆஃப் சினிமா, டீவி, கம்ப்யூட்டர் சம்பந்தப்பட்ட எல்லா பொழுதுபோக்கு வசதிகள், ரோபாட் மின் உற்பத்தி ஆலைகள், ஆட்டோமேட்டிக் துறைமுக சேவைகள், வாகன வசதிகள், மருத்துவம், விளையாட்டுப் போக்குவரத்து, செல்ஃப் லேர்ன்னிங் கல்வி, கலைக்கூடங்கள் என எல்லா துறைகளிலும் தனிநபர் ஆதிக்கம் அறவே இல்லாதபடி எல்லாமும் பொதுச் சொத்து ஆகிவிட்டன. ஏழ்மை என்றும் வளமை என்றும் பாகுபாடு இல்லை. ஒரு சினிமா நடிகன் என்ன வசதியில் இருக்கிறானோ, அதே வசதிதான் ஒரு தெரு சுத்திகரிப்பு தொழிலாளிக்கும். மனிதர் தம் மைண்ட் ஸ்விச் மூலம் தேர்ந்தெடுக்கும் அரசாங்கங்களின் வேலை, எல்லாரும் சரி நிகர்சமானமாக, ஏற்றத் தாழ்வற்று இருக்கிறார்களா என்று கண்காணிப்பது மட்டுமே.

கொலை, கொள்ளை, வழிப்பறி, காழ்ப்புணர்ச்சி, வைராக்கியம், கோபம் என்கின்றவை போன்ற அனைத்து தீயசக்திகளின் ஆதிக்கம் முற்றிலும் இல்லாதபடி மைண்ட் ரைட்டனிங் ரோபாட்கள் மூலம், சம்பந்தப்பட்டவர்கள் எல்லாரும் மனம் திருத்தப்பட்டு நல்வழியில் ஊக்குவிக்கப் படுகிறார்கள், ஒளி வேகத்தில் இயங்கும் வாகனங்கள் ஒன்றோ டொன்று மோதி விபத்து நேராவண்ணம், அவற்றில் தானியங்கி தடுப்பு சாதனங்கள் பொருத்தப்படுகின்றன. மோத வரும் கணத்தில் அவை தாமே பிரேக் பிடித்து விபத்து நேராமல் தப்பித்து விடுகின்றன. வேறு விபத்துகளில் சிக்கி உயிரிழப் போர், ஏன், தற்கொலை செய்து கொள்வோர்கூட, இறந்து ஒரு நாளுக்குள்ளாக, அவர்களின் உடல் எந்த நிலையில் இருந்தாலும் உயிர் பிழைக்க, ஸ்பெஷல் லைஃப் சேவிங் இஞ்ஜெக்ஷன் மருந்துகள் கிடைக்கும் வசதி எற்பட்டுவிட்டது.

எல்லாருக்கும், அவர்களின் இடது கை பெருவிரல் நகத்தில், அட்டாமிக் எனர்ஜி மூலம் செல்ஃப் ஆப்பரேட்டிங் இன்வைட்டிங் அண்ட் வியூவிங் கன்ட்ரோலர் எக்யூப்மென்ட் இணைக்கப்பட்டுள்ளது. அதன் ஸ்விட்சை வெறும் பார்வை மூலமே இயக்கி, நினைத்த நேரத்தில், நினைத்த விதத்தில், நினைத்த எல்லா காரியங்களையும் ஆற்றும் திறன் உண்டாகி விட்டது. உதாரணமாக, யார் எந்த மொழியில் பேசினாலும் அதை தம் சொந்த மொழியில் உடனடியாக டிரான்ஸ்லேட் பண்ணி கேட்கும் வசதி அவற்றுள் ஒன்று. விரும்பும் கலை நிகழ்ச்சிகளை விரும்பிய அக்கணமே காட்சி பிம்பத் திரையில் நேரில் பார்ப்பது போலவே கண்டு ரசிக்க ஏதுவான வசதி மற்றொன்று. அவை போன்ற இன்னும் பல ஆச்சரியமான வசதிகளும் அவற்றின் மூலம் கிட்டும்படி வகை செய்யப் பட்டுவிட்டது.

எல்லாவற்றுக்கும் அடிப்படை, யாரும் யாருக்கும் எடுபிடி, அடிமை அல்ல என்பதே. அதுவே உலக, தேசிய கோஷமாக இருக்கிறது. அந்த லட்சியத்தை ஈடேற்றும் வகையில், ஒவ்வொருவருக்கும் கையடக்கமான ஒரு மில்லிமீட்டர் சதுர அளவே உள்ள ஈக்குவல் கல்ச்சுரல் பிஹேவியரல் டெவலப்பிங் எக்யூப்மென்ட்ஸ் உடலின் வசதியான இடத்தில் பொருத்தப் படுகின்றன. அவை வழியாக, யாதும் ஊரே யாவரும் கேளிர்,

ஒன்றே குலம் போன்ற சமதர்ம பண்பாடு அனைவருக்கும் பயிற்றுவிக்கப்படுகிறது. அது எல்லா தேசத்தவர்களுக்கும் பொருந்தும்படியாக இருக்கிறது.

மேற்கண்ட தேவைப்பட்ட, அவசிய தகவல்களுடன் இனி, இந்த கதையின் கதாநாயகன், கதாநாயகியான வசீகரன், வசீகரியின் வாழ்க்கை சம்பவக் கோவையினுள் தாராளமாக நுழையலாம்.

2117ஆம் ஆண்டு ஜனவரி மாதம் முதல் தேதி!

வசிகரன் தன்னுடைய செல்ஃப் ஆப்பரேட்டிங் இன்வைட்டிங் அண்ட் வியூவிங் கண்ட்ரோலர் எக்யூப் மென்டை தன் காதலி வசீகரியை நினைத்தவாறு பார்வையால் மேய்கிறான். உடனேயே அவள் அவனது காட்சி பிம்பத் திரையில் தோன்றுகிறாள். இருவரும் நேரில் சந்திப்பது போல உணர்கிறார்கள். புத்தாண்டு நல்வாழ்த்துக்களை ஒருவருக்கொருவர் பரிமாறிக் கொள்கிறார்கள்.

இன்றைய உனது நிகழ்ச்சி நிரல் என்ன என்று வசீகரியைக் கேட்கிறான் வசீகரன். வரவிருக்கும் தைப்பொங்கல் திருநாளில், அதை நாம் எப்படிக் கொண்டாட வேண்டும் என்பது பற்றியதே என் இப்போதைய சிந்தனை. வேறு நிகழ்ச்சி எதிலும் கலந்துகொள்ளும் உத்தேசம் எனக்கில்லை என்கிறாள் வசீகரி பதிலுக்கு. மூன்று மாதங்களாக நம் படிப்பு மும்முரத்தில் நாம் நேரில் சந்திக்கவில்லை. காட்சி பிம்பத் திரையில் நாம் நேரில் சந்திப்பது போல் உணர்ந்தாலும் அச்சு அசலான நம் நேருக்கு நேர் சந்திப்பை என் மனம் அவாவுகிறது என்கிறான் வசீகரன். அப்படியானால் உன் லேசர் பிஸ்டல் ரேஞ்சிங் ஹெவி ஸ்பீட் காரில் உடனேயே விரைந்து வா என்கிறாள் வசீகரி. வசீகரன் தன் பிம்பத் திரையின் ஸ்விச்சை பார்வை யாலேயே ஆஃப் செய்துவிட்டு, உடனேயே தன் காரில் புறப்பட்டு ஐந்து வினாடிகளில் இருபது கிலோ மீட்டர் தூரம் கடந்துபோய் வசீகரியைச் சந்திக்கிறான். இருவரும் ஆரத்தழுவி கட்டி அணைத்துக் கொள்கிறார்கள். பின்பு வசீகரன், நம் திருமணத்தை தை முதல் தேதியிலேயே வைத்துக் கொள்ளலாமா என்று வசீகரியைக் கேட்கிறான். ஏன் அப்படி என்று கேள்வி எழுப்புகிறாள் அவள். தைத்

திங்கள் பிறப்புக்கு பத்து நாட்கள் முன்பாகவே எனது எலக்ட்ரானிக்கல் சிஸ்டம் அண்ட் மேனேஜ்மென்ட் பாலிசி படிப்பு முடித்து, பிளேஸ்மென்ட் பிரகாரம் சதர்ன் எலக்ட்ரானிக்கல் எக்யூப்மென்ட் சென்டர் என்கிற கம்பெனியில் வேலைக்குச் சேர்ந்து விடுவேன். அது பற்றி உன்னிடம் சொல்ல மறந்துவிட்டேன். அது செல்ஃப் லேர்னிங் சிஸ்டத்தால் ஏற்பட்ட என் மன அழுத்தத்தினால்தான், என்னை மன்னித்துக் கொள். அவை நடந்து முடிந்த உடனேயே நம் திருமணமும் நடைபெற்றுவிட வேண்டும் என்பதே என் பேரவா என்கிறான் வசீகரன். நாம் மூன்று மாதங்களுக்கு மேல் சந்தித்துக் கொள்ளா திருந்ததால், நானும் மறந்துவிட்டேன். என்னுடைய லைசன்ஸ்ஸியேட் மெக்கானிக்கல் எஞ்சீனியரிங் படிப்பும் அப்போதுதான் முடிவடைகிறது. நானும் மெக்கானிக்கல் அண்ட் எலக்ட்ரிக்கல் சோஷியல் வெல்ஃபேர் கம்பெனியில் வேலைக்கு சேர்ந்து விடுவேன். ஆகவே நம் திருமணத்துக்கான தடைகள் நீங்கிவிட்டன. இனி நீ விரும்புகிறபடியே செய்வோம் என்கிறாள் வசீகரி.

பின்பு அவர்கள் லேசர் டார்ச்சை உயிர்ப்பித்து, அதன் மஞ்சள் குளுமை வெளிச்சத்தில், தம் திருமணத்துக்கான சாத்தியக்கூறுகளை சூப்பர் மினி கம்ப்யூட்டர் ஒளித்திரையில் கணிக்கிறார்கள். அதுவும் சம்மதமென டிக் செய்கிறது. ஆகவே, உடனேயே தம் பெற்றோருக்கும் உற்றார் உறவினர் களுக்கும் நண்பர்களுக்கும் செல்ஃப் ஆப்பரேட்டிவ் இன்வைட்டிங் அண்ட் வியூவிங் கன்ட்ரோலர் எக்யூப்மென்ட் மூலம் திருமண அழைப்பிதழ் அனுப்புகிறார்கள் இருவரும்.

படிப்பு முடிந்து வேலைகளில் சேர்ந்த பிற்பாடு, ஆங்கில ஆண்டு 2117இல், தமிழ் மாதம் தை முதல்நாள், வசீகரன், வசீகரியினுடைய திருமணம் ஆல் ஃபெசிலிட்டீஸ் ஃபுல்லி அரேஞ்ட் செல்ஃப் செர்விங் கம்யூனிட்டி சென்டரில் விமரிசையாக நடைபெறுகிறது. கல்யாணத்துக்கு வந்திருந்த எல்லாரும், சாக்லட், ஃப்ளேவர்ட் ஸ்பெஷலி மேட் விருந்துணவை செல்ஃப் செர்விங் சிஸ்டப்படி உண்கிறார்கள். போதை விரும்பும் ஆண்கள் கூடுதலாக, அன்லிமிடெட் மைண்ட் கிராக்னிங் விஸ்கி கேப்ஸ்யூல்சும் பெண்கள் கிரேப்ஸ் ஃப்ளேவர்ட் ஒயின் கேப்ஸ்யூல்சும் ஸ்வாலோ

பண்ணுகிறார்கள். இணையிணையாக திருமணத்துக்கு வந்திருந்த விருந்தினர்கள் தம் குழந்தைகளுடன் ஷேக் அண்ட் ஷாக் நடனம் ஆடுகிறார்கள். மணமக்கள், ஸ்டெப் பை ஸ்டெப் மார்டன் நடனம் ஆடுகிறார்கள். எல்லோரும் மணமகன், மணமகளை வாழ்த்திவிட்டு, பத்தாயிரம் டாலருக்குக் குறையாமல் கிஃப்ட் செக் கொடுக்கிறார்கள். அப்படியாக வெகுமதியாக கிடைத்த பணம் இரண்டு கோடி டாலரைத் தாண்டுகிறது. யாரும் பணத்தைத் தவிர, அதுவும் டாலரைத் தவிர வேறு கிஃப்ட் எதையும் கொடுக்கவில்லை. அப்படி கொடுப்பது வழக்கத்திலும் இல்லை. அதனாலேயே இருபத்து இரண்டாம் நூற்றாண்டு டாலர்ட் கல்ச்சுரல் செஞ்சுவரி என்று அழைக்கப்படுகிறது.

வசீகரனுக்கும் வசீகரிக்கும் திருமணமாகி ஒரு வாரத்துக்குப் பிறகு, வசீகரி கர்ப்பம் தரித்தது, லேசர் எய்டட் சைல்ட் சேர்ச்சிங் ஆப்பரேட்டிங் சிஸ்டம் மூலம் உறுதியான பிறபாடு, தேன் நிலவுக்கு ஸ்விச்சர்லேண்ட் செல்ல தீர்மானித்தார்கள். அதன்படி, அவர்கள் தேன்நிலவை ருசித்து ரசித்து அனுபவிக்க தோதுவாக, பத்து நாட்கள் விடுமுறையை ஒதுக்கியிருக்கி றார்கள். அதை அவர்கள் வேலை பார்க்கும் கம்பெனிகள் அனுமதிக்கின்றன. அந்த பத்து நாட்களும் அவர்கள் ஸ்விச்சர் லேண்ட் மக்களின் ஸ்பெஷல் விருந்தினராக கருதப்பட்டார்கள். அது, ஈக்குவல் கல்ச்சுரல் பிஹேவியரல் டெவலப்பிங்க் எக்யூப்மென்ட் வழியாக ஒழுங்கு செய்யப்பட்டிருக்கிறது.

டுவிங்கிள் லிட்டில் ஸ்டார் மோஸ்ட் ஸ்பீடி ஏரோஸ்பேஸ் டிராவலிங் விமானம் மூலம், தங்கள் சொந்த ஊரான சென்னா சிட்டியிலிருந்து புறப்பட்டு, சுவிச்சர்லேண்டின் சூப்பர் வெல்த் விமான நிலையத்தை ஐந்து நிமிஷ நேரத்தில் வந்தடைந்தார்கள். வசீகரன், வசீகரிக்கு அங்கு சிறப்பான வரவேற்பு கிடைக்கிறது. அதை, ஹெவி டியூட்டி லேப் டாப்பின், ரியாலிட்டி வியூவிங் கேமரா படம் பிடித்து அவர்களின் பெற்றோர், உற்றார் உறவினர், நண்பர்கள் முதலியோருக்கு காண்பிக்கிறது. மணமக்களுக்கு அணிவிக்கப்பட்ட ரோஸ் சென்டட் கார்லேண்டின் சுகந்த மணத்தை மணமக்களின் பெற்றோர், உறவினர் எல்லோரும், ஸ்மெல்ரிசீவிங் ஃபேஸ்புக் அட்டேச்மென்ட் மூலம் ஸ்மெல் பண்ணி மகிழ்கிறார்கள்.

வசீகரனுக்கும் வசீகரிக்கும் நைன் ஸ்டார் மோஸ்ட் காஸ்ட்லி மோட்டலில் ரூம் புக் பண்ணப்பட்டிருக்கிறது. அங்கு சென்றடைந்த அவர்களுக்கு மோர் அண்ட் மோர் பவர் ஃபுல் செக்ஸ் எனர்ஜிட்டிக் ஒயின் வழங்கப்படுகிறது. அதை அருந்திய அவர்கள் ஹெவன்லி செக்ஸ் அப்ரோச்சிங் விங் என்ற காம போதைக் கிறக்கத்தில் தம்மை மறக் கின்றனர். தேன் நிலவின் முழு அனுபவமும் அவர்களுக்கு கிட்டுகிறது. அந்த மோக இன்ப கிறக்கத்திலேயே பத்து நாட்களும் அவர்களுக்கு சொர்க்க வாசம் போல் இனித்து இனிமையாய் நகர்கிறது.

பத்து நாள் இறுதியில் புதுத் தம்பதியர் ஸ்விச்சர்லேண்ட் மக்களிடம் விடைபெற்றுக் கொண்டு ஹிண்டியா புறப்பட ஆயத்தமாகிறார்கள். அவர்களுக்கு ஹையஸ்ட் குளோரிஃபுல் ஃபேர்வெல் அரேஞ்மென்ட் மூலம் பிரியாவிடை கொடுக்கப் படுகிறது. கன்ஸீவ்ட் பேபி ஹெல்த் கேர் காஸ்ட்லி மெடிசின் வசீகரிக்குக் கொடுக்கிறார்கள். வசீகரனுக்கு பெஸ்ட் ஃபாதர்ஸ் கிஃப்ட் தரப்படுகிறது. ஹெவி டியூட்டி லேப் டாப்பில் அதை வியூ பண்ணிக்கொண்டிருக்கும் மணமக்களின் பெற்றோர், உறவினர், நண்பர்களுக்கு, பிளஷர் ஆஃப்பரிங் எலக்ட்ரானிக் டிராஸ்ஃபார்மர் வழியாக கிஃப்ட் பார்சல்கள் அனுப்பு கிறார்கள். அவைகளை அனைவரும் ஐந்து நிமிட நேரத்தில் பெற்று பரவசம் கொள்கிறார்கள்.

ஹிண்டியாவில், தங்கள் சொந்த ஊரான சென்னாசிட்டிக்கு மோஸ்ட் ஸ்பீடி பிளைனில் ஐந்து நிமிட நேரத்தில் வந்தடைந்த வசீகரனுக்கும் வசீகரிக்கும் மோர் அண்ட் மோர் பவர்ஃபுல் செக்ஸ் எனர்ஜிட்டிக் ஒயின் தந்த போதைக் கிறக்கம் இன்னும் தணியவில்லை. அன்றே வேலைக்குச் செல்ல வேண்டியிருந்ததால், வேலை முக்கியம் என்பதை உணர்ந்து கொண்ட அவர்கள், செக்ஸ் எனர்ஜி சப்சைடிங் ரப்பரைஸ்ட் சூயிங்கம்மை வாயில் போட்டு மெல்லுகிறார்கள். படிப் படியாக செக்ஸ் போதை தணிகிறது. அது ஒரேயடியாய் தணிந்து போய்விடாதபடி, நார்மல் ரீ ஃபார்மிங் செக்ஸ் டெவலப்பிங் கேப்ஸ்யூலை ஸ்வாலோ பண்ணுகிறார்கள். பிறகு அவர்கள் மனம் சகஜநிலை எய்துகிறது. சந்தோஷமாக தங்கள் வேலைகளுக்குச் செல்கிறார்கள்.

வசீகரனுக்கு பெண் குழந்தை வேண்டுமென்று ஆவல். வசீகரிக்கு ஆண் குழந்தை வேண்டுமென்ற விருப்பம். அவர்கள் தங்கள் தங்கள் விருப்பங்களை தங்களுடைய பிளட் பம்பிங் ஹார்ட்டி சோலுக்கு தெரியப்படுத்துகிறார்கள். அவர்களுடைய சோல்கள், அவர்களுடைய ஆசைகளை மதிக்கின்றன. லேசர் எய்டட் சைல்ட் சேர்ச்சிங் ஆப்பரேட்டிவ் சிஸ்டத்தில் மறுபடி தேடியபோது, ஆணும் பெண்ணுமான இரு குழந்தைகள் வசீகரியின் கர்ப்பப்பையில் வளர்வதை அறிந்துகொண்டு மிக மிக மகிழ்கிறார்கள்.

வசீகரிக்கு பேறுகாலம் நெருங்கி வந்து கொண்டிருக்கிறது. சைல்ட்ஸ் பெர்த் ரிக்கொயர்மென்ட் லீவ் அப்ளிகேஷனை தான் வேலை பார்க்கும் கம்பெனியில் சமர்ப்பித்து, சம்பளத்தோடு கூடிய ஓராண்டு விடுமுறையும் பெற்று விடுகிறாள் அவள். குறித்த நாளில் குழந்தைகளும் பிறக்கின்றன. ஆனால் அவை இறந்து பிறக்கின்றன. வசீகரனும் வசீகரியும் மனம் தளர்ந்து போகிறார்கள். டாக்டரிடம் காரணம் கேட்டபோது அவர், லேசர் எய்டட் சைல்ட் சேர்ச்சிங் ஆப்பரேட்டிங் சிஸ்டத்தை இரண்டாம் முறையாக பிரயோகித்தது, லேசர் கதிர்களை அதிகமாக உற்பத்தி செய்து, கருவிலிருந்த குழந்தைகளைப் பாதித்திருக்கலாம் என்கிறார். ஆனாலும், வசீகரியின் வேண்டுகோளின்படி, ஸ்பெஷல் லைஃப் சேவிங் மெடிசினை இறந்துபோன குழந்தைகளின் உடல்களில் இஞ்ஜெக்ட் பண்ணி, அவைகளை உயிர்ப்பிக்கிறார் டாக்டர். ஆனால், உயிர்பெற்ற குழந்தைகள் மறுபடியும் அல்ப ஆயுசில் இறந்து போகாதிருக்க, அவைகளுக்கு தாய்ப்பாலைத் தவிர வேறு எந்த ஒரு ஆகாரத்தையும் இரண்டு ஆண்டுகளுக்கு கண்டிப்பாக கொடுக்கக்கூடாது என்று தடைவிதிக்கிறார் டாக்டர். இரண்டு ஆண்டுகளுக்கு, இரு குழந்தைகளுக்கு தாய்ப்பால் தட்டுப்பாடின்றி சுரக்க, அடிஷனல் மதர்ஸ் மில்க் ப்ரொடியூசிங் டானிக் எழுதிக் கொடுக்கிறார் அவர்.

வசீகரிக்கு, ஓராண்டுக்குப் பிறகு குழந்தைகளையும் பராமரித்துக்கொண்டு, வேலைக்கும் போய் வருவது சிரமமாய் இருக்கிறது. எக்ஸ்ட்ரா எனர்ஜி கிவ்விங் கேப்ஸ்சூல்களை அதிகம் அதிகமாக ஸ்வாலோ பண்ணுகிறாள்

அவள். அதையும் மீறி களைப்படைந்து போகிறாள். தன் இயலாமை காரணமாக, திடீரென்று எழுந்த உணர்ச்சித் தடுமாற்றத்தில் தன் வேலையை ராஜினாமா செய்து விடுகிறாள். பின்பு, ஆற அமர சிந்திக்காமல் அவ்விதம் செய்து விட்டோமோ என்று மனம் கலங்குகிறாள். ஆனாலும், குழந்தைகள் நலனை உத்தேசித்து தான் செய்தது சரியே என்ற மன சமாதானம் கொள்கிறாள். தாய்ப்பால் மட்டுமே குழந்தைகளுக்குக் கொடுக்க டாக்டர் விதித்திருந்த இரண்டு ஆண்டுகள் கெடு கழிந்துவிடுகிறது. தான் வேலையை ரிசைன் பண்ணியது, தன் குடும்ப பொருளாதாரத்தைப் பாதிப்பதாக உணர்கிறாள் வசீகரி. எனவே, வீட்டில் குழந்தைகளைக் கவனிக்கவும் பிற பராமரிப்பு பணிகளைச் செய்யவும் ஒரு வேலைக்காரியை நியமித்து விட்டு, அரசாங்கத்தின் பெனஃபிஷியல் ஜாப் ரீ என்டரிங் ஆப்பர்சுனிட்டி ஆர்டர் பிரகாரம், மறுபடியும் தான் வேலைக்குச் செல்லலாமா என்று யோசிக்கிறாள் அவள். ஆனால் அரசாங்க விதி எண்: ஜாப் 222/சப்டிவிஷன் 44 பிரகாரம், ஒரு சினிமா நடிகனுக்கும் ஒரு வீதி சுத்திகரிப்பு தொழிலாளிக்கும் ஒரே ஊதியம் என்றபடி, தனக்கும் வேலைக்காரிக்கும் ஒரே சம்பளம்தான், அதனால் தன் குடும்பத்தில் எந்தவித பொருளாதார உயர்வும் நேரப் போவதில்லை என்பதை உணர்ந்து அந்த யோசனையைக் கைவிடுகிறாள் அவள்.

மறுபடியும் ஏற்பட்ட மன சபலப்படி, குழந்தைகளுக்கு இரண்டு வயது முடிவதால், அவர்களை ப்ரிகேஜி படிக்க, பள்ளி நிர்வாகத்திடம் ஒப்படைத்துவிட்டு, தான் வேலைக்குச் செல்லலாம் என்று தோன்றுகிறது வசீகரிக்கு. கணவனிடம் அதுபற்றி கேட்க, அவன் யோசித்துவிட்டு, சைல்ட்ஸ் எஜுகேஷன் என்டரிங் ஆப்பர்ச்சுனிட்டி ஆர்டர் பிரகாரம், குழந்தைகள் இருவருக்கும் ப்ரிகேஜி படிக்க, அவள் சம்பளத்தைப்போல் இரண்டு மடங்கு ஃபீஸ் கொடுக்க வேண்டி வரும் என்பதைச் சுட்டிக்காட்டுகிறான். அதனால் அந்த எண்ணமும் செல்லாக்காசாய் ஆகிப்போய்விடுகிறது.

திரும்பவும் வசீகரியின் மனம் குழறுபடி அடைகிறது. தன் பெற்றோரையோ, தன் கணவனின் பெற்றோரையோ

தங்களுடன் வசிக்கச்சொல்லி, அவர்களின் பொறுப்பில் குழந்தைகளை விட்டுவிட்டு, தான் வேலைக்குச் செல்லலாமா என்று யோசிக்கிறாள் அவள். அது, கிராண்ட்பேரன்ட்ஸ் ஹெல்ப்பிங் டென்டன்சி இன் எஜுகேட்டிங் கிராண்ட் சில்ரன் பாலிசி படி சரியாகப்படுகிறது அவளுக்கு. ஆனால் அவள் கணவன் சொன்னபடி, இரு குழந்தைகளையும் ப்ரீகேஜி படிக்க வைக்க ஆகும் செலவு, தன் சம்பளத்தைப் போல் இரண்டு மடங்கு. அதோடு, தன் பெற்றோர் இருப்பு சம்பந்தமான செலவீனங்களும் சேர்ந்து கொள்ளுமே என்று மலைத்துப்போகிறாள் அவள். குழந்தைகளை ப்ரீகேஜியோ, எல்கேஜியோ, யுகேஜியோ படிக்க வைக்க பள்ளிக்கு அனுப்பாமல், தானே அவர்களுக்கு பாடம் சொல்லிக் கொடுத்து, ஒரேயடியாக அவர்களின் ஐந்தாவது வயதில் முதல் வகுப்பில் சேர்த்துவிட்டால் என்ன என்றும் யோசிக்கிறாள். ஆனால் அது அரசாங்க ஆணைப்படி, ரெஸ்பான்சிபிலிட்டி இக்நோரிங் கிரிமினல் அஃபன்ஸ் ஆகும் என்பதால், அதன்படியும் செய்ய முடியாமல் போய் விடுகிறது அவளுக்கு.

தன் குடும்ப பொருளாதார நிலை மேம்பாடு கருதி, தான் திரும்பவும் வேலைக்குச் செல்வதற்கான திட்டங்கள் எல்லாம் கிறுக்குத்தனமானவை, அனுபவ சாத்தியமற்றவை என்பது புரிகிறது வசீகரிக்கு. அதே சமயம், குழந்தைகளையும் கவனித்துக் கொண்டு, வேலைக்கும் செல்வதை தன் உடல் நிலை இன்னும் அனுமதிக்க மறுப்பதையும் உணர்கிறாள் அவள். தங்களுக்கு இரட்டைக் குழந்தைகள் பிறந்தது, இவ்வளவு தூரம் தம் பொருளாதாரத்தைப் பாதிக்கிறதே என்று மனம் சோர்ந்து போகிறாள்.

மேற்படியான பிரச்சினைகளுக்கெல்லாம் சரியான ஒரே தீர்வு, அரசாங்கத்தை அதன் விதி எண்: ஜாப் 222/சப்டிவிஷன் 44 ஐ முற்றிலுமாக நீக்கி விடும்படி வற்புறுத்துவது மட்டுமே என்பதை புரிந்துகொள்கிறாள் வசீகரி. அதை அரசாங்கத்துக்கு சிபாரிசு செய்ய, ஒரு இயக்கத்தை ஆரம்பித்து செயல்படுத்த வேண்டும் என்று கருதுகிறாள் அவள். அப்படி ஒரு இயக்கம் ஆரம்பித்தால், பல குடும்பஸ்தர்கள் ஆதரவாக வருவார்கள் என்பது திண்ணம் என்று நம்புகிறாள் அவள். ஒரே தரமுள்ள

வேலைகளுக்கு ஒரே சம்பளம், பல்வேறுபட்ட வேலைகளுக்கு அவற்றின் தராதர தன்மைக்கேற்ப ஊதியம் கூடுதலாகவோ, குறைவாகவோ அமைவதில் தப்பு இல்லை. அதனால், அந்த சம நோக்கு கம்யூனிச சித்தாந்தம் நடைமுறைக்கு ஒவ்வாது என்று ஆணித்தரமாக நம்புகிறாள் வசீகரி.

மேற்கண்டவை ஒரு புறமிருக்க, அரசாங்க ஆணை எண்: 020/சப்டிவிஷன் 40 படி, எல்லா தொழிலகங்கள், உற்பத்தி ஆலைகள் உட்பட அனைத்துத் துறைகளும் பொதுச் சொத்து என ஆகிறது. அந்தந்த துறைகள் ஈட்டும் லாபம், எல்லா மக்களுக்கும் டிவிடன்ட் முறையில் பங்கு வைத்து கொடுக்கப் படுகிறது. அது ஜனங்களுக்கு கூடுதல் வருமானம் என்கிற விஷயத்தையும் கணக்கில் கொள்ள வேண்டியுள்ளது.

ஆனால் அதே ஆணை பிரகாரம், அனைத்துத் துறைகளிலும் ஏற்படும் நஷ்டத்தையும் அதே டிவிடெண்ட் முறைப்படி அனைவரிடமிருந்தும் பங்கு வைத்து வசூலிக்கப்படுகிறது என்பதும் நிஜம். அதற்கு நிறைய முன்னுதாரணங்கள் காட்டலாம். ஆகவே அந்த அரசாணை யாதொரு நிகர பிரயோஜனமும் இல்லாது போகிறது என்பது கண்கூடு என்று கருதுகிறாள் வசீகரி. எனவே, அனைவருக்கும் ஒரே ஊதியம் என்கிற அரசாங்க ஆணையை ஒரேயடியாய் நீக்கி விடுதல் ஒன்றே அவசியம் என்பதற்கு ஜாப் செக்யூரிட்டி ஈக்கவல் சாலரி சிஸ்டம் இஸ் ஹியர்பை கேன்சல்ட் அண்ட் மாடிஃபைட் என்று அரசாங்கம் ஆணை பிறப்பிக்க, ஒரு இயக்கத்தை ஆரம்பிக்கும் திட்டத்தை நடைமுறைப்படுத்த உறுதி கொள்கிறாள் வசீகரி.

புதிய பூமி

இப்போதெல்லாம் பெரும்பாலும் நான் காணும் கனவுகளே என் கதைகளுக்கு கருப்பொருள்களாக அமைகின்றன. கனவுகளில் நூற்றுக்கு ஒன்றிரண்டு மட்டுமே தூக்கம் நீங்கி விழித்தெழுந்த பின்பும் நினைவில் பதிகின்றன. அப்படி மனதில் பதிந்த கனவுகளோடு என் கற்பனை ஜோடனை களையும் கலந்து அவற்றை கதைகளாக்கி விடுகிறேன் நான். அவைகளில் ஒன்றுதான் கீழ்க்கண்ட வித்தியாசமான சம்பவக் கோவை:

உலக நிலப்பரப்பின் ஆரம்பத்தினின்று அதன் முடிவு பரியந்தம் உள்ள அனைத்து வீடுகளின் வாசல்கள் முன்பும் ஒரே நேரத்தில் ஒரே மாதிரியான வாகனங்கள் வந்து நிற்கின்றன. அடுக்கு மாடி வீடுகளென்றால், அந்த வீடுகளின் கிடைமட்ட உயரத்தில் சாய்தளங்கள் மூலம் அவை கொண்டு வந்து நிறுத்தப்படுகின்றன. அதில் ஏழை, பணக்காரன் என்ற பாகுபாடு இல்லை. அவற்றினுள் ஒவ்வொரு வீட்டவர்க்கும் தேவைப்படும் உணவு வகைகளும் எல்லாவித அன்றாட உபயோக சாதன வசதிகளும் அமைக்கப்பட்டுள்ளன.

அனைத்து வாகனங்களின் ஓட்டுநர்களும் எல்லாம் தெரிந்த மேதைமை கொண்டவர்களாகவும் பிறருக்கு ஆலோசனை வழங்கும் தகுதிபெற்ற வழிகாட்டிகளாகவும் திகழ்கிறார்கள். முக தேஜஸ் என்பது அவர்களுக்கு மட்டுமே சொந்தம்போல் அமைந்துள்ளன. முக ஜாடைகளும் ஒரே மாதிரியாக இருக்கின்றது. சுடரொளி உள்வாங்கி, அடரொளி வெளியுமிழும் தீட்சணமான கண்கள், இயல்பாய் முன்னெடுத்து இறுமாந்திருந்து மனம் கவரும் அளவான அழகிய நாசி, வதனத்தோடு ஒட்டிய குருத்துக் காதுகள், களிப்பு துள்ளும் ரோஜா நிற உதடுகள், வெண்மை பளிச்சிடும் சீரிய நேர் வரிசைப் பற்கள், முகரத்துக்கு வளைந்து கொடுக்கும்

இளஞ்சிவப்பு நாக்கு, பூரித்த கன்னங்கள், கருத்து சுருண்டு அடர்ந்து திகழும் தலைமுடி, அறிவு சுடரும் நெற்றி, வாளிப்பு கொண்ட கழுத்து, எழில் கொஞ்சும் செம்மை படரும் சரும சௌந்தரியம், ஆணுக்கும் பெண்ணுக்கும் இடைப்பட்ட நளினமான உடல்வாகு கொண்ட தோற்றப் பொலிவு, இவ்வளவு வர்ணித்தாலும் போதுமானதாய் இல்லை. அப்படி ஒரு கவர்ச்சிக்கொழுமை. காண்பவர்க்குக் கண்கொள்ளா காட்சி. இலட்சண ரூப சொரூபர்கள். அவர்கள் தான் அந்த வாகனங்களின் ஓட்டுநர்கள்.

"உலக மக்களே! குடும்பத் தலைவர்களே! அவசரம், அவசரம்! உடனே வந்து உங்கள் வீட்டின் முன்பு நிறுத்தப் பட்டுள்ள வாகனத்தில் குடியேறுங்கள். இவ்வுலகு அழியப் போகிறது. ஓரிரு மணித்துளிகளே பாக்கி. நீங்கள் வேறுலகு தேடிச் செல்ல வேண்டிய நிர்பந்தம் ஏற்பட்டுள்ளது. யாரும் சுணங்க வேண்டாம்" என்று குடும்பவாசிகளை எச்சரிக்கி றார்கள் வாகன ஓட்டுநர்கள். அவர்களின் சொற்கள் எல்லா ருடைய காதுகளிலும் ஒரு மந்திரம் போல் சுடர்ந்து, படர்ந்து, கவிந்து, விரிகிறது. "வீடுகளில் எல்லாவற்றையும் விட்டுவிட்டு வாருங்கள். எதுவும் எடுத்து வரவேண்டாம். சகலவசதிகளும் வாகனத்தில் உண்டு. விரைவாய் செயல்படுங்கள். கால தாமதம் உங்களுக்கு கஷ்டத்தை ஏற்படுத்திவிடும். உயிர் மேல் பற்றுள்ளவர்கள் உடனே வாருங்கள்" என்று அவசரப் படுத்துகிறார்கள் வாகன ஓட்டிகள். ஜனங்களை வசியப் படுத்துகின்றன அந்த சொற்கள். ஏறத்தாழ எல்லா மாந்தரும் அவர்கள் பேச்சுக்கு அடிபணிகிறார்கள்.

திடுமென திசைகள், எல்லைகள் மற்றும் நிலம், சமுத்திரம் எல்லாம் அதிர்கின்றன. நூறு ரிக்டர் அளவுக்கு பூமி குலுங்கி, அதிர்ந்து, உடைந்து, சிதைந்து, சிதறுகிறது. அனைத்தும் தவிடு பொடி, வாகனங்கள் விர்ரெனப் பறக்கும் விமானங்களாய் உருமாற்றம் கொண்டு விண் நோக்கி எழுகின்றன. பின்பு அவை ஏவுகணைகளாகி, பின் விண்கலங்களாகின்றன. பூமியில் தடம் பதித்திருந்த விலங்குகள், பறவைகள் எல்லாம் அழிந்து ஒழிகின்றன. விண்கல ஓட்டுநர்களின் சொல்கேட்டு, விரைவுகொண்டு செயல்பட்டு, வாகனங்களுக்கு குடிபெயர்ந்து வந்த மனிதர்கள் மட்டும் மீட்சி அடைகிறார்கள். மற்றவர்களை பூமி அதிர்ச்சியும் அதன் சிதர்தலும் காவு கொள்கிறது.

பூமியின் திடீர் அழிவு, மற்ற கோள்களையும் பாதிக்கிறது. காந்த ஈர்ப்பு விசை நிலைதடுமாறுகிறது. அனைத்து கிரகங்களும் சற்று சற்று, விலகி விலகி வேறிடங்களில் நிலை கொள்கின்றன. எல்லாம் நிலைபேறு அடைந்த பின்பு, சதுரங்கக் கட்ட காய்கள் போன்ற கோள்கள் இயல்புநிலை எய்தி, பழைய விதிமுறைகளின் படி இயங்க ஆரம்பிக்கின்றன. வெற்றிடங்கள் குமையும் வாயுகளால் நிரப்பப்படுகின்றன.

வானூர்திகளில் செல்பவர்களுக்கு அடுத்த உலகம் தூரத்தில் தெரிகிறது போல் ஒரு மாயத் தோற்றம். சுற்றிலும் லட்சோபலட்சம் நட்சத்திரங்களின் மினுக்மினுக் காட்டம், விண்ணைக் கிழித்துக் கொண்டு விரைகின்றன விண் கலங்கள். ஒவ்வொன்றிலும் மனித குடும்பங்களின் உற்சாக சஞ்சாரம். உயிர்த்துடிப்பு, தப்பிப்பிழைத்தோம் என்ற ஆசுவாசம். விண்கல ஓட்டுநர்கள், புது உலகுக்கு இட்டுச் செல்லும் பாதை தவறிப்போய் விடாமல் கவனமாய் இருக்கிறார்கள். கூடவே, உயிர் பிழைத்துவந்த மானிட கோத்திரங்களை நிர்வகிக்கும் பொறுப்பும் அவர்களுக்கு இருக்கிறது. துகள் துகள்களாக நொறுங்குண்டு சிதைந்த பூமியின் மிச்சங்கள், தீக்குழம்புகளாக ஒரு புகை மண்டலம் போல் பரந்த வானவீதிகளில் நெடுகிலும், அலை பாய்ந்து கொண்டிருப்பதை வானூர்திவாசிகள் உணர்கின்றனர். வழிமறிக்கும் அவற்றைத் துளைத்துக் கொண்டு வானூர்திகளை இலாவகமாக செலுத்துகிறார்கள் அவற்றின் ஓட்டுநர்கள்.

செல்வது அடுத்த உலகிற்கா, மோட்ச சாம்ராஜியத்துக்கா, நரக பாதாளத்துக்கா என்று புரியவில்லை வானவூர்திகளுக்கு. விண் விரிந்து கிடக்கிறது அவர்கள் முன், தாம் காண்பது கனவல்ல, இன்னும் யாரும் இறந்துவிடவில்லை என்பது நிஜம், நிச்சயம் என்று உணர்கிறார்கள் அவர்கள்.

"சுவாச வசதி கொண்ட புது உலகுக்குத்தான் செல்கிறீர்கள். கவலை வேண்டாம். அங்கு புதிது புதிதான விலங்கினங்கள், பறவைகள், கடல்வாழ் உயிரினங்கள், உண்ண பழம் தந்து, வியாதிகளுக்கும் மருந்தாகும் மரம், செடி, கொடிகள் அனைத்தும் உண்டு. ஆறறிவு மனித ஜீவிகள் மட்டும் தற்போது இல்லை. அந்தக் குறையை நீங்கள் நிவர்த்தி செய்யப் போகிறீர்கள். மகிழ்ச்சியில் ஆர்ப்பரியுங்கள்' என்கிறார்கள் விண்கல ஓட்டுநர்கள்.

'நீங்கள் இப்போது பல மொழிகள் பேசுபவர்களாக இருக்கிறீர்கள். புத்துலகம் சென்றடையும்போது, ஒரு புது பொதுமொழி பேச நீங்கள் எல்லோரும் பயிற்றுவிக்கப் பட்டிருப்பீர்கள். பயிற்றுவிப்போர் வேறு யாருமில்லை. வான்படை தேவகணங்களான நாங்களும் உங்களில் ஒரு சிலரும்தான்... நாங்கள் ஆண்மையும் பெண்மையும் கலந்த சுகபோக ஜீவிகள் ஆவோம். எங்களுள் எவருக்கும் நோய் நொடியோ, சாவோ கிடையாது. காலத்தை வென்றவர்கள் நாங்கள். உங்கள் உலகம் அழியப்போவதை கடவுளே எங்களுக்கு உணர்த்தினார். அழிவிலிருந்து தப்ப விரும்பும் மாந்தர் களைக் காப்பாற்றி, புது உலகில் குடியேற்ற அவரே எங்களுக்கு அறிவுறுத்தினார். அதன் காரணமாகவே நீங்கள் எங்களால் மீட்கப்பட்டுள்ளீர்கள்...

"நீங்கள் பயிலப்போகும் புது பொது மொழி எதுவென்று எண்ணுகிறீர்கள்? ஆமாம், நீங்கள் யூகித்தபடி, உங்கள் பழைய உலகத்தில் பேசப்பட்ட முது மொழியாம் தமிழே! கல்தோன்றி மண் தோன்றாக் காலத்தே முன் தோன்றி மூத்த தமிழே!'

இப்படிப் பேசிய தேவ கணங்களான விண்கல ஓட்டுநர்கள், தமிழ் தெரிந்த பிரஜைகளை ஒவ்வொரு விண்கலத்துக்கும் ஒருவராக அனுப்பி வைக்கிறார்கள். அவர்களோடு தாங்களும் இணைந்து மற்றவர்களுக்கு தமிழைக் கற்பிக்கிறார்கள். அது முடிந்ததும் தமிழே, தமிழ் மட்டுமே ஏக மொழியாக அங்கு அரங்கேற்றம் கொள்கிறது. மற்ற எல்லா மொழிகளும் ஷீணித்து அழிந்துபோகின்றன. மற்ற மொழிக்காரர்கள் தாங்கள் முன்பு பேசி வந்த பழைய மொழிகளை மறந்து போகிறார்கள். அதுவும் கடவுளின் ஏற்பாடாகவே இருக்கிறது.

மானிட குலத்தவரைச் சுமந்துகொண்டு போன கோடானு கோடி விண்கலங்கள் புது உலகம் சென்றடைகின்றன. அது செவ்வாயோ வெறுவாயோ ஏதோ ஒரு கிரகம். பிராண வாயு போதும் போதும் என்று திகட்டும் அளவுக்கு அங்கு நிறைந் திருக்கக் காண்கிறார்கள். சுவாசம் வெகு ஜோராய் நிலை கொள்கிறது அவர்களுக்குள். தாவர வர்க்கங்கள் மரம், செடி, கொடிகளாக பசுமை பொங்க எங்கும் வியாபித்துக் கிடக்கின்றன. மிருக, பறவை இனங்கள் அங்கொன்றும் இங்கொன்றுமாக தென்படுகின்றன. அவை அனைத்தும் பழைய உலகத்து

ஜாதிகளாக இல்லை. எல்லாம் புதுமை, எங்கும் புதுமை! அனைத்தையும் ஆள ஜெனித்த மனிதர்கள் மட்டுமே பழமை கொண்டவர்களாக இருக்கிறார்கள் அந்த புதிய கிரகத்தில்!

எல்லா ஏற்பாடுகளும் செவ்வனே நிறைவேற்றப்பட்ட பிற்பாடு, வான ஊர்திகளோடு, அவற்றை ஓட்டி வந்த தேவ கணங்கள் எல்லோரும் பார்வையினின்று மறைந்து போகிறார்கள். மனிதர்கள் தம் அறிவு முதிர்ச்சிக்கேற்ப, தாங்கள் குடியேறிய புதிய உலகத்தை நவீன மயமாக்கு கிறார்கள். பழைய உலகத்தில் அவர்கள் எந்த அந்தஸ்தில் இருந்தார்களோ அந்த அந்தஸ்துக்கு தங்கள் வாழ்நிலையை உயர்த்திக் கொள்கிறார்கள். யாவும் விரைவு விரைவாய் நடைபெறுகின்றன. பிறப்பும் இறப்பும் முன்போல சகஜ நிகழ்வுகளாகவே அமைந்திருக்கின்றன.

பின்பு, திடுமென ஒரு நாள் அங்கு கலகம் மூள்கிறது. ஆதித்தமிழன், இடைத்தமிழன், கடைத்தமிழன் என்று பாகுபடுகிறது தமிழினம். காலப்போக்கில், தமிழிலிருந்து பிரிந்து கிளை மொழிகள் உண்டாகின்றன. வாழும் நிலம் சீதோஷ்ண நிலைக்கேற்ப, சமுத்திரங்களின் இருப்புக்கேற்ப, மலைகளால் பிரிக்கப்பட்ட தன்மைக்கேற்ப பல பிராந்தியங் களாக, தேசங்களாக பிரிபட்டுப் போகின்றது. ஒவ்வொரு தேசத்தாரின் கலாச்சாரமும் பண்பாடும் வேறு வேறாகின்றன. ஒவ்வொரு நாடும் தத்தம்மைப் பாதுகாத்துக்கொள்ள ராணுவ அமைப்புகளை உண்டாக்கிக் கொள்ளுகின்றன. சாட்சாத் பழைய உலகம் போலவே அந்த உலகமும் வன்மை, பகைமை, குரோதம், கயமை, கொலை, கொள்ளை, விபச்சாரம், கடவுள் தூஷணம், அடிமைத்தனம், மேலாதிக்கம், ஜாதி, மதம், இனம் எனவெல்லாம் பாகுபட்டு, சீரழிந்த தோற்றம் கொள்கிறது. மனிதன் தன் சுபாவக்கேடான சுயநல விஷமத்தனத்தால் தன் அழிவை தானே ஏற்படுத்திக் கொள்கிறான்.

கடவுள் மனித ஜாதி மீது அசாத்தியமாக கோபப்படுகிறார். "நான் உங்களை, உங்கள் பழைய உலகினின்று காப்பாற்றி புது உலகில் குடியேற்றியதின் தாத்பரியத்தையே சிதறடித்து விட்டீர்களே' என்று சினம் கொள்கிறார். உங்கள் பழைய உலகத்தை நான் அழித்தது, உங்கள் பாப கைங்கரியங்களை சகித்துக் கொள்ளமுடியாத காரணத்தினால்தான். இப்போது

இந்த புதிய உலகத்திலேயேயும் அதையே செய்கிறீர்கள். உங்களை ஆறாம் அறிவில் நிலைநிறுத்தியது தவறுதான். இனி, உங்களினும் மேம்பட்ட ஒரு பிரமாண்ட ஜீவிதனை உங்களிடமிருந்தே பிறப்பிப்பேன். அவன் உங்கள் குலத்தை வேரறுத்து போகச் செய்வதை பதைபதைப்புடன் காண்பீர்கள்" எனச் சபிக்கிறார்.

கடவுள் சாபமிட்டுக் கூறிய வண்ணமே ஒரு விசித்திர மாஜீவன் தோன்றுகிறான். ஒரு சாதா பெண்ணின் கர்ப்பத் திலிருந்தே அவன் பிறப்பு நிகழ்கிறது. பிறந்து மூன்றாம் நாளிலேயே, அதுவரை யாரும் கண்டிராத அளவுக்கு ஒரு மாமலைபோல் பருத்துப் போகிறான். உடனேயே அவன் எழுந்து, விரைந்து சென்று சமுத்திரத்தைத் தன் இருப்பிட மாய்க் கொள்கிறான். அவன் ஒரு பக்கம் அணுப்போன்றும் மறுபக்கம் விண்துழாவும் பேருருவம் கொண்டவனாகவும் திகழ்கிறான். அவன் அணுப்போலுள்ள போது, அண்டத்தையே தகர்க்கும் பேராற்றல் அவனிடமிருந்து வெளிப்படும் போல் தோன்றுகிறது. விண்முட்டும் விஸ்வரூபம் எடுக்கும்போது, ஒரு நகரையே தன் கால் பாதத்தின் கீழ் நசுக்கி நிர்மூலமாக்கி விடும் ஆகிருதித் திறன் கொண்டவன் என மனிதரிடையே அச்சம் நிலவுகிறது. இருபது கிலோமீட்டர் ஆழமுள்ள சமுத்திர பிராந்தியத்தை ஆக்கிரமித்து அதில் ஜாகை கொள்கிறான். அவன் எழ, உட்கார, படுத்துறங்க அந்த சமுத்திர விஸ்தாரத்தில் பெரும் பகுதி தேவைப்படுகிறது. அதன் காரணமாகக் கடல் நீர் சுனாமியென பொங்கிப் பெருக்கெடுத்து நிலப்பகுதியை ஆக்கிரமிக்கிறது.

கடல் யானைகள், டிராகன்கள், திமிங்கலங்கள் அந்த விசித்திர ஜீவிதனுக்கு தீவனமாகின்றன. அவன் உறங்கி விழித்தெழுந்து சோம்பல் முறிக்கும்போது, நிலப்பகுதியில் அவன் கை துழாவி, ஆயிரமாயிரம் மனிதர்கள், விலங்குகள், பறவைகள் என கையில் அகப்பட்டவைகளை கபளீகரித்து நசுக்கிக் கொன்று விடுகிறவனாய் இருக்கிறான். பின்பு உணவு அருந்தும்போது தொடுகறிகளாக அவற்றைப் பயன்படுத்துகிறான்.

மனிதர் அணுகுண்டு வெடித்து அந்த பிரமாண்ட ஜீவியைக் கொல்ல முயன்றும் தேல்வியையே தழுவுகின்றனர். ஏனெனில்,

அவனது தோல் மட்டும் இருபது மீட்டர் தடிமன் கொண்டதாக இருந்தது. எந்த குண்டு வீச்சையும் தாக்குப் பிடிக்கிறது. நிலப்பகுதிகளில் அவன் வந்து கை கால் நீட்டி படுத்தால் போதும். மனிதர் உட்பட புத்துலக ஜீவராசிகள் அனைத்தும் நசுங்கி நிர்மூலம் ஆகிவிடுவர் என்பது நிச்சயம்.

அந்த இராச்சத பேருருவக் கொடூரனுக்கு மனித இனத்தை அழிக்க கடவளிடமிருந்து இதுவரை ஆணை வரவில்லை. கடவுள் இன்னும் இன்னும் பொறுமை காத்துக் கொண்டிருக் கிறார். கெட்ட மனித ஜாதிக்கு திருந்தி வாழ அதிக சந்தர்ப்பம் கொடுத்துப் பார்க்கிறார். யாரும் அதைப் பொருட்படுத்தக் காணோம். கடைசியில் கடவுள் வெறுப்படைந்து அந்த விநோத ஜீவராசிக்கு மனித இனத்தை அழித்துவிட உத்தரவும் அனுமதியும் கொடுக்கிறார். அவன் எழுந்து நின்று தனது வலது பாதத்தை நிலப்பகுதியில் அழுத்தி ஊன்றுகின்றான். அவன் உடல் பாரத்தைத் தாங்கிக்கொள்ள முடியாத நிலம், இருபது மீட்டர் ஆழத்துக்கு புதைந்து அமுங்குகிறது. அந்தக் கிரகமே நிலைதடுமாறி குலுங்குகிறது. அவனது முதல் எட்டிலேயே பத்தாயிரத்துக்கு மேற்பட்ட மனிதர்கள் மிதிபட்டு, ஆழத்தில் புதையுண்டு மடிந்து போகிறார்கள். அந்த அகோரம் மேலும் மேலும் தீவிரம் கொள்கிறது...

முடையில் உழலும் தாம்பத்தியம்

புத்திர பாக்கியத்துக்காக கோவில்கள் குளங்களென்று ஏறி இறங்கி காவடி எடுத்துப் போனதில்லை சிவனும் அவன் மனைவி பார்வதியும். அவர்கள் சித்தாந்தப்படி, 'எல்லாம் அவன் செயல்' என்று மெத்தனமாக இருந்து வருகிறார்கள் என்பதல்ல அதன் பொருள். வேற்றூர்களுக்கெல்லாம் வீணே அலையாமல், உள்ளூர்க் கடவுள்களையே நம்பி மகப்பேறுக் காக மன்றாடி வருகிறார்கள். மனமொன்றிய தம்பதியராதலால், தமக்குள் யாரோ ஒருவருக்கு உடல் ரீதியான குறைபாடு உண்டு என்பது தெரியவந்தது, அதன் காரணமாக ஒரு மனச் சங்கடம், தாழ்வு மனப்பான்மை ஏற்பட்டு விடக்கூடாது என்று மருத்துவப் பரிசோதனைகளிலும் தங்களை ஈடுபடுத்திக் கொள்ளவில்லை. அதன் அவசியத்தை ஏதோ உதாசீனம் செய்து வந்தார்கள். 'எனக்கு நீ பிள்ளை உனக்கு நான் பிள்ளை' என்று தத்தமக்குள் சொந்தம் கொண்டாடி மனம் கிளர்ந்த இரவுகளில் வாசனைப் பாக்குத்தூள் மென்று, ஒருவர் ஒருவரை அணைத்துக்கொண்டு, அந்த மகிழ்விலேயே திருப்தி கொண்டிருந்து வந்தார்கள். தத்து எடுத்துக்கொள்ளும் எண்ணமும் அவர்களுக்கு உண்டாகவில்லை. 'நீ ஆண் நான் பெண், அன்றி, நீ பெண் நான் ஆண், நாம் இருவரும் ஒருவர் ஒருவரை நேசிக்கிறோம்' என்பதோடே சரி அவர்கள் இல்லற உறவு. அதுவே உன்னதமான மனிதநேயம் என்றாயிற்று அவர்களுக்கு. இவ்வாறாக அவர்கள் குடித்தனம் பதினைந்து ஆண்டுகளைக் கடந்து போயிற்று. இதுவரை, சொல்லிக் கொள்ளும்படியான அளவில் எந்தவித மனப்பிணக்கும் ஏற்பட்டுவிடவில்லை அவர்களுக்குள்.

'மக்கட் பேறற்ற மலடுகள்' என்ற பிறரின் பழிச்சொல் ஆரம்பத்தில் அவர்கள் மனங்களைப் புண்படுத்தியது உண்மைதான். நாளடைவில் அது அவர்களுக்குப் பழகிப் போயிற்று. எல்லாம் கேட்டுக் கேட்டு மரத்துப்போயின

அவர்கள் இதயங்கள். அவதூறுப் பேச்சுக்கு அவர்கள் காதுகள் செவிடாயின. ‘உங்கள் புத்திரசிகாமணிகளின் இலட்சணங்கள் பற்றித்தான் ஊரே சிரிக்கிறதே’ என்று தம்மைப்பற்றி புறணி பேசுபவரை நக்கல் செய்யுமளவுக்கு அவர்கள் தேறிப் போனார்கள். குறிப்பாக சிவன். சோகத்தை தன் நையாண்டிப் பேச்சில் மழுங்கச் செய்துவிடுவான். உள்ளுக்குள் குமுறும் ஆதங்கத்தை வெளியே காட்டிக் கொள்ள மாட்டான்.

சிவனும் பார்வதியும் அனாதைகள் விடுதிகளில் வளர்ந் தவர்கள். ஏற்ற பருவம் வர, சிவனையும் பார்வதியையும் திருமணம் என்கிற பந்தத்தில் இணைத்து வைத்தார்கள் விடுதிக் காப்பாளர்கள். கல்யாணத்துக்கு முன்பு வரை அவர்கள் ஒருவர் ஒருவரை சந்தித்துக் கொண்டதில்லை. இருவரும் அனாதைகள் இல்லங்களில் வளர்ந்தபடி ஈ.எஸ்.எல்.சி. வரை படித்துத் தேறியிருந்தார்கள். ஆகவே, எந்த சிபாரிசுமின்றி, நகராட்சி அலுவலகத்தில் ஸ்வீப்பர்களாக அவர்களுக்கு வேலை கிடைத்தது. மணமான பின், அனாதை விடுதிகளிலிருந்து விலகி, தனி வாடகை வீட்டில் குடியேறினர். ஊர்ச் சேரியில் இருந்தது அவர்கள் வீடு.

பதினைந்தாண்டு மண வாழ்க்கையில், பிள்ளைப்பேறில் லாதது தவிர்த்து, வேறு எந்த மனக்குறையும் இல்லை அவர்களுக்கு. இருவர் சம்பாத்தியம் என்பதால், அதுவே எதேஷ்டமாகி, வேலை கிடைத்த பத்தாண்டுகளுக்குள்ளேயே, குடியிருந்த வாடகை வீட்டைச் சொந்த வீடாய் ஆக்கிக் கொண்டார்கள். சிவனுக்கு பார்வதி மேல் உள்ள கரிசனம், பார்வதி சிவன்மேல் கொண்ட அக்கறை என்றைக்கும் குறைவுபடவில்லை. அதனால், எந்தவித காழ்ப்புணர்ச்சியோ, மனவிகாரமோ அவர்களை அண்டவில்லை. பிள்ளையில்லாக் குறையை அவர்கள் தமக்குள் என்றைக்குமே பேசி சலிப் படையவில்லை.

தம்மைப்பற்றி குதர்க்கமாய் பேசுகிறவர்களுக்குப் பதிலடி கொடுப்பதில் சிவன் சமர்த்தன். அதை ரசித்து மகிழ்வதில் அலாதியான ஈடுபாடு பார்வதிக்கு. மற்றவர்களும் அதைக் கேட்டு சிரியோ சிரியென சிரிப்பதைப் பார்த்து அகமலர்ந்து போவாள். தன் கணவனுக்கு திருஷ்டி சுற்றிப் போடுவாள்.

பிள்ளையில்லா வீட்டில் ‘கிழவன்’ துள்ளி விளையாடுவது ஒரு ரசனைக்குரிய விஷயம்தானே? அதுவே, பிள்ளையில்லாச் சோகம் அவர்களை அண்டாது போவதின் ரகசியம்.

‘ஏல சிவா, ஒனக்கு சொந்தக்காரங்க யாருமுண்டால?’ என்று கேட்டு அவனை வம்புக்கிழுப்பார்கள் சிலர், அவன் அனாதை விடுதியில் வளர்ந்தவன் என்பதைத் தெரிந்து கொண்டே.

‘அதான் எம்பொண்டாட்டி இருக்கால்ல’ என்பான் சிவன்.

‘ஒம் பொண்டாட்டிய கணக்குல சேக்காத. அவள விட்டுட்டு வேற யாராவது?’

‘அதான் வப்பாட்டி நீ இருக்கேல்ல?’

‘ஏல வப்பாட்டியா? நான் ஆம்பளல.’

‘ஆம்பளயா நீ? ஆச்சரியமா இருக்க. நீ சொல்லித்தான் தெரியுது எனக்கு.’

‘ஏல, கிண்டலால?’

‘கிண்டல்லாம் ஒண்ணுமில்ல அண்ணே. ஒண்ணு செய்யி, நான் ஆம்பள, நாம் ஆம்பளன்னு போர்டு எழுதி ஓந்நெத்தியில ஒட்டிக்கோ. அப்பத்தான் யாருக்கும் சந்தேகம் வராது. எல்லாரும் ஒன்னைய நம்புவாங்க.’

‘மலட்டுப் பயலுக்கு வாயப் பாரேன்.’

‘நான் மலடா, நீ மலடான்னு பட்டி மன்றம் வைப்போம் அண்ணாச்சி. நீ ஜெயிச்சா பெறகு வந்து பேசு…’

இப்படிப் போகும் அவர்கள் சம்பாஷணை. கடைசியில் சிவனே பேச்சில் ஜெயித்து வெற்றிக் கொடி நாட்டிக் கொள்வான். வம்புக்கு வந்து பேச்சுக் கொடுத்தவர்கள் வாயடங்கிப் போவார்கள்.

இப்படித்தான் ஒரு நாள், சிவனின் மேலதிகாரி, அசிஸ்டண்ட் எஞ்சினியர் பரமசிவன், ஒரு சரியான காரணமுமின்றி,

சிவனை கிண்டல் செய்ய எண்ணி, அவன் வாயைக் கிளறி விட்டார். சிவனுக்கு எக்ஸிக்யூட்டிவ் எஞ்சினீயரிடம் ஒரு செல்வாக்கு இருந்தது பரம சிவனுக்கு எரிச்சலை மூட்டி விட்டிருந்தது. அவனை மற்ற மேஸ்திரிகள், தொழிலாளர்கள் முன்னிலையில் அவமானப்படுத்த வேண்டும் என்றே வலிய வம்புக்கிழுத்தார்.

'ஏல சிவா, ஒன் அப்பா பேரு என்னல?'

'அப்பா பேரு என்னத்துக்கு சார்?'

'அட்டென்டென்ஸ் ரிஜிஸ்டர்ல என்ட்றி போடணும்ல.'

'இதுவர யாரும் கேக்கலேயே சார். இப்ப என்ன இது புதுப்பழக்கமா இருக்கு.'

'இப்ப கேக்கிறதா வச்சிக்கோல. அப்பா பேரு சொல்லுல.'

'அப்ப குறிச்சுகிடுங்க சார். பரமசிவன் சார்.'

'பரமசிவனா...? என்ன வேலை பாக்குறார்ல?'

'அசிஸ்டண்ட் எஞ்சினியரா சார்.'

'எங்கல?'

'நம்ம முனிசிபாலிட்டி ஆபிஸ்லதான் சார்.'

'அப்டியால? அப்ப ஒன் மகம்பேரு என்னல மலட்டுப்பயல?'

'சிவன் சார்.'

'ஓம் பேர கேக்கலல்ல, ஓம் மவன் பேர கேட்டேன்ல'

அப்பா பேரு 'பரம' சிவன்னா, மவம் பேரு வெறும் சிவன்னுதான சார் இருக்கணும்?'

'போகட்டும்ல. நீ எந்த ஜாதில?'

'ஒங்க ஜாதிதான் சார்.'

'ஏஞ்ஜாதின்னா?'

‘ஆம்பள ஜாதி சார்.’

‘நீ தான் மலடனாச்ச, பின்ன எப்டி ஆம்பள ஜாதில சேருவ?’

‘வாய கௌறாதீங்க சார். நீங்க மட்டும் என்னவாம்னு கேக்க வச்சிராதீங்க.’

‘ஏல, என்னைய கிண்டல் பண்றியால?’

‘நாங்கிண்டல் பண்ரேனா, நீங்க என்னைய கிண்டல் பண்றீங்களா சார்? இப்டிலாம் திட்டு வாங்கி எனக்கு பழக்கமில்ல சார்.’

‘ஏல ஒதவாக்கர பயல, என்ன திமிரு ஒனக்கு?’

‘அப்பன போலதான சார் பிள்ளையுமிருப்பான்?’

‘என்ன வாய்துடுக்குல உனக்கு?’

‘எனக்கா ஒங்களுக்கா சார்?’

‘இன்னைக்கி ஒனக்கு ஆப்செண்ட் போட்ரேன்ல’

‘அப்டியா சார், அப்ப நான் ஈ.ஈ. ய பார்த்து சொல்லிக்கிடுறேன் சார். இல்லாட்டி முனிசிப்பல் மேயர பாத்துக்கிடறேன்.’

‘யாரையும் பாத்துக்கோல. இன்னிக்கி ஒனக்கு ஆப்செண்ட்தான்.’

‘அதோ ஈ.ஈ. வர்றாறு சார்.’

எல்லா மேஸ்திரிகளும் சிவனின் சக ஊழியர்களும் மேலதிகாரி பரமசிவனின் மூக்கு உடைபட்டுக் கொண்டு வருவதைப் பார்த்து ஏளனமாய்ச் சிரித்தார்கள். பார்வதிக்கும் அடக்கிக்கொள்ள முடியாத சிரிப்பு. ‘தன் வினை தன்னைச் சுடும்’ என்பதற்கிணங்க, பரமசிவனின் திட்டம் திசை மாறிப்போய் அவரையே கேலிக்குள்ளாக்கிவிட்ட பரிதாப நிலையில், கையும் ஓடாது, காலும் ஓடாது, திக்குமுக்காடிப் போனார். மேற்கொண்டு பேச வாயற்றவறாய், ஈ.ஈ.யை எதிர்கொண்டார்.

'என்ன சிவா, என்ன பிரச்சினை ஒங்களுக்குள்ள?'

'ஒண்ணுமில்ல சார், ஏ.ஈ. என் அப்பா பேரையும் மகன் பேரையும் ஜாதி பேரையும் கேட்டாரு. பதில் சொல்லிக்கிட்டு இருக்கேன் சார்.'

'என்ன பரமசிவன், அப்படியா?'

'சும்மா தமாசுக்கு சார்.'

'இதுல என்ன தமாஸ் இருக்கு? சிவன் ஒரு அனாதைன்னு தெரியாதா ஒங்களுக்கு? அவனுக்கு கொழந்த பாக்கியம் இல்லன்னும் தெரியும்ல?'

'சாரி சார்.'

'சாரியோ, ஜாக்கட்டோ, இனி இப்டில்லாம் நடந்துக் கிடாதீங்க. வேலையைப் பாருங்க.'

'இன்னைக்கு எனக்கு ஆப்செண்ட் போடுறதா சொல்றார் சார். எம்மேல டிசிப்ளினரி ஆக்ஷனும் எடுப்பாரு போல தெரியுது சார்.'

'அப்டில்லாம் இல்ல சார், பிரசெண்டே போட்டுட்டேன். டிசிப்பிளினரி ஆக்ஷன் எடுப்பேன்னு நான் சொல்லவே இல்ல சார்.'

'இவ்வளவு கேட்டவரு, அதையு... செஞ்சாலும் செய்வீங்க. ஒங்க மேல நெறய கம்ளெயிண்ட் வருது. இன்னும் வந்தா ஒங்க மேலதான் ஆக்ஷன் எடுக்க வேண்டி வரும். இனியாவது ஒழுங்கா நடந்துகிடுங்க. சரி, எல்லாரும் அவங்க அவங்க வேலய பாக்கப் போங்க.'

எக்ஸிக்யூடிவ் எஞ்சினியர் போய் விட்டார். பரமசிவன் மனதில் சிவன் மீது ஒரு வன்மம் குடி புகுந்தது. ஊழியர்கள் முன்னால் தன்னை அவமானப்பட வைத்துவிட்டானே என்ற ஆற்றாமை, அவனை பழிக்குப் பழி வாங்க வேண்டு மென்று, தக்க சமயத்துக்காக காத்திருந்தார் பரமசிவன்.

நகரத் தெருக்களில் சேரும் குப்பை கூளங்களை தினசரி துப்புரவு செய்யும் வேலை ஸ்வீப்பர்களுக்கு. அதோடு நகராட்சி

அலுவலகங்களிலும், நகரின் பொதுக் கழிப்பகங்களிலும் உள்ள யூரினல்களை, டாய்லெட்களை, லெட்ரீன்களை, குளியலறைகளை அன்றாடம் துப்புரவு செய்யும் பணிகளும் அவர்களுடையதே. கூடவே, பாதாள சாக்கடை குழாய்களில் அடைப்பு ஏற்பட்டால், அதை மேன்ஹோல்கள் வழியாக உள்ளே இறங்கி சரி செய்வதும் அவர்கள் பணியே. அவற்றுள் கஷ்டமான, அசூயையான வேலைகளை சிவனுக்கும் பார்வதிக்கும் தினசரி கொடுக்க ஆரம்பித்தார் பரமசிவன். அதற்கு வசதியாக, எக்ஸிக்யூடிவ் எஞ்சினியரும் நகர் சுத்தம் சம்பந்தமான மூன்று மாதப் பயிற்சிக்கு அஃபீஷியலாய் சிங்கப்பூர் சென்றிருந்தார்.

‘ஏல சிவா, மலட்டுப்பயடுவா, ரெங்கநாதபுரம் மூணாவது தெருவில ஸ்யூவேஜ் பைப் லயின்ல அடப்பு இருக்காம். சாக்கட மேன் ஹோல்ல தேங்கி நெறம்பி கெடக்கு. நீயும் ஒம்பொஞ்சாதியும் இன்னைக்கு அங்க போங்க. மத்தியானத் துக்குள்ள அத சரி பண்ணனும் பாத்துக்கோ.’

‘இன்னைக்கி, ஒனக்கும் ஒம் பொண்டாட்டிக்கும் ஸ்யூவரேஜ் டிரீட்மெண்ட் பிளாண்டுல வேல. ஜரூரா போங்க, அங்க வச்சி பிள்ள பெத்துக்கலாம். வசதியான எடம்.’

‘ஏ மலடுகளா, காத்தமுத்து நகர்ல பப்ளிக் லெற்றின் நாறிக் கெடக்கு. இன்னைக்கு உங்களுக்கு அங்க வேல. ரெண்டு மணி நேரத்துல அத க்ளீன் பண்ணீரணும். பெறகு வேற வேலை சொல்றேன்.’

‘ஏல, ஊருக்கு கெழக்கால, ஒத்த புளியமரத்துக்கு எதிர்ல, நடு ரோட்ல கழுத ஒண்ணு லாறில அடிபட்டு செத்து கெடக்காம். ரெண்டு நாளாச்சாம். நாத்தம் சகிக்கலேயாம். நீ ஒம் பொண் டாட்டிய கூட்டிக்கிட்டுப் போயி, அத ரோட்டோரமா இழுத்துப்போட்டு, குழி தோண்டிப் பொதச்சிட்டு வால.’

இப்படியாக, ஒவ்வொரு நாளும் வேறு வேறு இடங்களில் வேலை சொல்லி சிவனையும் பார்வதியையும் அலைக்கழித் தார் பரமசிவன். வேலையும் குடலைப் புரட்டுகிற நாற்றம் பிடித்தவைகளாக இருந்தது. ஒரு வாரம் பத்து நாள் தாக்குப் பிடித்துக் கொண்டான் சிவன். பிறகு எகிற ஆரம்பித்தான்.

'இது என்ன சார், ஒவ்வொரு நாளும் வேற வேற தூரத்து எடங்கள்ல, நாத்தம் புடிச்ச வேலையா கொடுக்கறீங்க. நாலஞ்சி பேர் சேர்ந்து செய்ய வேண்டிய வேலைகள, எங்க ரெண்டு பேர் மேல சுமத்துரீங்க. மலடு மலடுன்னு எப்பவும் திட்றீங்க. இதெல்லாம் நல்லா இல்ல சார்.'

'ஏல சொன்ன வேலய செய்யாம எதுத்தால்ல பேசுற?'

'எதுத்துல்லாம் பேசல சார். நடக்றதத்தான் சொல்றேன். எங்க மேல அப்படி என்ன சார் ஒங்களுக்கு கோவம்? நாங்க என்ன உங்க அடிமைகளா? நீங்களும் நாங்களும் ஒரே கவர்மெண்ட்லதான் வேல செய்யறோம். ஒங்க அதிர்ஷ்டம் நீங்க ஏ.ஈ.யா இருக்கீங்க, நாங்க தோட்டிகளா இருப்பது எங்க தலவிதி. மற்றபடி எல்லாரும் சரிசமம்தான் சார்.'

'ஏல சமதர்மம் பேசுறியால கழுத? நாய்க்குப் பொறந்த பொட்டப்பயல.'

'சார் எம்பொறுமைய சோதிக்காதீங்க. பெறகு ஒங்க வண்டவாளத்தயெல்லாம் அவுத்துவிட வேண்டியிருக்கும்'

'என்னைய மெரட்றாயால? என்னல அப்டி பெரிய வண்ட வாளம்? சொல்லு பாப்பம். நானுந்தெரிஞ்சிக்கிடுறேன்.'

வேண்டாம் சாரே வேண்டாம். என்னய பேச வச்சிறாதைங்க.'

'பேசிக்கிட்டுதான்ல இருக்க மலட்டு முண்டம்?'

'அப்டியா, வண்டவாளத்த சொல்லித்தான் ஆகணும் போல. நீங்களும், ஒங்க பொண்டாட்டியும் பெத்து வச்சிருக்கீங்களே ஒரு அருமந்த புள்ள, அவன் ஒங்கள எதுத்து அடிச்சிட்டா னாமுல. அவன கேக்க நாதி இல்ல ஒங்களுக்கு. எங்கள கொற சொல்ல வந்துட்டீங்க.'

'ஏல பரதேசிப்பயல, எங்குடும்பத்ல நடந்தத சொல்ல, வெறும் பய நீ யாருல?' கழுதைக்குப் பொறந்த கண்ராவிப் பயல.'

'ஓய், வாய அடக்கி பேசும் ஓய். இன்னு... சொல்றேன் கேட்டுக்கிடும். ஒம்ம அரும மக எவங்கூடயோ ஓடிப்

போயிட்டாளாமே. ஊர்ல எல்லாரும் பேசிக்கிடுதா. இந்த லட்சணத்தில என்னைய கேக்க வந்துட்டீரு பெருசா. நீரும் மலடந்தான ஓய்? ஏழெட்டு வருஷமா புள்ள குட்டிக இல்லாமதான ஓய் இருந்தீரு. இப்பத்தான தெரியுது, ஒம்ம புள்ளைங்க ஒமக்கு பொறந்தவங்கதானானு சந்தேகமா இருக்கு சாரே.'

பரமசிவன் கோபத்தின் எல்லைக்கே போய்விட்டார். என்ன செய்ய, என்ன பேச என்று புரியாமல் திணறினார். கையில் கிடைத்த பேப்பர் வெய்ட்களை, ஃபைல்களை, டைரியை, டிக்‌ஷனரியை, பென் ஸ்டேண்டை சிவனை குறிவைத்து எறிந்து அட்டகாசம் பண்ணினார். ஆனாலும் ஆவேசம் அடங்கவில்லை. ஹைப்பர் டென்ஷன் பேஷண்ட் ஆதலால் கைகளில் நெஞ்சைத் தாங்கியவாறு மயங்கி விழுந்தார். அவருடைய குணம் தெரிந்தவர்களாதலால், சுற்றி நின்ற எல்லா மேஸ்திரிகளும் தொழிலாளர்களும் அவரைக் கண்டு நகைத்தார்களே ஒழிய, யாரும் உதவிக்கு வரவில்லை. சிவன் இரக்கப்பட்டு அவர் முகத்தில் தண்ணீரைத் தெளித்தான். கொஞ்ச நேரத்தில் மயக்கம் தெளிந்து, தானே எழுந்து, பைக்கை ஓட்டிக்கொண்டு ஆஸ்பத்திரிக்கு விரைந்தார் பரமசிவன். பார்வதி தன் கணவனை மெச்சிப் பாராட்டிக் கொண்டாள்.

அன்று இரவு சிவனும் பார்வதியும் சந்தோஷமான மன நிலையில், வாசனைப் பாக்குத்தூள் மென்று கொண்டார்கள்.

இது நடந்து மூன்றாவது மாதத்தில், சிவனின் மனைவி பார்வதி அவனிடம், 'எனக்கு மூணு மாசமா மென்சஸ் போகலங்க. அடிக்கடி கொமட்டலா இருக்கு. செல வேளையில லேசா தல சுத்துது' என்றாள் வெட்கத்துடன்.

தன்னந் தனியனாய்

இசைகேடாய் எழுகிற இந்த நாராசப் பேரொலி, சுரபேதம் காட்டி, கூடிக்கூடிக் கொண்டு போய், கிறீச்சிடும் குரலில் மேலெழுந்த வண்ணம் எங்கும் வியாபித்து இருக்கிறது. இசைவாணன், சகித்துக்கொள்ள முடியாமல், தன் இரு காது களையும் சுட்டுவிரல்களால் அடைத்துக் கொள்கிறான். மெல்லிய இதமான காற்றின் இசையையே அவன் எப்போதும் விரும்புவான். இப்போது கேட்கிற கரடுமுரடான ஒலி, ரம்பம் வைத்து பாராங்கல்லை அறுப்பது போல் இராகக் கட்டற்ற அதன் அதீத போக்கைக் காட்டுகிறது. அதை அவன் அறவே வெறுக்கிறான். செவிகளின் விரல்களடைப்பையும் மீறித் துளைத்துக்கொண்டு அது அவனை ஹிம்சைப்படுத்துகிறது. அந்த ஆங்கார ஓசைச் சனியன், இசைவாணனின் மெல் லிதயத்தை ஸ்தம்பிக்கச் செய்யுமளவிற்கு வீரியவேகம் கொண்டிருக்கிறது. அது இடியோசையையும் தோற்கடிக்குமாற் போல், திசையெட்டும் விண்முகடுகள் அதிர முழங்குகிறது.

அவ்வோங்கிய செவிடுபடும் சப்த முழக்கம் எங்கிருந்து எழுகிறது என்று சுற்றுமுற்றும் தேடுகிறான் இசைவாணன். அத்தேடல் வெறுமே பயனற்றுப் போகிறது. ஏனெனில், வெளித்தேடலல்ல, உள்தேடலே விடை பகரும் என்பதை அவன் அறிந்துகொண்டிருக்கவில்லை. ஆமாம், அக்கோர ஒலி, அவன் இதயத்தின் கூப்பாடுதான். உள்ளுக்குள்ளேயே ஓங்கி எழும் தாளம் தவறிய அந்த சப்தக் கோவை, இசை வாணனை வனாந்தரத்தில் தன்னந்தனியனாய் விடப்பட்ட பரிதாப நிலைக்கு வலுவூட்டுவதாய் ஆகிப்போனது. இதயத் துடிப்பெனில், ஒரு தாள லயம் இருக்க வேண்டியதற்கு மாறாக, கட்டுப்பாடற்ற கந்தர்கோலமாய் ஒலிக்கிறது அது.

இந்த உலகத்தில், இசைவாணனைத் தவிர்த்து வேறு உயிர் ஜீவன்கள் ஒன்றுமில்லை என்பதை உறுதி செய்வதாய்,

ஒரு மெய்த் தோற்றம் புலப்படுகிறது. சப்தநாடிகளை ஒடுங்கிடச் செய்யும் அகோர பிசாசத் தொகுப்புத் தோற்றம் அது. உள்ளுக்குள் குமுறுகிறது, பேச்சை மீறிய விதான வான வளைவில் உருக் கொள்ளும் அவன் சொந்த இதயத்தின் திடுக்கிடும் துடிப்பு. அவன் நாடித்துடிப்பே, பேரண்டத்தையும் குலுக்கி எடுக்கும் அபேதக ஓங்காரித்த கூப்பாடாய் கூக்குரலிடுகிறது. நடுங்கும் அவன் உடலுக்கு, உயிருக்கு அடைக்கலம் தரும் ஜீவித நெருக்கமாக வேறு யாருமில்லை. எதுவும் இல்லை. இசை வாணன், அத்துவானமான இப்பாழ் வெளியில் குடிமக்களற்ற ஒரே ராஜாவாக கோலோச்சுகிறான். பிராணனற்ற அஃறிணை களாக, சுற்றிலும் சமுத்திரங்களும் மலைமுகடுகளும் பள்ளத்தாக்குகளும் காடுகளும் நீரோடைகளும் மற்றும் திறந்த வான்வெளியும்தான். சுவாசிக்க பிராணவாயு தருகின்றன. சூழ்ந்துள்ள காற்றும் நீரும்.

தனக்குப் பெயரிடப்படவில்லை, பெயரிட யாருமில்லை, அதற்குத் தேவையும் இல்லை என்பதெல்லாம் தனியொரு வனான இசை வாணனின் பாமரமூளைக்கு எட்டுகிற விஷயங்களல்ல. இசைவாணன் என்று தான் அழைக்கப்பட விருப்பதைப் பற்றிய எந்தவித உணர்வும் அபிப்பிராயமும் இல்லை அவனுக்கு. மென்காற்றின் இசையை நேசிக்கிறவன் என்பதால், தன்னை இசைவாணனென்று அழைக்கிறார் களோ என்பதைப் பற்றிய யூகம்கூட அவனுக்கு இல்லை. அவன்தான் தன்னந்தனியனாயிற்றே!

இசைவாணனுக்கு இன்றுவரை கடவுளைத் தெரிந்திருக்க வில்லை. தன்னை ஆட்டிப்படைக்கும் சக்தி எது என்பதே அவன் தேட்டம். தன் உதிரச்சொட்டுகள் வியர்வைத் துளிகளாய் வீணடிக்கப்பட்டு வந்துள்ளனவா என்பதே அவன் கேள்வியாய் இருக்கிறது. தன்னைப் பரிபாலிக்கும் ஒரு உந்து சக்தியின் பிரசன்னத்தையே அவன் தேடி வருகிறான். அது அவன் பச்சிள மூளையில் இன்னும் இனம் கண்டுகொள்ளப் படவில்லை. அவன் எப்படி உண்டானான் என்பது அவனுக்கு ஒரு மர்மமாய் இருந்து வருகிறது. அண்டசராசரங்களும் இவ்வுலகமும் எப்படித் தோன்றின என்று அவன் அறியா திருக்கிறான். அந்தத் தேடல் நாள்தோறும் அவன் மன அரங்கில் வியப்பு வினாக்களை எதிர்கொண்டவாறு

இருக்கிறது. என்றைக்கு அதற்கு விடை கிடைக்கும் என்பதை அவன் அறியாதிருந்து வருகிறான்.

பிரபஞ்சத்தின், பூவுலகின் பிரமாண்டம் அவனைத் திகைக்க வைக்கிறது. அதில் தான் ஓர் அணு என்கிற ஓர்மை அவன் மனதுள் துளிர்க்கிறது. அந்தப் பிரமாண்டத்தை ஆளும் தகுதி தனக்கு அருளப்பட்ட வரப்பிரசாதம் என்பது அவனுக்கு தெரியாதிருக்கிறது. பின் நாட்களில் விலங்கினங்கள், பறவைகள், நீரில் வாழும் உயிரினங்கள் தோன்றும் என்பது அவனுக்கு பொத்திவைக்கப்பட்ட ரகசியமாய் இருக்கிறது. தன் போல் மனுஷரும் மனுஷிகளும் ஜெனித்து பலுகிப் பெருகுவர் என்கிற உண்மை அவன் சிறுமதிக்கு எட்டியிருக்கவில்லை.

வானத்தில் மேகங்கள் கவியும்போது, மின்னல்கள் வெட்டும்போது, இடியோசை எழும்போது மழை பொழியும் என்பதை யூகித்து அறிந்து கொள்கிறான் இசைவாணன். புயற்காற்றின் ஆக்ரோஷத்தை எதிர்கொள்ளும்போது, வியந்து அதை வணங்கக் கற்றுக் கொள்கிறான். பருவநிலை மாற்றங்களுக்கேற்ப தன் உடலையும் உள்ளத்தையும் பக்குவப்படுத்திக் கொள்வது அவசியம் என அவன் அறிந்து கொள்கிறான். எல்லாம் காலப்போக்கில்தான்.

நாடித்துடிப்பின் சாஸ்வதந்தான், தன்னை உயிர்வாழ வைத்துக் கொண்டிருக்கிறது என்பதை இசைவாணன் அறியாதிருக்கிறான். உயிர் என்ற ஒன்றின் மீதுகூட அவனுக்கு எந்தவித புரிந்து கொள்ளுதலும் இல்லை. அவன் இறப்பு என்கிற நிகழ்வை அறிந்திருந்தால்தானே, உயிர் வாழ்தலின் மகத்துவத்தைப் புரிந்து கொண்டிருப்பான்?

காட்சி ஜோடனைகளாய், இயற்கை மகத்துவங்களாய் கானக மரம், செடி, கொடிகள் இசைவாணனை உல்லாசம் கொண்டாடச் செய்கிறது. அதன் லாவண்ணியத்தில் சொக்கிப்போய் தன்னை மறந்து அவன் லயித்துப் போகிறான். அது தரும் மனக் கிளர்ச்சி, மகிழ்வின் உந்துகோலாய் அவனை புளகாங்கிதம் அடையச் செய்கிறது.

தனக்குப் பசிக்கிறது என்பது இசைவாணனுக்கு புரிகிறது. மரம், செடி, கொடிகளில் கனிந்து தொங்கும் வகை வகையான

பழ வகைகளை வாய் வழியாய் பசியாற உண்டு மகிழ்கிறான். எது நல்ல கனி, எது தீய கனி என்பதை அவற்றின் வாசனை யாலும் சுவையாலும் கண்டுகொள்கிறான். உண்பவை ஜீரணிக்கப்பட்டு, மலக்கழிவுகளாக வெளியேறுகிறது என்பதையும் அனுபவப்பூர்வமாக தெரிந்துகொள்கிறான். கழிவுகளின் நாற்றம் அவனை முகம் சுழிக்க வைக்கிறது. அதை தண்ணீர் வைத்து சுத்தம் செய்யவும் கற்றுக்கொள்கிறான்.

தன் உடல், வியர்வை கண்டு நாற்றம் கொள்வதும் அவனால் உணரப்படுகிறது. தண்ணீர் வைத்து மலக்கழிவுகளை கழுவு கிறதைத் தெரிந்து கொண்ட அவன், அதன் மூலம் முகம் கை, கால்களையும் தன் உடம்பு முழுமையையும் கழுவ கற்றுக் கொள்கிறான். அது, அவன் மீது படியும் துர்க்கந்தங் களை முறியடிக்கும் மார்க்கம் என்பது அவனுக்குப் புலப்படுகிறது.

இசைவாணன் இன்றுவரை மென்காற்றின் இசையை மட்டுமே செவிமடுத்து ரசித்து வந்தான். அதுவே பேரானந்த மாய் இருந்து வந்தது அவனுக்கு. காற்று மூங்கில் துளைகளி னூடே, மரங்களின் இலைப் பொந்துகளினூடே, பூ மொட்டுகளினூடே அமர்ந்து கொண்டு தக்க சமயங்களில் வெளியேறி, அதன் மூலம் எழுப்பும் இன்னோசை அவன் காதுகளைக் கவர்ந்திழுத்தது. அதில் மனமொன்றி லயித்துப் போகிறான் அவன். அந்த இன்னிசை அவனுக்கு தேக புளகிப்பை உண்டாக்கி வந்தது. இப்போது, இன்று முதல், பேய்த்தனமான தன் நாடித்துடிப்பின் கர்ணகடூரம், அவன் இன்னிசை ரசிப்பை கேலிக் கூத்தாக்கி, மழுங்கடிக்க ஆரம்பித்துவிட்டது.

சூரிய வெக்கைக்கும் சந்திர குழுமைக்கும் தன் உடலையும் மனதையும் இசைவாணன் பழக்கிக் கொள்கிறான். பகல், இரவு என்கிற கால பரிமாணங்கள், முறை முறையாய் தோன்றி மறைந்து வருவதை வியப்புடன் கண்காணிக்கிறான்.

காற்றின் இன்னிசையைக் கேட்டு பிரமித்து வந்த அவன், தானும் தன் வாய்வழி இசையெழுப்ப முடியுமா என பரிசோதிக் கிறான். அவன் வாய் உச்சரிக்கும் அவென்ற ஆவென்ற ஆரம்பப் பாஷை ஒலிக்கக்கேட்டு பரவசமடைகிறான். மேலும் தீவிரித்து,

இ ஈ யெனவும் உ ஊ வெனவும் எ ஏ யெனவும் பேசக் கற்றுக் கொள்கிறான். தன் குரல் மலைமுகடுகளில் மோதி எதிரொலிப்பது கேட்டு, தன்போல் வேறு யாரும் உளரோ என்கிற சந்தேகம் அவனை உலுக்குகிறது. ஆனால் அப்படி யாரும் இல்லை என்பதை தன் அனுபவத்தில் கண்டுணர்ந்து கொண்டபோது சோகம் அவனை ஆட்கொள்கிறது.

தனிமை, இசைவாணனை பகடித்தனமாய் கேலி செய்கிறது. உள் இதய ஆணவ ஓசை ஓங்காரிப்பு, அவனை வெருட்டுகிறது. இத்தனை நாள் இல்லாத கூத்தாய் அது இப்போது ஏன், எப்படி எழும்பி எழுகிறதென அச்சமுறுகிறான். மருட்டும் இடியோசை கேட்டுக்கூட இத்தனை அளவு பயத்தில் குலை நடுக்கம் கொண்டதில்லை அவன். ஆனால் உயிரோசையான இந்த அதிசப்த ரீங்காரிப்பு அவனை பைத்தியக்காரத் தனமாய் தாக்குகிறது. மன ஆதங்கம் தணிய வேண்டி புலம்பியழ உற்றாரற்ற உன்மத்தச் சூழல் அவனுக்கு வெறுப்பூட்டுகிறது. ஒரு துணைக்காக ஜென்மாந்தர காலமாய் காத்திருக்கிறான் அவன். விடை பகரா கேள்விக்கொக்கியில் அவன் மனசு மாட்டிக்கொண்டு புண்படுகிறது. எங்கும் வியாபித்திருக்கிற சூரிய ஒளியும் காற்றின் இன்னொலியும் தன் இதயக் கடிகாரம் கற்பித்த ஒழுங்குப்படி நடைபெற இதுவரை எந்தவித இடை யூறும் ஏற்பட்டதில்லை. ஆனால் இன்று, ஆம், சாட்சாத் இன்று தான் இப்படியொரு இடைஞ்சல் அவனைச் சுற்றி வளைக்கிறது. நேற்று வரை இல்லாதிருந்த இந்த இதயத் துடிப்பின் பேரோசை எழுச்சி, அவனைத் துரத்தியடிக்கிறது. தான் இவ்விதமாய் தனித்து வாழ நேர்ந்ததின் அர்த்தமென்ன என்று அவனுக்குப் புலப்படவில்லை.

தனக்கு ஒரு துணை வேண்டும் என்ற எண்ணம் அவனை முழுதுமாய் ஆட்கொள்கிறது. தன் போலவோ, தன்னினின்று சிறிது வேறுபட்டோ பிறிதொருவர் இருத்தலின் வேட்கை அவனை தாகிக்க வைக்கிறது. அந்த வேட்கையின் வீரியம் எவ்விதமோ அவன் மர்ம உடலுறுப்புகளில் முத்திரை பதிக் கிறதை அவன் கவனித்து வருகிறான். அவ்வெண்ணத்தோ டேயே அவன் தூங்கியும் விடுகிறான்.

தூக்கத்தின் முன்விளைவுகளையும் பின்விளைவுகளையும் இசைவாணன் முழுதுமாக அறிந்து கொள்ளாதிருக்கிறான்.

உடல் அயர்வுதான் தூக்கத்தை உண்டாக்குகிறது என்பது அவனுக்குப் புரியாதிருந்து வருகிறது. தூக்கத்தின்போது தனக்கு என்ன நேர்கிறது என்பதை அவன் உணர்ந்து கொள்ளவில்லை. தூங்கி எழுந்ததும் பழையபடி தான் உற்சாகம் கொள்வது ஏன், எப்படி என்று அவன் வியப்புக் கொள்கிறான். ஆனால் அந்த தூக்கம் தனக்கு அவசியத் தேவை என்பதை அவன் உணர்ந்து கொள்கிறான். துயில் கொள்ளும்போது, கனவுலகு ஒன்று தன்னை உசுப்பி விட்டுக் கொண்டு வருகிறதையும் அவன் உணர்கிறான். அந்த உணர்வு பிரபஞ்ச கானம் போல் அவனை மகிழ்விக்கிறது. காலப் போக்கில், தன் நாடித்துடிப்பின் திடும் திடும் என்கிற ஆங்கார ஓசைதான், தன்னை உயிர்வாழ வைத்துக்கொண்டு வருகிறது என்பது அவனுக்குத் தெரியவர, அதற்கு தன் உணர்வு களை பழக்கப்படுத்திக் கொள்ள கற்றுக்கொள்கிறான். அந்த ஓசை படிப்படியாய் இயல்பாய்ப் போகிறது.

இன்று, ஆமாம் இன்றுதான், சாட்சாத் இன்றுதான், இசைவாணன் உறங்கி எழுந்தபோது, அவனைப் போலவும் அவனினின்று சற்று வேறுபட்டும் ஒரு 'மனுஷி' அவன் முன் அமர்ந்து கொண்டிருப்பதைப் பார்த்து, உடம்பு புல்லரிக்க, மனம் குதூகலிக்க, அவளை ஆரத்தழுவிக் கொள்கிறான். இன்பத்தின் ஊற்றுக்கண் அவ்வரவணைப்பு என்பதை ஓர்ந்து உணர்ந்து கொள்கிறான். ஆனால், தான் ஒரு மனுஷன் எனவும் அவள் ஒரு மனுஷி எனவும் தங்களின் கூட்டுறவு மகத்தான மஹா பெரிய சமுத்திரம் நிகர்த்த சந்ததிகளை உண்டாக்கும் வல்லமை கொண்டது எனவும் அப்போது அவன் அறியாதிருக்கிறான். ஆனாலும், தங்களை இயக்கும் அந்த இனந்தெரியாத மஹா சக்திக்கு தலை வணங்குகிறான்.

சொந்தபந்தம்

மனித எத்தனங்கள், அபிலாசைகள், அனுபோகங்கள், அவசரங்கள் வெவ்வேறுபட்ட சூட்சம கதிகளில், நியதிகளில் இயங்கி வருகின்றன என்பது காலத்துக்குத் தெரியுமா? அது, அன்று காலையும் எந்தவித விசேஷித்த சமிக்ஞையுமின்றி எப்போதும் போலத்தான் விடிந்தது. அந்த நாளின் நிகழ்வுகள் எல்லாம் தனக்கு வித்தியாசமான அனுபவங்களாய் இருக்கப் போகின்றன. அவை மேலும் தொடரப் போகின்றன என்று எள்ளத்தனையும் எதிர்பார்க்காமல், வழக்கம்போல் காலை ஐந்து மணிக்கு துயில் நீங்கி எழுந்தான் ஜெயபால். அவனுக்கு முன்பேயே அவன் மனைவி எழுந்து தயாரித்து வைத்திருந்த பெட்காஃபியை சுடச்சுட அருந்திவிட்டு பல்துலக்கப் போனவன், செல்ஃபோன் அழைப்பு ஓசையைக் கேட்டு, அந்த அதிகாலையிலேயே யார் என வியந்து, எடுத்துப் பார்த்தான். பரிச்சயம் இல்லாத நம்பராய் இருந்தது. ஆன் செய்து, 'ஹலோ' என்றான். 'ஜெயபாலா?' என்று கேட்டது செல்போன். 'ஆமாம், நீங்க யாரு?' என்று கேட்டான் ஜெயபால்.

'விஜய்டா, உன் எம்.எஸ். கிளாஸ் மேட்டா.'

'அட விஜய்யா? எங்கிருந்துடா பேசுற?'

'ரெயில்வே ஸ்டேஷனிலிருந்துடா'

'எக்மோரா, சென்ட்ரலாடா?'

'எக்மோர்லடா. நேற்றுப் பூரா தூத்துக்குடியிலிருந்து உன்னை கான்டாக்ட் பண்ண ட்ரை பண்ணிக்கிட்டுதான் இருக்கேன்டா. உன் நம்பர் கிடைக்கலடா. நீ செம்மாயிலென்கிற ஐ.டி. கம்பெனியில் வேலை பார்கிறேன்னு யாரோ சொன்ன ஞாபகம். அத நம்பித்தான், ஏதோ ஒரு தைரியத்தில மெட்ராசுக்கு கிளம்பி வந்துட்டேன்டா. இப்பத்தான் உன் நம்பர் கிடைச்சதுடா. உன்ன அவசரமா பார்க்க வந்தேன்டா.'

‘அப்படி என்னடா அவசரம்? நேற்று எனக்கு சரியா சுகமில்லடா. ஒரே மண்டையிடிடா. ஒரு நாள் பூரா செல்ல ரீசார்ஜ் பண்ணாம போட்டுட்டேன் போலடா. ஆமா, என் செல் நம்பர் எப்படிடா உனக்கு கிடைச்சது?’

‘அது தான் ஆட்டுகிராஃப்ல கொடுத்திருக்கேயேடா. சரி, இப்ப என்னடா உன் அட்ரஸ்? சொல்லுடா.’

‘மடிப்பாக்கத்தில் இருக்குடா என் வீடு. அட்ரஸ் கேட்டுக் கோடா. ஃபிளாட் நம்பர் ஒண்ணு. பாப்பாஸ் வெங்கடேஷ் ஃபிளாட்ஸ், ராஜேஸ்வரி நகர், ஃபிப்த் ஸ்ட்ரீட், மடிப்பாக்கம்டா.’

‘சரிடா, இன்னும் ஒரு மணி, ஒன்றரை மணி நேரத்தில அங்க வர்றேண்டா. இப்ப மண்டையிடி பரவாயில்லையாடா?’

‘பரவாயில்லைடா. உனக்காக காத்துக்கிட்டு இருக்கேன்டா. உடனே வாடா.’

ஜெயபால் தன் மனைவியிடம், தன் நண்பனின் திடீர் வருகையைச் சொல்லி, டிஃபன் ரெடி பண்ணச் சொன்னார்.

⋆⋆⋆

ஜெயபாலும் விஜய்யும் மதுரை காமராஜ் பல்கலைக் கழகத்தில் எம்.எஸ். (இன்ஃபர்மேஷன் டெக்னாலஜி அண்ட் மேனேஜ்மென்ட்)இல் ஒன்றாகப் படித்தவர்கள். படிப்பு முடிந்ததும் ஒவ்வொருவரும் வெவ்வேறு திசைகளில் சிதறிப் போனார்கள். ஜெயபால், சென்னையில், சுதர்லெண்ட் டெக்னாலஜிஸ்ட் என்ற ஐ.டி. நிறுவனத்தில் வேலை கிடைத்து, பின் அதை ரிசைன் பண்ணிவிட்டு, இப்போது செம்மாயில் என்ற ஐ.டி. கம்பெனியில் ஐ.டி. மேனேஜராக வேலை பார்த்து வருகிறான். அவனுக்கு மிக நெருங்கிய நண்பர்களுடன் இன்றுவரை தொடர்பு கொண்டுதான் வருகிறான். விஜய்யுடன் அவ்வளவு நெருங்கிய தோழமை என்று சொல்வதற்கில்லை. சாதாரண நட்புத்தான். ஆனாலும் ‘டேய்’ போட்டுத்தான் பேசிக் கொள்வார்கள். அது வகுப்பு நண்பர்கள் எல்லோருடைய வழக்கம். அதற்கு நெருங்கிய நட்பு, சாதாரண நட்பு என்ற வரையறை கிடையாது. படிப்பு முடிந்த பின்பு ஜெயபாலும் விஜய்யும் சந்தித்து நான்கு

ஆண்டுகள் இருக்கும். இப்போது விஜய் ஜெயபாலை அவசரமாக சந்திக்க வேண்டுமென்று வந்திருக்கிறான். என்ன காரணமென்று தெரியவில்லை. ஜெயபால் காலைக் கடன்களையெல்லாம் முடித்துவிட்டு விஜய்க்காக காத்திருந்தான்.

காலை ஆறரை மணிக்கு விஜய் ஒரு ஆட்டோவில் வந்து இறங்கினான். ஜெயபால், வீட்டு வாசலில் அவனை எதிர் கொண்டான். இருவரும் ஷேம நலம் விசாரித்துக் கொண் டார்கள். ஜெயபால் தன் மனைவிக்கு விஜய்யை அறிமுகப் படுத்தி வைத்தான்.

விஜய்க்கு சொந்த ஊர் தூத்துக்குடி, மதுரை காமராஜ் யூனிவர்சிட்டியில் ஹாஸ்டல் வசதி இல்லாதிருந்ததால், விஜய் ஒரு லாட்ஜில் ரூம் எடுத்துத் தங்கி படித்து வந்தான். ஜெயபாலின் சொந்த ஊர் மதுரைதான். சொந்த வீட்டிலிருந்து பல்கலைக்கழகத்துக்கு தினசரி வந்து போனான்.

விஜய் ஒரு சங்கோஜி. யாரிடமும் அதிகம் பேசமாட்டான். எப்போதும் ஒதுங்கியே இருப்பான். ஒரு பயந்த சுபாவம் உள்ளவனாய் இருந்தான். இப்போது எப்படியோ என்ற யோசனையில், 'உன் மனைவியை கூட்டி வரவில்லையாடா?' என்று ஜெயபால் கேட்க, 'எனக்கு இன்னும் கல்யாணமாக வில்லைடா' என்று பதில் சொன்னான் விஜய். அவனது பேச்சில் இலேசான ஒரு சோகச் சாயல் இருந்தது.

படித்து வந்த நாட்களிலேயே, விஜய்க்கு பெண்கள் பால் ஒரு நாட்டம் இல்லாதிருந்தது. எவ்வளவு அழகான பெண்களாக இருந்தாலும் அவர்கள் அவனைக் கவரவில்லை. அவன் சபலம் அடைந்ததில்லை. எந்தப் பெண்ணையும் மயக்குகிற ஒரு பொலிவான ஆண்மைத் தோற்றம் விஜய்க்கு இருந்தது. பல பெண்கள், அவனிடம் காதலை எதிர்பார்த்து ஏமாந்து போனார்கள். அழகிய பெண் என்ற காந்த சக்தி அவனிடம் தோற்றுப் போனது. யாரையும் ஏரெடுத்துப் பார்க்காதவனாய் இருந்தான். ஆகவே, இன்னும் அவனுக்கு திருமணமாகவில்லை என்பதைக் கேட்ட ஜெயபால் ஆச்சரியம் அடையவில்லை.

விஜய் ஜெயபாலின் உபசரிப்பை ஏற்றுக்கொண்டு, காலைக் கடன்களை முடித்துவிட்டு, குளித்து டிரஸ் மாற்றிக்கொண்டு

வந்தான். இருவரும் காலை உணவுக்காக டைனிங் டேபிளில் வந்து அமர்ந்தனர். ஏழு மாத கர்ப்பிணியாக இருந்த ஜெய பாலின் மனைவி உணவு பரிமாறினாள்.

விஜய் ஒரு டென்ஷன் உள்ளவனாய் காணப்பட்டான். ஏதோ ஒன்று சொல்லத் துடிப்பவனாகவும் சொல்ல தயங்கு கிறவனாயும் இருந்தான். பரிமாறப்பட்ட உணவில் கையை அளைந்து கொண்டு, ஏதோ யோசனையில் ஆழ்ந்து போனவ னாய்த் தோன்றினான். ஆனாலும் ஜெயபால், என்ன விஷயத் துக்காக விஜய் தன்னைத் தேடி அவசரமாக வந்துள்ளான் என்பதை அவனிடம் கேட்கவில்லை. அவனாகச் சொல்லட்டும் என்று காத்திருந்தான்.

⋆⋆⋆

'உனக்கு ஈஸ்வரியை தெரியும்தானேடா ஜெயபால்?' என்று பேச்சைத் தயங்கி தயங்கி ஆரம்பித்தான் விஜய்.

'தெரியுமாவா? அவள் தானேடா எம்.எஸ். படிக்கும்போது என்னுடைய பெஸ்ட் கேர்ள் ஃபிரண்ட்? என்னைத் தவிர அவளுக்கு நெருங்கிய ஆண் சிநேகிதம் வேறு யாரும் இல்லைன்னு நினைக்கிறேண்டா. அவளும் உன்னைப் போல பயந்த சுபாவிதாண்டா. தூத்துக்குடிதான் சொந்த ஊர்டா. யூனிவர்சிட்டி பக்கமா இருந்த ஒரு வுமன்ஸ் ஹாஸ்டல்ல தான் தங்கி இருந்தாள்டா. அவளுக்கு திருமணமாகி ஆறு மாசம் இருக்கும்டா. திருமணத்துக்குப் பின் சென்னையில் பார்த்துவந்த வேலையை விட்டுட்டாடா. டெல்லியில் வேலை பார்த்து வந்த தன் கணவருடன்தான் இப்போ இருக்கிறாடா. அவளைப் பற்றி என்னடா இப்போ? ஏன் கேட்கிறேடா, என்று பதில் சொன்னான் ஜெயபால்.

'அவளை உனக்கு நல்லா தெரியும்னு நம்பித்தான் உன்னைத் தேடி வந்தேன்டா. அவள் கணவர் இப்போ மனநிலை சரியில்லாம இருக்கிறார்ன்னு கேள்விப்பட்டாயாடா?'

'தெரியவில்லையேடா. இது எனக்கு புது நியூஸ்டா. நாலு மாசமாக அளவோடு எனக்கு காண்டாக்ட் இல்லைடா. நீ சொல்லுகிறத நினைத்து ஒரு ஷாக்கா இருக்கிறதுடா எனக்கு. அப்படி என்ன பிரச்சினைடா அவருக்கு?'

‘மூணு மாதத்துக்கு முந்தி அவர் டெல்லி வேலையை ராஜினாமா பண்ணிட்டு சொந்த ஊர் தூத்துக்குடிக்கு வந்துட்டார்டா. இப்போ அவள டைவர்ஸ் பண்ண அவருடைய அப்பா சிவில் கோர்ட்ல கேஸ் போட்டுயிருக்காராண்டா. நேற்றுதான் கேள்விப்பட்டேன்டா’ என்றான் விஜய்.

‘ஐயையோ, இவ்வளவு நடந்திருக்கு. எனக்கு ஒண்ணும் தெரியாம போச்சேடா. நல்ல பொண்ணு ஈனேடா ஈஸ்வரி? பிறகு என்னடா பிரச்சினை? டைவர்ஸ் பண்ண போகிற அளவுக்கு என்னடா நடந்தது?’

‘என்னை மன்னித்துக்கோடா, அதற்கு நான்தாண்டா காரணம். அப்படித்தான் என் மனசு சொல்லுதுடா?

‘நீயா, எப்படிடா? நீதான் பெண்களை ஏரெடுத்தும் பார்க்காதவனாச்சேடா?’

‘அதில் நான்தான் பெரிய தப்பு செய்துட்டேண்டா.’

“என்ன தப்புடா? அவளுக்கும் உனக்கும் என்ன தொடர்புடா?”

ஒண்ணும் புரியலேயடா, விவரமா சொல்லுடா.”

“ஈஸ்வரி என்னை உயிருக்குயிராக நேசித்து வந்தாடா. மதுரையில் நான் தங்கியிருந்த ரூமுக்கு மாசத்துக்கோர் முறை வருவாடா. தன் காதலை என்னிடம் தெரியப்படுத்திக் கொண்டே இருந்தாடா. என் சுபாவம்தான் உனக்கு தெரியுமேடா. நான் அவளை அலட்சியப்படுத்திக் கொண்டே வந்தேண்டா. ஆனாலும் அவள் என்னை வெறுக்கலடா. என் மீது ரொம்ப வாஞ்சையோடு பழகினாடா. ஒரு தடவை என் ரூமிலேயே வைத்து விஷத்தைக் குடிக்கப் போனாடா. நான் அவளைத் தடுத்து, கல்யாணம் செய்கிறதா இருந்தா அவளைத்தான் செய்து கொள்வேனென்று அவளுக்கு வாக்கு கொடுத்தேன்டா, ஒரு திடீர் உணர்ச்சி வேகத்தில.”

“இவ்வளவு நடந்திருக்காடா? வெளியே யாருக்குமே தெரியலேயேடா. என்கிட்ட ஃப்ரீயா பழகினவ, இதைப்பற்றி என்னிடம்கூட ஒரு வார்த்தை சொல்லலேயேடா?”

‘ஆமாம்டா, நான்தான் அவளிடம் எங்கள் தொடர்பு பற்றி யாருக்கும் தெரியக் கூடாதென்று கண்டிஷனா சொல்லி வைத்தேன்டா. அதோட அவள் பயந்த சுபாவம், யார் கிட்டேயும் சொல்லாம இருந்துட்டாடா. கொஞ்சம் கொஞ்சமா நான் அவளிடம் என் மனசை பறிகொடுத்துக் கொண்டு வந்ததுதான் வாஸ்தவம்டா. ஆனா வெளியே காட்டிக் கொள்ளாம இருந்துட்டேன்டா. அதுவும் என் பயந்த சுபாவம் காரணமாய்தாண்டா.

“எங்கள் இருவருக்கும் சொந்த ஊர் தூத்துக்குடிதாண்டா. நான் கிறிஸ்தவன், அவள் இந்துடா. நான் பிள்ளைமார் ஜாதி, அவ நாயுடுடா. எந்த விதத்திலும் எங்களுக்குள் கல்யாணம் நடைபெற சாத்தியமே இல்லைன்னு எனக்கு தெரிந்து போச்சுடா. என் அப்பாவிடம் நான் சொன்னபோது, நீ கல்யாணமாகாது வீட்டோடு இருந்தாலும் பரவாயில்லை, வேறு ஜாதி பெண்ணை அனுமதிக்க மாட்டேன்னு உறுதியா சொல்லிவிட்டார்டா. அதோட, என் அக்காமார் ஆறு பேர்கள், அவர்களுக்கு வயசாகியும் திருமணமாகாது இருந்ததுடா. அது என் தகப்பனுக்கு ஒரு மென்டெல் டிப்ரெஷன உண்டாக்கி விட்டதுடா. எனக்கும் கல்யாணத்தில ஒரு நாட்டம் இல்லாம இருந்ததால, என் அப்பா சொல்லை மீற தைரியம் இல்லாம போச்சுடா.

‘அதைப் பற்றி நான் ஈஸ்வரியிடம் சொன்னபோது, அவ மனம் நொந்து அழுதாடா, எங்க இரண்டு பேருக்குமே ஜாதி, மதத்தை எதிர்த்து நிக்கிற தைரியம் இல்லாம போச்சுடா. அதுதான் எங்க சிநேகமுறிவுக்கு காரணமாயிற்றுடா.

“ஈஸ்வரியைத் தவிர வேறு யாரையும் கல்யாணம் செய்யப் போவதில்லைன்னு நான் என் அப்பாவிடம் சொன்னது போல், அவளும் தன் அப்பாவிடம் சொல்லிவிட்டாள்டா. நான் ஆம்பள, தைரியமா என் முடிவில் நிலைத்திருக்க முடிந்ததுடா. ஆனா அவளால தாக்குப்பிடிக்க முடியலடா. வேறு மாப்பிள்ளை பார்த்து கல்யாணம் பண்ணி வைத்து விட்டார்டா அவளுடைய அப்பா என்று நடந்த விவரங்களைச் சொன்னான் விஜய்.

“அது என்னடா கோழைத்தனம் உனக்கு? அவ கல்யாணத்த தடுத்து நிறுத்தியிருக்க வேண்டும்டா நீ. அதுவும் உன் காதல்

விஷயத்துல இப்படி இருந்துட்டியேடா. அது உன்னுடைய வாழ்க்கைப் பிரச்சினைதானேடா உனக்கு" என்றான் ஜெயபால்.

"எனக்கு எல்லாம் இப்ப புரியுதுடா. அப்போது ஒரு வாலிப வைராக்கியம் இல்லாம போச்சுடா எனக்கு. அத நினைத்து இப்போ வருத்தப்படறேன்டா நான்."

"சரி, இனிமேல் என்ன செய்யப் போறேடா நீ?"

"ஆமாம் டா, அதனால்தான் உன்னைத் தேடி வந்திருக் கேன்டா நான். ஈஸ்வரியோடு பெஸ்ட் ஃபிரண்ட் நீ. அவ வாழ்க்கையில் அதிக அக்கறை இருக்கும்டா உனக்கு. எனக்கும் அவளுக்கும் நீதான் ஒரு வழி காட்டணும்டா"

"சரி... அவ கல்யாணத்துக்குப் பிறகு எப்போவாவது அவள சந்தித்து இருக்கேயாடா நீ? கல்யாணமாகிப் போன பிறகு என்னடா செய்ய நான்?

"கல்யாணத்துக்குப் பிறகு, அவ தன் கணவரோடே டெல்லிக்குப் போயிட்டாடா. பிறகு மூணு மாசம் கழித்து தலைத் தீபாவளிக்கு தூத்துக்குடி வந்தாடா. டெல்லிக்கு திரும்பிப்போன அன்றைக்கு ரெயில்வே ஸ்டேஷன்ல அவளப் பார்த்தேன்டா. திடீருன்னு, நானே எதிர்பார்க்காம வந்த தைரியத்தில, ஒரு உணர்ச்சி வேகத்தில அவ கையைப் பிடித்து முத்தம் கொடுத்திட்டேன்டா. அத அவள் கணவரும் அவர்களை வழியனுப்ப வந்திருந்த மாமனாரும் மாமியாரும் பாத்துட்டாங்கடா."

"பிறகு?"

"அவள் கணவருக்கு முகம் சிவந்து போச்சுடா. அவன் யாருன்னு என்னைச் சுட்டிக்காட்டி, அவளிடம் அவர் கேட்டார்டா. என் ஃபிரெண்ட்டுன்னா அவ. "ஃபிரெண்டா, அப்படின்னா லவ்வரா" என்று அவளைக் கேட்டார்டா. அவ பதில் சொல்ல முடியாம திணறிப் போனாள்டா. அவள் மாமனாரும் மாமியாரும் ஒரு வெறுப்புடன், அவள் முகத்தில் காறித்துப்பாத குறையா அவள் மேல் கோபப் பட்டார்கள்டா. பிறகு ரயில் புறப்பட்டு போய்விட்டதுடா.

"நான் என் அறிவு கெட்ட செயலுக்காக வருந்தி தனிமையில் அழுதேண்டா. அதற்குப் பிறகு, டெல்லியில் அவள் வாழ்க்கையில் என்ன நடந்ததோ, அவள் மாமனார் அங்கு போய், அவள் கணவரை தூத்துக்குடிக்கு கூட்டி வந்திட்டார்டா. அவர் ஈஸ்வரியைப் பார்த்தும் பாராததுமாய், கண்டு கொள்ளவே இல்லையாம்டா. ஈஸ்வரி தனியே டெல்லி யிலிருந்து தூத்துக்குடிக்கு கிளம்பி வந்துட்டாடா. அவள் கணவர் மனப்பாதிப்புக்குள்ளாகி இப்போ புத்தி பேதலித்த நிலையில் இருக்கார்டா. தூத்துக்குடியில் ஈஸ்வரியும் அவள் கணவரும் தனித்தனியா அவங்கவங்க வீட்டில்தான் இருக்கிறாங்கடா. இப்போது அவர்கள் டைவர்சுக்கு காத்துக் கொண்டிருக்காங்களாம்டா. அதை நேற்றுதான் கேள்விப் பட்டேன்டா. எனக்கும் ஈஸ்வரிக்கும் நீதான் ஒரு நல்ல ஏற்பாடு செய்து கொடுக்கணும்டா" என்றான் விஜய்.

★ ★ ★

மதுரையில் எம்.எஸ். (ஐ.டி.அண்ட் எம்) படிப்பு முடித்து விட்டு சொந்த ஊர் வந்த விஜய்யை, சென்னை போன்ற வெளி நகரங்களுக்கு அனுப்பி, அவன் படிப்புக்கேற்ற எந்த வேலையிலேயும் சேர அவன் தந்தை அனுமதிக்கவில்லை. காரணம், அவனது ஆறு தமக்கைகளுக்கு வயதாகியும் திருமணமாகாதிருந்ததுதான். ஆறு தமக்கைகளும் கெட்டிக் காரிகள். எம்.எஸ்சி, எம்ஃபில், எம்.எஸ், எம்.பி.ஏ, எம்.சி.ஏ, பி.எச்.டி என்று உயரிய கல்வித் தகுதிகள் பெற்று, கெசட்டட் ஆஃபிஸர்களாக பல்வேறு அரசாங்கப் பணிகளில் இருந்தனர். அவர்கள் படிப்புகளுக்கு, வேலைகளுக்கு இணையான சரியான வரன்கள் அமையாதிருந்து வந்தது. விஜய்யின் அப்பா அதில் உறுதியாய் இருந்தார். ஆகவே, அவர் தன் மகன் விஜய்யை வெளியூர் எங்கேயும் அனுப்பாமல் தன்னுடனேயே வீட்டில் வைத்துக் கொண்டிருந்தார். தன் மகள்களுக்கு வரன்கள் தேட, அவன் ஒத்தாசை அவருக்கு தேவைப்பட்டிருந்தது.

விஜய், மூன்று மூன்றரை ஆண்டுகளாக, ஈஸ்வரியின் நினை விலேயே இன்பம் கண்டு அதில் லயித்துப் போயிருந்தான். ஈஸ்வரி சென்னையில் ஒரு ஐ.டி. நிறுவனத்தில் வேலை கிடைத்து அங்கேயே சென்றுவிட்டாள். லீவு நாட்களில் தூத்துக்குடி வரும்போது, விஜய்யும் அவளும் ரகசியமாக சந்தித்துக் கொள்வார்கள்.

தூத்துக்குடியில் ஒரு பொழுதுபோக்கும் இல்லாமல் இருந்து வந்த விஜய்க்கு, அவன் விரும்பியபடி, பெண்கள் அழகு நிலையம் ஒன்றை தூத்துக்குடியில் ஆரம்பித்து, அதை அவன் நிர்வகிக்க ஏற்பாடு செய்து கொடுத்தார் அவன் தந்தை. பிற பெண்களையே ஏரெடுத்தும் பார்க்காத அவன், எப்படி பெண்கள் அழகு நிலையம் ஏற்படுத்துவதை ஒரு பொழுது போக்காய் தேர்ந்தெடுத்தான் என்பது யாருக்கும் புரிபடாத ஆச்சரியமாய் இருந்தது. அவன் ஆழ்மனதுள் பெண்கள் பற்றிய குழப்பமான ஏதோ ஒரு ஆதங்கம் இருந்து, அது அவனை அப்படி ஒரு முரண்பாடுள்ளவனாய் ஆட்டிப் படைத்தது போலும். படித்திருந்த கல்வித் தகுதிக்கு முற்றிலும் மாறாக அவன் அப்படி செயல்பட்டு வந்தான்.

ஈஸ்வரி அழகு நிலையம் என்று அதற்கு பெயரிட்டான் விஜய். தன் தந்தைக்குத் தெரிந்த, ஒப்பனைக் கலையில் தேர்ந்த ஒரு முதிய பெண்மணியை, அதை மேற்பார்வையிட ஏற்பாடு செய்தான். அழகுக் கலை சிகிச்சையில் என்னென்ன வகைகள் உண்டோ அத்தனையையும் அங்கு நிறுவினான். தலைப்பொடுகு அகற்றல், முடி உதிர்வதை தடுத்தல், நரைமுடி வராமல் தடுத்தல், முடிக்கு சாயம் பூசுதல், முடியின் நிறத்தை மாற்றுதல், பேன் வராமல் தடுத்தல், ஹென்னா அடித்தல், தலைக்கு மசாஜ் செய்தல், கை கால்களுக்கு பிளீச் போடுதல், கை கால் முடிகளை அகற்றுதல், கை கால்களக்கும் விரல்களுக்கும் மசாஜ் செய்தல், கை கால்களில் மெகந்தி வரைதல், மரு எடுத்தல், முகப்பரு நீக்குதல், காது குத்துதல், மச்சம் வைத்தல், பல மாடல்களில் தலைமுடி திருத்துதல் என்று இன்னும் பல வகையான ஒப்பனை வேலைகளும் அந்த அழகு நிலையத்தில் இருந்தன. இவை நடைபெறுதலில் ஒரு மகிழ்வும் ஆனந்தமும் பரவசமும் கொண்டிருந்தான் விஜய். ஒவ்வொரு சிகிச்சையும் ஒவ்வொரு விதத்தில் மனதுக்கு இதம் தந்தன விஜய்க்கு. அவன் ஈஸ்வரியின் நினைவாகவே இருந்தான்.

இவற்றுக்கிடையில், விஜய்யின் அக்காமார்களுக்கு பொருத்த மான வரன்கள் அமைந்து, எல்லோரும் வெவ்வேறு நகரங் களுக்கு தம் கணவன்மார்களுடன் சென்றுவிட்டனர்.

அந்நிலையில்தான், ஈஸ்வரிக்கு திருமணம் செய்து வைக்க, அவள் தந்தை ஆவண செய்ய ஆரம்பித்தார். மகளின் காதல்

விவகாரம் தெரியவர, வேறு சாதி, வேறு மதம் என்று காரணம் காட்டி அதை நிராகரித்தார். வலுக்கட்டாயமாக அவளுக்கு வேறொருவருடன் திருமணம் செய்து வைத்தார். ஈஸ்வரிக்கு ஒரு திகிலான நிகழ்வாய்ப் போயிற்று அது. அவளை கைப் பிடிக்க முடியாது போன வருத்தத்தில் செயலற்றும் போனான் விஜய். அந்த மனப்பாதிப்போடு, முட்டாள்தனமாக அவன் அடுத்தவர் மனைவியான ஈஸ்வரியின் கையில் முத்தமிட, அந்த அசம்பாவிதம், ஈஸ்வரியை அவள் கணவர் விவாகரத்து செய்யப்போகும் அளவுக்கு விஸ்வரூபம் எடுத்துவிட்டது.

⋆⋆⋆

ஈஸ்வரிக்கு விவாகரத்து ஆகிவிட்டால், அதன் பிறகு அவளுக்கு மறுவாழ்வு தர, ஆறுதல் ஏற்படுத்த அவளை மறுமணம் செய்து கொள்ள விஜய் தயாரா என்று அவனைக் கேட்டான் ஜெயபால். நிச்சயமாக, அதுதான் தன் நோக்கம் என்று பதில் சொன்னான் விஜய். அப்படியானால், ஈஸ்வரிக்கு டைவர்ஸ் ஆகும் வரை விஜய் காத்திருக்க வேண்டிய கட்டாயத்தை அவனுக்கு ஜெயபால் உணர்த்தினான். அது சம்பந்தமாக ஈஸ்வரியின் கருத்தை, முக்கியமாக அவள் அப்பாவின் கருத்தை அறிந்து கொள்வதின் முக்கியத்தையும் இருவரும் உணர்ந்தனர். ஆனால், ஈஸ்வரியின் தற்போதைய மனம் சோர்ந்த நிலையில் அவளை அது விஷயமாக தொடர்பு கொள்ளுதல், அவளுக்கு தொந்தரவு கொடுப்பதாக அமையலாம் என்று கருதினான் ஜெயபால். ஆகவே எல்லாம் விவாகரத் துக்குப் பிறகே சாத்தியம் என்பதை புரிந்து கொண்டார்கள் இருவரும்.

அதுவன்றி, ஈஸ்வரியின் கணவரையோ அல்லது அவருடைய பெற்றோரையோ சந்தித்து, ஈஸ்வரியின் கையில் விஜய் முத்தமிட்டது, அவன் அவள் மேல் கொண்ட நட்பு மிகுதி யாலேயே அன்றி, வேறு எந்தவித கெட்ட நோக்கத்தில் அல்ல என்பதை அவர்களுக்குப் புரிய வைத்து, விவாகரத்து மனுவை கோர்ட்டாரிடமிருந்து வாபஸ்பெற கேட்டுக் கொள்ளலாமா என்றும் யோசித்தான் ஜெயபால். அதுவும் நல்ல மனநேர்மையான காரியம்தான் என்று விஜய்யும் ஒப்புக்கொண்டான். அதற்கு தன் உதவி தேவைப்பட்டால், தானும் தூத்துக்குடிக்கு வர எப்போது வேண்டுமானாலும்

சித்தமாய் இருப்பதாக ஜெயபால் சொன்னான். ஊருக்குப் போய், அங்குள்ள தற்போதைய நிலவரத்தை தெரிந்து கொண்ட பிறகு, ஜெயபாலுக்கு தகவல் சொல்வதாக கூறினான் விஜய்.

★★★

மறுநாள் காலையில் ஊர் திரும்பிய விஜய், தன் பெற்றோரிடம் ஜெயபாலை சந்தித்துப் பேசிய விவரங்களைச் சொன்னான். ஜாதி, மதம் என்று காரணம் காட்டி, ஈஸ்வரியை நிராகரித்து வந்த அவனுடைய அப்பா, தன் பெண் பிள்ளை களின் திருமணங்கள் எல்லாம் நல்லபடியாக நடந்து முடிந்து விட்ட திருப்திகரமான மனநிலையில் இருந்ததால், இப்போது தன் மகனின் எதிர்காலம் பற்றிய விஷயத்தில் அவனோடு ஒத்துப்போக சம்மதித்திருந்தார். அவன் போக்கில் தலையிட வில்லை. அவனுக்கு ஒத்தாசை செய்யவும் தயாராய் இருந்தார். மகனின் விருப்பப்படி, ஈஸ்வரியின் கணவரையோ, மாமனார், மாமியாரையோ சந்திக்க தானும் கூட வருவதாக சம்மதித்தார்.

அடுத்த நாள் காலை பத்து மணிக்கு விஜய்யும் அவன் தகப்பனாரும் ஈஸ்வரியின் கணவர் வீட்டுக்குச் சென்றனர். வெளிக்கதவு பூட்டியிருந்தது. காலிங்பெல் அடித்தார்கள். ஒரு நிமிஷத்துக்கு எந்த வித அரவமும் இல்லை. மீண்டும் முயன்றார்கள். பேச்சுமூச்சு இல்லை. பிறகுதான், அன்று மின்சார டிரான்ஸ்ஃபார்மர்கள் மாதாந்திர பராமரிப்புக்காக காலை ஒன்பது மணியிலிருந்து, மாலை ஐந்து மணி வரை கரண்ட் இல்லை என்பது ஞாபகத்துக்கு வந்தது. ஆகவே வீட்டுக் கதவைத் தட்டினார்கள். பலமாக தட்டினார்கள். பிறகும் ஓங்கித் தட்டினார்கள். பதில் இல்லை. அரை மணி நேரம் காத்து இருந்துவிட்டு கதவு திறக்காததால் அரை மனதோடு ஏமாற்றத்துடன் வீடு திரும்பினார்கள்.

மாலை ஐந்தரை மணிக்கு, கரண்ட் சப்ளை வந்துவிட்ட பிறகு மீண்டும் போனார்கள். வெளி வாசல் கதவு திறந்தே இருந்தது. ஒரு வயதான பெண் வாசலைத் தூர்த்து சுத்தம் செய்து கொண்டிருந்தாள். வீட்டு வேலைக்காரி போலும். 'வீட்டில் ஆள் இல்லையா' என்று அவளைக் கேட்டதற்கு,

'எல்லாரும் ஆஸ்பத்திரிக்கு போயிருக்காங்க ஐயா' என்றாள். 'எப்போது திரும்பி வருவார்கள்' என்ற கேள்விக்கு 'அந்த மனநோய் மருத்துவர் கிளினிக்கில் எப்போதும் நிறைய கூட்டம் இருக்கும் திரும்பி வர ஒன்பது மணி, பத்து மணி ஆகிவிடும்' என்றாள். மீண்டும் ஏமாற்றத்துடன் திரும்பினார்கள் விஜய்யும் அவன் அப்பாவும்.

பிறகு இரண்டு நாட்கள் வேறு வேலைகள் இருந்ததால் போக முடியவில்லை. மூன்றாம் நாள் மறுபடியும் சென்றார்கள். வாசல் வெளியில் ஒரு ஈசிச்சேரில், ஈஸ்வரியின் மாமனார் உட்கார்ந்திருந்தார். அவர் விஜய்யைப் பார்த்ததும் ஒன்றும் பேசாமல், ஓடி வீட்டுக்குள் போய் கதவை அடைத்து விட்டார். காலிங் பெல்லை அடித்தார்கள், அடித்தார்கள் அப்படி அடித்தார்கள். கதவு திறக்கவே இல்லை. விஜய்யைப் பார்க்க அவருக்கு இஷ்டமில்லை என்பது தெரிந்தது. சோர்ந்து போய் விடு திரும்பினார்கள். விஜய்யும் அவன் தந்தையும்.

விஜய், ஜெயபாலுடன் செல்லில் தொடர்பு கொண்டான். நடந்த விஷயத்தைச் சொன்னான். "ஈஸ்வரியின் மாமனாரின் முடிவைத் தெரிந்துகொண்ட பிறகுதான் வேறு நடவடிக்கை எடுக்க வேண்டும். அது அவசியம்" என்றான் ஜெயபால். ஈஸ்வரியின் மாமனாரை தான் சந்தித்து, அவரை சமாதானப் படுத்த முயலப் போவதாகவும் சொன்னான் அவன். அதற்காக, வருகிற சனி, ஞாயிறில் தான் தூத்துக்குடிக்கு வரப்போவ தாகவும் சொன்னான். விஜய்யும் 'சரி' என்று கூறினான்.

⋆⋆⋆

சனிக்கிழமை காலை ஆறு மணிக்கு தூத்துக்குடி ரெயில்வே ஸ்டேஷன் வந்தடைந்த ஜெயபால், விஜய்க்கு ஃபோன் பண்ணி, அவன் விலாசத்தைத் தெரிந்துகொண்டு, ஒரு ஆட்டோ பிடித்து, விஜய்யின் வீட்டுக்கு வந்துசேர்ந்தான். விஜய் தன் பெற்றோரிடம் ஜெயபாலை அறிமுகப்படுத்தி வைத்தான். அவன் வருகை தனக்கு வெகு ஆறுதலாக இருப்பதாக உரைத்தான் விஜய். வழக்கமான காலைக் கடன்களை முடித்துவிட்டு, உணவு அருந்திய பின் ஜெயபாலும் விஜய்யும் அவன் தந்தையும் பிரச்சினையைக் குறித்துப் பேச ஆரம்பித்தனர்.

‘விஜய்யை ஈஸ்வரியின் மாமனார் பார்க்கவே விரும்பாத படி அவன் என்ன பெரிய தப்பு செய்துவிட்டான். ஒரு பெண்ணின் கையை முத்தமிடுவது அப்படி என்ன அடாத செயல்’ என்று விஜய்யின் அப்பா கேட்டார். ‘விஜய்யும் ஈஸ்வரியும் காதலித்துக் கொண்டிருந்ததை முன் கூட்டியே அறிந்திருப்பார்களோ அவர்கள்?’ என்ற தன் சந்தேகத்தை கிளப்பினான் ஜெயபால். “முன்னரேயே நடந்து முடிந்து விட்ட காரியங்களை இப்போது பேசி பிரயோஜனம் இல்லை. இனி என்ன செய்யலாம் என்பதே கேள்வி” என்றான் விஜய். இன்னொன்றும் முக்கியம். ஈஸ்வரியின் கணவரையும் அவள் மாமனாரையும் இப்போது சமாதானப் படுத்திவிட்டாலும் பின்னர், மனப்பிறழ்வோடு உள்ள அவரோடு ஈஸ்வரியின் எதிர்கால தாம்பத்திய உறவு நல்ல படியாய் அமையுமா என்பதையும் யோசிக்க வேண்டும் என்றான் ஜெயபால். இப்படி பல வகையிலும் சிந்தித்து, விவாதித்த அவர்கள், முடிவில் ஜெயபாலை மட்டும் அவனை முன்பின் அறிந்திருக்காத ஈஸ்வரியின் கணவர் வீட்டுக்கு அனுப்பி, அவர்கள் மனதில் விஜய்யைப் பற்றி ஒரு நல்லெண் ணத்தை ஏற்படுத்த முயலலாம் என்று தீர்மானித்தனர். அதன்படி, அவர்கள் வீட்டின் முகவரியைக் கேட்டு தெரிந்து கொண்டபின் ஜெயபால் அவர்களைச் சந்திக்கக் கிளம்பினான்.

⋆⋆⋆

ஜெயபால், ஈஸ்வரியின் கணவர் வீட்டை சென்றடைந்த போது வீட்டில் எல்லாரும் இருந்தனர். ஈஸ்வரியின் கணவர் எங்கேயோ வெறித்துப் பார்த்தபடி, என்னவோ முனங்கியபடி, எதைக் கேட்டோ சிரித்தபடி நாற்காலியில் அமர்ந்திருந்தார். அவர் தந்தை ஜெயபாலை வரவேற்று, ‘நீங்க யார் தெரியலையே?’ என்றார். “நான் ஒரு நல்லெண்ணத் தூதன்” என்று சொல்லி விட்டு, ஈஸ்வரியின் கணவர் கையைப் பிடித்துக் குலுக்கி, ‘ஹலோ சௌக்கியமா?’ என்று கேட்டான். அவர் அவனை மேலும் கீழும் பார்த்து விட்டு, ‘அட விஜயா? இது நல்லா இருக்கா உனக்கு? அடுத்தவன் மனைவியை லவ் பண்ணுரேயே, அது தப்பில்லையா? என்றார்.

“நான் விஜய் இல்லை. அவனுடைய நண்பன், உங்களை பார்த்து பேச வந்தேன்.”

“விஜய்யின் நண்பனா? அப்படின்னா, நீயும் என் மனைவியை லவ் பண்ணுறேயா?”

“லவ் பண்றியா?”

“லவ் பண்ணுகிறதோ, கையில் முத்தமிடுகிறதோ ஒரு தப்பில்லை. அது நட்பின் அடையாளம்தான். அது தவறான செயலில்லை. நான் சொல்லுகிறது புரியுதா உங்களுக்கு” என்றான் ஜெயபால்.

இதற்கிடையில் ஈஸ்வரியின் மாமனார் குறுக்கிட்டு, “விஜய்யின் நண்பரா நீங்க தயவுசெய்து வெளியே போங்க. வெத்துப் பேச்சு வார்த்தைக்கெல்லாம் நாங்க தயாரில்லை. ப்ளீஸ் போயிடுங்க.” என்றார்.

ஜெயபால் சிரித்தபடி, “அப்படி சொல்லாதீங்க. ஒரு பிரச்சனையின்னா, இரு தரப்பு வாதங்களையும் கேட்க வேண்டும்ல. நீங்களா ஒரு முடிவு எடுத்துக் கொள்வது சரியில்லைல?” என்றான்.

“எந்த வாதப்பிரதிவாதமெல்லாம் வேண்டாம். என் மகன் நிலைமையை பார்த்தீங்களா? ரெண்டு லட்ச ரூபா சம்பளம் வாங்கிக்கிட்டிருந்தான். எல்லாம் பாழாய்ப் போச்சு இப்படி ஆக்கிட்டாங்களே அந்த சண்டாளியும் விஜய்யும். அவங்க நல்லா இருப்பாங்களா?” என்று சினந்து சாபமிட்டார் ஈஸ்வரியின் மாமனார்.

இப்படியாக அவர்கள் பேச்சு நீண்டு கொண்டே போனது. கடைசி வரை ஈஸ்வரியின் மாமனார் ஜெயபால் சொன்னதைக் கேட்கவில்லை. ஈஸ்வரியின் கணவர், ‘எல்லாரும் என் மனைவியை லவ் பண்ணிக்கிட்டு இருக்கீங்க. எனக்கும் கொஞ்சம் மிச்சம் வையுங்களேன்’ என்று பிதற்றிக் கொண்டிருந்தார். பிறகு உங்கள் இஷ்டம் என்று சொல்லிவிட்டு ஜெயபால் எழுந்து திரும்பி வந்து விட்டான்.

★★★

ஈஸ்வரியின் கணவர் நிலைமையையும் அவர் மாமனாரின் பிடிவாதத்தையும் விஜய் வீட்டாரிடம் சொன்னான் ஜெயபால். விவாகரத்து இன்னும் ஏழெட்டு மாதங்களிலோ, அதற்கு

முந்தியோ கிடைத்துவிடும் போல் தெரிகிறது என்றான். ஈஸ்வரியின் சம்மதத்தோடு விஜய்யை அவளுடன் சேர்த்து வைப்பதுதான் நல்லது என்றான். 'வந்ததுதான் வந்தேன் ஈஸ்வரியையும் பார்த்துவிட்டு செல்கிறேன்டா. நீயும் கூட வாடா' என்று விஜய்யை அழைத்தான். ஈஸ்வரியின் பெற்றோர் குணத்தையும் ஓரளவு கேள்விப்பட்டிருந்தான் விஜய். ஆகவே, 'இப்ப நான் வருவது நல்லா இருக்குமாடா? டைவர்ஸ் ஆன பிறகு பார்த்துக் கொள்ளலாமே' என்று விஜய் கூறினான்.

'அதில் என்ன தப்புடா? உன்னால்தானே ஈஸ்வரிக்கு இந்த நிலைமை ஏற்பட்டது? அதற்கு அவளிடம் 'சாரி சொல்ல வேண்டாமா? சும்மா கூட வாடா, மற்றதை நான் பார்த்துக் கொள்றேன்' என்று கூறிவிட்டு, விஜய்யையும் கூட்டிக்கொண்டு கிளம்பத் தயாரானான் ஜெயபால்.

'இன்று சனிக்கிழமை, வேண்டாம். சனி பிடித்ததோ சனியன் பிடித்ததோ என்பார்கள். சனியனை விலைக்கு வாங்கியது போல் என்றும் சொல்வார்கள். நாளை ஞாயிறு, நல்ல நாள். நாளைக்கே போங்க' என்றாள் விஜய்யின் தாயார். 'அம்மா சொல்வது சரிதான் நாளைக்கே போகலாம் என்றான் விஜய். 'நீங்கள் கிறிஸ்தவர்கள். நல்ல நாள், கெட்ட நாள் பார்க்கிறேங் களே' என்றான் ஜெயபால். கிண்டலாக சிரித்துக்கொண்டே. விஜய்யின் அம்மா சொன்னவாறே, மறுநாள் ஈஸ்வரியின் வீட்டுக்கு செல்வதாக தீர்மானித்துக் கொண்டார்கள் ஜெயபாலும் விஜய்யும். அவன் அப்பாவும் மறுப்பு ஏதும் சொல்லவில்லை.

***

ஈஸ்வரியின் பெற்றோர்களுக்கு அவள் ஒரே பிள்ளை. ஒரே பெண் பிள்ளை என்றிருந்தாலும் அவள் அப்பா, அம்மாவின் கண்டிப்பு கடுமையாய் இருந்தது. அவள் சிறு பிள்ளையாய் இருந்த காலத்திலேயும் அந்த கண்டிப்பு கூடுதலாய் இருந்துவந்தது. அவர்கள் அவளை கண்டித்து கண்டித்து ஒரு கோழைபோல் ஆக்கிவிட்டனர். பெற்றோரை மீறி அவள் எதுவும் செய்ய பயப்பட்டாள். சின்ன காரியத்துக்கும் அவள் தன் பெற்றோரிடம் சம்மதம் பெற வேண்டியிருந்தது. அதனால்தான், விஜய்யை விரும்பியும் அவனை மணம் செய்து கொள்ள முடியாமல் போய்விட்டது அவளுக்கு.

இப்போது, மகளின் வாழ்க்கையில் நிகழ்ந்த சோகச் சம்பவங்களுக்கு, தங்களின் கண்டிப்புதான் காரணம் என்பதை உணர்ந்து கொண்டிருந்தார்கள் அவர்கள். அவள் விருப்பப்படி, வேறு ஜாதி, வேறு மதம் என்றாலும் விஜய்யை அவள் கல்யாணம் செய்து கொள்ள சம்மதித்திருந்தால் இவ்வளவு பிரச்சினைகள் நேர்ந்திருக்காதே என்று நினைத்து வருந்தினார்கள். இவற்றுக்கு காரணமான விஜய் மீது ஒரு கடும்கோபம் இருந்தது அவர்களுக்கு. ஈஸ்வரிக்கு விவாகரத்து கிடைத்துவிட்ட பிறகு, அவள் வாழ்க்கை ஒரு பிடிமானமும் இல்லாமல் போய்விடுமே என்று உணர்ந்து கலங்கினார்கள். அந்த சூழ்நிலையில்தான் விஜய்யும் ஜெயபாலும் ஈஸ்வரியின் வீட்டுக்குப் போனார்கள்.

தன் வீட்டின் வெளிவாசலில் நின்று கொண்டிருந்த ஈஸ்வரி, விஜய்யையும் ஜெயபாலையும் பார்த்ததும் அரண்டுபோய் அழுதுகொண்டு வீட்டினுள் சென்று ஒளிந்து கொண்டாள். அவள் தந்தை என்னவென்று புரியாமல் வாசலுக்கு வந்து எட்டிப் பார்த்தார். விஜய்யையும் ஜெயபாலையும் கண்ட அவர், ஒரு சோர்ந்த, கண்டிப்பு மிகுந்த முகத்துடன் அவர்களை நோக்கினார். வீட்டினுள் வரும்படி அழைத்தார். நண்பர்கள் இருவரும் பயந்து கொண்டே உள்ளே நுழைந்தனர். தன் மகளின் இந்த இழிநிலைக்கு காரணமான விஜய்யைப் பார்த்து, 'என்ன தம்பி, செய்யறதையும் செய்துவிட்டு, இப்ப ஒன்றும் நடக்காதது போல எங்க வீடு தேடி வந்திருக்கே. இன்னும் என்னென்ன கெடுதி செய்யலாம்னு பார்க்க வந்திருக்கியா? என்ன விஷயம்?' என்றார் ஈஸ்வரியின் அப்பா.

'ஈஸ்வரிய பாக்க வந்தோம். நான் என்ன தப்பு செய்திருந்தாலும் நீங்கதான் பெரிய மனசு பண்ணி என்ன மன்னிக்கணும்' என்றான் விஜய்.

'லேசான தப்பா செய்திருக்க? என் பொண்ணோட வாழ்க்கையோட விளையாடி இருக்கியே. அவளுக்கு வாழ்வாதாரம் இல்லாமல் செய்துவிட்டிருக்கியே. இன்னும் என்ன செய்ய லாம்னு உத்தேசம்?' என்று கேட்டார் ஈஸ்வரியின் தகப்பனார், சோகத்துடனும் வெறுப்புடனும்.

'நான் செய்த தப்புக்கு பிராயச்சித்தம் செய்தாகணும். நீங்க என்ன சொன்னாலும் அதைச் செய்ய நான் கீழ்ப்படியறேன். நான் ஒரு கிறிஸ்தவன். மனசினுள்ள அன்பைத் தெரியப்படுத்த

ஒரு பெண்ணுடைய கையப் பிடித்து அத முத்தி செய்வது எங்கள் கலாச்சாரம். அதில் எந்த ஒரு கீழ்த்தரமான உள்நோக்க மோ விகற்பமோ இல்ல என்பது எங்கள் வாடிக்கை. அத ஒரு தவறா என்னிட்டாங்க. இந்துப் பண்பாட்டில் ஊறிய உங்க சம்பந்தார். அவங்க டைவர்சுல உறுதியா இருக்காங்க. நீங்களாவது என்ன புரிந்து கொள்வீங்கன்னு நம்பறேன்.' என்றான் விஜய்.

'எல்லாம் சரிதான் தம்பி. உன் நிலைமை எனக்குப் புரியுது. ஆனால் உன் செயல் டைவர்ஸ் வரைக்கும் கொண்டு வந்து விட்டிருக்கே. சின்ன தீப்பொறி பெரிய காட்டையே அழிச்சிடும் அளவுக்கு பெரிதாய் போயிட்டதே. அதுக்கு என்ன செய்யப் போறீங்க' என்று தணிந்த குரலில் சொன்னார் ஈஸ்வரியின் அப்பா.

'அது சம்பந்தமாகத்தான் ஈஸ்வரியையும் உங்களையும் சந்திக்க வந்திருக்கோம். அவளை மறுமணம் செய்துகொள்ள என் நண்பன் தயாராக இருக்கிறான். ஈஸ்வரியையும் அதற்கு சம்மதிக்க வைக்க வேண்டியது நீங்கதான்' என்றான்.

'மறுமணமா? அது எப்படி சாத்தியம்? காலம் கடந்து வந்திருக்கிறீங்களே. மூணு மாதமா தோன்றாதது இப்போ தான் தோன்றிற்றோ உங்களுக்கு? இப்ப வரை என்ன செய்து கொண்டிருந்தீங்க?' என்று கேட்டார் ஈஸ்வரியின் அப்பா.

'ஈஸ்வரிக்கு டைவர்ஸ் ஆகப்போகுதுன்னு மூணு நாள் முன்னாலதான் கேள்விப்பட்டோம். உங்கள் சம்பந்தாருடன் பேசிப் பார்த்தோம். அவர்கள் டைவர்ஸில் பிடிவாதமா இருக்காங்க. என்ன சொன்னாலும் அவர்கள் அதிலிருந்து இறங்கி வரவில்லை. ஈஸ்வரிக்கு ஏதாவது நல்லது செய்ய வேணுமின்னு துடிக்கிறான் விஜய். ஆகவேதான் ஈஸ்வரியைப் பார்த்து, மறுமணத்தில் அவள் எண்ணம் என்னவென்று தெரிந்துகொள்ள வந்திருக்கோம்' என்றான் ஜெயபால்.

'அதுதான் சொன்னேனே காலம் கடந்து வந்திருக்கீங்களே என்று. இப்ப ஈஸ்வரி மூணு மாசமா முழுகாம இருக்கா தம்பி. இப்ப என்ன சொல்ற? என்ன செய்யப்போற?' என்றார் ஈஸ்வரியின் அப்பா விம்மும் குரலில்.

விஜய்யும் ஜெயபாலும் திகைப்பில் தடுமாறிப்போனார்கள். என்ன பேசுவது, என்ன செய்வது என்று அவர்களுக்கு புரிய

வில்லை. வீட்டினுள்ளிருந்து ஒரு விசும்பல் சத்தம் கேட்டது. ஈஸ்வரிதான்.

விஜய்யின் மனதுள் சோகம் பொங்கி வழிந்தது. அவனால் தன் வேதனையை அடக்கிக்கொள்ள முடியவில்லை. தன் கட்டுப்பாடிழந்து, எழுந்து விரைந்து வீட்டினுள் போனான். தேம்பித் தேம்பி அழுது கொண்டிருந்த ஈஸ்வரியின் கையைப் பிடித்திழுத்து அவளை முன் ஹாலுக்கு கூட்டி வந்தான். அவள் கைகளில் அழுத்தி அழுத்தி முத்தமிட்டான். அவள் கைகளை, தன் கைகளால் விரிக்கச் செய்து, அவற்றால் தன் கன்னங்களில் ஓங்கி ஓங்கி அறைந்து கொண்டான். அவள் பாதத்தில் நெடுஞ்சாண்கிடையாக விழுந்து, தன் கண்ணீரால் அதைக் கழுவினான். எழுந்து, அவள் முன் நின்று, விடாமல் தோப்புக்கரணம் போட்டான். ‘ஏசுவே, ஏசுவே’ என்று ஓங்கிக் கத்தி, தன் இரு கைகளாலும் நெஞ்சில் வீறுவீறென அடித்துக் கொண்டான். வேறு என்ன செய்வது என்று தெரியாமல் புலம்பிப் புலம்பி அழுதான். ‘என்ன நேர்ந்தாலும் யார் தடுத்தாலும் உன்னைக் கைவிட மாட்டேன்’ என்று கம்பீரித்துச் சொல்லி, அவள் வலது உள்ளங்கையில், தனது உள்ளங்கையை வைத்து சத்தியம் செய்தான்.

அதுவரை இருந்து வந்த குற்ற உணர்ச்சி விஜய்யின் மனதினின்று அகன்று போயிற்று. ஈஸ்வரியின் அண்மை அவன் இதயத்துள் இதமாக இருந்து அதை குளிர்வித்தது. ஈஸ்வரியை நெஞ்சோடு நெஞ்சாக அணைத்துக்கொண்டு, பின்பு அவளை அலாக்காகத் தூக்கி அவள் பெற்றோரின் கைகளில் ஒப்படைத்தான். பிறகு அவர்களிடமிருந்து அவளை திருப்பி வாங்கி, ஆனந்தப் பெரும் கூத்தாய்ச் சிரித்து, அவளைத் தூக்கிக்கொண்டு ராஜ நடை நடந்தான். உலகமே தனக்குத் துச்சம் என்பது போல் இருந்தது அவனது அந்த ராஜ கம்பீர நடை. விஜய் அழகனாகவும் ஈஸ்வரி அழகியாகவும் வீட்டின் முன்ஹாலில் வலம் வந்த வண்ணம் இருந்தனர். சுற்றி நின்றிருந்த ஈஸ்வரியின் அப்பாவும் அம்மாவும் ஜெயபாலும் ஏதோ நடக்கிறது என்று பார்க்க வந்த அக்கம் பக்கத்தாரும் மகிழ்வுடன் கை தட்டி அழகனையும் அழகியையும் வாழ்த்தினர். ஈஸ்வரியின் கர்ப்பப்பையில் கருக் கொண்டிருந்த மாசற்ற, நுண்ணிய இளம் குருத்துப்போன்ற சிசு, சொந்த பந்தம் பற்றிய உலக நடைமுறை நாகரீகத்தை எண்ணி எள்ளி நகைத்தது!

தோன்றின் புகழோடு தோன்றுக

அந்த கிழவனாருக்கு சுமார் எண்பது வயதிருக்கலாம். சுமாரென்ன சுமார், இருக்கலாம் என்ன இருக்கலாம், மிகச் சரியாகவே இன்றோடு எண்பது வயது முடிகிறது. நாளை எண்பத்து ஒன்று பிறக்கிறது. அது அந்த கிழவனாருக்கே தெரிந்திருக்கவில்லை என்பதுதான் ஒரு சோகம் கூடிய விஷயம்.

அந்த எண்பது ஆண்டுகளில், வெட்டி முறிக்கிறாற்போல் எந்த விதமான வீரதீரச் செயல்களோடு, சரித்திர முக்கியத் துவம் கொண்ட விற்பன்னங்களோ, அரசியல் சாதுரிய வித்தகங்களோ, ஏன் ஒரு சராசரியான சாதாரண அரசாங்க ஊழியரின் அந்தஸ்தோகூட அவருக்கு வாய்க்கவில்லை. வாங்காளர் பட்டியலில், ஏன், ரேஷன் கார்டிலோ கூட அவர் பெயர் இடம் பெற்றிருக்கவில்லை. அப்படி ஒரு அநாமதேய இந்திய பிரஜையாய் இருந்தார் அவர். படிப்பறிவு பூஜ்யம். அனுபவ ஞானம் அதைவிட பெரிய பூஜ்யம். தோன்றின் புகழோடு தோன்றுக, அஃதிலார் தோன்றலின் தோன்றாமை நன்று என்பதெல்லாம் அவர் விஷயத்தில் செல்லாக்காசு ஆகியிருந்தது. ஆனால் அந்த குறட்பாவுக்கு மதிப்புக் கொடுக்கும் வண்ணம், அதை நிரூபிக்கும் மாதிரி ஒரு சம்பவம் அவரது எண்பத்து ஒன்றாம் வயது ஆரம்பத்தில் நடந்தது. எண்பது ஆண்டுகளாக, கூப்பிட ஒரு பெயர் கூட தேவையில்லாதிருந்து வந்த அவரை, இளவரசன் என்ற அவரின் இயற்பெயரில் அழைக்க வேண்டிய நிர்பந்தம் உண்டாயிற்று. அது ஒரு ஆச்சரியத்துக்குரிய நிகழ்வுதான்.

இன்றைக்குச் சரியாக எண்பது ஆண்டுகளுக்கு முன்பு இளவரசன் இப்பூவுலகில் அவதரித்த அன்று, பேறுகால நெருக்கடியில் அவன் அம்மாவும் ஒரு சாலை விபத்தில் அவன் அப்பாவும் இயற்கை எய்தினர். அந்த பச்சைக் குழந்தைக்கு ஓர் அண்ணனும் ஒரு அக்காவும் இருந்தனர்.

அக்காள் அவன் பெற்றோருக்கு மூத்தவள். அவளுக்கு அப்போது வயது நான்கு. அடுத்த அண்ணனுக்கு வயது மூன்று. பள்ளி செல்லும் வயது வரவில்லை. அந்தக்காலத்தில் எல்.கே.ஜி., யு.கே.ஜி எல்லாம் கிடையாது. எடுத்த எடுப்பிலேயே, ஐந்தாம் வயதில் ஒன்றாம் வகுப்புதான்.

அனாதரவாய்ப்போன அந்த குழந்தைகளின் தந்தை ஒரு கோடீஸ்வரர். வீடு வீச்சு, தோட்டம் துரவு, கடை கண்ணி, எஸ்டேட், தொழிலகங்கள் என்று ஏகப்பட்ட சொத்திருந்தது. எல்லாம் அவரின் சொந்த சம்பாத்தியம். இம்போர்ட் அன்ட் எக்ஸ்போர்ட் பிசினஸ். அவருக்கு ஒரு தம்பி இருந்தார். அண்ணனும் மதினியும் இறந்து போன பிற்பாடு, குழந்தைகள் மைனர்கள் ஆதலால் அவர்களுக்கு முறைப்படி கார்டியன் ஆனார் அவர். பிறகு சித்தியின் தலையணை மந்திரம் வேலை செய்ய ஆரம்பித்தது. அண்ணனின் குழந்தைகளைப் பள்ளிக்கு அனுப்பி படிக்க வைத்தல், தங்கள் அந்தஸ்துக்கு சரிப்பட்டு வராது என்கிற மந்திரம் முதலில் பிரயோகம் செய்யப்பட்டது. அது வென்று கொண்டும் வந்தது. கோடீஸ்வரர் வீட்டுப் பிள்ளைகள், அவர்களை பள்ளிக்கு அனுப்புதல் அவர்கள் தகுதி மேன்மைக்கு உகந்ததல்ல. அவர்கள் பிற்காலத்தில் கை கட்டி வாய்பொத்தி சேவகம் செய்யப் பிறந்தவர்களல்ல. அதனால் வீட்டிலேயே ஒரு டீச்சரை ஏற்பாடு செய்து கல்வி கற்பிக்கிறோம் என்று வெளியில் பீத்திக் கொண்டாள் பிள்ளைகளின் சித்தி. நியமிக்கப்பட்ட ஆசிரியையும் அவள் சொற்படி குழந்தைகளுக்கு கல்வியையல்ல, அவர்களை சித்திரவதை செய்வதையே பிரதான தொழிலாய்க் கொண்டாள். சித்தியும் அவள் பங்குக்கு, குழந்தைகளுக்கு சரியான ஆகாரம் கொடுக்காமல், அவர்களைக் குளிப்பாட்டாமல், கொள்ளாமல், சுத்தமான உடை உடுத்திவிடாமல், மெலிந்த அழுக்குக் குழந்தைகளாய் வளர்த்து வந்தாள். பாவப்பட்ட பிஞ்சுகள் என்ன செய்யும், சித்தியின் கொடுமைகளைச் சகித்துக் கொண்டு, அடிக்கடி நோய்வாய்ப்பட்டு, நோய் எதிர்ப்புச் சக்தியும் அற்றுப் போயின. இவ்வளவுக்கும் அவர்கள் சித்திக்கு அப்போது குழந்தை இல்லாதிருந்தது என்பது ஒரு முரண்பாடே. வன்மம் செய்யும் கொடும் உள்ளம் சித்திகளுக்கே உரிய குணம் போலும்.

மூத்த பெண் குழந்தைக்கு மகாராணி என்ற பெயரும் அடுத்தவனுக்கு மகாராஜன் என்ற பெயரும் இருந்ததால், இளைய அவனுக்கு இளவரசன் என்ற பெயரைச் சூட்டினாள் அவர்கள் சித்தி. எல்லாம் ஊரை ஏமாற்றத்தான்.

நிர்பந்தத்தின் பேரில், சுகாதாரமற்ற சூழலில் வளர்ந்து வந்ததால், மூத்த குழந்தை ஆறாவது வயதிலும் அடுத்தவன் ஐந்தாவது வயதிலும் நோய்வாய்ப்பட்டு இறந்து போயினர். இளவரசன் எப்படியோ தப்பிக்கொண்டான். அவனுக்கு ஆயுசு கெட்டி. எண்பது வயதுக்கும் மேல் கூட வாழ்ந்து தீர வேண்டியது அவனது தலையெழுத்து போலும்.

இளவரசனின் சித்தப்பா வீட்டில் நடக்கும் ஒன்றையும் கண்டு கொள்வதில்லை. தன் அண்ணனின் குழந்தைகள் தன் மனைவியால் கொடுமைப்படுத்தப்பட்டு வருகிறார்கள், அதன் காரணமாகவே இரு குழந்தைகள் இறந்து போயினர் என்பதுகூட அவர் புத்திக்கு எட்டவில்லை. சிற்சில வேளை அப்படி உணர்ந்தாலும் அதை ஒரு பொருட்டாய் எண்ணவில்லை அவர். சாதாரண விஷயமாகவே பாவித்தார். எல்லா சித்திகளையும் போல்தான் தன் மனைவி என்று அதை அசட்டை செய்து வந்தார். அண்ணன் செய்து வந்த வியாபாரத்தையே அவரும் தொடர்ந்து நடத்தி வந்தார். பெரும்பாலும் வீட்டில் தங்குவதில்லை அவர். வியாபாரத்தின் நிமித்தமாக வெளியூர்களிலேயே அதிகம் தங்கி இருந்து வந்தார். அது குழந்தைகளின் சித்திக்கு, வசதியாய்ப் போயிற்று. கணவர் வீட்டில் வந்து தங்கும் வேளைகளில் குழந்தைகளைக் குளிப்பாட்டி, நல்ல ஆடை அணிவித்து அவரை ஏமாற்றி வந்தாள். குழந்தைகளும் அவர்கள் சித்தப்பாவை அண்டவிடாமல் பார்த்துக் கொண்டாள்.

இளவரசனுக்கு மூன்று வயது ஆனபோதுதான், அவன் ஒரு முழுச் செவிடு, பேச்சு வராதவன் என்பது தெரிய வந்தது. அது அவனுக்கு சரியான போஷாக்கு இல்லாத காரணத்தாலேயே நேர்ந்தது. ஆனால் அவன் சித்தி, அது அவன் பிறவியிலேயே நேர்ந்த கோளாறு என்று தன் கணவனையும் அயலாரையும் நம்ப வைத்தாள். வைத்தியம் என்ற பெயரில் ஏதோ ஒவ்வொன்றைச் செய்யவும் அவை பயனற்றுப் போனது என்பது போல் பாவனை பண்ணவும் செய்தாள் அவள்.

இளவரசனுக்கு நான்கு வயதானபொழுது, அவன் சித்தி கர்ப்பமாகி ஒரு பெண் குழந்தையைப் பெற்றெடுத்தாள். காது கேளாத ஊமையன் ஒருவனால் தங்களுக்கு ஒரு தொந்தரவும் வராது எனக் கணித்து, அவனை வாழவிட அனுமதித்தாள் போலும் அவன் சித்தி.

இளவரசனின் சித்தப்பாவின் வீடு, ஜன சந்தடி குறைந்த, ஊரின் ஒதுக்குப்புரத்தில் இருந்ததால், அங்கு நடப்பதை அயலார் யாரும் அதிகமாய் கண்டுகொள்ள வாய்ப்பில்லாது இருந்தது. சித்தி தன் குழந்தையுடன் வெளியே செல்லும் சமயங்களில், இளவரசனை ஓர் அறையில் போட்டு பூட்டிவிட்டுத்தான் செல்வாள். அதிக நாட்கள் வெளியூர் போக வேண்டி வந்தால், டீச்சரின் கண்காணிப்பில் விட்டுச் செல்வாள். அந்த பெண்ணுக்கு, சித்தி இருமடங்கு அதிக சம்பளம் கொடுத்து வந்ததால், வீட்டு நடப்பு ஒன்றையும் வெளியே சொல்லாதிருந்தாள் அவள்.

இளவரசனுக்கு ஐந்து வயது முடிந்திருந்த போது, அவனுக்கு கல்வி புகட்டவென்று அதே டீச்சரை ஏற்பாடு செய்தாள் அவன் சித்தி. காதுகளற்ற, வாயற்ற அந்த இளங்குருத்துக்கு என்ன தெரியும்? சித்தியும் டீச்சரும் செய்யும் விஷமங்களை, கொடுமைகளை அது எப்படி புரிந்து கொள்ளும்? வெளியுலகமே தெரியாமல் வளர்ந்து வந்த அந்த குழந்தைக்கு, பாடப் புத்தகங்களில் வரும் விமானம், ரெயில், பஸ் என்று வெறும் படங்களைக் காட்டி எப்படி புரியவைக்க முடியும்? ஆனாலும் இளவரசனுக்கு கண்களின் தீட்சணம் அதிகம் என்பதால், அ, ஆ, இ, ஈ என்ற எழுத்துக்களை எழுதவும் டீச்சரின் வாயசைப்பை கிரகித்துக் கொள்ளவும் முடிந்தது. தன் பெயர் இளவரசன் என்பதையும் அதை எழுதவும் கற்றுக்கொண்டான். அப்போது டீ.வி.க்கள் புழக்கத்தில் வந்திராத கால மாகையால், விமானம் பறக்கும், ரெயில், பஸ் ஓடும், மனிதர்கள் விதவிதமாக உடை அணிந்து கொள்வார்கள் என்பது போன்ற அற்ப ஞானங்கள் கூட வாய்க்கவில்லை அவனுக்கு.

தான் தன் சித்தியால் கொடுமைப்படுத்தப்படுகிறோம் என்று இளவரசனுக்குப் புரிய வந்தது அவனது ஏழாம்

வயதில்தான். சித்தி தன் பெண் குழந்தையையும் தன்னையும் நடத்தும் விதம் கண்டு அதைப் புரிந்து கொண்டான் அவன். சொல்ல வாயில்லை என்றாலும் சைகைகளால் கொஞ்சம் கொஞ்சம் தன் உணர்வுகளைத் தெரியப்படுத்த கற்றுக் கொண்டு வந்தான். அவன் தான் அனுபவித்து வந்த கொடுமை களை சைகைகளின் மூலம் தன் சித்தப்பாவிடம் உணர்த்தி விடாதபடி மிக எச்சரிக்கையுடன் இருந்தாள் அவன் சித்தி. அவரிடம் அவனை அண்டவிடாமல் பார்த்துக் கொண்டாள். அதே தந்திரத்தைத் தான் இறந்துபோன மூத்த இரு குழந்தைகள் விஷயத்திலும் கையாண்டாள் அவள். சித்தப்பா எப்போதும் வியாபாரம் சம்பந்தமான சிந்தனையி லேயே இருந்ததால், மற்ற விஷயங்கள் அவர் மனசில் உறைக்கவில்லை.

இளவரசன் தன் தங்கையை, சித்தியின் மகள் லலிதாவை அதிகமாக நேசித்து வந்தான். லலிதாவும் அண்ணன் மீது மிகுந்த பாசம் கொண்டிருந்தாள். தனக்கு தன் அம்மா கொடுக்கும் சத்துள்ள சுவையான உணவை அம்மாவுக்குத் தெரியாமல் தன் அண்ணனுக்கு கொடுக்கத் தொடங்கினாள்.

இளவரசனின் சித்தி தன் மகள் லலிதாவையும் வெளியே பள்ளிக்கு அனுப்பாமல், வீட்டிலேயே ஆசிரியை வைத்து கல்வி கற்பிக்க ஏற்பாடு செய்தாள். லலிதாவை பள்ளிக்கு வெளியே அனுப்பினால், அவன் தன் அண்ணன் பற்றிய விவரங்களை பிறரிடம் சொல்லிவிடாதிருக்கவே அவ்விதம் செய்தாள். அந்த ஆசிரியையும் சித்தியின் ஆலோசனைப்படி, ஒரு கண்ணில் வெண்ணையையும் மறுகண்ணில் சுண்ணாம் பையும் வைக்கும் காரியமாகவே நடந்துகொண்டாள். லலிதா கல்வி கற்றாள். இளவரசன் திட்டுதல்களும் அடியும் பெற்றான்.

இளவரசன் மேஜராகி, அவன் அப்பாவின் சொத்துக்களை அவனிடம் ஒப்படைக்க வேண்டிய காலகட்டமும் வந்தது. அப்போதுதான் அவன் ஒரு காது கேளாத பிறவி ஊமை என்கிற உண்மை சட்டத்தின் கண்களுக்குத் தெரியவந்தது. சொத்துக்களை நிர்வகிக்கும் சாதுரியம் அவனுக்குக் கிடையாது, அவனால் தனித்து இயங்க முடியாது என்ற அடிப்படையில், இளவரசன் ஒரு மேஜரல்ல, அவன் சித்தப்பாவே சொத்துக் களை மேற்கொண்டும் நிர்வகிக்கலாம் என்று தீர்ப்பாயிற்று.

அதைக் கேட்டு பேரானந்தம் கொண்டாள் இளவரசனின் சித்தி. அந்த சொத்துக்கள் தனது கணவர் காலத்துக்கும் தன் காலத்துக்கும் பிறகு, தன் மகள் லலிதாவுக்குத்தான் சட்டப்படி வந்து சேரும் என்ற உண்மை அவளை சந்தோஷத்தில் தலைகிரங்கி ஆட வைத்தது.

காலத்தின் குடுகுடு ஓட்டத்தில் நாட்கள், வருஷங்கள் போனதே தெரியவில்லை. லலிதாவுக்கு திருமணமாகும் வயதும் வந்தது. அவள் வீட்டில் இருந்தபடியே தபால் வழிக்கல்வி மூலம் எம்.ஏ. பட்டம் பெற்றாள். இளவரசன் தான் பாவம். அடி, உதையோடு கூட, முதலாம் வகுப்புப் புத்தகங்களின் சாராம்சத்தைப் புரிந்துகொள்ளும் அளவுக்கு தேர்ச்சி பெற்றான்.

லலிதா, இளவரசன் மேல் அதிகம் இரக்கம் கொண்டிருந்தாள். தன் அம்மா அவனைத் திட்டும்போதும் அடிக்கும்போதும் பரிதாபப்பட்டு, அவனுக்காக பரிந்து பேசத் தொடங்கினாள். தன் அப்பா வசம் இருக்கும் சொத்துக்கள், பணம் எல்லாம் அண்ணனுக்குரியவை என்பதை அறிந்து, உணர்ந்து, தன் அம்மாவை கோபித்துக் கொள்ள ஆரம்பித்தாள். தாங்கள் சொகுசாக வாழும் வாழ்க்கைக்குக் காரணம் தன் அண்ணனுடைய இயலாமையே என்பதை பட்டவர்த்தமாய் சொல்லிக் காட்டினாள். பெரியப்பா உயிரோடு இருந்திருப்பாரேயானால், தன் அண்ணன், அவன் பெயருக்கேற்பவே இளவரசனாய் பட்டம் சூடியவனாய் இருந்திருப்பான் என்ற உண்மை லலிதாவுக்குப் புரிந்தது. தன் அம்மா, அப்பா காலத்துக்குப் பிறகு, தன் அண்ணனின் சொத்துக்கள் தனக்குத் தேவை இல்லை, அவற்றில் கால் தூசுகூட தன்னைச் சேர அனுமதிக்க மாட்டேன் என்றும் உறுதிபடக் கூறிவிட்டாள் லலிதா.

காலம் இன்னும் அதிக குடுகுடுவென ஓடியது. லலிதாவுக்கு திருமணமாகி அவள் மூன்று ஆண் குழந்தைகளுக்குத் தாயாய் இருந்தாள். அவள் குழந்தைகளும் பெரியவர்களாகி, படித்துத் தேர்ந்து, நல்ல உத்தியோகங்களில் அமர்ந்து, திருமணமாகி, வெவ்வேறு இடங்களுக்குச் சென்றுவிட்டனர். அவள் அம்மாவும் நோய் நோக்காட்டில் சிக்கி, பரிதாப மரணம் எய்திவிட்டாள். அம்மாவுக்குப் பிறகு அப்பாவும் பரமபதம் அடைந்துவிட்டார். லலிதாவுக்கு வயது எழுபத்து ஆறு ஆகியிருந்தது.

இளவரசனுக்கு எண்பது வயது முடிந்திருந்து, எண்பத்து ஒன்றில் பிரவேசித்திருந்தான்.

இளவரசன் தன் சித்தியின் கொடுமைகளைத் தாக்குப்பிடிக்க முடியாத நிலையில், அவனது முப்பதாவது வயதில் எங்கோ சென்று மறைந்து போனான். அதன் பிறகே அவனது சித்தியும் சித்தப்பாவும் ஒருவர் பின் ஒருவராக இறந்து போனார்கள். லலிதா, நேர்மையானவளாய் இருந்த தன் கணவரின் ஒத்துழைப்போடு, பெரியப்பாவின் சொத்துக்கள் ஒவ்வொன்றையும் கணக்கிட்டு சரிபார்த்து, அவற்றுக்குரிய பத்திரங்கள் முதலிய ஆவணங்களைச் சேகரித்து, வங்கிகளில் இருந்த பணத்தையும் பாதுகாத்து, அவற்றை தன் அண்ணன் இளவரசனிடம் ஒப்படைக்கக் காத்திருந்தாள். இவ்வாறாக பல ஆண்டுகள் வெறிதே கழிந்தன.

லலிதா, தன் அண்ணன் இளவரசன் எங்கிருக்கிறான் என்ற தேடலிலேயே ஆண்டாண்டு காலமாகக் காத்திருந்தாள். அவன் உயிரோடுதான் எங்கோ இருக்கிறான் என்ற நம்பிக்கை அவளை விட்டுப் போகவில்லை. அண்ணனின் வயது எண்பத்தொன்று பிறந்த அன்றைக்கு, கோவிலில் விசேஷ பூஜைகள் செய்துவைத்து, ஏழை எளியவர்களுக்கு அன்னதானம் வழங்கினாள். அந்த எளியோரோடு எளியராக, தன் அண்ணன் இளவரசனும் இருக்கக்கண்டு, அதிக ஆனந்தத்தில் திக்கு முக்காடி, ஓடிச்சென்று அவனை ஆரத் தழுவிக்கொண்டு, பொல பொலவென்று கண்ணீர் உதிர்த்தாள் அவள்.

இளவரசனை தன் வீட்டுக்கு அழைத்துக்கொண்டு வந்து, அவனது அனைத்துச் சொத்துக்களையும் அவனிடம் ஒப்படைத்தாள் லலிதா. எண்பது ஆண்டுகளில் சொத்துக்கள் ரூபாய் கோடானு கோடியாய் மதிப்பில் உயர்ந்திருந்தன. எல்லா ஆவணங்களையும் வங்கிப் பணத்தையும் இளவரசனின் பெயரில் மாற்றி எழுத ஏற்பாடு பண்ணியிருந்ததையும் தெரிவித்தாள் அவன் தங்கை லலிதா.

எல்லாவற்றையும் பெற்றுக்கொண்ட இளவரசன், தன் தங்கையிடம் சைகளின் மூலமும் கண்ணசைப்பின் வழியாகவும் பேசினான்.

'இந்த ஏழைப்பரதேசிக்கு எதற்கு இவ்வளவு சொத்துக்கள்? எல்லாவற்றையும் தர்ம ஸ்தாபனங்களுக்கே எழுதி வைத்து விடுகிறேன். என்னைக் காப்பாற்ற என் தங்கை லலிதா இருக்கிறாள். அவள் தயவில் என் எஞ்சியுள்ள வாழ்நாளை கழித்து விடுவேன்.'

தான் சொன்னபடியே செய்தான் இளவரசன். அதன்பிறகு தான், படிப்பறிவற்ற, உலக அனுபவமற்ற அந்தக் கிழவனார் இளவரசனின் புகழ் உலகளாவிய விதத்தில் பரவ ஆரம்பித்தது.

ஞானப்பித்து

"அடிக்கடி தன் நிலை கழன்றுபோய், விஷயார்த்தமற்று, விஷம சேஷ்டைகள் செய்துகொண்டு போகிறது என்பது, காலம் பற்றிய நம் கணிப்பின் முக்கிய அம்சங்களில் ஒன்று ஆகும். நடக்க வேண்டியவை நடக்காதது எனவும் நடக்க வேண்டாதவை நடந்தது எனவும் பாவனை பண்ணிக் கொண்டு, நம்மை குழப்பத்துக்கும் தொந்தரவுக்கும் உள்ளாக்குகிறது அது. நம் எதிர்பார்ப்புப்படி அது அமைவ தில்லை. அதன் போக்குக்கு, தன்னளவில் பாரபட்சம் பார்க்காமல் நகர்கிறது. என்றாலும், எப்பொழுதும் நல் விளைவுகளே அதனிடமிருந்து எதிர்பார்க்கிறது நம் மனது. அது வாரி இறைத்துவிட்டுப் போகும் விதைகள், நல்ல பழமரத்துக்கானதுதானா என்பது போகப்போகவே நமக்குத் தெரியவரும். அவை விஷ வித்துக்களாய் இருந்து விடக்கூடாது என்பதே நம் எதிர்பார்ப்பாய் இருக்கிறது. நற்கனி கொடாத மரம் வெட்டுண்டு தீக்கு இரையாக்கப்படும் என்பது பைபிள் வாக்கு. நாம் வெட்டிச்சாய்க்கப்படும் மரமாய் இருந்து விடக் கூடாது என்பதே நம் விசனமாய் இருக்கிறது. நம் குண சம்பத்துக்கள் நல்வினைக்கு அடிகோலட்டும் என்பதுதான், நம் பிரதான, பரமார்த்த பிரார்த்தனை."

யாரோ ஒரு பெரிய தத்துவ ஞானிபோல், காலத்தை தன் கைக்குள்ளே மடக்கிப்போட்டுக் கொண்டவன் போல், மேற்கண்டவாறும் மற்றும் அது போன்றும் சதாநேரமும் கேட்க ஆளுண்டா என்பது கூட உறைக்காமல், தனக்குள்ளேயே பிரசங்கம் செய்து கொண்டு, கால்போன போக்கில் திரிவான் அந்தப் பித்தன். அவனுக்குப் பெயர் வைத்து, அவனை கௌரவப்படுத்தி விடாதபடி, அவனைப் பித்தன் என்றே அழைப்போம்.

பித்தனுக்கு தொண்ணூறு வயதிருக்கலாம். ஞானப்பழம் தான் அவன். தத்துவ வித்தகனும் கூடத்தான். அனுபவ முதிர்ச்சி கொண்டவனுந்தான். ஆனாலும் அவன் 'பிதற்றுவதை' குறிப்பிட்ட ஒரு சிலரைத் தவிர்த்து வேறு யாரும், நின்று, நிதானித்து, சட்டை செய்து, காது கொடுத்துக் கேட்பதில்லை. ஞானக் கிறுக்குக் கிழம் உளறுகிறது என்கின்ற அலட்சியம் தான் காரணம். ஆனாலும் அந்தப் பித்தன் மனம் சோர்வ தில்லை. தன் போக்கில் 'தத்துவங்களை' உதறிக் கொட்டிக் கொண்டே போவான் அவன். அள்ளுபவர் அள்ளட்டும் என்ற ஏகாங்கிப் போக்கு அவனுக்கு.

பித்தனை உன்னிப்பாய் கவனித்து வந்தவர்களான சிலரில் தேவதாசும் ஒருவன். அது வருஷத்தின் கடைசி நாள் இரவு. ஜனவரி முதல் தேதியின் ஆரம்ப நடுநிசியிலேயே எழுந்து, பிறர் எண்ணுவது போல், பித்தன் தன் 'அதிகப் பிரசங்கித்தனத்தை' ஆரம்பித்து, விடுவான் என்று தேவ தாசுக்குத் தெரியும். ஆகவே அவன், பித்தன் முன் அவ் வேளையில் ஆஜரானான். ஏற்கெனவே மற்ற மூன்று பேர் அவன் முன் வந்து அமர்ந்திருந்தனர். இரவு பன்னிரெண்டு மணி அடிக்கவும் பித்தன் தன் சொற்பொழிவை ஆரம்பிக்கவும் சரியாய் இருந்தது.

'அதீத மகிழ்ச்சிக் கொண்டாட்டத்தின் முதல் எழுச்சி, வருஷத்தின் நல்ல சகுனமாய், ஜனவரி முதல் தேதியான இன்றிலிருந்தே ஆரம்பமாகிவிட்டது. 'விஷ் யு.ஏ.ஹேப்பி நியூ இயர்' என்று உச்சரிக்காத நாவே இல்லை இன்றைக்கு. கிறிஸ்தவ தேவாலயங்களில் நடுநிசி ஆராதனைகள் ஒழுங்கு செய்யப்பட்டு நடபெறுகின்றன. இப்போது இந்துக் கோவில் களிலும் அந்த வழிபாடு ஆரம்பமாகிவிட்டது. இறைவனுக்கு ஆராதனையும் நன்றியும் வேண்டுதலும் ஏறெடுக்கப் படுகின்றன.

"ஆலய வழிபாடுகள் முடிவு பெற்றதும், பக்தர்கள் ஒருவருக்கொருவர் கைகுலுக்கிக் கொண்டு, தங்கள் புத்தாண்டு நல்வாழ்த்துக்களை பகிர்ந்து கொள்கின்றனர். எல்லார் முகவதனங்களிலும் தூக்கக்கலக்கத்தையும் மீறி மகிழ்ச்சியின் ரேகை பளிச்சிடுகின்றது. காலத்தின் மற்றொரு துவக்க வாயிலில் நுழைந்துவிட்டோம் என்கிற அக்களிப்பு

துள்ளுகிறது. 'பிறந்து விட்டிருக்கின்ற புது வருஷம் செழிப்பான காலமாய் இருக்கட்டும்' என்று எல்லாரும் அவாவுகின்றனர்.

"கழிந்துபோன வருஷத்தில் நிகழ்ந்த நல்லது கெட்டதுகள் அன்று எல்லோராலும் நினைவு கூறப்படுகின்றன. அந்த ஆண்டில் நம்மை விட்டுப் பிரிந்து போனவர்கள் பற்றிய எண்ணங்கள் எல்லார் மனதுகளையும் ஆக்கிரமிக்கின்றன. அவர்கள் பரகதியில் ஆன்ம சொரூபர்களாக வீற்றிருக்க வேண்டும் என்று இறைவனை அனைவரும் பிரார்த்திக்கின்றனர். மன சமாதானம் எல்லோராலும் வேண்டப்படுகிறது. அதை உணர்வுப்பூர்வமாக அனைவரும் ஆசிக்கின்றனர். பிறந்திருக்கிற புது வருஷம், கழிந்துபோன துக்க வருஷம் போல் இராமல், சந்தோஷ சங்கதிகளால் நிரப்பப்பட வேண்டும் என்பதே எல்லோருடையவும் பேரவாவாய், தேட்டமாய் இருக்கிறது."

பித்தன் தன் சொற்பொழிவுக்கு ஒரு முகவுரை போல் மேற் கண்டபடி ஆரம்பித்தான். பின்னும் அவன் தொடர்ந்து பேசலானான்.

புது வருஷ தோற்றுவாய் எப்படி இருக்க வேண்டும் நமக்கு? அதனை ஆராய முதலில் நாம் செல்லும் பாதையின் தகைமையை, தராதரத்தை தெரிந்து, தெளிவுகொள்ள வேண்டுவது அவசியம். அதை நம் மனச்சான்று கூறும். அதற்கொப்ப, நாம் பயணிக்கும் பாதை சரியானதெனில் நன்று. நாம் அதில் நம்மை மேலும் ஈடுபடுத்தி முன்னேறு வோம். அல்லவெனில், நாம் நம்மைத் திருத்திக் கொள்ள வேண்டிய காலகட்டத்தில் உழலுகிறோம் என்பதே அர்த்தம். அதற்கான காரண காரியங் களை ஆராய்வோம். நம் மனசாட்சி பொய் சொல்லாது. உள்ளதை உள்ளபடிக்கே உரைக்கும். அதை உணர்ந்து நடந்து கொண்டால், நாம் எதில் பின் தங்கியுள்ளோம் என்பதை அது நமக்கு அறிவுறுத்தும். அதை ஒரு மேம்பார்வையான விஷயமாக எண்ணி அலட்சியப்படுத்தாமல், ஆழ சிந்தித்து முடிவெடுப்போம். அதில் நம்மை ஈடுபடுத்தி, அது சொல்கிறபடி நம்மை திருத்திக் கொள்வோம்."

"ஆம் பித்தரே, ஆம் ஆம். நீர் புகலுதல் சரியே. நாங்கள் திருந்தி வாழவே ஆசிக்கின்றோம். மேற்கொண்டு நாங்கள்

செய்ய வேண்டுவதைச் சொல்லும்'' என்றனர், தேவதாஸ் உட்பட்ட பக்தகோடிகள் நால்வரும். பித்தன் அவர்களின் இருப்பையே கண்டுகொள்ளவில்லை. முன்னால் வீசும் காற்றுக்கு உபதேசிப்பது போல், மேலும் தொடர்ந்தான்.

''சந்தோஷமும் அவலமும் கொண்டதுதான் மனித வாழ்க்கை. அது முற்றும் சந்தோஷமாய் இருப்பதானால் நமக்கு திகட்டிப் போகும். ஒரு சுவாரஸ்யம் இராது. ஆகவே, இடைக்கிடையே அவலமும் நம் எதிர்பார்ப்பாய் இருக்கட்டும். ஆனால் முற்றிலும் அவலமாய் இருப்பின் அது அதி தீது. அதனைக் களைந்திட ஆவன செய்ய வேண்டுவது அவசியம். நம் சுபாவ முரண்பாட்டி னால், அல்லது வேறெதனாலோ அப்படி நேர்கிறதா என்று சிந்திப்போம். எதுவாவெனினும் அவலத்தைச் சூழ, அதன் தன்மைக்கேற்ப கண்ணிகளிட்டு, அதைத் தனியே பிரித்தெடுத்து தூர எறிவோம். அதனை எப்போதும் கண்காணித்தவாறே இருப் போம். வேலி தாண்டி சிறுசிறு கசிவுகள் இருக்கத்தான் செய்யும். அது இயல்பே. அதனைப் பெரிதுபடுத்த வேண்டாம் நாம்.''

''சரி பித்தரே, நீர் சொல்வது போலவே செய்கிறோம். மேலும் உம் உபதேசத்தை நாடுகின்றோம். திருவாய் மலர்ந்தருள்வீர்.''

''சொல்லப்போனால், இவன் மட்டுமல்ல, ஒவ்வொரு மனிதனும் ஒரு தத்துவ வித்தகன்தான். 'கருத்துப் பாமரன்' என்று தன்னையே கணித்துக் கொள்பவனும் அப்படி பிறரால் எண்ணப்படுகிறவன்கூட ஒரு தத்துவவாதிதான். தன் வாழ்க்கையின் கோலங்களை, அலங்கோலங்களை நன்கு அறிந்தவனான அவன், உண்மைக்கு சாட்சியம் பகருகிறவன். தன் வாழ்க்கையின் அனுபவ நோக்குகளை ஒரு கதைபோல் சொல்கிறவன். அதுதானே ஒரு தத்துவவாதிக்கு அமைய வேண்டிய அடிப்படை குணாம்ச ஏற்பாடு? அந்த வகையில் தான், இவனும் தன்னை ஒரு தத்துவ வித்தை தெரிந்தவனாக உலகின் முன் நிறுவ நினைக்கிறான். அவ்வளவே. ஆகவே, இவன் சொல்வதை அசட்டை செய்யவேண்டாம்.''

''அசட்டை செய்ய மாட்டோம் பித்தரே, அசட்டை செய்ய மாட்டோம். நீர் சொல்வது ஒவ்வொன்றும் பொன் வாக்கு. அதன்படி நடப்பதே எம் பணி.''

“காலத்தின் மீது நமக்கு அதிக கவனம் தேவை. ஒன்றையும் மறைக்காமல், உள்ளபடி சொல்லும் மறதியற்ற பண்பில் பயிற்சி செய்யும் பான்மையை அதற்கு உண்டாக்குவோம். பின்பு காலம், நம் தேவை எதுவானாலும் அதனை அதன்படி நடக்க சித்தம் கொள்ளும்.

“காலத்தை நம் வசமாக்கியாயிற்று. பின்பு நாம் என்ன செய்ய வேண்டும்? நம் சிந்தனையின் வரிசைக்கிரமத்தை ஒழுங்கு படுத்தவேண்டும். ஒன்றுக்குப்பின் ஒன்றாக, தரம் வாரியாக அதை சீர் செய்ய வேண்டும். முரண்பாடுகள் குறுக்கிடத்தான் செய்யும். அவற்றை துச்சமாக மதித்து முன்னேற வேண்டும். அது முக்கியம். அந்த முன்னேற்றத்தின் அடிப்படையை பலம் கூடியதாய்க் காட்ட வேண்டும். ஏனெனில் நம் முன்னேற்றத்தின் பாதையில் இடர்கள் அடிக்கடி வந்து விழுவது இயல்பு. அதைக் களைகிற மனத்தெம்புதான் நம்மை யார் என்று பிறருக்கு இனம் காட்டும். நம் யோக்கியதையை பிறருக்கு உணர்த்தும். ஆகவே சிந்தனைச் சீரமைப்பு நம் வருங்காலத்தை அர்த்தமுள்ளதாக்க மிகவும் அவசியம்.

“காலத்தை வென்றாயிற்று. சிந்தனையை செப்பனிட்டா யிற்று. அதற்குப் பின் நாம் யாது செய்ய? நாம் நேர்மையைக் கைக்கொண்டு, அதனை நமக்குள்ளேயே அமுக்கிப் போட்டுக் கொள்ளுதல் விடுத்து, பிறரறிய உணர்த்துவதே சிறப்பு. நேர்மை தவறிவிடில், நமக்குள்ள உயர் பண்புகள் ஒவ்வொன்றாய், நம்மைத் தனியே தவிக்க விட்டுவிட கழன்று போகும். ஆகவே, நேர்மைக்கு அதி முக்கியத்துவம் கொடுப்போம். கூடவே நீதி, நியாயம் தவறாதிருக்கும் பண்பு, நம் மனசாட்சியின் கணிசமான பகுதியை ஆக்கிரமித்துக் கொள்ளும் சிறப்பம்ச மாய் இருக்கட்டும்.

“கருணையுள்ளம் நமக்கு அவசியத்தினும் அவசியமே. பிறர்பால் அன்பு கொள்ளும் காருண்ய மனசின் அடிப்படைத் தகுதி அது. அதனைக் கைக் கொள்ளாது போயின், மற்றெல்லாப் பண்புகளும் விழலுக்கிறைத்த நீரே. நம்மை விட பொருளா தாரத்தில் கீழ்ப்பட்டவர்களுக்கு செய்யும் உதவி, வான் வீட்டில் நமக்கு உயரிய இடம் கிடைக்க ஏதுவான பண்பே.

“இன்னும் ஏகப்பட்ட பண்பு நலன்களின் தாயகமாக இருப்போம் நாம். அதனால் நம் கௌரவம் ஒன்றும் பாழ்பட்டு விடாது. இந்த பித்தனின் வாக்கு பொய்ப் புரட்டு அல்ல. உண்மையின் தரிசனம். சாதா மனிதனும் கைக்கொள்ளும் காரியமே.

“நாம் அன்றாடம் நொடிக்கு நொடி எதிர்கொள்ளும் காலம், மற்றும் நம் சொல், செயல், சிந்தனை தழுவிய நீதி, நேர்மை, கருணை என்பவை போன்ற மேலாம் பண்பு நலங்களை சீர் செய்து செப்பனிட்டாயிற்று. நம்மை தூசு படியா மாசற்ற ஜோதி நிலைக்கு கொண்டு வந்தாயிற்று. இவ்வளவு ஆன பின்பும், இன்னும் என்ன யோசனை? தயக்கம், தடுமாற்றம்? இனி அதிரடியாய் நாம் நம் காரியத்தில் இறங்கிவிட வேண்டியதுதானே? ஓகோ, நம் காரியம் என்ன என்பது தான் நம் யோசனையா? ஆம், இம்மையின் புறவெளித் தோற்றம் முழுதும் நம் கைவசமான பின்பு, மறுமையின் சூட்சும ஞான தேட்டங்கள் எம்மட்டு நமக்கு? இம்மைப் பயன் மறுமையில் கிட்டும். ஆகவே தயக்கம் வேண்டாம் நமக்கு. பேரானந்த முக்தி பதம் எய்துதலுக்கு...”

பித்தனின் உபதேசம் ஒரு தேக்க நிலை எய்தியது. முற்றும் சொல்லி முடிக்க வாய்ப்பில்லாதபடி பாதியில் நின்று போனது. தேவதாசும், பிற பக்த கோடிகளும் பித்தனின் வாயசைவுக்கு காத்திருந்தனர். பித்தனோ, அசைவற்ற நிலை எய்திவிட்டவன் போல் மௌனம் சாதித்தான். என்றைக்கும் இப்படி நேர்ந்த தில்லை. பேரானந்த முக்தி பதம் எய்துதலுக்கு என்ன செய்ய வேண்டும்? யாரை அணுக வேண்டும்? பித்தனின் வாய் வழியாய் கேட்பதற்கு காத்திருந்தனர் சிஷ்யர்கள் நால்வரும். ஆனால் பித்தனோ பேசக்காணோம். ஆவி ஒடுங்கிற்றோ எனப் பதறினர் பக்தர்கள்.

பித்தனின் மனசு, அதனளவில் சகல உலகாசார சம்பத்துக் களிலும் பூர்த்திக்குள்ளாகி, உள்ளரங்கத்தில் அந்தர்த்தானமாகி, முடிவில் நிருவாணத்தில் ஒடுங்கியது. அந்த அதியுன்னத காட்சிப் பூரணமான யோக நிலையில், அவன் ஒரு பித்தனாக அல்ல, சித்தனாகவே தோற்றம் கொண்டான். பக்தகோடிகள் நான்கு பேருக்கும்.

மருமகனல்ல மகனேதான்

என் சுபாவ இலட்சணம், பிறர் கவனத்தை என்பால் ஈர்க்கும் வசீகரணம் எதுவும் உடையதாக இல்லை எனினும், எல்லோருக்கும் என்மேல் ஒரு பச்சாதாபம் உண்டாக்கும் வண்ணம் வாய்த்திருக்கிறது என்று சொல்லலாம். என் உடல் வாகும், முக அமைவும் அதற்கு ஏற்ப மாதிரியான அம்சம் கொண்டுள்ளன. இளமை, முதுமை என்ற பாகுபாடின்றி நான் எப்போதுமே ஒரு வெகுளிப் பாலகனாய்த்தான் இருந்து வந்திருக்கிறேன். இப்போது நான் வயோதிகத்தில் தள்ளாடும் நிலைக்கு வந்திருக்கிறபோது, மறுபடியும் இன்னொரு முறை குழந்தைப் பிராயத்தில் நுழைந்துவிட்டேனோ என்பது போன்ற ஒரு உணர்வு எனக்கு ஏற்படுகிறது.

நான் விருத்தாப்பியத்துக்குள் நுழையும் முன்பாக, டிப்ரெஷனால் ஏற்பட்ட என் கூச்ச சுபாவம் காரணமாய், எந்தக் காரியத்துக்கும் பிறர் உதவியை நாட அஞ்சி, அன்றாட வேலைகளை நானேதான் செய்து வந்துள்ளேன். ஆனால் இப்போது, நான் முதியவனாய் ஆன பிற்பாடு, குறிப்பாக என் கால் மூட்டுகள் தேய்மானப் பாதிப்புக்குள்ளாகி, வெளியே நடமாட இயலா நிலை வந்தபோது, வெளிக்காரியங்களைக் கவனிக்க எனக்கு ஒரு துணை, வலுவான, நம்பகரமான பிடிமானம் தேவைப்பட ஆரம்பித்தது. அது எனது மகனாய் இருந்திருக்கலாம். ஆனால் அவன் வேறு தேசத்தில் தன் பிழைப்புக்காக வேலை செய்யும்படி நிர்பந்திக்கப்பட்டிருக் கிறான். உள் தேசத்திலேயே என்றாலும்கூட, அவன் தன் எதிர்காலத்தை உத்தேசித்து, தன் படிப்புக்கேற்ற வேலையும் ஊதியமும் பெற, உள்ளூரை விட்டு வேறு நகரங்களில்தான் தங்கியிருக்க வேண்டி வந்திருக்கும். அவனால் என் பொருளா தாரம் சீர்குலையாமல் பார்த்துக்கொள்ள முடிகிறதேயன்றி,

என் தினசரி இலௌகீக உடலுழைப்பு தொடர்பான தேவை களுக்கு ஆதரவுக்கரமாய் இருக்க முடியாது போயிற்று.

எனக்கு இரு மகள்கள் உண்டு. மூத்தவள் சித்த மருத்துவ மேற்படிப்பு முடித்துவிட்டு, பாளையங்கோட்டையில் சித்தா மருத்துவ கல்லூரியில் உதவி மருத்துவ அதிகாரியாக வேலை பார்த்து வருகிறாள். அவள் கணவரும் அவள் மாதிரியே. இருவரும் என் மேலும், என் மனைவி மேலும் அதிக பாசம் உள்ளவர்களாய், எங்கள் மருத்துவத் தேவை களை உன்னிப்பாகக் கவனித்து நிறைவேற்றி வருபவர்கள் தான். ஆனால் அவர்களுக்கும் தூத்துக்குடியில் குடியிருந்து கொண்டிருக்கும் எங்களுடைய தினசரி கைவேலைகளுக்கு உதவி செய்யும்படியான சூழ்நிலை இல்லை.

என் இளைய மகள் கம்ப்யூட்டர் சைன்ஸில் பட்டப் படிப்பு முடித்துவிட்டு, தூத்துக்குடியிலேயே 'பேஜ் மி' என்ற தகவல் தொடர்பு நிறுவனத்தில் வேலை பார்த்து வந்தாள். தன் திருமணத்துக்குப் பிறகு, வேலையை ராஜினாமா செய்துவிட்டு, கணவர் குடியிருந்த வேற்றூருக்குச் சென்று விட்டாள். புக்காத்தில் மாமியார் கொடுமை, கணவரின் தாம்பத்திய இயலாமை முதலியவை காரணமாக விவாகரத்து வாங்கி, இரண்டு வருஷ காலமாக எங்களுடனேயே தங்கியிருந்து, மறுமணத்துக்குக் காத்திருந்தாள். பெரும் சோதனைகளுக்குப் பிறகு, யாரும் எதிர்பாராத வகையில், தூத்துக்குடியிலேயே அக்ஸார் பெயிண்ட்ஸ் என்னும் கம்பெனியில் டெக்னிக்கல் மேனேஜராக வேலை பார்க்கும் ஒரு முப்பது வயது வாலிபர் அவளை மறுமணம் செய்து கொண்டார். நான் என் மனைவியோடு குடியிருக்கும் சொந்த வீட்டுப் பக்கத்திலேயே ஒரு வீட்டை வாடகைக்குப் பிடித்து, அதில் அவர்களைக் குடியேற்றி வைத்தேன்.

தன் வருங்கால கணவர் பற்றிய என் இளைய மகளின் அபிலாசைகள் நடைமுறையில் சாத்தியமற்றவைகளாக இருந்தன. தனக்கு வாய்க்கப் போகிற கணவர் தன்மீது அதிக அன்புள்ளவராக, தன் விருப்பங்களையெல்லாம் புரிந்து கொண்டு அவற்றை நிறைவேற்றுபவராக, மிகவும் நல்லவராக, வல்லவராக, ஆண்மையின் அழகுத் தோரணை உடையவராக, கடவுள் பக்தியில் மேம்பட்டவராக, நன்கு படித்தவராக,

நல்ல வேலையில் நிறைய சம்பாதிப்பவராக, ஒழுக்கப் பண்பாட்டில் உயர்ந்தவராக, எந்த குடும்ப விஷயத்திலும் தன்னுடைய ஆலோசனையையும் கேட்பவராக, குடும்பப் பற்று குறையாதவராக, பிறக்கப்போகும் குழந்தைகளின் மேல் பாசம் மிகுந்தவராக, பிறர் மதிக்கும் கௌரவம் கொண்டவராக, ஏழைகளின்பால் இரக்கம் உடையவராக, இன்னும் என்னென்ன நற்பண்புகள் உண்டோ அவையனைத்தும் வாய்க்கப் பெற்றவராக அமையவேண்டுமென்று விரும்பினாள். அதற்காக தினசரி கடவுளை விடாப்பிடியாக பிரார்த்தித்தும் வந்தாள். அவள் விருப்பங்கள் அனைத்தும் ஒன்றுவிடாமல் மொத்தமாக, அவள் மறுமணத்தின் மூலமாக நிறைவேறி விட்டதுதான் விந்தை. அப்படி ஒரு கணவர் அவளுக்கு அமைந்தது நிச்சயமாக ஒரு புதுமைதான். அவர் என் மகளுக்கு ஒரு நல்ல கணவராக திகழ்ந்ததோடல்லாமல், எங்களுக்கும் ஒரு அருமையான மருமகனாக வந்து சேர்ந்தது நான் செய்த புண்ணியத்தாலேயே என்று மனப்பூர்வமாக நம்புகிறேன்.

என் இளைய மகளுக்கு மறுமணமான புதிதில், நான் திடகாத்திரமான உடல்வளம் கொண்டவனாகத்தான் இருந்தேன். என் உள்ளத்தினுள் சோர்வுகள் மலிந்து கிடந்தாலும் அவற்றை மேற்கொள்ளும் மனப்பயிற்சியும் உடல் வலுவும் இருந்தது. டிப்ரெஷன் என் வாழ்க்கையில் சேஷ்டைகள் அதிகம் புரியா வண்ணம் பார்த்துக்கொண்டு, என் அன்றாட பணிகளை குறைவுபடாமல் செய்துவந்தேன். எனக்கு என்னென்ன வெளிவேலைகள் இருந்தனவோ அவற்றை என் இளைய மருமகன் குடும்பத்துக்கும் சேர்ந்து செய்ததில் எந்தவித கூடுதலான சிரமத்தையும் உணரவில்லை நான். காலம் நகர நகர, வயது கூடக் கூட, வயோதிகம் நெருங்க நெருங்க, மனவலுவின்மையோடுகூட உடல் பலகீனமும் சேர்ந்து கொள்ள ஆரம்பித்தது. மற்றொரு முறை குழந்தைப் பிராயத்தில் பிரவேசிக்கும்படியான நிர்பந்தத்துக்கு ஆளானேன். அதற்கு உறுதுணை போல் கால் மூட்டுவலியும் சேர்ந்து கொண்டது.

என் முதுமைக் காலத்தில் என்றல்ல, அதற்கு முன்பும் கூட, திருமணமான துவக்கத்திலிருந்தே என் இளைய மருமகன், தான் தன் மனைவி குடும்பத்தினரால் கௌரவிக்கப்

பட வேண்டியவன், தான் கோரிக்கைகள் விடுப்பதும் அதைத் தன் மாமனார் சிரமேற்கொண்டு பணிந்து நிறை வேற்றுவதும்... என்ற ஹோதாவில் செயல்படுபவராய் இல்லை. பெரியவர்களை மதிப்பவராய், அவர்கள் சொல்லுக்கு முக்கியத்துவம் கொடுப்பவராய், அவர்கள் ஆசீர்வாதம் பெறுவது தன் பாக்கியம் என்று கருதுபவராய் இருந்தார். தயாள சிந்தையும் எளிமையும் கௌரவம் பாராமையும் கீழ்ப்படிதலும் நேர்மையும் கண்ணியமும் உண்மையும் சினந்தவிர்த்தலும் பெண்மையை மதித்தலும் மனத்தூய்மையும் ஆழ்ந்த தெய்வபக்தியும் குடும்பப் பாசமும் கடமையுணர்வும் அவரது இரத்தத்தோடு கலந்த பண்புகளாய் இருந்தன.

என் மருமகன் தன் மனைவிக்கு உண்மையுள்ளவராய் இருப்பது போலவே, தான் வேலை பார்க்கும் தொழிலுக்கும் உண்மையுள்ளவராக இருக்கிறார். காலை எட்டரை மணிக்கு வேலைக்குச் செல்பவர், இரவு ஏழு ஏழரைக்குத்தான் வீடு திரும்புகிறார். சில வேளைகளில் இரவு எட்டுமணி கூட ஆகிவிடும். இடைப்பட்ட நேரம், அவர் வேலைக்காக முழுமையாய் அர்ப்பணித்ததாய் இருக்கும். லஞ்ச் டைமில் மட்டும் கொஞ்ச நேரம் சொந்த வேலைக்காக ஒதுக்கிக் கொள்கிறார். ஆனாலும் வாங்குகிற சம்பளத்துக்கு வஞ்சக மில்லா உழைப்பு. காலை மணி ஐந்திலிருந்து எட்டரை வரை, இரவு ஏழரையிலிருந்து பத்தரை வரை அவர் தன் குடும்பத்துக்காக செலவிடுகிறார். ஒரு பொழுதையும் வீணாய்க் கழிக்கமாட்டார். இத்தகையவரை மருமகனாய் அடைந்தது நான் செய்த புண்ணியம் என்று சொன்னதில் எந்தவித மிகையுமில்லை. வேறு வேற்றாரின் மருமகன் களோடு ஒப்பிட்டுப் பார்க்கும்போது, அவர்களை விட பத்து மடங்கு, இருபது மடங்கு உயர்ந்தவராய் இருந்து வருகிறார் அவர். அது நான் செய்த புண்ணியமல்லாது வேறென்ன? மிகைக் கூற்றுக்கு முற்றுப்புள்ளி வைக்கவே அவர் அவ்விதம் இருக்கிறார் என்பது என் ஆணித்தரமான அபிப்ராயம்.

இன்னும் விஷயத்துக்கு வரவில்லை நான். என் மருமகனைப் பற்றிச் சொல்ல எவ்வளவோ காரியங்கள் உள்ளன. அவற்றையெல்லாம் விட்டுவிட்டு, என் பேனா,

என் சிந்தனை அடித்தளத்திலேயே சுற்றிச் சுற்றி வருகிறது. எல்லாம் பாச பந்தத்தால் இடப்பட்ட அழகுக் கோலங்களின் நெளிவு சுழிவுகளால்தான் இப்படி. என் எண்ண ஓட்டத்தை லகான் கட்டி சீர்படுத்தி, மேற்கொண்டு நகர்த்த முயலுகிறேன், எழுத சரியான வார்த்தைகள் கிடைக்க மன்றாடியவாறு.

என் விருத்தாப்பியம் என்னை முடமாக்கிப்போட்டு விட்டதைச் சொன்னேன். அவ்வேளையில் கைகொடுத்தது என் மருமகன்தான். நான் கேட்காமலேயே அவரே முந்திக் கொண்டு, ‘மாமா இனிமேல் வீட்டில் உட்கார்ந்து கொண்டு, கையசைத்து, அப்படிச் செய், இப்படிச்செய் என்று ஏவ வேண்டியதுதான். நாம்தான் அதைக்கேட்டு, அவங்க சொற்படி காரியங்களைச் செய்யணும்’ என்றார். கொச்சை வார்த்தை களை மென்று துப்பி அசிங்கம் பண்ணும் பேர்வழிகள் நிறைந்த இன்றைய காலகட்டத்தில், நெஞ்சாழத்தினின்று தூவானம் போல் பொழிந்து வந்து விழுந்த அவரது அந்த சொற்கள் என் மனதை பன்னீரால் குளிப்பாட்டின. அந்த சொற்களின் சத்தியமேன்மை பின் நாட்களில் தெரிய ஆரம்பித்தது.

என் மனைவி வெளி வேலைகளுக்கு அலைந்து பழக்க மில்லாதவள். அவளுக்கும் வயதாகிக் கொண்டு வருவதால், வீட்டுக் காரியங்களைக் கவனிக்கவே பொழுது சரியாய் இருக்கிறது. வேலையாட்களும் காசு ஒன்றே குறியாய் இருக்கிறார்களே தவிர, அவர்களுக்குச் செய்யும் தொழிலில் மனமொப்பிய ஈடுபாடில்லை. இந்த நிலையில், என் மருமகன், ஒரு ஞாயிற்றுக்கிமையன்று, ‘மாமா நீங்க ஏன் ஒரு வேலையும் என்னிடம் சொல்வதில்லை? என்ன வேலையினாலும் தயங்காம சொல்லுங்க மாமா, நான் செய்து தாரேன்’. என்று முன் வந்தார். நான் என் மனைவி யிடம் கேட்டுவிட்டு, ‘ரேஷன் கடைக்குப் போகணுமாம் மாப்ள. சீனி, உளுந்து, பருப்பு வாங்கணும்’ என்றேன் தயக்கத்தோடு. அவர் ஒரு பிரபல தனியார் கம்பெனியில் உயர்ந்த அந்தஸ்தில் இருக்கிறாரே, அவரைப் போய் இந்த வேலைக்கெல்லாம் ஏவலாமா என்கிற தயக்கம்தான். ஆனால், நான் சொல்லி முடித்த உடனேயே, குடும்ப அட்டை, பணம், பையை என் மனைவியிடமிருந்து வாங்கிக்கொண்டு போய், அரை மணி நேரத்தில் பொருட்களோடு திரும்பி

வந்து என் மனைவியிடம் ஒப்படைத்தார் என் மருமகன். ‘இன்னும் என்ன வேலை இருக்கு மாமா? இன்று லீவு நாள். ஃப்ரீயாகத்தான் இருக்கேன். சொல்லுங்க’ என்றார். ‘பிராய்லர் காலையிலேயே வாங்கிக் கொடுத்துட்டீங்க. இனி இன்றைக்கு வேறு வேலை ஒன்றுமில்லை மாப்ள’ என்று கூறி அவரை அன்புடன் அனுப்பி வைத்தேன்.

இவ்விதமாகத் தொடங்கிய என் மருமகனின் பணிவிடை பின்பு, என்னைக் கலந்து கொள்ளாமல் நேரடியாகவே தன் அத்தையிடம் கேட்டு காரியங்களை கனகச்சிதமாக முடித்துத் தரும்படியான விதத்தில் முன்னேறியது. மின் சாதனங்கள் பழுதுபட்டால் எலக்ட்ரிஷியனைக் கூட்டி வந்து சரி செய்தல், மேஸன், பிளம்பர், கார்ப்பெண்டர் முதலியவர்களை வீட்டு மராமத்து வேலைக்காக அழைத்து வருதல், குடிதண்ணீர் தேக்கி வைக்கும் அண்டர் கிரவுண்ட் டேங்க், ஓவர் ஹெட் டேங்க் ஆகியவைகளை அவ்வப்போது சுத்தம் பண்ண ஏற்பாடு செய்தல், வீட்டுத் தோட்ட பராமரிப்புக்கு ஆள் கொணர்தல், ஏ.டி.எம்.மில் பணம் எடுத்துத் தருதல், வீட்டுவரி, தண்ணீர் வரி கட்டுதல், மருந்து மாத்திரை வாங்கி வருதல், மாதந்தோறும் துறைமுக மருத்துவமனைக்கு ரெகுலர் செக் அப்புக்கு என்னைக் கைத்தாங்கலாக கூட்டிச் செல்லுதல், நான் எழுதும் சிறுகதைகளுக்கு ஜெராக்ஸ் நகல் எடுத்தல், அவற்றை குரியர் மூலம் பத்திரிகைக்கு அனுப்பி வைத்தல், ரேஷன் கடையில் சீனி முதலியவைகளை வாங்கித்தருதல், பிராயிலர், மட்டன், முட்டை வாங்குதல், தேங்காய் தொலித்தல், காய்கறி, மளிகை பொருட்கள் வாங்கித் தருதல், கொத்தமல்லி, மிளகாய் வற்றல், பச்சரிசி, கோதுமை முதலியவற்றை மாவு திரித்தல், மேற்கண்டவைகள் போல் இன்னும் பல வேலைகளை முகம் கோணாமல் சிரித்தபடியே செய்து தருகிறார்.

சமூகத்திலும் என் மருமகனின் அந்தஸ்து உயர்ந்ததாய் இருந்து வருகிறது. அவருக்கு சேவை மனப்பான்மை அதிகம். எப்போதும், யாருக்காவது, ஏதாவது உதவி செய்த வண்ணம் இருப்பார். நல்லவர்களைத் தாங்கித் தாங்கி உபசரிப்பார். எளியவர்க்கு இரங்குதல் அவரது இயல்புகுணம். அவரது ஆபீஸ் உபயோகத்துக்கும் சொந்த உபயோகத்துக்கும் என

அவர் வேலை பார்க்கும் கம்பெனி கொடுத்திருக்கும் காரில், பைக்கில் செல்லும்போது, வழியில் யாராவது ஏழைகளைக் கண்டால் காரை, பைக்கை நிறுத்தாமல், வேகத்தைக் குறைத்துக் கொண்டு, பத்து ரூபாயோ, இருபது ரூபாயோ, சட்டைப் பையிலிருந்து கையில் அகப்பட்டதை எடுத்து கொடுத்துக்கொண்டே செல்வார். அவரது தயாள சிந்தையின் அடிநாதம்தான், பணத்தை அவ்வாறு அவர் கையாளும் பாங்கு. இரக்கம், பச்சாதாபம், கருணை, அன்பு, பாசம் இவற்றின் முன்னால் பணம் வெறும் தூசு என்பது அவர் கொள்கை. சேமிப்பு அவசியம்தான். ஆனால் அதற்காக கஞ்சத்தனத்தை அரங்கேற்றிக் கொண்டிருப்பது மூடத்தனம் என்ற கருத்துடையவர் அவர். அந்த கொள்கையின் மூலமாகத்தான் அவரது சுபாவ நலத்தின் மேட்டிமையை எடை போட்டது உலகம். ஆரம்பத்தில், அவர் யார் என்று கேட்டால், 'ஜோதி சாரோட மருமகன்' என்றார்கள். போகப் போக, நாட்களின் நகர்தலோடு குணக்கூறுபாடுகளின், சூழ்நிலைகளின் போக்கில் மாற்றம் காண, 'அந்தோணி ராஜ் சாரின் மாமனார்தான் ஜோதி' என்ற அளவுக்கு அவர் பெயர் சமூகத்தில் பிரபலமாயிற்று. அவ்விதமாக என் பெயர் வீழ்ச்சியுற்றதின் நிமித்தம் நான் பெருமை பாராட்டிக் கொள்கிறேனேயல்லாமல் வேறு மாதிரி அல்ல.

எங்காவது ஒரு மருமகன், தன் கௌரவத்தை விட்டுவிட்டு மாமனார் வீட்டுக்கு தேங்காய் தொலித்துக் கொடுப்பதை, காய்கறி வாங்கித் தருவதை, மட்டன், பிராய்லர், மளிகைச் சாமான்கள் சுமந்துகொண்டு வருவதைக் கேள்விப்பட்ட துண்டோ? அது என் வீட்டில் நடக்கிறதையா நடக்கிறது. ஆபீசில் நூறு பேரை வேலை வாங்குபவர், தமிழ் தவிர ஹிந்தி, ஆங்கிலம் சரளமாகப் பேசத் தெரிந்ததால், எம்.டி.யை பிசினஸ் விஷயமாக சந்திக்க வரும் வடநாட்டு, வெளிநாட்டு வாடிக்கையாளர்களை, புதிதாக வர்த்தகத் தொடர்பு ஏற்படுத்திக் கொள்ள முனைபவர்களை தன் பேச்சால் கவரும் பாங்கு கொண்டவர். ஊர்ப்பெரியவர்களின் நன்மதிப்பைப் பெற்றவர். வெகு ஜனத்தவரால் போற்றப் படுகிறவர் தன் மாமனார் வீட்டில் ஒரு ஏவலர்போல் பணிந்து போகிற காட்சி மெய் சிலிர்க்க வைக்கவில்லை? இந்த நவீன நூற்றாண்டில் மருமகன்கள் மாமனார்களை

விரல்விட்டு ஆட்டும் கோலங்கள் மலிந்த தமிழ் திருநாட்டில் இப்படியும் ஒரு மருமகன்! வியப்பாய் இல்லை? தன் சகலனுக்கும் கார் இன்ஸ்சூரன்ஸ் விஷயமாக அலையும் விந்தை மனிதர் அவர்.

கேட்டால், 'நீங்கள் உங்கள் மாமனார் மாமியாரை அவர்கள் இறப்பு பரியந்தம் உங்களுடனேயே வைத்திருந்து, அவர்களைப் போற்றி மதித்துப் பாதுகாத்து, அவர்கள் தேவைகளை, குறிப்பாக அவர்கள் அந்திம காலத்து மருத்துவப் பணிகளை யாதொரு குறையுமின்றி கவனித்து, அவர்கள் இறந்த பின்பும் வெகு சிறப்பாக அவர்களை அடக்கம் பண்ணி, கல்லறை கட்டி, வருஷா வருஷம் கல்லறைக்குச் சென்று மலர் மாலை, ஊதுவத்தி, மெழுகு திரிகள் சகிதம் அவர்கள் ஆன்மாக்களுக்கு மரியாதை செய்து வரவில்லை? அந்த உங்கள் நற்பண்பு காரணமாகத்தான் நாங்கள் மருமகன்கள் இருவரும் உங்களுக்கு நல்லபடியாய் வாய்த்திருக்கிறோம். உங்கள் அந்த நல்ல குணத்தில் பத்தில் ஒரு பங்குகூட நாங்கள் இல்லை.' என்று வெகு உணர்ச்சிப் பூர்வமாக, தாழ்ச்சியுடன் பதில் சொல்கிறார் என் இளைய மருமகன், நற்குணம் நற்குணத்தோடுதான் சேரும் என்ற நல்வாக்கு பலிக்கத்தக்கதாக.

ஒரேயொரு சம்பவமாவது சொல்லித்தான் ஆகவேண்டும். ஒரு நாள் காலை எட்டு மணி. இரவு முழுவதும் கால் மூட்டுகள் வலியால் தூக்கம் கெட்டு, அதிகாலை ஐந்து மணிக்குத்தான் கண்ணயர்ந்து தூங்கி, எட்டு மணிக்கு விழிப்பு வந்துவிட்டது எனக்கு. படுக்கையை விட்டு எழ முடியவில்லை. மூட்டு எலும்புகள் இறுகிப்போய்விட்டன. வலி தாங்க முடியவில்லை. கஷ்டப்பட்டு எழுந்து நின்றால், உடல் பார அழுத்தம் கால் களை நடுங்க வைத்தது. ஒரு அடி முன்னெடுத்து வைக்க முடியவில்லை. அன்று மாலை அவசரமாக பாளையம் கோட்டை செல்ல வேண்டிய கட்டாயம் வேறு. அங்கு என் மூத்த மருமகன், என் இடைவிடாத இருமலைக் கட்டுப் படுத்த, சிறப்பு மருத்துவரைச் சந்திக்க அப்பாயின்மெண்ட் வாங்கி வைத்திருந்தார். இளைய மருமகன், தன் காரில் என்னை அழைத்துச் செல்வதாகக் கூறியிருந்தார். ஆனால் இப்போதோ, கால்கள் முடமாகிப்போன பரிதாபம். என்ன

செய்வதென்று புரியாத நிலை. என் மனைவி மருமகனுக்கு போன் பண்ணி விவரத்தைச் சொன்னாள். உடனேயே என் இளைய மகளையும் அழைத்துக்கொண்டு அவர் வந்துவிட்டார். மணி எட்டு பத்து ஆகியிருந்தது. அன்று கட்டாயம் எட்டரை மணிக்கு அவர் ஆபீஸில் இருக்க வேண்டிய நிர்ப்பந்தம் வேறு. ஒரு புதிய வடநாட்டு மிகப்பெரிய வியாபாரி எட்டரை மணிக்கு எம்.டி.யை சந்திக்க வருவதாக ஏற்பாடு. ஆனால் என்னைத் தனியாக விட்டுவிட்டுப்போகவும் என் மருமகனுக்கு மனதில்லை. ஒரு நிமிஷம் யோசித்தவர், என்ன வந்தாலும் வரட்டும் என்று தீர்மானித்து என்னை மருத்துவரிடம் அழைத்துச்செல்ல முற்பட்டார். எனக்கோ, இருந்த இடத்தைவிட்டு அசைய முடியாத பரிதாப நிலைமை. என் மகளும் மனைவியும் உதவிசெய்ய, என் மருமகன் என் இடுப்பில் தன் வலது கையைக் கோர்த்து என்னைத் தூக்கிப்பிடிக்க, நான் மூட்டுகள் நோவாது கால்களைத் தூக்கி வலது பக்கமாக சரிந்து நடக்க, என் உடற்பாரம் முழுதையும் மருமகன் தன் வலது கையில் தாங்கிக்கொண்டு ஒரு வழியாக காரில் என்னை ஏற்றி ஆஸ்பத்திரிக்குக் கொண்டு சென்றார். எங்களுடன் என் இளைய மகளும் வந்தாள்.

அந்த தனியார் ஆஸ்பத்திரி வாசலில் ஏழெட்டு கார்கள் நிறுத்தப்பட்டிருந்தன. நூறு, நூற்றைம்பது அடி தள்ளியே மருமகனின் காரை நிறுத்த முடிந்தது. அங்கிருந்து பழையபடி, என்னைத் தூக்கிச் சுமக்காத குறையாய், மருத்துவமனை வாசல்வரை கொண்டு சென்றார். பின்பு, மருத்துவ மனையின் உள்ளே சென்று ஒரு ஸ்டூல் சேரைக் கொண்டு வந்து, அதில் என்னை உட்கார வைத்தார். அங்கிருந்து, கட்டிடத்தின் ஜன்னல் வழியாக டாக்டரைப் பார்க்க முடிந்தது. என் மருமகன் டாக்டரிடம் போய் என் நிலைமையைச் சொன்னார். தெரிந்த டாக்டராகையால், உடனேயே அவர் இரத்த அழுத்தம் பார்க்கும் கருவியையும் கையிலெடுத்துக்கொண்டு வாசலுக்கு வந்துவிட்டார். என் உடலை பரிசோதனை செய்துவிட்டு, மூட்டு வலிக்கு அவரே இஞ்ஜெக்ஷன் போட்டுவிட்டார். அது முடிந்ததும் எனக்கு ‘அப்பாடா’ என்றிருந்தது. பழையபடி என்னை, என் உடற்பாரத்தைச் சுமந்து கொண்டு நடந்து, காரில் ஏற்றி, வீட்டில் கொண்டு வந்துவிட்டார். எனக்கு, போன உயிர் திரும்ப வந்தது போல் இருந்தது.

இவற்றுக்கிடையில் என் மருமகனுக்கு, எம்.டி.யின் அழைப்பு இருமுறை வந்துவிட்டது. அவர், போனிலேயே வடநாட்டு வியாபாரியிடம் ஹிந்தியில் உரையாடி, அவரைத் திருப்திப்படுத்தி, பெயிண்ட்டுகள் வாங்க சம்மதிக்க வைத்து விட்டார். அந்த வியாபாரம் நல்லபடியாய் முடிந்து போனது. எல்லாம் என் மருமகனின் சாமார்த்தியத்தால்தான்.

பின்பு மருமகன் என்னிடம், மாமா, ஊசி போட்டா யிற்றல்லவா? இனி வலி குறைந்து விடும். கவலைப்படாதீங்க. சாய்ந்தரம் பாளையம்கோட்டை போகலாம். அது வரை ரெஸ்ட் எடுங்க என்று கூறிவிட்டு ஆபிசுக்குக் கிளம்பினார். வாசல் வரை போனவரை நான் திரும்பக் கூப்பிட்டேன். வந்தார். நான் உணர்ச்சி வசப்பட்டு கைகளைக் கூப்பினேன். என்னை அறியாமல் கண்களில் நீர் கோர்க்க விம்மி விம்மி அழுதேன். அவர் என்னை சமாதானப்படுத்திவிட்டு நகர்ந்தார். மணி ஒன்பதேகால் ஆகிவிட்டது. இந்த சம்பவத்துக்குப் பிறகு நான் அவரை என் மருமகனாக அல்ல, மகனாகவே பாவிக்க ஆரம்பித்தேன்.

ஜாதி என்னும் வியாதி

'ஒம்பேரென்ன தம்பி?'

'கும்பிடுகிறே... சாமி.'

'ராகம் பாடாத, ஓங்காதென்ன செவிடா? என்னைய கும்பிட்டுக்கோ, வணங்கிக்கோ, என்ன வேண்னாலும் செஞ்சிக்கோ. அதுல்லாம் பெறகு. இப்ப நாங்கேட்டது ஓம் பேரு. அதச் சொல்லு மொதல்ல.'

'அதாஞ்சாமி ஏம் பேரு.'

'எதாங்? சரியா சொல்லு தம்பி.'

'கும்பிடுகிறே... சாமி' தாஞ்சாமி ஏம் பேரு.

'அடப்போடா, சாதிகெட்டப் பயலே. இதென்னடா எழவாப் போச்சு. இப்டில்லாம் பேரு வப்பாங்களா? சரி, ஒங்கப்பா பேரு சொல்லு தம்பி.'

'சேவிக்கிறே...சாமி சாமி'

'டேய் இதென்னடா? ஒ... சாதி என்னல?'

'சக்கிலிய... சாமி'

'சக்கிலியனுங் கொக்கிலியனுங். நாசமாய் போக அது. இங்கப்பாரு. ராகம் பாடாம, கையக்கெட்டாம, குனியாம, இடுப்புல துணியக் கெட்டாம, கையால நாடியத் தாங்கிக்காம நிமிர்ந்து நின்னு பேசு தம்பி. நீ யாருக்குங் அடிம இல்ல தெரியுமா? பிள்ளமாரு சாதியச் சேந்த நானுங் நீயுங் ஒரே மனுச சாதிதாங். நமக்குள்ள வித்தியாசங்கில்ல தெரிஞ்சிக்கோ.'

வசீகரன் ஒரு சமூக சேவகன். இருபத்து இரண்டு வயதிருக் கலாம். பரம்பரைச் சொத்து நிறைய உண்டு. வேறு எந்த வேலைக்கும் போகாமல், சமூக நலக் காரியங்களிலேயே முழு நேரத்தையும் செலவிட்டு வந்தான். ஜாதி ஒழிய வேண்டும் என்பதில் மிகுந்த கொள்கைப் பிடிப்புக் கொண்டவன். வீதியை சுத்தம் செய்து கொண்டிருந்த கும்பிடுகிறேன் சாமி என்ற பெயர் கொண்டிருந்த வாலிபனிடம் தற்செயலாக பேச்சுக் கொடுத்தான். அதுவே மேற்கண்ட உரையாடல்.

வசீகரனுக்கு கோபம் பொத்துக்கொண்டு வந்தது. இந்த மனித ஜாதியைத் திருத்தவே முடியாதா? குறிப்பாக நாம் வாழும் இந்தியாவில், தமிழகத்தில்? கீழ் ஜாதி என்று அழைக்கப்படுகிறவன், தனக்கே ஒரு வேலி அமைத்துக் கொண்டு, அதினின்று மீள முடியாமல், காலங்காலமாக தன்னையே தாழ்த்திக்கொண்டு தன் பெயரைக்கூட மேல் ஜாதிக்காரர்களின் அகந்தைக்குச் சரியாய் கீழ்த்தரமாக சூட்டிக்கொண்டு அறிவிலியாக இருக்கும் கொடுமைக்கு விமோசனமே இல்லையா? 'ஜாதி இரண்டொழிய வேறில்லை... இட்டார் பெரியோர், இடாதார் இழி குலத்தோர்' என்று ஏட்டளவில் எழுதி ஜம்பமாய்ப் பேசிக் கொள்கிறோம். நடைமுறையில்? 'யாதும் ஊரே யாவரும் கேளிர்' என்பதெல்லாம் யாருக்குச் சொல்லப்பட்டது மனிதர்களுக்கா, விலங்குகளுக்கா?

இந்த ஜாதிக் கொடுமைக்கு தீர்வே இல்லையா? தோட்டி வேலை செய்பவர்களையும் அக்கிரகாரவாசிகளையும் இணைக்கும் அறுந்து போகாத நேச நூலிழையால் ஒன்று சேர்க்கும் சாத்தியக்கூறு எப்போது அமையும்? பார்ப்பனர், வெள்ளாளர் தெருக்களையும் சாணார், சக்கிலியர் சேரி களையும் பேதாபேதமறச் செய்து சமமாய்ப் பாவிக்கும் மனமேன்மை உண்டாக்கும் காலம் எப்போது வரும்? அதில் என் பங்கு என்ன? நான் ஒருவன் மட்டும் திருந்திவிட்டால் போதுமா? பரவலாக அந்த சமரச நோக்கு அமைய என்ன செய்ய வேண்டும் நான். அறிவு சான்ற பெரியவர்கள், நேர்மையான அரசியல்வாதிகள், பொது நலத் தொண்டர்கள், மதவாதிகள், ஞானிகள் எல்லாரும் அதற்கு வேண்டி படும் பாடுகள் வசீகரன் அறியாததல்ல. ஆனாலும் என் பங்குக்கு

நானும் ஏதாவது செய்ய வேண்டும் என யோசித்தான் வசீகரன். தன் நண்பர்களையும் உற்றார் உறவினர்களையும் யோசிக்க வைத்துக்கொண்டு வருகிறான். மேடை ஏறி பேசியும் பார்த்துவிட்டான். ஆனால், சமூக அளவில் அவனால் ஆற்றக்கூடிய பணி எப்போதும் தோல்வியிலேயே முடிகிறது கண்டு மனம் நொந்து வருகிறான் அவன். இப்போது கும்பிடுகிறேன் சாமி ஓர் உதாரண புருஷனாய் அவன் முன் நிற்கிறான். அவனை வைத்து தன் பகடையாட்டத்தைத் தொடர எண்ணினான் வசீகரன்.

'ஓம்பேரு கும்பிடுகிறே... சாமி இல்ல தம்பி. கும்பிடுங்கோ சாமி. அதுவுமில்ல. யாரும் கேட்டா, கும்பிடுங்கோ சாரேன்னு நீ சொல்லிக்கோ. மத்தவங்க ஒன்ன கும்பிடுகிறே... சாமின்னு கூப்பிடட்டும், சரியா?' என்றான் வசீகரன்.

'அதெப்படி சாமி, மத்தவங்களுக்கொண்ணும் எனக் கொண்ணும் பேரு. அது சரியா இருக்குமா சாமி?' எனக் கேட்டான் கும்பிடுகிறேன் சாமி.

'அது அப்டிதாங். அது சரி, ஒங்க வீடு எங்க இருக்கு? நாங் விருந்தாளியா வரணும். என்னைய கூட்டிக்கிட்டு போ.

'ஐயையோ, நீங்க ஒசந்த சாதி. நாங்க கீழ்ச்சாதி சாமி. எங்க வூட்டுக்கு எப்டி வருவிய நீங்க.'

'அதெல்லாங் வருவேங். ஒடன கெளம்பு, வா போலாங்.'

வேணா... சாமி. ஏங் அப்பாரு திட்டுவாரு சாமி.'

'ஒங் அப்பாட்ட நாங் சொல்லிக்கிடுதேங், வா போலாங்.'

குப்பிடுகிறேன் சாமி எவ்வளவோ சொல்லிப்பார்த்தும், கெஞ்சிப்பார்த்தும் வசீகரன் கேட்கவில்லை. விடாப்பிடியாய் இருந்தான். மணியும் மாலை ஐந்தாகியிருந்தது. வேலை முடிகிற நேரந்தான். வேறு வழி தெரியாமல், வசீகரனைக் கூட்டிக்கொண்டு தன் வீட்டுக்குக் கிளம்பினான் அவன்.

வீடு சாணார்ச் சேரியை அடுத்து சக்கிலியர் சேரியில் இருந்தது. தெருவில் ஒரு குப்பை கூளமுமில்லை. ஊரைச் சுத்தம் செய்கிறவர்கள் தம் வீதிகளையும் எவ்வளவு சுத்தமாய்

வைத்திருப்பர் என்பதை கண்கூடாகக் கண்டான் வசீகரன். போகிற வழியில் வாங்கி வந்திருந்த ஆப்பிள் பழக்கூடையை கும்பிடுகிறேன் சாமியின் அம்மாவிடம் கொடுத்து, அவர்கள் காலைத் தொட்டு கும்பிட்டான் வசீகரன்.

'ஐயோ சாமி நீங்க யாரு? எங்கால்ல விழுறீய? ஏல சின்னச் சாமி, இது யார்ல, டீசென்டா இருக்கிறாவ, எங்கால்ல வந்து விழுவுறாக' என்று பதறினாள் கும்பிடுகிறேன் சாமியின் அம்மா.

கும்பிடுகிறேன் சாமி நடந்த விஷயங்களைச் சொன்னான். 'எவ்வளவு சொல்லியுங் கேக்க மாட்டேன்டாவ. அதாங் கூட்டியாந்துட்டேன்' என்றான்.

'ஐயையோ சாமி, புள்ளமாரு தெருவுல இருக்கிறவுக என்ன நெனைப்பாவ, நீங்க பாட்டுக்கு வந்துட்டீய? நாங்கள்லா பதிலு சொல்லணும். நிக்கிறீயளெ சாமி. ஏல, ஸ்டூல் கொண்டாந்து போடுல ஒக்காரட்டும்.

'இல்ல அம்மா, இது நம்ம வீடு மாதிரிதாங். நீங்க பெரியவுக, பதட்டப்படாதீங்க. ஒங்களுக்கு ஒரே மகன்தானா? நல்ல பையன். நல்லா இருப்பாங்.' 'இல்ல சாமி ஒரு மவளும் இருக்கா. அடுத்த வூட்டுக்குப் போயிருப்பா. ஏல தங்கச்சிய கூப்பிடுல... இதோ அவளே வந்திட்டா. ஏடி எசமான சேவிச்சுக்கோடி. புள்ளமாரு தெருவுலயிருந்து வந்திருக்காவ.'

வந்த பெண் வசீகரன் காலில் விழுந்து நமஸ்கரித்தாள். சட்டைப் பையிலிருந்து நூறு ரூபாய் எடுத்து அவளிடம் நீட்டினான் வசிகரன். அவன் நாணிக்கோணிக் கொண்டு தயங்கி னாள். 'சாமி மொதல் மொதலா தருவுராவ. வாங்கிக்கோடி. ஒங்க ஆசீர்வாதம் எண்ணைக்குங் நெலைக்கணும்' என்றாள் பெண்ணின் அம்மா.

'ஒம்பேரென்னமா?' என்று கேட்டான் வசீகரன். 'ராக்காயி' என்றாள் அவள்.

ராக்காயிக்கு பதினெட்டு வயதிருக்கலாம். நல்ல தளதள வென்றிருந்தாள். மாநிறம். பற்கள் பளிச்சிட்டன. முகம் அப்பழுக்கு இல்லாமல் பிரகாசமாய் இருந்தது. பற்பசை விளம் பரத்தில், டி.வியில் காட்டும் பெண் போல் இருந்தாள்.

‘படிக்கிறீயாம்மா?’ என்று அவளைக் கேட்டான் வசீகரன்.

‘பத்து வர படிச்சிருக்கா சாமி. நல்லா படிப்பா. நாங்கதாங் போதுமின்னு நிறுத்திட்டோம் சாமி. கல்யாணமாயி அடுத்த வூட்டுக்குப் போறவ. பத்து படிச்சா போதுமில்ல’ என்றாள் ராக்காயியின் அம்மா.

‘ஒங்க வீட்டுக்காரர் எங்கம்மா? என்ன வேலை பாக்குறார்?’ என்று கேட்டான் வசீகரன்.

‘சின்னச் சாமியைப்போல முனிசிபாலிட்டியில் ஸ்வீப்பர் வேல சாமி. ஒரு நா லீவு போட்டுட்டு அடுத்த ஊர்வர போயிருக்காவ சாமி. எல்லாங் ராக்காயியோட கல்யாணம் வெசயமாத்தான் சாமி.’

வசீகரன் வீட்டை நோட்டமிட்டான். சின்ன வீடுதான். ஒரு முற்றம், இரு அறைகள், சமையலறை, குளியலறை, அதிக தளவாடங்களில்லை. ஒரு வீட்டுக்கு என்னென்ன அவசியத் தேவையோ அவை மட்டும் இருந்தன. வீடு, வீட்டைச் சுற்றியுள்ள இடம் படு சுத்தமாக இருந்தன. வீட்டுத் தோட்டத்தில் தென்னை, முருங்கை, கறிவேப்பிலை, வாழை, பப்பாளி, மா, மாதுளம் போன்ற மரங்கள் இருந்தன. கிழக்கு முக்கில் கழிப்பறை இருந்தது. அங்கங்கு எங்கு நோக்கினும் சுகாதார சூழலே நிரம்பியிருந்தது.

‘ஏல சின்னச்சாமி, கடைக்குப்போயி சாமிக்கு குடிக்க காப்பி வாங்கியால’ என்றாள் கும்பிடுகிறேன் சாமியின் அம்மா.

‘வெளியில ஒண்ணும் வேண்டாம்மா. வீட்ல இருக்கிறத குடுங்கோ. அது போதும். இன்னைக்கு நாங் ஒங்க விருந்தாளி ராத்திரியில ஒங்க வீட்ல சாப்பிட்டுட்த்தாங் போவேன். நீங்க சாப்டறது எதுவோ அத குடுங்கோ, போதும்.’

‘ஐயோ சாமி, வேணாஞ்சாமி. சக்கிலியப்பய வூட்ல வந்து இப்டி சொல்றீயளே? வெளியில உள்ளவுக என்ன நெனைப்பாவ? ஏல நீ போயி காப்பி வாங்கியால.?

‘‘அட வேண்டாம்னா கேளுங்கம்மா. சோறு வடிச்ச நீத்தண்ணி இருந்தா குடுங்கம்மா. குடிச்சி ரொம்ப நாளாச்சி. அதன் ருசியே தனிதான்.’

‘ஏஞ்சாமி இப்டி பிடிவாதம் பண்றீய... சரி ஒங்க இஷ்டங். ஏண்டி ராக்காயி, டம்ளர நல்லா கழுவிட்டு சுத்தமா கொண்டுவாடி நீத்தண்ணி. அழுக்கு கிழுக்கு பட்ராம பாத்துக்கோடி.’

‘அதுல்லாங் சத்தமாத்தாங் கொண்டு வருவா. நீங்க பதட்டப்படாதீங்கம்மா.’ என்றான் வசீகரன்.

ராக்காயி கொண்டுவந்து கொடுத்த சோறு வடித்த கஞ்சியை வாங்கிக் குடித்துவிட்டு சொகுசாக ஏப்பம் விட்டான் வசீகரன். ‘ருசின்னா ருசி, இப்படில்லா இருக்கணும் ருசி’ என்று மெச்சிப் பாராட்டினான்.

‘ஏழைங்க வூடு சாமி. வெறும் செவப்புச்சம்பா அரிசிதாங். பொன்னி வாங்கிட்டு வரச்சொல்லவா சாமி, ராத்திரிக்கு வடிக்க?’ என்று கேட்டாள் ராக்காயியின் அம்மா.

‘அதுல்லாங் ஒண்ணுங் வேண்டாம்மா. செவப்புச் சம்பா சத்து கூட, அதையுங் ருசிச்சி பாக்கணுமில்ல. மத்தியானங் வச்ச கொழம்பு, கறியே போதும்மா. என்ன கொழம்பு வச்சிருக்கீங்கம்மா?’

‘புளிக் கொழம்பு சாமி. கொத்தமல்லி தொவையல்தாங் வச்சிருக்கேங். ஒங்களுக்கு புடிக்குமா தெரியல சாமி.’

‘ரொம்ப புடிக்கும்மா... அது சரிமா, இந்த சாமி கீமில்லாங் வேண்டாம்மா. ஏம் பேரு சொல்லியே கூப்பிடுங்க. ஏம் பேரு வசீகரன்.’

‘அதெப்டி சாமி ஒசந்த சாதி பணக்காரவுக நீங்க. ஒங்களப் போயி பேர் சொல்லி கூப்றது தப்பு சாமி.’ வேற என்ன வேணும் னாலுங் சொல்லுங்க கேட்டுக்கிடுதேங்.’

‘ஒசந்த சாதியாவது மண்ணாங்கட்டியாவது? அதுல்லாங் நாமளா வச்சிக்கிட்டதுதானேம்மா. திரும்பத் திரும்ப அதையே சொல்லாதீங்க’ என்று வசீகரன் சொல்லிக் கொண்டிருக்கும் போது, ராக்காயியின் அப்பா வீட்டினுள் நுழைந்து கொண்டிருந் தார். வந்தவர், கைகட்டி, உடல் குனிந்து நின்றவராய், மகனைப் பார்த்து, ‘இது யார்ல, பணக்கார ஒசந்த சாதி எசமாம்

போலிருக்கு? நம்ம வீட்ல வந்து குந்திக்கிட்டிருக்காவ. இதுக்கு முன்ன எங்கயோ பாத்த மாதிரி இருக்குல. என்று மகனைக் கேட்டார். மகன் நடந்தவைகளை விவரமாக தன் அப்பா சேவிக்கிறேன்சாமியிடம் எடுத்துச் சொன்னான். சேவிக்கிறேன் சாமி மலைத்துப் போனார். 'நம்ம சாதி சனத்துக்கு ஒத்துக்காதுல இது. ரொம்ப ரொம்ப குத்தம்ல. மன்னிச்சிக்கிடுங்க எசமாங். ஏம்மகங் தெரியாம செஞ்சிட்டாங். நீங்க பெரிய மனச பண்ணி அவன மன்னிச்சிட்டு ஒடன போயிருங்கோ எசமாங்' என்று வேண்டினார்.

'சாதி கீதில்லாங் சுத்த ஹம்பக். நீங்களும் மனுசேங், நானும் மனுசேங். அதுதாங் நெசம். யாரும் கேட்டா, ஒரே மனுச சாதின்னு சொல்லுங்க. எனக்கு ராத்திரி இங்கதாங் சாப்பாடு. நீங்க என்ன செய்யணுமோ செஞ்சிடுங்க' என்று ஆவேசமாகச் சொன்னான் வசீகரன்.

சேவிக்கிறேன் சாமி வசீகரனின் பிடிவாதத்தை உணர்ந்து கொண்டார். சரிம்மா. எசமானுக்கு ஒடனே சாப்பாடு குடு. சீக்கிரம் போயிட்டா சரி. இல்லன்னா புள்ளமாருக்கு நாமதாங் பதில் சொல்லணும். எங் வேலைக்குங் ஒல வச்ச மாதிரி ஆயிப் போவும்' என்றார் தன் மனைவியிடம்.

ராக்காயியும் அவள் அம்மாவும் வசீகரனுக்கு உணவு பரிமாற தயாராயினர். 'ஸ்டூல்ல ஒக்காந்து சாப்பிடுங்க சாமி. ஏல சின்னச்சாமி அந்த டீபாய கொண்டாந்து போடுல சோறு பரிமாற' என்றாள் ராக்காயியின் அம்மா.

வசீகரன் சாப்பிட்டுக் கொண்டிருந்த சமயத்தில், வெளியூர் போன காரியம் என்ன ஆயிற்றென்று தன் மனைவியிடம் சொல்லிக் கொண்டிருந்தார் ராக்காயியின் அப்பா. 'பணத்தாச புடிச்ச பயலுவ. ஏழு பவுன் நகையும் முப்பதாயிரம் ரொக்கமுங் கேக்குறாவுக. இவ்வளவுக்குங் மாப்ள அஞ்சாங் கிளாஸ்கூட படிக்கல. வேலசோலியும் இல்ல. நாங் மூஞ்சியில அடிச்ச மாதிரி முடியாதுன்னு சொல்லிட்டு வந்துட்டேங். வேற நல்ல மாப்ள கெடக்யாமலா போயிருங்' என்றார் அவர்.

வசீகரன் சாப்பிட்டு முடித்துவிட்டு, இப்படி ஒரு ருசியான உணவை சாப்பிட்டது, தன் வாழ்நாளிலேயே இதுதான் முதல் தடவை என்று பாராட்டினான்.

வீட்டைவிட்டு கிளம்பும்போது, வசீகரனுக்கு பொறி தட்டிற்று. 'இன்னைக்கு மட்டும்ல அத்தை, இனியுங் வருவேங். ஒங்ககிட்ட திருத்த வேண்டியது நிறைய இருக்கு. ராக்காயிக்கு மாப்ள சரியா அமயலன்னு கவலப்படாதீங்க மாமா. எல்லாத் தையுங் நாங் பாத்துக்கிடுறேன்' என்று கூறிவிட்டுச் சென்றான் வசீகரன்.

நொண்டித்துப் போன கட்டில்

வெளிறிய ஒளி மிதக்கும் ஒரு மௌனித்த அறையின் ஈசான மூலையில், காலொன்று நொண்டித்துப் போன குறுகிய நார்க் கட்டிலில் துவண்டுபோய் படுத்திருந்தான் சரவணன். "படுத்திருந்தானாவது, கிடத்தப்பட்டிருந்தானென்பதே சரி. அவன் அசைவுகள் ஒவ்வொன்றும் கட்டிலின் ஸ்திரத் தன்மைக்கு ஊறு செய்வதாயும் அது அவனது நிலையற்ற வாழ்வை கோடிட்டுக் காட்டும் பிம்பச் சாயலை வரிந்து கட்டி உற்றம் சுற்றத்துக்கு அறிவிப்பதாயும் அமைந்திருந்தது. அவன் அசைகிறானாவது, வலியின் கொடூரத் தாக்குதல் அவன் கை கால்களை, உடம்பை நைச்சியம் பண்ணி, நிமிஷத்துக்கு ஒரு முறை தூக்கித் தூக்கிப்போட்டு துடி துடிக்கப் பண்ணுவதே அசைவு என அர்த்தப்படுவதாய் இருந்தது. சாவின் விளிம்பு, கத்திபோல் கூராகி, சரவணனின் உயிரை அவன் உடம்பினின்று துண்டாக்க காத்திருந்தது. அவனது கடைசி அத்தியாயம் தொண்ணூற்றொம்பது விழுக்காடு எழுதப்பட்டு, மீதமுள்ள ஒரு விழுக்காடுக்காய் படபடத்துக் கொண்டிருந்தது. சரவணன் அவனது இருபத்தியொன்றாம் வயதில் சாவின் கசந்த காடியை வலுக்கட்டாயமாக சுவைக்கத் தயார் நிலையில் வைக்கப்பட்டிருந்தான். அவனைப் பொருத்தவரை சாவின் சாசன வாசகம் பொல்லாததுதான்.

சரவணன் கல்விப் படிப்பில் வல்லாளன். ஆனால் வாழ்க்கையின் அனுபவப் படிப்பில் தோற்றுப் போனவன். எப்போதும் ஒரு மேட்டிமைத் தோற்றம் அவனைச் சூழ அணைத்திருந்தது உண்மைதான். ஆனால் அவன் கோழைமையின் கிடுக்கிப் பிடியில் மாட்டிக்கொண்டு அவதியுற்ற தருணங்களே ஏராளம். இன்பங்களின் இனிப்புப் பானத்தை மிச்சம் வைக்காமல் முழுமையாக உறிஞ்சிக் குடித்துவிடும் வேட்கை வெறியில், இன்னதுதான் செய்கிறோம் என்ற உணர்வு இன்றி, அந்தக்

களியாட்டங்களில் தாறுமாறாய் நிலைகெட்டு மூழ்கிப்போய், திக்குமுக்காடி தடுமாறியவன் அவன். இன்பங்களா, இன்னும் வேண்டும், இன்னும் வேண்டும் என்பதே அவன் தாரக கோஷமாய் இருந்தது. அதனால் அவன் எதிர்கொண்ட அவமானங்கள், பழிப்புச் சொற்கள் அவனை பின்னடையச் செய்ததில்லை. அதுவே அவனது திடகாத்திர உடம்பை பலகீனப் படுத்தும் அவிழ்க்க முடியா சூழ்நிலைப் பின்னல் முடிச்சுகளின் கொசமசமசக்குக்கு மூல காரணமாயிற்று. அதுவே அவனை இப்போது, இருபத்து ஒன்றாம் வயதிலேயே சாவுப் படுக்கையில் கிடத்தி விட்டிருந்தது. அதுவே அவனது ஊழ்.

வயது சாவுக்கு ஒரு வரம்பா என்ன? ஆறிலும் சாவு நூறிலும் சாவு என்பார்கள். வாழ்ந்த கொள்கை நோக்கில் அது சரியோ தவறோ விரிசல் கண்டு விடும்போது, மனம் சோர்ந்து, இதயத்தின் சூட்சும பாகங்கள் செயலிழந்து சாவு நேர்ந்து விடுகிறது. அது உயிர்ப்பலி கொள்ளும் வெதுவெதுப்பில் மினுமினுக்கிறது. அதெல்லாம் நிலையாமையின் தடம் பதித்த பின்னணிதான். இறுதிமூச்சு, சுவாசத்துக்கு பரவலாக ஏவி விடப்பட்ட எச்சரிக்கையின் கடைசி ஆணை. அதை மீறுவ தென்பது மனித எத்தனத்தின் இயலாமைச் சரித்திரத்தின் முற்றுப்புள்ளி தாண்டிய சாகசமே.

அனுபவப் பாத்தியப்படுத்துதலா? சரவணனின் வாழ்க்கை ஏட்டில் அட்சர சுத்தமாய் அப்படி ஒரு நிகழ்வே நேர்ந்ததில்லை. அவனது இன்ப வேட்டைகள் விதிவிலக்கு. எதையும் ஆழ்ந்து அமிழ்ந்து புசியாமல் மேலோட்டமாய் மேய்கிறவன் அவன். அனுபவம் கைக்கெட்டிய தூரத்தில் இருப்பினும் அதை உதாசீனப்படுத்துகிறவன். அதனாலேயே அனைவராலும் அவன் மண்டுகன் என எள்ளி நகையாடப்படுகிறான். ஒன்றில் நிலைத்திருந்து அனுபவப்படுவது அவனால் முடிகிற காரியமாய் இல்லை. கிளைவிட்டு கிளை தாவும் குரங்குப் புத்தி அவனை ஒரு பதவியிலும் நிலைத்திருக்கவிடாது. மனம் போன போக்கில் வேலை விட்டு வேலைக்காக அலைக் கழித்தது, அதற்கு ஆயிரம் காரணங்கள் கற்பிதம் செய்து கொண்டாலும் அவையெல்லாம் கவைக்குதவாது போயின. அனுபவ சூனியமொன்றே அவன் தன் வாழ்க்கையில் எதிர்கொண்ட பிரதான பிரச்சனைக் குமைச்சலாகும்.

அதற்கெல்லாம் சேர்த்து, இன்ப கிளுகிளுப்புச் சாகரத்தில் மூழ்கி முத்தெடுப்பதில் படு சூரன் அவன். அதுவே இப்போது அவனை மரண விளிம்பில் கொண்டுவந்து கிடத்தியிருக்கிறது.

சரவணனுக்கு, அவன் உடல் வாகுப்படி, ஒரு ராஜகம்பீரம் பிறவியிலேயே வாய்த்திருந்தது. அது பற்றி பொறாமை கொண்டு அவனுக்கெதிராய் பலம் திரட்ட முயலுவோர் கூட, அவனது கூரிய கண்ணொளியை நேருக்கு நேர் சந்திக்க திராணியற்று, கூச்சமுற்று பின்வாங்கிப்போவார். அந்த அரச மிடுக்குத்தான் அவனை இன்றுவரை பகை ஊடாடல்களிலிருந்து காப்பாற்றி வந்திருக்கிறது. அவன் செய்யும் தவறுகளைச் சுட்டிக்காட்ட விரலற்றுப்போன சந்தர்ப்ப சூழல்கள் அநேகம்.

அவனது மேலதிகாரிகள்கூட அவனது மகானுபாவ தோரணைத் தோற்றத் தொந்தரவு சகியாமல் அவனுக்கு அடிபணிவரோ என்பது போல ஒதுங்கிப் போவர். அவன் சொல்லுக்கு, முடியாது என்ற பதில் சொல் வந்ததே இல்லை. அதனால்தான், வேலைவிட்டு வேலை தாவும் அவனது முயற்சிகள் எந்த ஒரு தடங்கலுமின்றி ஈடேறி வந்துள்ளன. அதைத் தட்டிக் கேட்பாரும் எவருமில்லை என்றாயிற்று. ஆனால் மறுபக்கம், அதுவே அவனது பலகீனமாகவும் கருதப் பட்டது. அவனது கோழைமை அதற்குத் துணை போய் வேலியிட்டது. ஒரு நிலைப்புத்தியற்ற அசட்டுக் கோழை அவனென்பதை, அவனது மிடுக்குத் தோற்றம் திரையிட்டு மறைப்பது, திண்ணமாக ஒரு அசாத்தியமான சங்கதிதான். அது அவனது சரிதையேட்டில் ஆழப்பதிந்த எழுத்தாகிவிட்டது.

சல்லடையில் சலித்தெடுத்த உலகு சார்ந்த இன்ப நுகர்தல் ஒன்றே ஏக நோக்கம் என தன் வாழ்வு நிலையை அமைத்துக் கொண்டான் சரவணன். இன்ப வகைகளுடன், காம சுகங்களே ஈடற்றவை என அவற்றின்பால் அதிசிரத்தை காட்டினான் அவன். அதற்கு ஆதாரமான உடல் வலுவுக்கு, உடலின் இலாவணி யத்துக்கு விலை கூடிய சுவையான சத்துணவு வகைகளை தேர்ந்தெடுத்துத் தேர்ந்தெடுத்து உண்பதில் கவனமும் சுகமும் கண்டான். விலைமாதருள்ளேயும் கூட, இன்பம் கூடுதலாய் தரத்தக்கவர் எவர் என்று, பார்த்த முதல் பார்வையிலேயே

கணிப்பதில் அவனை மிஞ்ச ஆளில்லை என்பதாய், அவனது தீயொழுக்க நியம வரையறைகள் பறைசாற்றின. காதல், கத்தரிக்காய் என்பதெல்லாம் சுத்த வெத்துவேட்டு சமாச் சாரங்களாய், சாரமற்ற சக்கைகளாய் அவனுள் தோற்றம் கொண்டன. அவற்றை, உண்மை தெய்வீகம் பரிசுத்தம் என்றெல்லாம் பூஜைக்குரியவைகளாய் கற்பித்துக்கொண்டு திரிவது, முதல் தரமான ஏமாற்று என்பதாய் அவன் ஆணித்தரமாக நம்பினான். எல்லாமே காமம் என்ற துர்விடாய் வழியாய் கிளைத்து வந்த சொத்தைச் சொந்த பந்தங்கள் தாம், அவற்றுள் பேதகம் காண்பது அறிவீனம் என்பது அவன் கொள்கை.

திருமணம் எனப்படுவது காம பந்தனத்தை ஊரறிய செய்து கொள்ளும் ஒரு கேளிக்கை விளையாட்டு. சிற்றின்பப் பாவம் செய்வதற்கு கொடுக்கப்படும் அனுமதிச் சீட்டு என்பதாய் அதை எள்ளினான் அவன். ஒரு பண்பட்ட நாகரீக உலகத்துக்கு அது தேவையல்லவா எனக்கேட்டால், நாகரீகமாவது, பண்பட்டதாவது, எல்லாம் சுத்த ஹம்பக். மற்ற ஜீவராசிகள் எந்த நாகரீகத்தோடு ஒட்டுகின்றன. அவை கல்யாணம் செய்து கொண்டா பலுகிப் பெருகுகின்றன என எதிர்கேள்வி கேட்பான். உனக்கு ஆறறிவு என்றால் உன் இனத்தை மற்ற ஐந்து அறிவுகள் உள்ளவைகளைவிட எல்லா விதத்திலும் அதிகமதிகமாக பலுகிப்பெருகவிடு, கட்டுப்பாடு விதிக்காதே. லைசன்ஸ் தருவது ஆறறிவுக்குச் செய்யும் குந்தகம், துரோகமல்லவா எனச் சாடுவான். இவை காமத்துக்கு மட்டு மல்ல, மற்ற எல்லாவற்றிற்கும் பொருந்தும் எனவும் சொல் வான்... இந்த விவாதம் அரங்கேற்றமெல்லாம் அவன் மனதுக்குள்ளேயேதான். வெளியே அவனொரு கோழை, காமக் களியாட்டங்களில் ருசி கண்ட ஒரு கன்னி கழிந்த சுத்த படு கோழை. அவன் சொல்லுக்கு மறுசொல் அவனாகவே சொன்னால்தான் உண்டு. மற்றபடி அவனை, காமக் களி யாட்டங்களில் நாட்டமுள்ளவர்களைத் தவிர்த்து, வேறு யாரும் ஓர் ஓரறிவு ஜீவனாகக்கூட மதிப்பதில்லை. இப்போது தோரணையா, கண்ணொளியா, அவை எங்கு போயின எனத் தேட வேண்டிய பரிதாப நிலைக்கு தள்ளப்பட்டுள்ளான் அவன். கூடவே, கோழைமை தன் சொந்த சாயலை, உள் வெளி என்ற பேதா பேதமற்று விரியத் திறந்துகாட்ட, உடல்

குறுகி, மனம் பேதலித்து, மறுகி ஒடுங்கிப் போய் கிடக்கிறான் இப்போது.

ஆனால் மதியாதோர் வாசல் மிதியாதே என்பதற்கு மாறாய் ஒதுங்கிப் போகிறவனுமல்ல சரவணன். அவன், எந்த நிந்தையையும் சகித்துக் கொள்ளும் திட, மட நெஞ்சம் படைத்தவன். அவனது கோழைமை துணை போவதற்கும், நிந்தையை நிந்தையாகவே சகித்துக்கொள்ளும் நெஞ்சகத் திடத்துக்கும் எந்தவித சம்பந்தமுமில்லை. சரியாகச் சொல்வ தென்றால், அவன் ஒரு ஊமைக் குசும்பன். பிள்ளையையும் கிள்ளிவிட்டு, தொட்டிலையும் ஆட்டும் வகையைச் சேர்ந்த ஆசாமி. கூடவே, இன்ப சேஷ்டைகளில் காமத்தின் ஆழத்தைத் துழாவியவன். வினை விதைத்தவன். வினையையே அறுப்பான் என்ற முதுமொழிப்படி, நூறாண்டு காலம் இன்ப நெகிழ்ச்சியில் உருக வேண்டும் என்ற அவனது பேராசை, இருபத்தியோரு வயதிலேயே தாளம் தவறி குலைய ஆரம்பித்துவிட்டது. அந்த சாவின் மயான நெடி, அவனாகவே வருவித்துக் கொண்டது.

ஈசான மூலைக் கட்டில், சரவணனை இன்னும் எத்தனை மாதங்கள் இல்லை எத்தனை வாரங்கள், இல்லை எத்தனை நாட்கள், இல்லை எத்தனை மணித்துளி நேரம் சுமக்குமோ தெரியவில்லை. சிற்றின்ப வேட்டையில் அவன் சாதித்து சம்பாதித்த அசலுக்கு, வட்டியோடு கூடிய பெருந்தொகை முதிர்வாய்க் கிடைக்க இருக்கிற நேரம் நெருங்கிக் கொண்டிருந்தது. அவன் கவனிப்பாரற்று உதாசீனப்படுத்தப் பட்டான். நொண்டித்த கட்டிலுக்குப் பாரமாய்ப் போனான். அவன் மோகித்த விலை மாதுக்கள் ஒருவர் பின் ஒருவராய் அவன் மனக் கண்முன் நடமாடி, அவனை இகழ்ந்து கெக்கலி கொட்டிச் சிரிக்கின்றனர். மோகத்துக்கு விலை பேசியவன், இப்போது விலை இதுதான் என்று நிர்ணயிக்க முடியாத உயிர் வாழ்தலின் போராட்டத்தில் தோற்றுப்போய் தடுமாறு கிறான். அவனுக்காக சிந்த, ஒரு சொட்டுக் கண்ணீர்கூட இல்லாமல் போயிற்று. காமம் தவிர்த்த மற்ற எல்லா விஷயங் களிலும் அனுபவ சூனியனாய் இருந்துவந்த அவனுக்கு, இப்போது சாவு எனும் மஹா அனுபவம் கைக்கெட்டிய தூரத்துக்கு வந்துவிட்டது.

சரவணனின் கோழை மனதின் எண்ணங்களின் மிகுதி இப்போது சாவைத் தொற்றியதாகவே அமைந்து போனது. அவனது காமக் கிரியைகளின் பாற்பட்ட அசாத்திய நாட்டத்தின் பலாபலனே. எதை வேண்டாமென்று அஞ்சி வெறுத்தானோ அது அவனை இளவயதிலேயே காவு கொள்ளக் காத்திருக்கிறது. கூடவே, உடம்பை முறுக்கிப்பிழியும் வலி என்னும் வேதனையினின்று தப்பிப் பிழைக்கும் மார்க்கம் எது என்று அறியக்கூடாதவனாய்ப் போனான் அவன். நோய்க்கு மருந்தின்றி, நோய் எதிர்ப்புச் சக்தி முற்றிலுமாக நிலைகுலைந்து போயிருந்தது. தாகம் எனக்கேட்டு தண்ணீர் குடிக்கும் தெம்புகூட இல்லை அவனுக்கு. நோய் தம்மையும் பீடித்துக் கொள்ளுமோ என்ற பயத்தில் அவனது உற்றார் உறவினர் கிட்ட வர அஞ்சினர். பற்றுக் கோடற்ற அவன் உடலுக்கும் உயிருக்கும் முன்பு நடத்திய கேளிக்கை, கொண்டாட்டம் இன்ப சேஷ்டை பற்றிய ஞாபகங்கள் வெறுப்பூட்டின. இறந்த பின்பு தன் உடலைப் புதைக்கவோ, எரிக்கவோ செய்ய ஆளுண்டா என்று அறிந்துகொள்ள முனைந்தும், அதை வெளிப்படுத்திப் பேச சக்தியற்று மூளைக் குழப்பத்தில் நொந்து நொடிந்து போனான் அவன். சாவின் பள்ளத்தாக்கோ, உயிர் வாதையின் கொடுமுடியோ, எதுவோ ஒன்று அவன் சிந்தனைக் குலைவின் சீரழிவில் பங்கு கேட்க தாகித்துள்ள அவல நிலை. செத்தால் இப்படித்தான் சாக வேண்டும் என்ற திட்டவட்டம் கை கூடாத பரிதாப கோலம். இறந்த பின் தன்னைப் பற்றி என்ன பேசிக் கொள்ளும் உலகம் என்ற எண்ணச் சூழல் அமைய முடியாத, புத்தி பேதலித்த குழப்ப நிலைப்பாடு. எயிட்ஸ்ஸோடு போராடி ஜெயித்தவர்களை விரல் விட்டுக்கூட எண்ண வேண்டிய தேவை இல்லாத இக்கட்டு சரவணனை கவித்திருந்தது. சரவணன் கொஞ்சம் கொஞ்சமாக இறந்து கொண்டிருந்தான்.

காதலின் பரிமாணங்கள்

அன்றைய சூரியன் வழக்கமான என்றைக்கும் போல் இல்லை. கோடை வெயில் தகிப்புக்கு, முழு வெளிர்நீல வானம் துணை போய்க் கொண்டிருந்ததற்கு மாறாய், கருமேக சஞ்சாரம் கவிந்திருந்தது. திடும் திடுமென இடி முழக்கம். மேக அரை இருட்டில் மின்னல்கள் பளிச்சிட, அவன் மனம் வருந்தி தன் போக்கில் போனவன், மனிதர் அதிகம் அண்டியிராத அக்கானகப் பகுதியில், ஆறு ஒன்று குறுக்கே ஓடக்கண்டு, அதில் இறங்கி வலது கைக் குவிப்பில் நீர் மொண்டு, பாதி அருந்தி, மீதியில் முகங்கழுவி, அவ்வாறாய் மாறி மாறி பலமுறை செய்தான். தாக சாந்தி, தற்காலிகமாக நேர்ந்து, பின் வாய் உலர்தல் மறுபடியும் முன் போலவேதான். முகச் சோகமும் அப்படியேதான். வழித்து எடுத்து கை உதறியும் பயனில்லை. சோர்ந்து போய், ஆழம் ஒரு பொருட்டல்ல என்று, ஆற்றை குறுக்காய்க் கடக்க ஆரம்பித்தான்.

அவனது எல்லாமே குறுக்கு மறுக்குத்தான். குறுக்கிடுதல், அன்றைய அந்நேர, அக்கணம் வரை அவனது சகஜ நோக்கு களில் ஒன்றியிருந்தது. அவனுடைய அவளுக்கு அன்று என்ன ஆயிற்று? அவன் வெட்கத்தில் குறுகிப்போக, அவளின் அன்றைய சொல் எந்த விதத்தில் ஆதிக்கம் கொண்டிருந்தது? நபுஞ்சக மனிதப் பதரே, எங்காவது தொலைந்து போ, எக்கேடும் கெட்டுப் போ என்றா சொன்னாள்? அந்த அர்த்தம் தொனிக்க வேறு மாதிரியாய், நாகரீகமாய், நாசூக்காய்ச் சொன்னாள். அவளது சொல்சக்தி, வீரியம் கொண்டது. அவனைப் பாதித்து வாதித்தது. குழம்பிப் போனான். பதிலுக்கு அவன் ஒன்றும் சொல்லாதிருந்து, அவளை விட்டு விலகி வந்தது நல்லதுக்கல்ல என்பது போல் உணர்ந்தான். மனம் கசந்து போயிற்று. ஒரு பித்தன் போல், துயரச்சாயல் கொண்டு சிரித்தான். கண்டுகொள்ள, கேட்க அந்த அத்துவானத்தில்

யாருமில்லையாதலால், மேலும் மேலும் பலம் கூட்டிச் சிரித்தான். அந்த சிரிப்பே அவனது அவளுக்கான பதிலாயிற்று.

அவன் அன்றாடத்தில் அவளது குறுக்கீடு ஒரு விபத்து போல் அல்ல. இயல்பாயேதான் என்ற அகந்தை அவனுக்குத் தோன்ற தருணம் பார்த்துக் கொண்டிருந்த இரண்டுங்கெட்டான் பருவம் அது. ஆனாலும் வயதுக்கு மீறி உரக்கவும், பிறரிடமிருந்து மாறுபட்டும் சிந்திக்கும் வித்தியாசமான வாலிபனாய் இருந்தான். காதல் என்பதன் உள்ளர்த்தத்தை உலகளாவிய விதத்தில் நோக்கலுற்றான். அது அஃறிணை, உயர்திணை என்ற பேதங்களற்றது. சகலர் மேலும் சகலவற்றின் மேலும் நிகழும் ஓர் உயரிய மனோபாவ வசிய நிலை என்பது அவன் கருத்து. ஓர் ஆணுக்கும் ஒரு பெண்ணுக்கும் இடையில் நேரிடும் நெருக்கம் அது என்று டி.வி. சினிமா, பத்திரிகைகள் மூலம் தெரிந்தவனாய் இருந்தாலும் அது எதனால் என்ற கேள்வி அவன் அடிமட்ட மனதில் மேலெழுந்தவாறு இருந்தது. சரியான வழிகாட்டுதல் இன்மையால் அதை அவன் ஆகப் பெரிதாய், பிரச்சினையாய் உணரவில்லை. அப்போதுதான் அவள் குறுக்கிட்டாள். ஒரு புன்சிரிப்பே அவளை அவனுக்கு உணர்த்திற்று. பதிலுக்குப் புன்சிரித்தான். அவ்வளவே அவன் செய்தது. அவள் புன்முறுவலை ஏற்றுக்கொண்டாள். அவன் அவள்பால் நட்புகொண்டான்.

பின்பு ஒரு நாள், அவள் ஸ்பரிசம் அவனுக்கு இன்பம் தந்ததை ஏற்றுக் கொண்டான். தொடுதலுக்கு இவ்வளவு சக்தியா என்று வியந்தான். தாய், தமக்கை தொடுவதற்கும் அவன் வயதொத்த வேறு பருவப்பெண் தொடுவதற்கும் உள்ள வேறு பாடு அவனுக்குப் புலனாயிற்று. அவள் இன்னொருமுறை தொட அனுமதிப்பாளா என்று அவன் மனது குறுகுறுத்தது. அல்லது அவளாகவே வலிய வந்து தன்னைத் தொடமாட்டாளா என்றிருந்தது. இரண்டும் மாறி மாறி நிகழ்ந்தன. அவன் தொடு தலின் சுகத்தில் சொக்கிப் போனான். அவளுக்கும்தான் இது காதலா, காமமா என்ற வித்தியாசம் தெரியவில்லை இருவருக்கும். காமம் ான் காதலாய் மலர்வதாய் எண்ணிக்கொண்டார்கள்.

அவளது ஒவ்வொரு சொல்லும் இனித்தது அவனுக்கு. அவளுக்கும் டிட்டோதான். பின்பு தொடுதல்களில் கூச்சப்பட்டு, நாட்டம் குறைந்து சொல்லாடலில் மோகம் கவ்விற்று.

பொழுது போவது தெரியாமல் வெகு வெகு நேரம் வார்த்தை யாடுதலில் தம்மை மறந்தனர். 'ஐ லவ் யூ' என்று ஒருவருக் கொருவர் சொல்லிக் கொள்வதில் ஒரு த்ரில் இருந்தது. வசீகரம் இருந்தது. அதிலேயே சுகம் புளகித்தது. மனங்கள் மலர்ந்தன. வார்த்தைகளுக்கு இவ்வளவு வல்லமையா என்பதில் த்ரில் அதிகரித்தது. ஆனாலும், தன் வித்தியாசமான சுபாவ நிலையை அவளுக்கு உணர்த்தும் சந்தர்ப்பத்துக்காக அவன் காத்திருந்தான்.

அவர்களின் காதல், திருமணத்தில் நிறைவேறக் கூடாத படி ஜாதியும் மதமும் ஏனைய பிறவும் தடுத்தன. அவன் காத்திருந்த சந்தர்ப்பம் வாய்த்தது. கல்யாணத்துக்காகவா காதலிக்கிறோம் என்று அவன் அவளைக் கேட்டான். காதலின் முடிவு கல்யாணம் என்பதை அவன் ஏற்றுக்கொள்ளத் தயங்கி னான். ஒருவனைக் காதலித்துக் கொண்டே, அது நிறை வேறாத பட்சத்தில், வேறொருவனை திருமணம் செய்து கொள்வதிலுள்ள சாத்தியக் கூறுகளை அவன் ஆதரித்தான். அந்த அவன் கருத்தில் சினம் கொண்டு அவள் மாறுபட்டிருந் தாள். ஒருவனுக்கு ஒருத்தி என்பதுதானே நாகரீக உலகின் தாத்பரியம் எனக் குறுக்கிட்டாள்.

அவனது கருத்து, உலகப் பார்வையில் எள்ளி நகையாடக் கூடியதாய், சான்றோர் மனங்களை கோபத்தில் ஆழ்த்துவதாய் இருக்கிறது என்றும், ஒருவளை காதலித்துக் கொண்டு மற்றொருவளை மணப்பதென்பது, காமாந்தக மிருக வெறிச்செயல் அல்லவா என்றும் அவள் கூறி அவனைக் கோபித்துப் பார்த்தாள். அவன் அவனது கருதுகோளில் மாற்றம் கொள்ளச் சம்மதிக்கவில்லை. விடாப்பிடியாய் இருந்தான். குடும்பக் கோப்பற்ற ஆதி மனிதர்கள் தூய்மை வாதிகளில் லையா என கேள்வி எழுப்பினான். நாகரீகம் மனிதர்களை அடிமைகளாக்குவதாய் குற்றம் சொன்னான். அந்தப் போர்வையைப் போர்த்துக்கொண்டு, சின்ன வீடு வைக்காத ஆண்களை விரல்விட்டு எண்ணிவிடலாம் என்றான். அது ரகசியமானதெனில், ரகசியமற்றதான ஒருவன் மேல் காதலும் மற்றொருவன் மேல் திருமண பந்தமும் வெவ்வேறு கோணங்களில் சரியே என வாதிட்டான். பலதாரம் கொண்டவர்களை பட்டியலிட்டு அடையாளப்படுத்தினான்.

ஜனக மகாராஜனுக்கு மூன்று மனைவிகளும் ஆயிரத்தெட்டு காதற்கிழத்திகளும் இல்லையா எனக் கேட்டான். அரசர்களுக்கு ஒரு நீதி, குடிமக்களுக்கு ஒரு நீதி என்று நீதியை தரம் பிரித்தல் தப்பிதமென்று சாடினான். முஸ்லீம்களுக்கிடையே பலதாரம் குற்றமில்லை. அவருள் ஒருத்தி காதலி, மற்றவர்கள் தாரங்களெனவோ, ஒருத்தி மனைவி, மற்றவர்கள் காதலிகளாகவோ ஏன் அர்த்தம் கொள்ளக்கூடாது எனவும் கேட்டான். ஆணொருவனுக்கு பல காதலிகள் அமைவது எதார்த்தம்தான். உலக நடை முறைப்படி அவருள் ஒருவளை மணந்துகொண்டு மற்றவர்களை ரகசிய காதலிகளாகப் பாவித்து வருதல் ஒன்றும் புதிதல்ல. நாகரீகம், பண்பாடு கருதி அதை வெளிப்படையாக சொல்லத் தயங்குகிறார்களே அல்லாமல், அதுதான் மனித இயல்பு எனவும் வாதிட்டான் அவன்.

நான்கூட, உன்னை மட்டும்தான் காதலிக்கிறேன் என்பதை நீ நம்புகிறாயா எனக் கேட்டான் அவன். காதலி அல்லது மனைவி தவிர்த்து, வேறு கவர்ச்சிக் கன்னியரை, அடுத்தவன் மனைவியை, காம நோக்குடன் பார்க்காத ஆடவர் யார் உளர், அது காதலுக்கு, மனையறத்துக்கு செய்கிற துரோகம் ஆகாதா என நக்கலாக கேள்வி எழுப்பினான்.

எல்லாவற்றுக்கும் முத்தாய்ப்பாய், காதல் என்பது ஒரு ஆணுக்கும் பெண்ணுக்கும் இடையே காமநோக்கில் ஏற்படுகின்ற உறவுநிலை என்பது மட்டுல்ல. ஒருவர் மற்றொருவர் மேல் கொள்கிற அன்பின் குறியீடு அது என்றான் அவன். ஒருவன் தன் அம்மாவைக் காதலிக்கலாம், அப்பாவைக் காதலிக்கலாம், அண்ணன், தம்பி, தமக்கை, தாரம், நண்பன், சிநேகிதி முதலியோரையும் காதலிக்கலாம். மற்றுமுள்ள அனைத்து உறவு முறையினரையும் காதலிக்கலாம் என வாதிட்டான். கொச்சைப்படுத்தப்படும் விதத்தில் காதலை காமமாய்ப் பார்ப்பது மதியீனம் என்றான். விசால மனதிருந்தால், நமக்கு உண்ண காய், கனி தரும் செடி, கொடி, மரங்களையும்கூட காதலிக்கலாம். நாம் வளர்க்கும் செல்லப் பிராணிகளான நாய், பூனை மற்றும் ஆடு, மாடுகளையும் காதலிக்கலாம் என்றான்.

அவனுடைய ‘சப்பைக்கட்டுகள்’, அவளுக்கு ஏற்புடைத் தவைகளாக இல்லை. ஒரு நபுஞ்சகன்கூட அவற்றை மறுதலிக்கவே செய்வான் என எண்ணினாள். அவளுக்கு அவன் மேல் ஒரு வெறுப்பு ஏற்பட்டது. அவள் அதுவரை உச்சரித்திராத வார்த்தைகளை அவன் பால் தொடுத்தாள். அவை, நல்லெண்ணம் கருதி நாசூக்காகவே பிரயோகிக்கப் பட்டிருந்தன. ஆனாலும் அவன் நொந்து போனான். ஒரு போக்கற்று, அவளைப் புறக்கணித்துவிட்டு அவ்விடத்தை விட்டு அகன்று போனான் அவன்.

கால்போன போக்கு என தன்னினைவின்றி அவன் நடந்து, அந்த கானகப் பகுதிக்கு வந்திருந்தான். நேரம் இன்னதென்று புலப்படாமல், ஒரு மதியீனன் போல் நடந்து கொண்டிருந்தான். அவள் அவச்சொற்களின் சாராம்சம் அவன் முன் கொட்டிக் கிடந்தது. அதை மிதித்து மிதித்து துவசம் செய்பவன் போல் கால்களை அமுக்கி அமுக்கிப் போட்டு நடந்தான். அவள் அவனைப் புரிந்து கொள்ளாமை யோ, அவன் அவளைப் புரிந்து கொள்ளாமையோ, என்ன வென்று புலப்படாத ஓர் உணர்ச்சிப் பிழம்பாய் இருந்தான் அவன். அவளை மட்டுமல்ல, இவ்வுலகின் அனைத்து ஜீவராசிகளையும் ஆண் பெண் என்ற பேதமற்று அவன் காதலித்து வருகிறான் என்பதை எப்படி உணர்த்துவது என சஞ்சலம் கொண்டான். அவன் அணிந்து கொண்டிருக்கிற செருப்புகளைக்கூட, அவன் பாரத்தை சுமந்துகொண்டு வருகிற அவற்றின் சகிப்புதன்மைக்காக மதித்து, அவற்றின் பால் காதல் கொண்டுள்ளான் என்பதை எப்படி அனைவருக்கும் புரிய வைப்பது என்பதில் மனம் சோர்ந்து போனான் அவன்.

மறுபடியும் ஊருக்குத் திரும்பி வருவதைப் பற்றி அவன் யோசிக்கவில்லை. ஊர் எல்லையைத் தாண்டும்போது மனம் என்றுமில்லாத பேரமைதி கொண்டது ஏன் என்று புலப்படாத தடுமாற்றத்தில் சிக்கி இருந்தான். அந்த அமைதியினூடேயும் ஒரு துயரத்தின் சாயை படிந்திருந்ததை மெல்லிதாக உணர்ந் திருந்தான். அந்த கானகத் துவக்கத்தில் ஒரு கம்பி முள் தடுப்பு வேலி அமைந்திருந்ததுகூட அவன் பிரக்ஞையில் உறைக்கவில்லை. அதை எப்படித்தாண்டி உள்நுழைந்தான் என்பதை ஞாபகத்தில் பதிய வைத்துக் கொள்ளாமலேயே

அவன் போய்க் கொண்டிருந்தான். பின் திரும்பி வரும் பாதை எதுவென அவன் அறியாதிருந்தான். அவன் சென்ற ஒற்றையடிப்பாதை, மனித நடமாட்டமின்மையால், புல் வளர்ந்து, முள் அடர்ந்து அழிந்து போய்க் கொண்டிருந்தது குறித்த சிந்தனை அவனுக்கில்லை.

உடைமுள் ஒன்று, செருப்பையும் மீறி அவன் பாதத்தைப் பதம் பார்க்க, அந்த வலித்துடிப்பு அவனை நிஜ உலகத் துக்குக் கொண்டு வந்தது. தாங்கும் மட்டும் தாங்கினாய், இம்முள் வலியையும் தாங்கிக்கொள் என்று சொல்லாமல் சொல்லி உணர்த்திற்று அது. முள்ளைப் பிடுங்கி எறிந்துவிட்டு மீண்டும் நடக்க ஆரம்பித்தான். காலை உந்தி உந்தி ஒரு நொண்டிபோல் நடந்தான். மறு உலகம் தென்படாதா என்ற ஆவல் உந்த நடந்து போனான். மேகக்கூட்டம் மழையைக் கொட்ட சமயம் பார்த்துக் கொண்டிருந்தது.

உலர்ந்து போன நாவை, தொண்டையை நனைத்துக் கொள்ள கொஞ்சம் தண்ணீர் தேவைப்பட்டது அவனுக்கு. கொஞ்ச மென்ன, நிறையவே என அவனைத் திருப்திப்படுத்த ஒரு சிற்றாறு குறுக்கிட்டது. மழையும் கொட்ட ஆரம்பித்தது. வேண்டியமட்டும் குடித்தும் முகங்கழுவியும் பழைய சோகத் தோடும் நாவறட்சியோடும் ஆற்றைக் குறுக்காக கடக்க எத்தனித் தான். கார்மேகம் நேரத்தை கேலி பண்ணிக் கொண்டிருந்தது. உச்சி வெயில் நேரமா, நடுச்சாமமா, ஒன்றும் புரியவில்லை அவனுக்கு.

ஆண்மையற்றவன் என்றா சொன்னாள்? எங்காவது தொலைந்து போ எனக் புகன்றாளா? எக்கேடும் கெட்டுப் போ என சபித்தாளா? இல்லை, இல்லை, எல்லாம் வெளிப் பாவனைதான். அவள் சொற்கள் நாகரீகம் உடுத்தி அவனை நோக்கி செலுத்தப்பட்டதுதான் உண்மை. ஆனால் யாருக்கு வேண்டும் அந்த நாசூக்கு, நாகரீகம்?

அப்பட்டமாகவே சொல். என்னைப் பற்றிய உன் எண்ணம் வெளிப்படையாகவே இருக்கட்டும். இப்போதாவது என்னை எப்படிப்பட்டவன் என்று புரிந்து கொண்டாயே, அதுபோதும். இனி உன் போக்குக்கு குறுக்கே நான் வர மாட்டேன். உன்னைக் காதலிப்பதையும் விடமாட்டேன்.

உன் இன்றைய கோப முகத்தையல்ல, நேற்றுவரை இருந்து வந்த சாந்த முகத்தையே நான் காதலிக்கிறேன், காதலிப்பேன்.

என்னை முற்றாகத் திறந்து காட்டிவிட்டேன் உனக்கு. அது இன்றுதான் சாத்தியப்பட்டது எனக்கு. இனி நீ குழம்ப வேண்டாம். என் காதல் பசியை யூகித்துக் கொண்டாய் அல்லவா? எனக்கு நீ மட்டும்தான் காதலி என்பதல்ல. எதார்த்தம் என்கிற உண்மையிலிருந்து விடுபட முடியவில்லையா உனக்கு? இனி என்னைக் காதலிப்பதும் புறக் கணிப்பதும் உன் இஷ்டம். உனக்கு எது சரியென்று தோன்று கிறதோ அதைச் செய். ஜாதி, மதம் குறுக்கிடுகிற நம் உறவு திருமணத்தில் முடிவடையாது. ஆனாலும் என்னைக் காதலித்துக் கொண்டே, வேறொருவனுக்கு வாழ்க்கைப் படலாம் நீ. நானும் அப்படியே. நம் காதல் சந்தித்துக் கொள்வதில்லை. தொடர்பு சாதனங்கள் வழியாக இருந்தாலும் போதுமானது. முன்பு மாதிரியே இனிக்க இனிக்க பேசிக் கொள்ளலாம் நாம். இனியாவது உன் வார்த்தைகள் என்னை நோகடிக்காமல் இருக்கட்டும்.

நான்தான் உன் மனதை நோகடித்து விட்டேன் என்றா நினைக்கிறாய்? இல்லவே இல்லை. உலக மானிடர் அநேகர் போல், உள்ளொன்று வைத்து புறமொன்று செய்கிறவனல்ல நான். ஒளிவு மறைவற்றவன். சொல்வதின் அர்த்தத்தை உணர்ந்து சொல்கிறவன். நாம் காதலிக்க ஆரம்பித்து இரு மாதங்கள் இருக்குமா? இதற்குள்ளாகவே என் காதல்களின் பரிமாணத்தைச் சொல்லிவிட்டேன். நீ என்னைக் குறித்த உன் அபிப்பிராயத்தைச் சொல்லிவிட்டாய். எல்லாம் சரிக்குச் சரியாய்ப் போயிற்று. நமக்கிடையிலான உறவு விரிசல் கண்டது போலாயிற்று. அதை சரிசெய்ய உனக்கு அவகாசம் கொடுக்கிறேன். ஆனமட்டும் முனைந்து பார். இல்லையேல் என்னை முற்றதாக மறுதலித்துவிடு. ஆனால், நீ மட்டும் என் மனதைவிட்டு அகலமாட்டாய்.

இரண்டுமாத நம் காதலில்கூட ஒரு முழுமை இருப்பதாக நான் கருதுகிறேன். உனக்கு எப்படியோ? நான் அழகை மட்டுமல்ல, அகோரத்தையும் காதலிக்கிறவன்... ஒவ்வொருவர் மனங்களிலும் காதலுக்கு என்று ஒரு மூலை உண்டு. அதை வெறுமையாக வைத்திருந்துவிட்டால் வாழ்க்கை சுவைக்காது.

நீ என்னை மறந்து விடுவாயானால் அந்த மூலை வெற்றிட மாகிவிடும். நீ மணக்கப் போகிறவனை அம்மூலையில் உட்கார வைத்துக்கொள்ள, அவனுக்கு இடம் கொடு. உனது அந்த இல்வாழ்க்கை சுவையாக இருக்கட்டும். உன்னை மணக்கப் போகிறவனிடம், நம் காதல், தோல்வியில் முடிந்துபோன விவரத்தை மனந்திறந்து சொல்லிவிடு. மறைக்காதே. நான் எல்லாரையும் எல்லாவற்றையும் காதலிக்கிறவன் என்பதை உன் வருங்கால கணவன் அறிந்து கொள்ளட்டும். அது உன் எதிர்கால வாழ்வுக்கு ஒரு பாதுகாவலாக இருக்கும் என்பது என் அபிப்பிராயம்.

என் காதல்கள், மனதின் ஒரு மூலையிலல்ல, முழுமை யையும் ஆக்கிரமித்து இருக்கிறது. ஆகவேதான் நான் உலகம் சார்ந்த அனைவரையும் அனைத்தையும் காதலிக்க முடிகிறது. என் மாதிரி நீயும் இருக்க முயன்று பார். உனக்கு வரப் போகிற கணவனையும் அவ்விதத்தில் பழக்கிப்பார். உடல் ஸ்பரிசங்களில் மட்டுமல்ல, இதமான உரையாடுதல்களிலும் ஜெனிக்கும் காதல், அது நம் அனுபவத்தில் கண்டதுதானே. அதுவன்றி, ஆரம்ப ஸ்பரிசமின்றியே, பேச்சாடல்களில் காதலை தோற்றுவித்துக் கொள்பவர்களுமுண்டு. அவர்கள் பாக்கியசாலிகள். தூய காதலின் பிரதிநிதிகள். நாம் அந்த அளவுக்கு கொடுத்து வைத்தவர்களாக இல்லை. அது நம் பின்னடைவே. போகட்டும். முடிந்தவைகளைப் பற்றி எண்ணி வருந்துவதில் எந்த பிரயோஜனமுமில்லை.

என் புலம்பல்கள், எண்ணங்கள், என்னை ஒரு பைத்தியக் காரன் போல் தோற்றம் கொள்ளச் செய்கின்றதா? என்னை இவ்விதமாகப் புலம்ப வைத்து, எண்ண வைத்ததற்குக் காரணம் ஒன்றாய் ஆனது, உன் வசைச் சொற்களால்தான். அதற்கு நான் ஜவாப்தாரி இல்லை...

சோவென்று பலத்த மழை கொட்டிக்கொண்டிருந்தது. அவன் நடந்துகொண்டே ஆற்றின் நடுவுக்கு வந்தான். அவன் மார்பளவுக்கு தண்ணீர் இருந்தது. பிறகு, பேய் மழையில் காட்டாற்று வெள்ளம் வேகமெடுத்து கரை புரண்டு ஓட ஆரம்பித்தது.

நூறைக் கடந்த துயரம்

‘ஆறாம் குழந்தை பெண்ணாய்ப் பிறந்தால் ஆனான குடித்தனமும் நீறாய் விடும்’ என்கிற பழமொழி ஓர் அவச் சொல்லாய் முருகம்மாள் வாழ்வு மீது கவிந்து விழுந்திருந்தது. அறுபடை வீடு கொண்டிருக்கும் திருமுருகனின் பெயர் வாய்க்கப்பட்டிருந்தும் கூடுதலாக, மூதேவி, ஆக்கங்கெட்டவள் போன்ற பட்டப்பெயர்களுக்கும் குறைச்சலில்லை அவளுக்கு. அவள் அனுபவித்து வரும் மன நோவுகள் அம்பாரமாய் ஒருபுறம் குவிந்து கிடக்க, அவை போதாதென்று, அவளுடைய இன்றைய அந்நிய காலத்து உடல் நோவுகளும் அவளை வாட்டி எடுத்து வருகின்றன. உள்ளும் புறமுமாய் நோவுகளுக்காகவே பிறவி எடுத்தது போலாயிற்று அவள் வாழ்க்கை. ஒரு ராஜகுமாரி போல் சொகுசாய் வாழ வேண்டியவள். பிறந்ததிலிருந்தே தன் போஜனத்துக்குக்கூட அல்லாடும் நிலைக்கு தள்ளப் பட்டுள்ளாள் என்பதுதான் சோகத்தின் உச்சம்.

இப்போது கேள்விகள் தம் போக்குக்கு, சரமாரியாய் கிளர்ந் தெழும்புகின்றன. நம் முன்னோர்கள் தம் அனுபவத்தில் கண்ட வற்றின் சாராம்சத்தைத்தான் பழமொழிகளாகப் பிட்டுப் பிட்டு வைத்துள்ளனரோ? அதற்கு ஒரு திருஷ்டாந்தமாய்த் தான், ஆறாம் பெண்ணாய்ப் பிறந்த முருகம்மாளின் வாழ் வினில் அது அச்சு அசலாய் நகலெடுக்கப்பட்டு வருகிறதோ? அல்லது அவையெல்லாம் தற்செயல் என்று சொல்லி தட்டிக் கழித்துவிடலாமா? மனித வாழ்வில் எதுதான் சாஸ்வதனம்? நாம் தட்டிக் கழிப்பவை, நம்மைத் தட்டிக்கேட்கும் நிலை நேருவதில்லையா? காலத்தின் ஓர்மைகள், கூர் மழுங்கிப்போன ஆயுதங்கள் போன்றவைதானோ? எதற்கும் அழிப்பான் ஒன்றுண்டு என்பதை மனம் ஏன் புரிந்துகொள்ள மறுக்கிறது? ஆறாவது பெண்ணாய்ப் பிறந்தது முருகம்மாளின் குற்றமா? அவள் வாழ்வில் விதி தன் சுயரூபம் காட்டுகிறது ஏன்? செல்வச்

செழிப்புகளை அறுவடை செய்ய வேண்டியவள், வெறும் பதர்களை கொள்முதல் செய்துகொண்டிருப்பது எதனால்? அவளது சோகம் கப்பிய வாழ்வு, முன்ஜென்ம பலாபலனின் தொடர் அத்தியாயமா? இப்படியான எல்லா கேள்விகளும் ஆணித்தரமான விடைகளே இல்லா தேக்க நிலையில் தடுமாறதலே தற்போதைய எதார்த்த நிலை.

முருகம்மாள் வாழ்ந்து சலித்த ஆண்டுகள் இன்றோடு நூறு முடிகிறது. எல்லாம் ஓர் அனுமானம்தான். ஊர்ச் சத்திரத்தின் முற்றத்தில் அவளைக் கண்டெடுத்த நாளே அவள் பிறந்த நாள் என யூகிக்கப்பட்டது. அதுதான் உண்மையாகவும் இருந்தது. மகிழ்ந்து கோலாகலமாய்க் கொண்டாடத்தக்கதான சோபன விழாவாய் இருக்கவேண்டிய அவளது நூற்றியோராவது பிறந்தநாள், ஒரு சோகம் பிடித்த நாளாய், நாளை பிறக்க இருக்கிறது. அவளுக்கு விவரம் தெரிந்தது முதலே, எல்லாமும் எப்போதும் துக்கமயமான அசமந்தம் பீடித்த நாட்கள்தான். அதில் இந்த பிறந்த நாளும் சேர்த்தி. அவ்வளவே அதன் முக்கியத்துவம். இன்னும், இன்னும் ஆண்டாண்டுகளாய் தான் வெறுமையாய் வாழ்ந்து கொண்டிருப்பதன் அர்த்தம் என்ன என்று அவளுக்குப் புலப்படவில்லை. உலகத் தொல்லை களினின்று மீள, 'சாவு வருகிறது. இதோ வருகிறது, இதோ வந்துவிட்டது என்று தாகித்த பாழும் மனதை ஆசுவாசப் படுத்திக்கொள்ளக்கூடிய சந்தர்ப்பங்கள் கை நழுவிப்போய்க் கொண்டே இருக்கின்றன. இப்போது அவள், உடல் மற்றும் மன நோவுகளை சுமக்க மாட்டாமல் சுமந்துகொண்டு, ஒரு அனாதை விடுதியில், தீராத நோய்ப்படுக்கையில் கிடந்து அவதிப்பட்டுக் கொண்டிருக்கிறாள். பிறந்த நாளாவது புழுதி மண்ணாவது என்ற வெறுப்பு மண்டிக்கிடக்கிறது அவள் உள்ளத்துக்குள்.

நூறு ஆண்டுகளுக்கு முன்பு, ஆறாவது பெண் குழந்தையாய் அவள் தாய் அவளை ஈன்றெடுத்துவிட்டு, யாரும் எதிர்பாராத விதமாய், ராஜ வைத்தியத்தையும் மீறி, மாரடைப்பு வந்து இறந்துபோனாள். பிறந்த அன்றே தாயைப் பலிகொண்ட மூதேவிப் பெண் குழந்தையான அவளை, செல்வந்தனான அவள் தகப்பன் ஏறெடுத்தும் பார்க்கவில்லை. கொன்றுவிடச் சொல்லி தன் ஆட்களை ஏவிவிட்டான். அவர்கள் குழந்தையை,

ஊரின் ஒதுக்குப்புறமாய் இருந்த சத்திரத்தின் தாழ்வார முகப்பில், ஆளரவமற்ற சமயத்தில், எறிந்துவிட்டுப் போய்விட்டனர்.

அந்த சத்திரத்தின் உரிமையஸ்தரான ராஜலிங்கம் ஒரு வயதான, உறவுகளற்ற, பணக்கார பிரம்மச்சாரி. அவர் அன்று நண்பகலில், சத்திர வாசலில் ஒரு பச்சிளம் குழந்தை 'வீல் வீல்' என்று கத்தி அழுதுகொண்டு கிடக்கக்கண்டார். மெல்ல தூக்கிப் பார்த்தபோது, அந்த பெண் குழந்தையின் பின் தலை வீங்கிப்போய் இருக்கக் கண்டார். உடனேயே நாட்டு வைத்தியரை அழைத்துவரச் செர்லி, வீக்கத்துக்கு மருந்து தடவச் செய்தார். அக்கம்பக்கத்தில் உள்ள வீடுகளில் விசாரித்துப் பார்த்ததில், யாருக்கும் குழந்தையைப் பற்றிய விவரம் தெரியவில்லை. யாரும் குழந்தையை ஏற்றுக் கொள்ளவும் தயாராய் இல்லை. போலீஸில் புகார் கொடுக்கலாமா என்று யோசித்தார் ராஜலிங்கம். அதற்கு முன்னால், பசித்தும் தலையில் அடிபட்டும் அழும் குழந்தையைக் காப்பாற்ற வேண்டுமே என்று கவலைப்பட்டார்.

வீடு வாசலற்ற, ஏழ்மையில் உழலும் பஞ்சப்பராரிகள் கூட்டம் ஒன்று, சத்திரத்தின் சுற்றுப்புறத்தில் தங்கியிருந்து வந்தது. அதில், ஒரு வாரம் முன்பு, குழந்தை பெற்றெடுத்த ஒரு தாயும் இருந்தாள். அவள் 'கண்டெடுக்கப்பட்ட' குழந்தைக்கும் பாலூட்ட சம்மதித்தாள். குழந்தை பசியாறியது. ஆனாலும் குழந்தை அழுவதை நிறுத்தவில்லை. தலை வீக்கத்தின் வலியில் அழுகிறது என்று யூகித்துக் கொண்டார் ராஜலிங்கம். மூன்று நான்கு நாட்கள் குழந்தையை நாட்டு வைத்தியரின் கண்காணிப்பில் விட்டார். செவிலித்தாயான அந்த ஏழைப்பெண்ணும் வந்து வந்து குழந்தைக்குப் பாலூட்டி விட்டுச் சென்று கொண்டிருந்தாள். மெல்ல மெல்ல குழந்தையின் தலை வீக்கம் குணமாகி, அது சகஜ நிலைக்கு வந்தது.

குழந்தைக்குப் பாலூட்டி வந்த அந்தப் பெண், தானே குழந்தையை வளர்த்துக்கொள்ள ஆசைப்பட்டாள். ராஜலிங்கத்துக்கும் அது சரி என்று பட்டது. அவ்வாறே செய்து கொள்ள அனுமதித்தார். செல்வந்தக் குழந்தை எளிய பிச்சைக் காரர்களின் சொந்தமாயிற்று. குழந்தைக்கு முருகம்மாள் என்று பெயர் சூட்டினார் ராஜலிங்கம். குழந்தையின் வளர்ச்சியை

அடிக்கடி கண்காணித்து வந்தார் அவர். ஆனால், இரண்டொரு மாதங்களில் அவர், முடக்குவாதம் வந்து, கால்களில் மூட்டு வலியும் சேர, நடமாட முடியாமல் படுத்த படுக்கையானார்.

ஒரு தனியார் தர்ம ஸ்தாபனமாய் இருந்துவந்த அந்த சத்திரம் பிற்பாடு செயற்பாடிழந்தது. வைத்தியர்கள் வந்து போகும் ஓர் ஆஸ்பத்திரி போலாயிற்று. ராஜலிங்கத்தின் மருத்துவ தேவைகளை கவனித்துக்கொள்ள ஒரு ஆயாவும் அவரை குளியலறைக்கு, டாய்லெட்டுக்கு கொண்டு செல்லும் பணிகளைச் செய்வதற்கு ஓர் உதவியாளரும் ஒரு சமையல் காரரும் மட்டுமே அதில் தங்கியிருக்கும்படியாயிற்று. இதற்கிடையில், முருகம்மாளின் மாற்றாந்தாய், ஊர்க்காரர் களின் கெடுபிடி தாங்கமுடியாமல், தன் குழுவினரோடு, ஊருக்கு வெளியே வேறிடத்துக்குப் புலம் பெயர்ந்து போய் விட்டாள். ஆனாலும் ராஜலிங்கம், முருகம்மாளின் வளர்ச்சி குறித்த சங்கதிகளை மற்றவர்களின் மூலம் கேட்டறிந்து வந்தார். தேவைக்கேற்ப பண உதவியும் செய்துவந்தார்.

முருகம்மாளின் நூறாண்டு வாழ்க்கையில், தீதுகள் தவிர்த்து வேறெது நல்லதுவும், குறிப்பிட்டுச் சொல்லும்படி நிகழ்ந்துவிடவில்லை. அவளுக்கு பேச்செழ வேண்டிய வயதில் அது நிகழவில்லை. ஐந்தாவது வயதில்தான் 'ஆயா' என்ற முதற்சொல் உதிர்த்தாள். பின்பு, வேறு சொற்கள் பேச மேலும் இரண்டாண்டு காலமாயிற்று. அதுவும் திக்கித் திக்கியே. அவளை ஒரு 'ஊமைக் கோட்டான்' என்றே அவளது 'உறவினர்களான' பிச்சைக்காரர்கள் அழைத்து வந்தனர். அரைகுறைப் பேச்சு வந்ததும், ஏளனச் சொற்களே அவள் மேல் பிரயோகிக்கப்பட்டன. 'ஏய், ஊமைக்கோட்டான் பேசுற லெட்சணத்தைப் பாரு' என்று நகையாடப்பட்டாள். அவளது எட்டாம் வயதில்தான், ராஜலிங்கம் அவளை ஒரு அரசாங்கப் பள்ளியில் ஒன்றாம் வகுப்பில் சேர்த்துவிட்டார். படிப்பில் கவனம் போதாதிருந்தாள். ஆசிரியர்கள் அவளைக் கண்டுகொள்ளவில்லை. 'மூதேவிக் கழுதை எக்கேடும் கெட்டுப் போகட்டும்' என்று கைகழுவிவிட்டனர். மூளை வளர்ச்சியும் போதுமானதாய் இல்லை. அவள் மூன்றாம் வகுப்புக்குப் போய்ச்சேர ஐந்து வருஷம் பிடித்தது. அதோடு அவள் படிப்புக்கு முற்றுப்புள்ளி வைக்கப்பட்டது. அது அவள் ருதுவான சமயம்.

முருகம்மாள் பூப்பெய்திய பின்புகூட, அவளுக்கு சரியாகப் பேச வரவில்லை. திக்குதல் கூடிக்கொண்டே இருந்தது. முறையான மன வளர்ச்சியும் குன்றிப்போய் இருந்தது. சைகைகளே பெரும்பாலும் பேச்சும், பேச்சுக்கு விடையும் ஆயிற்று. இதற்கெல்லாம் காரணமென்ன என்று வைத்தியரைக் கேட்டார் ராஜலிங்கம். அவள் பச்சிளம் குழந்தையாய் இருந்தபோது, சத்திர வாசலில் யாராலோ தூக்கி எறியப் பட்டுச் சென்றபோது ஏற்பட்ட மூளை அதிர்வே காரணமாய் இருக்கவேண்டும் என்றார் வைத்தியர். வெளி வீக்கத்தைத் தான் குணமாக்க முடிந்ததேயன்றி, உள்காயம் மூளையைப் பாதித்து குணமாகாதிருந்திருக்கிறது என்றும் சொன்னார். எல்லாம் முருகம்மாளின் தலையெழுத்தாகவே ஆகிப்போனது.

எப்போதும் முருகம்மாள் பற்றிய பகடிதான் அந்த நாடோடிகளுக்குப் பொழுதுபோக்காயிற்று. ஜாலியாக பொழுது கழியவேண்டுமென்றால், முருகம்மாளை நடுவில் வைத்துக்கொண்டு, அனைவரும் சூழ உட்கார்ந்து கொண்டு, அவள் பேச்சின், செயலின், வீரதீர பிரதாப மகத்துவங்களைக் கிண்டல் தொனியில் சொல்லிக் காட்டி பரிகசிப்பது வழக்க மாயிற்று. அதிலெல்லாம் மனம் கலங்கி அழுதுவிடுவாள் அவள். அவள் அழுவதும் புதுமாதிரியாய் இருக்கும். மோவாய் இடது பக்கமாய் இழுத்துக்கொள்ள, உதடுகள் வெளிப்பிதுங்கி எச்சில் ஒழுக, கன்னச் சதைகள் உள்ளுக்கும் வெளிக்குமாய் நடுநடுங்க, கண்கள் அகல விரிந்து பொல பொலவென்று நீர்சொட்ட அழுவாள். அவள் அழுகைகூட கேலிக்குரியதாகி விடும். அவளை எல்லோரும் ஒரு மனுஷியாய் மதியாமல், ஒரு அஃறிணை போல் பாவித்து, ‘இந்த முண்டம் என்ன இப்படி ஆக்கங்கெட்டு அழுது, இதுக்கு கூறு பத்தாது’. என்று சொல்லி, அவளை ஒரு வேடிக்கைப் பொருள் போல் பாவிப்பார்கள். அவளுக்கும் ஒரு மனசுண்டு, அதை வேதனைப் படுத்துகிறோமே என்ற பரிதாப உணர்ச்சிகூட மற்றவர்களுக்கு இல்லாதிருந்தது.

நாடோடிகளுக்கு நடுவே முருகம்மாள் ஓர் ஏளனப் பொருள் போல் ஆகிவிட்ட செய்திகளைக் கேட்டறிந்து வந்த ராஜலிங்கம், அவளை அவளது பதினாறாவது வயதில், வேற்றூரிலுள்ள ஓர் அனாதைப் பெண்கள் விடுதியில்

சேர்த்துவிட்டார். நோய்வாய்ப்பட்டிருந்த அவர், பிறகு உடம்பின் இடது பாகம் முழுதும் செயலிழந்து மரத்துப் போய், கடைசி காலத்தில் பேச்சும் முடங்கி இறந்து போனார். முருகம்மாளுக்கிருந்த ஒரே ஒரு கொழுகொம்பும் இல்லாது போயிற்று. சத்திரமும் அவரது ஏனைய சொத்துக் களும் அரசாங்கத்துக்கு உடைமைகளாய்ப் போய்விட்டன.

அனாதைப் பெண்கள் விடுதியில், ஒரு சுரணைகெட்ட மதியிலிபோல் நடத்தப்பட்டாள் முருகம்மாள். விடுதியை தினம் தினம் சுத்தம் செய்வது, மேலாதிக்கம் செய்பவர்களின் துணிமணிகளைத் துவைப்பது, குளியலறை, டாய்லெட்களைக் கழுவி விடுவது, விடுதியின் பின்னால் உள்ள சாக்கடைகளை அகற்றுவது, சமையல் பாத்திரங்களை கழுவுவது போன்ற இன்னும் பல துப்புரவு வேலைகளும் கூடுதலாக சமையலில் உதவி செய்யும் பணியும் அவளுக்கு ஏவப்பட்டன. அதிகாலை நான்கு மணிக்கு அவள் எழுப்பிவிடப்பட்டு, ஒரு பொழுதும் ஓய்வின்றி, ஒரு பிசாசு போல் நடுச்சாமம் பன்னிரெண்டு மணி சுமார் வரைகூட வேலை வாங்கப்பட்டாள். சிறு தவறு செய்தாலும் ஈவிரக்கமின்றி வன்மையாகத் தண்டிக்கப்பட்டாள். சூடு பண்ணப்பட்ட கரண்டியால் அவளைச் சுடும்போது, ஒட்டாஞ்சல்லியால் அவள் உடம்பைக் கிள்ளும்போது, அவளது ஓங்கிய அழுகைக் குரல் விடுதியை அலற வைக்கும். ‘திக்குவாய்ச் சனியனே, கத்தாதே’ என்ற எச்சரிப்போடு, கால்களால் எத்தி, மிதித்து அவமானப்படுத்தப்பட்டாள். தினசரி எல்லோரும் சாப்பிட்டு முடித்துவிட்ட பிற்பாடு, அவளுக்கு மிச்சமுள்ள உணவு கொடுக்கப்படும். அந்த மூன்று வேளை உணவே அவள் உயிரை உடம்பில் தக்க வைக்க உதவிக் கொண்டிருந்தது.

அப்படியாக, அறுபது வருஷங்களுக்கு மேலாக நரக வாழ்க்கையில் உழன்றாள் முருகம்மாள். குட்ட குட்ட குனிந்து கொடுக்கும் ஓர் அப்பாவிப் பெண்ணாய் அவள் இருந்தாள். பலகீனத்தில் சோர்ந்து போனாலும் யாரும் அவள் மேல் தயை தாட்சண்யம் காட்டவில்லை. தினசரி உடம்பை முறுக்கிப் பிழியப்பிழிய வேலை வாங்கப்பட்டாள். கேலியும் கிண்டலும் அடியும் உதையும் அவளது அன்றாட மாகிவிட்டது. இத்தனைக்கும் அவள் ஒரு நாள்கூட நோய்

என்று படுத்ததில்லை. அவளது இளவயதில் அவளுக்கு ஒரே ஆறுதலாய், ஆதரவாய் இருந்துவந்த சத்திர முதலாளியை அடிக்கடி நினைத்துக் கொள்வாள். அவர் இறந்து போனது அவளுக்கு பேரிழப்பாய் இருந்தது. மற்ற மனிதர்கள் ஏனிப்படி அவளிடம் பாரபட்சம் காட்டி கொடுமைப்படுத்து கிறார்கள் என்று புரியாது ஏங்கி ஏங்கி அழுவாள். 'இப்படி ஓர் அவல வாழ்க்கைக்கு ஆட்பட நான் உமக்கு விரோதமாய் என்ன குற்றம் செய்தேன்' என்று இறைவனிடம் முறையிடு வாள். பள்ளிப்பருவத்தில் தனக்கு படிப்பு வராதிருந்ததும் தான் திக்கித்திக்கிப் பேசுவதும், மனநிலை பாதிக்கப் பட்டிருப்பதும் தன் குற்றமா என்றும் எண்ணி உருகுவாள். எல்லாப் பெண்களையும் போல் தனக்கு ஏன் திருமண வாழ்வு அமையவில்லை என்று புரியாது ஏங்குவாள். பாழ்பட்ட தன் வாழ்க்கைக்கு அர்த்தமென்ன என்று தன்னையே கேட்டுக்கொண்டு மறுகுவாள்.

முருகம்மாளின் எண்பது வயதுக்கு மேல்தான் அவளுக்கு ஒரு பற்றுக்கோடு கிடைத்தது. அவளது சொந்த ஊரிலிருந்து அவளைத் தேடி ஒரு செய்தி வந்தது. அவளது இளம்பிராயத்தில் அவள் மேல் அக்கறை கொண்டிருந்த சத்திரத்து உரிமையாள ரான ராஜலிங்கம், சத்திரம் உட்பட தன் சொத்துக்களின் பெரும் பகுதியை அனாதை இல்லங்களுக்கும் முதியோர் காப்பகங் களுக்கும் அவற்றில் முக்கியமான சிலவற்றை, குறிப்பாக முருகம்மாள் என்ற அவள் பெயருக்கும் எழுதி வைத்திருந்த உயில் அப்போதுதான் கிடைத்திருந்தது. ராஜலிங்கம் இறந்த பிறகு, அவர் தன் சொத்துக்கள் பற்றி மரண சாசனம் எதுவும் எழுதி வைக்கவில்லை என்று கருதிய அன்றைய அரசாங்கம், எல்லாவற்றையும் தன் வசமாக்கிக்கொண்டிருந்தது. சத்திரத்தையும் தன்னுடைமையாக்கிக் கொண்டு, மீண்டும் அரசாங்கமே தன் நிர்வாகத்தின்கீழ் அதை நடத்திவர ஆரம்பித்தது. ராஜலிங்கம் எழுதிவைத்திருந்த உயில், அவரது வழக்கறிஞரிடம் இருந்தது. காலப்போக்கில், அவர் ராஜலிங்கம் இறப்பதற்கு நான்கு மாதங்களுக்கு முன்பே இறந்து போனார். அவருடைய மகன், தன் அப்பாவைப் போல் ஒரு அட்வகேட்டாக பட்டம் பெற்று, வக்கீல் தொழிலில் ஈடுபட்டு வருகிறார். அவர் தன் தந்தையினுடைய சட்ட நூல்களை சமீபத்தில் ஒழுங்கு செய்யும்பொழுது, தற்செயலாக

அந்த உயிலைக் கண்டெடுத்திருக்கிறார். முருகம்மாள் என்பது யார், அவள் எங்கிருக்கிறாள் என்ற விவரங்கள் அறிந்துகொள்ள முடியாதிருந்த அவர், சத்திரத்தைச் சுற்றி வசிப்பவர்களின் மூலம் ஒரு வழியாய் இப்போதுதான் அவளைக் கண்டு பிடித்துள்ளார். உடனேயே அவளைத் தேடி வந்து விவரங்களைச் சொன்னார்.

அந்த விஷயங்களையெல்லாம் அறிந்துகொண்ட முருகம்மாள், இப்போதாவது தன் அவல வாழ்க்கைக்கு ஒரு விமோசனம், ஓர் அர்த்தம் கிடைத்ததே என்று எண்ணி மகிழ்ந்து போனாள். அவளது எண்பது வருஷ வாழ்க்கையில் அவள் சந்தித்த ஒரே சந்தோஷம் அது. ஆனாலும் அரசாங்கத் திடமிருந்து முருகம்மாளின் அந்த சொத்துக்களை மீட்டு, திரும்பிப்பெற சில வருஷங்களாகலாம் என்றார் வழக்கறிஞர். உயிலின் நகலை முருகம்மாளிடம் கொடுத்துவிட்டுச் சென்றார் அவர்.

அந்த விவரங்கள், முருகம்மாள் தங்கியிருந்த அனாதை விடுதியின் பொறுப்பாளருக்குத் தெரியவரலாயிற்று. அவர் முருகம்மாளிடம் வந்து, ‘இத்தனை வயதுக்குப் பிறகு அந்த சொத்துக்களை வைத்துக்கொண்டு என்ன செய்யப் போகிறாய்? படிப்பறிவில்லாத உனக்கு அவற்றை நிர்வகிக்கத் தெரியுமா? விற்றுக் காசாக்கத்தான் தெரியுமா, பேசாமல் அவற்றையும் அனாதைகள் விடுதிக்கே கொடுத்துவிடு’ என்று அவளை நிர்பந்தப் படுத்தினார். அவரது நச்சரிப்பைத் தாக்குப்பிடிக்க முடியாத முருகம்மாள், வெற்றுப்பேப்பரில் கையெழுத்தும் கை நாட்டும் போட்டுக்கொடுத்துவிட்டாள். அந்த சொத்து முடிவில் யாருக்குப் போய்ச் சேரும் என்பது ஆண்டவருக்கே வெளிச்சம்.

தன்னைத்தேடிவந்த செல்வந்த அந்தஸ்தை ஒரு தர்ம ஸ்தாபனத்துக்கு விட்டுக் கொடுத்தது குறித்து முருகம்மாள் கவலை கொள்ளவில்லை. தன் வாழ்க்கை முழுமையையும் அடிமைத்தனத்துக்கே அர்ப்பணிக்க வேண்டுமென்பதுதான் கடவுளின் சித்தம் போலும் என்று எண்ணி மனதைத் தேற்றிக் கொண்டாள். பள்ளியில் மூன்றாம் வகுப்பு வரை பயின்றிருந்த அவள், தன் பெயரை எழுத மட்டுமே கற்றிருந்தாள். அது இப்போது விடுதி நிர்வாகி தந்த வெற்றுப் பேப்பரில் எழுதப்பட்டது அவளுக்கு ஒரு பெருமைக்குரிய காரியமாய்

தோன்றியது. ஆனாலும் அதன் மதிப்பு என்ன என்பது அவள் சிற்றறிவுக்கு எட்டவில்லை. கடவுள் தன் படைப்புகளை எவ்வளவு விசித்திரமாகவெல்லாம் ஆக்கி வருகிறார் என்பதற்கு முருகம்மாளும் ஒரு சாட்சி. அந்த அப்பாவிப் பெண் தன் கவலைகள், கஷ்ட நஷ்டம் முழுமையையும் மனதுக்குள்ளேயே போட்டு புதைத்து, அதில் வந்த புழுக்கத்தை சுவாசித்து வந்தாளேயன்றி, பிறர் அறிய புலம்பாதிருந்தாள். ஆனாலும் தன் சுபாவ முரணாக, அளவுக் கதிகமாக துன்புறுத்தப்படும் நேரங்களில், தன்னையும் மீறி வீரிடுவது வாஸ்தவம்தான். வலி என்பது சகல ஜீவராசிகளுக்கும் பொதுவான அவஸ்தைதானே? அந்த அம்சம் முருகம்மாளையும் பீடித்திருப்பதில் விந்தை ஒன்றுமில்லையே?

எண்பது வயதுக் கிழவியான முருகம்மாள், அந்த முதிர் வயதிலும் திடகாத்திரமாய்தான் இருந்து வந்தாள். காரணம், அவளது அறுபத்தைந்து, எழுபது வயது வரை அவள் மேல் சுமத்தப்பட்ட கடின உழைப்புதான். இப்போது பத்து ஆண்டுகளாக, அவளுக்கு கொடுக்கப்பட்ட வேலைகளின் பளு, அவள் முதுமை கருதி சற்று குறைக்கப்பட்டிருந்தது. ஆனாலும், கடின வேலைகள் செய்து தழும்பேறிப்போன அவள் உடம்பு, சும்மா இருப்பதை அனுமதிக்கவில்லை. தானே இழுத்துப் போட்டுக்கொண்டு, முன்பு போலவே எல்லா பணிவிடைகளையும் செய்துவந்தாள் அவள்.

தொண்ணூறு வயது சுமாருக்குத்தான், தன் முதுமை பற்றிய கவலையும் உடல் அசதியும் தளர்ச்சியும் முருகம்மாளை ஆட்கொண்டது. சுற்றம், சொந்தம் ஒன்றுமற்று, சீந்துவாரற்றுப்போன கேவல வாழ்க்கை வாழ நிர்பந்திக்கப்பட்டு, தான் அவதியுற்றது, அவள் மனதுக்கு ஒரு உறுத்தலாயிற்று. சீச்சீ, என்ன இகழ்ச்சிக்குரிய பிழைப்பு இது என்று தன்னிரக்கம் கொண்டாள். அதுவரை கடவுளைக் கோபித்தறியாதவள், அப்போதுதான் முதன்முறையாக அவர் மேல் கோபம் கொண்டாள். ‘ஓர் அறிவீலியாக, திக்குவாய்ச் சனியனாக, அனாதையாக என்னைப் படைத்து என்ன சாதித்துவிட்டீர் நீர்? என்னைப் படைத்ததில் நீர் பெருமை பாராட்டிக் கொள்ளும் அம்சம் என்ன உள்ளது? நான் இதுவரை உமக்குக் கொடுத்துவந்த கௌரவ அந்தஸ்துக்கு இந்த என்

இழிவான வாழ்வு தான் நீர் காட்டும் கைமாறா? இந்த என் தொண்ணூறு வயது சித்திரவதைதான் நீர் எனக்குப் போட்ட பிச்சையா?' என்றெல்லாம் எண்ணி எண்ணி இறைவன் மேல் சினம் கொண்டாள். அவளது முதிர் வயதில் இப்படியெல்லாம் எண்ண சிறிது ஞானம் கைகூடிற்று போலும் அவளுக்கு.

முருகம்மாள் உயிர் வாழ்தலின் மேல் வெறுப்புக் கொண்டாள். தன் சாவு குறித்து ஓர் ஆதங்கமும் எதிர்பார்ப்பும் அடைந்தாள். சாவு சீக்கிரம் வந்து தன்னை அணைத்துக் கொள்ளாதா என்று ஏங்கினாள். அதன் விளைவாய் அவள் மனசும் உடம்பும் பலகீனமுற்றுப் போனதாக உணர்ந்தாள். அவள் நோய்வாய்ப்பட்டு படுக்கையில் விழுந்தாள். ஒரு காரணமும் சரியாக இல்லாமல் அடிக்கடி தண்டனைக் குள்ளான அவள் தேகத்தில் பரவிக்கிடந்த வடுக்கள் தந்த கொடும் வலி அவளைத் துடிக்க வைத்தது. பிராணன் போவது போன்ற வலி, ஆனால் அவளின் பிராணன்தான் போக மாட்டேன் என சண்டி செய்கிறதே?

முருகம்மாள் முதுமையைத்தான் நோயாக உணர்ந்தாள் போலும். உடல், மனச்சோர்வுகள் அவளை படுக்கையில் கிடத்திவிட்டது. நடமாட முடியவில்லை அவளால். பத்து வருஷங்கள் ஒரே படுக்கைதான். உயிர்வதைதான், மனக் கிலேசம்தான், ஒரு போக்கற்ற இழிநிலைதான், அவள் உயிர் மட்டும், மிச்சம் மீதி உபாதைகளையும் அனுபவித்துவிட்டுத் தான் போவேன் என்று அடம்பிடிக்கிறது. அவள் பிறந்த வருஷம், மாதம், தேதி மட்டும் பசுமரத்தாணி போல் மனதை, ஞாப கத்தை உடும்புப்பிடியாக கவ்விப் பிடித்திருக்கிறது. நாளை இந்த ஆக்கங்கெட்ட மூதேவிக்கு நூற்றியோராவது பிறந்தநாள் என்று தன்னையே நொந்து சபித்துக் கொண்டிருக்கிறாள் அவள்.

முருகம்மாளைத் தேடிவந்த சொத்து, கை மாறி, அந்த தர்ம ஸ்தாபனத்துக்கே போய்விட்டதா அல்லது அந்த ஸ்தாப னத்தின் நிர்வாகியின் பெயருக்கா? விவரம் அறிந்துகொள்ள நாதி இல்லை அவளுக்கு. இனியும் அதில் சொந்தம் கொண்டாட யோக்கியதை இல்லை. எப்படி பச்சிளம் குழந்தையாய் வறுமையில் தள்ளப்பட்டாளோ, அப்படியேதான், இன்றும் மாறாத நிலையில் வாழ்ந்து சலித்துக் கொண்டிருக்கிறாள்.

இந்த உலகத்தின் துன்ப துயரத்தில் உழன்று அவள் வாழ்ந்தே தீர வேண்டுமென்று அவள் நெற்றியில் எழுதி ஒட்டியிருந்தது போலும். இன்னும் அவள் வாழ்வெனும் கசப்பு மருந்தை சுவைத்துக்கொண்டு சாவை எதிர்கொள்ளா திருக்கிறாள். தன் பெற்றோர், சகோதர சகோதரிகள் யார், எவர் என்பதை அறிந்துகொள்ளாமலேயே, சத்திர உடைமை யஸ்தரினால் முருகம்மாள் என பெயர் சூட்டப்பட்டு, அவள் ஒரு குபேர வாரிசு என்ற உண்மை புதைந்து அழிந்துபோக, அடேயப்பா, நூறு வயது கிழவியா என்று காண்போர் வாய் பிளக்க எமனை எதிர்த்துக்கொண்டு திமிறி நிற்கிறாள் முருகம்மாள். விதியின் கோரக்கரங்கள் அவளை உருக்குலைத்த வாறு, 'வாழு, வாழு, இன்னும் வாழு' என்று ஆரத்தி எடுத்து துன்ப வாழ்க்கைக்கு வரவேற்றுக் கொண்டிருக்கிறது. சீக்கிரம் சாக வேண்டும் என்ற அவள் பூஞ்சையான சிற்றறிவு மேல், மந்தித்த உணர்வுகளின் மேல் விழுந்த பேரிடி அது.

சபலம்

குடிபோதைக் கிறுகிறுப்பில் நேர்ந்த கவனப் பிசகாலோ, தெரிந்த மதிப்பிற்குரியவர் எதிரே வரக்கண்டு ஓர் அவசர மரியாதையின் நிமித்தமோ, பணத்தின் மதிப்புத்தெரியா திமிரின் அலட்சியத்தாலோ, அன்றி வேறெந்த குறிப்பிடத் தக்கதான காரணத்தாலோ, ஓர் இழுப்பு மட்டும் இழுத்து விட்டு யாரோ எறிந்துவிட, அந்த சிகரெட்டின் ஏறத்தாழ முழுப் பகுதியும் அத்திருமண மண்டபத்தின் முகப்பு வாசலின் கீழ்ப்புறத்தில் புகைந்துகொண்டு விழுந்து கிடந்தது. கூட்ட அலைமோதுதலில் யாரும் அதைக் கவனிக்கவில்லை. அமல்ராஜின் கண்ணுக்கு மட்டும் அது தென்பட, அது அவன் சபலத்தைத் தூண்டிவிட்டது. அவன் மனைவியும் இரண்டு பேரக் குழந்தைகளும் மண்டபத்தின் உள்ளே சென்றுவிட்டனர். அவன் தயங்கியவாறு, தன்னை யாரும் பார்க்கிறார்களா என்று நோட்டமிட்டுவிட்டு, சட்டென்று குனிந்து, சிகரெட்டை எடுத்து, தன் உதடுகளில் பொருத்திக் கொண்டான். உடனே ஒதுக்குப்புறமாய்ப் போய் புகையை உள்ளுக்கிழுத்தான். ஆஹாவென்றிருந்தது. சீச்சீ, அடுத்தவன் புகைத்தது, ஓர் அசிங்கமில்லையா என்று மனம் கேட்க, அதை அலட்சியப்படுத்தினான். யாரிடமும் பற்ற வைக்க தீப்பெட்டி கேட்க அவசியமின்றிப் போனது தன் அதிர்ஷ்டம்தான் என்று தன்னையே மெச்சிக் கொண்டான். சிகரெட்டின் ஃபில்டர் விளிம்பு வரை ஆசை தீர புகைத்து விட்டு, மீதியை எவ்வளவு உறிஞ்சினாலும் புகை வராது என்பது தெளிவாகவும் அதை அப்புறத்தில் வீசி எறிந்தான். யாரும் பார்க்கவில்லை என்பதில் ஒரு திருப்தி அவனுக்கு.

புகைப்பழக்கம் எப்படி தன்னை தொற்றிக் கொண்ட தென்று எண்ணிப் பார்த்தான் அமல்ராஜ். அவனது சொந்த ஊரில், அரசாங்கப்பணியிலிருந்து ஓய்வுபெற்ற சர்க்கிள்

இன்ஸ்பெக்டர் ஒருவர் வசித்து வந்தார். அவர் பொடி போடும் பழக்கமுள்ளவர். ஞாயிற்றுக்கிழமைகளில் சர்ச்சுக்கு அவர் வரும்போது, தோராயமாக பத்து நிமிஷங்களுக்கு ஒருமுறை பொடி போடுவார். அது அவர் நாற்காலியில் அமரும் இடத்துக்குக் கீழே, தரையில் கணிசமான அளவில் சிந்தியிருக்கும். பூசை முடிந்து அவர் போன பிறகு, அமல் ராஜூம் அவன் நண்பர்களும் சிந்திக்கிடக்கும் அந்த பொடியை எடுத்து, ஒரு தமாஷாக, ஒருவர் மூக்கில் மற்றொருவராக தேய்த்து விளையாடுவர். அனைவரும் கண்களில் நீர் கோர்க்க, தும்மலோ தும்மல் என தும்முவர். பிறகு, யார் குறைவாகத் தும்முகிறார்கள் என்று போட்டி வைப்பர். இவ்வாறாக ஏற்பட்ட மூக்குப் பொடிப் பழக்கம் ஆண்டாண்டுகளாக விடாது அமல்ராஜைத் தொற்றிக்கொண்டது.

இதற்கிடையில் அமல்ராஜ், அவனது இருபத்தோராவது வயதில், சிவில் எஞ்ஜினீயரிங் படிப்பு முடித்துவிட்டு, தூத்துக்குடி ஹார்பர் பிராஜக்டில் செக்ஷன் ஆபீசராக வேலையில் சேர்ந்தான். அப்போது, நண்பர்கள் கேலி, கிண்டல் செய்கிற பொடி போடும் பழக்கத்தை விட்டுவிட தீர்மானித்தான். அதற்கு மாற்றாக, புகை பிடிக்க ஆரம்பித்தான். சிகரெட் புகைக்கும் பழக்கம் கேலிக்குரியதாக இல்லை. சொல்லப்போனால் ஒரு கௌரவமாகவே கருதப்பட்டது. படிப்படியாக அதில் வேரூன்றிப் போனான். அவனுக்கு திருமணமான பின்னரும் சிகரெட் பழக்கம் தொடர்ந்தது.

அமல்ராஜிக்கு வாய்த்த மனைவி, இலங்கையிலிருந்து புலம் பெயர்ந்து வந்தவள். அவளும் அவனது புகைப்பிடிக்கும் பழக்கத்தைக் கண்டு கொள்ளவில்லை. சிலோனில் அது சர்வ சாதாரணம் போலும். அமல்ராஜ் அவனது ஐம்பத்தெட்டாவது வயதில் பணி ஓய்வுபெற்று, பின்பும் பத்தாண்டுகளுக்கு மேலாக, அவனது மூன்று பிள்ளைகளுக்கும் திருமணமாகி, பேரன் பேத்தி கண்டது வரைகூட சிகரெட் பழக்கத்திலிருந்து மீளவில்லை.

அமல்ராஜிக்கு அறுபத்தெட்டு வயது ஆனபோது, விடாத சளி, இருமல் அவனை தொந்தரவுக்குள்ளாக்கியது. எக்ஸ்ரே, ஸ்கேன் எடுத்துப்பார்த்தபோது, நுரையீரலைச் சுற்றி அடர்ந்த கருமேகம் போல் சளி அப்பியிருந்தது தெரியவந்தது. அதற்குக்

காரணமான சிகரெட்டை உடனே விட்டுவிடச் சொல்லி டாக்டர் அறிவுறுத்தினார். அதுவரை சிகரெட் பழக்கத்தை விபரீதமாக கருதாதிருந்த அவன் மனைவி, அவனை கண்டிக்கத் தொடங்கினாள். 'தயவுசெய்து விட்டுடுங்க' என வற்புறுத்த ஆரம்பித்தாள். இனி புகை பிடிப்பதில்லை என்று அவனிடம் சத்தியம் வாங்கிக் கொண்டாள். சளித் தொல்லை யிலிருந்து விடுபட ஆறுமாதம் சிகிச்சை எடுத்துக்கொண்டு, அதிலிருந்து மீண்டான். சிகரெட் புகைப்பதில்லை என்று தன் மனைவியிடம் கொடுத்த வாக்குறுதியை, கழிந்த ஏழு மாதங்களாக காப்பாற்றி வருகிறான் அமல்ராஜ். இப்போது, ஒரு சிறு நிமிஷ சபலம், எச்சில் சிகரெட்டை ஆசை தீர புகைக்க வைத்துவிட்டது. அந்த ரகசிய அசிங்கமான காரியம், விஸ்வரூபம் எடுத்து அவன் மனதை வாட்டி வதைக்கத் தொடங்கியது.

கல்யாண மண்டபத்துள், புகையிலை நாறும் உள்மூச்சு, வெளி மூச்சுடன் மனைவி, பேரக்குழந்தைகளின் அருகில் போய் அமர்ந்தால் கண்டுபிடித்து விடுவார்களோ என்ற பயத்தில், உதடுகளைக் குவித்து, 'ப்பூ, ப்பூ' வென பலமுறை ஊதியவண்ணம், நாற்ற மூச்சை வெளியேற்றிப் பார்த்தான். வலது கையில் சிகரெட்டைப் பிடித்திருந்த ஆள்காட்டி விரலையும் நடுவிரலையும் முகர்ந்து பார்த்துவிட்டு, கைக் குட்டையால் அவற்றை அழுத்தி அழுத்தி தேய்த்தான். பின்பும் முகர்ந்து பார்த்தான். சிகரெட் வாடை குறையவில்லை. என்ன செய்வது என்று புரியாமல் திகைத்தான் அமல்ராஜ்.

சட்டென்று ஒரு யோசனை தோன்றியது அமல்ராஜுக்கு. ஓடாத குறையாய் விருவிருவென்று நடந்து போய், திருமண மண்டபத்து நுழைவாயிலில் ஒரு மேஜை மேல் வைக்கப் பட்டிருந்த தாம்பாளத்திலிருந்து நான்கு வாசனைப்பாக்குப் பொட்டணங்களை எடுத்து, பிய்த்து வாயினுள் கொட்டிக் கொண்டான். ஐந்தாறு நிமிஷங்கள் நன்றாகச் சுவைத்து மென்றான். சந்தனக் கிண்ணத்தில் ஆழமாக தன் கை விரல் களை விட்டு சந்தனம் எடுத்து தோய்த்துக் கொண்டான். சிகரெட் வாடை தன் வாயிலும் கைவிரல்களிலும் இல்லை என்பதை உறுதி செய்துகொண்டான். ஒரு திருப்தி ஏற்பட்டதும் மண்டபத்துள் சென்றான். மனைவி, பேரப்பிள்ளைகளைத் தேடினான். கண்டுபிடித்து, மனைவி

அருகில் போய், 'வா சாப்பிடப்போகலாம்' என்று அழைத் தான். 'எங்க போயிட்டீங்க, அரை மணி நேரமா காணோம்? சரி, கூட்டம் கொறையட்டும் இப்டி வந்து உட்காருங்க' என்றாள் அவன் மனைவி. எப்போதுமே மனைவியின் பேச்சுக்கு மறு பேச்சு பேசாத அவன், மனைவி அருகில் உட்காரப்பயந்து, 'கூட்டம் குறைய ஒரு மணி நேரத்துக்கும் மேலாகும். அது வர வெய்ட் பண்ணவா?' என்று கேட்டு விட்டு, அவள் தோள்களைப் பிடித்து அழுத்தினான். அவளும் 'சரிதான்' என சம்மதித்து, பேரக் குழந்தைகளையும் அழைத்துக்கொண்டு அவனைப் பின் தொடர்ந்தாள்.

சாப்பாட்டுப் பந்தியில் ஒரு இடமும் காலியாய் இல்லை. சாப்பிட்டுக் கொண்டிருந்தவர்களின் பின்னால், அடுத்த பந்தியில் சாப்பிட ஒவ்வொரு குடும்பத்தினரும் காத்து நின்றிருந்தனர். அமல்ராஜும் தன் மனைவி, குழந்தைகளுடன் அப்படிப் போய் நின்று கொண்டான். அடிக்கடி கைக்குட்டை யால் வாயைப் பொத்திக் கொண்டான். தைரியமாக மனைவிக்கு எதிரே நேருக்கு நேர் நின்றுகொள்ள முடியாதவனாய், அடிக்கடி, குனிந்து, குனிந்து பேரப் பிள்ளைகளைக் கொஞ்சிய வண்ணம் இருந்தான். குற்ற உணர்வில் கை கால்கள் படபடத்துக் கொண்டிருந்தன அவனுக்கு.

'தாத்தா, வாசனைப் பாக்கு எனக்குத் தாங்க' எனக் கேட்டான் அமல்ராஜின் ஒன்பது வயதான மூத்த பேரன். 'சாப்பிட்ட பெறகுதான் வாசனைப் பாக்கு' என்றான் அமல்ராஜ் பதிலுக்கு. 'நீங்க மட்டும் இப்பவே போடலாமா?' எனக் கேட்டான் பேரன். 'ஆமா நீங்க ஏன் சாப்பிடறதுக்கு முன்னாலேயே பாக்கு போட்டிருக்கீங்க?' என்று அவன் மனைவி கேட்க, அதற்குப் பதில் சொல்ல தயங்கியபடி இருக்கையிலேயே, அவர்களுக்கு முன்புறம் சாப்பிட்டுக் கொண்டிருந்தவர்கள் நான்கு பேர் குடும்பத்துடன் உணவு உண்டு முடித்துவிட்டு, கை கழுவ எழுந்திருந்தனர். அமல்ராஜ் உடனேயே குடும்பத்துடன் போய் பந்தியில் இடம் பிடித்துக் கொண்டான். அவன், அவனது ஏழு வயது இளைய பேரன், அடுத்து மூத்த பேரன், கடைசியில் அவனது மனைவி என்று வரிசையாக நால்வரும் பந்தியில் அமர்ந்தனர். அமல்ராஜின் மனைவி அவனிடம் கேட்ட

கேள்வியை மறந்துவிட்டாள் போலும். அவள் பிறகு ஒன்றும் கேட்கவில்லை. மூத்த பேரனும் வாய்மூடி அமர்ந்திருந்தான். பக்கத்தில் இருந்தது இளையபேரன்தான். இரட்டைச் சுழி, அதிக சேஷ்டைதானேயன்றி ஜாஸ்தி பேசமாட்டான். அதில் ஒரு நிம்மதி அடைந்தான் அமல்ராஜ்.

புகையும் பிடித்து, நான்கு பொட்டலம் பாக்கும் போட்டிருந்தாலும் குற்றம் புரிந்தவன் போல் ஒரு பதற்றம் இருந்ததாலும் நாக்கும் உள்வாயும் உலர்ந்து நசநசவென்று இருந்தது அமல்ராஜிக்கு. பரிமாறப்பட்ட சோறு, குழம்பு, தொடுகளில் ருசி தெரியவில்லை அவனுக்கு. உணவு கொஞ்சமே உண்ண முடிந்தது. அதைக் கவனித்த அவன் மனைவி, ‘சாப்பாடு ருசியாத்தானே இருக்கு? ஏன் சரியா சாப்பிடலை நீங்க?’ என்று அவனைக் கேட்டாள். ‘பசி இல்ல, வயிறு சரியா இல்ல’ என்று சமாளித்தான் அவன். முகம் பேயறைந்ததுபோல் இருந்தது. ‘இன்னைக்கு நீங்க ஒண்ணும் சரியாயில்ல. என்ன செய்யுது, சொல்லுங்க?’ எனக் கேட்டாள் அவன் மனைவி. ‘எனக்கு ஒண்ணும் செய்யல. எப்பவும் போலத்தான் இருக்கேன்’ எனச் சொல்லிவிட்டு எழுந்தான் அமல்ராஜ். ‘என்னென்னாலும் வீட்டுக்குப் போய் விட்டு டாக்டர போய்ப் பாருங்க’. என்றாள் அவன் மனைவி.

கல்யாண விருந்து சாப்பிட்டு முடித்துவிட்டு, மணமகன், மணமகளுக்கு வாழ்த்து தெரிவிக்க மேடை ஏறினர் நால்வரும். அவர்கள் முறை வந்ததும் நண்பர்களின் மகனான மணமகனின் கையை அழுத்தமாக குலுக்கி வாழ்த்து தெரிவித்தான் அமல்ராஜ். மணமக்களின் நெற்றியில் சிலுவை அடையாளமிட்டு, அவர்களை ஆசீர்வதித்தனர் அமல்ராஜும், அவன் மனைவியும். ‘அங்கிள், நீங்க சிகரெட் பழக்கத்தை விட்டுட்டீங்களாமே. அப்பா சொன்னார்கள். ரொம்ப சந்தோஷம்’ என்றான் மணமகன் அமல்ராஜிடம். ‘ஆமாம்பா, ஏழு மாசமாச்சி’ என்று பதிலுரைத்தான் அமல்ராஜ். அவன் மனைவியும், ‘ஆமாம் தம்பி. செயின் ஸ்மோக்கர், விட்டுட்டது ஆச்சரியம்தான், ஐம்பது வருஷ பழக்கம். தீராத இருமலாயிருக்கு. விட்டுடுங்கன்னு கெஞ்சிக் கேட்டேன். அவரும் என்கிட்ட கொடுத்த வாக்குறுதிய காப்பாத்திக் கிட்டு வர்றார். இப்போதான் எனக்கு மிக்க மகிழ்ச்சி’

என்றாள். தன் மனதினுள் வேல் கொண்டு பாய்ச்சியதுபோல் உணர்ந்தான் அமல்ராஜ். ஒரு கணம் சபலம் கொண்டது எவ்வளவு தவறு என்பதாக எண்ணி தனக்குள் வேதனை யுற்றான் அவன். மணமகனிடம், தன் மனைவி கேட்க பொய் சொன்னது அவனை வாதித்தது. எச்சில் சிகரெட், திருட்டுத் தனமாக எடுத்து புகைத்தது, அதை மறைக்க வாசனைப் பாக்குத் தூளும் சந்தனமும் உதவியது ஆகிய குற்றங்கள் அவனை நிலைகுலைத்தன. ஆனாலும் அதை வெளியே சொல்ல வெட்கமும் அச்சமும் கொண்டு நாணி மறுகினான். தன் செருப்பை தானே எடுத்து, தன்னையே அடித்துக்கொள்ள அவன் கை துறுதுறுத்தது. மனதை அடக்கிக் கொண்டான்.

மணமகன், அமல்ராஜின் பேரக்குழந்தைகளைப் பார்த்து, 'அப்பா வரலையா?' என்று கேட்டான். அதற்கு அமல்ராஜின் மனைவி, 'மருமகன் ஆபீஸ் விஷயமா வெளியூர் போயிருக் காங்க. எம்மகளுக்கும் உடம்பு சொகமில்ல. அதுனால கொழந்தைகள மட்டும் கூட்டியாந்தோம். மொய்ப்பணம் குடுத்து விட்டா' என்றாள்.

திருமணத்துக்கு வந்திருப்பவர்களில் அநேகர் அமல்ராஜிக்கு தெரிந்த நண்பர்களும் உறவினர்களும். அமல்ராஜ் செய்த அசிங்கமான காரியத்தை யாரும் பார்க்காதது அவனது அதிர்ஷ்டம்தான். அந்தத் தவறு குறித்த மன உளைச்சல் தன்னுள்ளேயே செத்து மடியட்டும், யாருக்கும் தெரிய வேண்டாம், அது போன்ற குற்றத்தை இனி ஒருக்காலமும் செய்யமாட்டேன் என்று தனக்குள்ளேயே சபதம் செய்து கொண்டான் அவன்.

தம்பதிகளை ஆசீர்வதித்து, வாழ்த்துச் சொல்லிவிட்டு, மொய்ப்பணத்தை கொடுத்துவிட்டு மண்டப வாசலுக்கு வந்தார்கள் அமல்ராஜின் குடும்பத்தினர். தாம்பூலப் பை வாங்கிக்கொண்டு வெளியே வரும்போது, எச்சில் சிகரெட் கிடந்த இடத்தை ஓரக்கண்ணால் பார்த்த அமல்ராஜ் வெட்கத்தில் வாடினான். மணமக்களின் பெற்றோர் கை கூப்பி திருமணத்துக்கு வந்ததற்கு நன்றி சொன்னார்கள். அது அமல்ராஜுக்கு உறைக்கவில்லை. அவன் எண்ணமெல்லாம், 'ஏய், எச்சில் சிகரெட், ஏய் எச்சில் சிகரெட்' என்று கோஷம் போட்டுக்கொண்டிருந்தது. சிகரெட் புகைத்த அந்த

மறைவிடத்தையும் பார்த்தான். அந்த இடத்தை மனதுக்குள் சபித்துக் கொண்டான்.

அமல்ராஜின் வீடு திருமண மண்டபத்துக்கு அருகிலேயே, மூன்று தெருக்கள் தள்ளி இருந்ததால், பொடி நடையாக கல்யாணத்துக்கு வந்த அவர்கள், பொடி நடையாகவே வீட்டுக்குத் திரும்பிச் சென்று கொண்டிருந்தனர். வழியில், அவன் மனைவி, 'ஒரு சோடா வாங்கி எலுமிச்சம் பழம் பிழிந்து குடிங்க, வயிறு சரியாகிவிடும்' என்றாள். அவள் சொன்னதற்கிணங்க, ஒரு பெட்டிக் கடையில், எலுமிச்சை பிழிந்து சோடா கேட்டான் அவன். அவனது மனைவியும் குழந்தைகளும் அவன் பக்கத்திலேயே வெயிலுக்கு ஒதுங்கி நிழலில் நின்றுகொண்டிருந்தனர். அமல்ராஜின் கண்கள், பெட்டிக் கடையில் ஒரு பக்கம் அடுக்கிவைக்கப்பட்டிருந்த சிகரெட் பாக்கெட்களிலேயே மொய்த்தபடி இருந்தன. அதை அவன் மனைவி கவனித்துவிட்டாள். 'என்னங்க, நீங்க சிகரெட்களையே முறைத்துப் பார்த்துக்கிட்டு இருக்கீங்க. ஒங்களப் பாத்தா பாவமா இருக்கு. சிகரெட் பிடிக்கணும்னு ஆசையா இருக்கா? வேணும்னா ஒரே ஒரு சிகரெட் வாங்கிக் கிடுங்க' என்றாள் அமல்ராஜின் மனைவி அவனைப் பார்த்து.

பேய்களைப் பற்றியல்ல

இப்போது நான் உங்களுடன் நேரில் பேசுவது போலவே எழுதுகிறேன். அதுவே இக்கதைக்கு ஏற்புடைத்தான உத்தி. என் வாழ்க்கையின் அன்றாட வழக்கமான நிகழ்வுகள் மத்தியில், அதி பயங்கரமானதும் திகில் நிறைந்ததும் ஆகும் இச்சம்பவம். இது அசாதாரண வகைப்பட்டது. எமகாத கமானது. மயிர்க்கூச்செறியச் செய்வது. மிகுந்த பயப்பீதியை மனதுள் பாய்ச்சும் அகோரமான பேய்களைக் கதாபாத்திரங் களாகக் கொண்டது. ஆம், பேய்கள்தான். குலைநடுங்கச் செய்யும் பிசாசுக்கள்தான். நீங்கள் வேறு கற்பனைக் கதைகளில் படித் திருக்கலாம். ஆனால் நான் கண்டதோ மற்ற இட்டுக்கட்டிய கதைகளில் உள்ளது போலல்ல, கனவிலும் அல்ல, மற்ற வற்றைப் போல் கற்பனையிலும் அல்ல, நிஜத்தில், முகத்துக்கு முகம் பார்க்கும் ஜோரான, ஜமாவான நிஜத்தில். நம்பமுடிய வில்லையா? கேட்டதும் பயத்தில் பற்கள் தந்தியடிக் கின்றனவா? மனது துணுக்குறுகிறதா? அப்படியானால் என் கதையில் ஒரு சுவாரஸ்யம், ஒரு தொடை நடுங்கித்தனம், ஒரு அடிதலை தடுமாற்றம் நிச்சயமாக உங்களுக்கு உண்டு. ஒரு அருவருப்பும் குமட்டலும்கூட உண்டு. மேலே கதையைப் படியுங்கள்.

நான் அச்சத்தில் அரண்டு போய், விதிர் விதிர்த்து, அலறி யடித்துக்கொண்டு நடுநடுங்கியது, மொத்தம் நான்கு பேய் களைக் கண்டு. நான்கும் நான்கு வகைத்தவை. முதலாவது பேய், அடர்ந்த மையிருள் போல் கன்னங்கரியது. அதன் முகத்தின் கோரம், விகார நரகம், அருவருப்பின் ஒட்டு மொத்த அவலட்சணம். கடின உருக்கால் வார்த்தெடுக்கப் பட்டனபோல், சீரற்ற கோணல்மாணலில் காவிபடிந்த பற்கள். பற்களா அவை? குண்டு குண்டாக, செதில் செதிலாக,

செங்குத்தாய் வாயினுள் நடப்பட்ட ராட்சஷ தூண்கள். ஈறுகளிலிருந்து கசிந்து கொண்டிருந்த இரத்தம், கட்டி கட்டியாக அதன் நாவில் அரைபட்டது. உடம்பு முழுவதி னின்று வீசிய துர்நாற்றம், குடலைப்புரட்டி குமட்டலெடுக்க வைத்தது. மூன்று மாடிக் கட்டிடம் அளவுக்கு நெடுக வளர்ந்திருந்த அதன் அகோர உடம்புக்கு, சிறு கோலிக்காய் அளவுக்கே கண்கள். பார்ப்பதற்கு கண்களற்ற குருடு போலவே காட்சியளித்தது. அதன் தலைமுடி, உடம்பு முடி, புருவ முடி, காதுமுடி, மூக்கு முடி என்ற பரவலான எல்லா முடிகளும் குண்டாந்தடிகள் போல் கனத்து நீண்டு, அடர்ந்த கொடுங்காடாய், தேகம் முழுவதும் பரவிக் கிடந்தன. தகர டப்பாவை நசுக்குகிற பாது உண்டாகிற காதடைக்கும் ஒலி போல எழுகிற அதன் சப்த கோரம் மனதில் கிலி உண்டாக்கிற்று. பயத்தின் கொக்கிப் பிடி உங்களை மிரட்டி, மாட்ட வைத்து, பதற அடிக்கிறதா?

இரண்டாவது பேய், செம்மை பூத்த இரத்தக் காட்டேரி நிறத்தில், சாயலில், கொழுத்த உடல்வாகுவோடு, தலைப் பாகம் நாற்பதடி மஹா உயரத்தில் இருக்க, பலநூறு யானை களுக்குச் சமமாய் பலம் கொண்டு மமதையோடு உலாவிற்று. அதைச் சுற்றி, செத்து அழுகிய மீன்களின் முடை நாற்றம் குடை விரித்தது. அது, மூச்சை உள்வாங்கி வெளிவிடும்போது, பருத்த கழுகுகள் போன்ற ஜீவராசிகள் மூக்கின் உள்ளீர்க்கப் பட்டு, பின்பு செத்து வெந்த பதத்தில் வெளித்தள்ளப் பட்டன. அவற்றை அப்பேய் சேகரித்து வைத்து, பின்பு, திண்பண்டங்கள் போல் கொறித்தது. அந்தப் பேய்க்கு படு சுத்தமாக பற்களே இல்லை. எஃகுப்போல் கடினப்பட்ட ஈறுகள்தான் வாய்கொள்ளா அளவுக்கு நிறைந்திருந்தது. அதன் நாக்கு, ஈறுகளைத் துழவியபடி, பசிகொண்டு அலைந்தது. அதன் கண்கள், அப்போது தான் தூங்கியெழுந்தவனது போல ஊளை தள்ளி, பிரகாசம் குன்றி, மங்கல் பார்வை கொண்டு கலக்கமற்று இருந்தது. காது மடல்களின் அசைவு, புயற் காற்றை திசை திருப்பிவிடும் வேக வீரியத்தில் சுழன்றது. அது எழுப்பும் பேரோசை, காற்றைக் கிழித்துக்கொண்டு மேலெழும்பி, விண்மேகங்களின் மேல் மோதி எதிரொலித்தது. ஒரு பயங்கர ஆர்ப்பாட்டக்காரன் போல், கைகளை வீறு கொண்டு வீசியவாறு, நெஞ்சையும் தோள்களையும்

விஸ்தாரணமான வானப் பரப்பில் நிமிர்த்தி நிறுத்திக் கொண்டு, கால்களை மலைக் குன்றுகளென தூர தூரமாய் அகட்டி வைத்து, நிலம் அழுத்தி ஆழமான பள்ளங்களை உண்டாக்கிக்கொண்டு நடந்துசென்றது. வயிற்றைக் கலக்கியடிக்கும் பீதியும் அருவருப்பும்தான் அந்தப் பேயைப் பார்க்கும் எவருக்கும் கிடைக்கும் விபரீத குரூர தரிசனம். தூரத்தில் நெளியும் ஓர் அரணை, ஓணானைப் பார்க்க நேர்ந்தால்கூட, அச்சத்தில் அரண்டு அலறுகிற நீங்கள் மட்டும் விதிவிலக்கா என்ன?

சருமம் முழுவதும் ஊதா வர்ணத்தில் போர்த்தப்பட்டு, ஆங்காங்கே புரையோடிப்போன, கொள கொளப்பான புண்களிலிருந்து சீழ் வடிய, அதைச் சொறிந்து விட்டுக் கொண்டு அசிங்கம் பண்ணும் மூன்றாவது பேய், கட்டாந் தரையில் சம்மணம் போட்டு உட்கார்ந்திருந்தது. அப்படியும் அதன் ஆகிருதி, ஓங்கி வளர்ந்த தென்னையின் உச்சியைத் துழாவுகிறது போல் இருந்தது. புண்களிலிருந்து புறப்பட்டு வந்த பிணவாடை, குடலைப்புரட்டி எடுத்தது. அதன் கண்கள், மற்ற பேய்களினுடையது போல் சிறிதாக இல்லாமல், நெருப்புக் கொட்டும் ஆலையின் உலைபோல பெரிதாக இருந்து தக தகத்தன. மூக்கு, விடைத்து முன் தள்ளி, கண்கள் போலவே, முக விசாலத்தில் பெரும் பகுதியை ஆக்கிரமித்திருந்தது. அதன் உடம்பில் எங்கேயும் ரோமமே இல்லை. கசகசப்பான அதன் ஊதா நிற மேனியை மிகவும் விகாரமாக தோற்றங் கொள்ளச் செய்தது அது. குறிப்பாக, அப்பேயின் மொட்டைத் தலை, கானல் நீர்ப்பரப்பு போல் விரிந்து விசாலித்து, சூரியனின் கொடும் வெப்பத்தில் ஆவி பறக்கச் செய்து, மனதுள் அச்சத்தை விதைத்தது. அதன் தொண்டையிலிருந்து புறப்பட்ட சீற்றம் மிகுந்த ஓசை, பாம்பினது போல் கோபாக்கினி கொட்டிற்று. அதன் மொத்த உருவம் ஒரு நாட்பட்ட சீக்காளியின் அழுக்குப் பிடித்த கோவணம் போல், சுற்றுப்புறத்தின் காற்றை மாசு செய்து நாற அடித்தது. அப்பேயின் விகாரமான அசிங்கத் தோற்றம், உங்களை அருவருப்பிலும் பயத்திலும் மிரள வைப்பது நிச்சயம், சரிதானே?

நான்காவது பேய், பழுப்புநிற உடம்போடு, தீப்பற்றி எரியும் உச்சுமலைபோல் காட்சியளித்தது. அது மூச்சு வாங்கி மூச்சு

விடும்போது, தீக்கங்குகள் உள்ளுக்கும் வெளியேயுமாய், தெறித்து விழுந்து பயங்காட்டிற்று. அதன் மூக்குப்பகுதி, அந்த உஷ்ணத்தைத் தாக்குப்பிடிக்கும் வண்ணம், ஏதோ ஒரு கடின உலோகத்தால் உண்டாக்கப்பட்டதாய் இருந்தது. அதற்கு நெற்றியில் கொம்புகள் முளைத்திருந்தன. தலைமுடி, அதன் முதுகின் அடிப்பாகம் வரை வளர்ந்து, பின்நோக்கி வாரிவிடப்பட்டிருந்தது. நாற்றம் வீசும் பூக்களை அது தன் தலைமுடி அம்பாரத்தில் சொருகியிருந்தது. ஆம், மற்ற பேய்கள் மூன்றும் ஆண்களாய் இருக்க, இந்தப் பேய் பெண்ணாக இருந்தது. வெட்கம், மானம், ரோஷமற்று, மற்ற ஆண் பேய்கள் போல இதுவும் ஆடை எதுவும் அணியாது அம்மண கோலத்திலிருந்தது. இதுவும் நாற்பதடி உயர கட்டிட மாடியைத் தட்டிவிடும் அளவுக்கு உடல் ஆகிருதி பெற்றதாய் இருந்தது. அடிக்கடி, உடல் பாகங்களை கை நகங்களால் கீறிக்கொண்டு, வெகு துர்க்கந்தம் வீசிக் கசியும் இரத்தத்தை உடல் முழுதும் பூசிய வண்ணம் இருந்தது. ஆண் பேய்களை, மோகம் கொண்டு சீண்டியவாறு, சரச சல்லாபத்துக்கு தூபம் போட்டுக் கொண்டிருந்தது. பலநூறு ஓநாய்களின் குரல் வளைகளினின்று எழும் சப்த முழக்கம் போல், கோரமாக குரலெழுப்பி ஓலமிட்டபடி இருந்தது அது. அதன் விகாரமான தசை பெருத்த அவயவங்கள், இரத்தத்தை உறையச் செய்யும் பயங்கரம் மேலோங்கினவாய், பார்ப்பவர் மனதுள் திடுக், திடுக் என்ற பயத்தின் அதிர்வுகளை உண்டாக்கின. ஒரு பெண்ணுக்குரிய நளினம் சற்றும் இல்லாது, முரட்டுத்தனமான சுபாவ கொடூரத்தோடு இருந்தது அது. பார்த்தீர்களா? உங்கள் அச்சம் கொதி நிலையை அடைந்து, ஆவிபறக்க ஆரம்பித்து விட்டதல்லவா? ஏன் இப்போதே நடுநடுங்கத் துவங்கிவிட்டீர்கள்? இனிமேல் தான் கதையே இருக்கிறது. முகத்தில் துளிர்க்கும் வியர்வையைத் துடைத்துவிட்டுக் கொண்டு மேலே படியுங்கள்.

நான் அந்த நான்கு பேய்களையும் எதிர்பாராத விதமாகத் தான் சந்திக்க நேர்ந்தது. நான் வசித்துவந்த நகரை அடுத்திருந்த பெரிய பொட்டல் வெளியில், தினசரி நடைப்பயிற்சிக்காக நான் செல்வது வழக்கம். வேறு யாரும் அந்தப் பக்கம் அதிகம் போவதில்லை. காரணம், அது ஒரு மயான பூமி போல் எப்போதும் வெறிச்சோடிக் கிடந்ததுதான். கெட்ட காற்று

கருப்பு அடித்து விடுமோ என்ற அச்சம். எனக்கு அதிலெல்லாம் நம்பிக்கை இல்லை. உடற்பயிற்சி செய்ய ஏற்ற இடமாய் எனக்கு அது தோன்றியதால் அங்கு சென்றுவந்தேன். அப்போதுதான் ஒருநாள், அந்த மைதானம் முழுக்க தூசியும் துகளுமாய் குமைந்திருக்கக் காண நேர்ந்தது. என்னவென்று அறிய எட்டிப்பார்த்தபோது, நான்கு ராட்ஷச உருவமுடைய பேய்கள், முன்பு வர்ணித்த மாதிரி பயங்கர, வெவ்வேறு தோற்றமுடையவைகளாய், அங்கே கொட்டாரமடித்து குதித்து விளையாடிக் கொண்டிருந்ததைப் பார்த்தேன். அவை கிளப்பிய புழுதிதான் எங்கும் வியாபித்திருந்தது. அவைகளைக் கண்ட நான், பயத்தில் வெலவெலத்து, செய்வதறியாது திகைத்துப் போய், நடக்கத் தெம்பற்று, இருந்த இடத்திலேயே கட்டாந்தரையில் விழுந்து விட்டேன். அந்த திறந்த வெளியில், பேய்கள் நான்கும், தான்தோன்றித் தனமாக கும்மாளமிட்டவாறு ஆர்ப்பாட்டம் செய்து கொண்டிருந்தன. அவற்றின் பிரமாண்டமான உருவங்களின் முன்னால், நான் ஒரு சிற்றெறும்பு போல் ஊர்ந்து கொண்டு, அவற்றை நோட்டமிட்டபடி இருந்தேன். நான் என் சர்வாங்கமும் பீதியில் உறைந்து போனவனாய், பூமி அதிர்ந்து, குலுங்கி, பாளம் பாளமாக வெடிப்புற, ஆட்ட பாட்ட கொண்டாட்டத்தில் மும்முரமாய் ஈடுபட்டுக் கொண்டிருந்த அந்த பூத கணங்களின் கூத்தடிப்புக்கு, ஒரு பரிதாபகரமான நர சாட்சியாய் கூனிக் குறுகிப்போய்க் கிடந்தேன்.

அப்போது என் செல்போன் ரிங்கிற்று. எடுத்து யாரென்று பார்த்தேன். என் மனைவி. தொடர்பு கொண்டேன். ‘பேப்பரில் ஒரு செய்தி வந்திருக்கிறது. நீங்கள் பொட்டல் வெளிப்பக்கம் போயிருந்தால் உடனே வந்துவிடுங்கள். ஆபத்து’ என்றாள். ‘என்ன?’ என்று கேட்டேன். ‘நரகலோகத்திலிருந்து தப்பித்து நான்கு பேய்கள் நம் உலகத்துக்கு வந்திருக்கின்றனவாம்! என்றாள். ‘இதெல்லாம் பேப்பரில் போடுவார்களா? எப்படிக் கிடைக்கிறது செய்தி அவர்களுக்கு? சரி, மேலே சொல் என்றேன். ‘அந்தப் பேய்கள், தற்பொழுது தமிழ்நாட்டில், நெருநெல் வேலி என்ற நகரத்தின் மேற்கேயுள்ள அத்துவானமான பொட்டல் வெளியில் டேரா போட்டிருக்கின்றனவாம். ஆமாம். நம்மூரில்தான். நீங்கள் அந்தப் பொட்டல் வெளிக்குத்தானே உடற்பயிற்சிக்குச் செல்வீர்கள்? அங்குதானே இருக்கிறீர்கள்?

தாமதிக்காமல் உடனே கிளம்பிவிடுங்கள் என்றாள். இப்போது நான் அந்தப் பேய்களின் நடவடிக்கைகளைக் கவனித்துக் கொண்டுதான் இருக்கிறேன். ஆபத்தென்றால் சும்மா பார்த்துக் கொண்டிருப்பேனா? உடனே புறப்பட்டு விடுவேன். கவலைப்படாதே என்று சொல்லிவிட்டு செல்போன் தொடர்பைத் துண்டித்துவிட்டேன். பேய்களின் செயல் களைக் கண்டு, கவனித்து, ரசிக்கும் பயம் கலந்த ஆவல் உந்த, அதற்கான ஆயத்தங்களில் ஈடுபட ஆரம்பித்தேன்.

திடீரென்று, ஊதா நிறப்பேய், பளபளக்கும் மொட்டைத் தலையை தடவியபடி, சீண்டிவிடப்பட்ட பாம்புபோல் சீறிற்று. அது என்னை நோக்கி பாயும் தறுவாயிலிருந்தது. எங்கிருந்துதான் பலம் வந்ததோ, நான் எழுந்து, படபட வென்று அடிக்கும் இதயத்தைக் கைகளில் தாங்கிப்பிடித்த படி ஓட ஆரம்பித்தேன். அந்தப் பேய், தன் வலது கையை நீட்டி என்னைத் தடுக்க முயன்றது. நான், அதன் விரல்களுக்கு நடுவே இருந்த இடைவெளிகளில் சாமர்த்தியமாக நுழைந்து, பிடிபடாமல் நழுவி ஓடி எப்படியோ தப்பித்து, அதன் நீண்ட கையின் எல்லைக்கு அப்பால் வந்து விழுந்தேன். தரையில் அமர்ந்திருந்த நிலையில் ஆட்டம் போட்டுக் கொண்டிருந்த அந்தப் பேய் எழுந்து வராதிருந்தது என் யோகம்தான். மற்ற பேய்களும் தம் கூத்தாடுதல்களுக்கிடையே, என்னை ஒரு பொருட்டாக மதிக்காமல் சும்மா இருந்ததும் என் அதிர்ஷ்டம் தான். நான் தப்பித்து, காடு மேடு கடந்து வீடு போய்ச் சேர்ந்ததும் தான் என் மனைவிக்கு நிம்மதி. எனக்கும் போன உயிர் திருப்பி வந்ததுபோல் இருந்தது. பேய்களிடம் அகப்பட்டிருந்தால் என்ன ஆகியிருப்பேன்? நினைக்கவே உள்ளம் அஞ்சியது.

சிலமணி நேரத்தில், நெருநெல்வேலி நகரத்தை பதற்றம் கவ்விக் கொண்டது. தங்கள் நகருக்கு மிக அருகிலேயே நான்கு பேய்கள் வந்து முகாமிட்டிருக்கின்றன என்ற செய்தி மக்களை கலக்கமுற வைத்தது. இனி, நகருக்குள்ளேயே அவை நுழைந்துவிட அதிக நேரம் ஆகாது என்கிற பயம் எல்லோரையும் தொற்றிக் கொண்டது. மேட்டுப் பகுதியில் வசிக்கும் ஜனங்களால் அப்பேய்களின் நடமாட்டத்தை ஓரளவுக்கு கண்டுகொள்ள முடிவதாய் இருந்தது. ஒரு நிழற்படம் போல் அந்தக் காட்சி அவர்களுக்கு தோற்றம்

தந்தது. பேய்கள் நகரை நோக்கி நகர ஆரம்பித்துவிட்டன என்பதைப் பார்த்து தெரிந்து கொண்ட அவர்கள், பீதியில் உறைந்து போனார்கள். செய்தி நகர் முழுவதும் பரவிற்று. அரசு அலுவலகங்கள், தனியார் நிறுவனங்கள், கல்லூரிகள், பள்ளிகள் முதலியவற்றுக்கு விடுமுறை அறிவிக்கப்பட்டது. கடைகள் கண்ணிகள் மூடப்பட்டன. அனைவரும் தத்தமது வீடுகளினுள் முடங்கிக் கொண்டனர். தெருக்கள் யாவும் வெறிச்சோடிப் போயின. பயமெனும் ஆவி, நகரைச் சுற்றி வளைத்துக்கொண்டது.

மக்கள் எதிர்பார்த்து அஞ்சியபடியே, சிறிது நேரத்துக்குள் பேய்கள் நான்கும் நகருக்குள் புகுந்துவிட்டன. ஏகோபித்த ஆரவாரத்தோடு அவைகள் நகர சாலைகளில், பூமி அதிர நடந்து சென்றன. எங்கும் ஒரு நரனைக்கூட காணமுடியாத ஏமாற்றம் அவைகளை கோபம் கொள்ளச் செய்தது. வீதிகளின் ஓரங்களிலிருந்த வீடுகள், கடைகள், அலுவலகங்கள், கோவில்கள், மருத்துவமனைகள், சத்திரம், சாவடிகள் திருமண மண்டபங்கள், பள்ளிகள், கல்லூரிகள் போன்ற எல்லா கட்டிடங்களின் முகப்புப் பகுதிகளையும் கால்களால் மிதித்து, கைகளால் அடித்து நொறுக்கி துவம்சம் செய்தன. நகரே பூகம்பத்தில் பாதிப்புக்குள்ளான இடிபாடுகள் போல் சோபை இழந்து காட்சியளித்தது. பேய்களுக்கு அதிர்ஷ்ட மில்லையோ என்னவோ, அவைகள் பசிக்குத் தீனியாக ஓர் உயிரினம்கூட சிக்கவில்லை. அதுவே அந்நகர ஜீவராசிகளின் அதிர்ஷ்டமும் ஆகும்.

நான்கு பேய்களும் ஏமாற்றத்துடன் அந்த நகரைக் கடந்து அப்பால் சென்றுவிட்டன... ச்சீ... அட ச்சை, பேய்களாவது பித்துக்குளி முண்டங்களாவது. இதென்ன ஆக்கங்கெட்ட மூளித் தனமான கதை? ஒரு விவஸ்தை இல்லாது, சிறுபிள்ளைத் தனமான கதையை விஸ்தாரணமாக விலாவாரியாக எழுதிக் கொண்டிருக்கிற என்னைச் சொல்ல வேண்டும். பேய்களின் சிடுமூஞ்சித்தனமான போக்கையும் வரத்தையும் எழுதுகிற துர்பாக்கிய வசத்தை நான் குத்தகைக்கு எடுத்துக் கொண்டேனா என்ன? இலக்கியச் சுரனை அற்றுப்போன பித்துக்குளி ஆகி விட்டேனா? ஒரு கைச் சுத்தம், எழுத்துச் சுத்தம் வேண்டாம், நானும் ஒரு இலக்கிய எழுத்தாளன் என்று தம்பட்டம்

அடித்துக் கொள்கிற எனக்கு? நானும் எழுதுகிறேன் என்று நீங்களும் முகம் சுழிக்காமல் வாசித்துக் கொண்டிருக்கிறீர்களே? எனக்குப் புத்திசொல்லி என்னைத் திருத்திவிட்டிருக்க வேண்டாமா நீங்கள்? இலக்கியம் படைக்கிற என் மூளை, ஆயாசம் அடைந்து சோர்ந்து தளர்ந்துபோய், உதவாக்கரை யான அசூயை கொண்ட, பாமரத்தனமான எழுத்துக்கு அடிவருடியாய் போய்விட்ட கேவலத்தை என் மூஞ்சில் சப்பென்று அறைகிற மாதிரி எனக்கு நீங்கள் உணர்த்தி இருக்க வேண்டாமா? என்ன போங்கள், உங்கள் பக்கமும் தவறு இருக்கிறது பார்த்தீர்களா?

சரி போகட்டும், இனியாவது என் இலக்கியத்தரமான கற்பனை வளத்தை சேதமடையாது காத்துக்கொண்டு, கீழ்த்தரமான இதுபோன்ற எழுத்தைத் தவிர்த்துக்கொள்ள வேண்டியதுதான். நான் இப்படி ஒரு தவறு மறுபடி நேர்ந்துவிடாதபடி பார்த்துக்கொள்ள வேண்டியதுதான்... என்ன? என்ன எழுதினேன் இப்போது நான்? திருத்திக் கொள்ள வேண்டும் என்றா? ஐயகோ, எப்படிப்பட்ட ஒரு அறிவிலி நான்? என் புத்திக்கு இப்போதாவது எட்டியதே. திடீர் ஞானோதயம் என்கிறார்களே, அது இதுதானா? அப்படி எளிதில் சோரம் போய் விடுவேனா என்ன நான்? எழுத்தில் தாழ்ந்து போய், என்றைக்கும் நான் இளக்காரப் பட்டுப் போய்விடமாட்டேன் என்று ஏற்கனவே ஒரு குறலி சொல்லிற்று. அது இப்போது உண்மையாய்ப் போயிற்று பார்த்தீர்களா? இதுவரை பேய்களைப் பற்றி நான் எழுதியவை யாவும் இலக்கிய நயம் பொங்கும் சீரிய படைப்புத்தான் என இப்போது அல்லவா எனக்குப் புரிய வருகிறது? உங்களுக்கு உண்மை புலப்படவில்லை? இதோ, இப்போது சொல்கிறேன் கேளுங்கள். இதுவரை நான் இக்கதையில் எழுதியவைகளில், இலக்கியார்த்துவமான ஒரு தத்துவ வித்தகம், நூலிடைப் பாவு போல், மின்னி ஒளிரும் ஒரு சுடர்போல் ஊடாடி ஓடுகிற நேர்த்தி தெரிகிறதா உங்களுக்கு? என்ன, பேந்தப் பேந்த விழிக்கிறீர்கள்? சுத்த ஞானசூனியமா நீங்கள்? போகட்டும், இன்னும் கொஞ்ச நேரத்தில், நான் எழுதப் போவதை வாசித்த பின்பு, வியப்பில் விழிபிதுங்கப் போகிறீர்கள். அது தான் உண்மை. இலக்கிய ஆர்வலர்கள்தானே நீங்கள்? அப்படியானால் உங்களை எளிதில் புரிய வைத்துவிடலாம்.

ஏதோ சப்பைக் கட்டு கட்டுகிறேன் என்று எண்ணி விடாதீர்கள். பேய்களைப் பற்றிய பயத்திலேயே மூழ்கிக் கிடந்த உங்களுக்கு, நான் கொடுக்கும் மாற்று மருந்து இது. அருந்துங்கள், பயம் தெளியும், இலக்கிய நயம் வெளிப்படும். ஏது, பீடிகை பெரிதாக இருக்கிறதே என்ற சிரிப்பும் கிண்டல் கிண்ணாரமெல்லாம் வேண்டாம். மேற்கொண்டு, உங்களுக்குப் புரியும்படி எழுது கிறேன், வாசியுங்கள்.

உண்மையில், பேய்களைப் பற்றியதல்ல இக்கதை. மேலோட்டமாக பேய்கள் வரலாம், போகலாம். அவற்றைச் சற்றே விலக்கித்தள்ளி வைத்துவிட்டு, உள்ளாழமாய், மறை பொருளாய் உணர்த்தப்படும் கலைக்கூறு உணர்வதே சிலாக்கியம். என்ன புதிர்போல் இருக்கிறதா? வாசிக்க வாசிக்க புதிர்விடுபடும். சளைக்காமல் வாசித்தபடி இருங்கள்.

ஆரம்பத்திலேயே சொன்னேன், நேரில் பேசுவது போல எழுதுவதே இக்கதைக்கு ஏற்புடைத்தான உத்தி என்று. அதன் உள்ளர்த்தம் என்னவென்று தெரியுமா? ஒரு தரமான இலக்கியப் படைப்பு இது, வெகுஜன ரசனை கொண்ட மூன்றாமவர்க்கு இது தெரிய வேண்டிய அவசியமில்லை. நவீன கலையின்பால் நாட்டமுள்ள உங்களுக்கும் எனக்கும் மட்டும் தெரிந்தால் போதும் என்னும் உள் நுணுக்கத்தையே அது குறிக்கிறது. என்ன படித்தீர்களா? அர்த்தத்தை அனர்த்த மாக்குகிற வித்தை எனக்கு கை வந்துவிட்டதைக் கவனித்தீர்களா? மேலும் படியுங்கள்.

இக்கதையை வாசிக்கும் உங்களுக்கு ஒரு சுவாரஸ்யம், தொடை நடுங்கித்தனம், அடிதலை தடுமாற்றம் (முதல் முடிவு தெரியாது தடுமாறுதல்), அருவருப்பு, குமட்டல் போன்றவை நிச்சயம் உண்டு என்று எழுதினேன். அது பேய்களை மேலோட்டமாய்க் குறிக்கிறது போல் இருப்பது வாஸ்தவந்தான். ஆனால் அதன் உள்ளோட்டம் உணர்ந்தீர்களா? இலக்கியத் தரம் வாய்ந்த எந்தப் படைப்பும், கூர்மதியின் ஆணிவேரென, இலக்கிய ரசனை என்னும் நிலத்தினடியில் உள்ளே உள்ளே பாய்ந்து சென்று, வாசிப்பின் தாத்பரியத்தை மேலும் மேலுமாய் ஸ்திரப்படுத்தி, சிந்தையை முற்றிலுமாய் தன்வசம் ஈர்த்து, அந்த இலக்கியப் படைப்போடு ஒன்றி ஒருமித்து, அதன் நயத்தை, வெளியே ஒரு துளிகூட சிந்திச்

சிதறிவிடாதபடி முற்றிலுமாய் கிரகித்துக்கொள்ளும் பாங்குடைத்தது என்பதே அதன் பொருளாகும். என்ன புரியவில்லையா? வாசிக்கிற கதையோடு ஒன்றிப்போனால் தானே, அதனுடைய மையக் கருத்தின் தாக்கம் வாசிப்பவர் களின் மனதில் பிரதிபலிக்கும்? அதைத்தான் சொன்னேன். இப்போது புரிகிறதா?

சரி, நான்கு பேய்களைப் பற்றிய வர்ணனை, அவற்றின் ஆகிருதி குறித்த சாதாரணமான எழுத்தோட்டம் என்றா எண்ணுகிறீர்கள்? அல்ல, அல்ல. நீங்கள் நினைப்பது தவறு. இந்த இலக்கியத்தரமான கதையில் வரும் நான்கு கதா பாத்திரங்களின், நான்கு வெவ்வேறு நபர்களின் குணக் கூறுகளை விவரமாகச் சொல்லும், அவர்களைப் பற்றிய ஆரம்ப அறிமுகமும் தொகுப்புரையும் ஆகும் அது. அவர்கள் இயல்பில் கதையின் கதாநாயகர்கள் அல்ல. வில்லர்களாக இருக்கிறார்கள். மோசமான, தீய குணமுள்ளவர்களாக இருக்கிறார்கள். அவர்களின் குணக்கேடுகள் பற்றிய விவரம், பேய்களின் அகோர அவயவங்கள் பற்றிய விவரணங்களாக மாற்றுருவம் கொண்டுள்ளது. உதாரணத்துக்கு, கருப்பு நிறப்பேயை வர்ணிக்கும்போது, ‘அதன் முகத்தின் கோரம், விகார நரகம், அருவருப்பின் ஒட்டுமொத்த அவலட்சணம்’ என்று எழுதியிருந்தேன். உண்மையில் அது, கதையின் வில்லர்களில் ஒருவனுடைய குரூரங்கள் அப்பிக் கருத்துப் போன அவனது மனது பற்றிய விருத்தாந்தமே ஆகும். பேயின் முக விகாரமும் அருவருப்பும் அவலட்சணமும் அந்த குறிப் பிட்ட வில்லனின் மனதினுடைய பிரதிபலிப்பே ஆகும்.

மேற்கண்டவற்றைப் படித்துவிட்டீர்களா? இப்பொழுது உங்களுக்கு கதையின் மைய உள்நாதம் என்னவென்று புரிகிறது அல்லவா? பேயுருவில் எழுதப்பட்ட, கெட்ட குணங் களுக்குச் சொந்தக்காரர்களான ான்கு வில்லர்கள் உங்கள் மனக்கண்களுக்குப் புலப்பட்டுவிட்டார்கள் அல்லவா? இன்னும் மேலே விவரமாக, ஆதாரப்பூர்வமாக எழுதுகிறேன், வாசியுங்கள். கதையின் நிஜரூபம் என்னவென்று நீங்கள் முற்று முழுக்க தெரிந்துகொள்ளும் வரை உங்களை நான் விடப்போவதில்லை.

நான்கு பேய்களும் பொட்டல் வெளியிலுள்ள பெரிய மைதானத்தை ஆக்கிரமித்துக் கொண்டன என்பது, கதையின் நான்கு வில்லர்களும் அவர்களின் மனமெனும் பாழ் நிலைத்தை, கெட்ட காரியங்களுக்கென வலிந்து கவர்ந்து கொண்டார்கள் என்ற அர்த்தத்தில்தான். என் செல்போன் ரிங்கியதும் அதில் என் மனைவிபேசியதும் நான் பதில் சொன்னதும் போன்ற நிகழ்வுகள், நான்கு வில்லர்களின் வாழ்க்கையோடு, அவர்களுடைய கதையை எழுதும் என்னுடைய தொடர்பு சம்பந்தமான சங்கதிகள்தான். ஊதா நிறப்பேய் என்னைத் தாக்கத் தலைப்பட்டதும் நான் என் சாமர்த்தியத்தால் அதனிடமிருந்து தப்பித்து வந்ததும் மொட்டைத் தலைக்கும் முழங்கால்களுக்கும் முடிச்சுப் போடுகிற வெற்றுச் சமாச்சாரங்களல்ல. வில்லர்களுக்கும் கதை சொல்லும் எனக்கும் ஒத்துப் போவதில்லை என்பதை சூசகமாக சுட்டிக்காட்டும் ஒரு அர்த்தமுள்ள சம்பவச் சுருக்கமே அது. இப்போது, கதாசிரியனான நான் கதையில் தலையிடலாமா என்று கேட்பீர்கள். ஏன் கூடாது? கதையின் வில்லர்கள் உண்மையில் யார் யார் என்று நான் எந்த இடத்திலும் குறிப்பிடவில்லை. அது உங்களுக்கும் அந்த வில்லர்களுக்கும் கூட தெரியாது. மேலும் மறைமுகமாகவே அவர்களை நான் கதையில் இணைத்துள்ளேன். அப்படியிருக்க, அவர்களைக் கதாபாத்திரங்களாக வைத்து கதையை எழுதுவதும் அவர்களுடன் எனக்குள்ள தொடர்பைச் சுட்டிக்காட்டுவதும் ஒரு புதிய உத்தியே ஒழிய வேறில்லை.

பேய்கள் நகருக்குள் நுழைந்தது, கட்டடங்களை உடைத்து நொறுக்கி பாழாக்கியது, பசியாற உணவு கிடைக்காமல் ஏமாற்றத்துடன் நகரைக் கடந்து சென்றுவிட்டது முதலிய சம்பவங்கள், வில்லர்களுடைய வாழ்க்கையோடு ஒப்பிட்டு நோக்கத்தக்கவை. கெட்ட வில்லர்கள், நல்ல உள்ளம் படைத்த நகர் மாந்தர்களுக்குக் கொடுக்கிற மனோரீதியான தொந்தரவுகள், அவர்கள் பொதுச் சொத்துகளுக்கு ஏற்படுத்துகிற சீரழிவுகள், இறுதியில் வாய்மையே வென்று, வில்லர்களுக்கு ஏமாற்றம் மிஞ்சிட, அவர்கள் செய்கைகள் யாவும் பயனற்று வீணாய்ப் போக, நல்ல மனிதர்களைவிட்டு அவர்கள் தூர விலகிச் செல்லும் பரிதாபம் போன்றவை இலக்கிய நலம் குறையாது கதையில் சித்தரிக்கப்பட்டுள்ளன.

வாசகர்கள் மனதில் ஒரு பீதியை உண்டாக்க வேண்டும் என்ற நோக்கில் இக்கதை எழுதப்பட்டது போல் தோன்று கிறதா உங்களுக்கு? அதுவல்ல உண்மை. உருவகிக்கப்பட்ட பேய்களைப் பற்றியல்ல, அவற்றின் பிரதிபிம்பங்களான நிஜ வில்லர்களின் அதர்ம சேஷ்டைகளைக் கண்டு பயந்து ஒதுங்க வேண்டும் என்பதே இக்கதையின் அடிநாதமான மையக் கருத்தாகும்.

இந்தக் கதையின் கதாபாத்திரங்கள், நான்கு புரையோடிப் போன வில்லர்களே எனினும், தரமுயர்ந்த ஓர் இலக்கிய வார்ப்பின் பிரதிநிதிகளாக தங்களை அவர்கள் இனங்காட்டு கிறார்கள். இன்னும் ஒரு தடவை வாசித்துப் பாருங்கள். பேய்களா தெரிகின்றன? இல்லையே? சாட்சாத் வில்லர்கள், அதாவது இலக்கிய மாந்தர்கள் தெரிகிறார்கள்தானே? நல்லிலக்கியத்தின் அழகு நர்த்தம், இதிலுள்ள ஒவ்வொரு சொல்லிலும் இழையோடிச் செல்வதை கண்கூடாகக்கண்டு அலட்சியம் செய்யாதீர்கள். ஒரு தத்துவ பொக்கிஷம் என்று புகழாரம் சூட்டுங்கள். அடி சக்கை, உடனேயே இதன் புகழ் பாட ஆரம்பித்துவிட்டீர்களே? இதுவல்லவா ஒரு இலக்கிய வாசகனுக்கு அழகு? இலக்கிய ஜாம்பவானான என்னை அடையாளம் கண்டு கொண்டீர்களே, அது போதும், சரி, இனி மீதிக்கதையை எழுத ஆரம்பிக்கவா???

சாவுதான் ஞாயத் தீர்வா?

கோவில் மணி ஓசை கேட்டோ, சேவல் கூவியோ, அலாரம் வைத்தோ, சுவர்க் கடிகாரத்தில் மணி பார்த்தோ, வேறு ஏதும் சப்த சந்தடி ஏற்பட்டோ தினசரி காலை தூக்கம் கலைந்து விழித்தெழுவதில்லை கற்பகம். அவையெல்லாம் உறக்கத்தைத் தொந்தரவு செய்வனவாய் இருந்தனவே தவிர, முழு விழிப்புக்கு உத்திரவாதம் தருகிறவைகளாய் இல்லை. மாறாக, காலை மணி நாலரை ஆகும்போது, அவள் மனசும் உடம்பும் வெகு இயல்பாய், தம்மைத்தானே உசுப்பிவிட்டுக் கொள்ளும். அது பூரண விழிப்புக்குத் தூண்டுகோலாய் இருந்து, வலுவடைந்து, தூக்கக் கலக்கங்களை முற்றிலுமாய் விரட்டி யோட்டிவிடும். அப்படித் தம்மை அப்பியாசித்துக் கொண் டிருந்தன அவை. எல்லாம், காரண காரியத்தோடு இணங்கிப் போகிற மனப்பயிற்சி, அதன் தொடர்பான உடல் ஒத்துழைப்பு ஆகியவற்றால் நிகழ்ந்த பின்விளைவுதான் அவள், தன் கணவனுக்காகப் பழக்கிக் கொண்டது. இன்னும் தொடர்பு துண்டிக்கப்படாமல் இருந்துவருகிறது. இப்போது, நாலரைக் கெல்லாம் எழுந்து, செய்தேயாக வேண்டிய தலை போகிற காரியம் எதுவுமில்லைதான். ஆனால், அந்தப் பொழுதின் வினாடி சுத்தமான அவசியம், அவள் கணவனை தினம் தவறாமல் நினைவு கூர்தலுக்கான பவித்திர நேரமாக அவள் மனதில் வேரூன்றிப் போனது. அவளது பதிபக்தியின் தாத்பரியம் அவ்வளவு பெரியது.

விழிப்பு வந்த உடனேயே எழுந்து, கண்களை மூடியபடியே அடுத்திருக்கும் தொட்டிலண்டை சென்று, அதை விரித்து, பாசம் பொங்க உள்ளே நோக்குவாள் கற்பகம். மங்கிய மண்ணெண்ணெய் விளக்கு வெளிச்சத்தில், உறங்கிக் கொண் டிருக்கும் குழந்தை மீனாட்சியின் கண்கொள்ளாக் காட்சி

கிடைக்கும் அவளுக்கு. மனம் பூரித்துப் போய், குழந்தை விழித்துக் கொள்ளாமல், அலுங்காமல், பூப்போல அதனைத் தொட்டு முத்தமிடுவாள். உச்சி மோந்தபடி, கணவன் மீனாட்சி சுந்தரத்தை நினைத்துக் கொள்வாள். கண்கள் பனித்துப் போய்விடும். பல சந்தர்ப்பங்களில், துக்கம் தாளாது ஏங்கி ஏங்கி அழுதும் விடுவாள்.

நாளின் ஆரம்பமே சோகமெனினும் அது வாழ்க்கையின் அர்த்தத்தை உள்வாங்கியதாக, அன்றாடத் தேவையாக, தவிர்க்கப்படக் கூடாததாக இருந்து வந்தது கற்பகத்துக்கு. அந்த துக்கசாகர அலைவீச்சில், குழந்தை மீனாட்சி எந்த வித பாதிப்புக்கும் உட்பட்டுவிடாதபடி மிகக் கவனமாய்ப் பார்த்துக் கொள்வாள். நீ கருவுற்ற நேரம்... என்று கரிந்து கொட்டுகிற தாய் இல்லை அவள். கணவன் தன் ஞாபகமாக விட்டுச் சென்ற அரிய பரிசு அந்தக் குழந்தை என்ற எண்ணமே அவளுள் மேலோங்கி இருந்தது. குழந்தையின் சாயலில் கணவனைக் கண்டாள். அதுவே அவளுக்கு ஆறுதலாய் இருந்தது. ஒரு இளம் விதவையாய், வாழ்வின் பிரச்சினைகளை எதிர்கொள்ள தெம்பைத் தந்தது. உலகின் ஆசாபாசங்கள் தன்னைத் தீண்டாமல் தற்காத்துக்கொள்ள, குழந்தையின் பிரசன்னம் ஒரு அரணாய் இருந்தது. அந்த வகையில் அவள் தன் குழந்தையை, கணவனை நேசித்ததுபோல் அதிகம் அதிகமாக நேசிக்கலானாள். அப்பா இல்லாத குறையை குழந்தை இன்னும் ஸ்பரிசிக்கவில்லை. அம்மாவின் அழுகையும் அதற்குத் தெரியாது. கள்ளங்கபடமற்ற அக் குழந்தைக்கு ஒன்றரை வயதே ஆகியிருந்தது.

எப்போதும், எந்தக் கோணத்திலிருந்து பார்த்தாலும் சிரித்துக் கொண்டிருப்பது போலவே ஒரு முக அமைப்பு மீனாட்சி சுந்தரத்துக்கு. அது அவனது பிறப்போடு ஒட்டிய சிறப்பு அம்சம். அவனோடு இணைந்து வாழ்ந்த சொற்ப காலத்தில், அவன் அழகிய வதனத்தில், அந்த நிரந்தர குறுநகை யைத் தவிர்த்து வேறு எந்த சோகச் சாயலையும் கண்ட தில்லை கற்பகம். அவன் இறந்துபோன பின்புகூட, அவன் உடலை வீட்டின் வெளி முற்றத்தில் கிடத்தியிருக்க, அதனைக் கண்ட அனைவருக்கும், புன்னகை புரிந்து கொண்டு உறங்குகிறான் என்றுதான் நினைக்கத் தோன்றிற்று. அப்படி

ஒரு தேஜசும் மலர்ச்சியும். சாக்காடுகூட காவு கொண்டுவிட வில்லை அதை. அவன் மரித்துப் போனான் என்பதை இன்று வரை கற்பகத்துக்கு நம்ப முடியவில்லை. குழந்தை மீனாட்சி சுந்தரியின் உருவத்தில் வந்து தன்னோடு வாழ்ந்து கொண் டிருக்கிறான் என்றே விசுவாசித்த வண்ணம் இருந்தாள். குழந்தைக்கு அவன் பெயரை இட அதுவே காரணமாயிற்று. துக்கங்களை ஈடுகட்ட, எண்ணத்தில், அதனை அடியொற்றிய வாறு ஒரு புதுப்புனைவு எழுவது, மனதுக்கு எவ்வளவோ ஆறுதல் அளிக்கிற விஷயமாய் இருந்தது கற்பகத்துக்கு. முன்பு, தினமும் அதிகாலையில் விழித்தெழுகையில், ஆக முதலாவதாக, தூங்குகிற கணவன் முகதரிசனம் கிடைப்பது தான், நாள் முழுமைக்கும் போதுமான புத்துர்வையும் உற்சாகத்தையும் தரும் மூலாதாரமாக இருந்துவந்தது அவளுக்கு. இப்போது, குழந்தை மீனாவின் அதே அதுவான காட்சிக்கினிய முகதரிசனை, கணவனின் நிரந்த புன்முறுவல் தவழும் முகத்தைப் பிரதி எடுத்த மாதிரி குழந்தைக்கும்.

மீனாட்சிசுந்தரம் வேலை பார்த்துவந்த தொழிற்சாலை, தினமும் காலை ஆறு மணிக்கு உற்பத்தியைத் தொடங்கி விடும். அது, மாலை ஆறு மணி வரை தொடரும். வேலை பார்ப்பவர்களுக்கு, அவர்கள் விரும்பினால், தினமும் நான்கு மணி நேரம் ஓவர்டைம். விரும்பவில்லையெனில், மதியம் இரண்டு மணிக்கு வீடு திரும்பிவிடலாம். மீனாட்சி சுந்தரம், தினசரி ஓவர் டைமில் வேலை பார்க்கும்படி, தன்னைத் தயார்படுத்திக் கொண்டிருந்தான். அதனால் கிடைக்கும் உபரி வருமானம், அவனது குடும்பத் தேவைக்கு, தொட்டும் தொடாமலும் போதுமானதாய் இருந்தது. ஆனாலும் ஏழ்மையே மிஞ்சிற்று.

ஒவ்வொரு நாளும் காலை ஐந்து மணிக்கு மீனாட்சி சுந்தரத்தை எழுப்பி விடுவாள் கற்பகம். காலைக் கடன்களை முடித்து, டிபன் சாப்பிட்டுவிட்டு, மதிய உணவையும் கையில் எடுத்துக்கொண்டு, ஐந்தரை மணிக்கு சைக்கிளில் கிளம்பி, ஆறுமணிக்கு வேலைத்தளம் சென்றடைவான் மீனாட்சிசுந்தரம். மாலை வேலை முடிந்து ஏழு மணிக்கு வீடு வந்தடைவான். ஞாயிறு விடுமுறை மற்றும் முக்கிய பண்டிகை தினங்களிலும் லீவு. அந்த ஓய்வு நாட்களில்,

மனைவி கற்பகத்தோடு கூடிக்களித்திருந்து நேரத்தைச் செலவிடுவான். நோய் நோக்காடு என்று படுத்ததில்லை. என்றைக்கும் உற்சாகம்தான். மனைவியோடு சல்லாபம்தான். பெற்றோரை இழந்த தனிக்கட்டையாக இருந்த அவன், திருமணமாகி நான்காவது மாத நடுவில், மனைவி கர்ப்பமாய் இருக்க, யாதொரு முகாந்தரமுமின்றி திடுதிப்பென இறந்து போனான். சடுதி வாழ்வு சடுதி மரணம். எல்லாம் அவசர அவசரமாக. சோகித்து அழுது அரற்ற, அவனைப்போலவே அனாதரவாளியாய் இருந்து, திருமணமாகி, பின்பு திடீர்க் கைம்மைக்குப் பலியாகி, பச்சிளங்குழந்தை ஒன்றுக்குத் தாயாய் ஆகிவிட்ட கற்பகம் என்ற ஓர் இளம் பெண் குஞ்சு தான் மிஞ்சியிருந்தது. அவ்வளவே, நிலையற்ற உயிர்மூச்சின் அவசரக்குடுக்கைத்தனமான இறுதித் துடிப்பின் சோகச் சரிதை. விவரித்துச் சொல்வதானாலும், அதற்குள்ளேயே தான் எல்லாமும் அடக்கம். வாழ்வின் தொடக்கமும் முடிவும் ஒரே புள்ளியில் சங்கமிக்கிறது போன்றதான துயரகீதத்தின் தொனிக்கிரக்கம் அது. சௌஜன்ய, சோபன இறை மாட்சியின் நையாண்டிக் கவிதையும்கூட அதுதான். அதுவே கற்பகத்தின் தெய்வ தூஷணையின் அடிநாதமாய்ப் போயிற்று.

முப்பது வயது சாவதற்குரிய வயதா? நல்லவர்களுள் சிலருக்கு அவ்வளவு வாழ்ந்தால் போதுமென்று தோன்றும் போலும். அதில் மீனாட்சி சுந்தரமும் அடக்கம் என்பதுதான் பரிதாபம். அவன் மிக மிக நல்லவன் என்பது ஊர்ப்பிரசித்தம். அவனுக்கும் கற்பகத்துக்கும் திருமணமாகியிருந்த புதிதில், திருஷ்டி பட்டுவிடும் போல் ஜோடிப் பொருத்தம் என்று வியந்தார்கள் கண்ட அனைவரும். நீடூழி வாழ வேண்டு மென்று வாழ்த்தினார்கள். தம்பதியரின் ஏழ்மை, திருஷ்டி பரிகாரமோ எனவும் பேசிக்கொண்டார்கள். உண்மை நிலவரப்படி, ஊட்டி கொடைக்கானல் என்றுகூட போய் தேனிலவு கொண்டாடுகிற வசதியெல்லாம் இல்லை அவர் களுக்கு. உள்ளூரில் இன்பத்தேன் இனிக்க, நேச உறவோடு மோகித்து ஒன்றித்திருந்ததிலேயே, வெளியூர்த் தேனிலவெல் லாம் பின்னிட்டோடிப் போயிற்று. அப்படி ஒரு அந்நியோந் நியமும் பரஸ்பர காதலின் நுண்சிலிர்ப்பும் ஆற்றொழுக்குப் போல் நுரையிட்டோடிற்று அவர்களுக்கிடையே. ஆனால் என்ன கண்ணூறோ, சாபமோ அவர்கள் கூடி வாழ்ந்த

காலத்தை வெறும் நாட்களில் எண்ணிவிடலாம் போலாயிற்று. மீனாட்சி சுந்தரத்தின் உடலில் உயிர் தரித்திருந்தது அவனுக்கு கல்யாணமாகி நூறு நாட்கள்கூட ஆகாத அவல கால வரம்புக்குள்தான்.

தலையில் மல்லிகைப்பூ வாங்கி வைக்க கையில் காசில்லையென, அதற்கும் சேர்த்து, நெற்றியில் குங்குமப் பொட்டு பெரிதாக வைத்திருந்தாள் கற்பகம். வேலைவிட்டு வரும் கணவனுக்காகக் காத்திருந்தாள். இரவு மணி எட்டாயிற்று. காத்திருந்து காத்திருந்து ஒன்பதும் ஆயிற்று. எப்போதும் இவ்வளவு நேரம் ஆனதில்லை. ஏழுக்கெல்லாம் வந்து விடுவான். ஆனால் அன்று ஏனோ சுணக்கம். காரணம் தெரிய வில்லை. கற்பகத்தின் மனம் கிடந்து அடித்துக் கொண்டது.

என்னவோ, ஏதோ என்று பதறிக்கொண்டிருந்த வேளையில், மீனாட்சி சுந்தரத்தின் உடலைக்கொண்டுவந்து வீட்டின் வெளிமுற்றத்தில் கிடத்தினார்கள். இறந்து போனான் என்றார்கள். ஐயோ, என் தெய்வமே எனக் கதறினாள் கற்பகம். எப்படி நேர்ந்தது என்று யாரையும் கேட்க வாயில் சொல் லில்லை. பதற்றமும் மனநடுக்கமும் மேலோட்டமாய் உண்டாகி, பின்பு உள்ளாழத்தையும் ஊடுருவிற்று. இறந்து போனான் என்ற சொல் ஒன்றே அவள் மூளையைத் துளைத்து அதிர்ந்து, உள்ளத்தின் சுவர்களில் மோதி, ஸ்பஷ்ட சுத்தமாய் எதிரொலித்து, எதிரொலித்து அவளை நிலை தடுமாற வைத்தது. ஐயகோ, ஐயகோவெனக் கதறிக் குலைந்துபோன அவள் மனம் அடம் பண்ணி தெய்வத்தைத் தூஷிக்க முற்பட்டது.

என் கணவனுக்கு இப்படித்தான் ஆக வேண்டுமென்று முன்னமேயே கணக்கிட்டு வைத்திருந்தானோ அந்த காலன் என்ற கபோதிக் கள்வன்? அதற்கு, தன் மஹா சக்தியில் பேரகந்தை கொண்ட தெய்வமும் சுணங்காமல் ஒப்புதல் தெரிவித்துவிட்டதோ? அது எந்த அடிப்படையில் என்று நேர்பட உரைக்கும் தெம்பு உண்டா அந்த தெய்வத்துக்கு? அதன் கையாட்களான பக்த கோடிகள், எல்லாம் விதிவசம் என்று பட்டும் படாமலும் கூறிவிட்டு, கை கழுவி விடுதலே ஆகக்கூடியதாக அமைந்த எதார்த்தம் என்ற வேதாந்தத்தில் ஊறிப்போனவர்கள். இப்பிறவியில் குணக்கொழுந்துதான், முற்பிறவியில் அவன் சுபாவ லட்சணங்கள் எப்படியோ

என்று பழியை தெரியாத, புரியாத ஒன்றின்மேல் ஏற்றி தப்பித்துக் கொள்வதும் அவர்கள் வழக்கமாய்ப் போயிற்று. அது தெய்வம் அவர்களுக்குச் சொல்லிக் கொடுத்த ஏமாற்று வேலை. ஆனால் அந்த சாட்சாத் தெய்வத்துக்கோ? இது அடுக்குமோ, அடுக்காதோ என்ற விநயமான கேள்வியல்ல நான் எதிர்பார்க்கும் விடை.

அழுத்தந்திருத்தமாக மெய் பேசி, தலைநிமிர்ந்து நியாயம் சொல்லி, அது அப்படித்தான் என்று அடித்துக் கூறும் தெய்வத்தைத்தான் தொழுது ஏற்ற முடியும். உள்ளொன்று வைத்து புறமொன்று பேசி மழுப்புகிற தெய்வம் யாருக்கு வேண்டும்? என்னை இக்கதிக்கு ஆளாக்கியதற்கு பதிலடி கொடுக்க சக்தியற்றுப் போனேனே என்ற பரிதாபக் குரல், யார் காதில் எவர் ஊதிய சங்கோ என பாராமுகம் காட்டும் தெய்வத்தை என்னவென்று சொல்லி நோக? ஈருடல் ஓருயிராய் இருந்தவனைப் பறித்துக்கொண்டு, பதிலுக்கு அவன் இட்ட பிச்சையான குழந்தையைக் காட்டி ஆறுதல் படுத்துகிற மாதிரியான நைச்சிய வேலையையெல்லாமா தெய்வத்திடம் எதிர்பார்த்தேன்? அப்படிப்பட்ட தெய்வத்தை, கடைந்தெடுத்த அநீதத்தின் மொத்த சொரூபம் என்பதே சரி. அந்த தெய்வம் எனக்குச் செய்த இழப்பை ஜீரணிக்கும் சக்தியற்றுப் போன என் மனுஷீகத்தனத்துக்கு வெட்கி, அதைக் காறி உமிழ்கிறேன். அப்படியெல்லாம் குமுறுகிற கற்பகத்தின் மனதை ஆறுதல்படுத்த முடியவில்லை, ஆரம்ப நாட்களில் யாருக்கும். தூண்கள் சரிந்துபோன கட்டிடத்தை நம்பி யார் குடியிருக்க முடியும் என்பது, நியாயமான கோரிக்கைக்குண்டான சரியான கேள்விதானே? அதற்குப் பதில் சொல்கிற திராணியற்றுப் போன எந்த தெய்வமும் எனக்குத் தேவையில்லை என்று உதாசீனிக்கிற துஷீச்சல் கற்பகத்துக்கு இருந்தது. ஆனால் போகப்போக, குழந்தையின் இருப்பு உணர உணர, தான் வெறுத்து ஒதுக்குகிற தெய்வத்தை நொந்து கொண்டு ஆகக்கூடிய காரியம் என்ன என்று நினைப்பும் சலிப்பும் அவளை ஆட்கொள்ளத் தொடங்கியது. குழந்தையே கணவன் என்று எண்ணி மனதைத் தேற்றிக் கொள்ள ஆரம்பித்தாள். குழந்தைக்குச் செய்யும் சிசுருஷை கணவனுக்குப் போய்ச் சேரும் என்று நம்பவும் தலைப்பட்டாள் கற்பகம்.

கணவன் இறந்துபோனான் என்ற மன அதிர்வினின்று மீள வெகு நாட்களாயிற்று கற்பகத்துக்கு. அந்தப் பேரிடியே ஜென்மத்துக்கும் போதுமான துக்ககரமானதாக இருக்க, மரணம் எப்படி நேர்ந்தது என்ற விவரமெல்லாம், வெந்த புண்ணில் வேல் பாய்ச்சுகிற, அதிக மன அவதிக்கு அடி கோலுகிற விஷயமாய்ப்பட்டது அவளுக்கு. ஆகவே, அதைத் தெரிந்துகொள்ள அவள் அக்கறையற்றவளாய் இருந்து விட்டாள். துக்கம் கேட்க வந்தவர்கள், அவர்களாகவே காரணத்தைச் சொல்லிக்கொண்டு புலம்பிவிட்டுப் போனார்கள். அவற்றையெல்லாம் கற்பகம் சரியாக செவிமடுத்ததாகத் தெரியவில்லை. சில மனங்களின் செயற்பாடுகள் என்றும் புரிந்துகொள்ள முடியாதவைகளாகத்தான் இருக்கின்றன. தன்னிடம் அன்பு காட்ட கணவன் இப்போது இல்லை என்ற நச்சென்ற மரண அடியைத் தாங்கிக் கொள்ளவே, பலகீனப் பட்டுப்போன கற்பகத்தின் இதயம் பழக வேண்டிய கட்டாயத்தில் இருந்தது. எப்படி அதிலிருந்து அவள் மீண்டாள் என்பது ஆச்சரியகரமான விஷயந்தான்.

கற்பகத்துக்கு குடும்பச் செலவுகளைச் சரிகட்ட கணவனின் சொற்ப வருமானமும் இல்லையென்றாயிற்று. பின்பு, தனக்காக என்று வேண்டாம், அவன் விட்டுச் சென்ற அவர்களது குழந்தை என்ற பந்தனத்தை நிலைநாட்டிக் காப்பாற்ற வேண்டிய நிர்பந்தத்திற்காகவாவது கொஞ்சமேனும் பணம் வேண்டும் என்ற நிதர்சன உண்மையை உணர்ந்து கொண்டாள் அவள். சில வீடுகளில், பாத்திர பண்டங்களைக் கழுவி வைக்கிறது போன்ற வேலை கிடைத்தது. தேவைப்பட்ட மட்டும் உழைத்து குழந்தையின் வளர்ச்சியை பராமரித்து வந்தாள்.

இப்படியாக, காலம் கடுகிச் சென்றது. இது சரியான வார்த்தைப் பிரயோகம் அல்ல. உண்மையில் காலம் நகர்ந்த தாகக்கூட தெரியவில்லை. ஆமை வேகம்தான். ஆனால் அதைப் பிடித்துத் தள்ள வேண்டிய கட்டாயமும் இல்லை. அது, அதுபாட்டுக்கு. கற்பகம் அவள் பாட்டுக்கு. குடும்பத்தலைவன் இல்லாதபோது இந்த லட்சணமா என்று பிறர் குறை சொல்ல முடியாத அளவுக்கு, அதிலேயே முடிந்த அளவு ஆறுதல். முழு ஆறுதல், அந்த அதிகாலை நாலரை மணி வேளைகளில் குமுறி அழும் மனக் கொந்தளிப்புகளின் போதுதான்.

வலி

இது நான் இல்லை. இல்லவே இல்லை. சத்தியம் செய்வேன், இது அந்நியப்பட்ட வேறு யாரோவென்று!

இந்த உடல்வாகு என்னுடையது இல்லை. இந்த முகம் எனக்குப் பரிச்சயமில்லாதது. வயோதிகத்தின் ரேகைகள் பதிந்த இந்தக் குறுகிய நெற்றி மற்றும் கண்கள், மேலோட்ட மாக என்னுடையவை போல் தோன்றினாலும் அவற்றிலுள்ள கிறுக்கல் கூடிய சுருக்கங்கள், கருவளையங்கள் ஒரு வித்தியாசம் காட்டுகிறது. அடர்த்தி மிகுந்த தலைமுடியும் புருவங்களும் மூக்கும்கூட எனக்கானவை அல்ல. கூர்ந்து பார்த்தால், என் சாமுத்திரிகா லட்சணத்தின் குறைந்தபட்ச ஜொலிப்புகூட இவைகளில் கொஞ்சமும் தடம் பதிக்கவில்லை. எனக்கே மறந்துபோன என் சாயல் என்னை என்னின்றும் வேறுபடுத்துகிறது. என்னைக் கழட்டிக் கொண்டுபோய், என் இருண்ட மறுபக்கத்தில் ஆணி அடித்து மாட்டிவிட்டாற் போல் இருக்கிறது. ஆணி அடித்ததன் சொல்லொண்ணா வலி மட்டும் என் வயிற்றுக்குள்ளே 'சள்கள்' என்று காய்கிறது. ஆம்! வலியின் தீவிர கதியில் துடிக்கும் இந்த வயிறு மட்டுமே எனக்கானது. மற்றெல்லாமும் என்னுடையவை அல்ல. தலையற்ற, மார்பற்ற, பிருஷ்டங்களற்ற, கை கால்களற்ற முண்டமான வெறும் வயிறு மட்டுமே என்னை அடையாளப்படுத்த இப்போது போதுமானது.

ஆனால் அடையாளம் காண்பதுதானா இப்போது முக்கியம், என் வயிற்றில் 'நறுக் நறுக்' என்று கடித்துக் குதறும் வலிக்கு முன்னால், மற்றெல்லா அவயங்களும் அவற்றின் உணர்வு களும் அடையாளம் இழந்து செயலற்றுப் போயிருக்கின் றனவே! அவற்றின் தாத்பரியம் சொல்லுந் தரமிழந்து, நிற்கின்றனவே! இப்போதுகூட, என்னுடையதல்லாத என்

கைகளில் நரம்பு தேடி, ஊசி குத்தி, டியூப்கள் மாட்டி உயிர் ஊசலாடும் எனக்கே எனக்கா என் வயிற்றுக்குப் போஷாக் காக, மருந்தாக ட்யூப் மூலம் வலி நிவாரண வஸ்துகள் கலந்த குளுக்கோஸ், துளித்துளியாக இறங்கிக் கொண்டிருக் கிறது. படிப்படியான உடம்பு பரிசோதனைகளுக்குப் பின், வாய் வழி உணவு தடை செய்யப்பட்டு, உயிரைத் தக்க வைத்துக்கொள்ள நரம்புவழி ஊட்டம் ஒன்று மட்டுமே தேர்தெடுக்கப்பட்டுள்ளது. ஏனெனில், வாய் வழியாக எது கொடுத்தாலும், ஜீரண சக்தி இழந்த என் வயிறு பலூன் மாதிரி ஊதிக் கொண்டு போகிறதை எக்ஸ்ரே, ஸ்கேன் மூலம் டாக்டர்கள் உறுதி செய்து, என் வியாதியை, வியாதியின் கூறுகளை இன்னதென நச்சென்று நிர்ணயித்து விட்டார் களாம். நோயை தீர்க்கமாக கண்டுபிடித்ததன் மூலம், டாக்டர்கள் வெற்றிக் கெக்கலித்துப் பெருமை பாராட்டிக் கொள்ளட்டும். ஆனால் வறண்டு போன எனதல்லாத என் வாயும் நாக்கும் அண்ணமும் ‘தண்ணீர் தண்ணீர்’ என்று அபாய கோஷமிட்டு அரற்றும்போது, ஓட்டை விழுந்த என் குடலும் காய்ந்து வீங்கிப்போய் வலியில் துவளும்போது, என்னுடைய இந்தப் பரிதாப நிலையை வார்த்தை ஜோடனைகளற்ற எளிய மொழியில் எப்படி வெளிப்படுத்து வேன்? டாக்டர்களின் ஆலோசனைப்படி, குடலைக் காயவிடாதிருக்க அவ்வப்போது தரும் துளித்துளித் தண்ணீர் நாக்கையும் ஈரப்படுத்துகிறது. போதுமானதாய் இல்லாத அது, விஷம் போல் வயிற்றுக்குள் இறங்கும்போது, குடல், ‘விண் விண்’ என்று வலியில் பதறித் துடிக்கிறது. ஆகக்கூடிய, டாக்டர்களின் இப்போதைய எல்லா முயற்சிகளும் என் உயிரைத் தக்க வைத்துக் கொள்ளத்தானா? இனி பிழைத் தெழுந்து வாழ்ந்து என்ன சாதிக்கப்போகிறேன்? என் வாழ்க்கையின் நிகழ்ச்சி நிரலின்படி, அடுத்து வரப்போவது சாவுதான் என்று முடிவான பின்னும் ஏன் இந்த வீண் முயற்சி? ‘அமைதியாக என்னை சாக விடுங்களேன். இந்த வலியிலிருந்து விடுதலை தாருங்களேன்’ என்று என் மனம் கூக்குரலிட்டு அழுது கதறுகிறது. அந்த உணர்ச்சியை வெளிக் காட்ட நாவுக்குத் தெம்பில்லை. அதுதான் என்னை விட்டுக் கழன்று கொண்டுவிட்டதே! வயிற்று வலியின் ஆதிக்கத்தின் முன்பு, வேறு அனைத்து உணர்வுகளும் செத்தொழிந்து விட்டனவே!

வலி ஏற்படும்போது, உடலின் எந்த உறுப்பில் ஏற்படுகிற தோ அது மட்டும் எனதாகவும் மற்றெல்லா உறுப்புகளும் அன்னியமாகவும் உணர்தலே என் வாடிக்கையாகிவிட்டது. இது என் வலியின் தீவிரத்தை அதிகப்படுத்துவதாகவும் அமைந்து விடுகிறது. ஒரு உறுப்பு வலியில் துன்புறும்போது மற்றெல்லா உறுப்புகளிலும் அதன் பாதிப்பு நிகழ்கிறது. மற்றவை யனைத்தும் ஒத்துழையாமை செய்து, மொத்த உடம்புமே உஷ்ண நிலை எய்துகிறது. அதனால், வலியில் துடிக்கும் உறுப்பு மட்டுமே பிரதானமாகிவிடுகிறது. இப்போதைக்கு, என்னை அடையாளப்படுத்தும் என் வயிறு, உளி கொண்டு செதுக்குவது போல், பழுதுபட்டுப்போன நுண்ணிய குடல் திசுக்கள் வேதனை தாளாது வலியில் துடிதுடிக்கின்றன.

உடம்புக்குள்தான் எத்தனை எத்தனை விதவிதமான வலிகள்! அவற்றை என் எழுபதாண்டு வாழ்வின் வெவ்வேறு காலகட்டங்களிலும் முழுக்க முழுக்க அனுபவித்தாயிற்று. ஏழு வயதில் நண்பர்களுடன் ஆறடி உயர காம்பவுண்ட் சுவரேறிக் குதித்து விளையாடியபோது, தவறி விழுந்து, என் இடது கால் மூட்டு பிசகி, எலும்பு முறிந்து, ஒரு மாத கால அளவாக என்னைப் படுக்கையில் கிடத்திவிட்டது. அப்போது வலியின் உக்கிரத்தில் துடித்திருக்கிறேன். அதுதான் என் நினைவில் தங்கியுள்ளபடி, என் வலியின் முதல் அனுபவம். பின்பு, பள்ளிப் பிராயம் முடிந்து மேல் படிப்புக்காக திருச்சி செயின்ட் ஜோசப்ஸ் காலேஜில், மாணவர் விடுதியில் தங்கி வந்தபோது, இனந்தெரியாத கொடிய வயிற்று வலி கண்டு, பின்பு அது அப்பெண்டி சைட்டிஸ் என்று இனங்காணப்பட்டு, பாதிப்படிப்பிலேயே வீட்டுக்குத் திரும்பும்படி ஆயிற்று. விதிர்விதித்து, உடம்பு முழுவதும் வேர்த்துக் கொட்டும்படியான அளவுக்கு தாளமுடியாத அந்த வலி, பசுமரத்தாணி போல் என் மனதில் பதிந்துபோய் இருக்கிறது.

நாற்பத்தைந்து மற்றும் ஐம்பத்தொன்றவாது வயதுகளில் வந்து பயமுறுத்திய மாரடைப்பு, மரணத்தின் விளிம்புவரை என்னைக் கொண்டு சென்றிருக்கிறது. மேலும், வாய்வுப் பிடிப்பினால் பலமுறை வந்து எனக்குத் தொந்தரவு தந்த நெஞ்சுவலி, சைனஸ் காரணமாக வெகுநாட்களாகத்

தொல்லை தந்துவந்த மண்டையிடி, சக்திக்கு மேல் வேலை செய்து அதனால் அடிக்கடி ஏற்பட்டு வந்த உடல்வலி, அதி உஷ்ணத்தால் உண்டாகி சிவந்து ஊளை தள்ளிய கண்வலி, இருமல் தருவித்த தொண்டை வலி, நகச்சுற்று, படர் தாமரை, வேனல் கட்டிகள், தசைப்பிடிப்பு, சிரங்கு போன்ற வற்றால் இம்சை தந்த எமகாதக சில்லறை வலிகள், காய்ச்சலுக்கு அறிகுறியாக வந்து வெருட்டும் உடம்பு வலி, அஜாக்கிரதை யால் வெட்டுப்பட்டு அல்லது வழுக்கி விழுந்து வீக்கம் கண்டு உண்டாகிய காயங்கள், விஷக்கடி, சீழ்க் கசியும் காதுவலி, தீக்காயம் பட்டு எரிச்சல் தந்த உஷ்ண வலிகள் என்று வரிசைப்படுத்திச் சொல்ல முடியாதபடி வாழ்வு முழுதும் வலிகளின் ஆக்ரோஷங்கள்! இப்போது, இறுதி எச்சரிக்கையென அபயக்குரல் எழுப்பும் வயிற்று வலி.

எனக்கு, நான் உண்ணும் உணவு, சுள்ளென்று அதிக உறைப்பாக இருக்க வேண்டும். சிறு வயது முதலே இத்தகைய உணவுப் பழக்கத்துக்கு ஆட்பட்டுவிட்டேன். என் அம்மா எனக்கென்று தனியாக தினம் தினம் சாப்பாட்டின்போது கடித்துக் கொள்ள உள்ளங்கை நிறைய மோர் மிளகாய் வறுத்துக் கொடுப்பார்கள். அது காணாதென்று பச்சை மிளகாயையும் கடித்துக் கொள்வேன். திருமணமான பின்பு, என் மனைவியையும் எனக்கென்று காரணம் கூடிய உணவு வகைகள் செய்து கொடுக்கச் சொல்லி நிர்பந்தப்படுத்துவேன். அந்த உறைப்புத்தான் இப்போது எனக்கு எமனாக உருவாகி விட்டது. அல்சர் நோயினால் அதிக நாட்கள் அவதிப்பட் டுள்ளேன். ஆனாலும் காரம் அதிகமுள்ள உணவைத் தவிர்க்க முடியவில்லை. பலதரப்பட்ட வலி நிவாரண மருந்து மாத்திரைகளை சாப்பிட்டுச் சாப்பிட்டு குடல் புண்ணாகி, என்னை நிரந்தர நோயாளியாக்கிவிட்டது. இப்போது இரண்டு மூன்று வருடங்களாக, அல்சரின் தாக்கம் அதிகமாக இருந்து வருகிறது. கட்டாயத்தின் பேரில், உறைப்பில்லாத ஆகாரம் சாப்பிட்டாலும்கூட, செரிமானம் செய்ய முடியாத படி குடல் அழற்சி தீவிரப்பட்டு, அதனால் உடல் பலவீனப் பட்டு எலும்பும் தோலுமாய் இளைத்துப் போய் விட்டிருக் கிறேன். நடப்பதற்குகூட உடம்பில் தெம்பில்லை. இப்போது இரண்டு மாத காலமாக நிரந்தரப் படுக்கைதான். பாத்ரூம் போவதற்கெல்லாம்கூட ஒரு துணை வேண்டி

யிருக்கிறது. இப்போது அதுவும் முடியாமல் போய், படுக்கை யிலேயே சிறுநீர், மலம் கழிக்க ஏற்பாடு செய்யப்பட்டிருக் கிறது. டாக்டர்கள்தான் எவ்வளவு அதி புத்திசாலிகள்!

அடுத்தவர்களுக்குத் தொந்தரவு கொடுக்காமல் சட்டென்று உயிர் பிரிந்துவிட வேண்டும் என்ற என்னுடைய நெடுநாள் பிரார்த்தனை பொய்த்துப் போய்விட்டது. படுக்கையில் திரும்பிப் படுக்கக்கூட பிறரின் உதவி தேவைப்படுகிறது. திரும்பிப் படுக்க வைக்கும்போதெல்லாம் நரக வேதனைகள்தான். வலியின் நாவுகள் பாம்பின் சீற்றத்தோடு குடல் புண்ணைக் கொத்திச் சீரழிக்கின்றது.

குடல் ஓட்டையை அறுவை சிகிச்சை மூலம் சரி செய்ய உடம்பில் தெம்பில்லை. இந்த லட்சணத்தில் சாவைத் தள்ளிப் போட்டு உயிரைத் தக்கவைத்துக்கொள்ள இடைவிடா முயற்சிகள்!

என் உடல்நிலை பற்றி விசாரிக்க உறவினர், நண்பர்களின் படையெடுப்பு, வருகிறவர்களெல்லாம் என் பரிதாப நிலையைப் பார்த்து உச் சொட்டும்போது நான் வெட்கத்திலும் வேதனையிலும் குன்றிப் போகிறேன். 'தயவு செய்து யாரும் என்மேல் இரக்கம் காட்ட வேண்டாம். முடியுமானால் என்னைக் கருணைக்கொலை பண்ணி விடுங்கள்' என்று என் மனம் அரற்றுகிறது. திரும்பத் திரும்ப எக்ஸ்ரே எடுக்க, ஸ்கேன் எடுக்க, இரத்தப் பரிசோதனை செய்யவென்று எதற்கெல்லாமோ என்னை வீல் சேரில் அமர்த்தி இழுத்துக்கொண்டு போய்த் தூக்கித் தூக்கிப் போட்டுப் பந்தாடுகிறார்கள். ஈவு இரக்கமற்ற டாக்டர்கள், நர்ஸ்கள்!

ஆஸ்பத்திரியில் கொண்டுவந்து சேர்த்துப் பதினைந்து நாட்களுக்கு மேலாயிற்று. உடல் நலத்தில் ஒரு முன்னேற்றமும் இல்லை. வீட்டில் படுக்கையில் இருந்தபோது மனம் அனுபவித்த ஒருவித ஆசுவாசம், மருத்துவமனையில் கொஞ்சமும் இல்லை. எப்போது டிஸ்சார்ஜ் ஆகி வீட்டுக்குச் செல்வோம் என்றிருக்கிறது. மருத்துவச் செலவு எதிர் பார்த்ததை விடவும் கூடுதலாகி விர்ரென்று ஏறிக்கொண்டிருக் கிறது என்பது என்னைச் சுற்றியுள்ளவர்கள் பேச்சிலிருந்து தெரிகிறது. அதைப் பற்றியெல்லாம் கவலைப்படாத

டாக்டர்களுக்கு நான் ஒரு சோதனைக்கூடமாகி விட்டிருக் கிறேன். என் வலி பற்றி, பலவீனம் பற்றி, இயலாமை பற்றி, குளுக்கோஸ் ஆதாரம் பற்றி, சிறுநீர் மலம் போவது பற்றி, வயிற்று வீக்கம் பற்றியெல்லாம் ஆராய்ச்சி செய்ய அவர்களுக்கு நான் தேவைப்படுகிறேன் போலும். என் வயிற்றைத் தட்டிப் பார்த்துப் பார்த்து தங்களுக்குள் பிறருக்குப் புரியாத தங்களின் மருத்துவ பாஷையில் அபிப்பிராயங்களைப் பரிமாறிக் கொள்ளுகிறார்கள். 'சுளீர் சுளீர்' என்று சாட்டையால் உரத்து அடிப்பது போன்ற வலியில் துடிக்கும் என் வேதனை அவர்களுக்கு ஒரு வேடிக்கைப் பொருளாய், ஆராய்ச்சி சாதனமாய் ஆகிவிட்டிருக்கிறது போலும்.

இதற்கிடையில், என் பிள்ளைகள் நால்வரும், என் சொத்து விவரம் பற்றியெல்லாம் கணக்கெடுத்து, எது எது யார் யாருக்கு என்று என் படுக்கை அருகில் அமர்ந்தும் நின்றுகொண்டும் விவாதித்துக் கொண்டிருக்கிறார்கள். நான் இந்தமுறை பிழைக்கமாட்டேன் என்று உறுதியாக நம்பி, அதற்கான முஸ்தீபுகளில் ஈடுபட்டுக் கொண்டிருக்கிறார்கள். சில பேப்பர்களில் என் கையெழுத்தை வாங்க தீவிரமாக முயலுகிறார்கள். ஆனால் இதில் எனக்கு உடன்பாடு இல்லை என்பதை, அரை மயக்கத்தில் பேச்சற்றுக் கிடந்த என்னால் சுட்டிக்காட்ட முடியாதவனாய் இருக்கிறேன். கை செயலிழந்து போய்விட்ட நிலையில், வேதனை துடிக்கும் வயிற்றினால் கையெழுத்திட முடியுமா என்று நக்கலாக என் மனம் எண்ணி ஏளனமாய் நகைக்கிறது. ஆனால் நான் ஏற்கெனவே உயில் எழுதி வைத்திருக்கிற விஷயம் அவர்களுக்குத் தெரியாமல் இருக்கிறது. என் வேண்டுகோள்படி என் இறப்புக்குப் பின் மட்டுமே என் வக்கீல் என் புதல்வர்கள் முன் வாசித்துக் காட்டவிருக்கும் என் உயில் வாசகங்கள் அவர்களுக்குப் பேரதிர்ச்சியாகத்தான் இருக்கும். என் தறுதலைப் பிள்ளைகளைவிட, அனாதை இல்லங்களில் வசிக்கும் சின்னஞ்சிறார்கள் மேலும், என் மனைவி மேலும் என் கரிசனை அதிகம் என்பது அப்போது வெளிப்படும்.

இப்போதெல்லாம் எனக்கு அடிக்கடி நினைவு தப்பிப் போய்விடுகிறது. எதிரில் நிற்பவர் யார் என்று அடையாளம்

கண்டுபிடிக்க வெகு நேரமாகிறது. பழைய ஞாபகங்கள் ஆழ்மனத்திலிருந்து புறப்பட்டு கோர்வையற்று உலா வருகின்றன. என்மீது அதிகம் பாசம் கொண்டிருந்த அமரர்களான என் தம்பி, அக்காள் முதலியோர் என் முன்தோன்றி வா வா என்று அழைக்கிறார்கள். அவர்களிடம் செல்ல இந்த டாக்டர்கள் என்னை அனுமதிக்காமல் என்னைப் புரட்டிப் போட்டு, புரட்டிப்போட்டு சோதனை செய்து என் மூலம் புதுக்கண்டுபிடிப்புக்குப் பிள்ளையார் சுழி போட, எத்தனிக்கிறார்கள். அப்போதெல்லாம், ரம்பத்தை வைத்து அறுப்பது போல் என் குடல், வலி தாளாமல் வேதனையில் துடிதுடித்துப் பதைபதைக்கிறது. மருத்துவமனையில் ஒவ்வொரு கணமும் ஒவ்வொரு யுகமாக கழிகிறது.

நடைபெறுகிற சம்பவங்களை அடுத்தடுத்துக் கோர்வையாகச் சிந்திக்க என்னால் முடியவில்லை. எனதல்லாத என் வாயும் நாக்கும் பேசும் சக்தியை படிப்படியாக இழந்துகொண்டு வருகிறது. நாடித்துடிப்பு குறைந்துகொண்டு வருகிறது. வலியே வாழ்க்கை என்றாகிவிட்டது. தூக்கம் வருவதில்லை. வலியின் ஆதிக்கம் மேலோங்கிக் கோலோச்சுகிறது. எல்லா நோய்களும் வலியில்தான் ஆரம்பித்து வலியில்தான் முடிவடைகின்றன போலும். உடம்புக்குள் வலியே பிரதானம். வலி! வலி! அது மனிதனுக்கு இறைவன் கொடுத்து வரும் அபாய எச்சரிக்கை. அந்த எச்சரிக்கையை எளிதில் உதாசீனம் செய்துவிட முடியாது. அது இவ்வுலகிலேயே நரகத்தைக் கண்கூடாக அனுபவித்து வேதனை கொள்ள வைக்கிற சூட்டுக்கோல். நின்று கொல்லும் தெய்வம் அல்ல, அன்றே, அன்றன்றே தீச்செயலுக்குத் தரும் தண்டனையாகத் தீரா வலி தந்து கொல்லும் நெஞ்சீரமற்ற அரக்க தெய்வம். இவ்வளவு நோவும் வாழ்நாளிலேயே அனுபவித்த பின், இனி தனியாக நரகம் எதற்கு? யுத்தம் செய்யப் பயிற்சி தருகிறார்களே, அது போல் நரகத்துக்குச் செல்ல, வலி தந்து பயிற்றுவிக்கிறாரோ அந்தக் கடவுள்? யார் நரகத்தில் அதிக வலியைத் தாங்கிக் கொள்ளக்கூடும் என்று கண்டுபிடிக்க இது ஒரு ஒத்திகையோ? அல்லது, 'நீ இந்த உலகத்திலேயே அதிகபட்ச வலியை முழுக்க முழுக்க அனுபவித்துவிட்டாய். அது போதுமானது. இனி நீ இறந்துபோன பிறகு நேரடியாக சொர்க்கம்தான் செல்வாய். உனக்கு நரகம் கிடையாது. சூசகமாக உணர்த்துகிறாரோ

அந்த இறைவன்? எண்ணங்களின் குளறுபடியில், என்னுடைய தல்லாத என் தலை சுற்றுகிறது. மயக்கம் வருகிறது. என் சிந்தனை தடைபட்டுப் போய்விட்டது.

எனக்கு விழிப்பு வந்தபோது, நான் வீட்டில் படுக்கை அறையில் கிடத்தப்பட்டிருப்பதை அனுமானிக்க வெகு நேரமாயிற்று. என்னைச் சுற்றிலும் முகங்கள் முகங்கள் எல்லா முகங்களிலும் சோக ரேகைகள் அப்பியிருந்தன. வீட்டுக்கு வந்துவிட்டதில் எனக்கு ஒரு நிம்மதிப் பெருமூச்சு வந்தாலும் 'சுளீர் சுளீர்' வலி மட்டும் என் வயிற்றில் கார்மேகம் போல் கப்பியிருந்தது. விடுதலை வண்டி என் உயிர் ஓலமிட்டுக் கொண்டிருக்கிறது.

எனக்கு அதிகபட்ச வயது எழுபது.

தலைமை ஆசிரியர்

சங்கைக்குரிய சேவியர் மெல் அடிகளார்தான் நான் படித்த பள்ளியின் ஹெட் மாஸ்டர். ஆடம்பரத்தை அடியோடு வெறுப்பவர். அவர் சிரித்துக் காண்பது அரிது. ஆனாலும் சிடுமூஞ்சல்ல. கண்டிப்பானவர். வேறு குருமார்கள் ஆராதனை நேரங்கள் தவிர்த்து மற்ற பொழுதுகளில், ஷர்ட், பேண்ட், கைலி போன்ற ஆடைகள் அணிவதைப் பார்த்திருக்கிறோம். ஆனால் மெல் அடிகளார் எந்நேரத்திலும், இரவு தூங்கும் போதுகூட, குருமார்களுக்கு உரிய அங்கியில்தான் காணப் படுவார். குருத்துவத்தின் மீது அப்படி ஒரு மட்டற்ற ஈடுபாடு அவருக்கு.

சுவாமியடிகளார், பள்ளியின் வருடாந்திர விழா நாள்களில், லவுட் ஸ்பீக்கர், மைக் செட் வைத்துக் கொண்டாடுவதை அடியோடு வெறுப்பவர். அது பண விரயம் மட்டுமல்லாது, நாய்ஸ் பொலூஷன் ஆகி ஊர்ப்பொதுவுக்கும் இடைஞ்சல் தருவது என வாதிட்டு தன் பிடியிலேயே மாறாது நிற்பவர். சக ஆசிரியர்கள் திரும்பத் திரும்ப எடுத்துச் சொன்ன பிறகு, வேறு வழியின்றி ஒரே ஒரு மைக் மட்டும் வைக்க அனுமதிப் பார். அதுவும் சப்தம் பள்ளி வளாகத்தில் மட்டும் கேட்கும் படியாக உள்நோக்கி அமையும்படி பார்த்துக் கொள்ளச் சொல்வார். வருடாவருடம் இதே பிரச்சினைதான் தலை தூக்கும்.

சுவாமிக்கென்று தனி சமையல்காரர் கிடையாது. வெளியூர் மாணவர் தங்கியிருக்கும் பள்ளி போர்டிங்கில் சமைக்கும் உணவையே உட்கொள்வார். அதற்குரிய கட்டணத்தைக் கொடுத்துவிடுவார். மாணவர்களுக்குத் தரமான உணவு தரப்படுகிறதா, கணக்கு வழக்குகள் ஒழுங்காய்ப் பராமரிக்கப்படுகிறதா? சமையல்கூடம் சுத்தமாய் இருக்கிறதா என்பது போன்ற விஷயங்களை எல்லாம்

கண்காணித்தவாறு இருப்பார். அவர் ஒரு மீன் சாப்பாட்டுப் பிரியர். போர்டிங்கில் வாரத்தில் இரண்டு நாள்கள் மீன் சாப்பாடு, ஒருநாள் தனக்கு நான்கு பொரித்த மீன் துண்டுகள் சாப்பாட்டோடு கொடுத்துவிடப்பட்டதைக் கண்டு, ஒரு சந்தேகத்தின் பேரில் மாணவர்கள் சாப்பாட்டு ஹாலுக்குச் சென்று பார்த்ததில், யாருக்கும் பொரித்த மீன்களே பரிமாறப் படவில்லை என்பது கண்டு சமையல்காரரை அதிகமாக கோபித்துக் கொண்டார். மீன் வறுவல் ஸ்வாமிக்குப் பிடிக்குமே என்றுதான் அவ்வாறு செய்ததாக சமையல்காரர் சொல்ல, மாணவர்களுக்கு என்ன சாப்பாடு கொடுக்கப்படுகிறதோ, அது மட்டுமே தனக்கு தரப்பட வேண்டுமென்று கண்டிப்பாகச் சொல்லிவிட்டார். அன்றைய உணவை அவர் சாப்பிட வேயில்லை.

தலைமை ஆசிரியரான அவர் எட்டாம், ஒன்பதாம், பத்தாம் வகுப்பு மாணவர்களுக்கு ஆங்கிலப் பாடம் நடத்தி வந்தார். எப்போதும் ஒரு பிரம்பு அவர் கையிலிருக்கும். படிப்பில் சூட்டிகையான மாணவர்களை அவர் கண்டு கொள்வதே இல்லை. கீழ்மட்ட மற்றும் நடுத்தர மாணவர்கள் மேலேயே அவர் கவனம் இருக்கும். அவர் பாடம் நடத்தும் விதம் சற்று வித்தியாசமானதாகவே இருக்கும். புத்தகத்திலுள்ள பாடப் பகுதியை முதலில் அவரே ஒருமுறை வாசிப்பார். பின்பு மாணவர்களை வாசிக்கச் சொல்வார். உச்சரிப்பு சுத்தமாய் இருக்கவேண்டும். தவறாக உச்சரிப்பவர்களுக்கு பிரம்படி கிடைக்கும். கை நீட்டச் சொல்லி உள்ளங்கையில் ஓங்கி அடிப்பார். வலி பிராணன் போகும்.

ஒரு தடவை பத்தாம் வகுப்பில் ஆங்கிலப் பாடத்திலிருந்து ஒரு கேள்வி, தவறான பதில் சொன்னார்கள் எல்லோரும். பெஞ்சின் மேல் ஏறி நின்று, பிரம்படிக்கு பயந்தவாறு கூனிக் குறுகிப்போய் இருந்தனர். பணகுடி கற்பக விநாயகம் மட்டும், கேள்விக்கு பதில் தெரியும் என்று கையை உயர்த்தினான். சரியான பதிலையே சொன்னான். கோபத்தில் கொதித்துக் கொண்டிருந்த தலைமை ஆசிரியர் கற்பக விநாயகத்தை வகுப்புக்கு முன்னால் வரச் சொன்னார். வந்து நின்ற அவனிடம் பாடத்தை நீயே நடத்து என்றார். கற்பக விநாயகம் திருதிரு வென்று விழித்தான்.

தலைமை ஆசிரியர் தன் கையிலிருந்த புஸ்தகத்தையும் பிரம்பையும் அவன்மேல் ஓங்கி விசியடித்து, பதில் உனக்கு மட்டும்தான் தெரியுமாடா படுவா, நீ என்ன அதிபுத்திசாலி என்ற நினைப்பா? மற்றவர்களைப்போல் ஒழுங்காக பெஞ்சின் மேல் போய் ஏறி நில்லு என்று அதட்டினார். கற்பக விநாயகத் துக்குத்தான் என்ன தவறு செய்தோம் என்று புரியவில்லை. சினம் தலைக்கேறிப் போயிருந்த தலைமை ஆசிரியர் விருட்டென்று வகுப்பறையை விட்டு வெளியேறிவிட்டார். மாணவர்கள் அனைவரும் கப்சிப் என்று அடங்கிவிட்டனர். சற்று நேரம் கழித்து கோபம் தணிந்து வகுப்பறைக்கு வந்த ஹெட் மாஸ்டர் கற்பக விநாயகத்தை அழைத்து அவனிடம் மன்னிப்புக் கேட்டுக் கொண்டார். பிறர்மேல் காட்ட வேண்டிய கோபத்தை உன் மீது காட்டிவிட்டேன் என்றார் சாந்தமாக.

தலைமை ஆசிரியர் பொதுவாக கண்டிப்பானவர் என்றாலும் பாடம் நடத்தும்போது பின் டிராப் சைலன்ஸ் நிலவ வேண்டும் என்று எதிர்பார்ப்பவர். சிறு ஓசையும் அவரை சினம் கொள்ள வைத்துவிடும். பாடம் நடத்துகிற அவருடைய குரல், ஏதாவது கேள்வி கேட்டால் பதில் சொல்கிற மாணவனின் சப்தம், அவை தவிர்த்து வேறு எந்த ஓசையும் கேட்கக்கூடாது. ஆனால் ஹாஸ்ய பேரொலி சப்திக்கிற சமயங்களும் உண்டு. பாடத்தில் அப்படி என்ன ஹாஸ்யத்தைக் காண்பாரோ தெரியவில்லை. அப்போது வாய்விட்டுச் சிரிப்பார். எல்லா மாணவர்களும் அப்போது அவரோடு சேர்ந்து சிரிக்க வேண்டியது கட்டாயம். எதற்குச் சிரிக்கிறோம் என்று தெரியாமலேயே மாணவர்கள் எல்லோரும் சிரிப்பார்கள். சட்டென்று சிரிப்பதை நிறுத்தி விட்டு சீரியஸ் ஆகிவிடுவார் ஹெட்மாஸ்டர். மாணவர்களும் உடனேயே சிரிப்பதை நிறுத்திவிட வேண்டும். இல்லையேல் பிரம்படிதான். சிரிப்பதும் சீரியஸாகிப் போவதும் எப்போது நிகழும் என்று சொல்ல முடியாது. அது சுவாமியார்களின் மனநிலையைப் பொறுத்தது போலும்.

ஒரு சம்பவத்தை என்னால் எந்நாளும் மறக்கவே முடியாது. பள்ளியில் காலிறுதி, அரையிறுதிப் பரீட்சைகள் முடிந்து, விடுமுறைக்குப் பிறகு, வகுப்புகள் மீண்டும் தொடங்குகிற சமயங்களில், மாணவர்களுக்கு வயிற்றில் புளியைக் கரைக்கும். ஹெட் மாஸ்டரின் கெடுபிடிகள் மிகுந்த நாட்கள் அவை.

அவருடைய கோபத்திலிருந்து யாரும் தப்பிக்க முடியாது. எட்டாம் வகுப்பிலிருந்து ஆரம்பித்து பத்தாம் வகுப்பு வரை படிக்கும் மாணவர்கள் பயம் பிடித்து அரற்றுவார்கள்.

ஹெட் மாஸ்டர் பிரம்பும் கையுமாக வகுப்பறைகளில் நுழைவார். மாணவர்கள் எழுதிமுடித்த நேர்வுகளில் அவர்கள் பெற்ற மதிப்பெண்களை ஒவ்வொருவரின் பெயர் சொல்லி அழைத்து அறிவிப்பார். பாடங்களில் தோல்வியுற்ற மாணவர்கள் வகுப்பின் முன்னால்வந்து முழந்தாளிட வேண்டும். ஒரு பாடத்தில் தோல்வியுற்றிருந்தால் உள்ளங்கையில் ஒரு பிரம்படி, இரண்டு பாடங்களிலென்றால் இரண்டு அடி, மூன்றென்றால் மூன்று. இப்படியாகத் தோல்வியுற்ற பாடங்களின் எண்ணிக்கைக்கேற்ப பிரம்படி கிடைக்கும். வலி தாங்க முடியாமல் அடிபட்ட மாணவர்கள் விக்கி விக்கி அழுவர். அதில் தலைமையாசிரியர் தயை தாட்சண்யம் பார்க்க மாட்டார். அதிக அடிகள் வாங்கிய மாணவர்களில் சிலருக்கு ஜுரமே வந்துவிடும். ஆனாலும் தலைமை ஆசிரியர் காட்டும் கண்டிப்பும் கறாரும் குறையவே செய்யாது. மாணவர்களின் பெற்றோர் இதில் தலையிடச் சம்மதிக்கமாட்டார். உங்கள் பிள்ளைகள் நன்றாகப் படித்துத் தேர்ச்சியடைய வேண்டுமானால் இப்படியான பனிஷ்மெண்ட் அவசியம் தேவை என்பார்.

அவர் சொல்லியபடியே, அடுத்து வரும் பரீட்சைகளில் அடிபட்ட மாணவர்கள் நல்ல மதிப்பெண்கள் பெற்றுத் தேர்ச்சி அடைவது கண்கூடாய் இருந்தது. பெற்றோரும் அது கண்டு மகிழ்ச்சி கொள்வர்.

நான் ஒன்பதாம் வகுப்பில் படித்துக் கொண்டிருந்தபோது, காலிறுதிப் பரீட்சையில் தமிழ்ப் பாடத்தில் இருபத்தெட்டு மதிப்பெண்களே பெற்று தோல்வியடைந்திருந்தேன். எனக்கு அது அவமானமாய்ப் போயிற்று. எப்போதும் தமிழ்ப்பாடத்தில் நான்தான் முதல் மதிப்பெண் பெறுவேன். இப்போது இப்படி யாயிற்றே என வருந்தினேன். எனக்கு ஒரு பிரம்படி கிடைத் தாலும் அதுவே ஒரு வாரத்துக்கு வலிக்கும்போலிருந்தது. உள்ளங்கை வீங்கிவிட்டது. என் தகப்பனாரும் என்னைக் கண்டித்தபோது, தமிழில் நன்றாகத்தான் செய்தேன். எப்படி இப்படி இவ்வளவு குறைந்த மார்க் கிடைத்ததென்று புரியவில்லை என்றேன். என் தந்தையும் நான் சொன்னது

சரியாய்த்தான் இருக்குமென்று அபிப்பிராயப்பட்டார். அடுத்த நாள் என் தந்தையும் என்னோடு பள்ளிக்கு வந்தார். தலைமை ஆசிரியரைப் பார்த்து விவரத்தைச் சொன்னார். தமிழ்ப்பாடத்தில் என்னுடைய விடைத்தாளை மறுபரிசீலனை செய்ய வேண்டும் என கேட்டுக் கொண்டார். தலைமை ஆசிரியருக்கு ஏகப்பட்ட கோபம். இதுவரை யாரும் இப்படி வந்து கேட்டதில்லை. தாம் தூம் என்று குதித்தார். என்னோட பள்ளி ஆசிரியர்கள் யாரும் விடைத்தாள் திருத்துவதில் தவறு செய்யமாட்டார்கள். மறுபரிசீலனையெல்லாம் செய்ய முடியாது என்று சொல்லிக் கோபித்துக் கொண்டார். என் தகப்பனாரும் பின் உங்கள் இஷ்டம் என்று கூறிவிட்டு வந்துவிட்டார்.

அடுத்த நாள் ஹெட் மாஸ்டர் என்னை அழைத்து நாளைக்கு உன் அப்பாவை என்னை வந்து பார்க்கச் சொல் என்றார். நானும் என் அப்பாவிடம் சொன்னேன். அதன்படி மறுநாள் என்னோடு பள்ளிக்கு வந்தார் என் தந்தை. சுவாமியார்களைச் சென்று பார்த்தோம். உடனே அவர் என்னையும் என் தந்தையையும் அழைத்துக்கொண்டு ஒன்பதாம் வகுப்பறைக்கு வந்தார். அப்போதுதான் தமிழ் ஆசிரியர் பாடம் நடத்த முஸ்தீபு செய்து கொண்டிருந்தார். ஹெட் மாஸ்டரையும் என் தகப்பனாரையும் என்னையும் கண்ட அவர் உடனேயே விஷயத்தைப் புரிந்துகொண்டார். தலைமை ஆசிரியருக்கு வழிவிட்டு சற்று ஒதுங்கி நின்றார்.

தலைமை ஆசிரியரைக் கண்ட எல்லா மாணவர்களும் எழுந்து நின்றனர். எல்லோரையும் அமரச் சொன்னார் தலைமை ஆசிரியர். பின்பு மாணவர்களைப் பார்த்து, ஒரு தவறு நடந்துவிட்டது. ஜோதி தமிழ்ப் பாடத்தில் எண்பத்து இரண்டு மதிப்பெண்கள் பெற்று முதல் மாணவனாகத் தேர்ச்சி பெற்றிருக்கிறான். மதிப்பெண்களை ரேங்க் கார்டில் எடுத்து எழுதும்போது தவறு நேர்ந்திருக்கிறது. அவனுடைய விடைத்தாள்களைச் சரிபார்த்தபோது இது தெரியவந்தது. நானும் தவறுதலாக இருபத்து எட்டு மார்க் என்று சொல்லி அவனை கண்டித்துவிட்டேன். ஜோதியும் அவன் தந்தையும் என்னை மன்னிக்குமாறு கேட்டுக் கொள்கிறேன் என்றார். என் தகப்பனார் 'இதெல்லாம் எதுக்கு பாதர்? தவறு நேர்வது

எதிர்பாராமல் நடப்பது, இதற்குப் போய் சிறு பையனிடமும் என்னிடமும் மன்னிப்பெல்லாம் கேட்டுக் கொண்டு என்றார். 'ஹெட்மாஸ்டர் அதோடு விடவில்லை. எல்லோர் முன்னிலையிலும் முழந்தாளிட்டார். கையில் வைத்திருந்த பிரம்பை என்னிடம் தந்தார். பின் தன் உள்ளங்கையை நீட்டி, அடி என்றார். என்ன செய்வது என்று தெரியாமல் நான் திகைத்து நின்றேன். 'அடி' என்றார். மறுபடியும் சற்று அழுத்தமாக. நான் என் கைகள் நடுங்க, இலேசாகத் தலைமை யாசிரியரின் கையில் அடித்தேன். 'பலமாக அடி' என்றார். மறுபடியும் பயந்துபோய் சற்று பலமாக அடித்தேன். 'இன்னும் ஓங்கி அடி' என்றார் சினத்துடன். நடப்பது என்ன என்று புரிந்துகொள்ள முடியாத நான் என் பலமெல்லாம் கூட்டி ஓங்கி அடித்தேன். 'இதுதான் சரி' என்ற ஹெட் மாஸ்டர் கையை உதறிக்கொண்டு மீண்டும் மாணவர்கள் முன்னிலையில் மன்னிப்புக் கேட்டார். இதுக்குத்தான் உங்களை கூப்பிட்டேன். இனி நீங்கள் போகலாம் என்று என் அப்பாவிடம் சொன்னார். தலைமை ஆசிரியரும் என் தந்தையும் வகுப்பிலிருந்து வெளியேறினர். நான் வகுப்பில் என் இடத்தில் போய் அமர்ந்துகொண்டேன்.

சர்ச்சைக்குரிய, மன்னிக்கவும்... சங்கைக்குரிய மெல் சுவாமியவர்களுக்கு கோவில் ஆராதனை நேரங்களில் பாட வராது. சங்கீதத்துக்கும் அவருக்கும் காத தூரம். பாடவும் தெரியாது. பாடுவதை இரசிக்கவும் தெரியாது. பூசை வைத்தோம். இறைவனை வார்த்தைகளால் துதித்தோம் என்றிருக்க வேண்டும் அவருக்கு ஒரு மணிநேரப் பூசையை அரை மணிநேரத்தில் முடித்துவிடுவார். ஸ்கூல் போர்டிங்கில் தங்கி இருக்கும் மாணவர்களுக்கு தினசரி காலை ஐந்தரை மணியளவில் சாதா பூசை வைப்பார். ஊர் மாதாக் கோவிலில் பூசை வைக்க கூப்பிட்டால் போக மாட்டார். காரணம், அந்த பாட்டுப் பாடுகிற தொண்டை சம்பந்தப்பட்ட விவகாரம்தான். பள்ளித் தலைமையாசிரியராக வந்த புதிதில் ஒரு நாள் மாதாக் கோவிலில் தெரியாத்தனமாகப் பூசை வைக்கப் போய், அது பாட்டுப் பூசையாக அமைய அவர் பாடுவதற்குப் பட்டபாடு, ஊர் அதுபற்றி இன்றுவரை கதை கதையாய்ச் சொல்லிச் சிரிக்கிறது. சுதி, ராகம், தாளம், பல்லவி எல்லாம் செத்துப் பிழைத்த விவகாரமாகிவிட்டது. அதனால், வெளியே எந்தக்

கோவிலிலும் பூசை வைக்கக் கூப்பிட்டால், ஏதாவது காரணம் சொல்லிக் கழித்துக்கட்டி விடுவார். பள்ளியின் தலைமை ஆசிரியராக நியமிக்கப்படுவதற்கு முன்பு குருப்பட்டம் பெற்ற பின்பு அவர் எந்த ஒரு பங்கிலும் பொறுப்பில் இல்லாமல் மேற்றிராணியாரின் உதவியாளர்களில் ஒருவராக நியமிக்கப் பட்டிருந்ததால், பாட்டுப் பாடும் விவகாரம் தலை தூக்கவில்லை.

பாட்டுப்பாடுவதில் சோடைபோய் விட்டாலும் பிரசங்கம் என்றால் நறுக்குத் தெறித்தாற்போல் நாலுரெண்டு வாக்கியங்கள் தாம். பசுமரத்தாணி போல் மனத்தில் தைத்துவிடும். பத்தே நிமிஷங்கள்தான். இன்னும் பேச மாட்டாரா என்ற ஆவல் கூடிவிடும். அப்படி ஒரு சொல் சக்தி, வீரியப்பேச்சு.

மற்ற பால்ய நண்பர்களைப்போலவே, சுவாமியவர்களும் இப்போது எங்கிருக்கிறார், இன்னும் உயிர் வாழ்கிறாரா என்ற விவரங்களெல்லாம் எனக்குத் தெரியாது. அவருக்கு எண்பத்தைந்து வயதுக்குமேல் ஆகியிருக்கும். அநேகமாக இறந்திருப்பார் என்றே நினைக்கிறேன். அவருடைய ஆன்மா சாந்தியடையட்டும். இன்னும் உயிரோடிருப்பாரானால், எங்கிருந்தாலும் அவர் வாழ்க. சுமார் ஐம்பது வருடங்களுக்குப் பிற்பாடு அவரை நினைவு கூர்வது மனத்துக்கு இதயமாய் இருக்கிறது.

உள்மன ஊனம்

இலக்கியம் படைப்பது என்பது ஒரு மனித வேள்வி நிகழ்த்துவது மாதிரி, அந்த ஓமகுண்டத்தின் வீரியம் தாங்காது பொசுங்கிப்போகிறவர்களும் உண்டு. அன்றி எழுத்து, தன் அனைத்து வலிமையையும் பிரயோகித்து முழுமை அடைகிற வேலைகளும் உண்டு. எல்லாம் மனசு தீர்மானிக்கும் மூடத்தனம் மலிந்த அல்லது எதிர்மறையாய் மேதைமை ஜொலிக்கின்ற அனுபவ முத்திரைப்படித்தான். எழுத்தின் வலிமை அனுபவத்தின் பூரணத்தைச் சொல்லத் தெரியாது செயலிழந்து போகும் வேளைகளிலும் அன்றி அனுபவத்தின் வலிமை எழுத்தின் பூரணத்தை மிகையின்றி உணர்த்தும் துடிப்பான வேளைகளிலும் தான். அந்த மாதிரியான அனுபவங்கள் என் இளவயதில் சில நிகழ்ந்தன. அவை, பொசுங்கிப் போகிற ரகம்தான் நான் என்பதை நெத்தியடியாக எனக்கு உணர்த்தின. அதிலிருந்து மீளத் தெரியாமல் சுய பலம் இழந்துபோய் தள்ளாடும் வேதனைகள் மிகுதியாயின. அது என் மென்டல் டிப்ரெஷனால் எனக்குக் கிடைத்த சவுக்கடியாய் என்னை வீழ்த்திற்று.

நான் எனது இருபதாவது வயதிலிருந்தே அந்த கால கட்டத்தில் பெரிதாய் பேசப்பட்ட சிறுகதை இலக்கிய எழுத்துக் களைப் படிக்கவும் அந்த எழுத்து லாகிரியில் மூழ்கிப் போகவும் நேர்ந்தது. மூழ்கிப்போனது என்று சொல்வது வெறும் வெற்று வார்த்தைகளாகவல்ல. கீழே சொல்லப் பட்டபடி அதன் முற்றும் முழு சரியான அர்த்தத்தில்தான். சிறுகதை இலக்கியம் படிப்பதினால் தூண்டப்பட்டு எழுதவும் முயன்று அந்த எழுத்துப் பிரவாகச் சுழலில் சிக்கி நீந்திக் கரைசேர முடியாமல் மூச்சுமுட்டி செத்தேனா பிழைத் தேனா என்று தெரியாவண்ணம் மூழ்கி ஒரு கோமாளித்தன மான மனநிலையில் கிறங்கிப்போன அப்பாவியாய் என்னை ஆக்கிய என் சோக அனுபவந்தான் அது.

எழுத்து ஒரு புனித யாகம் மாதிரி என்று சொன்னேன். அது என் போன்ற சிலருக்கு ஒரு மன ஊனம் மாதிரியும் கூடத்தான். ஆரம்ப எழுத்தாளனை, எழுதப் பழகுகிறவனை உண்டு இல்லை என்று ஒரு வழி பண்ணிவிடும் மூர்க்கம் கொண்டது அது. என் அனுபவத்தில் அப்படித்தான் சொல்லத் தோன்றுகிறது. எழுத எழுத கணக்கு தவறிய கருத்து மோதல்கள் அடித்தல் திருத்தல்கள் ஆயிரம் ஆயிரம் என்று சொன்னால் மிகை இல்லை. ஒரு கிறுக்குப்பயலின் பிதற்றல் மாதிரி சாப்பிட ஆக்கிவைத்த நூடுல்ஸ் மாதிரி எழுத்துக்கள் ஒன்றோடொன்று பின்னிக்கொள்ளும். சிக்கலெடுக்க எந்த மகானுபாவனாலும் முடியாது. முடிவாக கிடைக்கிற அரைகுறை பதார்த்தம் இனிப்பா, கசப்பா துவர்ப்பா புளிப்பா என்றில்லாமல் கசப்பு மட்டும் தூக்கலாகி வாந்தி பண்ணச் சொல்லும். பின்பு பழையபடி திருத்தலும் அடித்தலும் கருத்து மோதல்களும்தான். என் வாலிபம் கடந்த இடைப்பட்ட பருவத்திலும் அதற்கு மேலும் என் சிறுகதை என்று மார் தட்டிக்கொள்ள ஒன்றைக்கூட உருப்படியாய் வார்த்தெடுக்க முடியாமல் போனது என் இயலாமைதான். இரண்டு வரி எழுதிவிட்டு அடுத்து என்ன எழுத என்ற ஆரம்பக் குழப்பம் முடிவு பரியந்தம் தொடரும். மேலும் எழுதுகிற என்னை உற்சாகமூட்ட இலக்கிய அன்பர்கள் யாரும் இல்லாதிருந்தும் ஒரு காரணம்தான். அப்படியாக என்னை யாரும் அறிந்திடாத ஓர் எழுத்தாளக் கோமாளியாக ஆக்கிய பெருமை அந்த ஓமகுண்டத்திற்கு உண்டு. என் அந்த மன ஊனம் என்னை எழுத்தில் தலைதூக்கவிடாமல் மாறி மாறி படுக்கையில் கிடத்திய வண்ணம் இருந்தது. என் மனச்சோர்வின் ஆரம்பமே அதுதான் என்று சொன்னாலும் தவறில்லை.

நான் என் ஒன்பதாம் வகுப்பு நாட்களிலிருந்து தமிழின் பால் அதிக நாட்டம் கொண்டவனாய் இருந்தேன் எனலாம். இலக்கிய எழுத்துக்கள், குறிப்பாக சிறுகதைகள் அறிமுகமாக ஆரம்பித்த நாட்கள் அவை. குறிப்பிட்டு சொல்வதாய் இருந்தால் தமிழ்ப் பாடப்புத்தகங்கள் மீது என் கவன ஈர்ப்பு அதிகமாய் இருந்தது. ஆறாவது வகுப்பிலிருந்து படித்த தமிழ்பாடப் புத்தகங்களை தேடிப்பிடித்து எடுத்து பத்திரப் படுத்தி வைத்திருந்தேன். அது எதேச்சையாய் நேர்ந்ததா, இலக்கிய நாட்டம் காரணமா என்று இப்போது நினைவில்லை.

அந்த தமிழ்ப்பாட புத்தகங்களை எங்கு எவ்வாறு தொலைத்தேன் என்றும் ஞாபகம் இல்லை. பரணில் கட்டி வைத்திருக்கிற புத்தகக் குவியலில் எங்கோ அவை இருக்கவேண்டும். மற்றபடி ஒன்றுமட்டும் என் நினைவில் நிரந்தரமாக தங்கி விட்டது. ஒரு தமிழனாய் தமிழுக்கு நான் கடன்பட்டவன் என்பது போன்ற ஒரு மாயத்தோற்றம்தான் அது. எதனால் அப்படி என்று எனக்கு இப்போது சொல்லவரவில்லை. ஒரு வேளை வாலிப வயதில் எடுக்கும் தீர்மானம் என்னை தமிழின் பால் ஈர்த்தது என்று ஒட்டு மொத்தமாய் சொல்லிவிடலாம்.

வடக்கு வாழ்கிறது, தெற்கு தேய்கிறது என்ற கோஷம் மேலோங்கி இருந்த காலகட்டம் அது. இந்தி எனும் மந்தி மொழி தன் தொந்திகளைத் தூக்கி முந்தி வரப்பார்க்கும் என்று நான் கவிதை எழுதியதாய் ஞாபகம். வாலிபத் துடுக்கு என்னை அவ்வாறாய் எழுதத் தூண்டியதோ என்னவோ தமிழின்பால் அப்படி ஒரு வெறி இருந்தது எனக்கு. ஆனால் எனக்குள்ளே குடிகொண்டிருந்த சபைக் கூச்சம் இந்த எழுவதாவது வயதில் கூட ஒழியவில்லை.

என்னை ஒரு வேற்றுலக மனிதன்போல் ஆக்கிவிட்டது. உலகார்ந்த விஷயங்களில் ஒரு தரம்கெட்ட மனிதனாகிப் போனேன் நான். மனதுக்குள் குமைந்த ஆவேசம் எழுத்தாக விகசித்திருக்க வேண்டும். அது ஏன் அப்படி இல்லாமல் போனது என்று சொல்லத் தெரியவில்லை இப்போது. இதில் எந்தவித உள்ளர்த்தமோ, அது சார்ந்த விமர்சனமோ இல்லை. உள்ளது உள்ளபடிக்கே, அவ்வளவுதான் என் வாதம் அது சரியோ தவறோ தெரியவில்லை. ஒவ்வொருவருக்கும் ஒவ்வொரு மாதிரி.

என் நெஞ்சுக்குள்ளே கனன்று கொண்டிருந்த வீரியம் மிகுந்த தமிழ்ப்பற்று சிலவேளைகளில் நான் தகுதியற்ற காரியங்களைச் செய்யவும் காரணமாயிற்று. பள்ளியில் ஒன்பதாவது, பத்தாவது வகுப்பு மாணவர்களுக்குள் தமிழில் கட்டுரைப்போட்டி வைப்பார்கள். அதில் நானும் கலந்து கொள்வேன். என் கட்டுரைகளில் மேற்கோள்கள் தூள்பரத்தும். உதாரணமாக,

“இதயத்தின் கதவை நன்றாய் இரும்பினால் உரம் செய்வாய் நீ மதவலிகொண்டு தாக்கும் மலமெனும் பேயர் கூட்டம்

விதம் ஒரு மாயம்காட்டி விமலநல் இதயவீட்டை அதம்செய உடன்படாதே அடைத்திடு கதவம் தன்னை" என்று சொந்தத்தில் ரீல் விட்டு, சுத்தானந்த பாரதி கவி பாடவில்லையா என்று முத்தாய்ப்பாய் முடிப்பேன். சுத்தானந்த பாரதியை யார் படித்திருக்கப் போகிறார்கள் என்ற நையாண்டி நகைப்பு எனக்குள். தமிழ் ஆசிரியர் எழுதினால் இப்படியல்லா எழுதணும் என்று பாராட்டுவார். முதல் பரிசு எனக்கே கிடைக்கும். நான் செய்தது ஒரு எழுத்துப் புரட்டு என்ற உண்மை எனக்குள்ளே புதைந்துவிடும். யாரிடமும் இருந்து திருடாதவனாய் இப்படி புரட்டு பண்ணுவது தப்பில்லை என்றும் தோன்றும். அது என் கவி வன்மை கூர்தீட்டப்படவும் ஒரு வாய்ப்பாய் அமைந்ததாக எண்ணிக்கொள்வேன்.

எல்லாம் எழுத்தில்தான், வாய்ப்பேச்சு என்று வந்தால் குலைநடுக்கம் எனக்கு. சபைக்கூச்சம், கை கால்கள் பதறும். இன்றுவரை அப்படித்தான். திருத்திக்கொள்ள முடியவில்லை. மனம்போன போக்கில் எழுதுவதொன்றெ எனக்குச் சாத்தியம். அதுவும் ஒவ்வொன்றும் முழுமையடையாமல் பாதியில் நின்றுபோகும். கட்டுரைப் போட்டிகளுக்கு மட்டும் விதிவிலக்கு. காரணம் தட்டிக்கொடுக்க தமிழாசான் மட்டுமாவது இருந்ததுதான். மேலும் சிறுகதைகள் எழுதமுயன்றது என் கல்லூரி நாட்களிலிருந்துதான். பள்ளி நாட்களில் கட்டுரைப் போட்டி ஒன்றோ, இரண்டு தடவைகள் தான். தமிழ்ப்பாடப் புத்தகத்தில் கேட்டபடி கட்டுரை எழுதுவது விதிவிலக்கு ஆனாலும் அந்த என் இலக்கியப் புரட்டு என் மனதென்ற ஓம குண்டத்தில் தீயைக் கொட்டி அதை பொசுங்கிப் போகச் செய்ய ஒரு காரணமாயிற்று. என் மனது ஊனப்பட்டுப்போனது அவ்விதம்தான்.

எடுத்த எடுப்பிலேயே, புதுமைப்பித்தனுக்குத் தாவியது என் கவனம். தமிழில் சுமாராக எழுத தெரிந்துகொண்ட பொழுது பள்ளி நூலகத்தில் அமர்ந்து புத்தகங்களைப் புரட்டிப் பார்க்கும் ஆர்வம் கொண்டிருந்தேன். முதல் முதலாக என் கண்ணில் பட்டது புதுமைப்பித்தனின் பொன்னகரம் என்ற சிறுகதைதான். கதைகளைப் பொறுத்தவரை அதுதான் என் முதல் முழுமையான வாசிப்பு.

சின்ன சிறுகதைதான். நிதான வாசிப்பென்றால்கூட ஐந்து நிமிடங்களுக்கு மிகாது. அதற்குள்ளேதான் எத்தனை நகாசு வேலைப்பாடுகள், கேள்வி ஞானங்கள், நையாண்டிகள், கிண்டல்கள், அனுபவ எழுத்துச் சிதறல்கள், பசி என்ற முத்திரை பதித்த வாழ்க்கைச் சீரழிவு பற்றிய வர்ணணைகள்.

'பத்தும் பசி வந்திட பறந்துபோம் என்று வெகு ஒய்யார மாக உடம்பில் பிடிக்காமல் பாடுகிறீரே, அங்கு (பொன்னகரத்தில்) நீர் ஒரு நாள் இருந்தால் உமக்கு அடி வயிற்றிலிருந்து வரும் அதன் அர்த்தம்! சந்தின் பக்கத்தில் ஒருவன் அம்மாளுவின் மேல் ரொம்ப நாளாக கண் வைத்திருந்தவன். இருவரும் இருளில் மறைகிறார்கள். அம்மாளு முக்கால் ரூபாய் சம்பாதித்து விட்டாள். ஆம், புருஷனுக்கு பால் கஞ்சி வார்க்கத்தான். என்னவோ கற்பு கற்பு என்று கதைக்கிறீர்களே, இதுதான் ஐயா பொன்னகரம்.

எத்தனை எதார்த்தமான கதை! ஒரு நாவலுக்குண்டான கருவை இரண்டரை பக்கங்களில் சிறுகதையாக புதைத்து வைத்த பொக்கிஷம்! எத்தனை ஆணித்தரமான எழுத்து, எழுத்துக்கு இவ்வளவு வலு உண்டா என்று என்னை வியக்க வைத்தது அது.

திரும்பத் திரும்பப் படிக்க வேண்டும் என்ற ஆவலைத் தூண்டியது அவர் எழுத்து. ஒவ்வொரு முறை படிக்கும் போதும் வெவ்வேறு விதமாக காட்சிக் கோலங்களை மனசென்னும் இலக்கிய இல்ல வாசலில் இட்டு என்னை வியக்க வைத்தது.

பிறக கு.ப.ரா. கொச்சையான அன்றாட இயல்பு வாழ்க்கைச் சம்பவங்களை அருவருப்பு தோன்றாமல் ஆபாசமின்றி நச்சென மனதில் படும்படியாக சொற்சிக்கனத்துடன் எடுத்து வைத்த நேர்த்தி என்னைக் கவர்ந்தது. அப்படியாக மணிக்கொடி காலத்திய சிறுகதை ஜாம்பவான்கள் பலர் எழுதிய எழுத்துக்களை வாசிக்கும் ஆர்வம் மிக மிக எழுந்தது.

யாருடையதை வாசித்தாலும் புதுமைப்பித்தன்போல் இல்லை என்றே என் கணிப்பு இருந்தது. நாமும் எழுதிப் பார்த்தால் என்ன என்ற வீம்பும் தலை தூக்கிற்று. அதற்கு

புதுமைப்பித்தனை முற்றிலும் படிக்க வேண்டும். ரக ரகமான அவருடைய சிறுகதைகளை ஆழ்ந்த கவனத்தோடு உட்கொள்ள வேண்டும் என்ற மன பதைப்பு உண்டாயிற்று. பல புத்தகப் பதிப்பாளர்களுடன் தொடர்பு கொண்டு, புதுமைப்பித்தனின் எல்லா படைப்புகளையும் வாங்கிப் படிக்கலானேன். அது நான் அரசாங்க வேலையில் சேர்ந்த என் இருபத்தியொன்றாம் வயதில்.

இனி நாமும் எழுதலாம் என்ற தெம்பு வந்தது. அவ்வளவு படித்திருந்தும் எழுத என்று முயன்றபோது தயக்கம் மேலோங்கி அனுபவக்குறைவு என்ற தகுதியின்மை வழி மறித்து நின்றது. என் முயற்சியில் தோல்வி கண்டேன். அது நுனிப்புல் மேயும் படியான தோல்வியல்ல. ஆணிவேர் நசுங்குகிற, அடியோடு பிடுங்கி எறியப்பட்டது போன்ற மகா பெரிய தோல்வி. காரணம் எழுத்தில் என்னை ஊக்குவிக்க சகதோழர்கள் யாருமில்லை. எழுத்தாளனாக வேண்டும் என்ற என்னுடைய கனவு என் அறுபத்தியிரண்டாம் வயதுவரை நிறைவேற இல்லை. (என் அறுபத்தியொன்றாம் வயதில் பேராசிரியர் த. பழமலை அவர்களுடன் தற்செயலாக தொடர்பு கொள்ள வேண்டிய சந்தர்ப்பம் வாய்த்தது. அவர் என்னுள் புதைந்து கிடந்த எழுத்தாற்றலைப் படிப்படியாக தூண்டிவிட்டு என்னை எழுத வைத்தார். அதன் பயனாக நான் கணையாழியில் மூன்று சிறுகதைகளும் யுகமாயினியில் இரண்டு சிறுகதைகளும் ஒரு கவிதையும் பிரசுரமாகும் பாக்கியம் பெற்றேன். இந்த கதைக்கு அது தேவையற்றதே எனினும், சொல்லித் தீர வேண்டிய கட்டாயம் எனக்கு).

மேலோட்டமான இலக்கிய வாசிப்பு கைக்குதவாது என்பது எனக்குப் புரிய நிறைய நாட்களாயின. எழுதுவதில் வேகம் ஆர்வம் இருப்பினும் ஒரு நிதானமும் தேவை என்பதை உணர்ந்தேன். அது என்னிடம் வாப்பாய் அமையவில்லை என்பது கண்கூடாகத் தெரிந்தது. சிந்தனையை ஒருமுகப்படுத்த என்னால் முடியவில்லை. அது என் தோல்விதான் என்று உணர்ந்துகொண்டேன். ஆகவே எழுதுவதைத் தற்காலிகமாக நிறுத்திக் கொண்டேன். அவ்வப்போது தோன்றும் கற்பனை கலந்த ஆழ்ந்த சிந்தனைகளை மட்டும் குறித்துக்கொண்டு வந்தேன். ஏதோ ஒரு கீழ்மை உணர்வின் அந்த அரிய ஏட்டையும்

தொலைத்துவிட்டது என் துரதிர்ஷ்டம்தான். அவ்வாறாய் அடிப்படையே ஆட்டம் கண்டது. மன அழுத்தம் வந்தது. எழுதுவது சீரழிந்தது. தற்கொலை எண்ணங்கள் தலை தூக்கின. என் நல்வாழ்வையே தலைகீழாய் புரட்டிப்போட்ட அந்த மனச்சோர்வின் இறுகிய பிடியின் உக்கிரம் கூடிற்று. அது தன்னிஷ்டம் போல் என்னை ஆட்டிப்படைத்தது.

1983ஆம் வருஷத்திய ஒரு சோக நாளின் காலை ஏழு மணி. மூன்று நாள் மெடிக்கல் லீவு முடிந்து நான் வேலைக்குப் போக வேண்டிய தினம். இனி என்ன ஆகுமோ என்ற கிலி என்னை ஆட்டிப் படைத்துக் கொண்டிருந்தது. வேலைக்குப் போவதை ஒத்திப்போட என்ன செய்யலாம் என்று மனதுக்குள் போராட்டம். யாரைக் கண்டாலும் ஒரு உள்நடுக்கமும் வெளி மூர்க்கமும் வெறுப்பும். எல்லாம் தூக்கி அடிக்கிறதுபோல என் மேலேயே கொடிய நீடித்த வெறுப்பு. சகட்டு மேனிக்கு எல்லாரிடமும் எல்லாவற்றிலும் ஒரு நடுக்கம் கலந்த எல்லை தாண்டிய பயம். அந்த சோர்விலிருந்து சற்றேனும் விடுபட சிறுகதைகள் படிக்க ஆரம்பித்திருந்தேன். லீவிலிருந்த அந்த மூன்று நாட்களும் ஒரே கதையை படித்துக்கொண்டு ஒன்றையும் உள்வாங்காது அயர்ச்சி என்னை ஆட்கொண்டிருந்தது. கதையோ என் மென்ட்டல் டிப்ரெஷனால் பாதிக்கப்பட்டு, அது சார்ந்த யோசனைகள் சுக்குநூறாய் சிதறிக்கொண்டிருந்தன. இலக்கிய ஓமகுண்டத்து உஷ்ணம் தாங்காது நான் பொசுங்கி போய்க் கொண்டிருந்தேன்.

வீட்டுக் கதவை யாரோ தட்டினார்கள். அது என்னுள் ஒரு இடியாய் இறங்கியது. என் மனைவி போய்த் திறந்தாள். "உள்ளே வாங்க உட்காருங்க" என்று உபசரித்துவிட்டு படுக்கை அறை யிலிருந்த என்னிடம் வந்து, 'உங்க நண்பர் பரமசிவம் வந்திருக் கார்' என்று தெரிவித்தாள். நான் எழுந்து முன் ஹாலுக்கு வந்தேன். பரமசிவத்திடம் என்ன வேணும்? என்றேன் ஒரு கடுகடுப் புடன். 'அந்த வேர் ஹவுஸ் எஸ்டிமேட்... ஈ ஈ... கேட்டு வரச் சொன்னார்' என்றார். 'எஸ்ட்டிமேட்டுமில்லை, கிஸ்டிமேட்டு மில்லை, அதுக்கு இப்போ என்ன அவசரம்? கொஞ்சம் நிம்மதி யாய் இருக்க விடுங்களேன்' என்றேன். ஆழ்மனத்துப் பயம் கோபமாக வெளிப்பட்டது. அவற்றைச் சொல்லி முடிக்க, என் கண்கள் கோவைப்பழம் போன்று, சிவந்து போயின.

நிலைமையை ஊகித்துக்கொண்ட பரமசிவம் 'சரி வர்றேன்' என்று சொல்லிவிட்டு எழுந்து சென்றுவிட்டார்.

என் மனைவி என்னைக் கோபித்துக் கொண்டாள். வீடு தேடி வந்த நண்பர்கிட்ட இப்படியா நடந்து கொள்வது என்று நொந்துகொண்டாள். நான் ஒன்றும் பதில் சொல்லாமல் குளியலறைக்குச் சென்றுவிட்டேன்.

மணி எட்டு ஆயிற்று. என் பிள்ளைகள் பள்ளிக்கு கிளம்பிக் கொண்டிருந்தனர். நான் குளித்துவிட்டு உடைமாற்றிக் கொண்டு ஆஸ்பத்திரிக்கோ, வேலைத்தளத்துக்கோ செல்லத் தயாரானேன். எல்லாம் ஐந்து நிமிஷ வேலைதான். எனக்கு பழைய உடையை கழற்ற அரை நிமிஷம். குளிக்க நான்கு நிமிஷம், புது டிரஸ் மாற்ற அரை நிமிஷம் அவ்வளவுதான். வெளிக்கவர்ச்சியில் எனக்கு அக்கறை இல்லை. என் தோற்றத் தைக் கண்டு எல்லோரும் மெச்ச வேண்டும் என்ற ஆசை யெல்லாம் மலை ஏறிப்போய்விட்டது. தலை சீவுகிறதுகூட எனக்கு ஒரு அனாவசியமான ஒரு தொல்லையாக வேண்டாத வேலையாகத் தெரிந்தது. எல்லாம் ஏனோ தானோதான். மனச் சோர்வு சார்ந்த அடிமைத்தன உணர்வுதான்.

சாப்பிட்டேன் என்ற பெயருக்கு ஒரு இட்லியை கொறித்துக் கொண்டேன். காப்பித் தண்ணியை எவ்வளவு சுவையாக காப்பி இருந்தாலும் அது எனக்கு தண்ணிதான். வாயில் ஊற்றிக் கொண்டேன். எழுந்து கிளம்பும்போது வாசலில் ஜீப் சத்தம் கேட்டது. யார் என்று எட்டிப் பர்த்தேன். என் மேலதிகாரி எக்ஸிகியூட்டிவ் ஈஞ்சினியரும் அவர் கீழ் வேலைபார்க்கும் அஸிஸ்டெண்ட் இஞ்சினியர்கள் மூன்று பேர்களும்தான். நான்கு பேரும் (பரமசிவம் உட்பட) என் வீடு நோக்கி வந்தனர். எனக்கு கிலி பிடித்துக் கொண்டது. இன்று நடக்கக்கூடாத எதுவோ நடக்கப்போகிறது என்று இருதயம் அடித்துக் கொண்டது.

என் மனைவி எல்லோரையும் வரவேற்றாள். நாற்காலி களில் அமரச் சொன்னாள். நான் வெட்டுண்டு சாய்ந்த மரம் போல், நாதியற்றவன் போல், ஒரு குற்றவாளியைப்போல் கூனிக்குறுகி அமர்ந்துகொண்டேன்.

ஜோதி ஒங்களுக்கு என்ன செய்யுது? என்று ஈ.ஈ. கேட்டார்.

பயமா இருக்கு சார் என்றேன் நான்.

என்ன பயம்?

காரணம் சொல்லத் தெரியல சார்.

யாராவது ஒங்கள எதுவும் சொன்னாங்களா?

இல்ல சார்.

பின்ன எதுக்கு பயப்படணும்? பரமசிவத்துக்கிட்ட கோபப்படணும்?

தெரியல சார்.

அடிக்கடி லீவு போடுறீங்களே ஏன்?

என்னால தாங்க முடியல.

எத தாங்கமுடியல?

எல்லாத்தையும் சார்.

எல்லாத்தையும்னா?

உயிரோட இருக்கவே பிடிக்கல சார்.

இது என்ன பேத்தலாயிருக்கு? யாரும் ஒங்கள எதுவும் பண்ணப்போறதில்ல. ஒங்க வேலைய நீங்க பாருங்க. யாரும் அதுல தலையிடப் போறதில்லை... நல்லா ஜெபிங்க. எல்லாத்தையும் ஒங்க கடவுள் ஏசுநாதர் தாங்கிக்கிடுவார். இல்லேன்னா தாங்கிக்க பலம் தருவார். எல்லார்கிட்டயும் நல்லா கலகலப்பா பழகுங்க. ஒங்களுக்கு ஒடம்புல ஒரு கோளாறுமில்ல. மனசிலதான் கோளாறு. அதுக்கு வேண்டிய மாத்திரை மருந்தெல்லாம் ஒழங்கா சாப்பிடுங்க. முக்கியமா மனசை அலையவிடாதீங்க. எனக்கு பிளட் ப்ரெஷர் இருக்கு, சுகர் இருக்கு, கொலஸ்ட்ரால் இருக்கு, தைராய்டு பிராப்ளம் இருக்கு, பைல்ஸ் தொல்லை இருக்கு, தீராத மண்டையிடி இருக்கு, எப்பவும் சளி இருமல் இருக்கு. அதப்பற்றியெல்லாம் கவலைப்பட்டுக்கிட்டு இருந்தா ஆகுமா? எல்லாத்தையும்

ஈசியா எடுத்துக்கிடணும். கடவுள் மேல பாரத்த போட்டுட்டு நம் கடமைய செய்துகிட்டுப் போகணும்... சரி, இன்னைக்கி வேலைக்கு வர்றீங்களா இல்லையா? என்றார் ஈ...ஈ...

சற்றுயோசித்து விட்டு, வரேன் சார் என்றேன். அப்போ கிளம்புங்க.

மெடிக்கல் ஃபிட்னஸ் சர்டிஃபிக்கேட் வாங்கணும் சார். அது போற வழியில பாத்துக்கிடலாம். இப்ப வாங்க வேலைக்கு.

வேலைக்குக் கிளம்பும்போது என் மனைவி கண்ணீர் விட்டு அழுதாள். ஒண்ணுலேயும் பற்றில்லாம இருக்காங்க சார்... குடும்பத்த பற்றியும் அக்கற இல்ல. பொண்டாட்டி பிள்ளைகள் மேலே கூட பாசமா இல்ல. ஆபீஸ்லேயும் சைட்லேயும் அப்படித்தான் இருக்கிறதா சொல்றாங்க. எனக்கு பயமா இருக்கு சார் என்றாள்.

கவலைப்படாதீங்கம்மா. இது ஒருவித மனநோய் டிப்ரெஷன் னுவாங்க. மருந்து மாத்திரையில் கொஞ்சம் குணம் கிடைக்கும் யோகாசனம் செய்யகத்துக்கிட சொல்லுங்க. கவலையை மனசில் வளரவிடாம எல்லோர்கிட்டேயும் சாதாரணமா பழகச் சொல்லுங்க. முக்கியமா கடவுள்கிட்ட வேண்டிக்கிட சொல்லுங்க. நாங்களும் வேண்டிக்கறோம் என்று ஆறுதல் கூறிவிட்டு கிளம்பினார். ஈ.ஈ... என் மூன்று குழந்தைகளிடமும் அவர்கள் நாடியைப் பிடித்து கொஞ்சி விட்டு என் மாமனார், மாமியாரிடமும் என் மனைவியிடமும் விடை பெற்றுக்கொண்டார். அவர், நான் மற்ற என் நண்பர்களும் அவரோடு ஜீப்பில் ஏறிச் சென்றோம்.

மேற்கண்ட என் மன நோயிலிருந்து மீளத்தான் நான் என் கவனத்தை என் மனதுக்குப் பிடித்தமான சிறுகதைகள் படிக்கிற காரியத்தில் ஈடுபடுத்தி வருகிறேன். அது என்னையே நான் கொன்று கொள்ளும் அபாயத்திலிருந்து என்னை காப்பாற்றி வருகிறது.

என்னையே நான் கொன்று கொள்வது என்பது என்ன? தற்கொலையா? தினம் தினம்தான் செத்து செத்து பிழைத்துக் கொண்டிருக்கிறேனே? அப்படியானால் அது தற்கொலை இல்லையா? வேறு எதுவுமா? அதிலிருந்து மீள நான் என்ன

செய்ய வேண்டும்? இலக்கியம் படைப்பது புனித வேள்வி மாதிரி என்றால், இலக்கியம் படிப்பது எந்த வகையைச் சாரும்? இப்ப வரைக்கும் எனக்குச் சரியான பதில் கிடைக்கவில்லை. அதுவே ஒரு அல்லாட்டமாக என்னைத் தாக்கிக் கொண்டிருக்கிறது.

டிரைவரிடம் ஜீப்பை மருத்துவமனைக்கு விடச் சொன்னார் எக்ஸிகியூட்டிவ் எஞ்சினியர். என்னை அங்கே இறங்கச் சொல்லி தானும் இறங்கி வாங்க ஜோதி, 'ஃபிட்னெஸ் சர்டிஃபிகேட் வாங்கிவந்து விடலாம் என்று கூறியவாறு என்னைத் தொடர்ந்தார். ஜீப்பிலிருந்த என் நண்பர்களும் அவரோடு வந்தனர். மெடிக்கல் ரெஜிஸ்ட்ரேஷன் கவுண்ட்டரில் என் மருத்துவ அட்டையை வாங்கிக் கொண்டேன். பின்பு டாக்டரிடம் சென்றோம். ஃபிட்னஸ் சர்ட்டிஃபிகேட் கேட்டேன் நான். டாக்டர் என் நாடி பிடித்துப் பார்த்தார். என் கண்கள் சிவந்து போய் இருந்ததைப் பார்த்தார். ராத்திரி தூக்கமில்லையா என்று கேட்டுவிட்டு பதிலை எதிர்பார்க்காமல் பிளட் பிரஷர் பார்த்தார். பிரஷர் ரொம்ப கூடுதலா இருக்கு. 180/120, நல்லா ரெஸ்ட் எடுக்கணும். உப்பு குறைக்கணும். ஃபிட்னஸ் எல்லாம் இப்ப வேண்டாம் என்று சொல்லிவிட்டு மெடிக்கல் லீவை மேலும் மூன்று நாட்களுக்கு எக்ஸ்டென்ட் பண்ணித்தந்தார். எதுக்கும் ஈ.சி.ஜி. பார்த்திடுங்கோ என்று சொல்லிவிட்டு அதற்கான சீட்டை எழுதித்தந்தார். ஈ.சி.ஜி. எடுத்து வந்து அவரிடம் காட்டினேன். எல்லாம் நார்மலாதான் இருக்குது என்றார்.

ஈ.ஈ. என்னிடம் நல்லா ரெஸ்ட் எடுங்கோ ஜோதி உடம்புதான் முக்கியம் வேலையெல்லாம் அப்புறம்தான். வேர் ஹவுஸ் எஸ்டிமேட் போட்டு முடிச்சிடுங்க. அவசரமா தேவைப்படுது என்றார் நான் என் ஆபிஸ் மேஜை டிராயர் சாவியை அவரிடம் கொடுத்து உள்ளே தான் இருக்கு சார் என்றேன். என்னை என் வீட்டில் இறக்கிவிட்டு ஒடம்ப பார்த்துக்குங்கோ என்று அவரும் என் நண்பர்களும் என் கையைப்பிடித்து ஆறுதலாய் சொல்லிவிட்டுக் கிளம்பினர்.

எனக்கு என் மேலதிகாரி மற்றும் என் நண்பர்களைப் பார்த்து பொறாமையாக இருந்தது. எவ்வளவு ஜாலியாக கவலையே இல்லாம சிரித்துக்கொண்டு இருக்கிறாங்க. எனக்கு அப்படி ஒரு மனநிலை இல்லையே என்று கடவுளைக் கோபித்துக் கொண்டேன்.

மணி பத்துக்கு என் ஆபீஸ் பியூன் வந்தார். அவரிடம் என் லீவை எக்ஸ்ட்டெண்ட் பண்ணி எழுதிக் கொடுத்துவிட்டு படுக்கையில் போய் விழுந்தேன். என் மனைவியிடம் விஷயத்தைச் சொன்னேன். அவள் அழுதாள், விக்கிக்கொண்டு கடவுளிடம் மன்றாடியவாறு அப்படி அழுதாள். பிரஷர் எல்லாம் என்னை ஒன்றும் செய்யாது. தைரியமாய் இரு என்று சொல்லி அவளைத் தேற்றினேன். பிரஷருக்கான மாத்திரை களை விழுங்கிவிட்டு அப்படியே தூங்கிவிட்டேன். கனவில் மௌனி தன் சுய சிந்தனையை என்னுள் திணிக்க முயன்று தோற்றுப்போய் கொண்டிருந்தார். நானோ அவருடைய மௌன பாஷையைப் புரிந்துகொள்ள முடியாமல் அந்தக் வேள்வியின் உஷ்ணம் தாங்காமல், பொசிந்து போய்க் கொண்டிருந்தேன்.

மதியம் ஒரு மணிக்கு தானாகவே விழிப்பு வந்தது. எழுந்து சாப்பிட்டுவிட்டு ஈஸிசேரில் படுத்தவாறு அமர்ந்து பேப்பரில் அன்றைய செய்திகளைப் படித்துக் கொண்டிருந்த போது யாரோ வீட்டுக் கதவை தட்டினர். என் மனைவி போய்த் திறந்தாள். ஆபீஸ் பியூன் நின்றுகொண்டிருந்தார். உள்ளே வரச்சொன்னேன். என்ன விஷயம் என்று சொல்வதற்கு முன்பே முந்திக்கொண்டு சார் உங்க ஈ.ஈ. ஹார்ட் அட்டாக்கில் இறந்து போனார் என்று கூறிவிட்டு என்ன ஏது என்று விசாரிக்கும் முன்பாகவே அந்த செய்தியை மற்றவர்களுக்கும் தெரிவிக்க வேண்டிய அவசரத்தில் விரைந்து வெளியேறிவிட்டார்.

என் ஹைப்பர் டென்ஷன் மறுபடியும் எகிறியதுபோல் உணர்ந்தேன். ஏதோ தீ ஜ்வாலையில் பொசுங்குகிறது போன்ற கரிய புகை மூட்டம் என்னுள் கவிந்தது.

தவறு

நேற்று நடந்தது போல் இருந்தது. ஒரு வருஷம் பூர்த்தியாயிற்காம்! கோமதி சொல்லித்தான் தெரிந்தது. காலம் தீ விரித்து எதையும் சட்டை செய்யாமல், என்னமாய் விரைந்து ஓடுகிறது?! அதைத் தாக்குப்பிடித்து, தடுத்து நிறுத்த மனித எத்தனங்களுக்கு வலுவில்லை போலும்! ஆனாலும், அந்த வேகவேகத்துக்கு ஈடுசெய்ய, பதிலடி கொடுக்க, காலம் ஆமை போல் மெல்ல மெல்ல நகர்கிற விசனத்துக்குரிய பொழுதுகளும் உண்டுதான். அதுவும் தன்னிச்சையாகத்தான். இரண்டுக்கும் மனதுதான் நேரடி காரணம். இடைத் தரகுகள் இல்லாத இயல் பான சங்கதி அது. வாழ்க்கை, இரண்டையும் சமன்செய்து கொண்டு, தனக்கொத்ததாக்கி, தன்போக்கில் போய்க் கொண்டிருந்தது.

கோவிந்தன், அவன் மனதின் அதிவேக ஓட்டத்தின்படி, நேற்று, காலத்தின் கறாரான கணக்குப்படி, ஒரு வருஷம் முன்பு, ஒரு தவறு செய்திருந்தான். தவறென்றால் ஹிமாலயப் பெரிதானதோ, குடி முழுகிப் போகும்படியானதோ அல்ல. அவன் கணிப்புப்படி, வெறும் தூசு நிகர்த்ததுதான். அது மற்றவர் கண்களுக்கு உத்திரமாய்த் தெரிந்தது போலும். என்ன தோற்றமயக்கமோ?

கோவிந்தன், அவன் வாழ்க்கையில் வறட்டுப் பிடிவாதங் களுக்கு, வீண் சர்ச்சைகளுக்கு வளைந்து கொடுக்கிறவனல்ல. எப்போதும் எதிலும் நேர்கொண்ட பார்வைதான். விதி விலக்குகள் மிகச் சிலவே. அதனாலோ என்னவோ, தான் செய்தது தவறு என்று அறிந்திராமலேயே அதைச் செய்திருந்தான். கோமதியும் அசதி கொண்டு அயர்ந்திருந்த வேளை அது. கோவிந்தனுக்குத் தெரிந்திருந்தால் விலகிப்போய் இருந்திருப் பான். தூசு நிகர்த்தது. உத்திரமளவு கண்ணுள் கிடந்து உறுத்தாது.

இப்போதுபோல், அவதிப்பட நேர்ந்திருக்காது. இப்படிப்பட்ட அவலங்களை எதிர்கொண்டேயாக வேண்டும் என்ற ஒரு நிலை உண்டாகியிராது. ஆனால் அவன் வாழ்க்கை, அதிகமதிகமான போராட்டங்கள் நிரம்பியது என்ற தத்துவார்த்த வித்தகமெல் லாம் அறிந்திருக்காத பாழ்வெளி போலிருந்திருக்கும். நொந்து போன மன நிலையில் அவன் வெந்து போயிருக்க மாட்டான். அவனுக்கு இதுவும் வேண்டும், இன்னமும் வேண்டும் என்று அவன் விரோதிகள் கறுவியிருக்க மாட்டார்கள்.

விரோதபாவம், ஏதோ ஒரு வகையில் எல்லா இடத்திலும் எல்லோரிடமும் இருக்கத்தான் செய்தது. ஆனால் அதை வளரவிடும் அதர்மப்போக்கு கண்டித்தலுக்குரியதே. முளையிலேயே கிள்ளி எறிந்துவிட்டிருக்க வேண்டிய விவகாரம் அது. என்ன நடக்கிறது பார்ப்போம் என்று வாளா யிருத்தல், தண்டனைக்குரிய குற்றமாகும். ஆகவேதான் அவன் உடனுக்குடன் எல்லா காரியங்களையும் பைசல் செய்து விடு கிறான். அது பிறர் கண்ணுக்கு அபாண்டமாய் தெரியலாகிறது.

கோவிந்தன் தனக்கேயென தேர்ந்தெடுத்திருந்த வாழ்க்கை முறை பிறருக்கு புரிபடாதிருந்தது. அவன் அதை தேர்ந்தெடுக்க, அதில் தேர்ந்தெடுக்கப்பட, இரண்டு தலைமுறைவரை காத் திருந்தான். அத்தனை நீண்டகால காத்திருப்பு, அவன் புஜங்களை, கை கால் தசை நார்களை முறுக்கி சீர்பட செய்திருந்தது. நெஞ்சு விரிந்து, எதையும் தாங்கும் பக்குவம் பெற்றுத் திகழ்ந்தது. தான் கைக்கொண்ட அந்த வாழ்க்கை முறைக்கு தினம் தினம் வணக்கம் சொல்லி அதை வரவேற்றான். அதுவே அவன் ஆண்டாண்டு கால பழக்கமாய்ப்போனது. அந்த அவனின் வாழ்க்கை முறைப்படி தனக்குப்போகவே மற்றவர்களுக்கு என்றில்லாமல், தனக்கும் பிறருக்கும் சமமான அந்தஸ்தே வழங்கியிருந்தான். அது தெரிந்தும் பிறர் அவனை காய்மகாரத் தோடேயே பார்த்து வந்தனர். காரணம், அவனுக்கே உரித்தான தேஜஸ்தான்! அதை அவன் பிறருடன் பகிர்ந்து கொள்வதில்லை.

கோவிந்தனுக்கு கோமதிதான். அவன் செய்த தவறை சுட்டிக் காட்டி, அதை புரிய வைத்திருந்தாள். தவறை தவறென ஏற்றுக் கொள்ளக்கூடிய மனப்பக்குவத்தை புகட்டியிருந்தாள். அது சீர்மிகுந்த, சிரமம் கூடிய ஒரு பணியாய் இருந்தது அவளுக்கு. அதில் ஆதாயம் தேட அவள் முயலவில்லை. கோவிந்தனே

அதற்குரிய சன்மானத்தை, மனமுவந்து அவளுக்கு அளிக்க முன்வந்தான். அது அவன் நேர்மையை, தயாள சிந்தையைக் காட்டிற்று. இன்னொருமுறை அதுபோல் தவறு செய்யாதிருக்க உந்துகோலாகவும் இருந்தது. நல்வாழ்க்கை என்பது ஜோடனை களற்ற, பாந்தமான அமைவுதான் என்பதை உணர்வுப்பூர்வமாக, நேர்முகமாய் நிலை நாட்டிற்று.

கயமைகள், சூதுகள், சூழ்ச்சிகள் தலைவிரித்தாட, செய்த ஒரு தவறை மறைக்க, அடுக்கடுக்காய், தவறுகள் செய்த வண்ணம் இருப்போரை கோமதிக்கு கோவிந்தன் சுட்டிக் காட்டினான். அவர்களெல்லாம் நிலையற்ற உலக வாழ்வின் ஜீரணிக்கப்படாது வாந்தியாய் வெளிக்கொட்டின எச்சங்கள் என்றாள் கோமதி. அவர்களை ஒதுக்கித் தூர எறிந்துவிடச் சொன்னாள். கோவிந்தன், கோமதி சொன்னபடி செய்தபோது, அதிபிரகாசமான எதிர்முகங்களை தரிசித்தான். ஒவ்வொரு சொல்லுக்கும் அர்த்தம் மூடிக்கொண்டு போனது. அர்த்தத்தின் அர்த்தமென அர்த்தங்கள் கூடக் கூட, அகராதி கொள்ளாத மிகையாக அவை பொங்கி வழிந்தன. அவற்றுக்கிணையாய் தவறுகளும் மிகுதியாய் தலைதூக்கின. அவற்றுள் ஒன்றுதான் கோவிந்தன் செய்திருந்த தவறு. ஒரு பானை பாலுக்கு ஒரு துளி புளி!

கோவிந்தன் செய்த தவறை, மற்றவர்களின் பார்வைப்படி உள்ளது உள்ளவாறு உரைத்தால், அது தவறுதான். சாம்ராஜ்யத்தின் நெம்புகோல் கைக்கெட்டிய மாதிரி என்பர். ஒரு வலுக் கொண்ட எதிரியின் படைப்பிரிவையே தூக்கி, அசைத்து, கிளர்த்திவிடும் ஆற்றல் அதற்குண்டு என்பர். அவனோவென்றால், அது ஒரு சாதாரண சிறுகம்பு எனச் சொல்லப்படும் மெலிந்த வஸ்து. வளைத்தால் ஒடிந்து ஒன்றுக்கும் உதவாது போகும் பலமற்ற வெறும் கைத்தடி என்பான். தன்னிடம் அத்தகைய ஆற்றல் ஒருக்காலமும் இருந்ததில்லை என்பதே அவன் கணிப்பு. இத்தனைக்கும் தாழ்வு மனப்பான்மையின் ஆதிக்கத்துக்கு அவன் பரம எதிரி.

சில தவறுகள், நடந்தே ஆக வேண்டும் என்ற கட்டாயத் துக்கு உட்பட்டவை. நடந்தாலும், உரியவருக்கு நன்மையே செய்கின்ற வகையைச் சேர்ந்தவை. அவன் செய்த தவறும் அப்படிப்பட்டதே என்பது அவன் அபிப்பிராயம். அதுவே,

அதை அவன் நேசிக்க காரணமாகவும் அமைந்துவிட்டது. அது ஒரு குற்றமில்லை என அவன் மனச்சான்று உரைத்தது. பொது நியதிகள் தவறிப்போக அத்தவறு காரணமில்லை என்று உளமார அவன் நம்பினான். பிறரின் வேறுபட்ட அபிப் பிராயங்களுக்கு தான் ஜவாப்தாரி அல்ல என்று திடம்பட சொன்னான் அவன். ஆனாலும், தான் செய்தது தவறுதான் என்பதில் வேறுபட்ட கருத்தில்லை அவனுக்கு. ஏனெனில், அவன் பிறரை மதிக்கத் தெரிந்தவனாய் இருந்திருந்தான்.

எண்ணற்ற நியாயங்களை தவறுகளென எளிதில் நிரூபித்து விடலாம். ஓரளவு தர்க்க சாஸ்திரம் தெரிந்திருந்தால் போது மானது. தவறுகள் அப்படியல்ல. அவற்றின் தன்மையை எதிர் மறையாய் நிறுவுவதற்கு மூளை பலத்தோடு மனத்தெம்பும் அதிகம் வேண்டும். அது கோவிந்தன் வசம் இல்லாததிலேயே கோமதியின் வழிகாட்டல் நாடினான். ஆனாலும் மன சஞ்சலங்கள் அவனை பழிதீர்த்துக்கொண்டுதான் இருந்தன. ஆரம்பத்திலேயே தவறை ஒப்புக்கொண்டிருந்தானானால், கோவிந்தனுக்கு இப்போதைய கீழ்நிலை நேர்ந்திருக்காது. பிறர் பழிச் சொல்லுக்கு ஆளாகி இருந்திருக்க மாட்டான். கோமதியும் அவன் அறிந்திராத யாரோ ஒருவளாய் இருந்திருந்திருப்பாள்.

எப்போதோ ஒரு ஆண்டுக்கு முன் தப்பென்று தெரியாது செய்த தப்பை, நேற்று செய்ததுபோல் பாவிப்பது எந்த வகையில் சரி என்பதே கேள்வி. ஆண்டு, நாளாகத் தெரிவது மனதின் மடமையன்றி வேறென்ன? தெளிந்த சிந்தனைக்கு உரியவன், தான் என்ற கர்வம் கொண்டிருத்தல் நியாயமே. அது, செய்த தவறு என்ற சிற்றில்லத்துக்குள் வாசம் செய்ய வர, என்ன உத்திரவாதம் தரும்? மேம்போக்கான வார்த்தை யாடல்கள், பண்ணின தப்பை மறந்திடச் செய்யும் தந்திரம் என்ற அளவில் சரியே. அதற்காக, ஒன்றுக்கும் உதவாத விஷயத்தி லெல்லாம் தவறு புரிந்ததாக கொக்கரித்து ஆர்ப்பாட்டம் செய்தல், அந்த தவறை உலகத்துக்கு வெளிச்சமிட்டுக் காட்டிட மேற்கொள்ளும் ஆயத்தமன்றி வேறென்ன? இதெல்லாம் நல்லதுக்காகத்தானா என்று கேள்வி எழுப்பினால், அதற் குண்டான பதிலை தயார் நிலையில் வைத்துக்கொண்டு தான் எழுப்ப வேண்டும் கேள்வியை. இது என்ன ஆணையா

என்று கேட்டால், அப்படித்தான். நீ செய்வதைச் செய்து கொள் என்பது போன்ற வீரமான பதிலே, பதிலாய் வந்துவிட வேண்டும். மேற்கொண்டு விளக்கம் கேட்டபின், செய்த தப்பில் ஒரு கையளவு அள்ளி, காற்றில் தூவி விட்டு, தப்பின் வீரியத்தை பிறருக்கு உணர்த்தும்படியாக நடந்து கொள்வதுதான் ஒரே வழி.

தொன்று தொட்டே உலகம் தவறுகளின் பீடமாகத்தான் இருந்து வந்திருக்கிறது. தவறு செய்யாதவன் மனித ஜாதியில் சேர்த்தி இல்லை என்றுகூட சொல்லத் துணிபவர் நிறையபேர் உண்டு. அது ஒரு மன பாமரத்தன்மையால் அல்ல. தங்கள் தங்களின் அனுபவ முதிர்ச்சிக் கோளாறினால் என்றுதான் சொல்ல வேண்டும். அதற்கு எதிரிடையாய், தவறுகள் வேரறுக்கப்பட வேண்டும் என்று கூறுவாரும் உண்டு. இதில் கோவிந்தன் முதல் வகையைச் சேர்ந்தவன். மனிதன் பிறக்கும்போதே தவறுடன் தான் பிறக்கிறான். அது வாழ்நாள் முழுதும் நீடிக்கிறது. இறக்கும் போதும் தவறுடையவனாகவே இறக்கிதான். இதெல்லாம் தத்துவ முத்துக்களல்ல. தவறு செய்ததில் புண்பட்ட மனதுகளின் வெற்றுக் கூச்சல். அர்த்தம் கெட்ட ஒரு குழப்பவாதியின் தெறி கெட்ட சிந்தனாவிஷம் கலந்த கூப்பாடுகள். யாரும் எதற்கும் அர்த்தம் தேட வேண்டாம். விசேஷமாக கோவிந்தனுக்கு தனியாக, வெளிப்படையாய் சொல்லியாக வேண்டும். வாழ்க்கையை அனர்த்தமாக்குகின்ற, குட்டையைக் குழப்புகிற இது மாதிரி நிகழ்வுகள் அவனக்கு அல்வா சாப்பிடுகிற மாதிரி. தவறினால் சோரம் போன வாழ்க்கையின் ஈவுகள். தவறு என்ற ஹோதாவில் எடுத்து இயம்பப்படுதல் ஒரு சர்ச்சைக்குரிய காரியமே. அப்படிச் செய்ய வேண்டாம் என்று கோமதி மூலம் கோவிந்தனுக்கு எடுத்துரைக்க ஏதுவான தவறின் பின்னணி, கோமாளித்தன மாக பல்லிளிக்கிறது.

தற்போதைய குழம்பிய மனநிலை தனக்கு எப்படி நேர்ந்ததென யோசித்து யோசித்து மேலும் மேலும் குழப்ப மடைந்தான் கோவிந்தன். தவறு செய்து ஒரு வருஷம் கழிந்ததே தனக்கு தெரியாமல் போனதெப்படி என எண்ணி வியந்தான். ஆனால் இப்போது ஒரு நிமிஷம், ஒரு ஆண்டுபோல் மெல்ல மெல்ல நகர நேர்ந்துவிட்டது குறித்து அதிக கவலை கொண்டான். கூடிப் போயிருந்த வாழ்க்கையின் சகஜங்கள், இப்போது குறைந்துபோனது குறித்து மனங்கலங்கினான்.

சடுதி தோற்றம், சடுதி மரணம் என்பதெல்லாம், சடுதி தவறு, சடுதி சரி முதலியவைகள் பெற்றெடுத்த வாரிசுகளோ என்று சந்தேகித்தான். கோமதியின் ஆலோசனை இனி தனக்கு தேவை இல்லை. எல்லா உணர்வுகளும் கடந்த ஒரு மோன நிலை தனக்கு கைவந்துவிட்டது என கருதினான் கோவிந்தன்.

தவறு உண்ணும் உணவில் கிள்ளிப் போடப்பட்ட கறிவேப்பிலை போன்றது என எண்ணியபோது, அவனுக்கு சிரிப்பு வந்தது. அவ்வளவு சாதாரணத்துக்கா, தான் தன் வேலை வெட்டிகளை எல்லாம் தள்ளிவைத்துவிட்டு இப்படி மல்லாட நேர்ந்தது என்று எண்ணி மேலும் சிரித்தான். தான் செய்த தவறு, தன் கோலமிழந்து குணாம்சம் இழந்து, தொடுப் பிழந்து, கொடுப்பினை இழந்து மண்டியிட்டு அழுதது கண்டான். அப்படி அழுது அரற்றட்டும் என்று அதன் போக்குக்கு விட்டுவிட்டான். இப்போது அவனுக்கு மனதில் ஒரு நிம்மதி உண்டாயிற்று. பொய்யென்ன, மெய்யென்ன, தவறென்ன, சரியென்ன, எல்லாம் மனதின் வேஷங்கட்டின மேம்போக் கான காரியங்களே என்ற உண்மை மட்டும் அவன் உள்ளத்தில் ஆழமாக தைத்துப் போயிற்று.

குறிப்புகளுக்காக